கம்யூனிசம் ஜென் நெருப்பு ஜென் காற்று

ஓஷோ

மொழிபெயர்ப்பு:
ஜராதுஸ்ட்ரா

அறம் பதிப்பகம்

கம்யூனிசம் ஜென் நெருப்பு ஜென் காற்று

ஓசோ

முதல் பதிப்பு: மார்ச் 2023

வெளியீட்டு எண்: 94

வெளியீடு: அறம் பதிப்பகம்

Communism and Zen Fire Zen Wind

Author: Osho

First Edition: March, 2023

Published by: Aram Publication
Address: No. 3/582, Mullai street,
Kasthuribai nagar, Mullipattu village & post
Arani Taluk - 632 316
Tiruvannamalai Dt., Tamil Nadu.
Contact Cell No: 9150724997
e-mail: arampublication50@gmail.com

Designer: G. Murugan

Printed at: Durga printers, Chennai-14

Pages: 432,

ISBN: 978-93-91480-42-4

தமிழ் அறிந்த சர்வதேச பாட்டாளி வர்க்கத்திற்கும்
ஓஷோ சீடர்களுக்கும் சமர்ப்பிக்கின்றேன்.

ஜராதுஸ்ட்ரா

நண்பர்களுக்கு...

நாம் அனைவரும் இவ்வுலகில் தூக்கியெறியப்பட்டுள்ளோம். ஆனால் பிறப்பு முதல் இறப்பு வரை வாழ்ந்தாக வேண்டியுள்ளது. பிறப்பிலிருந்து இறப்பு வரை கடந்தகாலத்திய கதைகளை வகுத்துக்கொடுத்து இப்படித்தான் வாழ வேண்டும் என்று தத்துவங்கள், கோட்பாடுகள், நீதிநெறிகள், ஒழுக்கம் ஒழுக்கமற்ற நம்பிக்கைகள் தனிமனிதனுக்கும் சமூகத்திற்கும் கொடுக்கப்பட்டுள்ளன. அது நல்லது கெட்டது என்பவைகளாகப் பறைசாற்றிக் கொள்கிறது. இதற்கு மதங்கள் பிற்போக்கு, நற்போக்கு, முற்போக்கு என்று தம்மட்டம் அடித்துக்கொள்கிறது.

மதம்

மதம் கடவுளைக் கற்பித்து உள்ளது.

கோயில் குளங்களை, மாதா கோயில்களை, மசூதிகளை சடங்கு சம்பிரதாயங்களை வருடாந்திர, மாதாந்திர பண்டிகைகளை உருவாக்கியுள்ளது.

குழந்தைகளுக்கு அர்த்தமற்ற கடவுளர்களின் பெயர்களை சூட்டியுள்ளது. மொட்டையடிப்பது, காது குத்துவது, சீர் செய்வது, திருமண வைபவங்களில் சடங்கு சம்பிரதாயங்களை உருவாக்கியுள்ளது.

நல்ல நாள் கெட்ட நாள், கிருத்திகை, அம்மாவாசை, பௌர்ணமி என்று தேதிவாரியாக மக்களின் வாழ்வியலை திசைத் திருப்புகிறது.

ஜோதிடம், பரிகாரங்கள், பூஜை என்று கோயில் கோயிலாக மக்களை புராண இதிகாசங்களின் கட்டுக்கதைகளை பாராயணம் செய்ய வைக்கிறது. அதை மனப்பாடம் செய்ய வைத்து பூஜைகளில் ஒப்புவிக்கப்படுகிறது.

மக்களைத் தெருத் தெருவாக, மாவட்ட வாரியாக, மாநில வாரியாக அலைய வைக்கிறது.

அனைத்துக் கோயில்களும் உண்டியல்களை வைத்து ஏழை மக்களிடமிருந்து உளவியல்ரீதியாக காசு, பணம் போடவைத்து நிரப்பிக் கொள்கிறது.

கோயில் விழாக்கள், கும்பாபிஷேகம் என்று கூறி நன்கொடைகளை வசூலித்து அபிஷேகம், அன்னதானம் என்று தேதி, கிழமை, நாள், மாதம், வருடம் என்று மக்களை கோயில்களுக்கு வரவழைப்பது. இதன்மூலம் கோடிக்கணக்கான நிதியை சேமித்து வைத்துக்கொள்கிறது.

குழந்தைப் பிறந்ததிலிருந்து மரணம் அடையும் வரை சடங்கு, சம்பிரதாயங்கள், பார்ப்பனியத்தின் மந்திரங்கள், அந்த நாள் இந்த நாள் என்ற நரகம் சொர்க்கம், சிவலோகப் பிராப்தம், வைகுண்டப் பிராப்தம் என்று கூறி பணபரிமாற்றங்கள்.

ஒவ்வொரு மதங்களிலும் ஒவ்வொரு விதமான பழக்கவழக்கங்களை மக்களுக்குள் திணித்துவைத்துள்ளது.

இதில் பணக்காரர்கள், நடுத்தர மக்கள், பரம ஏழைகள், முதலாளித்துவக் கல்வியைக் கற்றவர்கள், முதலாளித்துவக் கல்வியைக் கற்காதவர்கள் அனைவரும் இதில் உள்ளடங்கியுள்ளனர்.

இதில் எவரும் விதிவிலக்கானவர்கள் இல்லை.

ஏமாறும் இடத்தில் ஏமாறுவது. ஏமாற்றும் இடங்களில் ஏமாற்றுவது.

இதை புத்திசாலித்தனம், திறமை, கடவுள் எனக்குக் கொடுத்துள்ளார் என்று வியாக்யானம் கூறிக்கொள்வது.

இந்த நல்லது கெட்டதுக்கான பரிகாரங்கள் ஜோதிடர்களால், பூசாரிகளால், பார்ப்பனியத்தால் உருவாக்கப்பட்டுள்ளது.

இலாபம் கிடைத்தால் உனக்கு ஒரு பகுதியை தருகின்றேன் என்ற கூறிக் கடவுளிடம் வேண்டுவது.

அது ஒருவேளை நிறைவேறினால் அந்தக் கடவுள் சிலையையே தனது இஷ்டத் தேவதையாகக் கருதிக்கொள்வது. மணிக்கணக்காக, நாள்கணக்காக மக்களை வரிசையில் நிற்கவைத்து இந்த தரிதனம் கிடைப்பதற்கு புண்ணியம் செய்திருக்க வேண்டும் என்று மக்களை ஏக்க பெருமூச்சாக வைத்திருப்பது மானிட அறிவுக்கு விடுத்த சவாலாக உள்ளது.

மக்களின் உளவியல் காரணங்களைப் பயன்படுத்தி பார்ப்பனியர்களும், பூசாரிகளும், ஜோதிடர்களும் திட்டமிட்டு ஏமாற்றி வருகின்றனர்.

இவைகளால் பிறப்பிலிருந்து இறப்பு வரை சடங்கு சம்பிர தாயங்களில் ஒவ்வொரு தனிமனிதனும் சிக்கித் தவிக்கின்றான். இவைகளால் இதுவரையிலும் மக்களது வறுமை, பசி, பட்டினி போக்கப்பட்டுள்ளதா? வாழ்க்கைத் தரம் மேம்பட்டுள்ளதா என்பன போன்ற கேள்விகள் மக்கள் மத்தியில் இல்லை. ஆனால் நாத்திகமும் இருந்துகொண்டுதான் இருக்கிறது. ஆத்திகமும் இருந்துகொண்டுதான் இருக்கிறது. இதனால் எந்தப் புரட்சியும் நடைபெறவில்லை. "கண்டவர் விண்டிலர், விண்டவர் கண்டிலர்" என்ற வியாக்கியானம் நிலைத்து நிற்கிறது.

"கடவுள் இறந்துவிட்டார் புதைக்க வாருங்கள், நாம் கடவுள் ஆவோம்" என்று பத்தொன்பதாம் நூற்றாண்டில் அறைகூவல் விடுத்தார் நீயெட்ஷே.

"மதம் ஒரு அபின்" என்று கூறிய மார்க்ஸ் கூட தவறு செய்துள்ளார். மதம் ஒரு போதை வஸ்து அல்ல. மக்களது வாழ்வியல் அபத்தத்தை நீக்குவதற்கு என்ன செய்வது? எப்படி வாழ்வது என்று இன்னும் தெளிவுபடுத்தப்படவும் இல்லை. வழியும் கூறப்படவில்லை என்பதுதான் சரியானது. ஆனால் மக்கள் செவிகொடுத்து கேட்கவில்லை. மக்கள் மதத்திலிருந்து வெளியேறுவதற்கு மக்களுக்கு மாற்று வழி இன்னும் கற்றுத் தரப்படவில்லை. தெரிந்துகொள்ளவும் மக்கள் விரும்பவில்லை.

"கடவுள் இல்லை, கடவுளைக் கற்பித்தவன் முட்டாள்" என்று வெறும் நாத்திகப் பிரச்சாரம் செய்துவிட்டு சென்ற பெரியார் போன்றவர்களை மக்கள் புறந்தள்ளி விட்டனர். ஆனால் மக்களை அபத்தத்திலிருந்து நீக்குவதற்கு அவர் வழி கூறவில்லை. அதனால் பெரியார் நாத்திகம் பேசுகிறார் என்று மக்கள் அவரை கடந்துசென்று விட்டனர்.

மேற்கண்ட கேள்விகள் நம்முன் கணத்துக்கு கணம் நொடிக்கு நொடி நம்மை ஆட்சி செய்கின்றன. எப்படியிருப்பினும் இதில்தான் வாழ்ந்து தொலைக்க வேண்டியுள்ளது. வாழ்வதற்கான அர்த்தம் என்னவென்று மக்கள் கற்றுக்கொள்ளவில்லை. இதற்கு ஓஷோ தீர்வு தருகிறார் என்பதைப் புரிந்துகொள்ள வேண்டும்.

ஆனால் மக்களுக்கு அனைத்தும் போதனைகளாக உள்ளன. அனைத்து போதனைகளும் அவரரவருக்குத் தகுந்தாற் போல மாற்றிக் கொள்கிறார்கள். வியாக்கியானம் செய்துகொள்கிறார்கள். நேரடியான உண்மையை மக்கள் உணரவில்லை. பணம் சம்பாதிப்பதற்கு கடவுளைக் கும்பிடு, நோய்நொடிகளுக்குக் கடவுளைக் கும்பிடு, படிக்க வைப்பதற்கு கடவுளைக் கும்பிடு என்று மதம் பொய்யானத் தகவல்களைக் கூறி ஏமாற்றி வருகிறது. இதற்கு தகுந்தாற்போல புராண இதிகாசங்கள் அமைந்துள்ளன. மதங்கள் கூறிய பொய்களைப் பேசுவதற்கு ஏராளமான செய்திகள் உள்ளன. ஆனால் செவிகொடுத்துக் கேட்பதற்கும். விழிப்புணர்வு அடைவதற்கும் மக்கள் தயாராக இல்லை. மேற்கொண்டும் மதங்களின் பொய்களை நம்பி நாம் ஏமாறுவது நமது வாழ்க்கைக்கான அர்த்தம் என்னவென்று கேள்விகள் கேட்கப்படவில்லை என்பதாகத்தான் புரிந்துகொள்ளப்பட வேண்டியுள்ளது. மதங்களின் சடங்கு சம்பிரதாயங்களிலேயே நமது வாழ்வைத் தொலைத்து விட்டோம் என்பதைத் தவிர வேறொன்றுமில்லை.

அரசு

அரசு என்பது முதலாளித்துவத்திற்கு ஆதரவானது என்பது மட்டுமல்லாது மறைமுகமாகவோ நேரடியாகவோ மதங்களுக்கு ஆதரவானது. மக்களது நலன்களுக்கானது அல்ல. அரசாங்கம் மக்களுக்கான சில அடிப்படை வசதிகளை செய்துகொடுத்திருப்பினும் நமக்கான அரசாக இது இல்லை. காரணம் அது முதலாளித்துவம் முன்னெடுக்கின்ற விசயங்களுக்கு ஆதரவு கொடுப்பது. இயற்கையின் கனிம வளங்களைக் கொள்ளையடிப்பதற்கு தனது அதிகாரத்தைப் பயன்படுத்துகிறது. மக்களால்....மக்களுக்கு மக்கள் மூலம் என்று கூறிக்கொண்டு முதலாளித்துவத்துக்கு ஆதரவு கொடுத்து சுற்றுச் சூழலைக் கெடுப்பதற்கு அதிகாரத்தைப் பயன்படுத்துகிறது. மக்களால் தேர்தெடுக்கப்பட்ட பாராளுமன்ற ஜனநாயகம் மக்களுக்கு எதிராகவே செயல்படுகிறது.

வரலாற்றில் “அரசாங்கம் என்பது ஒரு வர்க்கத்தை அடக்கி ஆள்வதற்காக மற்றொரு வர்க்கம் உபயோகிக்கும் கருவி”

என்று சுருக்கமாகக் காரல் மார்க்ஸ் கூறுகிறார். முதலாளித்துவ அரசாங்கம் என்பது சட்டம், சட்டசபை, பாராளுமன்றம், அரசாங்க அலுவலகங்கள். போலீஸ், நீதிமன்றம், இராணுவம் முதலியவைகள்.) தொழிலாளி வர்க்கத்தை அடக்கி ஆள்வதற்காக முதலாளிகள் கையிலிருக்கும் கருவிதான் அரசாங்கம்.

"பண்டைய அரசாங்கம் ஆண்டைகள் அடிமைகளை அடக்கி ஆள்வதற்காக உருவாக்கப்பட்ட அரசாங்கமாக இருந்தது. நிலபிரபுத்துவ அரசாங்கம் குடியானவர்களையும் பண்ணையாட்களையும் அடக்கியாண்ட மன்னர்களின் ஆட்சியாக இருந்தது. தற்சமயம் ஓட்டுபோட்டு மக்களால் தேர்ந்தெடுக்கப்பட்டு மக்கள் பிரதிநிதிகளாக இருக்கும் இன்றைய அரசாங்கங்கள் முதலாளிகளுக்கு ஆதரவான அரசாங்கங்களாக உள்ளன. இந்த அரசாங்கங்கள்தான் லஞ்சம், லாவண்யம், ஊழல் போன்றவைகளை உருவாக்குகின்றன. இம்மாதிரியான அரசாங்கங்களிலிருந்து மக்கள் விடுபடுவதற்கு சர்வதேச பாட்டாளி வர்க்க சோசலிச அரசு நமக்குத் தேவைப்படுகிறது.

இதுமட்டுமல்லாது மக்களின் தனிச்சொத்தைக் காப்பாற்ற இந்த முதலாளித்துவ அரசு பாதுகாப்பு அரணாக இருந்து குட்டி முதலாளித்துவத்தை சமூகத்தில் தக்கவைக்கிறது. காப்பாற்றுகிறது. நமக்கான அமைப்பு எது? நமக்கான கட்சி எது என்று தெரிந்து அறிந்துகொள்வதன் மூலமே நமக்கான நலன்களைப் பெற முடியும் இல்லையெனில் அரசாங்கத்தால் நமக்கு விளையும் துன்பங்களிலிருந்து நாம் விடுதலை அடைய முடியாது.

முதலாளித்துவம்

முதலாளிகள் யார்?

1) உற்பத்தி சாதனங்களையும், இதர உடைமைகளையும் சொந்தமாக வைத்திருப்பவர்கள்.

2) தொழில் நிறுவனங்களை வைத்திருப்பவர்கள்.

3) தொழிலாளர்களுடைய உபரி உழைப்பை லாபம் என்ற வடிவில் சுவீகரித்துக் கொள்பவர்கள்.

தொழிலாளர்கள் யார்?

1) சொந்த உற்பத்தி சாதனங்கள் இல்லாதவர்.

2) தங்களுடைய உழைப்புச் சக்தியின் ஒரு பகுதியை முதலாளிகளுக்கு விற்பனை செய்து வாழ்க்கை நடத்துபவர்கள். (உழைப்பு சக்தி மட்டுமே தொழிலாளர்களுக்குச் சொந்தமாக இருக்கிறது.)

3) முதலாளி வர்க்கத்தின் சுரண்டலை எதிர்ப்பவர்கள்.

தொழிலாளி தனது உழைப்புச் சக்தியை விற்றுக் கிடைக்கும் பணத்தைக் கொண்டு வாழ்க்கை நடத்தவேண்டியிருப்பதால் அவன் முதலாளிக்காக உழைக்க வேண்டிய நிர்ப்பந்தம் ஏற்படுகிறது.

தற்சமயம் தொழில்நுட்பங்கள் வளர்ந்து வரும் சூழலில் நுகர்வு சார்ந்த பொருள்களின் யூகவிற்பனை செய்வதன் மூலம் முதலாளித்துவம் பாட்டாளி வர்க்கத்தின் உழைப்பைச் சுரண்டுகிறது.

மேற்கண்ட மதம், அரசு, முதலாளித்துவம் இருக்கும் வரை நாம் நமக்கான வாழ்க்கையை சுதந்திரமாக வாழ்ந்திட முடியாது. மேலும் பிரதானமாக முதலாளித்துவத்தால்தான் குடும்ப உறவுகள் பாதிக்கப்படுகிறது. சமூக உறவுகள் பாதிக்கப்படுகிறது. தனிமனித உறவுகள் பாதிக்கப்படுகிறது என்பதை அனைவரும் புரிந்துகொள்ளப்பட வேண்டும்.

இதற்கு சுதந்திரமான, தியானத் தன்மையுடைய, ஆத்மார்த்தமான வாழ்வாக வாழ மதத்திலிருந்து நாம் உடனடியாக விடுபட வேண்டும். இரண்டாவதாக முதலாளித்துவத்தை வீழ்த்துவதின் மூலம்தான் நாம் நமக்கான சர்வதேச பாட்டாளி வர்க்க அரசை உருவாக்கிக் கொள்ள முடியும். ஆகவே அனைவரும் சர்வதேச சோசலிசத்தை நோக்கி செல்ல வேண்டிய அவசியம் தற்போது ஏற்பட்டுள்ளது. அடுத்த வெளியீடாக 'சோசலிசத்தை நோக்கி' என்ற சிறுவெளியீடு வெளியிடுகின்றோம் அதில் முழு விபரங்களை அறிந்துகொள்ளலாம்.

1990 –ஆம் ஆண்டு ஜனவரி மாதம் 20–ம் தேதி "செக்ஸ் சாமியார் ரஜ்னீஷ் மரணம், அவரது சீடர்கள் ஆடிப் பாடிக் கொண்டாட்டம்" என்று ஒரு மாலை செய்தித்தாளில் புகைப்படத்துடன் பதிவிட்டு இருந்ததை ஒரு தேனீர் கடையில் இரவு 12 மணியளவில் படித்தேன். இதை வாசித்துவிட்டு சாதாரணமாக கடந்து சென்றேன். வேறொரு சந்தர்ப்பத்தில் எனது நண்பர் தோழர் சிங்கராயர் அவரது வீட்டின் வெளியே அமர்ந்து "Golden Gate of Tao" என்ற ஆங்கிலப் புத்தகத்தை வாசித்துக் கொண்டிருந்தார். அந்தப் புத்தகத்திலிருந்து வாசித்து, தமிழில் மொழிபெயர்த்து ஒரு ஜோக் சொல்லட்டுமா என்றார். சொல்லுங்க.......சொல்லுங்க என்றேன். அந்த நகைச்சுவையை கேட்டு ஒரு பத்து நிமிடம் சிரித்திருப்போம்.

அது யார் சொன்னது என்று ராயரிடம் கேட்டதுக்கு பகவான் ஸ்ரீ ரஜ்னீஸ் சாமியார் என்றார். அப்போதும் அதைவிட்டு கடந்துவிட்டேன். கோவை விஜயா பதிப்பகத்திற்கு அடிக்கடி செல்வதுண்டு. கலை, இலக்கியம் சார்ந்தப் புத்தகங்களைப் பார்வையிடுவது என்பதுதான் எனது வழக்கம். சாமியார்கள், ஆன்மீகம், தியானம், ஜோதிடம் போன்ற புத்தகங்கள் வைத்திருக்கும் பகுதிக்கு சென்று எந்தப் புத்தகங்களையும் பார்வையிடுவது இல்லை. ஒருசமயம் விஜயா பதிப்பகத்தில் கொஞ்சம் கூட்ட நெரிசலாக இருந்தது. இதனால் இந்த ஆன்மீகம் சம்பந்தமானப் புத்தகங்களை வைத்திருக்கும் பகுதிக்கு நகர்ந்துசெல்ல வேண்டிய கட்டாயத்துக்கு உட்பட்டேன். அப்போதுதான், அந்த நொடிதான் அந்த ஆன்மீகப் புத்தகங்களுக்கு மத்தியில் கறுப்பு அட்டையில் "காமத்திலிருந்து கடவுளுக்கு, ஓஷோ" என்ற புத்தகம் எனது கண்ணில் பட்டது. ஆன்மீக தலைப்புகளுக்கு மத்தியில் இப்படிப்பட்ட தலைப்பா என்று ஆச்சரியத்துடன் எடுத்தேன். புரட்டினேன்.

முதல் பக்கம்

"அன்பு,

அன்பு என்றால் என்ன?

அதை உணர்வது எளிது. அன்பைப் பற்றி விவரிப்பது உண்மையிலேயே கடினம்" என்ற வரியை வாசித்தவுடன் எனக்கு

மிகுந்த பரபரப்பு உண்டானது. என்னடா இது! வித்தியாசமாக உள்ளதே என்று நினைத்து உடனே அந்தப் புத்தகத்தை வாங்கினேன். அப்போது பேருந்தில்தான் கோவைக்கு சென்று வருவேன். பேருந்தில் அமர்ந்திருந்த எனக்கு அந்தப் புத்தகத்தில் வாசித்த அந்த வார்த்தைகள் எனது மனதில் புரட்டிப்போட்டுக் கொண்டு இருந்தது. அந்த வார்த்தைகளின் பாதிப்பிலிருந்து என்னால் மீண்டெழ முடியவில்லை.

தோழர் சிங்கராயர் படித்துகொண்டிருந்த "Golden Gate of Tao" நூலாசிரியரின் பெயர் "பகவான் ஸ்ரீ ரஜ்னீஸ். "காமத்திலிருந்து கடவுளுக்கு" என்ற புத்தகத்தில் குறிப்பிட்டிருந்த நூலாசிரியரின் பெயர் ஓஷோ. இதை பின்னாட்களில்தான் "பகவான் ஸ்ரீ ரஜ்னீஸ்" என்பவரும் "ஓஷோ" என்பவரும் ஒருவரே என்று அறிந்தேன். இப்படியிருக்யைில் "காமத்திலிருந்து கடவுளுக்கு" என்ற புத்தகத்தை ஒரே மூச்சில் படித்து முடித்தேன். அந்தப் புத்தகத்தில் இடம்பெற்றிருக்கும் அனைத்து சிறுகதைகளும் என்னை வெகுவாக பாதித்திருந்தாலும் "மரம் – சிறுவன்" சம்பந்தமான கதை என்னைப் பெரிதும் பாதித்தது. ஏனெனில் முன்பே சுந்தர ராமசாமியின் "ஒரு புளியமரத்தின் கதை" என்ற புத்தகத்தை வாசித்திருந்தேன். அது சமூக சம்பந்தமென்றாலும் ஓஷோ கூறிய மரம் – சிறுவன் என்ற கதை ஒரு தனிமனிதனின் "தான்" என்ற அகந்தை, பெருமிதம், ஒரு தனிமனிதனின் தற்பெருமை போன்றவைகளை அந்தக் கதை வெளிப்படுத்தியது. ஆகவே இந்த மரம் – சிறுவன் கதை என்னுள்ளே வேறு எல்லைகளுக்கு என்னை அழைத்துச் சென்றது. இந்தப் புத்தகத்தில் மேலும் கூறப்பட்ட மற்ற செய்திகள் மதம், அரசு, முதலாளித்துவம் போன்ற விசயங்களுக்கு எதிரான கருத்துகளைக் கூறியிருப்பதையும் அவதானித்தேன். ஒரு ஆன்மீகவாதியான ஓஷோ மதம், அரசு, முதலாளித்துவம் போன்றவைகளுக்கு எதிரான கருத்துகளை கூறியிருப்பதால் அப்போதே அக்கணத்திலேயே ஓஷோ மார்க்சியத்துக்கு நெருக்கமாக வருகிறார் என்று அவதானித்தேன். ஆனால் ஓஷோ தியானம் பற்றியெல்லாம் கூறும் போதுதான் எனக்கு ஓஷோவைப் பற்றி புரிந்துகொள்ள முடியாமல் இருந்தது.

பின்பு ஓஷோவின் "தியானம்" சம்பந்தமான ஒரு புத்தகத்தை வாங்கிப் படித்தேன். தியானங்கள் குறித்து ஓஷோ கூறியதைப்

படித்தவுடன் வித்தியாசமான முறைகளில் கூறியிருந்தது சுவராசியமாக இருந்தது. இதனால் ஓஷோ கூறிய தியானங்களை செய்ய மிகுந்த ஆர்வம் ஏற்பட்டது. இதனால் அந்தப் புத்தகத்தின் கடைசிப் பக்கங்களில் தியானம் நடைபெறும் இடத்தையும், நடைபெறும் நாட்களும் குறிப்பிடப்பட்டு இருந்தது. ஆகவே திருச்சி ஜாபர்சா தெருவில் உள்ள ஓஷோவின் சீடர் மோகன் பாரதி வீட்டின் மாடியில் நடந்த ஒருநாள் தியான முகாமில் கலந்து கொண்டேன். "நாதபிரம்மா தியானம்" முதலில் செய்தேன். அதன் இசை மிகவும் நன்றாக இருந்ததால் அதை மட்டும் ரசித்தேன். மதிய இடைவேளைக்குப் பிறகு "நடராஜ் தியானம்" என்று கூறி நடனமாடச் சொன்னார்கள். எனக்கு வெட்கமாக இருந்தது. எப்படி ஆடுவது? சினிமா பாணியில் ஆடுவதா? டப்பாங்குத்து போல ஆடுவதா என்று தெரியாது இருந்தது. ஆனால் அந்த இசை கேட்பதற்கு வேறுவிதமாக இருந்தது. எந்த தியானத்தை மேற்கொண்டாலும் கண்ணை மூடிக்கொண்டு ஆடவேண்டும் என்று கூறப்பட்டது. இது எனக்கு ஒரு வித்தியாசமான அனுபவமாக இருந்தது. கண்ணை மூடிக்கொண்டு நடனமாடியதால் அடிக்கடி சுவற்றில் போய் முட்டிக்கொண்டேன்.

பின்னாட்களில் கோவையில் ஓஷோ புத்தகங்களை மட்டுமே காட்சிப்படுத்திப் புத்தகக் கண்காட்சி நடத்தினார்கள். இதற்கு கோவையில் உள்ள ஓஷோ சீடர்களான அருண், ரிக்தா போன்றவர்கள்தான் முயற்சியெடுத்து நடத்தினர். இதனால் கோவையில் உள்ள மக்கள் மத்தியில் ஓஷோ அறிமுகமானார். தியான முறைகளை செய்வதற்குக்கூட வாய்ப்பு கிடைத்தது. தியான முகாம்களைக்கூட நடத்தினார்கள். இவர்கள் நடத்திய மூன்று நாள் தியான முகாமில் கலந்துகொண்டேன். அப்போதுதான் ஓஷோ சீடராக சந்நியாசம் எடுத்துக் கொண்டேன். இதன்மூலம் கண்காட்சியில் விற்கப்பட்ட தர்சன் டயரி புத்தகங்களையும், ஓஷோவின் Audio casstetes வாங்கி வந்தேன். ஆனால் எனக்கு சுத்தமாக ஆங்கிலம் தெரியாது. இருப்பினும் துணிச்சலாக வாங்கி வந்தேன். அந்த காலகட்டத்தில்தான் "வாக்மேன்" ஒன்று சமூகத்தில் பரவலாக விற்பனையாகிக்கொண்டு இருந்தது. ஆகவே வாக்மேனில் ஓஷோவின் ஒலிநாடாக்களைக் கேட்டேன்.

ஒன்றும் புரியவில்லை. ஆங்கிலம் தெரிந்திருந்தால்தானே! இருப்பினும் ஓஷோவின் பேச்சைத் தொடர்ந்து இரவு நேரங்களில் கேட்டுக்கொண்டே இருந்தேன். ஆனால் ஒன்றுமே புரியவில்லை. ஆனால் ஓஷோவின் உச்சரிப்பு என்னை மெஸ்மரிசம் செய்தன. அதுவொரு போதையைப் போல தோன்றியது. ஓஷோவின் ஆங்கில தர்ஷன் டயரி புத்தகங்களையும் ஆங்கிலம் தெரியாமலேயே விரித்துப் படித்துக் கொண்டிருப்பேன். ஆங்கிலம் தெரியாமலேயே ஓஷோவின் ஒலிநாடாக்களைத் தொடர்ந்து கேட்டுக்கொண்டு வந்தேன். அதில் ஹெராக்லிட்டிஸ், காப்கா, எபிக்கூரஸ், டார்வின், மார்ட்டின் ஹைடெக்கர், நீயெட்ஷே, சார்த்தர், காம்யு, தாஸ்த்தாவொஸ்கி, டால்ஸ்டாய், மாக்சிம் கார்க்கி போன்றவர்களின் பெயர்கள் மட்டுமே எனக்குப் புரிந்தது. இதற்கு முன்பு எஸ்.வி.ராஜதுரையின் "எக்சிஸ்டென்சியலிசம்" தொகுப்பு நூலை வாசித்திருந்ததால் இந்தப் பெயர்கள் எனக்குத் தெரிந்திருந்தது. ஓஷோ கூறிய மற்றவைகள் எதுவும் புரியவேயில்லை. ஆங்கிலம் தெரியாது இருப்பினும் இடைவிடாது அவைகளைக் கேட்டுக்கொண்டும் இருந்தேன் என்பது மற்றவர்களுக்கு ஆச்சரியமாகத் தெரியலாம். ஆனால் எனக்கு ஆச்சரியமாகவே தெரியவில்லை.

பின்பு ஓஷோவின் "தியானம்" சம்பந்தமான ஒலிநாடாக்களை வாங்கி வந்தேன். வீட்டில் யாரும் இல்லாதபோது அந்த இசையைக் கேட்கத் தொடங்கினேன். முதலில் நடனமாடுவதற்கு வெட்கமாகவும், சோம்பேறித்தனமாகவும் இருந்தது. ஆகவே இசையை மட்டும் காதுகொடுத்து கேட்டேன். பின்னாளில் கொஞ்சம் நடனமாடத் தொடங்கினேன். கொஞ்சம் வெட்கம் போனது. மற்றவர்கள் வீட்டில் இருந்தாலும் நடனமாடத் தொடங்கினேன். பின்பு மற்றவர்கள் இருந்தாலும் இல்லையென்றாலும் நடனமாடத் தொடங்கினேன்.

எனது வீட்டில் தனியறை இல்லாவிட்டாலும் மற்றவர்கள் இல்லாத சமயத்தில் "நாதபிரம்மா தியானம்" மேற்கொண்டேன். தியானம் செய்யும்போது வீட்டில் உள்ளவர்களும், பக்கத்து வீட்டுக்காரர்களும் இடைஞ்சலாக இருந்தனர். பக்கத்தில் உள்ளவர்கள் இடையூறாக கதவைத் தட்டிக்கொண்டுயிருந்ததால்

அவர்களை வேண்டுமென்றே விரோதம் செய்துகொண்டேன். இதனால் அவர்களது தொந்தரவு நீங்கியது. இசையின் மீது எனக்கு ஆர்வம் ஏற்பட்டது. பின்பு இசை சார்ந்த மற்ற ஒலிநாடாக்களை வாங்கினேன். ஒற்றை அறை வீட்டின் இடவசதிக் குறைவால் வாசலில் நடனமாடத் தொடங்கினேன். இருப்பினும் சில குறிப்பிட்ட தியானங்களை மட்டுமே வீட்டில் செய்ய முடிந்தது. இதனால் ''இவ்வளவு கஷ்டத்திலும் இவனுக்கு இது தேவையா'' என்று என்னை விமர்சனம் செய்ய ஆரம்பித்தார்கள். இதைப் பொருட்படுத்திக் கொள்ளவில்லை.

ஓஷோவின் காமத்திலிருந்து கடவுளுக்கு, அவரது தியான செயல்முறைகள் குறித்த புத்தகங்களை மட்டுமே வாசித்திருந்தேன். ஓஷோவின் மற்ற புத்தகங்களை வாசித்ததில்லை. செல்போன் வந்தபிறகுதான் 2015–ஆம் ஆண்டு ஆங்கிலத்தில் உள்ள "Empty Boat" படித்தேன். தியான முறைகளைக் குறித்தப் புரிதல்கள் என்னிடம் இல்லை. ஒருசமயம் ''டைனமிக் தியானம்'' செய்ய வேண்டும் என்ற ஆர்வம் ஏற்பட்டது. திருப்பூரில் உள்ள ஓஷோ சீடர் ராஜகோபால் அவர்கள் அவரது அலுவலகத்திற்கு மேலே உள்ள அறையில் ''டைனமிக் தியானம்'' 21 நாட்கள் செய்வதற்கு அனுமதியளித்த செய்தி ஒரு நண்பர் மூலம் அறிந்தேன். இந்த வாய்ப்பைப் பயன்படுத்திக்கொள்ள வேண்டும் என்ற உந்துதல் ஏற்பட்டது. ஆகவே தினமும் மதியம் 2 மணிக்கு கிளம்பி மாலையில் ''குண்டலினி தியானம்'' செய்துவிட்டு அங்கேயே இரவு தங்கி காலையில் 6 மணியளவில் ''டைனமிக் தியானம்'' செய்துவிட்டு பேருந்தில் திரும்பி வந்தேன். ஒருநாள் கூட தவறாமல் சென்று வந்தேன். காலையில் ''டைனமிக் தியானமும், மாலையில் குண்டலினி தியானமும்'' செய்ததில் எனக்கு பெரும் மாறுதல் ஏற்பட்டது. இதனால் திரைப்படங்களில் ஆடப்படும் நடனங்களைப் பார்ப்பது எனக்கு கேலிக்கூத்தாக தெரிந்தது. மற்றவர்கள் ஆடும் நடனங்களை நாம் ஏன் பார்க்க வேண்டும்? நாமே நடனம் ஆடி அனுபவப்படுவது என்பதுதான் நமக்கான கொண்டாட்டத்தை, மகிழ்ச்சியைத் தரும் என்று கருதி நடனம் ஆடுவது, அதை அனுபவிப்பது உணர்வது எனக்கு வாழ்வின் அர்த்தத்தை உணர்த்தியது. எனது உடல், மனம், சிந்தனையைக் கவனித்ததின் காரணமாக எனக்கும் மற்றவர்களுக்குமான முரண்பாட்டை தெரியப்படுத்தியது. இதனால் ''நாம்தான்

வாழ்கிறோம். மற்றவர்கள் வாழ்வதில்லை'' என்று உணரத் தொடங்கினேன். அதுமட்டுமல்லாது இசையை நேசித்தேன். பாடல்களை நேசித்தேன். கண்களை மூடி வெளிப்புற சத்தங்களைக் கவனித்தேன். எந்த நேரத்திலும் கண்ணை மூடி எனது சிந்தனைகளைக் கவனிக்கத் தொடங்கினேன். இதனால் எங்கு வேண்டுமானாலும் சலிப்பில்லாமல் இருப்பதற்கான சூழலை என்னால் ஏற்றுக்கொள்ள முடிந்தது. ''எங்கிருந்தாலும் ஒன்றுதான்'' என்ற நிலைபாடு எனக்குள் உருவானது.

பின்பு 21 நாட்கள் யாருடனும் பேசாமல் இருந்தேன். 21 நாட்கள் வீட்டில் இருக்கும் போது கண்களைக் கட்டிக் கொண்டேன். 21 நாட்கள் எந்த ஒலியையும் கேட்காமல் இருக்க மருந்துக் கடையில் பான்ச் வாங்கி வந்து காதுகளை அடைத்துக் கொண்டேன். இப்படித்தான் ஆரம்பகால கட்டங்கள் சென்றது. புனே ஓஷோ கம்யூன் சென்றது வேறொரு கதை. இவையெல்லாம் ஒருபுறம் எனக்குள் நிகழ்ந்துகொண்டிருக்க கடற்கரையோரம் கடலின் அலைகள் கால்களை நனைக்க, அலைகளின் சத்தத்தைக் கேட்டுக்கொண்டே 20 கிலோ மீட்டர் தனிமையில் நடந்து சென்றேன். தியானம் செய்த நாட்களில் ஏதேதோ மாற்றங்கள் நடந்துகொண்டு இருந்தன. ஆனால் துணிச்சலும், மகிழ்ச்சியும், தேடலும், தனிமையும், கூட்டமும், சலசலப்பும் என்னுள் எந்த சலிப்பையும் உருவாக்கவில்லை. கோயில்களுக்குச் சென்றாலும் கோயில் மூலவரைக் கும்பிடச் செல்லாமல் திரும்பி வந்துவிடுவேன். கடவுள் நம்பிக்கை, சாமி கும்பிடும் கட்டாயம், கோயிலுக்கு செல்வது, நோம்பி நொடிகள், பண்டிகைகள் போன்ற மக்களின் சாதாரண விசயங்களிலிருந்து ஓஷோவின் தியான முறைகள் என்னைத் தடுத்துக் கொண்டுயிருந்தன. உறவினர்களின் திருமண நிகழ்ச்சி, சடங்கு சம்பிரதாயங்களில், மரண நிகழ்வுகளில் ஈடுபாடு இன்மையை உருவாக்கியது. பெரியாரின் நாத்திகக் கொள்கைகளை விரும்பியிருந்தாலும் என்னால் பெரியாரை ஏற்றுக்கொள்ள முடியவில்லை. ''நாத்திகமே பேசுவது ஒரு வாழ்க்கையல்ல'' என்ற சிந்தனை எனக்குள் எழுந்தது. கடவுள் நம்பிக்கை என்பது எப்படி தவறானதோ அதேபோல நாத்திக நம்பிக்கையும் தவறானதுதான் என்பது எனது புரிதலாக இருந்தது.

2005 – ஆம் ஆண்டு மார்க்ஸ் – ஓஷோ = புதிய மனிதன் என்ற 32 பக்க சிறுவெளியீட்டை அறிமுகப்படுத்தினேன். "மதம், அரசு, முதலாளித்துவத்துக்கு எதிரானவர் ஓஷோ" என்ற கருத்து எனக்கு "காமத்திலிருந்து கடவுளுக்கு" நூலே வெளிப்படுத்தியிருந்தது. மார்க்சியம் என்ன நிலைபாட்டைக் கொண்டிருந்ததோ அந்த நிலைபாட்டையே ஓஷோவும் கொண்டிருந்தார் என்பது தெரிந்தது. ஆனால் ஓஷோ தியானத்தையும், இருத்தலியச் சிந்தனையையும், ஜென் போன்ற நிலைபாடுகளில் அழுத்தம் கொடுத்துக்கொண்டு இருந்தார். இது மார்க்சியத்தைக் காட்டிலும் ஒருதடவை மட்டுமே பிறந்திருக்கும் ஒரு தனிமனிதனான எனக்கு வாழ்வியலை அர்த்தப்படுத்துவதாக இருந்தது. ஏனெனில் இருத்தலிய நிலைபாடுகளில் நடனம், மகிழ்ச்சி, பாடல், கலை, இலக்கியம், இசை போன்றவைகளில் என்னை உட்படுத்திக்கொள்ள முடிந்தது. என்னைச் சுற்றியுள்ள மக்களின் சாதாரண தினவாழ்விலிருந்து என்னால் வெளிவர முடிந்தது. ஆகவே மார்க்ஸ் – ஓஷோ என்ற உலகக் கண்ணோட்டத்தை எனது நிலைபாடாக மேற்கொண்டேன்.

இந்த இடத்தில் டிராட்ஸ்கியைப் பற்றி குறிப்பிட வேண்டும். ரஷ்யப் புரட்சியை முன்னெடுத்து தலைமை தாங்கிய "டிராட்ஸ்கியின் வாழ்க்கை வரலாறு" நூலை வாசித்ததின் விளைவாக அவரது "நிரந்தரப் புரட்சி" என்னை ஆட்கொண்டது. டிராட்ஸ்கியின் சர்வதேச சோசலிசப் புரட்சி தேசிய நிலைபாடுகளை உடைத்தெறிந்து மார்க்சியத்தின் உலகக் கண்ணோட்டத்தை அடிப்படையாகக் கொண்டிருந்தது. இதனால் டிராட்ஸ்கியர்ளே எனக்கு அறிமுகம் இல்லாத சூழலில்கூட டிராட்ஸ்கியின் குறிப்பை மார்க்ஸ் – ஓஷோ = புதிய மனிதன் என்ற சிறுவெளியீட்டில் பதிவிட்டேன். முப்பது வருடங்களுக்கு முன்பு நூலகத்தில் எடுத்து வாசித்த தோழர் கதிர் ராமசாமி எழுதிய டிராட்ஸ்கி வாழ்க்கை வரலாறு இரண்டு தொகுதிகளையும் தற்சமயம் அச்சிட்டு தமிழக மக்களுக்கு அறிமுகப்படுத்தி வெளியிட்டுள்ளேன். இணையம் வசதி வந்தவுடன்தான் உலக சோசலிச வலைதளம் (wsws) பற்றி எனக்குத் தெரியும்.

நிற்க.

கம்யூனிசம் ஜென் நெருப்பு பிடிஎப் புத்தகம் எனக்குத் தெரியவந்தது குறித்து:

ஏற்கனவே ஆங்கிலம் தெரியாது என்று கூறியிருக்கிறேன். இதுவரையிலும், இந்த நொடி வரையிலும் அப்படித்தான் உள்ளது. **1915** ஆம் ஆண்டு வாக்கில்தான் எனக்கு இணைய தள வசதி செல்போன் மூலம் அறிமுகம் ஆனது. அப்போது இணைய தளத்தில் ஓஷோ புத்தகங்கள் என்னென்ன உள்ளன என்பதை அறிந்துகொள்வதற்கு இணையத்துக்குள் தேடிச் சென்றேன். பிடிஎப் புத்தகப் பட்டியலில் “கம்யூனிசம் ஜென் நெருப்பு, ஜென் காற்று என்ற தலைப்பிட்ட பிடிஎப் புத்தகத்தை பார்த்து டவுன்லோடு செய்தேன். பின்பு பிரிண்ட் அவுட் எடுத்து ஒரு மாத காலத்தில் ஐம்பது பக்கங்கள் வாசித்தேன். வாசிக்கும் போது கொஞ்சம் புரிந்தது. ஆகவே இந்தப் புத்தகத்தை தமிழில் மொழிபெயர்க்கலாம் என்ற ஆர்வம் ஏற்பட்டது. நேரம் கிடைக்கும்போதெல்லாம் அந்தப் புத்தகத்தை மொழிபெயர்க்க ஆரம்பித்தேன். பின்பு குடும்பச் சூழல்கள் காரணமாக விட்டுவிட்டேன். கம்யூட்டரில் டைப் செய்து சேவ் செய்து வைத்திருப்பதால் அதுகுறித்து பெரிய பாதிப்பு எனக்கு ஏற்படவில்லை. எதையும் பேப்பரில் எழுதி எழுதி மொழிபெயர்க்கவில்லை. மொழிபெயர்க்க மொழிபெயர்க்க தமிழில் டைப் செய்து

விட்டேன். இதுவரையிலும் மொழிபெயர்க்கப்படாமல் இருந்த கம்யூனிசம் ஜென் நெருப்பு தமிழக மக்களுக்கு அறிமுகப்படுத்தப்பட வேண்டும் என்ற ஆர்வம் உண்டாயிற்று. முதல் ஐம்பது பக்கங்கள் ஸ்டாலினைப் பற்றி புகழாமல் இருந்த ஓஷோ பின்பு ஸ்டாலினை பாராட்டியது எனக்கு மனவருத்தத்தை அளித்தது. இருப்பினும் தவறானப் புரிதல்களுடன் ஸ்டாலினைப் புகழ்ந்து உள்ளார் என்பதே எனது பார்வை. மேலும் மதம், அரசு, முதலாளித்துவம் குறித்த புரிதல் ஓஷோவிடம் உள்ளது என்பது மட்டுமல்லாது அவைகளுக்கு எதிர்வினையும் ஆற்றியுள்ளார் என்பதை கம்யூனிஸ்டுகள் புரிந்து அறிந்துகொள்ள வேண்டும் என்ற அக்கரையிலும் இந்நூலை வெளியிடுகின்றேன்.

இதற்காக சில யூடியூப்பில் ஆங்கிலம் குறித்த இலக்கணங் களை அறிந்துகொண்டேன். Simple Sentence. Compond

Sentence. Complex Sentence போன்றவைகளைப் பற்றி பலபேரின் விளக்கங்களை கேட்டறிந்தேன். மீண்டும் மீண்டும் மறந்துபோய்விடும். ஆகவே பல வாரங்கள் இரவு நேரங்களில் திரும்பத் திரும்ப ஆங்கில இலக்கணத்தைப் பற்றி அறிந்துகொண்டேன். இது இந்தப் புத்தகத்தை மொழிபெயர்க்க பேருதவியாக இருந்தது. செல்போன் பிளே ஸ்டோரில் தமிழ் தமிழ் ஆங்கில அகராதியை டவுன்லோடு செய்து பயன்படுத்தினேன். புத்தக வடிவில் உள்ள அகராதியில் ஆங்கில வார்த்தையின் அர்த்தத்தைத் தேடித் தேடித் தொலைக்காமல் சலிப்பில்லாமல் தமிழ் அர்த்தம் மிகவும் சுலபமாக இருந்தது. எனது கண் பார்வை மங்கியபோதும் மொழிபெயர்க்க சலிப்பு ஏற்படவில்லை. உற்றுப் பார்க்க வேண்டியிருந்தது. ஆங்கில பிடிஎப் வடிவத்தில் உள்ள எழுத்துக்களும் மங்கலாகவும், சிறியதாகவும், புள்ளி, கமா போன்றவைகள் தெரியாமல் இருந்தன. இது முன்னெச்சரிக்கை இல்லாமல் பிரிண்ட் அவுட் எடுத்துவிட்டேன். மேலும் மொழிபெயர்க்கும் போதே தமிழில் தட்டச்சு செய்ததால் எழுதுவதை விட தட்டச்சு செய்வதுதான் சுலபமாக இருந்தது.

நிற்க

இனி ஓஷோவின் "கம்யூனிசம் ஜென் நெருப்பு" சொற்பொழிவு குறித்து:

ஓஷோவின் "கம்யூனிசம் ஜென் நெருப்பு" சொற்பொழிவில் உள்ள ஒட்டுமொத்த சாராம்சத்தைப் பார்க்கும்போது ஸ்டாலின் நிலைபாடுகளை ஓஷோ ஆதரித்தது குறித்த விசயங்களைத் தவிர அவர் கூறிய கருத்துகளில் சில முரண்பாடுகள் இருப்பினும் எனக்கு ஏற்புடையதே. ஏனெனில் மார்க்சியம் தோன்றிய இந்த 150 வருடங்களுக்குப் பிறகு ஓஷோ மார்க்சியத்தை சுலபமாக விமர்சனம் செய்ய முடிகிறது. மார்க்சியத்தின் அடிப்படைப் புரிதலில் ஒரு புரட்சி நடந்த ரஷ்ய நாட்டில் மக்களை மட்டுமல்லாது புரட்சிக்கு வித்திட்டத் தலைவர்களை நாடு கடத்தியும், சிறையில் அடைத்தும், பழி வாங்கியும், கொலைகள் செய்ததையும் எவரும் ஏற்றுக்கொள்ள முடியாது. ஒரு ஆன்மீகவாதியாக இருந்துகொண்டு இருபதாம் நூற்றாண்டின் தொண்ணூறுகளில் உலக வரலாற்றில் தூக்கியெறியப்பட

வேண்டிய ஸ்டாலின் நிலைபாட்டை ஓஷோ ஆதரிக்கின்றார். ஓஷோ ஆதரிப்பது எனக்கு ஏற்புடையது அல்ல. கோர்ப்பசேவ் தவறு செய்தார் என்பதற்காக ஸ்டாலின் மேன்மையானவர், ஸ்டாலினின் ஆட்சி காலம் புனிதமானது என்று கூறுவது சரியான நிலைபாடு அல்ல. அது பொற்காலமும் அல்ல என்பதை ஓஷோ புரிந்துகொள்ளத் தவறுகிறார். ஓஷோ தவறாகப் புரிந்துகொண்டதின் விளைவாக ஸ்டாலினிசம் மானிட நலனுக்கு ஏற்புடையது அல்ல என்பதையும் வரலாற்று ஆய்வை மேற்கொள்ளத் தவறுகிறார் என்பதையும் நமக்கு எடுத்துக்காட்டுகின்றது. ஸ்டாலின் கொலைகள் செய்தது ஆடுகளை அல்ல. நரிகளைத்தான் என்று தவறான வியாக்யானம் கூறுகிறார் ஓஷோ.

டிராட்ஸ்கியை குறித்து ஓரிடத்தில் வரலாற்றுப் புரிதலில் உண்மையானநிலையை ஓஷோசிலவிசயங்களைகூறியிருந்தாலும் டிராட்ஸ்கி அக்டோபர் புரட்சிக்கு தலைமை தாங்கியதைப் பற்றியோ அல்லது டிராட்ஸ்கியின் மற்ற விபரங்களையோ ஓஷோ குறிப்பிடவில்லை. ஸ்டாலினின் படுகொலைகளைக் குறித்து நன்கு அறிந்திருந்தும் கோர்ப்பசேவ்வை விமர்சிக்க வேண்டும் என்பதற்காக ஸ்டாலினின் படுகொலைகளை ஆதரித்ததின் மூலம் ஓஷோ மாபெரும் வரலாற்றுத் தவறு ஒன்றை செய்துள்ளார் என்று சுட்டிக்காட்ட வேண்டிய கடமை நமக்கு உள்ளது.

ஸ்டாலினை பற்றி அறிந்துகொள்ள இந்நூலின் வாசகர்கள் தோழர் கதிர் ராமசாமி எழுதிய ''டிராட்ஸ்கி வாழ்க்கை வரலாறு'' படிக்க வேண்டுகிறேன். இதைப் படிப்பதின் மூலம்தான் நீங்கள் டிராட்ஸ்கியைப் பற்றியோ, ஸ்டாலின் நிலைபாடுகளைப் பற்றியோ அறிந்துகொள்ள முடியும். ஸ்டாலினிஸ்டுகள் எப்படிப்பட்ட நிலைபாடுகளை எடுத்து ஸ்டாலினை ஆதரிக்கின்றார்களோ அதேபோலத்தான் ஓஷோவும் ஸ்டாலினை ஆதரிக்கின்றார், நியாயப்படுத்துகிறார் என்பது ஸ்டாலினிஸ்டுகளைப் போலவே கண்மூடித்தனமான ஓஷோவின் ஆதரவு நிலைபாடு என்றே புரிந்துகொள்ள முடிகிறது. ஓஷோவின் மற்ற சொற்பொழிவுகளில் ஸ்டாலினை ஹிட்லர், மாவோ, முசோலினி, இடிஅமீன் போன்றவர்களின் வரிசையில்

குறிப்பிடப்படுகிறார். இந்த கம்யூனிசம் ஜென் நெருப்பு, ஜென் காற்று தொடர் சொற்பொழிவில் கோர்ப்பசேவ்வை விமர்சிக்க வேண்டுமென்பதற்காக ஸ்டாலின் புகழப்படுகிறார் என்றே நாம் கருதவேண்டியுள்ளது. ஸ்டாலினைப் பற்றி அறிந்துகொள்வதற்கு உலக சோசலிச வலைதளத்தை வாசிக்க வேண்டுகின்றேன். தோழர் கதிர் ராமசாமி எழுதிய டிராட்ஸ்கி வாழ்க்கை வரலாறு நூலும் ஸ்டாலினைக் குறித்தும், செயல்பாடுகளையும் குறித்தும் விளக்குகிறது என்பதை உங்களது கவனத்துக்கு கொண்டுவர விரும்புகின்றேன். அதற்காக ஓஷோ கூறும் மற்ற விசயங்கள் நமக்குள் தனிமனிதக் கேள்விகளை எழுப்புவதற்கான சந்தர்ப்பங்களைக் கொடுக்கிறது. அதன்மூலம் நாம் நமக்கான சமுதாயத்தையும் நமக்கான வாழ்வையும் உருவாக்குவதற்கான அடித்தளத்தையும் ஜென் நிலைபாடுகளையும் தனது சொற்பொழிவுகளில் ஓஷோ விளக்குகிறார். இதன்மூலம் கம்யூனிசம் ஜென் நெருப்பு ஒவ்வொரு தனிமனிதனுக்குள்ளும் சமூகத்திற்குள்ளும் பற்றி எரியட்டும். இப்புத்தகத்தைப் பற்றி கூறுவதற்கு ஏராளமான விசயங்கள் உள்ளது. ஒன்று பக்கங்கள் நீண்டுபோய் விடும். மற்றொன்று எப்படியிருப்பினும் இவ்வுலகையும், தனிமனிதனையும் கேள்விக்குட்படுத்திக் கொண்டே இருக்க வேண்டும் என்பதால் இத்துடன் முடிக்கின்றேன்.

2005 ஆம் ஆண்டு வெளியிட்ட மார்க்ஸ் – ஓஷோ = புதிய மனிதன் என்ற நூலில் சில பகுதிகளை நீக்கிவிட்டு உங்களது வாசிப்புக்கு இங்கு உட்படுத்தியுள்ளேன். வாசித்து நமக்கான வாழ்வையும் சமூகத்தையும் படைக்க முன்வருவோம் என கூறி வாழ்த்துகிறேன்.

ஜராதுஸ்ட்ரா

டிராட்ஸ்கி நினைவு நாள்
ஆகஸ்டு, 21–8–2021
கோவை.

அத்தியாயம்–1

கைகோர்க்கும் மார்க்சும் புத்தரும்

எங்களது அன்புக்குரிய குருவே!

யாகூசான் : நீங்கள் எங்கிருந்து வருகின்றீர்கள்?

துறவி : நான்சென்னிடமிருந்து வருகின்றேன்.

யாகூசான் : எத்தனைக் காலம் நீங்கள் அங்கு இருந்தீர்கள்?

துறவி : கடந்த குளிர் காலத்திலிருந்து கோடை காலம் வரை.

யாகூசான் : அப்படியென்றால் நீங்கள் ஒரு நல்ல ' எருது' வாக ஆகியிருக்க வேண்டும்

துறவி : அந்தக் கருத்து உள்ளது. நான் அங்கு இருந்தேன். ஆனால் நான் சாப்பாட்டு மேஜைக்குக்கூடச் சென்றதில்லை.

யாகூசான் : ஆனால், நீங்கள் காற்றை வெறுமனே மூச்சுவிடுவதின் மூலம் பெற முடியாது.

துறவி : அது மோசமாக இல்லை ஓஷோ. அங்கு எனக்காக ஒரு தேக்கரண்டியைப் பிடித்திருக்கும் ஒரு மனிதர் உள்ளார்.

மற்றொரு சந்தர்ப்பத்தில் யாகூசான் அடுப்பு எரிக்க விறகுடன் ஆசிரமத்துக்கு திரும்பிக்கொண்டிருந்தார். அப்போது துறவி 'நீங்கள் எங்கேயிருந்து பெற்றீர்கள்' என்று கேட்டார்.

யாகூசான்: தீ எரிக்க விறகுகளை வைத்துள்ளேன்.

யாகூசானினின் உறைவாளின் சத்தத்தை "உலகில் அது என்னவாக உள்ளதோ அதை டேப்,...டேப்" என்று குறிப்பிட,

உடனே, வாளை உருவி போர்வீரனைப் போல பாவனை செய்தார் யாகூசான்.

நண்பர்களே ....

இங்கே இப்போது சோவியத் தோழர்கள் குழு ஒன்று உள்ளது. அவர்கள் ஒரு சில மிகவும் அழகான மற்றும் சாதாரண கேள்விகளைக் கேட்டுள்ளனர். முதலாவதாக அவர்களது கேள்விகளுக்கு பதிலளிக்கின்றேன்.

முதல் கேள்வி:

கோர்ப்பசேவ்வுக்கு உங்களது புத்தகத்தை (மனித அடிப்படை உரிமைகள் அறிக்கை) சமர்ப்பணம் செய்துள்ளீர்கள். கடந்த காலத்திலிருந்தே நீங்கள் அரசியல்வாதிகளுக்கு எதிராக இருக்கின்ற பட்சத்தில் இந்த சமர்ப்பணம் முரண்பாடாக உங்களுக்கு தெரியவில்லையா?

நீங்கள் கருதுவதுபோல அல்ல. ஏனெனில் கோர்ப்பசேவ் ஒரு அரசியல்வாதியல்ல. அவர் அரசியலில் அங்கம் வகிக்கிறார் என்பதை அவரது ஒவ்வொரு செயல்பாடுகளும் நிரூபிக்கிறது. ஆனால் ஒரு அரசியல்வாதியாக அல்ல. அவர் ஒரு அரசியல்வாதியல்ல என்பதற்காகவும் மற்றும் இந்த உலகில் அமைதி நிலவவேண்டும் என்பதில் மிகுந்த ஆர்வம் கொண்டுள்ளார் என்பதற்காகவுமே கோர்ப்பசேவ்வுக்கும் மற்றும் கல்வி சார்ந்த விஞ்ஞானி சக்ரோவ்வுக்கும் எனது புத்தகத்தைச் சமர்ப்பணம் செய்தற்கானக் காரணம். கோர்ப்பசேவ் தோழமையுணர்வுக்காக வாழ்கிறார். போர் செய்வதற்காக அல்ல. அரசியல்வாதியுடைய மனம் எப்போதும் போர் செய்வதற்கான மனமாக கட்டமைக்கப்பட்டிருக்கிறது. அடால்ப் ஹிட்லர் தனது சுயசரிதையான 'எனது போராட்டம்' என்கிற புத்தகத்தில் 'ஒரு அரசியல்வாதி அரசியலில் இருப்பதற்கு விரும்பினால் அவர் தொடர்ந்து விரோதிகளை உருவாக்க வேண்டியுள்ளது. உண்மையிலேயே உங்களுக்கு எதிரிகள் இல்லையென்றால் சில விரோதிகள் உன்னைத் தாக்குகிறார்கள் என்றோ, நீங்கள் விரோதிகளால் சூழப்பட்டிருக்கின்றீர்கள் என்ற கட்டுக்கதைகளையோ உருவாக்கு' என்று கூறுகிறார்.

இம்மாதிரியான கட்டுக்கதைகள்தான் உங்களை அதிகாரத்தில் பேணிகாத்து வைத்திருக்கும். அமைதியை அல்ல.

யார் ஏதுமற்றவர்களாக ஆனால் போர் செய்வதற்கு ஆர்வமுடையவர்களாக இருந்தார்களோ அந்த கதாநாயகர்களுடனும், யார் இலட்சக்கணக்கான மக்களை படுகொலை செய்தார்களோ அந்த நபர்களுடனும்தான் உங்களது முழுமையான வரலாறு நிரப்பப்பட்டுயிருக்கிறது. உங்களது மனதில் அமைதியை உருவாக்க விருப்பமுடையவர்களுடைய ஒருவரது பெயரும் உங்களது வரலாற்றில் உள்ளடக்கியதாக இல்லை.

கோர்ப்பசேவ் மற்றும் சக்ரோவ் ஆகியோருக்கு ஆழ்ந்த அன்போடு எனது புத்தகத்தை சமர்ப்பணம் செய்துள்ளேன். ஏனெனில் அவர்கள் இருவரும் உலக அமைதிக்காக உழைத்துக் கொண்டிருக்கிறார்கள். அது அரசியல்வாதியுடைய வழியாக அல்லாது மனிதநேயமுடைய வழிமுறையாக உள்ளது. யார் மானிடத்தையும், மிகவும் அழகான இந்த பூமியையும் நேசிக்கிறார்களோ அவர்களின் வழிமுறையாகவும், எந்த விலை கொடுத்தேனும் இந்த பூமியைக் காப்பாற்றுவதற்கு விரும்புகிற வழிமுறையாகவும் உள்ளது. மேலும் நான் என்ன சொல்லிக்கொண்டிருக்கின்றேனோ அவைகள் அனைத்தும் அவர்களது நடவடிக்கைளே நிரூபிக்கும் விதமாக உள்ளது.

இரண்டாவது கேள்வி:

நீங்கள் மானிட வெறுப்புகளுக்கு அப்பால் ஒரு ஆன்மீகத் தலைவராக உள்ளீர்கள். ஆனால் உங்களைத் துன்பத்துக்கு உட்படுத்தியதின் காரணமாகத்தான் அமெரிக்காவையும், கிருத்துவ மதத்தையும் விமர்சனம் செய்கின்றீர்களா?

முதலாவதாக நானொரு ஆன்மீகத் தலைவரல்ல. நானொரு ஆன்மீகவாதி. ஒரு தலைவர் என்று கூறப்படுகிறவர் அடிப்படையில் ஒரு அரசியல்வாதியாக உள்ளவர். அவரது அரசியல் ஆன்மீகத்திற்கு பின்புறம் மறைக்கப்பட்டிருக்கிறதா இல்லையா என்பதல்ல பிரச்னை. தலைவர் என்கிற வார்த்தையே அரசியலிலிருந்துதான் வருகிறது. இங்கு யாரையும் பின்பற்றுகிறவர்களை கொண்டவனல்ல. இங்குள்ள அனைவரும் என்னுடைய நண்பர்கள். ஆகவே தயவுசெய்து

என்னை ஒரு மதத் தலைவராக அழைக்காதீர்கள். நான் வெறும் ஆன்மீகவாதியாகத்தான் இருக்கிறேன்.

இரண்டாவதாக, என்னுடைய உடலை அழிப்பதற்காக முயற்சி செய்தார்கள் என்பதின் காரணமாக அமெரிக்காவையும், கிருத்துவ மதத்தையும் விமர்சனம் செய்துகொண்டிருக்கவில்லை. அதுவொரு பிரச்னையல்ல. அது என்னைத்துன்பப்படுத்தவில்லை. ஏனெனில் விஷத்தாலோ, அணுகுண்டுகளாலோ, அணுஆயுதங்களாலோ எது அழிக்கமுடியாது இருக்கின்றது என்பதை அறிவேன். (ஆன்மீகம்). எனது இருப்பும், எனது ஆன்மீகமும் அனைத்துவிதமான அழிவுக்கும் அப்பால் இருக்கின்றது. எனது ஆன்மீகம் நிலையானதாகவும், மரணமற்றதாகவும் இருக்கின்றது. ஆகவே அது என்னைத் துன்புறுத்துலுக்கானக் கேள்வியே அல்ல.

அமெரிக்கா மற்றும் கிருத்துவ மதத்தைப் பற்றியுமான எனது விமர்சனம் எனது தனிப்பட்ட சூழ்நிலைக்கேற்ற மனப்பாங்காக கொள்வதற்கு ஏதுமில்லை. கிருத்துவ மதத்திற்கு மட்டும் எதிரானவன் அல்ல, அனைத்து மதங்களுக்கும் எதிரானவனாக உள்ளேன். கடவுளுக்கு எதிரானவனாகவும் உள்ளேன். ஏனெனில் அனைத்துக் கட்டுக்கதைகளுக்கும் எதிரானவன். நரகத்திற்கு எதிரானவனாகவும் சொர்க்கத்திற்கு எதிரானவனாகவும் உள்ளேன். ஏனெனில் மனித இனத்தில் எண்ணம், செயல் போன்றவைகள் மாறுபட்டு செயல்படும் மனக்கோளாறுகளையும் உருவாக்க வேண்டும் என்று விரும்பவில்லை. மனிதர்கள் நரகத்தின் பயத்திலும், சொர்க்கத்தின் ஆசையிலும் வாழவேண்டும் என்று விரும்பவில்லை. மேலும், மக்கள் எந்தவிதமான நம்பிக்கை முறைகளையும் உடையவர்களாக இருப்பதற்கு விரும்பவில்லை. அதற்குக் காரணமானவைகளாக கிருத்துவ மதமாக இருக்கின்றதா அல்லது இந்து மதமாக இருக்கின்றதா அல்லது புத்த மதமாக இருக்கின்றதா என்பது முக்கியமானதல்ல. என்னைப் பொறுத்தவரையில் எந்த நிறுவனமயப்படுத்தப்பட்ட மதங்களாக இருந்தாலும் அதற்கு விதிவிலக்கல்ல. மேலும் கிருத்துவ மதம் இவ்வுலகில் பெருமளவிற்கு நிறுவனமயப்படுத்தப்பட்ட மதமாகவும், மனிதர்களுக்கு அபாயகரமானதாகவும் இருப்பது மட்டுமல்லாது மக்களது தனித்துவத்தையும் அவர்களது

சுதந்திரத்தையும் சுயகௌரவத்தையும் அழிக்கும் மதமாகவே உள்ளது.

"நீங்கள் ஆடுகளாக உள்ளீர்கள். நான் மேய்ப்பவனாக உள்ளேன்" என்று யேசுநாதர் மக்களிடம் கூறுகிறார். "உங்களுக்கு தெரியாது, எனக்குத்தான் தெரியும்" என்கிற மனப்பான்மைதான் அனைத்து மதங்களுக்கும் உள்ளது. மேலும் "நீங்கள் என்னை நம்பவேண்டும், உங்களது குற்றங்கள் மன்னிக்கப்படும்" என்றும் உங்களிடம் நம்பவைக்கப்படுகிறது. ஏதோ யேசுநாதரை நம்புவதாலும், கிருஷ்ணரை நம்புவதாலும், புத்தரை நம்புவதாலும் யாருடைய குற்றங்களையும், பாவங்களையும் போக்கிவிட முடியாது. ஒவ்வொரு செயல்பாடும் அதன் எதிர்வினையை உருவாக்கும். நீங்கள் எதையாவதை தவறாக செய்துவிட்டால் அதைத் தொடர்ந்து கசப்பான அனுபவங்களை அடைவீர்கள். நல்ல செயல்களை நீங்கள் செய்வீர்களேயானால் மிகுந்த அமைதியாகவும் மௌனமாகவும் உங்களது உள்ளுணர்வின் வளர்ச்சி மீது மலர்களைத் தூவிக்கொண்டிருக்கும்.

அமெரிக்காவை விமர்சனம் செய்திருக்கின்றேன். ஏனெனில் ஐந்து வருடங்கள் அங்கு இருந்துள்ளேன். இவ்வுலகில் அதிகக் கபடவேஷம் கொண்ட நாடாக அமெரிக்கா உள்ளது என்பதை என் கண்களாலேயே நேரில் கண்டேன். ஜனநாயகத்தைப் பற்றிப் பேசுதல், சுதந்திரத்தைப் பற்றி பேசுதல், பேச்சு சுதந்திரத்தைப் பற்றிப் பேசுதல் போன்றவைகள் எதுவும் அமெரிக்க நாட்டில் நடைமுறையில் இல்லை. அமெரிக்கா எனக்கு எதிராக இருந்ததின் காரணமாக அவர்களது சொந்த அரசியல் அமைப்பு அக்கறைகளையே அவர்களால் பின்பற்ற முடியவில்லை. அவர்கள் எனக்கு எதிராக எந்த வாதத்தையும் முன்வைக்கவில்லை. இயல்பாகவே, என்னை அழிப்பது எப்படி? கம்யூனை அழிப்பது எப்படி என்பதிலேயே அவர்கள் முற்றிலும் பைத்தியகாரர்களானார்கள்.

இந்தக் கம்யூன் கம்யூனிசத்தின் நிலையை அடைவதற்கு ஒரு தூரநோக்குப் பார்வையைக் கொண்டிருந்தது. கம்யூனில் சர்வாதிகாரம் இல்லை, பணப் பட்டுவாடா இல்லை. கம்யூனில் பணத்திற்கானத் தேவையே இல்லாமல் இருந்தது. சீடர்கள்

கம்யூனுக்கு நன்கொடை அளித்தனர். உடனே சீடர்களின் அடிப்படையான அவசியத் தேவைகளை முடிந்தளவிற்கு கவனத்தில் எடுத்துக்கொள்ளப்பட்டது. சீடர்களின் தேவைகளை நிறைவேற்றுவதற்குப் பொறுப்புடையதாக கம்யூன் இருந்தது. மேலும் அமெரிக்கர்களைக் காட்டிலும் உயர்ந்தத் தரத்தில் கம்யூன் மிகவும் சிறப்பாக இயங்கிக்கொண்டிருந்தது. அந்தப் பணக்கார அமெரிக்கர்கள் கம்யூனைப் பார்த்து பொறாமையடைந்தார்கள்.

கம்யூன் முதலாளித்துவ உலகத்தின் நடுவில் அமைந்திருந்தது. மேலும் என்னிடம் அவர்கள் வெளிநாட்டவரை சட்டப்படி வெளியேற்றுவது என்கிற முறையில் நடந்துகொண்டபோது, எட். மெஸ்ஸி என்கிற அட்டர்னி ஜெனரலின் பிரதிநிதி ஒரு பத்திரிக்கையாளர் கூட்டத்தில் "நான் (ஓஷோ) எந்த குற்றமும் செய்யவில்லை" என்று ஒப்புக்கொண்டார். "நாங்கள் கம்யூனை அழிக்க விரும்பினோம். அது எங்களுக்கு முக்கியமானதாக இருந்தது. மேலும் "வெளிநாட்டைச் சேர்ந்த ஒருவரை சட்டப்படி நாட்டைவிட்டு வெளியேற்றாது கம்யூனை அழிப்பது சாத்தியமில்லாததாக இருந்தது" என்பதுதான் அவர் என்னை வெளியேற்றுவதற்குக் கொடுத்தக் காரணமாக இருந்தது.

அதுதான் ஏன்? நீங்கள் ஏன் கம்யூனை அழிப்பதற்கு விரும்பினீர்கள்? நம்முடைய கம்யூன் அமெரிக்காவுடன் சம்பந்தம் இல்லாமல் இருந்தது. நாற்பது வருடங்களாக விற்பனைக்காகக் காத்திருந்த 120 சதுரகிலோ மீட்டர் பரப்பளவு உள்ள பாலைவனத்தில் எங்களது கம்யூன் அமைந்திருந்தது. அந்தப் பாலைவன நிலத்தை எந்த விலை கொடுத்தும் விலைக்கு வாங்குவதற்கு எவருமில்லை. ஆனால் என்னுடைய சீடர்கள் அந்த பாலைவனத்தை சோலைவனமாக்கினார்கள். இது அமெரிக்காவை அதிகமான அளவிற்கு துன்பத்திற்குள்ளாக்கியது. எனது சீடர்கள்

சிரிப்புடனும், மிகுந்த மகிழ்ச்சியுடனும், களிப்புடனும் வாழ்ந்துகொண்டிருந்தார்கள். மேலும் அவர்கள் கடினமாக உழைத்துக்கொண்டிருந்தார்கள். சீடர்களின் அனைத்துத் தேவைகளும் பூர்த்திசெய்யப்பட்டன. சீடர்கள் முழு கம்யூ னையும் மையப்படுத்தப்பட்ட குளிர்சாதன வசதியை ஏற்படுத்தியிருந்தார்கள். அவர்கள் எதை விரும்பினார்களோ

அந்த ஒவ்வொன்றையும் செயல்படுத்தியிருந்தார்கள். கம்யூனில் எந்தவிதமானப் பணப்பரிமாற்றமும் இல்லாது இருந்தது. இந்தச் செயல்பாடுகள் அமெரிக்க அரசாங்கத்தை முழுமையான பைத்தியமாக்கியது.

என்னைக் கைது செய்வதற்கான எந்தவிதக் காரணத்தையும் என்னிடம் காண்பிக்காது எந்தவிதமான உத்தரவுமின்றி (வாரண்ட்) அவர்கள் என்னை கைது செய்தார்கள். ஆனால் ஒரு சில பெயர்கள் மட்டுமே இருந்த வெறும் ஒரு துண்டுக் காகிதத்தில் "இந்த நபர்களை உடனடியாக கைது செய்ய வேண்டும்" என்று உத்தரவிடப்பட்டிருந்தது.

ஆனால், "நீங்கள் எங்களுடைய கடவுச் சீட்டை (பாஸ்போர்ட்) பார்க்க வேண்டும். என்னுடைய பெயர் உங்களுடைய இந்தக் காகிதத்தில் இல்லை. மேலும் இந்தக் காகிதத்தில் என்னுடன் இருக்கிற இந்த ஆறு நபர்களின் பெயர்களும் இல்லை. நீங்கள் முற்றிலும் எள்ளிநகையாடத்தக்கவர்களாக உள்ளீர்கள். எங்களது கடவுச் சீட்டைப் பாருங்கள். உங்களது காகிதத்தில் உள்ள பெயர்களுடன் ஒப்பீட்டுப் பாருங்கள். நீங்கள் தவறான நபர்களை கைது செய்கிறீர்கள்" என்று கூறினேன். இருப்பினும் நாங்கள் கைது செய்யப்பட்டோம்.

உண்மையில், அவர்கள் கைது செய்வதற்கான எந்தவிதமான ஆதாரத்தையும் வைத்திருக்கவில்லை. ஆனால் அவர்கள் எனக்கு 12 நாட்களுக்கு ஜாமீன் தரவில்லை. அவர்கள் என்னை வட கரோலினாவில் கைது செய்தார்கள். வட கரோலினாவிலிருந்து கம்யூன் அமைந்திருந்த ஓரிகானுக்கான விமானப் பயணம் வெறும் 5 மணி நேரம்தான். இந்தப் பயணம் போர்ட்லேண்ட்டை அடைவதற்கு எனக்கு 12 நாட்கள் ஆனது. மேலும் அவர்கள் என்னை ஒரு சிறைச்சாலையிலிருந்து மற்றொரு சிறைச்சாலைக்கு இழுத்துச்சென்றார்கள். பனிரெண்டு நாட்களில் ஆறு சிறைச்சாலைகளுக்கு இழுத்துச் செல்லப்பட்டேன்.

பிரிட்டிஷ் வல்லுனர்கள் என்னுடைய உடலுக்குள் இருக்கும் அறிகுறிகளைப் பார்த்து 'தாளியம்' என்கிற விஷம் எனக்குக் கொடுக்கப்பட்டிருக்கின்றது என்கிற முடிவை சொன்ன பிறகுதான் இதைப் பற்றி கவனத்தில் கொண்டேன். இதை இரத்தத்திலிருந்தோ அல்லது சிறுநீரிலிருந்தோ துப்பறிந்து

கண்டுபிடிப்பது அல்ல. அந்த விஷம் சாதாரணமாக இரத்தத்தில் கலந்துவிடுகிறது. உடலில் அதன் அறிகுறிகள் அனைத்தையும் கொண்டிருந்தேன். இந்த விஷம் உடலில் ஒரு குறிப்பிட்ட விதமான உடல் பலகீனத்தை ஏற்படுத்துகிறது. இந்த விஷம் அரசியல் கைதிகளுக்கு எதிராகப் பயன்படுத்தப்படுகிறது. யாருக்கேனும் கொஞ்சம் அதிக அளவில் அந்த விஷம் கொடுக்கப்பட்டால் அந்த நபர் உடனடியாக இறந்துவிட வேண்டியதுதான். குறைந்த அளவுகளில் அந்த விஷத்தைக் எனக்குக் கொடுப்பதற்கு 12 நாட்களை அவர்கள் ஏன் பயன்படுத்திக் கொண்டார்கள் என்பதற்கான காரணம் இதுதான். விஷத்தை குறைந்த அளவு விகிதங்களில் கொடுக்கப்பட்டதால் அவர்களது சிறைச்சாலையில் மரணமடைய மாட்டேன். அப்படி ஒருவேளை அவர்களது சிறைகளில் மரணமடைந்தால் உலகம் முழுவதுமுள்ளவர்களால் அவர்கள் கண்டனத்திற்குள்ளாவார்கள். மேலும் அவர்கள் என்னை விடுதலை செய்தபோது 15 நிமிடங்களில் அமெரிக்காவை விட்டுச் சென்றுவிட வேண்டும் என்று உத்தரவிடப்பட்டது. உடனடியாக அமெரிக்காவை விட்டுப் போய்விட வேண்டும் என்பதற்காக என்னுடையக் கார் நீதிமன்ற வளாகத்திற்கு முன்புறம் தயாராக நிறுத்தப்பட்டிருந்தது. மேலும் எனது ஜெட் விமானம் விமான நிலையத்தில் எஞ்சின் இயக்கப்பட்டு தயார்நிலையில் வைக்கப்பட்டிருந்தது. ஒரு நாளைக்கு மேல் தங்கினால் உச்சநீதிமன்றத்தில் முறையீடு செய்வேன் என்று பயப்பட்டார்கள். எனவே என்னை விரைவில் வெளியேற்றுவதற்கு முடிவு செய்திருந்தார்கள். வழக்கில் வெற்றியடைவதற்கு எனக்கு அனைத்துவிதமான முகாந்திரமும் இருந்தது. ஏனெனில் அவர்களது குற்றசாட்டுகளில் எதுவுமில்லை. அமைதியாக இருந்துகொண்டு, எனது வீட்டை விட்டே வெளியே வராமல் இருந்த எனக்கு எதிராக முப்பத்தி நான்கு குற்றச்சாட்டுகள் பதியப்பட்டன. இப்படிபட்ட மனிதர் எப்படி இந்தக் குற்றங்களை செய்திருக்க முடியும். மேலும் எனக்கு எதிராக சுமத்தப்பட்ட குற்றச்சாட்டுகளுக்கு எந்தவிதமான ஆதாரத்தையும் அவர்கள் வைத்திருக்கவில்லை.

அமெரிக்க நாட்டு அரசின் செயல்பாடுகளில் அவர்களது ஜனநாயகத்தைப் பார்த்தபோது அமெரிக்க நாட்டு ஜனநாயகத்தைப் பற்றிப் பேசுவது முற்றிலும் முட்டாள்தனமானதாக இருந்தது.

அந்த நாட்டின் அரசியல் அமைப்புமுறை உலகத்திற்கு ஒரு காட்சிப்பொருளாக இருந்தது. இந்த நாடு சுதந்திரத்தைப் பற்றிப் பேசும் குற்றவாளிகளின் பண்புகளைக் கொண்டிருந்தது.

"அமெரிக்காவில் உள்ளவர்கள் அனைவரும் வெளிநாட்டவர்கள்" என்று கேள்வியை எழுப்பினேன். இங்குள்ள அனைத்து அமெரிக்கரும் வெளிநாட்டவர்களாக அமெரிக்காவில் உள்ளனர் என்றும் கூறினேன். நீங்கள் யாரைக் கொன்றொழித்தீர்களோ, யார் அடர்ந்தக் காடுகளுக்குள் செல்வதற்கு கட்டாயப்படுத்தப்பட்டார்களோ, நீங்கள் யாருடைய நாட்டில் தஞ்சம் அடைந்திருக்கின்றீர்களோ அந்த சிவப்பிந்தியர்களுக்குச் சொந்தமானதுதான் இந்த நாடு. உண்மையில் அடால்ப் ஹிட்லரின் சிந்தனைத் திரட்டல்களைப் கொண்ட கும்பல்களைப் போலவே அமெரிக்கர்கள் உள்ளனர். பலரின் நிலத்தை அபகரித்துக்கொண்டும், சுவாதீனப்படுத்திக்கொண்டும் அமெரிக்கர்கள் சுதந்திரத்தைப் பற்றிப் பேசுகிறார்கள். ஆறு சிறைச்சாலைகளுக்குச் சென்றபோது அமெரிக்காவின் குற்றங்களைப் பார்த்து எனது கண்களாலேயே நம்பமுடியவில்லை. ஒவ்வொரு சிறைச்சாலையும் குறைந்தபட்சம் அறுநூறு, எழுநூறு குற்றவாளிகளைக் கொண்டிருந்தது. அவர்கள் அனைவரும் கருப்பின மக்களாகவே இருந்தார்கள். இந்த ஆறு சிறைச்சாலைகளில் ஒரு வெள்ளையரைக்கூட பார்க்கவில்லை. கருப்பின மக்கள் மட்டும்தான் குற்றங்களை செய்கிறார்கள் என்பதைப் போலத் தோன்றுகிறது. இந்த கருப்பின மக்கள் அனைவரும் இளைஞர்கள். அமெரிக்கா கருப்பின மக்களின் புரட்சியைக் கண்டு மிகவும் அதிகமாகப் பயப்படுகிறது. ஆகவே, இந்தக் இளம் கருப்பின இளைஞர்கள் அனைவரும் எந்த விசாரணையும் இல்லாது சிறைச்சாலைகளுக்குள் அடைப்பதற்கு கட்டாயப்படுத்தப்படுகிறார்கள். ஒரு சிறைச்சாலைக்குள் சென்றபோது என்னைப் பார்த்து கைதிகள் ஆரவாரம் செய்தனர். ஏனெனில் அவர்கள் தொடர்ச்சியாக தொலைக்காட்சிகளில் என்னுடைய முகத்தைப் பார்த்துக் கொண்டிருந்தார்கள். அவர்கள் என்னைப் பார்த்து மகிழ்ச்சியடைந்தார்கள். மேலும் "நீங்கள் சிறைச்சாலையை விட்டு விரைவில் சென்றுவிடுவீர்கள்" என்றுகூட சொன்னார்கள். மேலும் "உலகம் முழுவதும் உள்ள ஓவியர்கள், கலைஞர்கள், நடிகர்கள், சினிமா தயாரிப்பாளர்கள்,

ஆத்ம பலம் கொண்டவர்கள், நோபல் பரிசு வென்றவர்கள் போன்ற மிகவும் முக்கியத்துவம் உடையவர்களிடமிருந்து ஆயிரக்கணக்கான தந்திகள் வரபெற்றதின் மூலம் நீங்கள் கவனத்திற்கு உள்ளாகியிருக்கின்றீர்கள்'' என்று அந்த சிறைவாசிகள் சொன்னார்கள்.

முதல் சிறைச்சாலையில் மிக அதிகமான அளவிற்கு தந்திகள் வந்திருந்தன. ''பல தந்திகளுக்கு போதுமான இடம் இல்லை. மேலும் மலர் கொத்துகளை வைப்பதற்குப் போதிய இடவசதி இல்லை. மேலும் உலகம் முழுவதிலுமிருந்து வரும் தொலைபேசி அழைப்புகளை கையாள்வதற்கு போதுமான பணியாளர்கள் இல்லை''. இதைப் பற்றி நீங்கள் என்ன நினைக்கின்றீர்கள்? நாங்கள் என்ன செய்ய வேண்டும் என்பதைக் குறித்து என்னிடம் கேட்க அந்தச் சிறைச்சாலையின் ஜெயிலர் வந்தார்.

''இது உங்களுடையப் பிரச்னை. நீங்கள் ஏன் என்னைக் கைது செய்தீர்கள்?''

உலகம் முழுவதுமுள்ள அறிவுஜீவிகள், ஆன்ம பலம் கொண்டவர்கள், கலைஞர்கள், அனைத்துவிதமான படைப்பாற்றலுள்ளவர்கள் அனைவரும் அமெரிக்க அரசுக்குப் பலத்த எதிர்ப்பைத் தெரிவிப்பார்கள் என்று கருதி அமெரிக்க அரசு அதிகாரிகள் என்னுடைய மரணத்தைக் கண்டு பயப்பட்டார்கள். அமெரிக்க அரசு இதை எதிர்கொள்ள வேண்டியிருக்கும். எனவேதான் எனக்கு குறைந்தபட்ச அளவு விகிதங்களில் விஷத்தை கொடுத்தார்கள். இருப்பினும் அந்த குறைந்தபட்ச அளவு விகிதங்களில் கொடுக்கப்பட்ட விஷம் கொல்லாமல் போய்விடுமோ என்றும்கூட பயப்பட்டார்கள். ஆகவே கடைசியாக என்னுடைய நாற்காலிக்கு அடியில் என்னைக் கொல்வதற்கு வெடிகுண்டு வைத்தார்கள். அந்த வெடிகுண்டு வெடிக்காதக் கருணையால்தான் இன்று உயிரோடு இருக்கின்றேன். அது சரியான நேரத்தில் வெடிக்கவில்லை. அந்த நாற்காலியைவிட்டு வெளியேறிவிட்டேன். ''வெடிகுண்டு வெடிக்கவில்லை. ஏதோ தவறு நடந்துவிட்டது'' என்று விமானநிலையத்திலிருந்த ஒரு பத்திரிக்கையாளர் அந்த சம்பவத்தைப் பற்றி கூறியதைக் கேட்டேன்.

அமெரிக்க மக்களுக்கு எதிரானவன் அல்ல. பூமியில் வாழும் அனைத்து மக்களையும் நேசிப்பதைப் போலவே அமெரிக்கர்களையும் நேசிக்கின்றேன். அனைத்து அமெரிக்க மக்களிடமிருந்தும் மிகுந்த அன்பைப் பெற்று இருக்கின்றேன். ஆனால் அமெரிக்க அரசியல்வாதிகள் மற்றும் மொத்த அதிகாரத்துவத்திற்கும் எதிரானவன். அமெரிக்க அரசியல்வாதிகளும், அந்த அதிகார அமைப்பும் மனிதஇனத்திற்கு எதிராகச் செயல்படுகிறது. இந்தப் போக்கு தற்கொலை செய்து கொள்வதுக்கும், கொலை செய்வதுக்கும் ஒப்பானது. அமெரிக்கா இந்த உலகத்தை அழிப்பதற்கு தயாராகிக் கொண்டிருக்கின்றது.

அமெரிக்கா ஒவ்வொரு நாளும் மிக அதிகமான அணுஆயுதங்களை செய்து குவித்துக் கொண்டிருக்கிறது. டிரில்யன் கணக்கில் செலவளித்திருக்கிறது. மேலும் ரொனால்டு ரீகன் ஜனாதிபதி பதவிகாலம் முடிந்து விலகிவிட்டார். ஆனால் அவர் அதிக அணுஆயுதங்களை உருவாக்க அரை டிரில்யன் தொகையை செலவழிப்பதற்கு ஒரு வரவு - செலவுத் திட்டத்தைக் கொடுத்திருக்கிறார். இப்போது ஜார்ஜ் புஷ் நஷ்டப்பட்டு இருக்கின்றார். இந்தப் பணத்தை எங்கிருந்து சம்பாதிப்பது?

அமெரிக்க அரசியல்வாதிகளைப் பற்றிய என்னுடைய விமர்சனம் என்னுடையத் தனிப்பட்டக் கவலைகளுக்கான அடிப்படையல்ல. அவர்கள் எனக்குப் பிரச்னையேயல்ல. குறைந்தபட்சம் அவர்கள் எனக்குப் பிரச்னையில்லை. ஆனால் அமெரிக்கர்களின் மானிட எதிர்ப்பு மனோபாவங்களுக்காகவும், நடத்தைகளுக்காகவும் நிச்சயமாகக் கவலைப்படுகிறேன். அமெரிக்காவில் 3 இலட்சம் தெருவோர மக்கள் குளிரின் காரணமாக செத்துக் கொண்டிருக்கின்றார்கள். அதேசமயம் அமெரிக்கா உலகில் உள்ள ஏழை நாடுகளுக்கு உதவிகளை செய்துகொண்டிருக்கின்றது. ஆனால் அமெரிக்காவால் அவர்களது நாட்டு ஏழை மக்களைக்கூடக் காப்பாற்ற முடியவில்லை.

காரல் மார்க்ஸ் சோவியத் யூனியனில் கம்யூனிசம் வரும் எனும் நிலைபாட்டைக் கொண்டிருந்ததில்லை. எங்கு ஏழைகளின் சுரண்டல்முறை அதனுடைய உச்சத்தை அடைந்திருக்கிறதோ

அந்த அமெரிக்காவில்தான் முதலாவதாக கம்யூனிசம் வரும் என்கிற நிலைபாட்டையேக் கொண்டிருந்தார். ரஷ்யா ஒரு ஏழை நாடாக இருந்தது. ஜார் மன்னர் மற்றும் சில பணக்காரர்களைத் தவிர மொத்த நாடும் ஏழ்மையில் இருந்தது. அங்கு வர்க்கப் பிரிவினை இன்னும் நிகழாமல் இருந்தது. ரஷ்யா ஒரு நிலபிரபுத்துவ நாடாகவும் இருந்தது. அது முதலாளித்துவ நாடாக இன்னும் அடையவில்லை. காரல் மார்க்ஸின் தர்க்க ஆய்வின் அடிப்படையில் ஒரு முதலாளித்துவ நாடு மட்டுமே கம்யூனிசத்தை நோக்கி நகரமுடியும். முதலாவதாக நிலபிரபுத்துவ நாடு முதலாளித்துவ நாடாக மாறவேண்டியுள்ளது. நடுத்தர வர்க்கம் சாதாரணமாக மறைந்து, ஏழை மற்றும் பணக்காரர்களின் நிலையை தெளிவாக பகுக்கப்பட்டதுதான் முதலாளித்துவ முறை. மேலும் ஒரு நாடு ஏழை மற்றும் பணக்காரர் என்று தெளிவாகப் பிரிக்கப்படுகிறபோது மட்டுமே புரட்சி சாத்தியமாகும். ரஷ்யா இதுபோன்ற நிலையில் இல்லை. அது ஒரு நிலபிரபுத்துவ நாடு. ஜார் மன்னர் நிலபிரபுத்துவக் கடவுளாக இருந்தார். ஆனால் மார்க்சுடைய தர்க்க சாஸ்திரத்தின்படி அங்கு புரட்சி நடைபெறவில்லை. ஆனால் ஒரு குறிப்பிட்டச் சூழலில் கம்யூனிஸ்ட் கட்சித் தொடங்குவதற்கான சாத்தியத்தை உருவாக்கியது. அந்தக் குறிப்பிட்ட சூழல்தான் முதல் உலகப் போராகும். ஜார் மன்னருடைய படைவீரர்களுக்கு துணிமணிகள், பூட்சுகள், உணவு போன்றவைகள் போதுமானதாக இல்லை. அதனால் அந்த படைவீரர்களே ஜார் மன்னருக்கு எதிராக கிளர்ச்சி செய்யத் தொடங்கினார்கள். இந்தக் கிளர்ச்சியுடையச் சூழலின் சந்தர்ப்பத்தை லெனின் யுத்த தந்திர செயல்பாடாக மாற்றினார். உண்மையில் இது ஏழைகளுக்கும் மற்றும் பணக்காரர்களுக்கும் இடையில் நடந்த போராட்டம் அல்ல. இது ஜார் மன்னருக்கும் அவரது படைவீரர்களுக்கும் நடந்த போராட்டமாக இருந்தது. லெனின்தான் அந்த வாய்ப்பின் அனுகூலத்தைப் பயன்படுத்திக் கொண்டார். ஜெர்மனியில் இருந்த லெனின் திரும்ப ரஷ்யாவிற்கு உடனடியாகத் திரும்பினார். லெனின் மிகச்சிறந்தத் தெளிவடைந்த மனிதராக இருந்தார். ஜார் மன்னரின் படைவீரர்களே ஜார் மன்னருக்கு எதிராக கிளர்ச்சி செய்ததால், ஜார் மன்னரின் படைவீரர்களின் கிளர்ச்சியையேப் பயன்படுத்தி லெனின் வெற்றி கண்டார்.

கம்யூனிசம் ரஷ்யாவில் தற்செயல் நிகழ்வு போல நிகழ்ந்தது. காரல் மார்க்ஸ் உடைய பொருளாதாரக் கோட்பாட்டின்படி அல்ல. ஆனால் எப்படியோ, எவ்வாறோ அது நிகழ்ந்தது. உலகத்தில் முதல் கம்யூனிஸ்ட் நாடாக ரஷ்யா இருக்கிறது என்கிற நம்பிக்கை மட்டுமே உள்ளது.

மேலும் கிருத்துவ மதத்திற்கு மட்டுமே எதிரானவன் அல்ல. ஜென்னைத் தவிர அனைத்து மதங்களுக்கும் எதிரானவன். ஏனெனில் ஜென் ஒரு மதமல்ல. ஆனால் மதத்தன்மையுடையது. மதம் என்பது ஒரு கோட்பாடு, ஒரு

நிறுவனமயபடுத்தப்பட்ட ஒரு மாதா கோயில், ஒரு நம்பிக்கை முறை, ஒரு கற்பனையானக் கடவுள், சொர்க்கம், நரகம், மதத்தின் பெயராலும் கடவுளின் பெயராலும் உங்களை சுயநலத்திற்காகப் பயன்படுத்திக்கொண்டு உங்களுக்கும் கடவுளுக்கும் இடையில் இடைத்தரகராக இயங்குகிற ஒரு மிகச்சிறந்த மதகுருக்கள் என்பதைத் உங்களுக்கு தெளிவுபடுத்த விரும்புகிறேன். உலகில் எது கோட்பாடு இல்லாத, வேதங்கள் இல்லாத, கடவுள் இல்லாத, நம்பிக்கைமுறை இல்லாத, நிறுவனமயப்படுத்தப்பட்ட மாதா கோயில் இல்லாதது எதுவோ அந்த ''ஜென்'' மட்டுமே இந்த உலகத்தில் ஆன்மீக நிகழ்வாக உள்ளது.

''ஜென்'' அன்பைப்போலத் தனித்தன்மையுடையது. ஆகவே தியானம் இருக்கிறது. மேலும் ஆன்மீகம் மட்டுமே ஒரு கருத்தைத் செயல்படுத்துகிறது. அதுதான் தியானம். உள்முகமாக செல்லுதல் மற்றும் உங்களுடைய உள்ளுணர்வை ஆராய்ந்து அறிதல். அறிவியல் பொருளைப் பற்றி ஆராய்ந்து அறிகிறது. தியானம் உள்முகமாக சென்று ஆராயும் அறிவியல். இது உள்ளுணர்வை பரிசோதித்து ஆராய்கிறது.

காரல்மார்க்ஸ், ஏங்கல்ஸ், லெனின், கோர்ப்சேவ் ஆகியோரின் சில கருத்துகளை ஏற்றுக்கொள்கிறேன். அதேசமயம் சில கருத்துகளுடன் முரண்படுகிறேன். காரல்மார்க்சும், ஏங்கல்சும் இவ்வுலகில் பிரபலமாக இருக்கின்ற மதங்களான யூத மதம், கிருத்துவ மதம் ஆகிய இரண்டு மதங்களைப் பற்றி மட்டுமே அறிந்து வைத்திருந்தனர். மார்க்சும், ஏங்கல்சும் ஜென் பற்றி அறிந்துவைத்திருக்கவில்லை. அவர்கள் தாவோவைப் பற்றியும்

அறிந்துவைத்திருக்கவில்லை. அவர்கள் தியானத்தைப் பற்றியும் அறிந்துவைத்திருக்கவில்லை. இது அவர்களுடைய தவறு அல்ல. அவர்களுடைய முழு அக்கறையும் "சமூகத்தை எப்படி பொருளாதார ரீதியாக சமமாக்குவது" என்பதாகத்தான் இருந்தது. ஆகவே மனிதன் என்பவன் பொருள் (Matter) என்பதாகவும், உள்ளுணர்வு என்பது இடைவிளைவு (by - product) என்பதாகவும் சொன்னார்கள். மனிதன் மரணம் அடைகிறபோது உள்ளுணர்வும் பிரக்ஞையும் மரணமடைகிறது. இந்தக் கருத்தில் முற்றிலும் முரண்படுகிறேன்.

அனைத்து மதங்களையும் எதிர்க்கிறேன். ஏனெனில், எதை "மக்களின் அபின்" என்று காரல் மார்க்ஸ் மிகச் சரியாகவும் தெளிவாகவும் கூறினாரோ அந்த மதங்கள் சுயநலத்திற்காக மனித இனத்தை சுரண்டிக்கொண்டிருக்கிறது. உங்களுடைய வறுமையும் ஏழ்மையும் "நெருப்புப் பரீட்சை"யாக உள்ளது என்று அவைகள் உங்களுக்கு சமாதானங்களைக் கொடுத்துக் கொண்டிருக்கிறது. யேசுநாதர் சொல்கிறார்: "ஆசீர்வதிக்கப்பட்டவர்கள் ஏழைகள் ஏழைகளாக உள்ளனர். அவர்கள் இந்த பூமியில் மரணம் அடைந்த பிறகு அந்த உரிமையைப் பெறுவார்கள் என்கிறார். ஆசீர்வதிக்கப்பட்டவர்கள் ஏழைகளாக இருப்பதால் வறுமையை அகற்றத் தேவையில்லை. உண்மையில் அதிகமான ஏழைகளை உருவாக்குங்கள். அதன்மூலம் அதிகமானவர்களை ஆசீர்வதிக்கப்பட்ட மக்களாக்க முடியும். மேலும் அவர்கள் மரணமடைந்த பிறகு கடவுளின் இராச்சியத்தை அடைவார்கள். உங்களால் எந்தளவுக்கு அதிகமானக் குழந்தைகளைப் பெற்றெடுத்துக்கொள்ள முடியுமோ அந்தளவுக்கு மிருகங்களைப் போல குழந்தைகளைப் பெற்றெடுங்கள். அவர்கள் அனைவரும் கடவுளின் இராச்சியத்தை அடைவார்கள்.

இதுபோன்ற ஆறுதல்கள்தான் வித்தியாசமான வழிமுறைகளில் அனைத்து மதங்களாலும் மனிதஇனத்திற்கு கொடுக்கப்பட்டுள்ளன. பைபிள் சொல்கிறது: "எதையும் மாற்றாதே, கடவுள் அதை உருவாக்கியிருக்கிறார். மேலும் கடவுள் உங்களைவிடப் புத்திலிசாலியானவர். ஆகவே எந்தமுறையையும் மாற்றாதே. குடும்பத்தை மாற்றாதே. ஆனால் கடவுள் குடும்பத்தை உருவாக்கவில்லை.

ஏனெனில் கடவுள் நடைமுறையில் மிகப்பெரிய பொய். ஒட்டுமொத்தமான பொய்யிலிருந்து ஆயிரக்கணக்கானப் பொய்கள் வளர்ந்துகொண்டிருக்கின்றன.

நான் கிருத்துவ மதத்திற்கு மட்டும் எதிரானவன் அல்ல. இந்து மதத்திற்கும் எதிரானவன். புத்த மதத்திற்கும் எதிரானவன். முகம்மதிய மதத்திற்கும் எதிரானவன். ஏனெனில் அனைத்து மதங்களும் ஒரேமாதிரியாகத்தான் இயங்கிக்கொண்டிருக்கின்றன. மதப் பெயர்கள் மட்டும்தான் வேறுபடுகின்றன.

கிருத்துவ மதம் என்னை துன்புறுத்தியது என்பதற்காக அந்த மதத்தை எதிர்க்கிறேன் என்பது அல்ல. யூத மதம் என்னைத் துன்புறுத்தவில்லை. முகம்மதிய மதம் என்னைத் துன்புறுத்தவில்லை. புத்த மதம் என்னைத் துன்புறுத்தவில்லை. ஆனால் அந்த மதங்களின் கொள்கைகளுக்கு எதிராக இருக்கின்றேன். மனிதஇனத்தை சுயநலத்திற்காக சுரண்டிக் கொண்டிருக்கின்றவர்களும் நிலையான பாத்தியத்தைக் காப்பாற்றிக் கொண்டிருப்பவர்களும் இந்த மதபோதகர்கள்தான்.

நீங்கள் உங்களுடைய பூர்வஜென்மத்தில் உங்களது மோசமான செயல்களின் காரணமாகத்தான் இந்த வாழ்க்கையில் ஏழைகளாக இருக்கின்றீர்கள், நீங்கள் பூர்வஜென்மத்தில் நல்ல செயல்கள் செய்ததின் காரணமாகத்தான் உங்களுடைய இன்றைய வாழ்க்கை வசதியுடையவனாக்கியுள்ளது என்று இந்து மதம் கூறுகிறது. இது உங்களுடைய வாழ்க்கையின் யதார்த்தத்திலிருந்து புத்தியை குழப்புகிறது, தடுமாறச்செய்கிறது. நீங்கள் தொடர்ச்சியாக பணக்காரர்களால் சுரண்டப்பட்டுக்கொண்டிருக்கின்றீர்கள் என்கிற காரணமாகத்தான் நீங்கள் ஏழைகளாக இருக்கின்றீர்கள் என்பதுதான் வாழ்க்கையின் யதார்த்தமாக இருக்கின்றது. உங்களது உழைப்பின் மூலமாக உங்களுடைய இரத்தம் தொடர்ச்சியாக வெளியே எடுக்கப்பட்டு உறிஞ்சப்படுகிறது. நீங்கள் அடிமைபோல இயங்குகிற அளவிற்கு உங்களுடைய வாழ்க்கையின் ஆயுள் வயது மிகவும் குறைவு. மிகப்பெரிய அடிமைகளின் கூட்டத்தை உருவாக்குவதற்கு அனைத்து மதங்களும் பணக்காரர்களுக்கு சாதகமாக இருக்கின்றன. ஏனெனில் பணக்காரர்கள் சர்ச்சுகளுக்கும், கோயில்களுக்கும், மதங்களுக்கும் அவர்களது சுரண்டப்பட்ட பணத்திலிருந்து ஒரு

சதவீதம்கூட அல்ல, ஒரு சிறு பகுதியையே நன்கொடையளித்துக் கொண்டிருக்கிறார்கள். ஆனால் அவர்கள் மதக்குருக்களையும், பூசாரிகளையும் பணக்காரர்களாகவும், சுகமானவர்களாகவும் வைத்திருக்கிறார்கள். ஏனெனில் மதக்குருக்களும், பூசாரிகளும் இதுவரையுள்ள நிலைமைகளை (அறியாமையை) காப்பாற்றிக்கொண்டிருக்கிறார்கள். இதுவரையிலுமுள்ள நிலைமைகளுக்கு, மரபுகளுக்கும் எதிரானவன். முழு சமூகத்தையும், அதன் அமைப்பையும் மாற்றுவதற்கு விரும்புகிறேன். வர்க்கமற்ற சமூகத்தையும், எல்லைகள் இல்லாத, நாடுகள் இல்லாத உலகத்தையும் விரும்புகிறேன். கருப்பர்கள், வெள்ளையர்கள் அல்லாத, இந்தியர், ருஷ்யர் என்கிற பாகுபாடற்ற உலகமாக்குவதற்கு விரும்புகிறேன். இந்த சிறிய பூவுலகில் நாம் அமைதியாக வாழமுடியும்.

மூவாயிரம் வருடங்களில் அரசியல்வாதிகள் மனிதஇனத்தை ஐந்தாயிரம் போர்களை வலிந்து செய்யவைத்துள்ளார்கள். ஆனால் ஐந்தாயிரம் போர்களில் மக்களை மதவாதிகள் கொன்றிருப்பதைக் காட்டிலும் அதிகமான மக்களை அரசியல்வாதிகள் கொன்றிருக்கவில்லை என்பதை அறிந்தால் நீங்கள் ஆச்சரியப்படுவீர்கள். மத்தியக் காலத்தில் இஸ்லாமியர்களுக்கு எதிராகக் கிருத்துவர்கள் நடத்திய "சிலுவைப் போர்", மற்றும் இஸ்லாமியர்கள் நடத்திய புனிதப் போர். இவைகள் அவர்களது மதப்போர்கள். "யாரெல்லாம் என்னுடன் இல்லாமல் இருக்கிறார்களோ அவர்கள் எனக்கு எதிராக இருக்கிறார்கள்" என்று யேசுநாதர் கூறுகிறார். இப்போது இவைகள் அரசியல்வாதிகளின் வார்த்தைகளாக இருக்கின்றன. மதவாதிகளின் வார்த்தைகளாக அல்ல. தியானிப்பவரின் வார்த்தைகளாக அல்ல.

என்னுடன் இல்லாமல் இருக்கிற அந்த நபர் அக்கறையற்றவர்களாக இருக்கலாம். இது எனக்கு எதிராக இருக்கவேண்டும் என்பது அவசியமில்லை. என்னுடன் இருக்கிற அந்த நபர் என்றாவது ஒருநாள் எனக்கு எதிராக இருக்கமுடியும். எனக்கு எதிராக இருக்கிற அந்த நபர் என்றாவது ஒருநாள் என்னுடைய தயவில் இருக்கலாம். எதை யேசுநாதர் முழுமையாக மறந்துவிடுகிறாரோ அந்த மூன்றாவது வகை ஒன்று இருக்கின்றது. அதுதான்

அக்கரையற்றுயிருப்பது. எந்த "இஸ்"த்திலும் நம்பிக்கையில்லாத, உண்மையினுள் சாதாரணமாக விசாரிக்க விரும்புகிற ஆத்திகமும் அல்லாத நாத்திகமும் அல்லாத கடவுளை என்றுமே முழுமையாக புரிந்துகொள்ள முடியாது என நம்புவர். (அக்கனோஸ்டிக்). மதங்கள் சொந்த வாழ்க்கையிலிருந்து உண்மையைக் காண்பதிலிருந்து தடுத்துக்கொண்டிருப்பதின் காரணமாக கிருத்துவ மதத்தையும், மற்ற மதங்களையும் எதிர்க்கின்றேன்.

என்னைப் பொறுத்த வரையில் ஆன்மீகத்தன்மை ஏற்புடையதாக உள்ளது. இது தனித்திறன் உடையது, உயர்ந்தப் பண்புத் திறன் உடையது. எது உங்களுக்கு இனிமையானப் பண்புகளைக் கொடுக்கிறதோ, எது உங்களை மகிழ்ச்சியடையச் செய்கின்றதோ, எது உங்களுடைய மனதிற்கு அமைதியைக் கொடுக்கின்றதோ, எது உங்களது வாழ்வுடன் ஆபத்தான, முன்பின் அறியாத ஒன்றை எதிர்கொள்வதற்கும், எது பகைமைகளோடு எதிர்த்து நிற்பதற்கான தன்மையைக் கொடுக்கின்றதோ அவைகள் அனைத்தும் ஆன்மீகத் தன்மைதான். எப்படி ஒரு பொருளின் கண்டுபிடிப்பு உலகின் அறிவியலாக இருப்பதைப்போல, உள்ளார்ந்த மனதின் இடத்திற்கும் அறிவியலைப்போல ஆன்மீகத்தன்மை ஒரு முழுமையான அறிவியலாக உள்ளது. இதுவொரு நம்பிக்கை முறையல்ல. எந்த அடிமைத்தளையினின்றும் விடுவிப்பவர்கள், தேவதூதன்கள், தீர்க்கதரிசிகள், கடவுளின் அவதாரங்கள் போன்றவைகளில் நம்பிக்கைகளையும் நீங்கள் கொண்டிருக்கத் தேவையில்லை. இவர்கள் அனைவரும் உங்களைக் காப்பாற்றப் பாசாங்கு செய்துகொண்டிருக்கின்ற, நடித்துக்கொண்டிருக்கின்ற முதன்மையான தன்முனைப்பாளர்களாக இருப்பவர்கள்.

குடும்ப அமைப்பு குறித்து: மூன்றாவது கேள்வி:

லெனின் திருமண முறைக்கு எதிராக இருந்தார் மற்றும் குடும்ப அமைப்பு முறையை கலைத்துவிடுவதற்கு விரும்பினார் என்று நீங்கள் ஒரு சொற்பொழிவில் ஒருமுறை சொன்னீர்கள். யதார்த்தத்தில் குடும்பம் "மையக் கரு"வாக இருக்கிறது என்று ஏங்கல்ஸ் சொன்னதையே லெனின் எப்போதும் பின்பற்றினாரா?

எதைப் பற்றிய மையக் கரு? முதலாளித்துவத்தின் மையக் கருவா?

மார்க்ஸ் மற்றும் ஏங்கல்ஸ் ஆகிய இருவரும் குடும்ப அமைப்புமுறை தனிச்சொத்தால்தான் நடைமுறைக்கு வந்தது என்று அவர்களது பொருளாதார ஆய்வில் இதைப் பற்றித் தெளிவாக கூறியிருக்கிறார்கள். தனிச்சொத்து வருவதற்கு முன்பு குடும்ப அமைப்பு முறை இல்லை. தனிச்சொத்து நீக்கப்படுமானால் திருமண முறையும் இயல்பாக இல்லாது போய்விடும். ஆகவே அது தர்க்கரீதியாக தொடர்கிறது. இதுவொரு தர்க்கரீதியான முடிவாக இருக்கின்றது. லெனின் இந்தக் கருத்தை ஏற்றுக்கொள்கிறாரா? இல்லையா என்பதல்ல பிரச்னை. யாரைப் பற்றியும் எனக்குக் கவலையில்லை. நுண்ணறிவைப் பற்றிதான் அக்கரை கொள்கிறேன். ஏங்கல்ஸே இந்தக் கருத்துடன் முரண்படுகிறாரா என்பதல்ல கேள்வி.

குடும்ப அமைப்பு முறை நிறுவனமயப்படுத்தப்பட்ட மதங்களின் "மையக் கரு"வாக இருந்து இருக்கின்றது. குடும்ப அமைப்புமுறை அனைத்து நிலபிரபுத்துவ மற்றும் முதலாளித்துவ சமூகங்களின் மையக் கருவாக இருந்து இருக்கின்றது. அது அனைத்து சுரண்டல் மற்றும் போர்களின் மையக் கருவாக இருந்து இருக்கின்றது. அந்த மையக் கருவைத் முழுமையாகத் திரும்பப்பெற வேண்டியுள்ளது. குடும்ப அமைப்பு முறையை ஒழிக்காது நீங்கள் ஒரு உண்மையான மனிதஇனத்தையோ, தனித்துவம் உடைய தனிமனிதர்களையோ உண்டாக்க முடியாது.

"லெனின் திருமண முறைக்கு எதிராக இருந்தார்" என்று நான் சொல்லவில்லை. இது மார்க்ஸ், ஏங்கல்ஸ் உடைய சமூகத்தைப் பற்றிய பகுப்பாய்வின் தர்க்கரீதியான முடிவு என்றுதான் சொல்லியிருக்கிறேன். மார்க்ஸும், ஏங்கல்சும் "குடும்ப அமைப்பு முறை தனிச்சொத்தினால்தான் நடைமுறைக்கு வந்தது" என்று சொல்லுகிறார்கள். குடும்ப அமைப்பு முறை ஏன் தனிச்சொத்துடன் நடைமுறைக்கு வந்தது? ஏனெனில் ஒவ்வொரு தந்தையும் அவன் சம்பாதித்தச் சொத்தை அவனது மகனால் வாரிசு உரிமை வழியாக அனுபவிக்க வேண்டும் என்று விரும்பினான். இருப்பினும் அவன் அவனது மனைவி வேறு யாருடனும் கர்ப்பம் தரிக்கமாட்டாள் என்பதின் காரணமாக

மனைவியை காப்பாளராக உரிமையைக் கொடுத்திருந்தான். அந்த அப்பாவின் மகனாக நிச்சயமாக இருப்பான் என்ற அளவிற்கு குடும்ப முறை பெண்களுக்குச் சிறைச்சாலையாக ஆனது. அந்த மகன் யாருக்குப் பிறந்தவன் என்பது அந்தத் தாய்க்குத்தான் நிச்சயமாகத் தெரியும். தந்தை வேறு எந்த ஆதாரமும் வைத்திருக்கவில்லை. ஆகவே அம்மாவை கல்வி கற்கவிடாமல், பொருளாதாரச் சுதந்திரம் இல்லாமல், பொருளாதார அந்தஸ்து இல்லாமல் சமூகத்திற்கு வெளியே அம்மாவை வைத்திருக்கிறான். முகம்மதிய நாடுகளில் பெண்கள் தன்னுடைய முகத்தைக் யாருக்கும் காண்பிக்கக்கூடக் கூடாது. பெண்களை முழுமையாக சிறைவைக்கப்பட்டிருக்கின்றனர். உங்களுடைய மகன் உங்களுடைய மகனாக இருக்கிறான் என்பதற்கு பெண்களை சிறை வைத்தால் மட்டுமே பாதுகாப்பு. தந்தை சம்பாதித்தச் சொத்து அவனது மகனால் சுவாதீனமடைய முடியும்.

ஆனால், ஒரு கம்யூனிச சமுதாயத்தில் சொத்து தனிச்சொத்தாக இல்லாது இருக்கிறபோது அந்தச் சொத்துகளைப் பாதுகாப்பதற்கு எந்தக் குடும்பத்திற்கும் அவசியமில்லை. சொத்து அனைவருக்கும் உடைமையாகிறது. அப்போது என்னுடைய மகன் என்னுடைய மகனாக இருப்பதற்கு உள்ளான் என்று ஏன் அதைப் பற்றிக் கவலைப்படுகிறீர்கள்? உண்மையில் இது தர்க்கரீதியான முடிவாக இருந்தது என்றுதான் சொல்லியிருந்தேன். மார்க்ஸ், ஏங்கல்ஸ், லெனின், ஸ்டாலின் போன்றவர்களின் பெயர்களில் வெளியிடப்பட்ட அனைத்துப் புத்தகங்களையும் வாசித்து இருக்கின்றேன். மேலும் கம்யூனிசத்திற்கு எதிராக வெளியிடப்பட்ட அனைத்துப் புத்தகங்களையும் வாசித்திருக்கின்றேன். இங்குள்ள சோவியத் தோழர்கள் என்னுடைய நூலகத்திற்கு சென்று பார்க்க வேண்டுகிறேன். எனது நூலகத்தில் அவர்கள் கம்யூனிசத்திற்கு ஆதரவானப் புத்தகங்களையும், அதற்கு எதிரானப் புத்தகங்களையும் அங்கு காணலாம். திருமண முறையானது ஒரு கம்யூனிச சமுதாயத்தில் நடைமுறையில் இருக்காது என்பதுதான் என்னுடைய புரிதல். ஒரு கம்யூன் திருமண முறைக்கான இடத்தை உள்வாங்கிக் கொள்ளும். பதினைந்து வருடங்களாக புத்தகங்களை வாசித்ததில்லை.

ஏதோவொருப் புத்தகத்தில் வாசித்து இருக்கின்றேன். ரஷ்யாவில் 1917 –ஆம் ஆண்டில் புரட்சி நடந்தபோது தொடக்கத்தில் மூன்று, நான்கு, ஐந்து வருடங்களாக திருமண முறையை ஒழிப்பதற்கும், குடும்ப அமைப்பு முறையை ஒழிப்பதற்கும் முயற்சி செய்திருந்தார்கள் என்று படித்து இருக்கின்றேன். ஆனால் அவர்கள் இதை அமுல்படுத்துவது மிகவும் கடினமானது என்பதை நடைமுறையில் அறிந்து கொண்டார்கள்.

இதுவொரு மிகவும் பழமையான முறையாக உள்ளது. உணர்வுப்பூர்வமாக, உணர்ச்சிரீதியாக, மனரீதியாக குடும்ப அமைப்பு முறையையும், திருமண முறையையும் ஒழிப்பது மிகவும் கடினமானது. சொத்தின் தனிஉரிமையை ஒழிப்பதுவும், சொத்தை பொதுச்சொத்தாக ஆக்குவதும் மிகவும் கடினமானதாக இருந்தது. ஒரு வர்க்கமற்ற சமுதாயத்தை உருவாக்குவதற்கு ஒரு இலட்சம் ரஷ்ய மக்களை கொல்லப்பட்டனர். கம்யூனிசம் அதிகம் வளர்ச்சியடைகிறபோது தனிச்சொத்தை ஒழிப்பது பற்றி அக்கரை கொள்ளலாம், எனவே தற்சமயம் இதுபோன்ற பிரச்னைகளை எதிர்கொள்ள வேண்டாம் என்றும் இதை செயல்படுத்துவது கடினமாக இருந்தது என்பதையும் அறிந்துகொண்டனர்.

ரஷ்யாவில் புரட்சி ஏற்பட்டபோது உலக நாடுகள் அனைத்தும் ரஷ்யாவிற்கு எதிராக இருந்தது. கம்யூனிசம் வெற்றியடைந்தால் உலக நாடுகளுக்கு அபாயகரமானதாகிவிடும். அப்போது மற்ற நாடுகளிலுள்ள மக்கள் அனைவரும் அதே சமஉரிமையை கேட்டு போர்க்குரல் எழுப்புவார்கள் என்று கருதி உலக நாடுகள் அனைத்தும் கம்யூனிசத்தை அழிப்பதற்கு விரும்பியது. ஐந்து வருடத் தோல்விக்குப் பிறகு சோவியத் யூனியனால் குடும்ப அமைப்புமுறையை ஒழிக்க முடியவில்லை. குடும்ப அமைப்பு முறையை அழிக்க முடியாது. ஏனெனில் அவர்களே காரல் மார்க்சையும், ஏங்கல்சையும் காட்டிக்கொடுத்து விட்டார்கள். சோவியத் யூனியன் மற்றொரு வர்க்க சமூகமாக ஆகிவிட்டது. சட்டத்தை அப்படியே கடைபிடிக்கும் அதிகாரிகள் ஒரு வர்க்கமாகிவிட்டார்கள். அதாவது அதிகார வர்க்கமாக மாறிவிட்டது. மற்றவர்கள் பொதுமக்கள், அதாவது அதிகாரமற்றவர்கள். இவர்கள் மற்றொரு வர்க்கமாக

இருக்கின்றார்கள். கம்யூனிஸ்டுகளாக இருக்கும் அதிகார வர்க்கம் முதலாளிகளாக இடம்மாறிவிட்டார்கள். சோவியத் யூனியன் இன்னும் வர்க்கமற்ற சமூகமாகவில்லை. அது ஒரு புதிய வர்க்கச் சிக்கலை உருவாக்கிவிட்டது. ஏனெனில் சோவியத் யூனியன் குடும்ப அமைப்பு முறையை ஒழிக்கமுடியாததால் வர்க்கமற்ற சமூகமாகவில்லை. குடும்ப அமைப்பு முறையை அழித்தொழிக்க முடியாது. அழித்தொழிக்கும்பட்சத்தில் திருமண முறையையும் குடும்ப அமைப்பு முறையையும் ஒழிப்பதற்கு பிரச்னையில்லாது இருக்கும். இப்போது மாபெரும் முரண்பாடாக உள்ள அந்த குடும்ப அமைப்புமுறையே கம்யூனிசத்தின் மையக் கருவாகிவிட்டது. யாருடைய கருத்துகளையும் உடன்பாடு ஒப்பந்தங்களாக கொண்டிருப்பதில்லை. என்னுடைய சொந்த நுண்ணறிவையே பின்பற்றுகிறேன். ஆனால், போதுமான நுண்ணறிவைக் கொண்டிருக்கும் எவராலும் பிரச்னைகளை எளிதாகப் பார்க்க முடியும்.

நான்காவது கேள்வி:

சோவியத் யூனியனுக்குச் சென்றால் நீங்கள் என்ன செய்வீர்கள்?

புரட்சி செய்வேன். சோவியத் யூனியன் புரட்சி செய்து நீண்டகாலம் ஆகிவிட்டது. உண்மையில், என்னுடையப் புரட்சி ஆன்மீகம் பற்றியதாக இருக்கும். சோவியத் யூனியனின் கௌரவத்தன்மைக்கு மேலும் ஒன்றைச் சேர்க்க விரும்புகிறேன். அதுதான் தியானம். பொருளாதார சமத்துவம் மட்டுமே போதுமானதல்ல. ஒரு ஆன்மீக சமத்துவமும் தேவைப்படுகிறது. உடல்ரீதியான அணுகுமுறை மிகவும் மோசமானது. கௌதம புத்தர், லாவோட்சு, சாங் ட்சு ஆகியோரைப் போன்று சோவியத் யூனியன் மக்களை விழிப்படைந்த மக்களாக இருப்பதற்கு விரும்புகின்றேன். சோவியத் யூனியனில் உள்ள மக்களுக்கு "ஜென்"னை அறிமுகப்படுத்த விரும்புகிறேன். இதுதான் என்னுடையப் புரட்சி.

ஐரோப்பாவின் மிகவும் பிரபலமான ஆன்மீகவாதி ஒருவரான பிரான்சிஸ் இஸ்ரேயல் ரெக்கார்டே, கோல்டன் சொசைட்டியின் அறிஞராகவும் ஒரு பிரபல ஆவி சம்பந்தமான மந்திரவாதியாக இருந்த அவர் அவரது மரணத்திற்கு முன்பு ஒன்றைக்

குறிப்பிட்டார். "மறுபிறப்பு என்று ஒன்று இருந்தால் நான் "ரஜ்னீஸ்" (ஓஷோ) ஆவதற்கும், அந்த மிகச் சிறந்த வேலைகளை செய்வதற்கும் விரும்புகிறேன்." என்று குறிப்பிட்டார். இன்றுதான் அவரது புத்தகத்தைப் பெற்றேன். இந்த பிரான்சிஸ் இஸ்ரேயல் ரெக்கார்டே என்ன மாதிரியான ஆன்மீகவாதியாக இருந்தார் என்று நம்ப முடியவில்லை. அவர் தன்னை ஆன்மீகவாதியாக அழைத்துக்கொள்வதற்கு உரிமையில்லை. அவரது ஆன்மீகத்தை அறிந்த ஒரு நபர் மறுபிறப்பில் யாருக்காகவும் திரும்பவர தேவையில்லை. இந்த உடலை சிறைப்படுத்துதல் என்கிற கருத்து நீங்கள் ஒரு புத்தர் ஆகின்றபோதுதான் வருகிறது. நீங்கள் புத்தர் ஆகின்றபோது வாழ்க்கை உங்களுக்கு கற்பிக்க முடியும் என்று நீங்கள் ஒவ்வொன்றையும் கற்றுக்கொண்டுயிருக்கின்றீர்கள். நீங்கள் வெளியுலகை மட்டும் கற்றுக்கொள்ளவில்லை. உள்ளுலகையும் கற்றுக்கொண்டு இருக்கின்றீர்கள். இப்போது இழப்பதற்கு ஒன்றுமில்லை.

கௌதம புத்தருக்கு என்ன நிகழ்கிறது? அவர் சாதாரணமாக உலகளாவிய வாழ்க்கையினுள், சாசுவதமான, முடிவற்ற வாழ்க்கையினுள் கரைகிறார். அவர் உடலால் பூமிக்கு திரும்ப வருவதில்லை. பிரான்சிஸ் இஸ்ரேயல் ரெக்கார்டே ஆன்மீகத்தைப் பற்றி எதுவும் அறியாதிருக்கிறார். ஆனால் மேற்கத்திய நாடுகளில் மக்களை புத்தியீனனாக்குவது மிக சுலபமாக இருக்கிறது. ஏனெனில், மேற்கத்திய நாடுகள் உள்ளுலகத்தைப் பற்றி புரிந்திருக்கவில்லை. ஆகவே ஆவி, மறைபொருள் சம்பந்தமான விஷயங்கள், ஆச்சரியத்திற்குரிய விஷயங்கள், ஆன்மீகம் போன்ற மிகப்பெரிய வார்த்தைகள் மூலம் இவைகளைப் பற்றி எந்தவித அனுபவ துணையின்றியும் எந்த முட்டாளும் மக்களை ஏமாற்றி சமாளிக்க முடியும்.

ஏனெனில், இந்த மனிதருக்கு உண்மையில் ஆன்மீகத்தன்மை இருந்தால், மரணத்தைப் பற்றிய கருத்தோட்டத்தில் மறுபிறப்பை விரும்புகிறார்! ஆனால், ஒரு ரஜ்னீஸ் ஆகின்ற வரை பணியைத் தொடர்வதற்கு விரும்புகின்றேன் என்கிற நிபந்தனையையும் கொண்டிருக்கின்றார். தற்சமயம் உயிரோடு இருக்கிறேன். அவரும் உயிரோடு இருக்கின்றார். அவரால்

இங்கு வந்திருக்க முடியும். துணிச்சலைக் கொண்டிருப்பதைக் காட்டிலும் அரிதாகவே அவர் இங்குவருவதற்கு வெறுப்பு அடைகிறார். ஆனால் மறுபிறப்பு என்று ஒன்று இருந்தால் மரணத்திற்குப் பிறகு அவர் ஒரு ரஜ்னீஸ் ஆகவேண்டும் என்று நினைத்துக்கொண்டிருக்கின்றார். இது மிகப் பெரிய ஆ.... னால். அவரால் இங்கு வந்திருக்க முடியும். ஆயிரக்கணக்கான மக்கள் ஒவ்வொரு நாளும் வந்துசெல்கிறார்கள். என்னைச் சுற்றி பத்தாயிரத்திற்கும் அதிகமான மக்கள் இங்கு இருக்கின்றார்கள். மேலும் நான் ஒரு தலைவர் அல்ல. நான் மதபோதகர் அல்ல. நான் எந்தவிதமான தத்துவங்களையோ, கோட்பாடுகளையோ கற்பிப்பதில்லை. உள்நோக்கி உங்களையே பார்க்க முடியுமாதலால் உள்நோக்கிப் பார்வையைத் திருப்புவது எப்படி என்பது குறித்து சாதாரணமாக உங்களுக்கு உள்நோக்கிப் நுழைய உதவிசெய்து கொண்டிருக்கின்றேன். ஒருமுறை நீங்கள் அப்படி பார்த்துவிட்ட அப்போது நீங்கள் புத்தராகின்றீர்கள்.

அப்போது அங்கு பிறப்பு இல்லை. மரணம் இல்லை. நீங்கள் பிறப்பு இறப்பு வட்டத்திற்கு அப்பால் சென்றுவிட்டீர்கள். இது மட்டுமே ஆன்மீகம். இந்த மதத்தன்மையைத்தான் சோவியத் நண்பர்களுக்கு கற்பிப்பதற்கு விரும்புகின்றேன். சோவியத் யூனியனில் ஏற்கனவே இரகசியமாக முன்னூறு சீடர்கள் உள்ளனர். ஏனெனில் அமெரிக்காவில் இருந்தபோது என்னை ஒரு அமெரிக்க உளவாளி என்று கேஜிபி நினைத்துக்கொண்டிருந்தது. சோவியத் யூனியனில் என்னுடைய சீடர்களுக்கு தொல்லை கொடுத்துக்கொண்டிருந்தார்கள். என்னுடைய சீடர்கள் இரகசியக் கூட்டத்தைக் கூட்டிக்கொண்டுயிருந்தார்கள் என்று கருதி கையால் எழுதப்பட்ட மற்றும் தட்டச்சு செய்யப்பட்ட எனது புத்தகங்கள் அனைத்தையும் எடுத்து எரித்தார்கள்.

இங்குள்ள என்னுடைய தோழர்கள் மூலம் என்னுடைய மக்களுக்கு உதவுவதற்கு விரும்புகின்றேன். கம்யூனிசத்திற்கு எதிரானவன் அல்ல. நீங்கள் முன்பு எப்போதும் அறிந்திருப்பதைக் காட்டிலும் ஒரு தீவிரமான மிகப்பெரிய கம்யூனிஸ்ட்டாக இருக்கின்றேன். ஏனெனில் நானொரு "ஆன்மீக கம்யூனிஸ்ட்".

மார்க்ஸ் மற்றும் ஏங்கல்ஸ் இன்றையக் காலகட்டத்திற்கு உதவக்கூடியவர்கள் அல்ல. சோவியத் யூனியனுக்கு ஒரு புதியப்

புரட்சித் தேவைப்படுகிறது. அது ஆன்மீகப் புரட்சி. சோவியத் யூனியனின் எல்லைகள் திறந்திருக்கின்றது என்கிற பெயரில் கோர்ப்பசேவ் திரும்பவும் பழைய மதபோதகர்களை உள்ளே அனுமதிப்பதில் ஒரு மிகப்பெரியத் தவறை உருவாக்கிக் கொண்டிருக்கின்றார் என்று நினைக்கின்றேன்.

கத்தோலிக் மற்றும் புராட்டஸ்டன்ட் அல்லது பழைய ரஷ்ய வைதீக மரபுகளைக் உள்வாங்கியுள்ள இந்த மதபோதகர்களை கோர்ப்பசேவ் புரிந்துகொள்ளவில்லை. இவர்கள் அனைவரையும் ஒரு கம்யூனிஸ்ட் சமூகத்திற்குள் உள்ளடக்க முடியாது. இவர்கள் ஒரு குறிப்பிட்ட சமூகத்திற்கு உடையவர்கள். அதாவது நிலபிரபுத்துவ சமூகத்திற்கு உடையவர்கள்.

சோவியத் ரஷ்யாவின் எல்லைகளைத் திறந்துவிடுதல் அழகானதுதான். அறிவியலுக்கு எல்லைகளைத் திறந்துவிடுங்கள். கலைகளுக்கு எல்லைகளைத் திறந்துவிடுங்கள். தியானத்திற்குக் எல்லைகளைத் திறந்துவிடுங்கள். ஆனால் அதற்காக அனைத்து விதமான நோய்களுக்கும் எல்லைகளைத் திறந்துவிடுவது என்று அர்த்தம் அல்ல. கிருத்துவ மதம் ஒரு நோய். போப்பாண்டவர்க்கு எல்லையைத் திறந்துவிட்டால் அது காரல் மார்க்ஸ்க்கு எதிராக செயல்படுகிறீர்கள் என்பது மட்டுமல்லாது கம்யூனிசத்திற்கு எதிராகவும் செல்கிறீர்கள் என்பதுதான். இவர்கள்தான் முதலாளித்துவத்திற்கு உண்மையான முகவர்கள், ஏஜண்டுகள் என்பதை நீங்கள் புரிந்துகொள்ளவில்லை. இந்த மதபோதகர்கள் அனைத்துவிதமானப் புரட்சிகளுக்கும் எதிரானவர்கள்.

நீங்கள் இதை இந்தியாவில் பார்க்கமுடியும். இந்தியாவில் முடிந்தளவு ஐந்தாயிரம் வருடங்களுக்கான வரலாற்றைப் பார்க்கமுடியும். இந்தியா ஐந்தாயிரம் வருடங்களைக் காட்டிலும் அதிக பழமையானதாக இருக்கிறது. ஆனால் இந்தியாவில் ஐந்தாயிரம் வருடங்களாக இதுவரையிலுமான சமூக அமைப்புக்கு எதிராக எந்தவிதமான புரட்சியும் நடந் திருப்பதாக நாம் அறிந்திருக்கவில்லை. மேலும் இந்தியா மிகவும் ஏழ்மை நாடாக உள்ளது. ஆனால் பூர்வஜென்மத்தின் தீங்கான செயல்களின் காரணமாகவே நீங்கள் ஏழைகளாக இருக்கின்றீர்கள் என்று ஏழைகளுக்கு மதுபானங்கள் கொடுத்து தொடர்ச்சியாகக் போதைக் கொடுக்கப்படுகிறது.

பூர்வஜென்மத்தில் நல்ல செயல்களை செய்ததால்தான் பணக்காரர்கள் பணக்காரர்களாகவே உள்ளார்கள். பணக் காரர்களோடு முரண்படுவதற்கு ஒன்றுமில்லை. இது பணக்காரர்களுக்குக் கொடுக்கப்பட்ட கடவுளின் வெகுமதி என்றும் மக்களிடம் போதிக்கப்பட்டுள்ளது.

இப்போது இந்தியாவிலிருந்து சங்கராச்சாரியார்களை சோவியத் யூனியனுக்கு இறக்குமதி செய்வதற்கு விரும்புகின்றீர்களா? அவர்கள் மறுஜென்மத்தைப் பற்றி போதிப்பார்கள். முக்கியமான ஒவ்வொன்றையும் அனுமதியுங்கள். ஆனால் கிருத்துவ மதத்தை மட்டும் மீண்டும் அனுமதிக்காதீர்கள். கிருத்துவ மதம் ஓரினச் சேர்க்கை முறையைக் கற்பிக்கும். விலங்கைப் போன்ற குரூரமான நடவடிக்கைகளைக் கற்பிக்கும். சோவியத் யூனியனுக்கு எய்ட்ஸ் நோயைப் பரப்பும். இவைகளுகெல்லாம் எல்லைகளைத் திறக்கப் போகின்றீர்களா என்று நான் சொன்னதாக கோர்ப்பசேயிடம் கூறுங்கள். மிகவும் கவனமாகவும், எச்சரிக்கையாகவும் இருங்கள். முழு உலகத்திற்கு எதிரான, முதலாளித்துவத்துக்கு எதிரான ஒரு கம்யூனிஸ்ட் நாட்டை அழிவு, ஆபத்து போன்றவற்றிலிருந்து காப்பாற்றுவதற்கு எழுபது வருட காலத்தை எடுத்துக்கொண்டது. ஆகவே உங்களது நாட்டிற்கு அபாயம் உருவாகும் நிலையை ஏற்படுத்திக் கொள்ளாதீர்கள். நல்ல விசயங்களுக்கு எல்லைகளைத் திறந்துவிடுங்கள். அதேசமயம் போப்பாண்டவரையும், போலக்கையும் சோவியத் ரஷ்யாவிற்குள் நுழையவிடக் கூடாது என்பதில் கவனமாக இருங்கள். ஏனெனில் கிருத்துவ மதம் சோவியத் ரஷ்யாவில் மறுமலர்ச்சியைக் கொடுக்காது

கம்யூனிசம் ஜென்னுடன் ஒத்திசைவாக இருக்கமுடியும். ஜென் உங்களுடைய சமூக அமைப்புடன் முரண்படுவதற்கு எதுவுமில்லை. ஜென் உங்களுடைய ஏழ்மையுடனும், செழிப்புடனும் முரண்படுவதற்கு ஒன்றுமில்லை. ஜென் வெளிஉலகத்துடன் முரண்படுவதற்கும் ஒன்றுமில்லை. ஜென் என்பது மனதின் உள்நிலையை ஆராய்வதற்கான ஒரு அறிவியல். ஆகவே ஜென் குருமார்களையும், ஆத்மபலம் கொண்டவர்களையும் அழையுங்கள். இதனால் உடல்நலத்தையும், முழுமையையும் கவர்ந்திழுக்கக்கூடிய ஒன்றாக அது மக்களுக்கு இருக்கும்.

உடலை மட்டுமே நம்புகிற ஒரு மனிதன் அரை மனிதன்தான். ஆன்மீகத்தை மட்டுமே நம்புகிற மனிதனும் ஒரு அரை மனிதன்தான். கௌதம புத்தர் ஒரு அரை மனிதர்தான். ஏனெனில் அவர் உடலை மறுக்கிறார். உடலை நிராகரிக்கிறார். கௌதம புத்தருக்கு எனது முழுமையான ஆதரவு கிடையாது. புத்தரை ஐம்பது சதவீதம் மட்டுமே ஆதரிப்பேன். இதைப்போன்றே காரல் மார்க்ஸையும் ஐம்பது சதவீதம் மட்டுமே ஆதரிப்பேன். உடலைப் பற்றிய மார்க்சுடைய ஏற்புடைமை சரியானதுதான். ஆனால், ஆன்மீகத்தை அவர் மறுப்பது தவறானது. புத்தரும் மார்க்சும் கைகோர்த்துக்கொண்டு செல்ல வேண்டியவர்கள். இதுதான் என்னுடையப் புரட்சி. சோவியத் யூனியனில் புத்தரும் மார்க்சும் ஒன்றிணைந்து கைகோர்த்துக்கொண்டு நடனம் ஆடுவதற்கான வாய்ப்பைக் கொடுங்கள். நீங்கள் கௌதம புத்தரையும் காரல் மார்க்ஸையும் இப்படிக் காணமுடியவில்லையெனில் அவர்கள் இருவரும் இறந்தவர்கள்தான். நீங்கள் இங்கு சுற்றிலும் பார்க்கின்ற பத்தாயிரம் புத்தர்களை என்னால் கொடுக்கமுடியும். இங்குள்ள எனது மக்கள் (சீடர்கள்) முழுமையான ஒத்திசைவில் உடல்ரீதியாகவும் ஆன்மரீதியாகவும் வாழ்ந்து கொண்டிருப்பவர்கள். சோவியத் யூனியனுள் ஒவ்வொரு மூலைமுடுக்கும் சென்று அடைவதற்கு என்னுடைய பத்தாயிரம் சீடர்களை என்னால் உங்களுக்குக் கொடுக்கமுடியும். மேலும் தற்சமயம் என்னைச் சுற்றியுள்ள பத்தாயிரம் சீடர்கள் மட்டுமல்ல. உலகம் முழுவதும் உள்ள இருபது இலட்சத்திற்கும் மேற்பட்ட சீடர்களும் எனக்கு உள்ளனர். நீங்கள் உண்மையான திறந்த மனதோடுயிருந்தால் உடல், ஆன்மா இணைந்து ஒரு முழுமையான சோவியத் குடிமகனை எது உருவாக்குமோ அந்தவொரு புதியப் புரட்சியை தொடங்குவதற்கு இருபது இலட்சத்திற்கும் மேற்பட்ட சீடர்களை என்னால் கொடுக்கமுடியும்.

நாம் வெளியுலகிலும் உள்ளுலகிலும் ஆழமான சமநிலையில், இணக்கத்தோடு வாழ வேண்டும். இந்த ரெக்கார்டே ஒரு ஏமாற்றுப் பேர்வழியாக இருந்திருக்க வேண்டும். குறைந்தபட்சம்கூட அவர் ரஜ்னீஷ் ஆகவில்லை என்று நம்புகிறேன். அவர் என்ன விரும்பினாரோ அந்த மறுஜென்மத்தை கருதியிருக்கலாம். அவர் மறுஜென்மத்தில் ஒரு எருமையாகலாம்.

அவர் ஒரு கழுதையாகலாம். அங்கு பலவிதமான உயிரினங்கள் காணக் கிடைக்கும். ஆனால் தயவுசெய்து என்னைப் பற்றி நினைக்காதீர்கள். நீங்கள் உங்களுக்குள் துணிவைக் கொண்டிருந்ததால் அப்போது மரணம் நிகழும் நொடியில் நீங்கள் என்னைப் பற்றி பேசினீர்கள். ஆனால் நீங்கள் வாழ்ந்த மொத்த வாழ்க்கையில் நீங்கள் என்னைப் பற்றி பேசியதில்லை. இதுபோன்ற கோழிக்குஞ்சுகள் மறைவியல் பற்றியும், ஆன்மீகத்தைப் பற்றியும் பேசுகின்றன. இங்குதான் இருக்கின்றேன். அவரால் இங்கு வந்திருக்க முடியும். அவரை தியானிப்பவராக திருப்பி அனுப்பியிருக்க முடியும்.

உங்களுக்கு தியானம் மலர ஆரம்பித்தால் உடல்ரீதியாக மற்றொரு பிறப்பைக் கொண்டிருக்க மாட்டீர்கள். நீலவானத்தில் மறையும் நறுமணப் புகை போல, நீலவானத்தில் மறையும் ரோஜாக்களின் வாசனையைப்போல நீங்கள் சாதாரணமாக மறைந்து விடுவீர்கள். நீங்கள் பிரபஞ்சத்தின் பகுதியாவீர்கள். நீங்கள் தியானிப்பவராக இல்லாவிட்டால் உங்களால் ஒரு உண்மையான கம்யூனிஸ்ட்டாக இருக்கமுடியாது என்று முடிந்தளவிற்கு உங்களைக் குறித்து அக்கரைப்படுகிறேன். ஏனெனில் தியானம் முடிந்தளவிற்கு உடலுக்கு தேவைப்படுகிறது. உலகில் இரண்டு நபர்கள் துல்லியமாக சமமாக இருப்பதில்லை. அந்த இருவரின் வளர்ச்சிக்கு நீங்கள் சமமான வாய்ப்பைக் கொடுக்கலாம். ஆனால் வளர்ச்சி சமமற்ற நபர்களைத்தான் கொடுக்கும். சிலர் விஞ்ஞானியாகலாம், சிலர் காலணி தயாரிப்பாளராகலாம், சிலர் டால்ஸ்டாய், துக்கனேவ், செகாவ், தாஸ்தாவொஸ்கி அல்லது மாக்சிம் கார்க்கி போன்ற மிகச் சிறந்த நாவலாசிரியர்களாகலாம். சிலர் புல்லாங் குழல் வித்துவானாகலாம். அனைவரும் சமமற்ற நிலை அடைவதற்கு சமமான வாய்ப்பு தேவைப்படுகிறது. ஆனால் முடிந்தளவிற்கு ஒவ்வொருவரும் புத்தராக முடியும் என்று ஆன்மீகம் அக்கரை கொள்கிறது. இதுதான் ஒரு உண்மையான, ஆழமான, அதிகம் நம்பத்தகுந்த, போலியற்றக் கம்யூனிசம். மனதின் உள்இருப்பை (மிஸீஸீமீக்ஷீ தீமீவீஸீரீ) புரிந்துகொள்வதற்கு மக்களுக்கு இதுபோன்ற கல்வியையும் சூழ்நிலையையும் நம்மால் உருவாக்க முடியுமானால் மக்கள் மிகச் சிறந்த உணர்வுடனும், ஒவ்வொரு உயிரினத்தின் மீதும் அன்புடனும் அதனின் காரணமாக வெளிப்படுவார்கள்.

அவர்கள் வாழ்க்கை மீது ஒரு பிரமாண்டமான மரியாதையைக் கொண்டிருப்பார்கள். அவர்களால் மற்றவர்களிடமிருந்து உழைப்பைச் சுரண்ட முடியாது. உண்மையில் ஆன்மீக கம்யூனிசம் முதலாவதாக நடைமுறையில் இருக்க வேண்டும். அப்போது மட்டுமே பொருளாதார கம்யூனிசம் ஒரு நிழலைப்போல தொடர முடியும். எந்தக் கணமும் சோவியத் யூனியனுக்கு வருவதற்குத் தயாராக இருக்கின்றேன். துணிச்சலை ஒன்றிணைத்து வையுங்கள். ஏனெனில் மார்க்ஸ் இப்போது பழங்காலத்தவர். காரல் மார்க்ஸ் உடைய "மூலதனம்" நூலை எந்த கம்யூனிஸ்ட்டாவது வாசித்திருக்கின்றார்களா என்று எனக்குத் தெரியவில்லை. மூலதனம் நூல் பரிசுத்த பைபிளைப்போல தூசுகளை ஒன்றுகுவித்து வைத்திருக்கிறது. இந்தியாவில் மூலதனம் நூலை முழுமையாக வாசித்துவிட்ட எந்த கம்யூனிஸ்ட்டையும் பார்த்ததில்லை. அதுவொரு சிக்கலான புத்தகம். அதுவொரு பழமையானப் புத்தகம். அது இன்றைக்கு பொருத்தமற்றது. மார்க்சுடைய காலத்தில் அந்தப் புத்தகம் அதிசய நிகழ்வாக இருந்தது. ஆனால் காலம் மாறிக்கொண்டிருக்கிறது. ஏங்கல்ஸோ, லெனினோ, ஸ்டாலினோ இம்மூவருமே பொருத்தமற்றவர்கள். இவர்கள் அனைவரும் அவர்களது காலத்திலேயே பொருத்தமற்றவர்களாக இருந்தார்கள். எழுபது வருடங்களாக லெனினால் மூடிவைத்திருந்தக் எல்லைகளை இப்போது கோர்ப்பசேவ் திறக்க முடியும். ஸ்டாலின் கம்யூனிஸத்தைக் காப்பாற்ற நாட்டின் எல்லைகளை மூடிவைத்திருந்தார். இப்போது சோவியத் ரஷ்யா எல்லைகளைத் திறப்பதற்கு போதுமான வலிமையைக் கொண்டிருக்கின்றது. ஆனால் பழைய நோய்களான மதங்களுக்கு எல்லைகளைத் திறக்காதீர்கள். மிகவும் கவனமாக இருங்கள். அவைகள் உள்ளே நுழைவதற்கு ஆவலுடன் பதுங்கிக் கொண்டிருக்கின்றது.

சோவியத் யூனியனில் பல முஸ்லீம் நாடுகள் உள்ள காரணத்தால் முஸ்லீம் மதகுருக்கள் உள்ளே நுழைவதற்கு தயாராக இருக்கிறார்கள். அது ஒரு மூன்றாம் நிலை மதமாக இருக்கிறது. கிருஸ்துவ மதம் ஒரு மதம் என்று கூறப்படுவதற்கு தகுதியுடையதாக இல்லை. கிருத்துவர்கள் மிகவும் ஆவலுள்ளவர்கள். இந்த மதம் ஒரு பழைய புனிதச்

சின்னங்களை மையமாகக்கொண்டு நடத்தப்படும் சமயச் சடங்குகளைக் கொண்டது.

புத்தரும் லாவோட்சும் இணைந்ததுபோன்ற, கலந்துள்ளதைப் போன்ற உள்ள ஆன்மீகத்தன்மையையே உங்களுக்குப் பரிந்துரைக்கிறேன். மேலும் இந்த இணைப்பு தாய் தந்தையராக உள்ள பெற்றோர்களைக் காட்டிலும் எப்போதும் சிறந்ததாக உள்ளது. அந்த இணைப்புதான் "ஜென்". ஜென்னுடைய சமஸ்கிருதப் பெயர் "தியான்". இதனுடைய பாலி மொழியின் பெயர் "சான்". இது ரின்சாய்யுடன் ஜப்பானை அடைந்தபோது "ஜென்" என்றானது. இப்போது இது முழுமையான வட்டமாக ஆவதற்குச் சென்றுகொண்டிருப்பதால் புத்தரின் நிலத்திற்கே திரும்பக் அதை வழங்குகின்றேன்.

பிராமணப் பூசாரிகளின் காரணமாகவே "ஜென்" இந்தியாவிற்கு வெளியே சென்றது. இரண்டாயிரம் வருடங்கள் இந்தியா புத்தபிட்சுகளைக் கொண்டிருந்ததில்லை என்பதை அறிந்தால் நீங்கள் ஆச்சரியப்படுவீர்கள். புத்தரின் காலத்தில் புத்தர் கிட்டத்தட்ட நாட்டிலுள்ள மக்களுடைய உள்ளங்களில் ஈர்க்கப்பட்டார். ஆனால் என்ன நிகழ்ந்தது? புத்தர் சாதி முறைக்கு எதிராக இருந்தார். பிராமணர்களின் சடங்கு சம்பிராதயங்களுக்கு எதிராக இருந்தார். மதபோதகர்களின் சுரண்டலுக்கு எதிராக இருந்தார் என்று கூறி புத்தர் இறந்த அந்தக் கணமே புத்தரின் நூல்களை அழித்தும், புத்தப்பிட்சுகளை உயிரோடு எரித்தும் பிராமணப் பூசாரிகள் கொல்லத் தொடங்கினர். புத்தபிட்சுகள் தங்களைக் காப்பாற்றிக்கொள்ள ஆசிய முழுவதும் உள்ள நாடுகளான திபேத், லடாக், நேபாளம், தாய்லாந்து, சீனா, கொரியா, தைவான், ஜப்பான், ஸ்ரீலங்கா போன்ற நாடுகளுக்கு அவசர அவசரமாக தப்பி ஓடினர். பின்பு இந்தியாவைத் தவிர ஆசிய நாடுகள் அனைத்தும் புத்தரைப் பின்பற்றும் நாடுகளானது.

இதுவொரு வினோதமான நிகழ்வு. புத்தர் இந்திய நாட்டில் பிறந்தார். இங்கு தியானத்தைக் போதித்தார். இந்தியா சாதாரணமாகவே அவரை நிராகரித்தது. ஆகவே ஜாக்கிரதையாக இருங்கள். கம்யூனிசத்தைக் காப்பாற்றுவதற்கு விரும்பினால் சோவியத் யூனியனில் எந்த மதத்தின் மதபோதகர்களையும் அனுமதிக்காதீர்கள். இல்லையெனில் இந்த மதபோதகர்கள்

ஒரு புற்றுநோயைப்போல தனது நிலைகளை நிரூபிப்பார்கள். அவர்கள் கம்யூனிசத்தை முற்றிலும் அழிப்பார்கள். மக்களது மனங்களில் திரும்ப பழைய பாழாய்ப்போன அவர்களது கருத்தியல் சிந்தனைகள் அனைத்தையும் திணிப்பார்கள். இம்மாதிரியான மதங்களைக் குறித்து எச்சரிக்கையாக இருங்கள். சோவியத் மக்களுக்கான என்னுடைய செய்தி இதுதான்: அவர்களை நேசிக்கின்றேன். அவர்களது வாழ்வில் தியானத்தை வழங்குவதற்கு விரும்புகின்றேன். ஏனெனில் தியானம் கருணையையும், அமைதியையும், பேரின்பத்தையும், மௌனத்தையும், உங்களிடமிருந்து என்றைக்கும் பறிக்கவே முடியாத சுதந்திரத்தையும் கொடுக்கிறது.

இன்று கம்யூனிசம்: ஜென் நெருப்பு, ஜென் காற்று என்கிற தலைப்பில் ஒரு புதியத் தொடர் தொடங்குகிறது.

எங்களது அன்புக்குரிய குருவே!

> யாகூசான் ஒரு துறவியிடம் "நீங்கள் எங்கிருந்து வருகின்றீர்கள்" என்று கேட்டார்.
>
> **"நான்சென்"**னிடமிருந்து...
>
> நான்சென் ஜென் குருக்களில் மிகச்சிறந்த ஒருவராக இருந்தார். துறவியுடைய பதில் "நாசென்"னிடமிருந்து வருகின்றேன் என்பது. யாகூசான் உடனடியாகக் கேட்கிறார் "நீங்கள் எத்தனை காலம் அங்கு இருந்தீர்கள்? "குளிர்காலத்திலிருந்து கோடைகாலம் வரை" என்று பதிலளித்தார் துறவி. அப்போது "நீங்கள் ஒரு நல்ல "எருது" ஆகியிருக்கவேண்டுமே" என்று யாகூசான் விமர்சனம் செய்கிறார்.

எருதுவைப் பற்றி ஒரு கதையை தற்போது உங்களுக்கு சொல்ல உள்ளேன். இதைப் பற்றி முன்பே உங்களுக்கு சொல்லியிருக்கின்றேன்.

புராதன சீனாவில் எருது மந்தை, மாஸ்டரோடு எருது பற்றிய பத்து அழகான அட்டைப் படங்களைப் பயன்படுத்தினர். **முதல் படத்தில்** "எருது" அடர்ந்த கானகத்தில் அதன் உரிமையாளரிடமிருந்து தப்பிவிட்டது. அதன் உரிமையாளன் கானகம் முழுவதும் தேடிக்கொண்டிருக்கின்றான். ஆனால் மரங்கள்......மரங்கள்......மரங்கள். மரங்களை மட்டுமே அந்த முதல் படத்தில் பார்க்க முடியும். **இரண்டாவது படத்தில்** எருதுவின் காலடிச் சுவடுகளை மட்டுமே அதனின் உரிமையாளன் பார்க்கிறான். இப்போது எருதுவைக் காணமுடியும் என்று சில நம்பிக்கைகள் அவனுக்கு ஏற்படுகிறது. ஆகவே அவன் எருதுவின் காலடிச் சுவடுகளைப் பின்தொடர்கின்றான். **மூன்றாவது படத்தில்** எருது புதர்களுக்கு பின்னால் மறைந்துகொண்டிருக்கிறது என்பதை அதனுடைய வால், பின்புறத்தை மட்டுமே அவனால் பார்க்க முடிகிறது. ஆனால் அந்த எருது அவனை ஏமாற்றுவதற்கு முயற்சித்துக்கொண்டிருக்கிறது என்று அவன் உடனடியாக மகிழ்ச்சியடைகிறான். **நான்காவது படத்தில்** அவன் முழு எருது உருவத்தையும் பார்த்துவிட்டான். **ஐந்தாவது படத்தில்** எருதுவின் கொம்பைப் பிடிக்கிறான். இது ஒரு கடுமையான போராட்டமாக அவனுக்கு இருக்கிறது. மனிதனைக்காட்டிலும் ஒரு மிருகம் அதிகமான சக்திவாய்ந்ததாக இருக்கின்றது. கடினமான முயற்சியுடன் அவன் அதைச் சமாளிக்கிறான். **ஆறாவது படத்தில்** அவன் எருது மீது சவாரி செய்கின்றான். **ஏழாவது படத்தில்** வீட்டைநோக்கிச் செல்கிறான். **எட்டாவது படத்தில்** அவன் எருதுவை கட்டி நிலைநிறுத்துகிறான். **ஒன்பதாவது படத்தில்** அவனது குடிசைக்கு முன்பு புல்லாங்குழல் இசைத்துக்கொண்டு உட்கார்ந்து கொண்டுயிருக்கின்றான். இந்தப் படங்கள் ஜப்பானுக்கு வந்தபோது **பத்தாவது படம்** அபாயகரமானதாக இருக்கும் என்று கருதியும், குறிப்பாக மிகவும் புதிய நிலைபாடாக இருக்கின்ற மற்றும் முழு "ஜென்" உலகத்தை அறிந்திருக்காத மக்களுக்காக அந்தப் பத்தாவது படம் ஏற்றுக்கொள்ளப்படவில்லை.

அந்தப் பத்தாவது படம் என்னவென்றால் மிகவும் மகிழ்ச்சியோடு இருப்பதாக காண்பிக்கிறது. அந்தப் பத்தாவது படத்தில் அவன் "வைன்" பாட்டிலை எடுக்கிறான். சந்தைத்திடலை நோக்கி விரைகின்றான். அநேகமாய் பொது விடுதி நோக்கி..... அவனது

நண்பர்களுடன் சேர்ந்து அனுபவிப்பதற்கு. அவன் எருதுவை கண்டுவிட்டான். ஆகவே இப்போது அவனுக்கு இதுவொரு கொண்டாட்டமாக உள்ளது.

இந்தப் பத்தாவது படத்தைப் பார்த்து மக்கள் "வைன்" குடிக்கலாம் என்பதாக அர்த்தமாகிவிடும் என்பதாலும், மேலும் இது புத்தருக்கு எதிரானதாகும் என்று கருதியதாலும் அந்தப் பத்தாவது படத்தை ஒருவேளை நீக்கியிருக்கலாம்.

ஆனால் அந்தப் பத்தாவது படத்தை மிகவும் விரும்புகின்றேன். ஏனெனில் அது "வைன்"யைப் பிரதிபலிக்கவில்லை. "வைன்" பாட்டில் என்பது தெய்வீகத்துடன், கொண்டாட்டத்துடன் ஒப்பிடத்தக்க ஒரு குறியீட்டுத்தன்மை மட்டும்தான். மேலும் இக்கணத்துடன் பூரணமாக இருப்பதின் ஒரு குறியீட்டுத்தன்மை மட்டும்தான். தளர்த்தப்பட்ட, கடுமை தணிக்கப்பட்ட, நல்லிணக்கத்துடன் இதுபோன்ற நிலைகளில் இக்கணத்துடன் பூரணமாக இருப்பதின் ஒரு குறியீட்டுத்தன்மை மட்டும்தான். மேலும் பொதுவிடுதியை நோக்கிச் செல்லுதலும் ஒரு குறியீடுதான். அதை நீங்கள் எங்குபெறுவீர்களோ அந்த இடத்தை நோக்கியும், உங்களது உயிர்வாழ்வின் மையத்தை நோக்கியும், உங்களது வாழ்வின் இன்பத்தை நோக்கி சென்றுகொண்டிருக்கிறது என்பதுவும்தான். இவ்விதமாக குடிக்கப்படும் விதத்தை அடைதல் முடிவற்றது. ஒருமுறை நீங்கள் அதை சுவைத்துவிட்டால் அது மங்குகிற வழிக்கு செல்வதில்லை. அது உங்களது முழு வாழ்க்கையையும் வெற்றிகொள்வதற்கு சென்றுகொண்டிருக்கின்றது. அது உங்களது முழு வாழ்க்கையும் ஒளிவெளிச்சங்கள் கூடிய விழாவாகும். அது உங்களுடைய முழு வாழ்க்கையும் மகிழ்ச்சியுடனும், சிரிப்புடனும், நடனத்துடனும், பாட்டுடனும், இசையுடனுமான ஒரு விழாக் காலமாகும்.

பத்தாவது படம் பயத்தின் காரணமாகவே கைவிடப்பட்டது. ஆனால் அந்த பத்தாவது படத்தின் அட்டையை ஜப்பானுக்கே மீண்டும் திரும்பக்கொடுக்க விரும்புகிறேன்.

ஜப்பானிலிருந்து, சின்டோ கோயிலிலிருந்து வந்த இசிடா இங்கே அமர்ந்து உள்ளார். நான் உலகம் முழுவதும் என்னுடையத் தூதர்களை வைத்திருக்கிறேன். அவளை

ஜப்பானில் என்னுடைய தூதராக நியமிப்பேன். விரைவில் சோவியத் யூனியனுக்கும் எனது தூதரை நியமிப்பேன். பத்தாவது படத்தை அந்த ஒன்பது படங்களுடன் சேர்க்கப்பட வேண்டும் என்று இசிடாவிடம் சொல்ல விரும்புகிறேன். ஏனெனில் இந்த பத்தாவது படத்தை இணைக்காததால் அந்த ஒன்பது படங்களும் முழுமைபெறாமல் உள்ளது. இதுதான் "எருது"வின் கதை.

ஆகவே, அப்போது நீங்கள் ஒரு "எருது"வாக ஆகியிருக்க வேண்டும்" என்று யாகூசான் சொன்னபோது,

"அந்தக் கருத்து இருக்கிறது. நான் அங்கு இருந்தேன். ஆனால் நான் சாப்பாட்டு மேஜைக்குகூடச் சென்றதில்லை" என்று துறவி பதில் சொன்னார். "ஆனால், காற்றை சுவாசிப்பதின் மூலம் நீங்கள் எதையும் பெற முடியாது" என்று யாகூசான் பதிலுரைத்தார். "ஓஷோ, அது மோசமானது அல்ல."

ஓஷோ ஒரு மிகவும் அழகான வார்த்தை. உலகில் உள்ள ஒவ்வொரு மொழியிலும் இந்த வார்த்தைச் சேர்க்கப்பட வேண்டும். ஓஷோ என்கிற சத்தமே முதன்மையான அழகாக உள்ளது. ஓஷோ என்கிற வார்த்தை மரியாதையைக் காட்டுகிறது. அது அன்பைக் காட்டுகிறது. அது நன்றியுணர்வைக் காட்டுகிறது. அதுவொரு பூஜிக்கத்தக்க வார்த்தை அல்ல. அதுவொரு மிகவும் நேசிப்புத் தன்மையுடைய, நட்புரீதியான வார்த்தை. கிட்டத்தட்ட "அன்புக்குரியவர்" என்கிற அர்த்தத்தை அது கொண்டுள்ளது.

"ஓஷோ, அது மோசமில்லாது இருந்தது." மேலும் யாகூசான் ஒரு சிறந்த குருவாக இருந்தார். "கண்டிப்பாக எனக்காக ஒரு தேக்கரண்டியை பிடித்திருக்கும் ஒரு மனிதர் இருக்கிறார்."

"ஜென்" சிறந்த புதிரான ஒரு மிகச் சிறிய சொற் பிரவாகங்களாகத் தொடர்ந்து வைத்துள்ளது என்பது இதனால்தான். ஆனால் "ஜென்" பெரும்பான்மையான மக்களிடம் பிரபலம் ஆகியிருக்கவில்லை. உண்மையில் பெரும்பான்மையான மக்களிடம் பிரபல்யம் ஆகாதது நல்லதுதான். எந்தவொன்றும் பெரும்பான்மை மக்களிடம் பிரபலமாகிறபோது அது கீழ்நிலைக்குக் வந்து தரமிழந்து விடுகிறது. மக்களில் பெரும்பான்மையோர் முட்டாள்களாக ஆக்கப்பட்டிருக்கின்றனர். மேலும் உலகில்

ஒவ்வொரு வினாடியும் ஒரு முட்டாள் பிறக்கின்றான். அவர்கள் வளர்ந்துகொண்டேயிருக்கிறார்கள்.

அமெரிக்காவில் நான் இருந்தபோது, தங்கியிருந்த இடத்தில் அங்கு இருந்த ஓரிகானியர்கள் அனைவரும் கோபப்பட்டார்கள், வெளிப்படையாகவே ஓரிகானியர்கள் மிகவும் சீற்றமுடையவர்களாக இருந்தார்கள். குறிப்பாக ஓரிகானின் அட்டார்னி ஜெனரல் டேவிட் புரோகின்மெய்யர். மேலும் எதைக் குறித்துக் கோபப்படுகிறார்கள் என்று கருதியிருந்தேனோ அந்த கவர்னர் மற்றும் அரசியல்வாதிகள் அனைவரும் முழுமையாக கோபமாக இருந்தார்கள் என்று ஒரு தொலைக்காட்சி நிரூபரிடம் ஒரு கருத்தை முன்வைத்தேன்.

ஓரிகான் பல்கலைக்கழகம் ஒரு கணக்கெடுப்பை எடுத்தது. அவர்கள் ஓரிகான் சமூகத்தின் கலப்பினப் பிரிவைக் கணக்கெடுத்தார்கள். மேலும் என்னுடைய கம்யூனையும் கணக்கெடுத்தார்கள். அவர்களது முடிவுகள் கவர்னரையும், அட்டார்னி ஜெனரலையும், அரசியல்வாதிகள் அனைவரையும் அமைதியடைய வைத்தது. அவர்களது முடிவுகள் ஓரிகானின் மக்களின் சராசரி மனநிலை வயது ஏழாக இருந்தது என்பதுதான். இது மனநிலை சரியில்லாதவர்களின் வயதாக இருந்தது. மேலும் கம்யூன் மக்களின் வயது அதன் இருமடங்கான பதினான்காக இருந்தது.

ஏழு வயது மனநிலை உடைய முட்டாள்களால்தான் உலகில் அதிகம் நுண்ணறிவு உடைய கம்யூனை அழித்தார்கள். கம்யூனில் மிகச்சிறந்த அறுவைச் சிகிச்சையாளர்கள், மருத்துவர்கள், பேராசிரியர்கள், கிட்டத்தட்ட ஒவ்வொருவரும் சில பாடங்களில் முதுநிலைப் பட்டதாரிகளாக இருந்தார்கள். நூற்றுக்கணக்கானவர்கள் இளநிலைப் பட்டதாரிகளாகவும், மேலும் முற்றிலும் நுண்ணறிவுள்ள மக்கள் குழுவைக் கொண்டிருந்தது கம்யூன். ஜென் ஒரு மெல்லியக் கோட்டோவியம். ஆனால் மிகவும் உயர்ந்த செழிப்புடையது. அது குறியீடுகளைக் கையாள்கிறது. நீங்கள் குறியீடுகளைப் புரிந்துகொள்ளவில்லையானால் கதை அர்த்தமற்றதாகிவிடும்.

தனது எண்ணங்களையும், பொருள்களையும் குறியீடுகளால் எதைப் பற்றி துறவி சொன்னார்? ஓஷோ, அது மோசமானது

அல்ல. பசியோடு இருந்ததாக நினைக்காதீர்கள். ஏனெனில் சமையலறைக்குள் சென்றதில்லை. எனக்காக ஒரு தேக்கரண்டியை கையில் பிடித்துகொண்டு இருக்கும் ஒரு மனிதர் எப்போதும் இருந்தார். எனக்கு ஊட்டமளிக்கும் அவர் "நான்சென்"னாக இருந்தார். சாப்பாட்டு அறைக்குள் நுழையமாட்டேன் என்று கருதி அவர் எப்போதும் எனக்காக உணவு கொடுக்கும் மாஸ்டராக (குருவாக) இருந்தார். சரீர சம்பந்தமான உணவு மட்டும் அல்ல. அவர் ஆன்மீக ஊட்டமளிப்பவராகவும் இருந்தார். எனக்காக ஒரு தேக்கரண்டியை பிடித்திருக்கும் என்பதற்கான அர்த்தம் "ஊட்டமளிப்பது" என்பதாகும். என்னைப் பற்றி அக்கறைக்கொண்டவர்களில் ஒருவர் இருந்தார் என்றால் அவர் மாஸ்டர் "நான்சென்"தான். மாஸ்டர் ஒவ்வொருவர் மீதும் அக்கரை எடுத்துக்கொள்கிறாரா அல்லது உள்ளே வராது இருக்கும் ஒரு துறவியைப் ஜன்னலுக்கு வெளியே பார்ப்பாரா என்று சாதாரணமாக சாப்பாட்டு அறைக்கு வெளியேக் காத்திருப்பேன்.

ஆகவே பசியோடும், பட்டினியாகவும் மோசமான அளவிற்கு இல்லை. ஜன்னல் வழியாக "நான்சென்" எனக்கு ஊட்டமளிப்பதற்காக எப்போதும் கரண்டியைப் பிடித்துக்கொண்டிருந்தார். மேலும் அது எனது உடலுக்கான ஊட்டமளிப்பு மட்டுமல்ல. அவரது கவனமும், என் மீதான அக்கரையும் மேலும் ஊட்டளிப்பதாக இருந்தது. நான் யாரோ? எப்படியோ? எவராகவோ இருப்பினும் அவர் என் மீது அதிக அக்கரை எடுத்துக்கொண்டார். நான் வெளியே நின்றுகொண்டிருப்பேன் என்று ஒவ்வொரு நாளும் என்னை நினைவில் வைத்துக்கொண்டார். அவரது சாப்பாட்டு மேஜையைவிட்டு அகன்று எனக்கு உணவு கொடுக்க வருவார். மேலும் அவர் "நீ ஏன் வெளியே நின்றுகொண்டிருக்கின்றாய்" என்று என்னைக் ஒருதடவையும் கேட்டதேயில்லை. ஏனெனில் "ஜென்"னின் அடிப்படைகளில் ஒன்றாக அது உள்ளது. "ஜென்" யாருடைய வாழ்க்கையிலும் குறுக்கிடுவதில்லை. அனைவரும் பெரும் நிலப்பரப்பை, ஒரு குறிப்பிட்ட பகுதியை அடிப்படையாகக் கொண்டுள்ளனர். எனவே அதனுள் நுழையாதீர்கள். அது அவரரவரது சுயகௌரவம், அது அவரரவரது கர்வம், அகங்காரம். அவரது நுண்ணறிவை

விட்டு அகன்றுவிடு. மேலும் அவர் எனக்கு உணவை மட்டுமே கொடுக்கவில்லை. அவர் எனக்கு ஆன்மீக ஊக்கத்தையும் அளித்துக்கொண்டிருந்தார். ஓஷோ, அது மோசமானது அல்ல. என்னை தவறாகப் புரிந்துகொள்ளாதீர்கள். என்னுடைய மாஸ்டர் "நான்சென்"னை தவறாகப் புரிந்துகொள்ளாதீர்கள்.

மற்றொரு சந்தர்ப்பத்தில் துறவி யாகூசான் தீ எரிக்க விறகுடன் அவரது குடிலுக்கு திரும்பிக்கொண்டிருந்தபோது "நீங்கள் எங்கு உள்ளீர்கள்" என்று கேட்டார் துறவி. "தீ எரிப்பதற்கான விறகைப் பெற்றுவிட்டேன்" என்று பதிலளித்தார். அது டப்.....டப் என்ற சத்தத்தை உருவாக்குகிறது என்று யாகூசானுடைய வாளைக் குறிப்பிட்டு அந்தத் துறவி சொன்னார். உண்மையில் அவர் தீ எரிப்பதற்கான விறகைச் சுமந்துகொண்டிருந்தார், மேலும் வாள் யாகூசானின் இடுப்பைச் சுற்றி மாட்டப்பட்டிருந்தது. வெட்டு அரிவாள் நிலத்தில் சிராய்த்துக்கொண்டு டப்.....டப் என்று சத்தத்தை உருவாக்கிக்கொண்டிருந்தது. எதை அந்தத் துறவிக்கு காண்பிக்க நினைத்தாரோ அந்த உறையில் இடப்படாத வாளும், அப்போது அனுமானம் செய்யப்பட்ட போர்வீரனின் நிலையில் யாகூசான் ஒரு போர்வீரனைப் போல காட்சியளித்தார். எது டப்.....டப் என்ற சத்தத்தை உருவாக்குகிறது?

முதலாவதாக, அந்தத் துறவி நீங்கள் எங்கு உள்ளீர்கள் என்று கேட்டார். அதற்கு யாகூசான் பதிலளிக்கவில்லை. ஏனெனில் எது கடந்தகாலம் கடந்தகாலமாக இருக்கிறது? எது வருங்காலம் வருங்காலமாக இருக்கிறது? இவைகள் பற்றி "ஜென்" அக்கறை கொள்வதில்லை. ஜென்னின் அக்கறை "இக்கணம்"தான். நீங்கள் கடந்தகாலத்தைப் பற்றி ஒரு கேள்வி கேட்கலாம். ஆனால் நீங்கள் மாஸ்டரை "இக்கண"த்தில் குழப்பவோ, தடுமாறச் செய்யவோ முடியாது. ஆகவே அவர் எங்கு இருந்தார் என்று பதிலளிக்கவில்லை. அதற்கு மாறாக "நான் தீ எரிப்பதற்கான விறகைப் பெற்றுவிட்டேன்" என்று சாதாரணமாக பதிலளித்தார். இப்போது, இந்தக் கணத்தில், நீங்கள் தீ எரிக்கும் விறகைப் பார்க்கலாம். அப்போது நீங்கள் நான் எங்கு இருந்து இருக்க வேண்டும் என்பதை உங்களால் புரிந்துகொள்ள முடியும். அதாவது தீ எரிப்பதற்கான விறகைச் சேகரித்துக்கொண்டு..... ஆனால் கடந்தகாலத்தைப் பற்றிச் சொல்லப்படுவது இல்லை.

அது கடந்தகால விசயம். நான் "இக்கண"த்தில் இருக்கின்றேன் என்பதை உங்களுக்கு சாதாரணமாக தெரியப்படுத்தப்படுகிறது. மேலும் நிகழ்காலம் கடந்தகாலத்தை உணர்த்துகிறது. ஒரு நுட்பமான வழியில் வருங்காலத்தையும் உணர்த்துகிறது. ஆனால் அதைப் பற்றி சொல்லப்படுவதற்கு ஒன்றுமில்லை. கடந்தகாலம் கடந்துவிட்டது. நிகழ்காலம் கடந்துகொண்டிருக்கின்றது. எது இன்னும் வரவில்லையோ அந்த எதிர்காலம் இன்னும் வரவேயில்லை.

நாம் "இக்கண"த்தில் மட்டுமே வாழமுடியும். அது மட்டுமே நமது காலம். அடுத்தக் கணத்தில் என்ன நிகழப் போகிறது என்று யாரும் அறிந்துகொள்ளப் போவதில்லை. மூன்று நாட்களுக்கு முன்பு மூன்று நாட்கள் மட்டுமே இங்கு தியானம் செய்துகொண்டிருந்த ஒரு கனடா நாட்டு சீடர் தியானம் செய்வதற்கு முன்பு "நான் இன்று மாலை சந்நியாசம் எடுத்துக்கொள்ள விரும்புகின்றேன்" என்று அவரது ஆசையை வெளிப்படுத்தியிருந்தார். ஆனால் தியானம் செய்துகொண்டிருந்தபோதே இறந்துவிட்டார். மாலை நேரம் வருவதில்லை. இரண்டரை மணிநேரமாக அவர் தியானித்துக்கொண்டுயிருக்கிறார் என்று நினைத்து சீடர்கள் அவரை உலுக்கினார்கள். அவர் இறந்துவிட்டார் என்று அறிந்து அதிர்ச்சியடைந்தனர். ஆனால் முடிந்தவரை அவர் தியானம் செய்தது போதுமானது என்று கருதியதால் அவரைக் குறித்து அக்கரைப்பட்டேன். அவர் ஒரு சந்நியாசியாகி விட்டார். சந்நியாசம் என்பது ஏதோ வெளிப்புறமானதல்ல. அது உங்களுக்குள் எழுகிற, துரிதப்படுத்தும் ஒன்றாக, ஒரு ஆழமான ஏக்கமாகவும் இருக்கின்றது. மேலும் அவர் தியானத்தில் இறந்தார். அங்கு எது தொடங்கப்படுவதற்கானதாகவும், தீட்சைக் கொடுக்கப்படுதலுக்குமானதாகவும் இருக்கமுடியும்? அவர் ஒரு சந்நியாசி போல இறந்தார். பூரணமான மௌனத்திற்கும், முழுமையான அமைதிக்கும் அப்பால் அவர் மறைந்தார்.

"ஜென்" கடந்தகாலத்தைப் பற்றியோ, எதிர்காலத்தைப் பற்றியோ பேசுவதில்லை. அதனுடைய முழு கவனமும் "இங்கே, இப்போது" என்பதுதான். எப்போதும் ஒரு சிறுகதையை விரும்புவேன். ஒரு சிறந்த நாத்திக வக்கீல் அவர் வழக்கமாக உட்காரும் அறையின் சுவரில் ஆங்கிலத்தில்

பெரிய எழுத்துக்களில் GOD IS NOWHERE "கடவுள் எங்கேயும் இல்லை" என்று எழுதியிருந்தார். உண்மையில், அவரைப் பார்க்க வருகின்ற ஒவ்வொருவரின் கண்களுக்கும் தெரியும்படி மிகப் பெரிய எழுத்துக்களை எழுதி வைத்திருந்தார். அவருக்கு முதல் குழந்தைப் பிறந்தது. மேலும் அவர் ஒருநாள் குழந்தையுடன் விளையாடிக்கொண்டிருந்தார். சில வருடங்களுக்குப் பிறகு குழந்தையும் மெல்ல மொழியைக் கற்றுக்கொள்ள அதை எழுத்துக்கூட்டிப் படித்துக்கொண்டிருந்தது. நாத்திக வக்கீலால் "கடவுள் எங்கும்இல்லை" என்பதை வாசிக்கமுடிந்தது. ஆனால் "எங்கும்இல்லை" என்கிற வார்த்தை ஒரு பெரிய வார்த்தையாக இருந்ததால் ஒரே மூச்சில் அந்தக் குழந்தையால் உச்சரிக்க முடியவில்லை.

ஆகவே அந்த நாத்திக வக்கீல் "எங்கும்இல்லை" என்கிற வார்த்தையை இடைவெளிவிட்டு எழுதினார். அப்போது GOD IS NOW HERE "கடவுள் இங்கே இப்போது இருக்கிறார்" என்று அமைந்தது. முதல்தடவையாக அந்த நாத்திக வக்கீல் அதை உச்சரித்துப் பார்த்தார். அடக் கடவுளே! இந்தக் குழந்தை "என்னை விழிப்படைய வைத்துவிட்டது" என்று சொன்னார். இப்போது என்னால் முழுமையாக அந்த வார்த்தையை படிக்க முடியவில்லை. "இங்கே இப்போது" என்றே எப்போதும் நினைக்கிறேன். இது வக்கீலின் மாற்றத்திற்கான நொடியாக இருந்தது. முதல்தடவையாக உண்மையாக "கடவுள் எங்கும் இல்லை" என்று நான் அறிந்திருக்கின்றேனா? முழு இடைவெளியையும் பரிசோதித்துவிட்டேனா? நான் என்னுடைய உள்ளிருப்பை அறிந்துவிட்டேனா? என்று அந்த வக்கீல் யோசிக்க ஆரம்பித்தார்.

நாத்திகவாதிகள் குருடர்களாக இருப்பதைப்போலவே ஆத்திகர்களும் குருடர்களாக இருக்கிறார்கள். ஆகவே கடவுள் நம்பிக்கையில்லாதவர்களாக இருக்கிறார்கள். இருவருமே நம்பிக்கையாளர்களாக இருக்கின்றார்கள். நாத்திகவாதியும் அல்லாத மற்றும் கடவுள் நம்பிக்கையும் அல்லாத, யார் சாதாரணமாக உண்மையை பற்றியத் தேடலில் இருக்கிறாரோ அவர்தான் கடவுளை என்றுமே முழுமையாக புரிந்துகொள்ள முடியாது என நம்புபவராக இருப்பவர்தான் சரியானவராக

உள்ளார். அவர் நம்பிக்கை முறையை கொண்டிருப்பதில்லை. தவறான அபிப்பிராயங்களைக் கொண்டிருப்பதில்லை. முன்கூட்டியே செயல்முறைகளை வகுத்துக்கொண்டக் கருத்துகளைக் கொண்டிருப்பதில்லை. சோவியத் யூனியனில் உள்ள நாத்திகத்திலும் வாடிகனில் உள்ள ஆத்திகத்திலும் அதிகமான வித்தியாசத்தைப் பார்க்கவில்லை. வாடிகனின் ஆத்திகம் ஒரு பைபிள் நம்பிக்கையின் அடிப்படையில் இருக்கிறது. காரல் மார்க்ஸின் மூலதனம் சோவியத் யூனியனுக்கான பைபிளாக இருக்கிறது. ஏனெனில் காரல் மார்க்ஸ் ''கடவுள் இல்லை'' என்று சொல்லுகிறார். அது ஒவ்வொரு குழந்தைக்கும் முன்பே சொல்லித்தரப்பட்டக் கருத்துகளாக இருக்கிறது என்றும் சொல்கிறார். ரஷ்யப் புரட்சி நடந்து முடிந்த எழுபது வருடங்களில் பழையத் தலைமுறை மறைந்துவிட்டது. இப்போது சோவியத் யூனியனில் ஒவ்வொரு குழந்தையும் கடவுள் இல்லையென்று நம்புகிறது. இந்தியாவில் ஒவ்வொரு குழந்தையும் கடவுள் இருக்கிறது என்று நம்புகிறது. இந்த இரண்டு பேர்களுமே நம்பிக்கைவாதிகளாக இருக்கிறார்கள். ஒன்று நேர்மறை நம்பிக்கை. மற்றொன்று எதிர்மறை நம்பிக்கை. ஆனால் நம்பிக்கை நம்பிக்கையாகவே இருக்கிறது. சோவியத் யூனியனும் கடவுளைக் குறித்து அறிந்திருக்கவில்லை. வாடிகனும் கடவுளைக் குறித்து அறிந்திருக்கவில்லை.

கடவுளைப் பற்றி அறிந்துகொண்ட மக்கள் ''இறுதியான, முடிவான ''யதார்த்த''த்தை சொல்வதற்கு சாத்தியமில்லாதது'' என்று சொல்லுகிறார்கள். அதை மொழியுனுள் சொல்லபட முடியாது. அது மர்மமாகவே நீடிக்கிறது. நீங்கள் கடவுளுனுள் நுழைய முடியும். ஆனால் நீங்கள் கடவுளைப் பற்றி எதையும் சொல்ல முடியாது. நீங்கள் அதை அனுபவிக்கலாம். நீங்கள் அதை பார்த்து மகிழ்ச்சியடையலாம். நீங்கள் அதனுள் நடனமாட முடியும். ஆனால் மொழி மிகவும் பற்றாக்குறையாகவே உள்ளது.

எது தியானப்பவர்களின் இறுதியான அனுபவங்களை வெளிப்படுத்த முடியாது என்று உள்ளதோ அதுதான் தத்துவத்தின் உண்மையான வறுமையாக, குறைவாக உள்ளது. கடவுளை என்றுமே முழுமையாக புரிந்துகொள்ள முடியாது என நம்புவர்கள் மட்டுமே தியானிப்பவராக இருக்க முடியும்.

அப்படிப்பட்ட ஒருவர் முன்பே திட்டமிடப்பட்டக் கருத்துகளை தொகுத்துவைத்திருக்கிற நாத்திகவாதிகளா அல்லது முன்பே திட்டமிடப்பட்டக் கருத்துக்களை தொகுத்துவைத்திருக்கிற ஆத்திகவாதிகளின் கருத்துகளா என்று பிரச்னையாகப் பார்க்காது இந்த இருவரின் கருத்துகளையும் ஒதுக்கித் தள்ளுகிறார். முழு மனதால் முன்பே திட்டமிடப்பட்டக் கருத்துகளை ஒதுக்கித்தள்ள வேண்டியுள்ளது. மேலும் மனமற்ற, முன்பே திட்டமிடப்பட்டக் கருத்துகள் இல்லாது மனமற்ற நிலைக்குள் நுழைபவராக நீங்கள் உள்ளீர்கள். அந்த மனமற்ற நிலையில் "கால"மே இல்லை. இந்த "நொடி" மற்றும் பூரணமான அமைதி மட்டுமே அப்போது உள்ளது, "இங்கே, இப்போது" மட்டுமே உள்ளது. "நான் விறகுக்கட்டையைப் பெற்று இருக்கிறேன்", "மீதமுள்ளதை நீ புரிந்துகொள்ள முடியும். ஆனால் கடந்தகாலத்தைப் பற்றி என்னிடம் கேட்காதே" என்று யாகூசான் சொன்னது இதற்காகத்தான்.

இது டேப்–டேப் என்ற சத்தத்தை உருவாக்குகிறது. உலகத்தில் என்னவாக அது இருக்கிறது.? என்று அந்தத் துறவி அப்போது யாகூசானுடைய "வாளை"க் குறிப்பிட்டு சொன்னார்.

இதைப் பற்றி நீங்கள் எப்போதாவது நினைத்து உள்ளீர்களா? சிறு விசயங்கள்கூட விளக்கப்பட முடியாது. மஞ்சள் நிறம் என்றால் என்ன என்று உங்களை யாராவது கேட்டால் நீங்கள் என்ன சொல்வீர்கள்? எது மஞ்சள் நிறமாக இருக்கின்றதோ அதை நீங்கள் குறிப்பிட்டுக் காண்பிக்கலாம். ஆனால் உங்களால் எந்தவிதமான வரையரைக்கு உட்படுத்தப்பட்ட விளக்கமும் கொடுக்க முடியாது. மஞ்சள் நிறம் என்றால் என்ன? சிவப்பு நிறம் என்றால் என்ன? சிவப்பு சிவப்பாக இருக்கிறது. ஆனால் அது பதிலாவது இல்லை. இது கூறியதைக் கூறுதலாக இருக்கிறது. நீங்கள் சாதாரணமாக ஒரு ரோஜா ரோஜாவாக இருக்கிறது என்று திரும்பத் திரும்ப சொல்லிக் கொண்டிருக்கின்றீர்கள். ஆனால் இதைத் தாண்டி எங்கேயும் செல்லவில்லை. நீங்கள் ரோஜா என்றால் என்ன என்று விளக்கியிருக்கவில்லை. நீங்கள் "விளக்கம் கொடுப்பது சாத்தியம் இல்லை" என்று குறிப்பிட மட்டுமே முடியும். ஆகவே டேப்–டேப் என்கிற சத்தம் எதை உருவாக்கிக்கொண்டிருக்கிறது

என்று அந்தத் துறவி கேட்டபோது "அது வாள்" என்று நான்சென் பதிலளிப்பதில்லை. ஏனெனில் "ஜென்" மொழியை நம்புவதில்லை. "ஜென்" இருத்தலியத்தையே, இக்கணத்தையே நம்புகிறது. வாளை வெளியே எடுத்தார். அவரது வாளுடன் போர்வீரர் நிற்கிற முறையில் ஒரு போர்வீரனைப் போல அந்தத் துறவிக்கு காட்சியளித்தார். "இது அதுவாக இருக்கிறது". நீங்கள் கண்களைக் கொண்டிருந்தால் பார்க்க முடியும். உங்களுக்கு கண்கள் இல்லையென்றால் நான் உதவியற்றவனாக இருக்கின்றேன். அங்கு உரையாடல் இல்லை. வெறும் இருத்தலிய "சுட்டிக்காட்டுதல்கள்"தான்.

சிரோ எழுதினார்:

மூடுபனியில்
எங்கே கடலும் வானமும் ஒன்றாக உள்ளது?
செந்நிறமான மெல்லிய வட்டமான
உதயசூரியன்.

ஐக்கூ படக்காட்சிகளாக இருக்கின்றன. அவைகள் மனக் கண்முன் தோன்றுகிறது. அவைகள் சாதாரண அறிவில் உள்ள கவிதைகள் அல்ல. இப்போது உள்ளதை மனக் கண்முன் தோற்றுவிப்பதுதான். மூடுபனியில் எங்கே கடலும் வானமும் ஒன்றாக இருக்கின்றது.

சிவப்பின் மெல்லிய வட்டமான – உதயசூரியன்.

இந்த ஐக்கூகள் தியானத்தின் காரணமாக வெளியில் தெரிய வந்திருக்கிறது. உண்மையில் சிரோ கடற்கரைப் பகுதியில் தியானம் செய்துகொண்டிருந்தார். அவர் அவரது கண்களைத் திறந்ததால் மூடுபனியில் எங்கே கடலும் வானமும் ஒன்றாக இருக்கின்றனவோ அங்கே திடீரென்று அடிவானத்தில் ஒரு சிவப்பின் மெல்லிய வட்டமான – உதயசூரியன். அவரது பகுதியில் பூரணமான அமைதி. சிரோவே அங்கு இல்லை. அவர் கடலில், மூடுபனியில், உதயசூரியனில் முழுமையாக உறிஞ்சப்படுகிறார்.

இது பிக்காசோவிற்கும் நிகழ்ந்தது. இது நீங்கள் புரிந்துகொள் வதற்கு உதவும். பிக்காசோ வரைந்துகொண்டுயிருந்தார். ஒருவர் ஒன்றரை மணிநேரம் தொடர்ச்சியாக அவர்

வரைந்துகொண்டிருப்பதைப் பார்த்துக் கொண்டிருந்தார். கடைசியில் பிக்காசோ என்ன வரைந்திருந்தார் என்ற ஆர்வம் அவரைத் தூண்டிக்கொண்டிருந்தது. ஏனெனில் பிக்காசோ என்ன வரைந்துகொண்டிருந்தார் என்பதை அந்த மனிதரால் புரிந்துகொள்ள முடியாததின் காரணமாக அவனது மன சலனத்தை அவரால் எதிர்கொள்ள முடியவில்லை. பிக்காசோ வரைந்துகொண்டிருந்த ஓவியத்தில் வெறும் நிறங்கள்..... நிறங்கள்.....ஆனால் அவர் என்ன வரைந்துகொண்டிருந்தார் என்கிற கருத்து அந்த படத்தில் இல்லை. கடைசியாக அவர் பிக்காசோவை அசைத்து "நீங்கள் என்ன வரைந்து கொண்டிருக்கின்றீர்கள்" என்று கேட்டான். தன்நிலையை இழந்ததைப்போல பிக்காசோ எழுந்தார். "என்ன....என்ன? வரைதல் நிகழ்ந்துகொண்டிருந்தது, அங்கு நான் இல்லை". நான் வரைந்து கொண்டிருக்கவில்லை. அது என்ன என்று எனக்குத் தெரியாது. வரைதல் முடிகிறபோது நான் என்ன வரைந்திருக்கின்றேன் என்பதை விமர்சகர், பார்வையாளர் அதைக் காண்பார்கள். ஏனெனில் நான் அங்கு இல்லை. எனது தூரிகை, என்னுடைய நிறங்கள், கேன்வாஸ் துணி மட்டுமே நான் வைத்திருக்கின்றேன். ஏதோ நிகழ்ந்துகொண்டிருக்கிறது.....ஏதோ படைத்துக்கொண்டுயிருக்கிறது. ஆனால் எனக்கு சரியாக அது என்ன என்று தெரியாது என்று சொன்னார்.

ஒரு பணக்கார இளம்பெண் "நீங்கள் எந்த ஓவியத்தையும் உருவாக்கியதாகத் தெரியவில்லையே" என்று பிக்காசோவைக் கேட்டார். அவர் எந்தவிதமான ஓவியத்தையும் உருவாக்கியதில்லை. ஏனெனில் யார் அவரிடம் ஓவியத்தை வரையுங்கள் என்று கேட்பார்கள்? ஏதோ வெறுமனே அந்த ஓவியத்தை பார்க்கின்றார்கள்.!

நான் எந்த ஓவியத்தையும் உருவாக்கியதில்லை. அந்த அமெரிக்க நாட்டுப் பணக்காரி "நான் எத்தனை பணம் வேண்டுமானாலும் உங்களுக்கு கொடுக்க விரும்புகிறேன். பணத்தைப் பற்றிக் கவலைப்படாதீர்கள். எனக்கு பணம் ஒரு பிரச்னையே அல்ல என்று அவள் கூறினாள். இவள் ஒரு பெரும் பணக்கார விதவை.

அப்படியென்றால் ஒரு பில்லியன் டாலர் அதற்கு விலை என்று அந்தத் பெண்ணைத் தவிர்ப்பதற்கு தமாசுக்கு சொன்னார்.

“சரி, சம்மதிக்கிறேன், வரைய ஆரம்பியுங்கள்” என்று சொன்னாள்.

அந்தப் பெண்ணைப் பார்த்து அவளது ஓவியத்தை வரைய ஆரம்பித்தார். ஓவியம் வரைந்து முடிக்கப்பட்டபோது அந்தப் பெண் திகைப்படைந்தாள். நான் ஒரே கேள்வி கேட்க விரும்புகிறேன். “இந்த ஓவியத்தில் எங்கே என்னுடைய மூக்கு இருக்கிறது? ஏனெனில் மூக்கு எங்கு உள்ளது என்று தெரிந்தால்தான் என்னுடைய கண்கள் எங்கே உள்ளது? என்னுடைய வாய் எங்கே உள்ளது? என்னுடைய காதுகள் எங்கே உள்ளது என்பதைக் காணமுடியும். இதற்கு மேல் எந்தக் கேள்வியும் உங்களைக் கேட்கமாட்டேன்” என்று சொன்னாள்.

“நான் முன்பே உங்களிடம் ஓவியம் வரைவதில்லை என்று சொன்னேன். எங்கு மூக்கு இருந்ததோ அது மிக நன்றாக எனக்குத் தெரியும். ஆனால் இப்போது எனக்குத் தெரியவில்லை. “உங்களுடைய மூக்கைப் பற்றி யார் கவலைப்படப் போகிறார்கள்” என்று நினைத்து அதை வரைவதில் நான் தவறியிருப்பேன். நீங்கள் இதை விமர்சகர்கள், ஓவிய சுவையுள்ளவர்கள், கலை ஆர்வம் உள்ளவர்களிடம் காண்பியுங்கள். ஒருவேளை அவர்களால் அந்த மூக்கைக் காணமுடியும். ஆகவே நீங்கள் இதை எடுத்துக்கொள்ளலாம்” என்று பிக்காசோ சொன்னார்.

தியானிப்பவர் ஆழமான தியானத்தில் இருக்கின்றபோது அவர் அங்கு இல்லவே இல்லை. மேலும் காலை... அதிகாலை... இன்னும் இருட்டில் இருக்கின்றபோது சூரியன் இன்னும் அடிவானத்தில் இருக்கின்றது. இது மிகச்சிறந்த நேரம். அதிகக் குளிர்ச்சி. நீங்கள் கடலின் அருகே இருப்பீர்களேயானால் குளிர்ச்சியான, சுறுசுறுப்பான, உப்புத் தென்றல் மற்றும் உங்களைச் சுற்றி அமைதி மேலும் தொடர்ச்சியான அலைகளின் சத்தம் ஒரு குறிப்பிட்ட இசையின் அதிர்வுகள்..... இது கிட்டத்தட்ட ஒரு தாலாட்டுப் பாட்டுப்போல செயல்படுகிறது. உங்களுடைய தாயின் மடியில் அமர்ந்துகொண்டு அந்தத் தாய் ஒரு பாட்டுப் பாடுவதைப்போல.... தொடர்ச்சியான அலைகள், மீண்டும்....மீண்டும்.....மீண்டும்.... அதே சத்தங்கள். அது தாலாட்டுப் பாடலைப்போல உருவாக்குகிறது. அது

உங்களுக்கு கடுமையைத் தவிர்ப்பதற்கு உதவுகிறது. இப்போது மக்கள் தூக்கத்திற்காக அந்தச் சத்தத்தைப் பயன்படுத்திக் கொண்டிருக்கின்றார்கள்.

சிரோ கடற்கரையில் உட்கார்ந்திருக்க வேண்டும். முற்றிலும் தளர்வு நிலையில், சுத்தமான, தெளிவா மேலும் கண்ணாடிகளைப் போல மாசில்லாத, தெளிவாக இருந்தபோது அவர் அவரது கண்களைத் திறந்தார். மேலும் அங்கு ஒரு பிரதிபலிப்பு இருக்கின்றது. கடற்கரையில் மூடுபனி கடலை சந்திக்க திடீரென்று மூடுபனிக்கு வெளியே மற்றும் கடலுக்கு வெளியே ஒரு மெல்லிய சிவப்பு வட்டம் உதயசூரியன் எழுகிறது. இந்த ஐக்கூகள் வார்த்தைப் படங்களாக இருக்கின்றன. இது ஒரு பின்புலம் போல தியானிப்பவரின் முழுமையின் அவசியமாக உள்ளது. தியானிப்பவரைத் தவிர ஒருவராலும் ஐக்கூவை எழுத முடியாது.

இப்போது பல மேற்கத்தியர்கள் ஐக்கூ எழுதிக்கொண்டிருக் கின்றார்கள். தியானம் செய்யாது ஐக்கூ எழுத முடியாது என்று அவர்கள் புரிந்துகொள்வதில்லை. நீங்கள் ஒரு கவிதை இயற்ற முடியும். ஒரு ஐக்கூவில் எத்தனை அசைகள் இருக்கின்றன என்று உங்களுக்குத் தெரியும். உங்களால் கவிதை எழுத முடியும். ஆனால் அந்தத் தொகுப்பு மனதிலிருந்து வருகிறது. ஐக்கூ மனமற்ற நிலையிலிருந்து வருகிறது. நீங்கள் ஏதுமற்ற நிலையில் இருக்கின்றபோது பூரணமான அமைதியிலிருந்து ஒரு கண்ணாடியைப் போல, எண்ணங்களின் காரணமாக அல்ல. ஆனால் எண்ணமற்ற நிலையிலிருந்து ஐக்கூ வருகிறது.

ஐந்தாவது கேள்வி:

மனிஷா ஒரு கேள்வியைக் கேட்டிருக்கிறார்.

எங்களுடைய அன்புக்குரிய குருவே!

நம்முடைய வெளியுலகம் மற்றும் உள்ளுலகம் இரண்டையும் ஒன்றாக்குவதற்கு உண்மையில் தூண்டுதலைப் புரிந்துகொள்வதில்லையா?

ஆம், மனிஷா. பார்ப்பதற்கு இந்த கேள்வி சாதாரண கேள்வியாக உள்ளது. ஆனால் நீங்கள் கேட்டுள்ள கேள்வி ஒரு சிக்கலான கேள்வியாக உள்ளது. சிக்மண்டு பிராய்டுவை சான்றாகக் காட்டுகிறேன். உலகில் உண்மையை, விடுதலையை, பாதுகாப்பைக் கண்டுபிடிப்பதற்காக முழுமையானத் துரிதப்படுத்துதல் ஏதுமற்றதின் காரணமாக எழுந்துகொண்டிருக்கின்றது என்று கூறிய முதல் மனிதர் சிக்மண்டு பிராய்டாக இருந்தார். ஒரு குழந்தை ஒன்பது மாதங்களாக தாயுடன் ஒன்றாக கருவறையில் வாழ்ந்தது. கருவறை அந்தக் குழந்தைக்கு முழு உலகமாக இருந்தது. வேறொன்றும் அந்தக் குழந்தைக்குத் தெரியாது. கருவறை அந்தக் குழந்தைக்கு முழு பிரபஞ்சமாக இருந்தது. அழகானதாகவும், தளர்வுடையதாகவும் இருந்தது. அந்தக் குழந்தைக்கு கடனைத் தீர்ப்பதற்கு கவலைகள் இல்லாது இருந்தது. அதற்கு மனைவியைப் பற்றியோ, ஹிப்பிகள் ஆவது பற்றியோ கவலைகள் இல்லை. அந்தக் குழந்தைக்கு எந்தக் கவலைகளுமே இல்லை. அனைத்து ஆகாரமும் அம்மாவால் கொடுக்கப்பட்டது. அனைத்து பிராணவாயுவும் அம்மாவால் கொடுக்கப்பட்டது. எதையும் கேட்காது அந்தக் குழந்தைக்குக் கொடுக்கப்பட்டது. அந்தக் குழந்தை சொர்க்கத்தில் ஒன்பது மாதங்கள் வாழ்ந்தது.

ஆனால் ஒன்பது மாதங்களுக்குப் பிறகு அந்தக் குழந்தை ஆதாம் மற்றும் ஏவாளை வெளியுலகிற்குள் தூக்கி வீசியதைப்போல ஒருவரை சொர்க்கத்திற்கு வெளியே வீசப்படுகிறது. அப்பொழுது உதவியற்ற அந்தக் குழந்தை முழு உலகத்தையும் எதிர்பாராத நிலையில் எதிர்த்து நிற்கிறது. உலகம் மிகவும் பெரியது, மேலும் ஒவ்வொரு நாளும் புதிய பிரச்னைகள் கொடுக்கின்றது. ஒவ்வொரு நாளும் பிரச்னைகளுக்கு மேல் பிரச்னையாக புதிய கருத்துகளைக் கற்கத் தேவையிருக்கிறது. விரைவில் அந்தக் குழந்தைப் பள்ளிக்கு சென்றுகொண்டிருக்கும், அங்குப் பல பாடத்திட்டங்களை படிக்க வேண்டியுள்ளது. விரைவில் அந்தக் குழந்தை திருமணம் செய்துகொள்ளும். அங்குப் பிரச்னைகளுக்கு மேல் பிரச்னைகள். விரைவில் அந்தக் குழந்தை வியாபாரம் செய்யும் அல்லது சேவையில்...... அந்தக் குழந்தை மனைவிக்கு முன்பாக, கணவனுக்கு முன்பாக, பெண் துணைக்கு முன்பாக, ஆண் துணைக்கு முன்பாக, முதலாளிக்கு முன்பாக,

வேலைக்காரனுக்கு முன்பாக இவ்வாறு அனைத்துவிதமான முகமூடிகளையும் அந்தக் குழந்தை அணிந்துகொள்ள வேண்டியிருக்கும். அந்தக் குழந்தைத் தொடர்ச்சியாக முகமூடிகளை மாற்றிக்கொண்டிருக்கும். கருவரைக்கே மீண்டும் திரும்பச் செல்லும் ஆசை அக்குழந்தைக்கு பிரமாண்டமான சிந்தனையாக உருவாகிறது.

பிராய்டின் கூற்றுப்படி அவர் கூறுவதை ஏற்றுக்கொள்கிறேன். உண்மையை அறிந்துகொள்வதற்கான ஆசை, விடுதலை அடைவதற்கான ஆசை, நடைமுறை இருப்பில் ஒன்றாவதற்கான ஆசை தாயின் கருவரையில் அனுபவத்தின் ஒரு நீடிப்பாக இருக்கிறது. ஆழமானத் தியானத்திற்குள் நுழைகிற அந்தக் கணம் முழுப் பிரபஞ்சமும் உங்களுடைய கருவரையாகிறது. உங்களுடைய இருப்பின் மையத்தில் பிரபஞ்சத்துடன் இணைக்கப்படுகிறீர்கள். இல்லையென்றால் நீங்கள் ஒரு கணம் கூட வாழமுடியாது. உங்களுடைய வாழ்க்கை உங்களுடையதல்ல. பிரபஞ்சம் தொடர்ச்சியான ஊற்று நீராக வழங்கிக்கொண்டிருக்கிறது. உங்களுடைய மூச்சு உங்களுடையதல்ல. உங்களுக்கு தேவைப்படுகிற சரியான விகிதத்தில் பிராணவாயுவை வழங்கிக்கொண்டிருப்பது இந்தப் பிரபஞ்சம்தான். நீங்கள் மூச்சுவிடுவதற்கு அது வழங்குவதை நிறுத்திவிட்டால் யாராவது உயிர் வாழ்வார்கள் என்று நினைத்துப் பார்க்க முடியவில்லை. நீங்கள் மூச்சுவிடுவதை மறந்துவிடுவீர்கள். சில பேர் உங்களை அவமரியாதை செய்கின்றார்கள் என்றால் முதலாவதாக மூச்சுவிடுவதையே மறந்துவிடுவீர்கள். நீங்கள் ஒரு அழகான பெண்ணைப் பார்க்கின்றீர்கள். இதயம் தொடர்ந்து துடித்துக்கொண்டிருப்பதை மறந்துவிடுவீர்கள். அது மூச்சுவிடுவதை நிறுத்துகிறது. அது கடினமான அளவிற்கு இருக்கும். இருத்தலியமே அதனுடைய முயற்சியில் ஒவ்வொரு அவசியமான விசயங்களையும் கவனத்தில் எடுத்துக்கொள்ளுகிறது. உங்களுக்கு கொடுக்கப்பட்டிருக்கின்றவைகளில் எது முக்கியமற்றதாக இருக்கின்றது. எது வாழ்க்கைக்கு அவசியமான விசயங்களாக இருக்கின்றதோ அவைகள் அனைத்தும் முழுமையான அவசியமானதாக இருத்தலியத்தின் கரங்களில் இன்னமும் இருக்கிறது.

நீங்கள் உங்களுடைய வேர்களை சென்றடைய ஆழமான தியானத்திற்குள் செல்கிறபோது அப்பால் ஒரு கதவு திறப்பதைக் காண்பீர்கள். ஒவ்வொரு கணமும் வாழ்க்கை உங்களுள் விரைந்துகொண்டிருக்கின்றது என்பதைக் காண்பீர்கள். முழு உலகத்தையும் பகிர்ந்துகொள்வதற்கு விரும்புவீர்கள். இன்னும் அது வற்றாத நிலையாக உள்ளது.

ஆம், மனிஷா. ஆசை, புரிந்துகொள்வதற்கான தூண்டுதல், பிரபஞ்சத்துடன் ஒன்றாவதற்கான உண்மையான தூண்டுதலாக உள்ளது. அப்பொழுது அங்கு பிறப்பும் இல்லை. அங்கு மரணமும் இல்லை. பிரபஞ்சம் சாசுவதமானதாக, முடிவற்றதாக உள்ளது. கிருத்துவர்களும், மற்ற மதங்களும் சொல்லியதுபோல பிரபஞ்சம் உருவாக்கப்பட்டதல்ல. சாசுவதத்திலிருந்து சாசுவதத்திற்கு, முடிவற்றதிலிருந்து முடிவற்றதாக உள்ளது.

அமெரிக்காவிற்கும், கிருத்துவ மதத்திற்கும் எதிரானவன். என்னுடைய கம்யூனுக்கும் எனக்கும் இடையூறு செய்ததின் வெறுப்பின் காரணமாகத்தான் ரொனால்டு ரீகனுக்கு எதிராக இருக்கின்றேன் என்பது அல்ல. ஒவ்வொரு பல்கலைக் கழகத்திலும், ஒவ்வொரு பள்ளியிலும், ஒவ்வொரு கல்லூரியிலும், ஒவ்வொரு நூலகத்திலும் உள்ள சார்லஸ் டார்வின் புத்தகங்களை எரிப்பதற்கு முயற்சித்ததால் உலகத்தின் அனைத்து நுண்ணறிவு உள்ளவர்களுக்கும் பயங்கரமான இரணத்தை ரொனால்டு ரீகன் ஏற்படுத்தினார் என்பதின் காரணமாகத்தான் அவரை எதிர்க்கின்றேன். ஏனெனில் டார்வின் புத்தகங்கள் புரட்சியைக் கற்பிக்கிறது. கிருஸ்துவ மதம் படைப்பு மாதிரியை (சிக்ஷீமீணீமீவீஷீஸீ) கற்பிக்கிறது.

இவைகள் இரண்டும் முரண்பாடானக் கருத்துகளாக உள்ளன. படைப்பு என்பது ஒருமுறையில் நிரந்தரமாக நிறைவுடையது. புரட்சி என்பது நிறைவுடையதல்ல. எப்போதும் மேலே மேலே வளர்ச்சியில் செல்கிறது. படைப்பின் உருவாக்கம் அடிவானம் போல இருக்கிறது. அது ஒரு சில மைல் தூரத்தை மட்டும்தான் பார்க்கிறது. அடிவானத்தைநோக்கிச் செல்லசெல்ல அது நீண்டுகொண்டே போகிறது. உங்களுக்கும் அடிவானத்திற்கும் இடையிலானத் தூரம் அதுவாகவே இருக்கிறது. நீங்கள் பூமியை சுற்றி வர முடியும். ஏனெனில் அடிவானம் என்பது ஒரு மாயை.

நோக்கம், ஒவ்வொரு நோக்கமும் ஒரு அறியாமையாக உள்ளது. புரிந்துகொண்ட மனிதன் எந்த நோக்கமுமின்றி வாழ்கிறான். அவன் சாதாரணமாக வாழ்வதை நேசிக்கிறான். அவன் சாதாரணமாக அன்பை நேசிக்கிறான். அவன் பாடுவதையும், நடனமாடுவதையும் நேசிக்கின்றான். இருத்தலியம் அவனுக்குக் வழங்கியிருக்கின்ற அந்தக் கணத்தையும், அனுபவத்தையும் அனுபவிக்கிறான். அந்த முழுமையான நடனத்தில் நீங்கள் ஒன்றாகின்றீர்கள். அந்த முழுமையான பாடுதலில் அந்த பாடுபவர் மறைகிறபோது நீங்கள் ஒன்றாகின்றீர்கள்.

உலகம் எப்போதும் அறிந்திருக்காத மிகச்சிறப்பாக நடனமாடுவதில் ஒருவரான நிஜின்ஸ்க்கியைப் பற்றி உங்களுக்கு சொல்லியிருக்கின்றேன். அவரது சிறப்பு அவரது நடனமாடுவதால் அல்ல. எது விஞ்ஞானிகளுக்கு சாத்தியமற்றதது என்று நினைக்கின்றார்களோ அந்தளவுக்கு அவர் நடனமாடும்போது ஒரு சமயம் மிக உயரமாகக் குதிப்பார். ஏனெனில் புவிஈர்ப்பு விசை வேகத்துடன் அவரை கீழே தள்ளிக்கொண்டுயிருக்கின்றது. ஒரு அளவுமுறை இருக்கிறது. ஒரு குத்துடன் மேடையில் விழுவீர்கள். ஆனால் நிஜின்ஸ்க்கி எப்போதும் அதிசயமான அளவுக்கு உயரத்தின் அளவை மிஞ்சுவார். என்ன நிகழ்ந்தது? புவிஈர்ப்பு விசைக்கு என்ன நிகழ்கிறது? மேலும் இதுமட்டுமல்ல. அவர் திரும்ப தரைக்கு வரும்போது புவிஈர்ப்பு விசை வலிமையோடு கீழேத் தள்ளுகிறது. நீங்களாக இருந்தால் ஒரு பலத்த குத்துடன் மேடையில் விழுவீர்கள். ஆனால் நிஜின்ஸ்க்கி ஒரு இறகு விழுவதைப்போல மெல்ல விழுவார். இது புவிஈர்ப்பு விசைக்கு எதிரான செயலாக உள்ளது.

இதற்கான இரகசியம் என்ன என்று அவரிடம் மீண்டும்....மீண்டும் கேட்கப்பட்டது. “அந்த இரகசியம் எனக்குத் தெரியாது. நான் அறிந்திருக்கிற அனைத்தும் இருக்கிறது. அதைக் கண்டுபிடிப்பதற் முயற்சிக்கிறபோதெல்லாம் நான் வெற்றியடைந்தது இல்லை. என்னுடைய தனிமையில் அதைக் கண்டுபிடிப்பதற்கு முயற்சிக்கிறேன். நான் வெற்றியடைந்ததில்லை. நான் நடனத்தில் என்னையே மறக்கிறபோது அங்கு நிஜின்ஸ்க்கி இல்லை. அங்கு நடனம் மட்டுமே இருக்கிறது. திடீரென்று

அது நிகழ்கிறது. இது உங்களுக்கு ஒரு ஆச்சரியமாகத்தான் இருக்கிறது. அதுபோலவே எனக்கும் ஆச்சரியமாக இருக்கிறது. இது என்னுடைய செயல் அல்ல'' என்று நிஜின்ஸ்க்கி கூறினார்.

தியானம் என்பது உங்களுடைய செயல் அல்ல. நீங்கள் சாதாரணமாக ஒரு முயற்சியை உருவாக்குகின்றீர்கள். ஆனால் அது உங்களுடைய செய்கை அல்ல. தளத்தைத் தயார்படுத்துவதற்கு உங்களுடைய முயற்சித் தேவைப்படுகிறது. தளம் தயாராக இருப்பதால் உடனடியாக நீங்கள் அங்கு இல்லாது இருப்பதை பார்க்கின்றீர்கள். முழு பிரபஞ்சமாக இருப்பதை காண்பீர்கள். பிரமாண்டமான அமைதியும் மெய்மறந்த இன்பமும் உடைய சாசுவதமான கருவரையான மாபெரும் கருவரைக்குள் நுழைந்து விட்டீர்கள்.

நினைவின் கோயிலை உயர்த்துங்கள்

மடாலயத்தின் பொறுப்பில் இருந்தத் துறவி யாகூசானிடம் "நான் மணியடித்திருக்கின்றேன். தயவுசெய்து, ஓஷோ! இது வழக்கமான சொற்பொழிவுக்கான நேரம்" என்று சொன்னார்.

சரி... என்னுடையக் கிண்ணத்தைப் பிடி. தொடர்ந்து வா என்று யாகூசான் சொன்னார்.

அந்தத் துறவி குரு சொன்ன அர்த்தத்தைப் புரிந்துகொள்ளவில்லை. அச்சமயத்தில் அங்கு இருந்த உன்கன் "குருவே.... எப்போது நீங்கள் உங்களது கைகளையும் கால்களையும் இழந்தீர்கள்?"

"நீ அந்தத் துறவியுடைய பழக்கத்தைச் சாதாரணமாக பெற்றிருக்கின்றாய்" என்று யாகூசான் பதிலளித்தார். "நான் இதைக் காட்டிலும் மற்றவை அல்ல" உங்களைப் பற்றிச் சொல்லுங்கள் குருவே...

"எனக்கு இதுபோன்ற குடும்பம் இல்லை" என்று யாகூசான் பதிலளித்தார்.

ஒருமுறை யாகூசான் ஒரு சிறுவயது துறவியை அழைத்து அவனிடம் "ஏன் இதுபோன்றவர்களை அழைக்கின்றாய்" டாக்கோ கேட்டார்.

"இதனின் காரணமாக" என்று யாகூசான் பதிலளித்தார்.

"ஏன் அதைத் தூர வீசவில்லை" என்று டாக்கோ கேட்டார்.

"ஏனெனில் நான் நீண்டகாலமாக அதைப் பயன்படுத்தியிருக்கின்றேன்." என்று பதிலளித்தார் யாகூசான்.

நண்பர்களே!

முதல் கேள்வி:

கம்யூனிசத்தில் என்ன காணாமல் போய் உள்ளது என்று சந்நியாசிகளில் ஒருவர் ஒரு கேள்வியைக் கேட்டிருக்கிறார்.

"ஜென் நெருப்பும், ஜென் காற்றும்"தான் கம்யூனிசத்தில் காணாமல் போய் உள்ளது. ஒரு ஆழமான பகுப்பாய்வுக்குள் செல்ல உள்ளோம்.

காரல் மார்க்ஸ் ஒரு மாபெரும் அறிவாளியாக இருந்தார். ஆனால் அவர் ஜுடயிசம் மற்றும் கிருத்துவ மதங்களை காட்டிலும் மற்ற ஆன்மீகங்களைப் பற்றியக் கருத்துகளைக் கவனத்தில் கொள்ளாமல் இருந்தார். அவர் அறிந்திருந்த அந்த இரண்டு மதங்களும் பக்தி, பிரார்த்தனை போன்றவைகளில் நம்பிக்கைகளைக் கொண்டிருந்தது. கட்டுக்கதைகளை உள்ளடக்கிய அந்த இரண்டு மதங்களும் கடவுளை நம்புகிறது. எவைகள் பகுத்தறிவற்றதாக இருக்கின்றதோ அந்தக் கருத்துகளையெல்லாம் அந்த இரண்டு மதங்களும் நம்புகின்றன. உதாரணத்திற்கு மோசஸ் கடல் மூலம் கடக்க, கடல் வழி அமைத்துத்தர, இயற்கை விதிவிலக்குகளை உருவாக்குவதில்லை. மேலும் யேசுநாதர் கடவுளின் மகனாக ஈன்றெடுப்பதற்கு மட்டுமே பாசாங்கு செய்தது, காரல் மார்க்ஸ் போன்ற பகுத்தறிவு மனிதர்களுக்கு முற்றிலும் அபத்தமாக இருக்கின்றது. யேசுநாதருடைய அற்புதங்கள் கட்டுக்கதைகளாக இருக்கின்றன. அவர் லாஸ்ராஸை கல்லறைக்கு வெளியே தாகத்தைப் போக்க வரவழைத்தார். வாழ்வதற்கு அவரை மீண்டும் உயர்த்தினார். மேலும் சிலுவையில் இருந்தபோது அவரால் எதுவும் செய்ய முடியவில்லை. தாகமாக இருந்தார். அது கோடைகாலமாக இருந்தது. அவர் தண்ணீரைத் தொடர்ந்து கேட்டுக்கொண்டிருந்தார். கொஞ்சம் தண்ணீரைக்கூட அவரால் உற்பத்திசெய்ய முடியவில்லை. அவர் மக்களைத் தொட்டு மக்களுக்கு கண் பார்வையை அளித்திருக்கின்றார். அவரது ஆடையைத் தொட்டதால்கூட மக்களது முடக்குவாதம் நீக்கப்பட்டிருக்கிறது. அப்படிப்பட்ட இந்த மனிதர்தான் மக்களின் இதயங்களைத் தொட்டு இருக்கிறார். "அவர் தண்ணீர்

மீது நடந்திருக்கிறார். ஆனால் சிலுவையோடு கடவுளை நோக்கி பறக்க முடியவில்லை. அவர் சிலுவையில் முற்றிலும் ஆதாரவற்ற நிலையில் இருந்தார். அவரது அந்த அதிசயங்கள் அனைத்தும் உலகத்தில் உள்ள மக்களை முட்டாளாக்குவதற்கு கிருத்துவர்களால் சாதாரணமாக கற்பிக்கப்பட்டிருக்கின்றன'' என்பதையே காண்பிக்கிறது. கன்னித் தாயின் பிறப்பால், சிலுவையில் ''நீங்கள் என்னை கைவிட்டு விட்டீர்களா'' என்று கடவுளை நோக்கிய அவரது சத்தத்தால் கிருத்துவ பண்டிதர்கள்கூட இந்த அதிசயங்களால் தடுமாறிக்கொண்டு இருக்கின்றார்கள்.

காரல் மார்க்ஸ் யூதமதத்தைப் பற்றி மட்டுமே அறிந்து வைத்திருந்தார். யேசுநாதர் யூதராக இருந்ததைப்போல அவரும் யூதராக இருந்தார். கிருத்துவ மதத்தைப் பற்றியும், மனிதஇனத்திற்கு எதிரான அந்தக் கிருத்துவ மதத்தினுடைய குற்றங்கள், தவறுகள் அனைத்தையும் அறிந்து வைத்திருந்தார். மேலும் மனிதஇனத்திற்கு எதிரான குற்றங்களான இலட்சக்கணக்கான பெண்களை உயிரோடு எரித்தும், பேய், பிசாசுகளுடன் உடலுறவு வைத்துக்கொண்டிருக்கிறார்கள் என்று குழப்பத்திற்கு பெண்களை தள்ளியும், உட்படுத்தியும், பெண்களுக்கு தொடர்ச்சியான அடி, உதை. அவளைத் தூங்கவிடாது, அவளுக்கு உணவு கொடுக்காமலும், மணிக்கணக்காக பெண்களின் இதயத்தின் மீது ஐஸ் கட்டியை வைத்தும் தொடர்ச்சியாக பெண்களுக்கு எதிராக சித்ரவதை செய்த அந்தக் கிருத்துவ மதத்தைப் பற்றி காரல் மார்க்ஸ் அறிந்து வைத்திருந்தார்.

புதியதாகக் இழுவை மெஷின் கண்டுபிடிக்கப்பட்டச் சந்தர்ப்பத்தில் பெண்களை இழுவை மெஷின் களில் (செக்) எப்படி மற்றொரு பக்கத்திலிருந்து தலை மற்றும் தோல்கள் ஒரு பக்கத்திலிருந்து கால்களை இழுத்துக்கொண்டு இழுக்கப்படுகிறதோ அந்த மேற்பரப்புக்கு இழுத்துச்செல்லும் இழுவை மெஷினில் பெண்களை ஈடுபடுத்திக் கொண்டுயிருந்தார்கள்.

ஒரு பெண் முதுகுவலியால் துன்பப்பட்டுக் கொண்டுயிருந்தாள். திடீரென்று அவளது முதுகுவலி மறைந்தது. இப்போது

அந்த இழுவை இயந்திரங்கள் சர்ச்சிலிருந்து மருத்துவக் கல்லூரிகளுக்கும், மருத்துவமனைகளுக்கும் இடமாற்றம் செய்யப்பட்டிருக்கிறது. இது என்னுடையத் தனிப்பட்ட அனுபவத்திலிருந்து எனக்குத் தெரியும். மேலும் அவர்கள் அந்த மக்களை இழுவை மெஷினில் சித்ரவதை செய்துகொண்டிருந்தபோது சிலநேரங்கள் புஜங்கள் உடைபடும். சிலநேரங்கள் கால்கள் வெளியே வரும். சிலநேரங்கள் தலை அதிகமான அளவிற்கு இழுக்கப்படும். பின்பு அந்தப் பெண்கள் சொல்ல ஆரம்பிப்பார்கள்: "நான் பிசாசுடன் காம உறவை வைத்துக்கொண்டுயிருக்கின்றேன்" என்று குழப்பிக்கொள்கிறேன் என்று பெண் சொல்ல ஆரம்பிப்பாள். அந்த பெண்ணை ஒருமுறை குழப்பிவிட்ட அப்போது அவர்கள் "பிசாசை விவரிப்பது எப்படி" என்று அவளிடம் சொல்லுவார்கள். அந்தப் பேய் இரண்டு ஊதுகொம்புகளை வைத்திருந்தது, அது அவனது பாலியல் சாதனங்கள் முட்கரண்டியாக்கப்படுகிறது என்று போப்பாண்டவரால், பெரிய பஞ்சாயத்துக் குழுவால் நியமிக்கப்பட்ட ஒரு சிறப்பு நீதிமன்றத்தில் அந்த விபரங்கள் அனைத்தையும் குழப்ப வேண்டியிருந்தது. ஏழைப்பெண் அதை ஏற்க வேண்டியிருந்தது. இல்லையென்றால் அவர்கள் அவளை மரணம் அடையும் வரை சித்ரவதை செய்வார்கள். ஆகவே இதனுடைய கருத்து என்ன? எரிக்கப்பட்டதை குழப்புதல் என்பதுதான் அதன் அர்த்தம். ஆனால் மரணம் தொடர்ச்சியான இந்த வாழ்வின் சித்ரவதையைக் காட்டிலும் மரணமடைவதே அதிக அமைதியுடையதாக இருக்கும் என்று அவள் அறிகிறாள்.

யாரைக் காட்டிலும் கிருத்துவ தேவாலயங்களால்தான் அதிகமான மக்கள் கொல்லப்பட்டிருக்கின்றனர். "எது மதங்களாக இல்லாது கட்டுக்கதைகளையும், மூடநம்பிக்கைகளையும் கொண்டு இருக்கின்றதோ அந்த மதங்களான கிருத்துவ மதத்தையும், யூத மதத்தையும் எதிர்வினையும், விமர்சனமும் செய்துகொண்டிருந்தார் காரல் மார்க்ஸ். மார்க்ஸ் தாவோயிசத்தைப் பற்றி தெரிந்துகொள்ளாது இருந்தார். அவர் லாவோட்சு பற்றி தெரிந்துகொள்ளாது இருந்தார். அவர் கௌதம புத்தரைப் பற்றியும், மகாவீரர் பற்றியும் தெரிந்துகொள்ளாது இருந்தார். கடவுளை நம்பாத, பிரார்த்தனையில் நம்பிக்கையில்லாத, சொர்க்கம், நரகம் என்பதில் நம்பிக்கையில்லாத மதங்களும்

இவ்வுலகில் இருக்கின்றன என்பதை காரல் மார்க்ஸ் தெரிந்துகொள்ளாது இருந்தார். மொத்த கிழக்கத்திய மதங்களின் தோற்றங்களைப் பற்றியும் தெரிந்துகொள்ளாதின் காரணமாக மார்க்ஸ் பொருள்முதல்வாதம் போல, இயங்கியல் பொருமுதல்வாதம் போல கம்யூனிசத்தை உருவாக்கினார்.

இது அறியாமையின் காரணமாக இருந்தது. இல்லையென்றால் மனிதனின் உட்புற இடத்தில் கிழக்கத்திய சிந்தனைகளின் ஆராய்ச்சியைப் பற்றி தெரிந்து வைத்திருந்தால் அவர் மீது முழு நம்பிக்கையைக் கொண்டிருப்பேன். காரல் மார்க்ஸ் ஒரு சாதாரண மனிதர் அல்ல. ஆனால் அவரொரு அசாதாரணமான அறிவார்ந்த மனிதர். இவ்வுலகில் கிருத்துவ மதமும், யூத மதமும் மட்டும்தான் மதங்கள் அல்ல என்று மார்க்ஸ் புரிந்துகொண்டிருப்பார். புத்த மதம் அறிவார்ந்த உரையாடலாலும், தியானத்தினுள் மக்களை வழிநடத்தியதின் மூலமும், சாதாரண உரையாடல் மூலம் ஆசியா முழுமையும் மாற்றியது. புத்த மதம் ஒரு நபரைக்கூடக் கொன்றிருக்கவில்லை. காரல் மார்க்ஸ் கிருத்துவ மதம், யூத மதத்திற்கு எதிராக அவரது எதிர்வினைவில் சரியாக இருந்தார். ஒரு படைப்பாளர் போல கடவுள் நிச்சயமாக இல்லை. மேலும் ஒரு நியாயமான முடிவு போலவும், ஒரு தர்க்கரீதியான அனுமானம் போலவும் அவர் மனித ஆன்மாவையும் மறுத்தார். ஏனெனில் அவர் கடவுள் இல்லை என்றும் மறுத்தார். இது அவரது அனுபவம் அல்ல. இதுவொரு சாதாரண தர்க்கரீதியானதான விசயம். எது பொருளாக இல்லாது இருக்கின்றதோ அந்த மனித ஆன்மாவை ஏற்பது அவரது தத்துவத்தில் சுய முரண்பாடாக இருக்கும். தொழிலால் ஒரு தர்க்கவியலாளனாக இருக்கின்றேன். தவறுசெய்வதால் ஒரு ஆத்மபலம் கொண்டவனாக இருக்கின்றேன். ஆனால் என்னுடையத் தவறு எனக்கு வியக்கத்தக்க விசயங்களைக் கொடுத்திருக்கின்றது. இப்போது தர்க்கம் என்பது ஒரு மனசார்ந்த உடற்பயிற்சி, மல்யுத்தம் என்று எனக்கு தெரியும்.

மார்க்ஸால் பெறப்பட்ட அனைத்து முடிவுகளும் தர்க்கத்தின் அடிப்படையிலும், சிந்தனையின் அடிப்படையிலும், தத்துவம் பேசுவதின் அடிப்படையிலும் இருந்தது. உள்நோக்கிச் செல்ல சில வழிகள் இருக்கின்றது என்றோ, தியானம்

போன்ற ஏதாவது இருக்கின்றது என்பதையெல்லாம் காரல் மார்க்ஸ் தெரிந்துவைத்திருக்கவில்லை. மனித ஆத்மாவும், மனித உணர்வு பொருளில் உற்பத்தி செய்யும்போது கிடைக்கும் உபபொருள் அல்ல. அது அதனுடைய சொந்த இருப்பைக் கொண்டிருக்கிறது. உடலினுள் உள்ள பொருள் உயிரோடு இருப்பதாகத் தோன்றுகிறது. உணர்வு, பிரக்ஞை போன்றவற்றின் இருப்பின் காரணமாகத்தான் உடலில் உள்ள பொருள் உயிரோடு இருப்பதாக தோன்றுகிறது. உணர்வோ, பிரக்ஞையோ உடலைவிட்டுப் போகின்ற அப்போது உடல் சாதாரணமாக இறக்கிறது, ஒரு பிணமாகிறது. ஆனால் காரல் மார்க்ஸ் தியானத்தைப் பற்றி அனுபவம் கொண்டிருக்காததின் காரணமாக மேற்கத்திய நாடுகள் தியானத்திற்கான சரியான இடமாக இல்லாது இருந்தது. மேற்கத்திய நாடுகளிலுள்ள மக்களின் மொத்த சிந்தனையும் புறநிலைச் சார்ந்ததாக இருந்தது. மேலும் யூத மதமும் கிருத்துவ மதமும் புறநிலைச் சார்ந்ததாக இருக்கின்றன. அவர்களது கடவுள் வெளியே இருக்கிறார்.

வெளியே கடவுள் இல்லை. அது கட்டுக்கதை. காரல் மார்க்ஸ் கட்டுக்கதையை மறுத்துக்கொண்டிருந்தார். மதங்களை மறுத்துக்கொண்டிருக்கவில்லை. ஆனால் அவர் இந்தக் கட்டுக்கதைகள்தான் மதமாக இருந்தது என்று நினைத்தார். காரல் மார்க்ஸின் தர்க்க அடிப்படையில் மனிதகுல வரலாற்றில் முதல் கம்யூனிஸ்ட் நாடான சோவியத் யூனியன் வெறுமையாக உள்ளது. அங்கு முக்கியத்துவத்திற்கான, அர்த்தத்திற்கான, முடிவற்ற காலத்திற்கான ஒரு ஆழமான வற்புறுத்தல், துரிதப்படுத்துதல் உள்ளது. வெறும் பொருளாக இருக்கிற அந்த ஒரு வாழ்க்கை அர்த்தமற்றதைக் கொண்டிருக்கிறது. நீங்கள் ஒரு இயந்திரமாக, ஒரு ரோபோட்டாக இருக்கின்றீர்கள். பிறப்பில் இயந்திரத்தனமாக மூச்சுவிடுகின்றீர்கள். மரணத்தில் மூச்சுவிடுவதை நிறுத்துகின்றீர்கள். இந்த மானிட வாழ்க்கை தொட்டிலில் தூங்குவதற்கும் கல்லறைக்கும் இடையில் மட்டுமேயான வாழ்க்கையாக இருக்குமானால் அப்போது இந்த வாழ்க்கை அர்த்தத்தைக் கொண்டிருக்கவில்லை. வேறுவகையில் அது எந்த அர்த்தத்தைக் கொண்டிருக்கும்?

அப்போது அங்கு நல்லதும் இல்லை. கெட்டதும் இல்லை. ஒரு நபரைக் கொல்வதுகூட ஒரு கொலைக் குற்றமல்ல. ஏனெனில்

அது ஒரு பொருள் மட்டுமே. நீங்கள் ஒரு நாற்காலியைச் சேதப்படுத்தினால் நீங்கள் அந்தச் நாற்காலியைக் கொன்றீர்கள் என்று எந்த நீதிமன்றமும் உங்களுக்கு எதிராக நடவடிக்கை எடுக்கப்போகிறது என்று நாம் நினைப்பதில்லை. சீனாவில் பெண்கள் ஆன்மாவை கொண்டிருக்கவில்லை என்று நம்பியதின் காரணமாக அவர்களது கணவர்கள் மனைவிகளை கொல்வத் துணிந்தனர். சீனாவில் மனைவியைக் கொன்றதிற்கு எதிரான ஒரு சட்டம் இல்லாது இருந்தது. ஏனெனில் பெண் என்பவள் வெறும் ஒரு தட்டுமுட்டுச் சாமானம் போல இருக்கின்றாள். நீங்கள் அதைப் பயன்படுத்துகின்றீர்கள். நீங்கள் அதை பயனில்லாதது என்று நினைக்கின்றபோது அதை தூக்கிவீசி விடுகின்றீர்கள். நீங்கள் புதியத் தட்டுமுட்டுச் சாமானத்தை வாங்குகின்றீர்கள். இதே சூழ்நிலைதான் தாய்லாந்து நாட்டிலும் உள்ளது. பெண்களுக்கு ஆன்மா இல்லை, உரிமையும் இல்லை என்ற நிலைதான் உள்ளது. அவள் மனிதஇனமே அல்ல.

ஆனால் காரல் மார்க்சுடனான இணக்கத்தில் சோவியத் யூனியன் பொருள்முதல்வாதத்தின் அடிப்படையில் இருந்தது. தொடக்கத்தில் அது சிறப்பாக இருந்தது. ஏனெனில் அது ஆச்சாரமான கிருத்துவர்களையும் மற்றும் அவர்களது மடாலயங்களையும் துறவிகளையும் அழித்தது. தேவாலயங்கள் மருத்துவமனைகளாகவும், பள்ளிகளாகவும், கல்லூரிகளாகவும் மாறியது. மிகப் பெரிய மடாலயங்களான ரஷ்ய ஆச்சாரமான தேவாலயங்கள் இவ்வுலகில் உள்ள தேவாலயங்களைக் காட்டிலும் மிகவும் பழைமையான தேவாலயங்களாகவும், வாடிகன் தேவாலயத்தைக்காட்டிலும் மிகமிகப் பழைமையானதாக இருக்கின்றன. பிரம்மச்சரியம் என்கிற பெயரில் ரஷ்ய ஆச்சாரமான தேவாலயங்கள் பிறப்புறுப்புகளை அறுப்பதற்கு ஆண்களை அனுமதித்தது என்று சொன்னால் நீங்கள் நம்பமாட்டீர்கள். ஒவ்வொரு வருடமும் கிருஸ்துமஸ் வரும்போது நூற்றுக்கணக்கான மக்கள் திருமணம் ஆகாதவர்கள் என்கிற பெயரில் தங்களது பிறப்புறுப்புகளை வெட்டிக்கொள்வார்கள். பெண்களையும் பின்னாளில் விட்டுவிடாது இருந்தார்கள். அவர்கள் தங்களது மார்பகங்களை வெட்டிக்கொள்வார்கள். ஆனால் காமத்தின் மையம் பிறப்புறுப்புகளில் இல்லை. காமத்தின் மையம்

மூளையில் உள்ளது. பிறப்புறுப்புகள் மூளையுடைய மையத்தின் விரிவாக்கமாக உள்ளது.

நீங்கள் ஒரு அழகானப் பெண்ணைப் நினைத்து எண்ணத்தை உங்களுள் பதியவைக்க ஆரம்பிப்பீர்களேயானால் உடனடியாக உங்களுடையப் பிறப்புறுப்புகள் தூண்ட ஆரம்பிக்கிறது. இப்போதே நீங்கள் இது சரியா என்று பார்க்க முடியும்! எண்ணங்கள் மனதில் இருக்கிறது. இது உடனடியாக பிறப்புறுப்புகளுக்கு மாற்றப்படுகிறது. ஆனால் அது எப்போதும் மனதில் தொடங்குகிறது. பிறப்புறுப்புகள் நினைக்கும் அதிகாரத்தைக் கொண்டிருக்கவில்லை. அவைகள் எந்தப் பெண் அழகாக இருக்கிறாளோ அந்தப் பெண்ணைப் பார்ப்பதற்கு கண்களைக் கொண்டிருக்கவில்லை. பார்ப்பது உங்களுடையக் கண்கள். மூளைக்கு அதை அறிவிக்கிறது. அப்போது பிறப்புறுப்புகள் இயங்க ஆரம்பிக்கின்றன. நீங்கள் உண்மையில் பிரம்மச்சாரியாக விரும்பினால் அப்போது அவர்களுக்கு ஒரு மூளை அறுவை சிகிச்சைத் தேவைப்படுகிறது. மூளையில் உள்ள காமத்தின் மையம் அகற்றப்பட வேண்டும். ஆனால் அப்போது நீங்கள் சாதாரணமாக செயல் இழந்தவர்களாக இருப்பீர்கள். பிரம்மச்சாரியாக அல்ல.

“இம்மாதிரியான மதங்கள் அழித்தொழிக்கப்பட வேண்டும். அவைகள் மனிதஇனத்திற்கு எதிராக இருக்கின்றன. அவைகள் வறுமை நிலையைக் காப்பாற்றுகின்றன. மேலும் அந்த மதங்கள் பணக்காரர்களைக் காப்பாற்றுகின்றன. அவைகள் புரட்சிக்கு எதிராக இருக்கின்றன. அவைகள் அனைத்துவிதமான மாற்றத்திற்கும் எதிராக இருக்கின்றன” என்று காரல் மார்க்ஸ் மிகச் சரியாகத்தான் சொல்லியிருந்தார். வெளிப்படையாகவே அந்த மதங்களை “மக்களின் அபின்” என்றும், “நம்பிக்கையற்றவர்களின் நம்பிக்கை” என்றும் சரியாகவே விமர்சித்து இருந்தார். கிருத்துவ மதமும், யூத மதமும் மதங்களாக மட்டுமே இருந்தால் சோவியத் யூனியனுக்கு எந்தத் தேவையும், உத்வேகமும் கொண்டிருக்கத் தேவையில்லை. ஆனால் கொஞ்சம் அதைப் பற்றி யோசியுங்கள். உள்ளுலகம் இன்றி வெளியுலகம் இருக்க முடியாது. உள்ளுலகமும் வெளியுலகமும் ஒன்றிணைந்த ஒரு நாணயத்தின் இரண்டு

பக்கங்கள். அறிவியல் முறைகள் நமக்கு உள்ளன. உங்களது உள்ளுணர்வை ஆய்வதற்கு "ஜென்"னில் அதிகமான அறிவியல் முறைகள் இருக்கின்றது. அது மனமற்ற நிலை என்று கருதப்படும் மனதிற்கும் அப்பால் உங்களை அழைத்துச் செல்கிறது. சுயம் என்பது இல்லை. ஆனால் விழிப்புணர்வு உள்ளது. அழிவற்ற வாழ்வு மற்றும் முடிவற்ற காலத்தின் சுவையை உடையவராக கொண்டிருப்பீர்கள். இதுதான் சோவியத் யூனியன் கம்யூனிசத்தில் விடுபட்டிருக்கிறது.

கோர்ப்பசேவ் எல்லைகளைத் திறந்துகொண்டிருக்கிறார். அந்தக் கிருத்துவர்கள் அனைவரும் திரும்ப வருவார்கள் என்பதுதான் அபாயகரமானது. சோவியத் ரஷ்யாவில் புரட்சி நிகழ்ந்து இந்த எழுபது வருட காலத்தில் தூக்கிவீசப்பட்ட அந்தக் கரப்பான் பூச்சிகளும், எலிகளும் முதலாவதாக நுழையும். கிறிஸ்துமஸ்ஸைக் சோவியத் யூனியனில் கொண்டாடுவதற்கு ஆயிரக்கணக்கான கிருத்துவர்கள் நுழைந்தனர். மிகவும் முட்டாள்தனமான சமய வழிபாட்டு முறையைக் கொண்ட ஹரே ராமா, ஹரே கிருஷ்ணா இயக்கத்தினர் பற்றிய செய்தியை இன்று பெற்றேன். அனைத்துவிதமான முட்டாள்தனமானவர்களையும் கடந்து வந்துள்ளேன். ஆனால் இந்த இரண்டு சமய வழிபாட்டாளர்களான ஜெகோவா மற்றும் ஹரே ராமா ஹரே கிருஷ்ணா போன்ற இயக்கங்களின் பைத்தியங்கள் இவ்வுலகத்தில் மிகவும் மோசமான பைத்தியங்களாக இருக்கின்றன. இப்போது சோவியத் யூனியன் அவர்களுக்கு கிருஷ்ணருக்கானக் கோயிலை உருவாக்குவதற்கு நிலத்தை ஒதுக்கியிருக்கிறது.

இப்போது அதிகம் அமெரிக்கர்களாக இருக்கின்ற இந்த முட்டாள்கள் கிருஷ்ணர் இயக்கத்தில் ஒரு ஹிந்து நபரைக்கூட ஈடுபடுத்தவில்லை. அமெரிக்கர்களும், முன்னால் ஹிப்பிகளும்தான் அந்த இயக்கத்தில் உள்ளனர். இதன் ஸ்தாபகர் பிரபுபதாவுடன் கூட பேசியிருக்கின்றேன். அவர் ஒரு முதுமையடைந்த முட்டாளாக இருந்தார். ஆனால் அவர் அந்த இயக்கத்தைப் பின்பற்றுபவராக இருப்பதற்கு மற்ற முட்டாள்களைக் காண்பதற்கு சொறி வகை ஒட்டுண்ணியாக இருந்தார். இப்போது சோவியத் யூனியன் அவர்களுக்கு இடம்

கொடுத்தும், கிருஷ்ணருக்கு ஒரு கோயிலை உருவாக்குவதற்கு அவர்களுக்கு அனுமதி கொடுத்தும், ஸ்ரீமத் பகவத்கீதையை ரஷ்ய மொழிக்கு மொழிபெயர்ப்பதற்கு அனுமதி கொடுத்ததின் மூலம் ரஷ்ய நாட்டினுள் விஷத்தைக் பரப்பிக் கொண்டிருக்கிறார் கோர்ப்பசேவ். கோர்ப்பசேவ் ஸ்ரீமத் பகவத்கீதையின் செய்தி என்ன என்று அறிந்திருக்கவில்லை. பகவத்கீதை ஒரு போர் சம்பந்தமானது. போர், வன்முறை, அழிவு போன்றவைகளைக் கற்பிக்கிற அது இந்த உலகத்தில் மத இலக்கியங்களாக இருக்கிறது. இப்போது ரஷ்ய மொழியுனுள் ஸ்ரீமத் பகவத்கீதையை மொழிபெயர்ப்பதற்கு அனுமதி அளித்தும், மற்றொரு கையில் கோர்ப்பசேவ் ஒரு அமைதியான உலகத்தை உருவாக்குவதற்கு முயற்சித்துக்கொண்டிருக்கிறார். இது முரண்பாடாக இருக்கின்றது. ஆனால் யதார்த்தத்தில் அடிப்படையில்லாத இந்த அனைத்துவிதமான முட்டாள்களும், எந்த தர்க்கமுறைகளும் இல்லாத, பகுத்தறிவின் அடிப்படைகள் இல்லாத, எந்தவிதமான அறிவியல் அணுகுமுறைகளும் இல்லாத அனைத்துவிதமான முட்டாள்களும் அனைத்துப் பகுதிகளுக்கும் பாய்ந்து செல்வார்கள். இவர்கள் முழுமையாக சோவியத் யூனியனில் உள்ள மக்களின் மனங்களை அழிப்பார்கள். எழுபது வருடங்களில் சாதித்துக் காட்டியிருக்கின்ற அந்த நாடு மாபெரும் அபாயத்தில் இருக்கிறது. மீண்டும் துறவிகள் அந்த நாட்டில் ஒட்டுண்ணிகளாக வாழ்ந்துகொண்டிருப்பார்கள். ஏனெனில் அவர்கள் எந்த வேலையும் செய்வதில்லை. மீண்டும் அந்த நாட்டு மக்கள் ஹரே ராமா ஹரே கிருஷ்ணாவுக்கு ஒட்டுண்ணிகளாக இருப்பார்கள். அவர்கள் வேலை செய்வதில்லை.

அபாயம் பெரிதாக இருக்கிறது. ஏனெனில் இன்று தற்சமயம் இருக்கிற சோவியத் மக்கள் புரட்சிப் பற்றியக் கருத்தைக் கொண்டிருக்கவில்லை. இவர்கள் அனைவரும் கிட்டதட்ட புரட்சிக்குப் பிறகு பிறந்தவர்கள் அல்லது புரட்சி நடந்தபோது இவர்கள் மிகவும் சிறிய குழந்தைகளாக இருந்தார்கள். இவர்கள் எவரும் புரட்சி பற்றிய எந்த நினைவையும் கொண்டிருக்கவில்லை. ரஷ்யப் புரட்சியில் என்ன நிகழ்ந்தது என்பது பற்றியோ, இந்த முட்டாள்தனமான மதங்களையும், மூடநம்பிக்கைகளையும் அழிப்பது எந்தளவிற்கு கடினமாக இருந்தது என்பது பற்றியோ ஏதாவதொரு கருத்தைக்

கோர்ப்பசேவ் கொண்டிருப்பார் என்று நினைக்கவில்லை. பழைமையின் நீடிப்பையும், காட்டுமிராண்டித்தனமான பயங்களையும், பேராசையையும், எதையும் சொந்தம் கொண்டாடுவதையும், சோவியத் நாடு முழுமையும் கடந்தகாலத்தியவைகளைச் சுத்தம் செய்வதற்கே பிரமாண்டமான உழைப்பை புரட்சி எடுத்துக்கொண்டது. இப்போது இவைகளையேத் திரும்ப அழைத்து கொண்டுவரத் திட்டமிடுவது அனைத்துவிதமான நோய்களுக்கும் கதவுகளைத் திறப்பது..... தான். சோவியத் யூனியன் மக்கள் அவர்களுக்குள்ளேயே ஒரு குறிப்பிட்ட வெற்றிடம் போல எதையோ இழந்ததை உணர்ந்து கொண்டிருக்கின்றார்கள். எதையோ இழந்து இருக்கின்றார்கள். ஏனெனில் காரல் மார்க்ஸ் எந்த ஆன்மீகத்தைப் பற்றியும் அவர்களுக்கு வழங்கவில்லை. ஆனால் இந்த பொய்யான மத அறிவுரைக் கூறுபவர்கள் ஆன்மீகத்தைப் பற்றிப் தூய்மையான பேச்சாக பேசுவார்கள். ஆகவே இவர்களுக்கு ஆன்மீகத்தைப் பற்றி எதுவுமே தெரியாது. ஆனால் இந்த போலி மதவாதிகளால் மக்களது நம்பிக்கை முறைகளையும், மூடநம்பிக்கைகளையும் சோவியத் யூனியனின் வெற்றிடத்தை நிரப்புவதற்கு கையாள முடியும். இந்த நிலை முன்னேற்றமானதாக இல்லை. பின்னோக்கியதாக இருக்கிறது.

கோர்ப்பசேவ் என்ன செய்துகொண்டிருக்கிறார் என்பதில் தயவுசெய்து கவனமாக இருங்கள் என்று சோவியத் மக்களை எச்சரிக்கின்றேன். அவர் நல்ல எண்ணங்களோடு சிறப்புடன் செய்துகொண்டிருக்கிறார். ஆனால் கோர்ப்பசேவ் அனைவருக்கும் கதவுகளைத் திறக்கும்போது உலகம் முழுவதிலுமிருந்து அனைத்து சிஐஏ ஏஜண்டுகளும் மற்றும் எப்பிஅய் ஏஜெண்டுகளும், துப்பறிபவர்களும் நாட்டிற்குள் துறவிகளைப்போல, மதகுருக்களைப்போல, கிருத்துவ மத பேராயர்கள் போல நுழைந்துகொண்டிருப்பார்கள். இப்போதுதான் தங்களது குரலை இதுவரை ஒலிக்காது இருந்த ஒரு சில சோவியத் மாநிலங்கள் "எங்களுக்கு சுதந்திரம் வேண்டும். நாங்கள் சோவியத் யூனியனிலிருந்து தனியாக பிரிந்து இருக்க விரும்புகின்றோம்" என்று தங்களது குரலை உயர்த்திக்கொண்டிருக்கிறார்கள். சோவியத் நாடுகளில் உள்ள ஒன்றில் மக்கள் சோதனையை அடிப்படையாகக் கொண்ட

தேர்தலையும், ஜனநாயகத் தேர்தலையும் நடத்துவதற்கு முயற்சித்து இருக்கின்றார்கள். சோவியத் யூனியன் ஒரே கட்சி மட்டுமேயான கம்யூனிஸ்ட் கட்சியான, பாட்டாளி வர்க்கச் சர்வாதிகார கட்சியாக இருந்து இருக்கிறது. ஆகவே அங்கு எந்தத் தேர்தலைப் பற்றிய கேள்வியும் இதுவரை இல்லாது இருந்தது. முன்பு தேர்தல்கள் நடத்தப்பட்டபோதும் அங்கு வாக்களிப்பதற்கு ஒரு வேட்பாளர் மட்டுமே இருந்தார். கோர்ப்பசேவ்வின் வழிகாட்டுதலின் கீழ் கிரெம்ளினில் உள்ள மத்திய குழுவால் தீர்மானிக்கப்படுகிற கம்யூனிஸ்ட் கட்சியுடைய வேட்பாளர்களை கொண்டிருப்பதற்கும், வாக்களிப்பதற்கும் அந்த மாநிலத்தின் மக்களை அனுமதிப்பதற்கும் ஒன்று அல்லது இரண்டு இடங்களில் முயற்சித்து இருக்கின்றார்கள். உண்மையில் அவர்களும் கம்யூனிஸ்ட்டுகளே. ஆனால் பொதுவாக நிறுத்திவைக்கப்பட்ட வேட்பாளருக்கு எதிராக தேர்தலை உள்ளூர் மக்களான அவர்கள் வென்று இருக்கின்றார்கள் என்று அவர்களுக்கு அது ஒரு எச்சரிக்கையாக இருக்க வேண்டும். இப்போது தேசியவாதம், நாட்டுப்பற்று மேலோங்கிக் கொண்டிருக்கின்றது.

சோவியத் யூனியனில் ஒரு சில முகம்மதிய நாடுகளாக இருப்பவைகள் தனிநாடாக இருப்பதற்கு விரும்புவார்கள். மேலும் யூனியன் என்று கூறப்பட்டிருக்கிற ஒவ்வொரு மாநிலமும் எதை நோயாகக் கருதுகின்றோமோ அந்த தேசியவாதத்தை நோக்கி மேலும் மேலும் புறப்படும் தருவாயிலிருக்கிறது. ஆகவே இதன் விளைவுகளை அறியாது கோர்ப்பசேவ் முன்னெடுத்துப் சென்று கொண்டிருக்கின்றார். எழுபது வருட காலத்தின் முழுமையான சிறந்த அனுபவத்தை கோர்ப்பசேவால் கெடுக்க முடியும். சோவியத் யூனியனை அழிக்கப்படுகிற அப்போது மற்ற கம்யூனிஸ்ட் நாடுகளுக்கும் நம்பிக்கையில்லாது போய்விடும். சிறு கம்யூனிஸ்டு நாடுகளான அவைகளை சிரமமின்றி அழிக்கப்பட முடியும். சோவியத் யூனியன் உலகத்தில் மொத்தக் கம்யூனிசத்திற்கான மைய வலிமையாக உள்ளது. ஆகவே சோவியத் யூனியன் பிழைக்க வேண்டியுள்ளது.

ஆனால் தொந்தரவுகள் உள்ளது. முட்டாள்கள் உள்ளே நுழைவார்கள். மாறாத விருப்பம் உடையவர்கள் நாட்டினுள்

சதி செய்வார்கள். கோர்ப்பசேவ்வும், சோவியத் யூனியனும் கௌதம புத்தரை அழைக்காவிட்டால் அங்கு செல்ல வேறு சரியான நபர்கள் இல்லை. சொந்தமான உள்நோக்கங்களை வைத்துக்கொண்டு அதன் அடிப்படையில் உள்ளே நுழைந்து கொண்டிருப்பார்கள். கோர்ப்பசேவ் உண்மையாக கம்யூனிசத்தின் பெயரில் அமைதியை விரும்பினால் அந்த அமைதி மதிப்புடையதாக இல்லை. கம்யூனிசம் என்பது மானிடப் புரட்சியில் மிகச் சிறந்த அனுபவங்களில் ஒன்றாக இருக்கிறது. ரஷ்யப் புரட்சி மனிதஇனத்திற்கு ஒரு புதிய கோயிலுக்கான அடித்தளத்தை அமைத்துள்ளது. ஆனால் அந்தப் புரட்சி அஸ்திவாரத்தை மட்டுமே போட்டுள்ளது. அதற்கான தூண்கள் விடுபட்டிருக்கிறது. மேற்கூரை விடுபட்டிருக்கிறது. யாரை புத்தர்களாக அழைத்துக் கொண்டிருக்கின்றேனோ அந்த மக்களால் மட்டுமே, அதை முழுமையாக விழிப்படைந்த மக்களால் மட்டுமே செய்யப்பட முடியும். புத்தத் துறவிகளால் அல்ல. புத்தத் துறவிகள் மற்ற நிறுவனமயப்படுத்தப்பட்ட மதங்களைப் போல மூடநம்பிக்கையுடையவர்களாக உள்ளார்கள். ஆனால் விழிப்படைந்த மக்கள் அனைவரையும் உலகம் முழுவதிலுமிருந்து அழைக்கப்பட வேண்டும். ஒரு சிலர் கௌதம புத்தரைப் போலவே அதே இடத்தில் இன்னும் இருக்கின்றார்கள். அவர்களை பல்கலைக் கழகங்களில் தியானத்தைக் கற்பிப்பதற்கும், கல்லூரிகளில் தியானத்தைக் கற்பிப்பதற்கும், பொதுமக்களுக்கு தியானத்தைக் கற்பிப்பதற்கும் அழைக்கப்பட வேண்டும்.

தியானம் கம்யூனிசத்திற்கு எதிரான எதையும் கொண்டிருக்கவில்லை. தியானம் கம்யூனிசத்திற்கு அடிப்படைபோல பயன்படும். மேலும் தியானம் கம்யூனிசத்தின் அடித்தளத்தின் மீது தூண்களையும், கூரைகளையும் வைத்து கட்டியமைக்கும். சோவியத் மக்களுக்கு தியான அனுபவங்கள் தேவைப்படுகிறது. அது அவர்களது வெற்றிடத்தை நிரப்பும். இல்லையென்றால் வேலை செய்வது, மரணமடைவது என்பதுதான் அவர்களது வாழ்வாக இருக்கும். அப்படியிருந்தால் வாழ்க்கை அர்த்தமற்றதாகவும், முக்கியத்துவமற்றதாகவும் ஆகிவிடும். நீங்கள் பிறக்காது இருந்து இருந்தால் அங்கு தீங்கோ, பாதிப்போ இல்லை. நீங்கள் இறந்தால் உங்களை இழந்ததற்கும்

வருத்தப்படுவதற்கும் ஒருவருமில்லை. நீங்கள் மற்றவர்களுக்கு மாற்றாக வைக்கப்படுவீர்கள்.

சோவியத் மக்களுக்கு கௌரவமும், தனித்தன்மையும் மேலும் முடிவற்ற காலத்தினுள் ஒருவிதமான உணர்வும் தேவைப்படுகிறது. கம்யூனிசத்தில் என்ன காணாமல்போய் இருக்கிறது என்பது இதுதான். மேலும் அபாயம் இருக்கிறது. முன்பே சரியான மக்களை அழைக்கப்பட முடியும். இல்லையென்றால் தவறான மக்கள் உள்ளே நுழைவார்கள். மேலும் ரஷ்யப் புரட்சி நிகழ்ந்து எழுபது வருடகால சிறந்த மாபெரும் அனுபவத்தை அழிக்க ஆரம்பிப்பார்கள். சோவியத் யூனியனின் அழிவைக்காட்டிலும் அரிதாக ஒரு மூன்றாம் உலகப்போரை விரும்புகிறேன். அமைதி என்கிற பெயரில் கோர்ப்பசேவ் வரம்புகளுக்கும் அப்பால் செல்லலாம். அவர் ஏற்கனவே அம்மாதிரிதான் நடந்துகொண்டிருக்கிறார். சோவியத் யூனியனின் அழிவு அனைத்துப் புரட்சிகளின் அழிவாகவும், எல்லைகளே இல்லாத ஒரு உலகத்தின் சாத்தியங்களின் அழிவாகவும், வர்க்கங்களற்ற உலகத்தின் அழிவாகவும், அறிவும், உலக செழிப்பின் அழிவாகவும் இருக்கும். பணம் மட்டும் அல்ல. உணர்வும், பிரக்ஞையும் அவசியம் தேவைப்படுகிறது. சக்தி, உழைப்பு மட்டும் அல்ல. கலை மற்றும் இசை, நடனமும் கூடத் தேவைப்படுகிறது.

நீங்கள் எப்போதாவது கவனித்து உள்ளீர்களா? நீங்கள் எதை சரியானது என்று வழிகாட்டிக் கொடுக்கின்றீர்களோ அது சாதாரண நிகழ்வாக இருக்கிறது. ரஷ்யப் புரட்சிக்கு முன்பு ரஷ்யா லியோ டால்ஸ்டாய், கார்க்கி, துக்கனேவ், செக்வோவ், தாஸ்த்தாவொஸ்கி போன்ற படைப்பாளர்களை இவ்வுலகிற்கு அளித்தது. இலக்கிய உலகம் இவர்கள் மீது மிகவும் அக்கரைப்படுகிறது. இந்த உலகத்தில் மிகச் சிறந்தவர்கள் பத்துப் பேரைக் நீங்கள் அறிந்துகொள்ள விரும்பினால் மேற்கண்ட ஐவர் முதன்மையானவர்களாக இருப்பார்கள். மற்றவர்கள் ஆறு, ஏழு, எட்டு, ஒன்பது, பத்தாக இருப்பார்கள். ஆனால் மேற்கண்ட இந்த ஐவரும் வேறு எந்தவிதமான கணிப்பிலும் வரமாட்டார்கள். அவர்களது இலக்கியப் படைப்புகள் மிகச் சிறந்த அளவிற்கு படைப்பாளிகளைக் கொண்டுள்ளது. இந்த

உலகில் உள்ள இலக்கியப் படைப்புகள் அனைத்தையும் தோற்கடிப்பதற்கு பியோதர் தாஸ்த்தாவொஸ்கி என்ற ஒரு படைப்பாளியே போதுமானவராக இருக்கிறார். ஆனால் புரட்சிக்குப் பிறகு என்ன நடந்தது? கார்க்கி இல்லை, துக்கனேவ் இல்லை, தாஸ்த்தாவொஸ்கி இல்லை. டால்டாய் இல்லை. என்ன நிகழ்ந்தது? இந்த எழுபது வருடங்களில் சோவியத் யூனியன் இவர்களைப் போன்ற தரத்தில் ஒருவரைக்கூட உருவாக்க இயலவில்லை. காரணம் தெளிவானது. சோவியத் குடிமகன் அவனது ஆன்மாவை இழந்துவிட்டான். அவனது உள்ளுணர்வை இழந்துவிட்டான். "பொருளின் இடைவிளைவுப் பொருள்தான் மனிதனின் ஆன்மா" என்று கூறிய காரல் மார்க்சை கண்மூடித்தனமாக நம்பிவிட்டார்கள். ஆன்மா வெறும் பொருளின் இடைவிளைவுதான் என்றால் அப்போது அங்கு ஹைக்கூக்கும், கவிதைக்கும் சாத்தியம் இல்லாது இருக்கிறது.

புரட்சிக்கு முந்தைய கவிதையையும் புரட்சிக்கு பிந்தைய கவிதையையும் வாசித்து உள்ளேன். உண்மையில் புரட்சிக்குப் பிறகு கவிதை உயர்ந்தநிலையை அடைந்திருக்க வேண்டும். ஆனால் அம்மாதிரியில்லை. புரட்சிக்கு முன்பு ரஷ்யா ஒரு பணக்கார நாடாகக்கூட இல்லை, அது நிலபிரபுத்துவ நாடாக இருந்தது. மிகவும் ஏழ்மையான நாடாக இருந்தபோது.....சோவியத் யூனியன் மிக ஏழ்மை காரணமாகவும், மிகவும் அதிகப் பாரம்பரியங்களையும் கொண்டதாலும், ஒவ்வொரு விதத்திலும் பின்தங்கிய நிலையில் இருப்பதின் காரணமாக அந்த நாடு விதிக்கப்பட்டிருக்கிறது, தள்ளப்பட்டிருக்கின்றது என்று காரல் மார்க்ஸ் எப்போதும் எதிர்பார்த்து இருந்ததில்லை. முதலாளித்துவ நாடாகக்கூட இல்லாத நிலையில் அது முதல் கம்யூனிஸ்ட் நாடாக ஆகும் என்று காரல் மார்க்ஸ் எப்போதும் நினைத்ததில்லை. காரல் மார்க்ஸ் கணிப்பின்படி ஒரு நிலபிரபுத்துவ சமூகம் கம்யூனிசத்திற்குள் நேரடியாக நுழைய முடியாது, அது முதலாளித்துவத்தின் மூலம்தான் கம்யூனிசத்தின் சாத்தியத்தை அடைய வேண்டியுள்ளது. முதலாளித்துவ சமுதாயம் மட்டுமே தொழிலாளர் வர்க்கமாகவும் முதலாளிகள் வர்க்கமாகவும் தெளிவான அடிப்படையில் இரண்டு வர்க்கங்களாக உருவாக்குகிறது.

தர்க்கமுறையே அனைத்தும் அல்ல என்று உங்களுக்கு சொன்னேன். வாழ்க்கை அதனுடைய சொந்த நடைமுறை வழிகளைக் கொண்டுள்ளது. ஆனால் காரல் மார்க்ஸின் தத்துவத்தின் அடித்தளமாக இருந்த ரஷ்யாவில் புரட்சி நிகழ்ந்தது. காரல் மார்க்ஸின் தத்துவம் உள்ளுணர்வுகளின் அனைத்து மலர்களையும் அழித்துவிட்டது. உயர்ந்த அந்தஸ்த்தில் இலக்கியம் இல்லை. மேலும் புரட்சிக்குப் பிறகு ஒரு ஏழை நாட்டில் அதுவும் மிகச்சிறந்த இலக்கியம் பிறந்த நாட்டில் டால்ஸ்டாய் மகன் கூட ஒரு ஏழையாக இருந்தார். புரட்சிக்கு முன்பு மிகச் சிறந்த இலக்கியம் பிறந்து இருந்தது. இது ஏதோவொன்றைச் சுட்டிக் காண்பிக்கிறது. நீங்கள் உங்களுக்குள்ளே ஒரு குறிப்பிட்ட மனநிறைவை கொண்டிருக்காவிட்டாலோ அல்லது நிரப்பாவிட்டாலோ நீங்கள் கவிதையில், இசையில் அதை பகிர்ந்துகொள்ள முடியாது. நீங்கள் எங்கிருந்து அதைக் கொடுப்பீர்கள்? அது உங்களிடமிருந்து அருவிபோல விழுவதற்குக் கொண்டுள்ளது. நீங்கள் அதைக் கொண்டிருக்காததின் காரணமாக அதை நீங்கள் மற்றவர்களிடம் பகிர்ந்துகொள்ள முடியாது. சோவியத் குடிமகன் மிகவும் ஏழ்மையாக இருக்கின்றான். முடிந்தளவு உணர்வு, பிரக்ஞை சம்பந்தப்பட்டுள்ளது. ஆனால் காரல் மார்க்ஸ் சரியான அடித்தளமாகக் கொடுத்திருக்கின்றார். அந்த அடித்தளத்தை கிழக்கத்திய நாடுகள் இழந்துகொண்டுயிருக்கிறது. இது மனிதஇனத்தின் முழுமையையே தடுமாற வைத்திருக்கிறது. கிழக்கத்திய நாடுகளில் உள்ள மக்கள் உடலை வெறுக்கின்றவர்கள். பொருளை வெறுக்கின்றவர்கள். பொருளைப் பொய்த்தோற்றமாக, மாயத்தோற்றமாக காண்பவர்கள். அது உண்மையானது அல்ல. அது இருப்பதாக மட்டுமே தோன்றுகிறது. அவர்கள் உலகத்தை மறுத்தனர். இதுவே கிழக்கத்திய நாடுகளின் ஏழ்மை. நோய், பட்டினி தொடர்ந்து இருப்பதற்கானக் காரணமாக உள்ளது.

உலகில் உள்ள மக்களில் பாதிப் பேர் வெளிஉலகத்தை மறுத்து உள்ளுலகத்தை ஏற்றுக்கொண்டு இருக்கிறார்கள். உலகில் உள்ள மறுபாதிப் பேர்கள் உள்ளுலகத்தை மறுத்து வெளியுலகத்தை ஏற்றுக்கொண்டிருக்கிறார்கள். இந்த இரண்டு நிலைபாட்டைக் கொண்டவர்களும் பகுதி பகுதியாக சமநிலையில் உள்ளனர்.

ஒரு பகுதியாக மட்டுமே இருக்கும் மனிதர் நிறைவடைந்த மனிதராக இருக்க முடியாது. ஒவ்வொருவரும் உடலின் செழிப்பு, அறிவியலின் செழிப்பு, தியானத்தின் செழிப்பு, உள்ளுணர்வின் செழிப்பு போன்று முழுமையானவராக இருக்க வேண்டியுள்ளது. முழுமையான மனிதர் மட்டுமே ஒரு தெய்வீகமான மனிதராக இருக்கிறார். என்னைப் பொறுத்தவரையில் ஜோர்பாவையும், புத்தரையும் இணைக்க விரும்புகின்றேன். தனித்த ஜோர்பா என்பது ஒரு வெற்றிடம். அவன் வெறுமையானவன், உள்ளீடற்றவன். அவனது நடனம் நிலையான முக்கியத்துவத்தைக் கொண்டிருக்கவில்லை. அது தற்காலிகமான அந்தக் கணத்திற்கான மகிழ்ச்சி மட்டுமே. விரைவில் அவன் நடனத்தில் களைப்படைவான். நீங்கள் வற்றாத ஆதாரங்களைக் கொண்டிருக்காவிட்டால் அது உங்களுக்கு பிரபஞ்சத்திலிருந்தே கிடைக்கிறது. நீங்கள் இக்கணத்தில் இல்லாவிட்டால் நீங்கள் முழுமையாக இருக்க முடியாது. மனித இனத்திற்கு என்னுடைய பங்களிப்பு என்பது இந்த முழு மனிதன் (ஜோர்பா எனும் புத்தர்) என்பவன்தான். கிழக்கத்திய மக்கள் உடலையும், வெளியுலகையும் மறுத்துவிட்டனர். மேற்கத்திய மக்கள் ஆன்மாவையும், உள்ளுலகத்தையும் மறுத்துவிட்டனர். இந்த இருவரும் ஒரு பகுதி வாழ்க்கையைத்தான் வாழ்ந்து இருக்கிறார்கள். உலகத்தில் பகுதி வட்டம் முழுமையான வட்டம் அல்ல. அரை வட்டம் என்பது ஒரு வட்டத்தின் ஒரு பகுதிதான். அது ஒரு வட்டம் அல்ல. ஆகவே மேற்கத்திய மக்கள் பாதி வட்டத்தைத்தான் கொண்டுள்ளனர். அதாவது அரை வட்டத்தை. கிழக்கத்திய மக்களும் பாதி வட்டத்தைதான் கொண்டுள்ளனர். இதுவும் பாதி வட்டம்தான்.(யின் – யான்) ‘‘கிழக்கு கிழக்காக இருக்கிறது. மேற்கு மேற்காக இருக்கிறது’’ என்று லார்டு கிப்லிங் போன்ற ஒருவர் எழுதினார். மேலும் இருவருமே சந்திப்பதேயில்லை.

இது ‘‘வெறும் பிதற்றல்’’தான். அவர்கள் ‘‘இங்கே இப்போது’’ சந்தித்துக் கொண்டிருக்கின்றார்கள் (கம்யூனில்). அவர்கள் அங்கு (ரஷ்யா) சந்திக்காவிட்டால் மனிதஇனத்திற்கு நம்பிக்கையே இல்லை. சோவியத் ரஷ்யா அடித்தளத்தை மட்டுமே கொண்டுள்ளது. அதற்கு சரியான தூண்களும், கூரைகளும் தேவையிருக்கிறது. வெறும் தன்னிச்சையாக

அடித்தளத்தை மட்டுமே வைத்துக்கொண்டு என்ன செய்வீர்கள்? வெளிச்சத்துடன், ஆனந்தத்துடன், பரவச நிலையுடன் அதனுடைய வெற்றிடத்தை நிரப்புவதற்கு தேவையிருக்கிறது. ரஷ்யாவினுள் நுழைவதற்கு உலகத்தில் தகுதியான, ஞானமடைந்த ஒருவரிடம் கேளுங்கள், மேலும் கிருத்துவ மதத்தை அல்ல. ஹிந்து மதத்தை அல்ல. பகவத்கீதையை அல்ல. புனித பைபிளை அல்ல. ஒரு அறிவியல் ரீதியிலான ஆன்மீகத்தைக் கற்பியுங்கள்.

புனித பைபிளில் முன்னூற்றி எண்பத்தி எட்டு பக்கங்கள் ஆபாசங்கள் நிறைந்து உள்ளது. முற்றிலும் ஆபாசங்கள்.... ஸ்ரீமத் பகவத் கீதை போருக்கு ஆதரவானதாகவும், முற்றுபெற்றக் கடவுளின் அவதாரமான ஹிந்துக்களின் கடவுள் கிருஷ்ணரின் ஒரு உபதேசமாகவும் உள்ளது. ஸ்ரீமத் பகவத்கீதையால் ஒரு மிகப் பெரியப் போர் நிகழ்ந்தது. இது ஐயாயிரம் ஆண்டுகளுக்கு முன்பு நிகழ்ந்தது. மேலும் இது இந்தியாவின் பின்புலத்தின் முதுகெலும்பையே உடைத்துவிட்டது. இந்தப் போருக்குப் பிறகு இந்தியா வறுமையைத் தாண்டி வளரவில்லை. சிறுவிஷயங்களைக்கூடத் தாண்டியும் வளரவில்லை. நீங்கள் பசியோடு இருக்கிறபோது உங்களால் நட்சத்திரங்களையும், வானத்தையும் கூடப் பார்க்க முடியாது. அவர்கள் உண்மையில் பைபிளின் சிறந்த அறிஞர்கள், அது எப்படி பிறந்தது? எப்படி நற்செய்திகள் உருவாக்கப்பட்டன? எதை விட்டுவிட்டன என்று இந்த விவிலிய அறிஞர்களை எந்தப் பாதிரியாரும் கேட்கக் கூடாது என்று போப் கூறினார் என்பதை அறிந்தால் நீங்கள் ஆச்சரியப்படுவீர்கள்.

புதிய ஏற்பாட்டிலுள்ள நான்கு கிருத்துவ மார்க்க உபதேசங்கள் மட்டுமே கிருத்துவ மார்க்க உபதேசங்கள் அல்ல. அதில் எது மறுக்கப்பட்டும், அழிக்கப்பட்டும் இருந்ததோ அந்த மற்ற கிருத்துவ மார்க்க உபதேசங்களும் இருந்தன. ஒரு கிருத்துவ மார்க்க உபதேசம் மட்டுமே பிழைத்து இருக்கின்றது. ஏனெனில் அது இந்தியாவில் எழுதப்பட்டது. யேசுநாதரின் நேரடி சீடரில் ஒருவரான தாமஸ் உடனடியாக இந்தியாவிற்கு வந்தார். தென்னிந்தியாவில் தங்கினார். யோகா மற்றும் தியானக் கலைகளைக் கற்றார். மேலும் நீங்கள் ஆச்சரியப்படுவீர்கள்.

இந்த உலகில் யாருடைய உடல் இன்னும் தொடப்படாமல், கெடாமல் இருக்கிறதோ அந்த தாமஸ் உடைய உடல் அப்படியே இப்போதும் உள்ளது. இது கோவாவில் இருக்கிறது. ஒவ்வொரு வருடமும் உடல் வெளியே எடுக்கப்படுகிறது. மேலும் அவர் இறந்துவிட்ட நிலையைப்போலவே உங்களால் அந்த உடலைப் பார்க்க முடியும். அந்த உடல் பாதுகாக்கப்பட்டிருப்பது எந்தவிதமான அறிவியல் முறையாலும் அல்ல. அதை இரண்டாயிரம் வருடங்களுக்கு முன்பு இந்த உடலை எப்படி கையாண்டார்கள் என்று இன்றைய விஞ்ஞானிகள் திகைப்புடன் கண்காணித்துக்கொண்டே இருக்கிறார்கள். ஏனெனில் எதைப் பற்றிய அறிகுறியும் அந்த உடலில் இல்லை. மேலும் அந்த உடல் இரத்தத்துடன் பீறிட்டு வெளிபடுவதுபோல இன்னும் இருப்பதாக தோன்றுகிறது. இரண்டாயிரம் வருடங்களுக்குப் பிறகும் அந்த உடல் சீர்குலையவோ, மோசமடையவோ இல்லை. இறந்துபோன உடல் என்பது வழக்கமாக சாதாரணமாக உடனடியாக சீர்குலைவு அடைகிறது. இறந்த உடல் மூன்று நாட்களில் துர்நாற்றம் அடிக்கத் தொடங்குகிறது. ஆனால் ஒவ்வொரு வருடமும் தாமஸின் உடல் வெளியே எடுக்கப்படுகிறது. இது ஒரு உண்மையான அதிசயம். மேலும் விஞ்ஞானிகளால் எப்படி என்று கணிக்கமுடியாத நிலையில் இன்னும் பாதுகாக்கப்பட்டுக் கொண்டுயிருக்கிற உடல் இவ்வுலகத்தில் இந்த உடல் மட்டுமே.

இந்த உடல் யோகா மற்றும் தியானத்தால் பாதுகாக்கப்பட்டிருக்கிறது. வெளியுலகத்தில் உள்ள எந்தவிதமான அறிவியல்முறையாலும் அல்ல. அன்றைய காலத்தில் விஞ்ஞானம் இல்லாது இருந்தது. ஆனால் தாமஸ் இந்தியாவில் கிட்டதட்ட ஒரு சந்நியாசி ஆனார். அவர் யேசுநாதர் பற்றியும், அவரது அதிசயங்கள் பற்றியும், அவரது போதனைகள் பற்றியும் மறந்தேவிட்டார். அவர் கிட்டத்தட்ட கிழக்கத்திய மனிதர் ஆனார். அவர் சந்நியாசியைப் போல காவி உடையணிய ஆரம்பித்தார். சந்நியாசிகள் அணியும் சந்தனக்கட்டை காலணிகளைப் பயன்படுத்த ஆரம்பித்தார். அவைகளை அணிந்து நடப்பது மிகவும் கடினமானது. ஹிந்துக்கள் அணிந்துகொள்கிற பூணுல் கயிறுகளைக்கூடப் பயன்படுத்திக் கொண்டிருந்தார். அவர் அவரது தலையை யோகியைப்போல மழித்துக்கொண்டார். அவருக்கு

மிகவும் மரியாதைக் கொடுக்கப்பட்டது. நாலந்தா மற்றும் தட்சசீலா மடாலயங்களுக்குள் செல்ல அனுமதிக்கப்பட்டார். இந்த மடாலயங்கள் இரண்டிற்கும் யேசுநாதரும் வருகை புரிந்துள்ளார். ஆனால் நீண்டகாலம் தங்கவில்லை. ஆகவே யேசுநாதரால் தியானம் செய்ய முடியவில்லை. எது பைபிளில் திரும்பத் திரும்பச் சொல்லப்படுகிறதோ, எது உண்மையான புத்தருடைய கூற்றுக்களாக இருக்கின்றதோ அவைகளைத்தான் அவர் கேட்டார். யார் நம்பத்தகுந்த பண்டிதர்களாக இருக்கின்றார்களோ அந்த கிருத்துவ மார்க்க உபதேசர்களான பண்டிதர்கள் அனைவரும் கிருத்துவர்களாக இருக்கின்றார்கள். யேசுநாதர் என்பவரே இல்லாமல் இருந்தார் என்கிற சாத்தியங்கள் இருந்தது என்றுகூட சொல்லுகிறார்கள். இது ஒரு கட்டுக் கதை. கிருஷ்ணர் உடைய பெயர்தான் கிருஸ்து ஆகியிருக்கிறது. கிருஷ்ணா என்கிற சமஸ்கிருத பெயர் பெங்காலி மொழியில் "கிருஸ்டோ" ஆகிறது. அது கிருஸ்டோவாக ஆக முடியுமென்றால் "கிருஷ்ணாவிலிருந்து கிருஸ்டோவிற்கும் கிருஸ்டோவிலிருந்து கிருஸ்துவுக்கும் ஆன பெயர்களை உருவாக்குவது அதிக வித்தியாசம் இல்லை. இந்த கிருஸ்துவ மார்க்க உபதேசர்களான பண்டிதர்கள் ஆச்சரியமாக இருக்கின்ற பல விஷயங்களைக் பயணம் செய்து கண்டுபிடித்து இருக்கின்றார்கள். அது ஒரு கட்டுக்கதையாக இருக்கிறது என்பது சாத்தியம். அது ஜீசஸ் கிருஸ்துவை உருவாக்கியிருக்கிறது.

ஆனால் கோர்ப்பசேவ் எதுவும் அறிந்துகொள்ளவில்லை. ஸ்ரீமத் பகவத்கீதையை ரஷ்ய மொழியில் மொழிபெயர்ப்பதற்கு அனுமதிப்பது அமைதியைக் கெடுப்பதற்கான அபாயகரமான முடிவுகளில் ஒன்றாக இருக்கும். ஐந்தாயிரம் ஆண்டுகளுக்கு முன்பு சிறந்த போர்வீரனான அர்சுனன் இலட்சக்கணக்கான மக்களுடன் சண்டை செய்யத் தயாரானான். – ஏனெனில் அது ஒரு குடும்பச் சண்டையாக இருந்தது. அர்சுனனும் துரியோதனனும் ஒன்றுவிட்ட அண்ணன் தம்பிகள். துரியோதனுடைய அப்பா திருதராஷ்டிரன் குருடனாக இருந்தார். உண்மையில் இவர் அர்சுனனுடைய அப்பாவின் மூத்தச் சகோதரர். இவர் அரசர் ஆவார் என்று கருதப்பட்டது. ஆனால் இவர் குருடராக இருந்தார். அப்பா இறந்தபோது இயல்பாக வயதான இரண்டாவது மகனான திருதராஷ்டிரன் அரசனாக்கப்பட்டார்.

ஆனால் வயதான மனிதனரான திருதராஷ்டிரன் தனது மகன் துரியோதனனே அதிகாரத்தைப் பெறவேண்டும் என்ற பேராவலோடு இருந்தார். திருதராஷ்டிரனுக்கு நூறு மகன்கள். அர்ச்சுனனின் அப்பா பாண்டுவுக்கு ஐந்து மகன்கள். அர்ச்சுனன் உண்மையில் உலகில் முன்னெப்போதும் அறிந்திராத ஒரு வில்லாளனாக இருந்தான். அவன் அவனது ஒன்றுவிட்ட சொந்தச் சகோதரர்களோடு சண்டை செய்ய மறுத்ததால் முழு விசயமும் அர்ச்சுனனைச் சார்ந்திருந்தது. மேலும் உறவினர்கள் இரண்டு பிரிவுகளாக பிரிந்தனர். அர்ச்சுனனின் வில்வித்தை குரு துரோணர் அர்ச்சுனனுக்கு எதிராளி பக்கம் இருந்தார். எதிராளி பக்கம்தான் வெற்றி பெறும் என்கிற சாத்தியக்கூறுகள் இருந்தது. அவர்கள் நூறு சகோதரர்கள். இவர்கள் ஐந்து சகோதரர்கள் மட்டுமே. ஆனால் எதிராளிகள் பல உறவினர்களைக் கொண்டிருந்தார்கள். அவர்கள் அனைவரும் உலகம் முழுவதும் இருந்து வந்திருந்தார்கள்.

அர்ச்சுனனுடைய மனைவி மெக்சிக்கோவிலிருந்து வந்தவர் என்று அறிந்தால் நீங்கள் ஆச்சரியப்படுவீர்கள். சமஸ்கிருதத்தில் மெக்சிக்கோவின் பெயர் மாக்சிகா. இது மாக்சிகாவிலிருந்து மெக்சிக்கோவாக மருவியது. ஆகவே மெக்சிகன் இளவரசன் கூட அர்ச்சுனனுக்காக சண்டை செய்வதற்கு வந்திருந்தான். இந்த ஐந்து சகோதரர்கள் ஒரே மனைவியையே மட்டுமே மணந்திருந்தார்கள். ஏனெனில் ஐவரும் கிருஷ்ணருடைய சகோதரியான அந்த ஒரே பெண் மீது ஆசை கொண்டார்கள். ஆகவே இது ஒரு அபாயகரமான பிரச்னையாக இருந்தது. அந்த ஐந்து சகோதரர்களில் மூத்தவர் யுதிஷ்ட்ரன், இரண்டாவது பீமன், மூன்றாவது அர்ச்சுனன், அடுத்தாற்போல இரண்டு சகோதரர்கள். ஆகவே வெளிப்படையாகவே அந்தப் பெண்ணை அடைவதற்கான முதல் உரிமை யுதிஷ்ட்ரனுக்குத்தான் இருந்தது. ஆனால் அர்ச்சுனன் மிகவும் அழகாகவும், இலட்சக்கணக்கான போர்வீரர்களின் மத்தியில் முக்கியத்துவம் உடையவனாகவும் இருந்தான். இது ஒரு வினோதமானப் போர். ஏனெனில் இரண்டு பக்கமும் உறவினர்களின் உறவினர்களும், நண்பர்களும், கிருஷ்ணனும்கூட இருந்தார்கள்.

ஒருசமயம் கிருஷ்ணர் தூங்கிக்கொண்டிருந்தபோது துரியோதனும் அர்ச்சுனனும் அவரைச் சந்திக்கச் சென்றார்கள். அப்போது

துரியோதனன் கிருஷ்ணரின் தலைக்கு பக்கத்தில் அமர்ந்து காத்திருந்தான். உண்மையில் அர்ச்சுனன் கிருஷ்ணருடைய சகோதரியுடைய கணவனாக இருந்தான். ஆனால் அர்ச்சுனன் ஒரு அடக்கமுள்ளவனாக இருந்தான். அவன் கிருஷ்ணருடையக் காலுக்கு அருகில் அமர்ந்தான். கிருஷ்ணர் தூக்கத்தில் இருந்தார். துரியோதனன் ஒரு முதன்மையான தன்முனைப்பாளனாக இருந்தான். அவன் கிருஷ்ணருடைய தலைக்குப் பக்கத்தில் உட்கார்ந்தான். கிருஷ்ணர் கண்களைத் திறந்தபோது முதலில் அர்ச்சுனனைப் பார்த்தார். "எதற்காக வந்து இருக்கின்றாய்" என்று கிருஷ்ணர் கேட்டார். உங்களுக்கு பின்னால் பாருங்கள். என்னுடைய அண்ணனும் உட்கார்ந்திருக்கிறார் என்று அர்ச்சுனன் சொன்னான். போருக்கான தயாரிப்பு வேலைகள் நடந்துகொண்டிருக்கின்றன. நீங்கள் யாருடன் போரில் சண்டை செய்யப்போகின்றீர்கள்? எந்தப் பக்கம் நீங்கள் இருப்பீர்கள்? நாங்கள் இருவரும் இதைத் தீர்மானிப்பதற்காக ஒரேமாதிரியான நோக்கத்திற்காக வந்திருக்கின்றோம் என்று அர்ச்சுனன் சொன்னான்.

கிருஷ்ணர் ஒரு சிறந்த அரசியல்வாதியாக இருந்தார். ஒரு மிகச் சிறந்த அரசியல்வாதியாக இருந்தார். துரியோதனன் உன்னைக் காட்டிலும் வயதானவனாக இருக்கின்ற காரணமாக அவனே முதலில் தீர்மானிக்கட்டும். நான் ஒரு பக்கத்தில்தான் இருப்பேன். மற்றொரு பக்கம் என்னுடைய படை இருக்கும். நீங்கள் இருவரும் என்னுடைய நண்பர்கள். ஆகவே துரியோதனனே தீர்மானிக்கட்டும் என்று கிருஷ்ணர் கூறினார். ஒரேயொரு மனிதரான கிருஷ்ணரை வைத்துக்கொண்டு என்ன செய்வது என்பதின் காரணமாக துரியோதனன் கிருஷ்ணனின் படையைத் தேர்தெடுத்தான். மேலும் கிருஷ்ணர் மிகப் பெரியப் படையை வைத்திருந்தார். நான் மிகவும் விரும்பியது "நீங்கள் என்னுடைய தேர் சாரதியாக இருப்பது என்பதைத்தான்" என்று அர்ச்சுனன் சொன்னான்.

அவ்விதமாக போரின் முதல் நாளன்று இரண்டு படைகளும் எதிர் எதிராக நின்றுகொண்டிருந்தன. கிருஷ்ணர் விரோதியை எதிர்கொள்ள அர்ச்சுனனின் தேரோட்டியாகின்றார். ஆனால் இரண்டு பக்கங்களிலுமுள்ள நண்பர்களின், உறவினர்களின், மற்ற

சொந்தங்களின் முகங்களைப் பார்த்தும், மற்றொரு பக்கத்தில் அர்ச்சுனனின் ஆசிரியரும், மிகவும் அதிகம் நேசித்தவரும், குருட்டு அரசருக்கு மரியாதையாக இருந்தவரும், அரசாட்சியை இழந்தவரும், அனைத்துக்கும் உரிமையுடையவராக இருந்த அந்த பெரிய தாத்தாவான பீஷ்மர் அங்கு இருந்ததைப் பார்த்ததும் அர்ச்சுனன் தடுமாறினான். இவர்களையெல்லாம் கொன்று நான் என்ன லாபம் அடையப் போகின்றேன்? இவர்கள் அனைவரையும் கொல்வது வெறும் ஒரு தங்கசிம்மாசனத்தில் உட்காருவதற்காகவா? இந்தப் போரில் எந்த முக்கிய விசயமும் இருப்பதாக தெரியவில்லை. படைக்கு முன்புறம் என்னுடையத் தேரை ஓட்டுங்கள். நான் தியானம் செய்வதற்கு இமாலயத்திற்கு செல்கிறேன். இந்த உலகம் எனக்கானது அல்ல. "நான் இங்கு இருப்பது மக்களைக் கொல்வதற்காகத்தான் என்றால் அதைத் துறப்பதே சிறந்தது" என்று அர்ச்சுனன் சொன்னான்.

கிருஷ்ணர் அர்ச்சுனனை போர் புரிய கட்டாயப்படுத்துவதற்காகவே இருந்தார். ஸ்ரீமத் பகவத்கீதையின் பதினெட்டு அத்தியாயங்களிலும் போருக்கு சாதகமான கிருஷ்ணருடைய தொடர்ச்சியான வாதங்கள் இருக்கின்றன. கடைசியில் அர்ச்சுனனை சமாதானப்படுத்த முடியாதபோது "இது கடவுளுடைய விருப்பம். நீ போர்களத்தை விட்டு செல்ல முடியாது. எது நிகழ வேண்டுமோ அதைக் கடவுள் தேர்ந்தெடுத்திருக்கிறார். அனைத்து மதங்களும் கூறுகிற அதே நடவடிக்கையைத்தான் கிருஷ்ணர் எடுத்தார். பைபிளும் "எதையும் மாற்றாதே. எது கடவுளுடைய விருப்பமோ அது நிகழ்கிறது" என்று சொல்லுகிறது. இப்போது அர்ச்சுனனின் இடத்தில் நானாகயிருந்திருந்தால் கிருஷ்ணனிடம் "அதெல்லாம் சரி, கடவுள் எதைத் தேர்ந்தெடுத்திருக்கிறாரோ அது இதுதான்: இமாலயாவிற்கு செல்கின்றேன்" என்று சொல்லியிருப்பேன். ஆனால் கிருஷ்ணர் கடவுளின் அவதாரம் போல மரியாதை செய்யப்பட்டிருக்கிறார். இந்த அவதாரம் மட்டும் அல்ல.

ஹிந்துக்கள் பல அவதாரக் கடவுள்களைக் கொண்டுள்ளனர். கிருஷ்ணர் 'பூரணமான' அவதாரக் கடவுளாக இருக்கின்றார். அவர் சக்திவாய்ந்தவர் போல இருந்தார். பிராமணர்கள் அவரை போற்றுவதற்கும், புகழ்கிற அளவிற்கும்

சக்திவாய்ந்தவராக இருந்தார். எது புகழப்படுகிறதோ அது எப்போதும் சக்திவாய்ந்ததாக இருக்கிறது. அரசாட்சியில் நாடு முழுவதும் உள்ள அழகான பெண்கள் அனைவரும் திருமணம் ஆனவர்களா அல்லது திருமணம் செய்யாதவர்களா என்ற பிரச்னையே இல்லாது பதினாராயிரம் பெண்களை கைப்பற்றிய ஒரு மனிதர்தான் கிருஷ்ணர். கிருஷ்ணர் எந்தப் பெண்ணைப் பார்க்கின்றாரோ அந்தப் பெண்ணின் அடையாளம் கொடுக்கப்பட்டு 'அரண்மனைக்கு அவளை அழைத்து வா' என்கிற உத்தரவின் மூலம் அவரது படை அந்தப் பெண்ணைப் பிடித்துகொண்டு போகும். இவ்வாறு பதினாராயிரம் பெண்களை சேகரித்தார். நீங்கள் அந்தப் பெண்களின் பெயர்களைக் நினைவில்கொள்ள முடியாது. மேலும் கிருஷ்ணன் ஒரு மனைவியை மட்டுமே திருமணம் செய்திருந்தார். இந்த பெண்கள் அனைவரும் குழந்தைகளைப் பெற்றெடுத்தவர்கள். அவர்களுக்கு கணவர்கள் இருந்தார்கள். அவர்களது பெற்றோர்களை கவனித்து வந்தனர். இம்மாதிரியாக பதினாராயிரம் குடும்பங்கள் இந்த மனிதரால் அழிக்கப்பட்டன. மேலும் கிருஷ்ணர் 'இது கடவுளின் விருப்பம், நீ போரிடுவதற்கு விதிக்கப்பட்டிருக்கிறாய், நீ கடவுளின் விருப்பத்திற்கு எதிராக செயல்பட முடியாது' என்று சொல்லி அர்ச்சுனனைப் போர் செய்யத் தூண்டினார்.

கடவுள் என்ற சொற்றொடரே அனைத்துவிதமானக் குற்றங் களுக்கும் பயன்படுத்தப்பட்டிருக்கின்றது. அந்தப் போர் நிகழ்ந்தது. அது இலட்சக்கணக்கான மக்களைக் கொன்றது. அதுவொரு படுகொலைக் களமாகவே இருந்தது. இந்தியாவின் முதுகெழும்பு உடைக்கப்பட்டது. ஒவ்வொருக் குடும்பத்திலிருந்தும் கணவனோ, அப்பாவோ, மகனோ யாராவது ஒருவர் கொல்லப்பட்டதின் காரணமாக இந்தியா போரைப் பார்த்து பயப்பட்டது. ஒவ்வொரு குடும்பமும் யாராவது ஒருவர் இல்லாமல் தவித்தது. மொத்த நாடே துயரமுடையதாக இருந்தது. பழங்குடியினர், துருக்கியர்களின் பழைமையான பழங்குடியினர், மங்கோலியர்கள், மொகலாயர்கள், பிரிட்டிஷ்காரர்களின் படைகள் இந்தியாவிற்கு வந்தபோது அந்தத் துயரம் இந்தியர்களின் மனங்களில் போர் என்ற எண்ணத்தை தீர்மானித்து ஆழமான அளவிற்கு

பாதிப்பை உண்டாக்கிவிட்டது. இந்தியா அதற்கான வழியை அமைத்துக் கொடுத்து சண்டைசெய்ய விருப்பம் இல்லாது இருந்தது. துருக்கியர்கள் ஐநூறு பேருடன் மட்டுமே வந்தனர். சிறுக்குழுக்கள் யார் வந்தாலும் எந்த சிரமமுமின்றி ஏற்கப்பட்டது. மேலும் இரண்டாயிரம் வருடங்களுக்கு முன்பு இந்தியா அப்போது முப்பத்தி மூன்று இலட்சம் மக்கள் கொண்ட நாடாக இருந்தது. இருப்பினும் இந்தியா அவர்களை ஏற்றுக்கொண்டது. அது சண்டை செய்வதற்குத் தயாராக இல்லாது இருந்தது. அது போரைப் ஏற்கனவே பார்த்து இருந்தது. அது அதனுடைய அழிவைப் பார்த்து இருந்தது. இதன் அனைத்திற்கும் பொருப்பாளியாக இருந்தவர் யார்? கிருஷ்ணர்தான் இதன் அனைத்திற்கும் பொருப்பாளியாக இருந்தார். என்னைப் பொறுத்தவரையில் கிருஷ்ணரின் கடவுள் அவதாரம் பற்றி சொல்ல எதுவுமில்லை. அவர் ஒரு மனிதராகக்கூட இல்லை. சோவியத் யூனியன் கிருஷ்ணரின் கோயிலை உருவாக்கவும், அமெரிக்காவிலிருந்த இந்த ஹிப்பிகளை அனுமதித்தும், சோவியத் யூனியனில் கிருஷ்ணனுக்கு ஒரு இடத்தையும் கொடுத்துக் கொண்டுயிருக்கின்றார்கள் என்ற செய்தியை அறிந்துகொள்கின்ற போது அனைத்துவிதமான முட்டாள்களும், அறிவிலிகளும், மூடநம்பிக்கையுடைய மக்களும் சோவியத் யூனியனுக்குள் யார் வேண்டுமானாலும் நுழையலாம் என்பதாகத்தான் அர்த்தமாகிறது. இந்த அனுமதியைக் கொடுப்பது மிகவும் அபாயகரமான விளைவாக இருக்கும்.

நிச்சயமாக சோவியத் யூனியனுக்கு ஆன்மீகம் தேவைப்படுகிறது. அந்த நாடு “காணும் பொருளே உண்மை” எனும் பொருமுதல்வாதத்தை அடிப்படையாகக் கொண்டுள்ளது. அதற்கு ஆன்மீகம் தேவையிருக்கிறது. ஆன்மீகம் ஆன்மாவின் கோயிலை எழுப்பும். உங்களுக்கு பொருட்செல்வம், தொழில்நுட்பம் ஆகியவற்றிற்கு விஞ்ஞானிகள் தேவையிருப்பதைப்போல நீங்கள் ஒரு புத்தராவதற்கு உங்களுக்கு புத்தர்களும், விழிப்புணர்வு உள்ள மக்களும் தேவைப்படுகிறார்கள். ஆனால் இந்தவிதமான மக்கள் தானாகவே வரமாட்டார்கள். நீங்கள் அவர்களை வற்புறுத்தித்தான் அழைக்க வேண்டியதிருக்கும். நீங்கள் அவர்களை வரும்படி அழைக்க வேண்டியதிருக்கும். அப்போது அவர்கள் உங்களுக்கு உதவமுடியும். ஒரு இதயப்பூர்வமான

அழைப்பின் மூலம் அவர்கள் எதை அறிந்துகொண்டார்களோ அவைகள் அனைத்தையும் அவர்கள் உங்களுக்கு ஊற்றுப்போல வழங்குவார்கள். மேலும் மார்க்சியம் 'ஜென்' உடன் சேர்ந்தால் மட்டுமே ஒரு முழுமையான தத்துவமாக ஆகும். "ஜென் நெருப்பு, ஜென் காற்று"தான் கம்யூனிசத்தில் விடுபட்டிருக்கிறது என்று நான் ஏன் சொல்கின்றேன் என்பது இதற்காகத்தான்.

ஆனால் கிருத்துவ மதத்தைத் தடைசெய்யப்பட வேண்டும். யூத மதத்தைத் தடைசெய்யப்பட வேண்டும். ஹிந்து மதத்தைத் தடைசெய்யப்பட வேண்டும். இஸ்லாம் மதத்தைத் தடைசெய்யப்பட வேண்டும். இந்த மதத்தினர்கள் தொந்தரவை ஏற்படுத்தியிருக்கிறார்கள். மீண்டும் நீங்கள் அதே தொந்தரவில் விழுந்துகொண்டிருக்கின்றீர்கள். ரஷ்யப் புரட்சிக்குப் பிறகு ஒரு புதிய சமுதாயத்தை உருவாக்குவதற்கு எழுபது வருடகாலப் போராட்டம் தேவைப்பட்டது. ஆனால் தற்சமயம் புரட்சியைப் பற்றி எதுவும் அறியாதவர்கள் கம்யூனிஸத்திற்கு எதிரான நாடுகளின் மத்தியில் அந்த சோவியத் நாட்டை பாதுகாக்க எந்தளவிற்குக் கடினமாக இருந்தது என்றும்கூட எதுவும் அறியாதவர்கள். சோவியத் யூனியனையும், கம்யூனிசத்தையும் அழிப்பதற்கு அந்த நாட்டைச் சுற்றிக் கழுகுக் கூட்டங்களைப் போல அனைவரும் தயாராக இருந்தார்கள். உலகில் ஒரு நாடு கம்யூனிஸ்ட் நாடாக இருந்தாலும்கூட அது அனைத்து முதலாளித்துவ நாடுகளுக்கு அபாயகரமானதாக இருக்கும். ஏனெனில் அந்த கம்யூனிசத்தின் நறுமணம் உலகம் முழுவதும் பரவ ஆரம்பிக்கும். சோவியத் யூனியன் மனிதஇனத்திற்கு ஒரு நம்பிக்கையாக இருக்கிறது.

கோர்ப்பசேவ் சோவியத் யூனியனை அழிப்பதற்கானப் பொறுப்பைக் எடுத்துக்கொள்ளக் கூடாது. ஆனால் அனைவருக்கும் அதன் எல்லைகளைத் திறந்துவிடுவதால் அவர் முதலாளித்துவ ஊடகங்களாலும், முதலாளித்துவ செய்தி ஊடகங்களாலும் புகழப்பட்டுக்கொண்டிருக்கின்றார். இது மிகவும் தந்திரமானதாக உள்ளது. அவர்கள் கோர்ப்பசேவ்வை ஒரு மிகச்சிறந்த கதாநாயகனாக உருவாக்கிக் கொண்டிருக்கின்றார்கள். அவர் ஒரு கதாநாயகராவதால் ஆண் விலங்குகளுக்கும், டிக்க், டி, திக், டிக்கினாலுக்கும், தொல்லைப்படுத்தலுக்கும்

(டாம், டிக், ஹேரி) நான் உதவுகின்றேன், அவன் உதவுகின்றான் என்று அனைவருக்கும் எல்லைகளைத் திறப்பதுத் தொடரும். கோர்ப்பசேவ் அந்த சம்மந்தப்படுத்தல்களையெல்லாம் முற்றிலும் மறந்துவிடுவார்.

இதுவொரு அறிவியல் ஆராய்ச்சி. சோவியத் யூனியன் மிகவும் சிரமத்துடன், மாபெரும் தியாகத்துடன் பாதி வேலையைத்தான் செய்திருக்கின்றது. புதியத் தலைமுறை விழிப்புணர்வாக இல்லை. புரட்சியின் மிகவும் ஆழமான வேர்களுக்குள் சென்றிருக்கின்றேன். ஒரு கம்யூனிஸ்ட் நாடாக இருப்பதற்கு சோவியத் யூனியன் எந்தளவிற்குப் பாதிக்கப்பட்டுள்ளது என்பதையும், அந்நாடு எந்தளவிற்கு தியாகம் செய்திருக்கிறது என்பது பற்றியும் என்னால் அறிந்துகொள்ள முடிகிறது. மேலும் அந்த நாடு அழிக்கப்பட்டுக்கொண்டே தொடர்ச்சியான அபாயத்தில் வாழ்ந்து இருக்கிறது. ஆனால் உலக நாடுகளில் சக்தியுடைய நாடுகளிலேயே ஒன்றாக உள்ளது என்ற கருத்து நிலைக்கு வந்துள்ளது. அது அதனுடைய அதிகாரத்திலிருந்துக் குறைக்கப்படக் கூடாது.

இந்த நாடு ஒரு அமைதியை உருவாக்கும் நாடாக இருப்பது சிறந்தது. அநேகமாய் விரைவில் கோர்ப்பசேவ் நோபல் பரிசைப் பெறுவார். இது மிகவும் உயர்ந்தது அல்ல. இதை பழிப்புக்கு இடமான வகையில் புறக்கணிக்கும் பரிசு (மிரீஸீஷீதீறீமீ) என்றே அழைக்கின்றேன். ஏனெனில் யார் அந்த நோபல் பரிசை உருவாக்கினாரோ அந்த நபரின் பெயராக இருந்தது. ஆனால் அவரது செயல்பாடுகள் இவ்வாறு இருந்தது: "முதல் உலகப் போரிலும், அதற்கு முன்பும் அவர் ஒரு மிகப் பெரிய ஆயுதத் தயாரிப்பாளராக இருந்தார். முழு உலகத்திற்கும் அவர் ஆயுதங்களை விநியோகித்துக் கொண்டிருந்தார். ஒவ்வொரு போரிலும் அவர் தயாரித்த ஆயுதங்களே வாங்கப்பட்டது. எதிராளிகள் இருவருமே இவரிடம்தான் ஆயுதங்களை வாங்கினார்கள். இந்த ஆயுதங்களின் விற்பனையின் மூலம் அவர் மிகப் பெரிய செல்வத்தைச் சேகரித்தார். அப்போது நோபல் 'நான் போர்த் தளவாடங்களைத் தயாரிப்பதில் மிகச் சிறந்தவனாக உள்ளேன். என்னுடைய ஆயுதங்களின் காரணமாகத்தான் மக்கள் அனைவரும் இறந்துவிட்டனர் என்கிற

அவரது கிருத்துவக் "குற்றவுணர்வுச் சிந்தனை" அவர் மரணம் அடையும் தருவாயில் கூட வந்தது. அனைத்து நாட்டிலும், அனைத்து இடத்திலும் எதிர் எதிர் படைகள் இரண்டுமே அவரது ஆயுதங்களைப் பயன்படுத்திக் கொண்டுயிருந்தன. பழுது நீக்கியும், போர்த் தளவாடங்களை மிகச் சிறப்பாக சரிசெய்து கொடுத்துக் கொண்டும் இருந்த ஒரே நபர் இந்த நோபல்தான். நரகத்தீயைப் பார்த்து பயப்பட்டார். அவர் அவரது பணத்தை அனைத்தையும் தானம் செய்தார். அந்தப் பணத்தை நிர்வகிப்பதற்கு பல பொறுப்பாளர்களை உருவாக்கிக் குழு அமைத்தார். அதன்படி ஒவ்வொரு வருடமும் அறிவியல், கலை, இலக்கியம், இசை மற்றும் மனிதஇனத்திற்கு பங்களிக்கும் எந்தத் துறையில் இருப்பினும் அந்த குழு தேர்ந்தெடுக்கும் தேர்வுகளின் அடிப்படையில் நோபல் பரிசுகளைக் கொடுப்பட வேண்டும். அந்த நோபல் பரிசுக் குழுவின் தலைவர் சுவீடன் நாட்டு அரசர். நோபல் பரிசு வென்ற ஒருவர்தான் என்னுடைய சந்நியாசிகளில் ஒருவர். நோபல் பரிசு வென்ற ஒருவர் நோபல் பரிசு கொடுக்கும் கமிட்டிக்கு யாரையாவது ஒருவரது பெயரை நோபல் பரிசு பெறுவதற்கு பரிந்துரைக்கலாம். சந்நியாசி அந்த அரசரிடம் சொன்னார்: என்னுடையப் பெயரைக் குறிப்பிட்டு "இந்த மனிதரைப் பற்றி என்ன நினைக்கின்றீர்கள்" என்று கேட்டார். அரசர் சொன்னார்: 'அந்தக் கேவலமான பெயரை (ஓஷோ) மீண்டும் சொல்லாதீர்கள். பரிந்துரை செய்ய நோபல் குழுவிற்கு அந்தப் பெயரை கொடுக்காதீர்கள். ஏனெனில் நீங்கள் தர்மசங்கடத்திற்கு உள்ளாவதை உணர்வீர்கள். இந்த நபருக்கு நோபல் பரிசைக் கொடுப்பதற்கு எங்களுக்கு சாத்தியமில்லை. இதுதான் நான் உங்களுக்கு கொடுக்கும் ஆலோசனை என்றாராம்.

ஆனால் இதே முறையில்தான் லியோ டால்டாய்க்கு நோபல் பரிசு மறுக்கப்பட்டது. ஒவ்வொரு ஐம்பது வருடங்களுக்கு ஒருமுறை நோபல் குழு பொதுமக்கள் பார்வைக்கு அதனுடைய ஆவணங்களை முன்வைக்கிறது. கடந்த தடவை அவர்களது பகீரங்கமான பதிவுகளை முன்வைத்தபோது லியோ டால்ஸ்டாய் நோபல் பரிசுக்குப் பரிந்துரைக்கப்பட்டிருக்கிறார் என்று பொதுமக்கள் கண்டனர். ஆனால் வைதீகமான கிருத்துவர் அல்ல என்பதற்காக அவருக்கு நோபல் பரிசு இப்புவியில் மறுக்கப்பட்டது. டால்ஸ்டாய் ஒரு கிருத்துவராக

இருந்தார். ஆனால் அவர் வைதீகக் கிருத்துவர் அல்ல. அவர் ஒரு நெகிழ்வுத்தன்மையுள்ள கிருத்துவராக இருந்தார். பரிந்துரைக்கப்பட்டது இலக்கியத்திற்காக. கிருத்துவனுக்கு அல்ல. அவர்கள் அவரது இலக்கியத்தைப் பற்றி பேசக்கூட இல்லை. டால்ஸ்டாய் இந்த உலகத்தில் 'அன்னா கரீனா, போரும் அமைதியும்' போன்ற மிகச் சிறந்த நாவல்களைப் படைத்தார். இந்த பரந்த உலகத்தில் பத்தொன்பதாம் நூற்றாண்டின் மிகச் சிறந்த மனிதராக டால்ஸ்டாய் இருந்து இருக்க வேண்டும். ஆனால் இலக்கியத்தை ஆலோசிக்கப்படவில்லை. டால்ஸ்டாயைப் நோபல் பரிசுக்குப் பரிந்துரைத்தவர் ஒரு இலக்கியத்திற்காக, இலக்கியப் பரிசுக்காகப் பரிந்துரைத்திருந்தார். இப்புவியில் வைதீக கிருத்துவனாக இல்லாததால் டால்ஸ்டாய்க்கு நோபல் பரிசு மறுக்கப்பட்டது.

வைதீக கிருத்துவர்களுக்கு மட்டுமே நோபல் பரிசு கொடுப்பது என்பது வினோதமாக இல்லையா? மேலும் இந்த நோபல் பரிசு ஒரு அரசியல் ஆயுதம் போல பயன்படுத்தப்பட்டிருக்கின்றது. அவர்கள் எப்போதும் சோவியத் விஞ்ஞானிகளுக்கே நோபல் பரிசு கொடுக்கிறார்கள். இது ஒரு தந்திரமாக இருக்கிறது. ஏனெனில் சோவியத் அரசாங்கம் இப்போது வரை முதலாளித்துவ உலகத்திலிருந்து இந்தப் பரிசை ஏற்பதிலிருந்து நோபல் பரிசை ஏற்கும் நபரை தடைசெய்கிறது. மேலும் அந்த பரிசை ஏற்பதற்கு நோபல் பரிசுக் கூட்டங்களுக்கும் செல்வதையும் தடைசெய்கிறது. ஏனெனில் அங்கிருந்து அந்த மனிதர் முதலாளிகளால் சம்மதிக்கவைக்கப்படுவதற்கு உள்ளாகின்றார்கள். நோபல் பரிசு கிட்டத்தட்ட இருநூறு ஆயிரம் டாலர் மதிப்புடையது. சோவியத் யூனியனில் தனிச்சொத்து முறை இல்லை. முதல்தடவையாக அவர் இருநூறு ஆயிரம் டாலர்களைப் கண்களில் பார்க்கிறார். முதல்தடவையாக அவர் சோவியத் நாட்டிற்கு வெளியே இருக்கிறார். அவரால் தப்பிக்க முடியும். எந்த முதலாளித்துவ நாட்டிலும் புகலிடம் கேட்கலாம். அவர் முதலாளித்துவ நாடுகளுக்கு சோவியத் விஞ் ஞானிகளின் இரகசியங்களை வெளியிடலாம். அந்தஸ்த்தையோ, விருதுகளையோ, பணத்தையோ, எதையும் அடையலாம். ஆகவே சோவியத் அரசாங்கம் இப்போது வரை சக்ரவ்வோ மற்றும் வேறுசிலரையும் நோபல் பரிசு பெறுவதற்குத்

தடைசெய்திருக்கின்றது. இது ஒரு மிகவும் அபாயகரமான விஷயமாக உள்ளது. அவர்களைத் தடை செய்வதால் விஞ் ஞானிகள் சோவியத் அரசாங்கத்தின் மீது கோபமடைகிறார்கள். அவர் வெளியே குறும்பு செய்கிறார். அவர் நோபல் பரிசை ஏற்பதற்கு விரும்புகிறார். ஏனெனில் அவர் இயல்புக்கு மாறாக நடந்துகொள்கிறார் என்பதின் காரணமாக சோவியத் அரசாங்கம் அவரை நாட்டிலிருந்து வெளியே தப்பிப்பதிலிருந்து தடைசெய்து கண்காணிக்கப்படுகிறார்.

நோபல் பரிசை ஏற்றுக்கொள்வார் என்று சக்ரவ்வோவை வலியுறுத்துனால் கூட உடனடியாக சோவியத் அரசாங்கம் அவர் மீது நடவடிக்கை எடுக்க வேண்டியிருந்தது. உடனடியாக அவரை அறிவியல் கழகத்தின் தலைவர் பதவியில் இருந்து நீக்கப்பட்டார். அவர் பயன்படுத்திக் கொண்டிருந்தக் கார் உடனடியாக அரசாங்கத்தால் திரும்பப் பெற்றுக்கொள்ளப்பட்டது. ஏனெனில் சோவியத் நாட்டில் எவரும் எந்தப் பொருளையும் சொந்தம் கொண்டிருப்பதில்லை. ஒவ்வொருவரும், ஒவ்வொன்றும் அரசாங்கத்தின் சொத்தாகிறது. அரசாங்கம் மக்களுக்கு பொருள்களை பங்கீடு செய்து வழங்குகிறது. மேலும் அவரை அறிவியல் கழகத்தின் சாதாரண உறுப்பினராக இருப்பதற்கான நிலையாக குறைக்கப்பட்டது. ஆனால் விஞ்ஞானியாக இருந்த அவரது மனைவி பாரீஸில் சிகிச்சை மேற்கொண்டிருந்தார். பாரீஸிலிருந்து நோபல் பரிசு பெறுவதற்கு நோபல் பரிசுக் கூட்டத்திற்கு செல்ல முடிவு செய்திருந்தாள். கணவரின் சார்பில் நோபல் பரிசு பெற்றார்.

ஆகவே நோபல் பரிசு ஒன்று சோவியத் யூனியனின் இரகசியங்களை வெளியே கொண்டு வருவதற்கான இலஞ்சமாக இருக்கின்றது அல்லது விஞ்ஞானிகளுக்கு தொந்தரவைக் கொடுக்கிறது. அரசாங்கம் அவரைத் நோபல் பரிசு பெறுவதற்குத் தடைசெய்தாலோ, வெளியே செல்வதற்கு விரும்பினாலோ அவர் சிறையில் அடைக்கப்படுவதற்கு உள்ளாகின்றார். ஏதாவது சில வழிகளில் ஒரு விஞ்ஞானியுடைய வாழ்க்கையும், சோவியத் நாட்டிற்கு அவரால் அளிக்கப்படும் பங்களிப்பும் அழிக்கப்படுகிறது. இப்போது நோபல் பரிசு அரசியல்வாதிகளுக்கு கொடுக்கப்பட்டிருக்கிறது.

கிஷ்ஷின்ஜர் போன்ற ஒரு நபர் கூட நோபல் பரிசு பெறுகிறார். மனிதஇனத்திற்கு அவரது பங்களிப்பு என்னவாக இருக்கிறது? நோபல் பரிசை அவமரியாதை பரிசாகவேக் கருதுகிறேன். ஏனெனில் அது நோபலுடைய ஆயுதங்களின் மூலம் பழிகொலை செய்யப்பட்ட இலட்சக்கணக்கான மக்களின் இரத்தம். அந்தப் பரிசு இரத்தத்தால் ஆனது. கௌரவம் வாய்ந்த மனிதர் அந்தப் பரிசை ஏற்பதில்லை. இருத்தலியல்வாதி ழான் பால் சார்த்தர் நோபல் பரிசை ஏற்க மறுத்துவிட்டார் என்பது குறிப்பிடத்தக்கது. - மொழிபெயர்ப்பாளர்) 'நீங்கள் என்னுடையப் பெயரைக் குறிப்பிட்டு இருக்கக்கூடாது. "எனக்கு நோபல் பரிசு கொடுக்கப்பட்டால் அதை நிராகரித்துவிடுவேன்" என்று எனது சந்நியாசியிடம் சொன்னேன். அந்தப் நோபல் பரிசு ஒரு இலஞ்சம். முதலாளித்துவத்திற்கு எதிராக பேசுகிறவர்களின் வாயை மூடுவதற்கு அது ஒரு இலஞ்சம். அதைத் தவிர வேறொன்றுமில்லை. சோவியத் யூனியனின் இரகசியங்களை வாங்குவதற்கான இலஞ்சம்தான் அந்த நோபல் பரிசு.

சோவியத் யூனியனின் எல்லைகளைத் திறப்பது உண்மையில் அபாயகரமானது.

மேலும் இதை ஒரு நண்பனைப்போலச் சொல்லிக் கொண்டிருக்கின்றேன். சோவியத் யூனியன் பாதி வேலையை செய்துவிட்டது. அதன் அடித்தளம் முழுமையாக திடமானதாக உள்ளது. அதன் அடித்தளத்திற்கு தூண்களும், கூரைகளும் தேவைப்படுகிறது. அப்போது மனிதனின் ஆன்மாவிற்கான புண்ணியஸ்தலம் தயாராக இருக்கும். புதிய மனிதன் சோவியத் யூனியனிலிருந்து வெளியே வரமுடியும். ஆனால் சந்தேகப்படும்படியாக என்ன நிகழ்ந்துகொண்டிருக்கிறது? விரைவில் கோர்ப்பசேவ் நோபல் பரிசு பெறுவார் என்பதை முன்பே கணிக்கிறேன். முதலாளித்துவ ஊடகங்கள் அனைத்தும் அவரை சாதாரணக் காரண விசயத்திற்காக புகழ்ந்துகொண்டிருக்கின்றது. ஆகவே அவருக்கு தலைக்கணம் ஏற்படுகிறது. தாம் செய்துகொண்டிருக்கின்ற தாக்கங்களால் சோவியத் யூனியனை அழிந்துவிடலாம் என்பதையெல்லாம் மறந்துவிடுகிறார்.

ஒரு சமூகத்தின் அமைப்பை மாற்றுவதற்கு எழுபது வருட காலம் மிகச் சிறந்த அனுபவத்தோடு, சோவியத் மக்கள் வெற்றியும்

அடைந்து உள்ளார்கள். இப்போது மனிதனின் உள்ளுணர்வை மாற்றுவதற்கான இரண்டாவது அடி எடுக்கவேண்டியிருக்கிறது. நீங்கள் சமூகத்தின் அமைப்பை மாற்றிவிட்டீர்கள். இது பொருளாதாரப் புரட்சி. "சோவியத் யூனியனுக்கு வந்தால் மற்றொரு புரட்சியை நடத்துவேன், அந்தப் புரட்சி ஆன்மீகப் புரட்சியாக இருக்கும்". ஏன் நேற்று இதைக் கூறினேன் என்பது இதுதான். ஒரு ஆன்மீகப் புரட்சி இல்லாமல் இருப்பதுதான் சோவியத் நிலத்தில் இல்லாமல் இருக்கிறது. அந்த ஆன்மீகப் புரட்சி நிகழ்ந்தால் சோவியத் யூனியன் மனிதஇனத்திற்கு பெருமையுடையதாக இருக்கும். கோர்ப்பசேவ்வின் இரண்டு பக்கங்களையும் பார்க்கின்றேன். அவர் சுதந்திரம் கொடுப்பதில் நல்லதை செய்துகொண்டிருக்கின்றார். ஆனால் உள்ளே நுழைகிற இந்த மதவாதிகள் அனைவரையும் ஒருமுறை தடுப்பதற்கு இயலாது இருக்கும் அவர் மேலும் சிரமத்தை எடுத்துக்கொண்டிருக்கின்றார். அப்போது மீண்டும் முதலிலிருந்தே ஆரம்பிக்க வேண்டியிருக்கும். இப்போதைய நிலைமையைத் திரும்ப அடைவதற்கு மீண்டும் மற்றொரு எழுபது வருடங்கள் எடுத்துக்கொள்ள வேண்டியிருக்கும். விஞ்ஞானிகளுக்குக் கதவைத் திறந்துவிடுங்கள், கவிஞர்களுக்குக் கதவைத் திறந்துவிடுங்கள். ஆத்ம பலம் கொண்டவர்களுக்குக் கதவைத் திறந்துவிடுங்கள். இசைக் கலைஞர்களுக்கும், நடனக் கலைஞர்களுக்கும், ஓவியக் கலைஞர்களுக்கும் கதவைத் திறந்துவிடுங்கள். நாவலாசிரியர்களுக்குக் கதவைத் திறந்துவிடுங்கள். படைப்பாற்றல் உடைய மக்களுக்குக் கதவைத் திறந்துவிடுங்கள். தியானம் செய்பவர்களுக்குக் கதவைத் திறந்துவிடுங்கள். நான் உதவிசெய்கின்றேன் நான் உதவிசெய்கின்றேன் என்கிற அனைவருக்கும் அல்ல. குறிப்பாக நிறுவனமயப்படுத்தப்பட்ட மதங்களுக்கு அல்ல. எந்தவிதமான முட்டாள்களுக்கும் மற்றும் முட்டாள்தனமான கருத்துகளுக்கும் அல்ல என்பதை கோர்ப்பசேவ்விடம் சொல்ல விரும்புகின்றேன்.

கோர்ப்பசேவ் பகவத்கீதையைப் பற்றி எதையும் அறிந்துவைத்திருக்கவில்லை. மேலும் இந்த புத்தகத்தை ஹரே கிருஷ்ணா அமைப்பைச் சார்ந்தவர்களைக் கொண்டு ருஷ்ய மொழிக்கு மொழிபெயர்ப்பதற்கு அனுமதித்து இருக்கிறார். இது முழு உலகத்தையும் போர் நடப்பதற்கு அர்ப்பணிக்கப்பட்ட

புத்தகம் என்பதை அவர் அறிந்திருக்கவில்லை. அடால்ப் ஹிட்லருக்கு இந்தப் புத்தகம் மிகவும் சரியாக இருந்தது. பெனிட்டோ முசோலினிக்கு இந்தப் புத்தகம் மிகச் சரியாக இருந்தது. அமைதியை விரும்புகிற மக்களுக்கு இந்தப் புத்தகம் சரியானது அல்ல. ஸ்ரீமத் பகவத் கீதை இந்த பூமியில் நாடுகளின் எல்லைகளையும், மதங்களையும் துறப்பதற்கு விரும்புகின்ற மக்களுக்கானது அல்ல. ஒரே உலகமாக, ஒரே பூமியாக, ஒரே மனிதஇனமாக இருக்க விரும்புகின்ற மக்களுக்கு இந்தப் புத்தகம் நல்லதல்ல.

இரண்டாவது கேள்வி:

சோவியத் யூனியனுள் கிருத்துவ மதம் நுழைய அனுமதிப்பதற்கு நீங்கள் ஏன் விரும்பவில்லை?

ஏனெனில் சோவியத் யூனியனை நேசிக்கின்றேன். சோவியத் யூனியனுள் நுழைவதற்கு போப்பாண்டவருக்குள் மறைந்திருக்கும் ஒரு கோப்ரா விஷப் பாம்பை விரும்பவில்லை. அவரால் இந்தியாவிற்குள் வரமுடியும். அங்கு பிரச்னையில்லை. சுற்றியுள்ள எந்த முதலாளித்துவ நாடுகளுக்கும் செல்ல முடியும். அங்கும் பிரச்னையில்லை. ஆனால் சோவியத் யூனியனில் அல்ல. ஏனெனில் உலகில் அதிகம் குற்றம் புரிந்த மதமாக கிருத்துவ மதமாக இருக்கிறது என்று கருதுகிறேன். எழுபது வருடங்களில் சோவியத் யூனியன் மக்களிடமிருந்த கிருத்துவ மதத்தின் செயல்முறைத் திட்டங்கள் அனைத்தையும் மிகுந்த சிரமத்துடன் அழித்துக்கொண்டேயிருக்கிறது. இப்போது சோவியத் நாட்டு மக்களின் மனம் குறைந்தபட்சம் கிருத்துவ மதத்திலிருந்து விடுதலையடைந்திருக்கிறது. கடவுளிடமிருந்து விடுதலையடைந்திருக்கிறது. சொர்க்கத்திலிருந்து விடுதலையடைந்திருக்கிறது. நரகத்திலிருந்து விடுதலையடைந்திருக்கிறது. இது

மிகவும் சரியான நிலைபாடாக தற்சமயம் இருக்கிறது. அழித்தொழிக்கப்பட்டவைகளை அனைத்தையும் அந்த மக்களிடம் மீண்டும் அறிமுகப்படுத்தாதீர்கள்.

ஆனால் கிருத்துவ மதத்தால் வழங்கப்பட முடியாத ஒரு விசயம் சோவியத் யூனியனுக்குத் தேவையிருக்கிறது. அதை 'ஜென்' மட்டுமே வழங்கமுடியும். 'ஜென்' பரிசுத்தமான தியானமாக உள்ளது. அது நரகம், சொர்க்கம், கடவுள் ஆகியவற்றுடன் செய்வதற்கு ஒன்றுமில்லை. யேசுநாதரின் அற்புதங்களோடு செய்வதற்கு ஒன்றுமில்லை. 'ஜென்' இதுபோன்ற விசயங்களைப் பற்றி கூடப் பேசுவதில்லை. 'ஜென்' அறிவியலைப் பற்றிப் பேசுகிறது. படிப்படியாக இயல்பாக உங்களுடைய உள்ளுலகத்திற்குள் நுழைவது எப்படி என்பது பற்றிப் பேசுகிறது. வாழ்வின் சாசுவதத்தையும் பார்க்கிறது. சாசுவதத்திலிருந்து சாசுவதத்திற்கு நீங்கள் உங்களது வாழ்க்கையை சாசுவதமாக பார்த்துவிட்ட அப்போது நீங்கள் ஒரு முழுமையான வித்தியாசமான மனிதர் ஆகின்றீர்கள்.

உங்களுடைய வாழ்க்கை அதிகம் முக்கியத்துவம் அடைகிறது. ஆயிரக்கணக்கான மலர்கள் உங்களுள் மலர ஆரம்பிக்கின்றன. உங்களுடைய வாழ்க்கை படைப்பாற்றல் ஆகின்றது. அப்போது அந்த இருப்பின் கணம் உங்களுக்காக அக்கரையை எடுத்துக்கொள்கிறது என்பதை நீங்கள் அறிவீர்கள். இருப்பின் அந்தக் கணம் ஒரு பிரதி எடுப்பதில்லை என்பதை நீங்கள் அறிவீர்கள். அந்தக் கணம் எப்போதும் முற்றிலும் அசலான முகங்களுடன் மேலே வருகின்றது. அவசியமில்லாதவர்கள் எவருமில்லை. ஒருமுறை சென்றுவிட்ட அப்போது உங்களுடைய இடம் எப்போதும் காலியாகவே இருக்கிறது. இது முக்கியத்துவத்தை கொடுக்கிறது. இது அர்த்தத்தைத் தருகிறது. இருப்பின் அந்தக் கணத்தால் தேவைப்படுகிறீர்கள் என்கிற ஒரு உணர்வைத் உங்களுக்குத் தருகிறது. நீங்களின்றி சிலதை இழந்து இழப்பீர்கள். சில இடங்கள் வெறுமனாகவே இருக்கும். மேலும் எவருமே அதை நிரப்ப முடியாது.

நேற்று ஏன் தெக்கார்த்தேவுக்கு எதிராக வாதிட்டேன் என்பது இதுதான். ஏனெனில் அவர் அவரது அடுத்த பிறப்பில் ஒரு ரஜ்னீஷ் ஆக இருப்பதற்கு விரும்பினார். இருப்பின் இக்கணம் என்பது திரும்ப நிகழ்வதில்லை. மேலும் நீங்கள் உங்களைக் காட்டிலும் வேறொருவராக இருக்க முடியாது. இது நம்பத்தகுந்த ஆன்மீகம். ஒவ்வொரு தனிமனிதரும்

அவரது சொந்தத் தனித்தன்மையை கொண்டுள்ளார். மேலும் அது அவருக்கு கௌரவத்தையும், கருணையையும் கொடுக்கிறது. கிருத்துவ மதமோ, ஹிந்து மதமோ, முஸ்லீம் மதமோ எதுவானாலும் சோவியத் யூனியனுள் நுழைவதை விரும்பவில்லை. ஏனெனில் இந்த மதங்கள் அனைத்தும் பிரார்த்தனை உடையதாக இருக்கிறது. இந்தப் பிரார்த்தனை தன் உணர்ச்சிகளாகவும், தன் எண்ணங்களாகவும் இருக்கிறது. தியானம் என்பது உள்முகச் சிந்தனையாகவும், தன் உள்ளத்தை தன் பால் திரும்ப ஆய்வு செய்வதாகவும் இருக்கிறது. நீங்கள் சோவியத்து நாட்டினுள் அனுமதிக்க விரும்பினால் எந்த மதம் தியானத்தின் அடிப்படையில் இருக்கின்றதோ அந்த மக்களை அனுமதியுங்கள். பிரார்த்தனையின் அடிப்படையில் அல்ல. அது தெளிவானத் தனித்துவத்தையுடையதாகவும், எந்த பயமுமின்றி தொடரப்பட முடியும் என்கிற அளவுகோல்களாகவும் இருக்க வேண்டும்.

லாவோட்சை அனுமதியுங்கள். தாவோவின் மக்களை அனுமதியுங்கள். 'ஜென்' மக்களை அனுமதியுங்கள். யார் சூபியிசத்திற்கு சொந்தமுடையவர்களோ அந்த மக்களை அனுமதியுங்கள். யார் ஹசிடஸத்திற்கு சொந்தம் கொண்டாடுகிறார்களோ அந்த மக்களை அனுமதியுங்கள். யார் வேறு சில வழிகளில் அல்லது மற்ற வழிகளில் தியானிப்பவர்களாக இருக்கின்றவர்களோ அவர்கள்தான் இவர்கள். ஆனால் 'ஜென்' ஒரு மிகவும் உயர்வான உச்சக்கட்டத்திற்கு வருகின்றது. இந்தியாவிலும், சீனாவிலும், ஜப்பானிலும், பல நூற்றாண்டுகளாக ஆத்ம பலம் கொண்டு சீர்படுத்தப்பட்ட சுத்தமான தியானம்தான் 'ஜென்'. அதிகமான அளவிற்கு சுத்திகரிக்கப்பட்டும், கூர்மையாக்கப்பட்டும், தொடர்ச்சியாகக் கூர்மையாக்கப்பட்டும் வளர்ந்து உள்ளது. 'ஜென்'னுடன் ஒப்பிடுவதற்கு எதுவும் இல்லை.

மோசமான நிலையில் உள்ள போப்பாண்டவர் சோவியத் யூனியனில் என்ன செய்வார்? நிலத்தை முத்தமிடுவார். ஆகவே அவர் வாடிகனிலும் முத்தமிட முடியும். அவர் போதுமான நிலத்தை வைத்துள்ளார். எட்டு சதுரக் கிலோமீட்டர். ஒரு இறையாண்மை நாடு. எட்டு சதுரக் கிலோமீட்டர் பரப்பளவு

கொண்ட நிலத்தை முத்தமிடுவதற்கு போதுமானதாக இல்லை. ஆகவே முத்தமிட்டுக்கொண்டே இருக்கிறார். வெவ்வேறு நாட்டின் நிலங்களை முத்தமிடுவதற்கு அதிகமான அளவிற்கு பணத்தை விரயமாக்குகிறார். அவர் இந்தியாவிற்கு வந்தார். புதுடில்லி விமானநிலையத்தை முத்தமிட்டார். காத்மண்டுவில் இருந்தேன். உடனடியாக பத்திரிக்கையாளர் கூட்டத்திற்கு பேட்டி கொடுத்தேன். 'அவர் மாட்டு சாணத்திற்கு முத்தமிடுவதற்கு விரும்பினால் நாங்கள் அவருக்கு மாட்டு சாணத்தின் மொத்தப் பொட்டலத்தை அனுப்பியிருக்க முடியும். வெறும் மாட்டுச் சாணத்தை முத்தமிடுவதற்கு எட்டு பில்லியன் டாலர் மதிப்புள்ள பணத்தை செலவு செய்து ஏன் இந்தியாவிற்கு வருகைபுரிய வேண்டும். ஆனால் ''மாட்டுச் சாணம் உங்களுக்கு ஹிந்துயிசத்தின் சுவையைக் கொடுக்கிறது'' என்று அந்த பத்திரிக்கையாளர் கூட்டத்தில் கூறினேன்.

இந்த முழு உலகத்திற்கும் கிருத்துவ மதம் என்ன செய்திருக்கிறது? குடும்பக் கட்டுப்பாட்டு முறைகளைப் பயன்படுத்த மக்களைத் தடுப்பதால் அதிகமான வறுமையை உருவாக்கி உள்ளது. இப்போது குடும்பக் கட்டுப்பாடு முறைகள் நூறு சதவீதம் பயனுள்ளதாக இருக்கின்றன. முதலில் அவைகள் இல்லாது இருந்தன. நீங்கள் உடலுறவு கொள்வதற்கு முன்பு மாத்திரை உட்கொள்ள வேண்டியிருந்தது. இப்போது உடலுறவு கொண்டதற்கு பிறகு எடுத்துக்கொள்ளும் மாத்திரை இருக்கிறது. முன்கூட்டியே மாத்திரையை உட்கொள்ளவேண்டிய அவசியம் இல்லை. இது மிகவும் பாதுகாப்பாக இருக்கிறது. மேலும் சிலநேரங்கள் மாத்திரை பெண்ணின் உடல் உறுப்புக்களை உசுப்பி விடும் இரத்தத்தில் இருக்கின்ற உட்சுரப்பு நீர் வகைகளில் ஒன்றை தொந்தரவு செய்கிறது. ஆகவே ஆண்கள் உட்கொள்ளும் மாத்திரை என்ற ஒன்று மூன்றாவது மாத்திரையாக தற்சமயம் வந்திருக்கிறது. பெண்கள் எந்த மாத்திரையையும் உட்கொள்ளவேண்டிய அவசியமில்லை. இப்போது விசயங்கள் சாதாரணமான அளவிற்கு இருக்கின்றன. பிறகு ஏன் அவசியமில்லாமல் மக்கள் தொகையை அதிகமாக்குவதற்கு புறப்படுகிறீர்கள். மேலும் அனைத்து கிருத்துவ மதகுருமார்களும் அதிகம் வறுமையை புகுத்துவதற்கு வலியுறுத்துக் கொண்டிருக்கிறார்கள். அதிகமான அநாதைக் குழந்தைகளை

உருவாக்குவதற்கு வலியுறுத்திக்கொண்டிருக்கிறார்கள். அவர்களுக்கு இந்த அநாதைக் குழந்தைகளிடமிருந்தும், இந்த ஏழைக் குழந்தைகளிடமிருந்தும் அதிகமான கத்தோலிக்கர்களும், அதிகமான கிருத்துவர்களும் தேவைப்படுகிறார்கள். இவர்கள் புதிதாக மத மாற்றம் அடையலாம். ஏற்கனவே கத்தோலிக் சர்ச்சுகள் அதனுடைய அரவணைப்பில் அறுநூறு இலட்சம் மக்களைக் கொண்டுள்ளது. இன்னும் அவர்களுக்கு திருப்தியில்லை. அது முழு கிரகத்தையும் தற்கொலை செய்துகொள்வதற்கான அபாயத்தில் மேலும் அதிகமான மக்களுக்கு தேவையுடையதாக இருக்கிறது. இது கிருத்துவ மதத்தின் விளைவாக உள்ளது. அனைத்து மதங்களிலும் அதன் செல்வாக்கை செலுத்தியிருக்கிறது. ஏனெனில் கிருத்துவ மதம் முடிந்தளவிற்கு உறுப்பினர் சேர்க்கையில் அக்கறைப்படுகிற மிகச் சிறந்த மதமாகவும், சக்திவாய்ந்த மதமாகவும் உள்ளது. மற்ற மதங்களும் அதேக் கருத்துகளை பின்பற்றுவதற்கு கொண்டுள்ளது.

முகம்மது ஒன்பது பெண்களைத் திருமணம் செய்தார். அவர் முற்றிலும் படிக்காதவராக இருந்தார். அவர் வலிப்பு நோயால் அவதியுற்றார். மேலும் அவர் பணத்திற்காகவே ஒரு பெண்ணை மணந்து கொண்டார். அந்தப் பெண் நாற்பது வயதுடையவளாக இருந்தாள். ஆனால் அவளுக்கு இருபத்தி ஆறு வயதுதான். மேலும் அந்தப் பெண் ஒரு விதவையாகவும், அதிகமான பணத்தையும் வைத்திருந்தாள். அவள் முதல் முகம்மதியளாக இருந்தாள். அவள் சமாதி நிலையில் முகம்மதுவுடைய வலிப்பு நோயாக திரும்பினாள். அவருடைய வலிப்பு நோயால் அவர் நடுங்கினார். நுரை அவரது வாயிற்கு வெளியே தள்ளும். அவர் அதிகமான அளவிற்கு நடுங்குவதை உணர்வார். வீட்டில் உள்ள துப்பட்டி, போர்வைகள் அனைத்தும் அவர் மீது போர்த்தப்படும். இருப்பினும் அவர் நடுங்கிக்கொண்டுயிருந்தார். மேலும் எதுவாகிலும் அவர் மயக்கமான நிலையில்கூட வாய்விட்டுச் சொல்லுவார். அதிகம் படித்தவளும், பெரியப் பணக்காரியாகவும் இருந்த காதிஜா என்ற அவரது மனைவி அதை எழுதுவாள். குரானை எழுதியது இவள்தான். குரானை முகம்மது எழுதவில்லை. அவரால் அவரது கையெழுத்தைக்கூட எழுதமுடியவில்லை. மேலும் அவருக்கு வலிப்பு நோய் மீண்டும்

தொடர்ச்சியாக வருவதின் காரணமாக குரான் முப்பது வருட காலத்தில் எழுதப்பட்டிருக்கிறது. அப்பொழுது முகம்மது என்ன சொல்லிக்கொண்டிருந்ததை காதிஜா என்னவென்று குரானை எழுதிக்கொண்டிருந்தார் அல்லது புதிதாக, இடைச்செருகலாக எதையாவது சேர்த்திருக்கிறளா என்பதைப் பற்றி யாருக்கும் தெரியாது. ஏனெனில் குரான் ஒரு மோசமான வேத நூலாக உள்ளது. குரானில் அதிகம் எதுவும் இல்லை. 'குரானைப் பற்றி பேசுங்கள்' என்று முகம்மதிய நண்பர்கள் என்னிடம் கேட்டுள்ளனர். மிகவும் அழகாக அச்சடிக்கப்பட்டு பைண்டிங் செய்யப்பட்டுள்ள தற்சமயப் பதிப்புகளான அந்தப் புத்தகங்களை அவர்கள் அனுப்பிக்கொண்டேயிருக்கின்றனர். பலதடவைகள் அந்தப் புத்தகத்தைப் பார்வையிட்டேன். ஆனால் ஒரு சிறு வாக்கியத்தைக்கூட பாராட்டுவதற்கு முடியவில்லை. அதை விமர்சிக்க முடியும், ஆனால் அப்போது முகம்மதியர்கள் அனைவரும் என்னுடைய சமூகத்தை (கம்யூனை) எரிப்பதற்கே தயாராக இருப்பார்கள்.

கிரேக்கத்தில் இருந்த தேவாலயம் என்னை அச்சுறுத்தியது என்பது இப்படித்தான். நான்கு வாரம் மட்டுமே சுற்றலா விசாவில் கிரேக்கத்தில் இருந்தபோது இரண்டு வாரத்திற்குப் பிறகு வீட்டைவிட்டு வெளியே சென்றதேயில்லை. அந்த வீடு ஒரு சிறு தீவில் இருந்தது. அது கிரேக்கத்தில் உள்ள மிகச் சிறந்த சினிமாத் தயாரிப்பாளருக்கு சொந்தமாக இருந்தது. அவர் எனக்கு விருந்தளிப்பவர். அந்த வீடு ஒரு மலை உச்சியில் கவனிப்பாரற்று இருந்தது. கடலைச் சுற்றி ஒரு மிக அழகான இடம். ஒரு அழகானத் தோட்டம். மேலும் வாயிலுக்கு வெளியே சென்றதேயில்லை. ஆனால் ஐரோப்பா முழுவதுமிருந்து நண்பர்களும், உலகத்தில் மிகவும் பழைமைவாதத்தைப் பின்பற்றுகின்ற கிரேக்கத்தின் வைதீகமான, ஆச்சாரமான தேவாலயத்தின் பிரதான குருவான பேராயர் ஓடி வந்தார். கிருத்துவ மதத்தை முழுமையாகவும், அது அதன்படியே மாற்றியிருக்கிற இந்த கிரேக்க தேவாலயம் இதுதான். 'அரசாங்கம் உடனடியாக அவரை (ஓஷோவை) நாடு கடத்தவில்லையானால் நான் அந்த வீட்டிற்குள் வெடிகுண்டுகளை வைத்து உள்ளே உள்ள அனைவரையும் உயிரோடு எரிப்பேன்' என்று அந்த

நாட்டின் ஜனாதிபதியையும், பிரதம மந்திரியையும், என்னையும் அந்த ஆர்ச் பிசப் அச்சுறுத்தினார். மதம் என்பது இதுதான்.

மேலும் கிரேக்கர்களுடன் செய்வதற்கு எதுவுமில்லை. யாரை ஏற்கனவே ஒழுக்கமற்றவர்களாக்கிவிட்டேனோ அங்கே அதிகபட்சமாக பத்து அல்லது பனிரெண்டு நண்பர்கள் எனக்காக இருந்தார்கள். ஆகவே அங்கு பிரச்னையில்லாமல் இருந்தது. அவர்கள் என்னுடைய சீடர்களாக இருந்தார்கள். மேலும் கிரீசில் தங்குவதைப் பற்றி சொல்லி "ஓஷோ நீதிநெறியை களங்கப்படுத்துவார், மதத்தை அழிப்பார்" என்று சொல்லி கிரீஸில் தங்குவது பற்றி கூறி அந்த ஆர்ச் பிசப் அரசாங்கத்தை என்னை அச்சுறுத்திக் கொண்டிருந்தார். அவர்கள் என்னை நாடு கடத்தியபோது என்னிடம் பேட்டி எடுப்பதற்கு விமான நிலையத்தில் ஒன்றுகுவிந்திருந்த உலகப் பத்திரிக்கையாளர் பிரதிநிதிகளிடம் சொன்னேன்: "இந்த நாடு மிகவும் பலகீனமான மதத்தையும் மற்றும் மிகவும் மோசமான நீதிநெறிகளையும் கொண்டுள்ளது. அவர்கள் எதை ஒரு நீதியான, நற்குணமிக்க, நல்லொழுக்கத்திற்குரியது என்றும் ஒரு குறிப்பிட்ட மூடநம்பிக்கைகளுக்கு உரியது என்றும், அவர்கள் எதை மதங்களாக இருக்கின்றன என்றும் நினைக்கிறார்களோ அவைகளை அவர்கள் ஒரு குறிப்பிட்ட விதமான நீதிநெறிகளை இந்த நாட்டின் மனநிலைமைகளாக இரண்டாயிரம் வருடங்களாக வைத்திருக்கிறார்கள். மேலும் இன்னும் இரண்டு வாரங்களே தங்கியிருக்கும் ஒரு சுற்றலாப் பயணியான என்னைப் பார்த்து அவர்கள் பயப்படுகிறார்கள். இரண்டாயிரம் ஆண்டு காலம் பழமைவாய்ந்த ஒரு மதத்தை இரண்டு வாரங்களில் அழிக்கப்பட முடியுமானால் அந்த "கிருத்துவ மதம் மிகவும் தூய்மையற்றதாக, நேர்மையற்றதாக உள்ளது" என்பதாகத்தான் அர்த்தமாகிறது என்று பத்திரிக்கையாளர்களிடம் கூறினேன்.

"உங்களுக்கு எதிராக ஒரு ஊர்வலத்திற்கு ஏற்பாடு செய்வேன்" என்று என்னை அச்சுறுத்திக்கொண்டிருந்தார் அந்த பிசப். அதற்கு அவரிடம் "அதை கொண்டாடுவேன். அனைத்துவிதமான விசயங்களையும் அனுபவிப்பவன்" என்று சொன்னேன். ஆனால் ஊர்வலம் வரவேயில்லை. ஆகவே என்னுடைய கிரேக்கத் தூதர் அமிர்தோவிடம் 'மாடல் அழகியாக இருந்த ஒரு அழகான பெண்

கிரேக்கத்தின் 'அழகு ராணி'யாகத் தேர்ந்தெடுக்கப்பட்டார். அழகை நேசிக்கிறேன். இந்த உலகத்தில் அழகாக இருக்கிற எல்லாவற்றையும் நேசிக்கின்றேன். "மலர்கள், முகங்கள், நட்சத்திரங்கள், சந்திரன், கடல்" போன்ற அனைத்தையும் நேசிக்கிறேன். "அழகுதான் என்னுடைய ஆன்மீகம்" என்று சொன்னேன்.

இங்கு "கிருத்துவர்கள் எவ்வளவு பேர் உள்ளனர்" என்று எனது சீடர் அமிர்தோவிடம் கேட்டேன். கிட்டத்தட்ட தொண்ணூறு சதவீத மக்கள் கிருத்துவர்களாக உள்ளார்கள் என்றாள்.

"எத்தனை பேர் இங்கு தேவாலயத்திற்கு செல்கிறார்கள்" என்று கேட்டேன். நான்கு சதவீதத்திற்கு மேல் அதிகம் இல்லை என்று சொன்னாள். "யார் அந்த நான்கு சதவீத மக்கள்" என்று கேட்டேன். அவள் சிரித்துக்கொண்டே "நீங்கள் நம்பமாட்டீர்கள். தேவாலயத்தில் ஒரு காலும், கல்லறையில் ஒரு காலும் வைத்துக்கொண்டுயிருக்கும் அவர்கள் வயதான பெண்கள். பழமையை பின்பற்றுபவர்கள்" என்று சொன்னாள். "எத்தனை பெண்கள் இந்த ஆர்ச் பிசப் சொல்லுவதைக் கேட்கிறார்கள்" என்று கேட்டேன். அங்கு சென்று எண்ணினாள். ஆர்ச் பிசப்பின் மதபோதனை முழக்கத்தை ஆறு பெண்கள் மட்டுமே கேட்டுக்கொண்டுயிருந்தனர். உண்மையில் அவரால் ஆறு வயதான பெண்களின் ஊர்வலத்தைக்கூட நடத்தமுடியவில்லை. இது உண்மையாக ஒரு மல்லர்கள் குட்டிக்கரணம் போன்றவைகளைப் போட்டுக் காண்பிக்கும் கூடாரமாக இருந்திருக்கும். "பிசப் வருகிறபோது நாம் அவரது ஊர்வலத்தில் கலந்துகொள்ள வேண்டும்" என்று என்னுடைய சீடர்களிடம் சொன்னேன். இந்த வயதான முட்டாள் என்னுடன் வெறும் இரண்டு வாரங்களுக்கு மட்டுமே வாழப்போகிற என்னுடை சீடர்கள் அனைவரையும் உயிரோடு எரிப்பதற்கு விரும்பினார். ஆனால் "ஏன் சோவியத் யூனியனுக்குள் நுழைவதற்கு கிருத்துவ மதத்தை அனுமதிக்க விரும்பவில்லை" என்று என்னை நீங்கள் கேட்டுக் கொண்டுயிருக்கின்றீர்கள். கிருத்துவ மதம் இந்த உலகத்திற்கு என்ன செய்துவிட்டது?

சோவியத் யூனியனை நேசிக்கின்றேன். ஏனெனில் அது ஒரு மிகச் சிறந்த சோதனைத் தளமாக இருக்கிறது. அது மனித

வரலாற்றில் ஒரு 'மைல்கல்'லாக உள்ளது. உண்மையில் அது பாதி நிலையில்தான் உள்ளது. இன்னும் மீதமுள்ள அந்தப் பாதி ஒன்றுமில்லாததைக் காட்டிலும் சிறப்பாக இல்லை. மற்றொரு பகுதி அதன்மீது உயர்த்தப்பட முடியும். உள்ளுணர்வின் கோயிலை எழுப்புவதற்கு யாராவது ஒருவருக்கு ஒரு நல்ல அடித்தளத்தை கொடுத்திருக்கும் லெனினும், ஸ்டாலினும் எதை உருவாக்கியிருக்கிறார்கள். மேலும் இந்தக் கோயில் எந்த மதத்திற்கும் உடைமையாகாது. அது யார் தீட்சையினுள் நுழைய விரும்புகின்றார்களோ, யார் அந்த ஆன்மீகத் தடத்தில் நுழைய விரும்புகின்றார்களோ அந்த அனைத்துத் தனிமனிதர்களுக்கும் உடைமையாகும். புத்தர்கள் உங்களை வழிநடத்துவதில்லை. அவர்கள் அந்தத் தடத்தை சுட்டிக்காட்டுவார்கள். நீங்கள் தனியாக உங்களது தடத்தை தொடர்வதற்கு கொண்டுள்ளீர்கள். ஏனெனில் உங்களது மனதினுள், சிந்தனையினுள் செல்வதில்லை. புத்தர்கள் அந்த தடத்திற்கு மைய்யம் ஆவார்கள். ஆனால் நீங்கள் அங்கு செல்ல உள்ளீர்கள். அது உங்களுள்ளே எவரும் செல்லமுடியாது என்பதுதான் நல்லது. வேறுவழியில் அரசியல்வாதிகள் புத்தர்கர்கள் நுழைவதற் முன்பே அந்த பாதையை அடைந்துவிடுவார்கள். இது உங்களுடைய உரிமை. தனிச்சுதந்திரம். உங்களது முழுமையான உரிமைக்குள்ளும், சுதந்திரத்திற்குள்ளும் எவரும் நுழைய முடியாது.

நீங்கள் அந்தப் தடத்தில் சென்றால் நீங்கள் ஒரு புதிய பரிமாணத்தில் செங்குத்தாக வளர ஆரம்பிப்பீர்கள். மிருகங்கள் அனைத்தும் கிடைமட்டமாக நகர்கின்றன. வரலாற்றில் சார்லஸ் டார்வின் சொல்வதுபோல ஒரு குறிப்பிட்டப் புள்ளியில் சில மிருகங்கள் செங்குத்தாக மேலே நின்றது. மனிதன் எப்படிப் பிறந்தான் என்பது இதுதான்: கிடைமட்ட மிருகத்திலிருந்து நான்கு கால்களில் நடந்து, பின்பு மனிதன் இரண்டு கால்களில் நடக்க ஆரம்பித்தான். ஆரம்பத்தில் இரண்டு கைகள் தடையற்றதாகவும், சுதந்திரமாகவும் இருந்தன. இந்த இரண்டு கைகள் மூலம்தான் வீடுகள், பாதைகள், மின்சாரம், தொலைக்காட்சி, தற்சமயம் நீங்கள் அனுபவிக்கின்ற ஒவ்வொன்றும், மனிதஇனத்திற்குத் தேவைப்படுகின்ற ஒவ்வொன்றும் உருவாக்கப்பட்டிருக்கின்றது. ஏனெனில் இந்த இரண்டு கைகள் சுதந்திரமாக இருந்தன. இந்த இரண்டு கைகள் அறிவியல் மற்றும் அதிநவீன அறிவியல்

தொழில்நுட்பங்கள் அனைத்தையும் உருவாக்கியிருக்கின்றது. இந்த விசயங்களை வேறெந்த மிருகமும் செய்யவில்லை. நான்கு கால்களை உடைய அனைத்து மிருகங்களும் நடப்பதில் ஈடுபடுகின்றன. கிடைமட்டத்திலிருந்து செங்குத்தாக கொரில்லா மனிதனாகிறது. இது ஒரு புரட்சி. ஒரு நிலைபோன்று உள்ளே வாழ்கின்றது. உங்களுடைய உணர்வு, பிரக்ஞை இன்னும் கிடைமட்டத்திலிலேயே உள்ளது. உங்களுடைய உடல் செங்குத்தாக உள்ளது. உங்களுடைய உணர்வு இன்னும் காலத்தில் கிடைமட்டமாக நகர்ந்துகொண்டிருக்கின்றது. தியானத்தின் செயல்பாடு உங்களுடைய உள்ளுணர்வை மேலும் ஒரு கிடைமட்ட திசையில் திரும்புவதற்கு உள்ளது. உங்களுடைய உடலும் உள்ளுணர்வும் செங்குத்தாக ஒன்றிணைகின்றபோது நீங்கள் விழிப்புணர்வு அடைந்தவராகின்றீர்கள். இந்த செங்குத்து உள்ளுணர்வு இறுதியான உண்மையை, அழகை, நல்லதை, அறிந்துள்ளது.

சூத்ரா:

எங்களது அன்புள்ள குருவே!

> *மடாலயத்தின் பொறுப்பில் இருந்த அந்தத் துறவி ஒருமுறை யாகூசானிடம் சொன்னார்: நான் மணி அடித்திருக்கின்றேன். இது வழக்கமான சொற்பொழிவுக்கான நேரம் ஓஷோ.*

நீங்கள் ஒரு அடித்தளம் போல 'ஜென்'னைப் பற்றி ஒரு கருத்தைப் புரிந்துகொள்ள வேண்டும். வழக்கமான என்பதெல்லாம் ஒன்றுமில்லை. ஒவ்வொன்றும் தன்னிச்சையானதாக உள்ளது. முழு சொல்லமுத்தமும் வழக்கமானதல்ல. ஆனால் தன்னிச்சையானது. குரு பேசுவதுபோல உணர்வீர்களேயானால், அந்தக் கணம் ஒரு பாடலாக அவர் மூலம் ஆவதற்கு விரும்பினால், அப்போது அவர் பாடலை பாடுகிறார். மற்றபடி இல்லை. அங்கு 'வழக்கமான' என்பது பற்றிக் கேள்வியே இல்லை. தன்னிச்சையாக.... உயரக் கட்டப்பட்ட மேடைக்கு குரு வருவார் என்பது ஆயிரக்கணக்கானத் தடவை நிகழ்ந்திருக்கின்றது. ஒரு சில நிமிடங்களுக்கு அங்கு நிற்கிறார். மேலும் எதுவும் வருவதில்லை. அவர் சபைக்கு தலைவணங்குவார். மேலும் அவரது அறைக்குத் திரும்புகிறார். 'ஜென்' எப்படி பிறந்தது என்பது இதுதான். புத்தர் அவரது காலை சொற்பொழிவுக்கு அவரது கையில் எதை வைத்துக்கொண்டும் வந்ததில்லை. ஒருநாள் அவர் வினோதமான அளவிற்கு ஒரு தாமரை மலருடன் வந்தார். வருடக்கணக்காக அவருடன் வாழ்ந்திருந்த மக்கள் அவர் எதையும் சுமந்துகொண்டு வந்ததைப் பார்த்ததேயில்லை. மேலும் மிகவும் விநோதமாக அவரது மௌனம் இருந்தது. அவர் தாமரை மலரைப் பார்த்தவாறே சென்றார். சீடர்களுக்கு அந்த நிமிடங்கள் அதிகம் நீண்டுகொண்டேயிருந்தது. ஒரு மணி நேரமே கடந்துவிட்டது. மேலும் அது ஒரு முழு வாழ்க்கைக் காலமே கடந்துவிட்டதுபோலத் தோன்றியது. பத்தாயிரம் சீடர்கள் காத்திருக்க....கவனித்திருக்க.... மேலும் புத்தர் தாமரை மலரைப் பார்த்தவாறே முழுமையாக அமைதியாக இருக்கிறார். புத்தருக்கு இருபது வருடங்களாக சீடராக இருந்துகொண்டிருந்தார் மகாகாசியப். ஒரு வார்த்தை கூட பேசியதில்லை. அவருக்கு தீட்சைக்கூட கொடுக்கப்படவில்லை. அவர் எனக்கு தீட்சை கொடுங்கள் என்று புத்தரிடம்

கேட்டதேயில்லை. அவர் இயல்பாகவே தீட்சையைப் பெற்றார். அவர் அவரது தலையை மழித்துக்கொண்டார். மஞ்சள் அங்கியை வாங்கிக்கொண்டார். ஒரு துறவி ஆனார். அவரே ஒரு பெயரைக் வைத்துக்கொண்டார். ஒரு மரத்தடியில் அமர்ந்தார். அதே மரத்தடியில் வருடக்கணக்காக உட்காருவதை தொடர்ந்தார். 'இந்த மனிதர் வினோதமாக இருக்கிறார். இவர் பைத்தியமாகிவிடுவார் போலத் தோன்றுகிறது' என்று அனைவரும் ஆச்சரியப்பட்டுக்கொண்டுயிருந்தார்கள். அவர்கள் எதையாவதை அவரிடம் கேட்பார்கள். மகாகாசியப் சாதாரணமாக 'அமைதியாக இருங்கள்' என்று சொல்லுவார். ஆனால் அன்று மற்ற அனைவரும் அமைதியாக இருந்தபோது அவர் இயல்பாக சத்தமாக வெளிபடையாக சிரிக்க ஆரம்பித்தார். 'இந்த மனிதருக்கு என்ன நிகழ்ந்துவிட்டது'. இவர் இருபது வருடங்களாக பைத்தியமாக இருந்துகொண்டுயிருந்தார். திடீரென்று இதற்கு எதிர்மாறாக அறிவுள்ளவராகிவிட்டார்' என்று அனைவரும் அவரைப் பார்த்தனர். புத்தர் மகாகாசியப்பைப் பார்த்து 'என்னிடம் நெருக்கமாக வா' என்று சைகைக் காட்டினார். இருபது வருடங்களில் புத்தர் முதல்தடவையாக அவரை அழைத்து இருந்தார். மகாகாசியப் வந்தார். புத்தர் சபையில் உள்ள சந்நியாசிகளிடம் சொன்னார். எதை நான் வார்த்தைகளில் சொல்ல முடியுமோ அதையனைத்தையும் உங்களுக்கு சொல்லிவிட்டேன். "எதை வார்த்தைகளில் சொல்ல முடியாதோ அதை மகாகாசியப்புவுக்கு பரிமாற்றம் செய்திருக்கின்றேன் என்று கூறினார். மேலும் அந்த தாமரை மலரை மகாகாசியப்புவுக்குக் கொடுத்தார். இப்படித்தான் 'ஜென்' பிறந்தது. இது 'ஜென்' நீரோட்டத்தின் தொடக்கமாக இருந்தது. வார்த்தையில்லை. கண்ணுக்குப் புலனாகாதவொன்று. என்ன நிகழ்ந்துகொண்டிருக்கின்றது என்று தெரியாது சீடர்கள் கவனித்தனர். முதல்தடவையாக மகாகாசியப் புத்தருடைய காலைத் தொட்டார். ஆனால் ஒரு வார்த்தையைக்கூடப் பேசவில்லை. புத்தருடைய இலக்கியங்களில் மகாகாசியப் பற்றி எதுவும் குறிப்பிட்டிருக்கவில்லை. சாதாரணமாக இதைத்தான் குறிப்பிட்டிருக்கின்றார்கள். ஆனால் மகாகாசியப்தான் முதல் 'ஜென்' குரு. ஒரு குருவிடமிருந்து மற்றொரு குருவுக்கு வந்து தற்சமயம் 'ஜென்' என்னிடம் வரை வந்திருக்கிறது. மகாகாசியப்

தொடக்கமானால், இருபத்தி ஐந்து நூற்றாண்டுகளில், நூற்றுக்கணக்கான குருக்கள், எதை வார்த்தைகளில் சொல்லப்பட முடியாதோ அதை ஆழமான மௌனத்திலும் தியானத்திலும் பரிமாற்றம் செய்ய உண்மையில் மிகவும் நீண்டகால பாரம்பரிய முடிவில் இருக்கின்றேன். (இங்கு ஓஷோ தன்னைக் குறிப்பிடுகிறார்)

ஆகவே துறவி யாகூசானிடம் கேட்டார். யாகூசான் எந்தவித சந்தேகமின்றி மிகச் சிறந்த குரு.

'நான் மணி அடித்திருக்கின்றேன்.'

சபையில் அனைவரும் ஒன்றுகூடுவதற்கு மணி அடிக்கப்படுகிறது. தயவுகூர்ந்து ஓஷோ

'இது வழக்கமான சொற்பொழிவுக்கான நேரம்'.

'வழக்கமான' என்கிற வார்த்தையை அவர் தவறாகப் பயன்படுத்தினார். ஒரு குருவுடன் விசயங்கள் தன்னிச்சையாக இருக்கின்றன. வழக்கமான என்பதெல்லாம் ஒன்றுமில்லை. நீங்கள் 'கட்டுப்பாட்டில்' என்று பார்க்கின்றபோது அது உங்களுடைய எண்ணத்தில் இருப்பது மட்டுமே. குருவுக்கு இது தன்னிச்சையானது.

'சரி, என் கிண்ணத்தைப் பிடித்துக்கொண்டு தொடர்ந்து வா' என்று யாகூசான் சொன்னார்.

அவர் சொற்பொழிவு ஆற்றுவதற்கு செல்கின்றாரா? அல்லது சாப்பாடு சாப்பிடுவதற்கு செல்கின்றாரா என்பதுதான். இப்போது சபைக்கு செல்வது ஒரு அரிதான சூழ்நிலையாக இருந்தது. அரிசி நிறைந்தக் கிண்ணத்துடன் அவரை தொடர்ந்து கொண்டிருக்கின்றேன். என்னைப் பற்றி மற்ற சீடர்கள் என்ன நினைப்பார்கள்? ஏன் இந்த முட்டாள் துறவி குருவுக்கு பின்புறம் அரிசி நிறைந்தக் கிண்ணத்தை சுமந்து கொண்டு செல்கிறார்? என்று நினைப்பார்களே என்று துறவி சிறிது தர்மசங்கடத்திற்குள்ளானார்.

துறவி குருவின் அர்த்தத்தைப் புரிந்துகொள்ளவில்லை. 'உங்கனும்' அப்போது அச்சமயத்தில் இருந்தார். "எப்போது நீங்கள் உங்களுடைய கைகளையும் கால்களையும் இழந்தீர்கள்" என்று கேட்டார்.

நீங்கள் ஏன் உங்களுடைய அரிசிக் கிண்ணத்தை நீங்களே சுமக்கவில்லை? நீங்கள் எப்போது உங்களுடைய கைகளையும் கால்களையும் இழந்தீர்கள்? கடைசியாக ஞானமடைந்த 'உங்கன்'கூட குருவின் அர்த்தத்தைப் புரிந்துகொள்ளவில்லை. 'சொற்பொழிவு என்பதெல்லாம் ஒன்றுமில்லை. ஆனால் ஒரு ஆகாரம், உணவு.

இதுவொரு ஆன்மீக ஆகாரம். உடலுக்கு உணவு தேவைப் படுவதுபோல உங்களுடைய ஆன்மீகத்திற்கு ஆகாரம் தேவைப்படுகிறது. குருவுக்கு பின்புறம் அரிசி கிண்ணத்தை சுமப்பதின் மூலம் குரு அந்தத் துறவிக்கு நுண்ணறிவைக் கொடுத்துக் கொண்டிருந்தார். அது ஆகாரத்தின் காலங்களில் 'உங்களுடைய அனைத்து தியானங்களையும், சொற்பொழிவுகளையும் நினையுங்கள்'.

குரு என்பது ஒன்றுமில்லை. ஆனால் ஆகாரம், உணவு அவ்வளவுதான். உங்களுடைய ஆன்மாவிற்கு உணவு. 'உங்கன் இரண்டையும் புரிந்துகொள்ளவில்லை. என்ன செய்தி? ஏனெனில் ஒவ்வொரு துறவியும் அவர் உடல்நலக் குறைபாடு இல்லாத பட்சத்தில், சில விபத்தில் அவரது கைகளை இழக்காவிட்டால் அவரது சொந்தக் கிண்ணத்தை சுமக்கிறார்.

எப்போது நீங்கள் உங்களுடைய கால்களையும், கைகளையும் இழந்தீர்கள்? என்ன நிகழ்ந்தது? 'நீங்கள் சாதாரணமாக துறவியுடைய பழக்கத்தை அணிந்துகொண்டிருக்கின்றீர்கள் என்று யாகூசான் சொன்னார்.

உங்களுக்குத் தெரியாது. மேலும் உங்களால் அறிந்துகொள்ள முடியாது. நீங்கள் அந்தத் துறவியுடைய பழக்கத்தை மட்டுமே அணிந்துகொண்டிருக்கின்றீர்கள். ஆனால் உங்களால் எதையும் புரிந்தகொள்ள முடியவில்லை.

நான் 'இதைக் காட்டிலும் மற்றவை அல்ல.' என்று உங்கன் சொன்னார்.

நான் என்னவாக இருக்கின்றேன் என்பது இதுதான். நீங்கள் என்னைத் அந்த துறவியுடைய பழக்கம் என்று எண்ணினால் 'நான் உங்களுக்கு முன்பு முற்றிலும் நிர்வாணமாக

நின்றுகொண்டிருக்கின்றேன். உண்மையில் நான் என்னவாக இருக்கின்றேன் என்பது இதுதான்.

இது 'இதுதான்' என்று குறிப்பிட்டு ஒரு ஆழமான மூலத்திலிருந்து வந்துள்ளது. புத்தருடைய முழு தத்துவத்தையும் அந்த சாதாரண வார்த்தையான 'இதுதான்' அவ்விதமே (ததத்தா) என்பதில் அடக்கப்பட முடியும். நான் என்னவாக இருக்கின்றேன் என்கிற 'இந்தக் கணம். நீங்கள் விரும்புகின்ற எதையும் என்னிடம் கேட்கலாம். அது ஒரு பிரச்னையே அல்ல. இது ஒரு சிறந்த பதிலாக இருந்தது.

நான் இதைக் காட்டிலும் மற்றது அல்ல. குருவே, நீங்கள் என்ன நினைக்கின்றீர்கள்? என்று உங்கன் பதிலளித்தார். நான் 'இதுபோன்ற குடும்பத்தை வைத்திருக்கவில்லை.' என்று யாகூசான் சொன்னார்.

குருவிடமிருந்து ஒரு அரிதான பதில் கிடைக்கிறது. அவர் இதுபோன்ற குடும்பத்தைக் வைத்திருக்கவில்லை என்று சொன்னதின் அர்த்தம் என்ன? இதைப் பற்றி சிலவற்றை நீங்கள் உணருவதற்கு ஒரு கதை சொல்லுகிறேன். யேசு கிருத்துவை கொன்றதைப்போல ஹில்லாஜி மஞ்சூர் இறுதியாக முகம்மதியர்களால் கொல்லப்பட்டபோது ஆனால் மோசமான முறையில் அவர்கள் அவரை துண்டு துண்டாக வெட்டினார்கள். அனல்ஹக்–(நான் உண்மையாக இருக்கின்றேன்.). கடவுள் மட்டுமே உண்மை என்று சொல்லும் எவரையும் மன்னிப்பது இல்லை. நீங்கள் உங்களையே உண்மை என்று அழைப்பது என்பது நீங்கள் மறைமுகமாக கடவுளையே அழைக்கின்றீர்கள்.

ஆனால் ஹில்லாஜி மஞ்சூர் தன்னைக் கடவுளாக அழைத்துக்கொள்ளவில்லை. நான்தான் உண்மை என்று சாதாரணமாக சொல்லிக்கொண்டிருந்தார். மேலும் அவர் அதன்மீது பிரத்யேக உரிமையாக கூறவில்லை. நீங்களும் அதுவாக உண்மையாக இருக்கின்றீர்கள். அதை நீங்கள் அறியவில்லை. நான் அதை அறிவேன். ஆனால் காலம் கடந்துதான் அறிந்துகொண்டேன் என்று அவர் சொல்லிக்கொண்டிருந்தார். அவரது குருவான ஜுன்னியாட்டிடம் சென்றபோது அது ஒரு வருத்தமான விவகாரமானது. அவரது குடும்பம், அவரது மனைவி, அவரது குழந்தைகள், அவரது பெற்றோர்கள், அவரது

நண்பர்கள், அவரது பக்கத்து வீட்டுக்காரர்கள் அனைவரும் அந்த இளம் மனிதரை நேசித்தார்கள். அவர் மிகவும் அழகானவராகவும், சந்தோஷமுடையவராகவும் இருந்தார். அவரது அந்தசமய இருப்பு ஒரு வெளிச்சமாக இருந்தது. ஹில்லாஜி மஞ்சூர் அனைத்துவிதமான குருக்களையும் பார்ப்பதற்கு சென்று இருக்கின்றார். கடைசியாக அவர் வனத்தில் கிராமத்திற்கு வெளியே தங்கிக்கொண்டிருந்த ஜுன்னியாட்டிடம் செல்வதற்கு அவரது குடும்பத்தைவிட்டு செல்ல தீர்மானித்தார். ஜுன்னியாட் மிகவும் ஒரு பிரபலமான குருவாக இருந்தார். ஆகவே நகரத்திற்கு வெளியே அவரை வழி அனுப்புவதற்கும், வாழ்த்து சொல்லுவதற்கும் அவரது குடும்பம் வந்தது. நண்பர்கள் வந்தனர். மனைவி, குழந்தைகள், பக்கத்து வீட்டுக்காரர்கள் வந்தனர். அவர் காட்டை நோக்கிச் சென்றார். ஆனால் மீண்டும் மீண்டும் அவர் திரும்பிப் பார்த்தார். நகரத்தின் எல்லையில் இன்னும் அந்த மக்கள் நின்றுகொண்டிருந்தனர். கடைசியாக அவர் வனத்திற்குள் நுழைந்துகொண்டிருந்தபோது கடைசித் தடவையாகப் திரும்பப் பார்த்தார். அந்த மக்கள் இன்னும் கண்ணுக்கெட்டிய தூரமாக நின்றுகொண்டிருந்தார்கள். அவரால் யார் யார் அங்கு நிற்கிறார்கள் என்று அறியமுடியவில்லை. பிறகு ஜுன்னியாட்டியுடையக் குடிசையை அடைந்தார். அவர் கதவைத் தட்டினார். அவர் யார் வந்திருக்கிறார்கள் என்றுகூடப் பார்க்காது உள்ளேயிருந்துகொண்டே 'முதலாவதாக அந்தக் கூட்டத்தை விட்டுவிட்டு தனியாக வாங்க' என்று சொன்னார்.

என்ன கூட்டமா? ஹில்லாஜி மஞ்சூர் சுற்றும் முற்றும் பார்த்தார். அங்கு கூட்டமே இல்லை. அவர் கதவைத் திறந்தார். நீங்கள் என்னுடைய உத்தரவை கடைபிடிக்கவில்லை. 'முதலில் அந்தக் கூட்டத்தை வெளியே விட்டுவிட்டு அப்போது நீங்கள் உள்ளே வரலாம்' என்று ஜுன்னியாட் கூறினார். என்ன கூட்டம்? நான் யாரையும் பார்க்கவில்லை. நான் எல்லாப் பக்கமும் பார்த்தேன். எவரும் தென்படவில்லை. ஜுன்னியாட் சொன்னார்: நீங்கள் வெளியே பார்த்துக் கொண்டிருக்கின்றீர்கள். உள்ளே பாருங்கள். அந்த முழுக் கூட்டமும் உங்களுள்ளே உங்கள் மனைவி, உங்களுடைய குழந்தைகள், உங்களுடையக் குடும்பம், உங்களுடைய பெற்றோர்கள், உங்களது பக்கத்து வீட்டுக்காரர்கள், உங்களுடைய நண்பர்கள் ஆகிய அனைவரும்

தற்சமயம் இருக்கின்றார்கள். நீங்கள் வெளிப்புறத்திலுள்ளதை விட்டுவிட வேண்டியுள்ளது. வெளியே போங்கள். அந்தக் கூட்டத்தின் தொடர்பை முறித்துவிட்டு உள்ளே வாருங்கள் என்று ஜுன்னியாட் சொன்னார்.

அவரது குடும்பத்துடனும், அந்தக் கூட்டத்திடனும் தொடர்பை முறித்துக்கொள்வதற்கும், முழுமையாக மௌனம் ஆவதற்கும் அல்ஹில்லாஜிக்கு மூன்று வருட காலம் வெளியே அமர வேண்டியது இருந்தது. அவர் குடிசைக்குள் நுழைவதையே முழுமையாக மறந்தார். மூன்று வருட காலம் என்பது மிகவும் நீண்டது. அவர் குடும்பத்தை மறந்திருந்தார். மேலும் குருவையும் கூட மறந்திருந்தார். அவர் முழுமையாக நிறைவேற்றி முடித்தார். இப்போது உள்ளே நுழையத் தேவையே இல்லாது இருந்தது. சரியான அந்தக் கணத்தில் ஜுன்னியாட் வெளியே வந்தார். “இப்போது உள்ளே வா” என்று சொன்னார். ஆனால் இப்போது நுழையத் தேவையில்லை என்று சொன்னார். உள்ளே நுழையத் தேவையில்லாதபோதும் “இப்போதுதான் நான் உன்னிடம் என் வேலையை ஆரம்பிக்க முடியும்” என்று ஜுன்னியாட் சொன்னார்.

‘குடும்பம்’ என்று யாகூசான் சொல்லியதிற்கான அர்த்தம் இதுதான். நான் முழுமையான தனியாளாக இருக்கின்றேன். முழுமையான அமைதியில் இருக்கின்றேன். நான் கூட்டத்தின் எண்ணங்களையும், பிம்பங்களையும், என்னுடைய மனதில் கனவுகளையும் கொண்டிருக்கவில்லை என்று சொல்லுகிறார். மேலும் ‘நான் என்னவாக இருக்கின்றேனோ அது இதுதான்’ என்று எனக்கு முன்பு நின்று நீங்கள் சொல்லிக் கொண்டிருக்கிறபோதும் என்னால் குடும்பத்தையும், அந்தக் கூட்டத்தையும் உள்ளே பார்க்க முடிகிறது. “நீ இதுவல்ல. நீ அதுவாக இருக்கின்றாய்” என்று யாகூசான் சொல்லுகிறார். உங்கள் புரிந்துகொண்டுயிருக்க வேண்டும். ஏனெனில் அவர் ஒரு வார்த்தைகூட சொல்லவில்லை. குரு மிகச் சரியாகவே இருந்தார். குரு மிகச் சரியாக இருக்கின்றபோது சீடர் சாதாரணமாக அமைதியாக தலைவணங்குகிறார். அங்கு வினாவிற்கான கேள்வியே இல்லை. குருவுடன் நீங்கள் வாதிட முடியாது. மேலும் நீங்கள் வாதிட்டால் நீங்கள்

உங்களுக்கும் குருவுக்கும் இடையில் இடைவெளியை உருவாக்கிக்கொண்டிருக்கின்றீர்கள். எந்தவிதமான தர்க்கங்களும் இல்லாது, எந்தக் கருத்துகளும் இல்லாது, எந்தவிதமான சிந்தனையின்றியும், எந்தவிதமான பிம்பங்களும் இல்லாது குருவிடம் நெருக்கமாக வாருங்கள். திடீரென்று அங்கு ஒத்திசைவு நிலவுகிறது. அப்போது உங்களுடைய இதயம் குருவுடைய இதயத்துடன் ஒரே சுருதியில் துடிக்க ஆரம்பிக்கிறது. மேலும் குருவுடைய இதயம் பிரபஞ்சத்தின் இதயத்துடனான சுருதியில் ஏற்கனவே துடித்துக்கொண்டிருக்கின்றது. ஆகவே மறைமுக வழியில் குருவிடம் நெருக்கமாக வருதல் இருப்பிற்கு இக்கணத்திற்கு நெருக்கமாக வருவதற்கான முதல் அடி. குரு சன்னலாகவும் கதவாகவும் இருக்கிறார். அவர் இக்கணத்திற்கு திறக்கிறார். துல்லியமான உள்ளுணர்வாக இருப்பதற்காக சுயத்தின் துறத்தலையும், கூட்டத்தின் துறத்தல் பற்றியும், எந்தவொன்றையும் துறத்தலைப் பற்றியும் குரு முதல் சுவையைக் கொடுக்கிறார்.

ஒருமுறை யாகூசான் சிறுவனான துறவியை அவரிடம் அழைத்தார். "நீங்கள் ஏன் இதுபோன்ற சிறுவனை அழைக்கின்றீர்கள்?" என்று டாக்கோ கேட்டார்.

டாக்கோ கடைசியாக ஞானம் அடைந்தார். இவர் உங்கனின் சகோதரராக இருந்தார். சகோதரர்கள் இருவரும் யாகூசானின் சீடர்களாக இருந்தார்கள்.

டாக்கோ கேட்டார்: நீங்கள் ஏன் இதுபோன்ற சிறுவர்களை அழைக்கின்றீர்கள்?

ஒரு இளம் சிறுவன் – அவன் எப்படி இந்த மிகச்சிறந்த பாடங்களைப் புரிந்துகொள்ள முடியும்? மனம் எங்கே உங்களை குழப்புகிறது என்பது இதுதான். மனம் அனைத்துவிதமான மல்யுத்தங்களுடைய வார்த்தைகளிலும், நம்பிக்கைகளிலும், அவநம்பிக்கைகளிலும், விவாதங்களிலும், வேதாந்த சாஸ்த்திரங்களிலும், தத்துவங்களிலும் வேதாந்த இலக்கியங்களிலும் விருப்பப்படுகிறது. மேலும் உண்மை அப்பாவிகளாக இருக்கிறவர்களுக்கே தெரியவருகிறது. வளர்ந்துள்ளவர்களைக் காட்டிலும் ஒரு குழந்தைக்கு அதிக சுலபமாக அந்த உண்மையை அறிந்துகொள்ள முடியும்.

ஏனெனில் எது அதிகம் தேவையில்லாதக் குப்பைகளைச் சேகரித்து வைத்திருக்கின்றதோ அதை நீங்கள் வளர்ந்தவர்கள் என்று அழைக்கின்றீர்கள். நீங்கள் அதிகம் அறிவைக் கொண்டுள்ளீர்கள். ஆனால் அதை அறிந்துகொண்டதில் எதுவுமில்லை. அறிந்துகொள்ளுதல் அறிவைக் காட்டிலும் ஒரு முழுமையான வித்தியாசமான அனுபவமாக இருக்கின்றது. அறிவு கடன் வாங்கப்பட்டிருக்கிறது. அறிதல் என்பது ஒரு மனிதன் அவனது கண்களை சூரியனுக்கு திறப்பதைப் போன்றது. மேலும் அறிவு என்பது வெளிச்சத்தில் ஒரு மனிதன் ஆய்வறிக்கையை எழுதுவதைப் போன்றது. அவனால் எழுத முடியும்.... இப்போது குருடன் வாசிக்க முடியும். குருடன் எழுத முடியும். ஆனால் ஒரு குருடன் வெளிச்சத்தைப் பற்றி எழுதுதல் என்பது எதையேனும் தொடர்பு கொண்டிருக்கிறதா? எதையேனும் உண்மையைக் கொண்டிருக்கிறதா? அவை அனைத்தும் கடன் வாங்கப்பட்டதாக இருக்கும். அவை அனைத்தும் குப்பைக்கூளமாக இருக்கும். நீங்கள் உங்களது சொந்தக் கண்களால் மட்டுமே வெளிச்சத்தை அறிந்துகொள்ள முடியும்.

ஆகவே யாகூசான் அந்தச் சிறுபையனானத் துறவியை அழைத்தபோது டாக்கோ அறிஞராக இருந்தார். வேதாந்தங்களை மிகவும் அறிந்தவராக இருந்தார். அவர் சொன்னார்: "நீங்கள் ஏன் இதுபோன்ற சிறுபையன்களை அழைக்கின்றீர்கள்?" இந்த இந்தச் சிறுவன் எதைப் புரிந்துகொள்வான்?

யாகூசான் பதிலளித்தார்: "இதனின் காரணமாக".

ஏனெனில் அவன் மிகவும் இளைஞனாக இருந்தான். ஏனெனில் புதியதான அளவிற்கு இருக்கின்றான். ஏனெனில் அவன் எதைப் பற்றியும் இதுவரையில் அறிந்திருக்கவில்லை. அவன் பெறக்கூடியவன். நீங்கள் பெறக்கூடியவரல்ல. உங்கள் மனம் எண்ணங்களால் நிறைந்துள்ளது. மேலும் உங்களுடைய எண்ணங்கள் கனத்த சீனச் சுவரைப்போல நீண்டிருக்கின்றது. இதனால் எந்தவொரு குருவும் உங்களுடைய இதயத்தையும், இருப்பையும் அணுகுவதைத் தடுத்துக் கொண்டிருக்கிறது. யாகூசான் சொன்னார்: "சாதாரணமாக இதனின் காரணமாக". ஏனெனில் அவன்தூய்மையான

அளவிற்கு, புதியதான அளவிற்கு இளைஞனாக இருக்கின்றான். அவன் எதைப் பற்றியும் இதுவரையில் அறிந்ததில்லை. அவன் அப்பாவியாக இருக்கின்றான். மேலும் அந்த அப்பாவித்தனம் உண்மையை அறிந்துகொள்வதற்கு அதிகமான ஏற்புத்திறனைக் கொண்டுள்ளது. ஏற்கனவே அறிவுடையவர்களாகிவிட்ட பெரியவர்களாகிய நீங்கள் அறிவைத் துறப்பதற்கு ஒரு குழந்தைபோல ஆகவேண்டியிருக்கிறது. நீங்கள் குழந்தைபோல, அப்பாவியாக ஆகாமல் விட்டால், நீங்கள் உண்மையை அறிந்துகொள்ள முடியாது. அப்பாவித்தனம் இறுதியான உண்மையை அறிவதற்கான வழியாக இருக்கிறது.

யாகூசான் சொன்னார்: "இதனின் காரணமாக".

டாக்கோ கேட்டார்: ஏன் நீங்கள் அதைத் தூர வீசவில்லை.

இதன்மூலம் அவர் இன்னும் குருவைப் புரிந்துகொள்ளாது இருந்தார். இது அறிஞர்கள், பேராசிரியர்கள், அறிவுடையவர்கள் என்று அழைக்கப்படுகிறவர்களை அணுகுவது மிகவும் கடினமாக இருக்கிறது. குரு என்ன சொன்னார் என்று அவர் கேட்பதில்லை. இதற்கு மாறாக "ஏன் நீங்கள் இன்னும் அதைத் தூக்கித் தூர வீசவில்லை" என்று சொல்லுகிறார். இந்த மாதிரியான சிறுவன் புத்தராவதற்கு செல்லப்போவதில்லை.

"ஏனெனில், நான் நீண்டகாலமாக அதைப் பயன்படுத்தி யிருக்கின்றேன்" என்று பதிலளித்தார். "என்னால் அவனை தூக்கித் தூர வீசமுடியாது. ஏனெனில் நான் என்னுடைய முழு வாழ்க்கையையும் விழிப்புணர்வை நோக்கிய வழி போல அப்பாவித்தனத்தை உடையவனாக இருக்கின்றேன்". ஒரு அழகான கதை..... தியானம் அப்பாவித்தனத்தை உருவாக்குகிறது. அது உங்களைக் குழந்தையைப்போல உருவாக்குகிறது. அந்த நிலையில் அதிசயங்கள் சாத்தியமாகிறது. அந்த நிலை தூய்மையான சாகசமாகிறது. ஒரு சிறந்த மாற்றம் உங்களுக்குள் நிகழ்கிறது. அப்பாவித்தனத்தில் நீங்கள் மனதை கடந்துபோகின்றீர்கள். அந்த மனதைக் கடந்துபோவதற்கு விழிப்படைவதற்கும், ஞானம் அடையவும் வேண்டியுள்ளது. இது மட்டுமே புரட்சி. இதுவே உண்மையானப் புரட்சி. உங்களுக்குள் சிறந்தக் கலகத்தன்மை நிகழ்கிறது. சோவியத் யூனியனுக்கு இதுதான் இன்று தேவையாக உள்ளது.

பாஷோ எழுதினார்:

தனிமையாக இருப்பது என்னுடைய வழி.
யாரும் இங்கு கடப்பது இல்லை.
ஆனால் நான் கடக்கின்றேன்.
பிற்பகுதியில் இது இலையுதிர் நாள்.

பிற்பகுதியில் இலையுதிர் நாள் என்பதை மனக்கண் முன் தோற்றுவியுங்கள். விரைவில் சூரியஸ்தமனம். விரைவில் அங்கு பல நிறங்கள் இருக்கும். அடிவானத்தில்– . ஒரு அழகான இலையுதிர் நாள். யாரும் இங்கு கடப்பதில்லை. ஆனால் நான். தனிமை என்னுடைய வழி. தனிமை ஒவ்வொருவருடைய வழி. குரு சந்திரனை காண்பிப்பதற்கு அவரது சுட்டுவிரலை சுட்டிக்காட்ட மட்டுமே முடியும். ஆனால் நீங்கள் சந்திரனைப் பார்க்க வேண்டும். குருவுடைய சுட்டுவிரலைப் பார்க்கக்கூடாது. நீங்கள் சுட்டுவிரலைப் பார்த்தால் நீங்கள் சந்திரனைக் காண்பதை இழந்துவிடுவீர்கள். நீங்கள் குருவை இழந்துவிடுவீர்கள். குருவின் சுட்டிக்காட்டுதலை இழந்துவிடுவீர்கள். மதங்கள் என்று கூறப்படும் அனைத்து மதங்களுக்கும் என்ன என்பது இதுதான். அவைகள் உங்களது விரல்களைப் பிடித்துக்கொண்டிருக்கின்றன. சிலர் யேசுவின் விரலையும், சிலர் கிருஷ்ணரின் விரலையும், சிலர் முகம்மதுவின் விரலையும் பிடித்துகொண்டிருக்கின்றனர். எவரும் சந்திரனைப் பார்ப்பதில்லை. இந்த மக்களே புரிந்துகொள்ளவில்லை. என்னுடைய சுட்டுவிரல் அறுநூறு இலட்சம் கத்தோலிக்க மக்களால் பிடிக்கப்பட்டுக் கொண்டிருக்கின்றன என்று அந்த மதம் மிகவும் மகிழ்ச்சியாக உள்ளது. அறுநூறு இலட்சம் கத்தோலிக்கர்கள் என்னுடைய கையைப் பிடித்துக் கொண்டிருக்கிறார்கள் என்று போப்பாண்டவர் அளப்பரிய மகிழ்ச்சியோடு இருக்கிறார். கேள்வி சுட்டுவிரல் பற்றியது அல்ல. கேள்வி சந்திரனைப் பற்றியது. மேலும் அந்த வழி தனியாக இருக்கிறது. அந்த சந்திரன் உங்களுள் இருக்கிறது. குரு அதை சுட்டிக்காட்ட மட்டுமே முடியும். ஒவ்வொரு நாளும் எங்கே செல்வது என்பதையும், எப்படி செல்வது என்பதையும், அங்கு போவதற்கு எத்தனை சக்தித் தேவைப்படுகிறது என்பதையும், உங்களது இருப்பின் மையத்தை

அடைந்துவிட்டபோது என்னவிதமான அனுபவங்கள் அந்த வழியில் நிகழ்ந்துகொண்டிருக்கும் என்பதையும் ஒவ்வொரு நாளும் சுட்டிக்காட்டிக் கொண்டிருக்கின்றேன். நான் சுட்டிக்காட்ட மட்டுமே முடியும், ஆனால் நீங்கள் செல்ல வேண்டியுள்ளது. நீங்கள் செல்லவில்லையானால் உங்களுக்கு உதவியற்றவனாக இருக்கின்றேன்.

மூன்றாவது கேள்வி:

மனிஷா ஒரு கேள்வியை கேட்டிருக்கின்றார்.

> **கம்யூனிசமும் அல்லாத ஜென்னும் அல்லாத ஒரு பொதுவான உத்தேசமான கடவுள் எந்த ஒரு நம்பிக்கை முறையின் அடிப்படையாக இருக்கின்றது. மேற்கத்திய நாடுகள் கொண்டிருப்பதைக் காட்டிலும் ஜென்னுடன் ஒரு சிறந்த உறவைக் ருஷ்யா கொண்டிருக்கும் என்பதை குறிப்பிட்டுக் காட்டுகிறதா?**

நிச்சயமாக, மனிஷா. சோவியத் யூனியன் அதிகம் திறன் கொண்டதாக இருக்கும். மேலும் வரவேற்கும் பண்புடையதாக இருக்கிறது. ஏனெனில் அனைத்து கடவுள்களையும், அனைத்து மூடநம்பிக்கைகளையும் துறந்துவிட்டது. அது அனைத்து ஆறுதலான விசயங்களையும், அனைத்து போதை வஸ்துக்களையும் துறந்துவிட்டது. ஆயிரம் ஆண்டு காலமாக மனிதன் மீது அழுத்தப்பட்டிருக்கின்ற அவைகள் அனைத்தையும் துறந்துவிட்டது. சோவியத் யூனியன் கிட்டத்தட்ட அறியாமையின் நிலையில் இருக்கின்றது. ஆனால் சோவியத் தலைவர்கள் அதைப் பற்றி நினைவில் கொள்ளவில்லையானால் அவர்களை சுயநலத்திற்காக பயன்படுத்தப்பட முடியும் என்பதுவும், எதை எழுபது வருடங்களாக கட்டிக்காத்து உருவாக்கப்பட்டிருக்கின்றதோ அந்த தீங்கற்ற மனத்தை மிகவும் சுலபமாக நிறுவனமயப்படுத்தப்பட்ட மதங்களால் சுயநலத்திற்காக சுரண்டப்பட முடியும் என்பதுதான் அந்த அபாயம். நிறுவனமயப்படுத்தப்பட்ட மதங்களை வெளியே வைத்திருங்கள்.

சோவியத் யூனியனுக்கு எதை நிறுவனமயப்படுத்தப்பட்ட மதங்களால் அளிக்க முடியாதோ அந்தவிதமான ஒரு முழுமையான ஆன்மீகம் தேவைப்படுகிறது.

அவர்களே அம்மாதிரியான ஆன்மீகத்தைக் வைத்திருக்கவில்லை. சோவியத் யூனியனுக்கு யார் நீலத் தாமரைகளுக்குள் மலருவதற்கு இந்த தீங்கற்ற மனதிற்கு உதவ முடியுமோ அம்மாதிரியான ஒரு கடந்த காலத்திய மனிதர் அல்லாத இங்கே இப்போது, இக்கணத்தில் உள்ள சமகாலத்திய ஒருவர் தேவைப்படுகிறார். (சிந்தனை, செயல்பாடு). சோவியத் யூனியன் முதலாளித்துவ நாடுகளைக் காட்டிலும் அதிகம் சாத்தியங்களைக் கொண்டுள்ளது. உண்மையில் மேற்கத்திய முதலாளித்துவ நாடுகள் சோவியத் யூனியன் கிழக்கத்திய நாடாக இல்லாதபோதும் சோவியத் யூனியனை 'கிழக்கு' என்று சொல்லிக்கொள்கின்றது. அவைகள் மேற்கத்திய நாடாக இருப்பதாகக் கருதுவதில்லை. அநேகமாக இது ஒரு நல்ல அறிகுறி. சுயநினைவுவற்ற நிலையில் அவைகள் 'கிழக்கு' என்று அழைத்துவிட்டன. அது உண்மையாக கிழக்கத்திய நாடாக ஆக முடியும். கிழக்கத்திய நாடுகளில் இருப்பதைக் காட்டிலும் சிறப்பான அளவிற்கு இருக்கிறது. ஏனெனில் கிழக்கத்திய நாடுகள் மோசமான நிலையில் இருக்கின்றன. கிழக்கு மேற்கூரையைக் கொண்டிருக்கின்றது. ஆனால் அது தூண்களைக் கொண்டிருக்கவில்லை. அது அடித்தளத்தைக் கொண்டிருக்கவில்லை. கூரையின் கீழ் மக்கள் பட்டினியில் இறந்தும், நசுக்கப்பட்டுக்கொண்டும் இருக்கிறார்கள். அது உள்ளுணர்வை அறிந்திருக்கிறது. ஆனால் வெளிஉலகம் உண்மையற்றது அல்ல என்று அது கருத்தைக் கொண்டிருக்கவில்லை. அது உள்ளுலகைப்போல உண்மையான அளவிற்கு இருக்கிறது. இரண்டும் உண்மையாகத்தான் இருக்கின்றது. இரண்டும் இருத்தலியல் சார்ந்ததுதான். பொருளுக்கும் ஆன்மீகத்திற்கும் இடையில் பார்க்கப்பட முடியும் என்பதற்கும், பார்க்கபட முடியாது என்பதற்கும் இடையில் இரண்டுக்கும் ஒத்திசைவும், இணக்கமும் தேவைப்படுகிறது. ஒரு ஆழமான உடன்படிக்கை அவசியப்படுகிறது.

ஆமாம், மனிஷா. சோவியத் யூனியன் மிக அதிகமாக பாதிக்கப்படக் கூடிய அளவிற்கும், மேற்கத்திய நாடுகளைக்

காட்டிலும் வரவேற்கும் பண்பையும் கொண்டுள்ளது. மேற்கத்திய முதலாளித்துவ நாடுகளில் புத்தியும், சிந்தனையும் மிகவும் அதிகம் உள்ளது. உலகின் மேற்கத்தியப் பகுதிகள் இன்னும் அரிஸ்டாட்டில், சாக்ரடீஸ் போன்ற சிறந்த மக்களை பின்பற்றுகிறது. ஆனால் மனதிற்கு முன்னினும் சிறப்புடைய தாக்குதலில் மட்டுமே சிறையிட்டுக்கொண்டது. சாக்ரட்டீசும், அவரது உரையாடல்களும் அழகானவை. அந்த மனம் மிகவும் உயர்வை அடைய முடியும். மேலும் அரிஸ்டாட்டில் மேற்கத்திய தர்க்க சாஸ்த்திரத்தின் தந்தையாக இருக்கிறார். பழங்கால கிரீஸிலிருந்து ஜெர்மன் நாடு வரை உள்ள கான்ட், ஹெகல், பாயர்பாக் போன்ற மேற்கத்திய நாடுகளின் அனைத்து தத்துவவாதிகளும், தற்காலத்திய ழான் பால் சார்த்தர், ஜேஸ்ப்பர், மார்ஸல், சோரன் கீர்க்கெகார்ட், பெர்னட் ரஸ்ஸல், வைட்ஹெட், ஜி.யி. மூர் இவர்கள் அனைவரும் மாபெரும் அறிவுஜீவிகளின் வரிசையில் இருக்கின்றனர். ஆனால் அவர்கள் தியானத்தைப் பற்றி அறிந்திருக்கவில்லை. மேலும் அவர்கள் தியானத்திற்கு எதிராக வாதிடுவார்கள். அவர்கள் தியானம் பற்றிய அனுபவம் இன்றி மனதிற்கும் அப்பால் எதுவுமில்லை என்று சொல்லுவார்கள்.

ஒரு அரிதான விசயம் நினைவுக்கு வருகிறது. பெண்கள் ஆண்களைப்போல பற்களின் எண்ணிக்கையைக் கொண்டிருப்பதில்லை என்று கிரீஸில் பாரம்பரியமாக நம்பப்பட்டது. வெளிப்படையானக் காரணம் பெண்கள் ஆண்களுக்கு ஒவ்வொரு வழியிலும் இரண்டாவதாக இருக்க வேண்டும். எப்படி அவள் ஆண்களைப் போல பற்களின் அதே எண்ணிக்கையைக் கொண்டிருக்க முடியும். அரிஸ்டாடிலுக்கு ஒரு மனைவி அல்ல. இரண்டு மனைவிகள். அவர் மனைவியை கேட்டிருக்க முடியும் அல்லது அவர்கள் தூக்கத்தில் இருந்தபோது அவர் அவளது பற்களை எண்ணியிருக்க முடியும். மேலும் பெரும்பாலான பெண்கள் தொடர்ச்சியாகப் பேசிக்கொண்டிருக்கின்றார்கள். மேலும் அவர்கள் என்னைப்போல மீசையைக் வைத்திருக்கவில்லை. நீங்கள் என்னுடைய பற்களை எண்ண முடியாது. அவர்கள் பேசிக்கொண்டிருந்தபோது கூட அவர் எண்ணுவதற்கு சமாளித்திருக்க முடியும். ஆனால் அவர் நிச்சயமாக பெண்

ஆணைக் காட்டிலும் ஒரு இன்னும் தாழ்ந்த வகையாக இருக்கிறாள் என்று அவரது தர்க்கசாஸ்த்திரத்தை சார்ந்திருந்தார். இது ஆண் பேரினவாதக் கருத்து. அவரது தர்க்கவாத சாஸ்த்திரத்தின் புத்தகத்தில் பெண் ஆணைக் காட்டிலும் குறைவானப் பற்களையேக் கொண்டிருக்கிறாள் என்று அவர் எழுதுகிறார். இந்த தர்க்கம் அனுபவமற்றது. உட்புறம் சார்ந்த அறிவியலாகவும், அனுபவம் சார்ந்ததாகவும் இருப்பது அறிவியல் மற்றும் ஜென் தான். வெறும் உள்பரிசோதனை அனுபவம் என்றும், வெளிப்புற அனுபவம் பரிசோதனை என்றும் அழைக்கப்படுகிறது.

நீங்கள் உட்புறத்துடன் அனுபவம் மற்றும் ஆராய்ச்சியும் இல்லாவிட்டால் மனதிற்கும் அப்பால் ஏதாவது ஒன்று இருப்பதை நீங்கள் மறுப்பதற்கு எந்த உரிமையும் கொண்டிருக்கவில்லை. நீங்கள் மனதிற்கு அப்பால் சென்றிருக்கின்றீர்களா? மனதிற்கு அப்பால் நீங்கள் சென்றடைந்திருக்கின்றீர்களா? மனதிற்கும் அப்பால் ஏதோ இருக்கின்றது என்பதை வெளியே காண்பதற்கு முயற்சித்த ரஸ்ஸலோ, கீர்க்கெகார்ட்டோ, மார்ட்டின் ஹைடெக்கர் போன்றோர் அல்ல. எவரும் மனதிற்கு அப்பால் முயற்சித்தது இல்லை. மார்ட்டின் ஹைடெக்கர் ஜென்னைப் பற்றி ஒரு புத்தகம் எழுதியிருக்கிறார். ஆனால் அந்தப் புத்தகத்தில் வெறும் அறிவுஜீவித்தனம்தான் உள்ளது. அவர் தியானத்தில் அமர்ந்தது இல்லை என்பதைக் நீங்கள் காணலாம். ஏனெனில் அவர் அடால்ப் ஹிட்லரைப் பின்பற்றுபவராக இருந்தார். அவர் ஜெர்மனியின் மிகச் சிறந்த அறிவார்ந்த திறமையைக் கொண்டவராக இருந்தார். இருப்பினும் பைத்தியகாரனாகவும், கிறுக்குத்தனமானவராகவும் இருந்த அடால்ப் ஹிட்லரை பின்பற்றினார். இதுவே அவர் உட்புறத்தைப் பற்றி எதுவும் அறிந்துகொள்ளவில்லை என்பதையே அவரது நுண்ணறிவு எப்படிப்பட்டது என்பதைக் காண்பிக்கிறது. தியானம் செய்பவர் அடால்ப் ஹிட்லரைப் பின்பற்றுவதில்லை. உத்தியோகத்தால் நான் தர்க்கவாதியாக இருக்கின்றேன். தவறு செய்வதால் நான் ஆத்ம பலம் கொண்டவனாக இருக்கின்றேன் என்று சொன்னது இதற்காகத்தான். ஏனெனில் பைத்தியகார உலகத்தில் அறிவுள்ளவராக இருப்பது மிகவும் கஷ்டமானது, கடினமானது. நான் ஏன் தவறு செய்பவன் என்று சொல்வது அதைத்தான்.

ஆனால் நீங்கள் தவறு செய்வதை நேசிக்கின்றேன். லஞ்சம் கொடுப்பவர்களையும், ஊழல் செய்பவர்களை நேசிக்கின்றேன். அவர்களது நீதிநெறி, அவர்களது மதம். ஏதாவது ஒன்றை எனக்குக் கொடுங்கள். அதை நேர்மையற்றதாக்குவேன். நேர்மையற்றதாக்குவது என்னுடைய வேலை.

இது சர்தார் குருதயாளுக்கான நேரம். இப்போது அவர் வானவில் நிறமுடைய தலைக் கவசத்துடன் திரும்ப வந்துவிட்டார். அவர் எங்கே உட்கார்ந்திருக்கிறார்.

(ஓஷோ தவறாகக் கருதமுடியாத சிரிப்பால் சர்தார்ஜீயின் இருப்பிடத்தைக் கண்டுபிடிக்கிறார். மேலும் ஒரு புன்னகையுடன் அவரது வருகையை ஒப்புக்கொள்கிறார்.)

கொரில்லாக் குரங்குகளை அடைத்து வைத்திருக்கும் கூண்டுகளை வெளியே சுத்தம் செய்வதற்கு இரண்டு மனிதர்களுக்கு அந்த உள்ளூர் மிருகக்காட்சிச் சாலையில் திறந்துவிடும் ஒரு வேலை. பாடியும் சீமுசும் விண்ணப்பிப்பதற்கு நேரடியாக பொதுவிதியிலிருந்து செல்கின்றார்கள்.

“கண்ணுகளா! நான் உங்களுக்கு வேலை கொடுப்பதற்கு முன்பு” என்று டக்வொர்த் பிரபு சொல்லுகிறார். “நான் ஒரு சில கேள்விகளை உங்களிடம் கேட்பதற்கு விரும்புகின்றேன்.”

சரி, நான் தயாராக இருக்கின்றேன் என்று பாடி சொல்கிறான்.

“முதல் கேள்வி: எந்த பறவை அதனுடைய சொந்தக் கூட்டைக் கட்டாது?” என்று டக்வொர்த் சொல்லுகிறார்.

“அது சுலபமானது. அது மஞ்சள் குருவி. அது ஒரு கூண்டில் வாழ்கிறது” என்று சீமூசு சொல்கிறான்.

“அதல்ல. நீ ஒரு முட்டாள்” என்று பாடி சொல்கிறான். அவனது முழங்கையில் விலா எலும்பில் சீமூசுவை நோண்ட, “அது ஒரு குயில்.”

“மிகவும் நல்லது. உனக்கு எப்படித் தெரியும்” என்று டக்வொர்த் கேட்டார். “ஆஹா. ஒரு குயில் கடிகாரத்தில் வாழ்கிறது என்று அனைவருக்கும் தெரியும்” என்று பாடி பதிலளித்தான்.

ஹமிஸ் மேக்டாவிஸூம் சாண்டி மேக்பேர்ஸனும் சுவிஸ் ஆல்ப்ஸ் உள்ள மலைக்கு செல்கிறார்கள். திடீரென்று ஹமிஸ்

அவனது கால் தவறுகிறது. ஆழமான பனிப் பாறைப் பிளவில் செங்குத்தாக கீழே விழுகிறான். சாண்டி மேக்பேர்ஸன் செங்குத்தான அவனது தலையை நீட்டுகிறான். அவனது ஸ்காட்டிஸ் நண்பன் ஒரு பாறைக்கு ஒட்டிக்கொண்டிருக்க விரல் குறிப்புகளைப் பார்க்கின்றான். "நீ நல்லாதானே இருக்கே?" என்று சத்தம் போடுகிறான் சாண்டி.

"அப்படி சொல்வதற்கில்லை" ஹமிஷ் மூச்சுத் திணறுகிறார். "ஆனால் நீ பத்து மைல் பின்னால் உள்ள கிராமத்திற்கு ஓடிச் சென்று ஏதாவது கயிறு கிடைத்தால் எடுத்து வா. அது வரை தொங்க முயற்சிக்கிறேன். ஆனால் கடவுளின் பொருட்டு அவசரம்!"

சாண்டி மேக்பெர்சன் மலைச்சரிவில் ஓடுகிறார்.

ஒரு மணி நேரம் கழித்து, அவரது முகம் திடீரென பள்ளத்தாக்கின் விளிம்பில் மீண்டும் தோன்றியது. "நீங்கள் இன்னும் அங்கே இருக்கிறீர்களா, ஹமிஷ்?" என்று கத்துகிறார்.

"ஏசு கிறிஸ்துவே! கொஞ்சம் சிரமம்தான்" ஒரு கையால் தொங்கியபடி ஹமிஷ் திரும்பக் கத்துகிறான். "கயிறு கிடைத்ததா?"

"ஆ!" மேக்பேர்சன் பதிலளிக்கிறார், "இல்லை! அந்த கமுக்கமான சுவிஸ் வேசிமகன்கள் அதற்கு இரண்டு பிராங்குகள் கேட்கிறார்கள்"

வயதான பாதர் ஃபம்பிள் உள்ளூர் உயர்நிலைப் பள்ளியின் பட்டமளிப்பு விழாக்களுக்காக அழைக்கப்பட்டார். ஆனால் பெண்கள் அணியும் சில சமீபத்திய பேஷன் ஆடைகளால் அவர் அதிர்ச்சியடைந்தார். "அந்த இளைஞனைப் பார்!" தனக்கு அடுத்துள்ள நபரிடம் சொல்லி வருந்துகிறார், "ஆரஞ்சு நிற முடி, சிகரெட் மற்றும் ஊதா நிற பேண்ட் அணிந்த அவர் ஆணா பெண்ணா?"

"ஒரு பெண்!" அவளுக்கு ஆதரவாக பேசினாள், "மேலும் அவள் என் மகள்."

"மன்னிக்கவும், ஐயா," என்று படபடப்பான ஃபம்பிள் கூறுகிறார். "என்னை மன்னியுங்கள் -- நீங்கள் அவளுடைய

தந்தை என்று எனக்குத் தெரிந்திருந்தால் நான் எதுவும் சொல்லியிருக்க மாட்டேன்.''

''இல்லை! முட்டாள்!'' மற்றவர் கூறுகிறார். ''நான் அவளுடைய தாய்!''

இதைத்தான் நான் ஜென் நெருப்பு ஜென் காற்று என்று அழைக்கிறேன்

துறவி சோம்பு ஒருமுறை ஒரு புத்தர் சிலையை கழுவிக்கொண்டிருந்தார்.

இப்போது நீ இதைக் கழுவிக்கொண்டிருக்கின்றாய். ஆனால் நீ அதைக் கழுவ முடியுமா? என்று யாகூசான் அவனிடம் வந்து கேட்டார். தயவுசெய்து எனக்கு அதைக் கொடுங்கள். அதைப் பெற்றுக்கொள்கின்றேன் என்று சோம்பு சொன்னான். குரு எதையும் சொல்லவில்லை. மற்றொரு சந்தர்ப்பத்தில் யாகூசான் கீழே உட்கார்ந்துகொண்டு இருந்தபோது ஒரு துறவி அவரிடம் வந்து சொன்னான். நீங்கள் அமைதியாக உட்கார்ந்துகொண்டு என்ன நினைத்துக் கொண்டிருக்கின்றீர்கள்? "நான் நினைக்காததை நினைத்துக் கொண்டிருக்கின்றேன்" என்று யாகூசான் பதிலளித்தார். நினைக்காததை எப்படி நினைக்கின்றீர்கள் என்று

கேட்டான். நினைக்காததைச் சாராததை என்று யாகூசான் பதிலளித்தார். யாகூசான் இறக்கப் போகின்றபோது "அறை கீழே விழுந்துகொண்டிருக்கின்றது.....அறை கீழே விழுந்துகொண்டிருக்கின்றது" என்று குரு யாகூசான் வெளியே உரக்கக் கத்தினார். துறவிகள் பலவித விசயங்களை பெற்றனர். அதை மேலே ஆதரிப்பதற்கு தொடங்கினர். யாகூசான் அவரது கைகளை மேலே வீசி சொன்னார்.: "நான் எதை அர்த்தப்படுத்துகின்றேன்" என்று நீங்கள் ஒருவரும் புரிந்துகொள்ளவில்லை.

முதல் கேள்வி:

கம்யூனிசத்திற்கு ஏன் பாட்டாளி வர்க்க சர்வாதிகாரம் தேவைப்படுகிறது? ஏன் ஜனநாயகம் தேவைப்படவில்லை?

ஜனநாயகத்தில் நீங்கள் தற்சமயம் உள்ள நிலைமையை மாற்ற முடியாது. உங்களால் வர்க்கமற்ற சமூகத்தினுள் வர்க்கமாக பிரிக்கப்பட்ட சமூகத்தை மாற்ற முடியாது. பாட்டாளி வர்க்கத்தின் சர்வாதிகாரம் அடால்ப் ஹிட்லரின் சர்வாதிகாரமோ, அல்லது பெனிட்டோ முசோலினியின் சர்வாதிகாரமோ அல்ல. அது ஏதுமற்ற ஏழைகளின் சர்வாதிகாரம். ஏதுமற்றவர்கள் அதிகாரத்தைக் கொண்டிருக்காவிட்டால் அவர்கள் பணக்காரர்களால் சுரண்டப்படுவதை நிறுத்த முடியாது. ஜனநாயகத்தில் பணக்காரர்கள் தேர்தலில் போட்டியிடுவதற்கும், ஏழைகளையும், அவர்களது வாக்குகளை விலைக்கு வாங்குவதற்கும், அரசியல்வாதிகளை விலைக்கு வாங்குவதற்கும் போதுமான பணத்தைக் வைத்திருக்கிறார்கள். ஆகவே சாதாரணமாக ஏழை மக்கள் அதிகாரத்தைக் கொண்டிருப்பதற்கு சாத்தியமற்றதாக இருக்கிறது. ஜனநாயகத்தில் ஏழை மக்கள் அதிகாரத்தைக் கொண்டிருப்பதற்கு சாத்தியமற்றதாகவே இருக்கிறது. மேலும் அதிகாரம் இன்றி சமூகத்தை மாற்ற சாத்தியமற்றதாகவும் இருக்கின்றது. எனவே காரல் மார்க்ஸ் பாட்டாளி வர்க்க சர்வாதிகாரம் என்கிற கருத்தை முன்மொழிந்தார்.

காரல் மார்க்ஸ் ஒரு நடைமுறை சார்ந்த மனிதர் அல்ல. அவர் ஒரு சிந்தனையாளராகவும், ஒரு சிறந்த கற்பனையுலகத்திற்கு உரியவராகவும் இருந்தார். சுருக்கமாக கூறினால் அவரொரு நட்சத்திரப் பார்வையாளராக இருந்தார். (கதாநாயகராக இருந்தார். – மொர்.) அவர் அவரது முழு வாழ்க்கையையும் பிரிட்டிஷ் அருங்காட்சிய நூலகத்தில் கழித்தார். அருங்காட்சியக நூலகம் திறப்பதற்கு முன்பே நூலகக் கதவின் அருகே நின்றுகொண்டிருந்தார். மேலும் அருங்காட்சியகத்தின் நூலகத்தை மூடும்போதும் அருங்காட்சியகத்தின் நூலக ஊழியருக்கு காரல் மார்க்சை வெளியே தள்ளி அனுப்புவதற்குகூடக் கடினமாக இருந்தது. சாப்பிடாமல், தண்ணீர் குடிக்காமல் இம்மாதிரி பலதடவைகள் நடந்தது. வறுமையின் வேர்களைக்

கண்டறிவதிலும், மேலும் அந்த வறுமையைக் கண்டறிவதில் ஏதாவது துப்புக் கிடைக்கும் என்று வெவ்வேறு விதமான அனைத்து சாத்தியமான இலக்கியங்களையும் படித்தும் பார்த்தும் மக்களின் வறுமையை அழிப்பது எப்படி என்பதிலும் மிகவும் ஆழமான அளவிற்கு கவனமாக இருந்தார். அவர் அவரது மேஜையில் மயக்கமடைந்துவிடுவதின் காரணமாக அந்த அருங்காட்சியகத்தின் ஊழியர் மருத்துவமனையிலிருந்து மருத்துவ ஊர்தியை

அழைக்க வேண்டியிருந்தது. ஒரு கற்பனையுலகத்திற்கான ஒட்டுமொத்தத் திட்டத்தை உருவாக்குவதற்காக காரல் மார்க்ஸ் உணவு உண்ணாமலும், தண்ணீர் அருந்தாமலும் சுயநினைவு இழந்துவிடுவார்.

இந்த உலகத்திற்கு கம்யூனிசக் கோட்பாடு காரல் மார்க்சின் மிகச் சிறந்த பங்களிப்பாக உள்ளது. ஆனால் அதுவொரு சிந்தனையாளரின் மனதின் காரணமாகவும், ஒரு கனவு காண்பவரின் மனதிலிருந்தும், வெளியே வந்திருக்கிறது. நடைமுறை வாழ்க்கை என்பது தர்க்க சாஸ்த்திரத்திலிருந்து முழுமையாக வித்தியாசமானதாகும். ஏழையானவன் விரைவில் மேலும் ஏழையாவான். பணக்காரன் மேலும் பணக்காரன் ஆவான் என்பதுவுமே அவரது மொத்தக் கருத்தாக இருந்தது. நடுத்தர வர்க்கம் கலைந்து ஒன்றுமில்லாமல் ஆகிவிடும் என்பதான இது தர்க்க சாஸ்த்திரமாகத் தோன்றுகிறது. ஒரு சிலர் மேலே உயருவார்கள். பணக்காரர்கள் ஆவார்கள். மேலும் அதிகமானோர் கீழே விழுவார்கள். ஏழைகள் ஆவார்கள். பாட்டாளிகள் அதாவது ஏதுமற்றவர்கள். மற்றும் பணக்காரர்கள் அதாவது அனைத்தும் கொண்டிருப்பவர்கள் என்று சமூகம் முழுமையாகப் பிரிக்கப்படுகிறபோது வெளிப்படையாகவே பணக்காரர்கள் பெரும்பான்மையானவர்களாக இருக்க முடியாது. ஏனெனில் அங்கு பிரமாண்டமான போட்டி இருக்கிறது. ஒவ்வொரு பணக்காரனும் கால்களால் மற்றொரு பணக்காரனை கீழே இழுப்பதற்கு முயற்சித்துக் கொண்டிருக்கின்றான். அனைவரும் மற்றவர்களைக் காட்டிலும் உயரமாக ஏணி ஏறுவதற்கு முயற்சிக்கிறார்கள். ஆகவே மிகவும் பணக்காரராவதற்கு அடைகிற அவர்கள் வெளிப்படையாக,

சிறுபான்மையினராக அப்படியே தாக்குபிடிக்கிறார்கள். ஏழைகள் பெரும்பான்மையினராக இருப்பார்கள். ஏனெனில் அவர்கள் எதையும் கொண்டிருக்கவில்லை. காரல் மார்க்சுடைய **கம்யூனிஸ்ட் கட்சி அறிக்கை** இப்படித்தான் முடிகிறது: **"உலகப் பாட்டாளி வர்க்கமே ஒன்றிணையுங்கள். நீங்கள் இழப்பதற்கு உங்களுடைய அடிமைச் சங்கலியைத் தவிர எதையும் வைத்திருக்கவில்லை."** மேலும் **"நீங்கள் முழு உலகத்தையும், முழு அதிகாரத்தையும், முழு சமூகத்தையும் உங்களது கரங்களில் பெற உரிமை உடையவராக உள்ளீர்கள்."**

எப்படி தர்க்க சாஸ்த்திரம் இயங்குகிறது என்பது இதுதான். ஆனால் வாழ்க்கை அதனை ஒப்புக்கொள்வதில்லை. அவர் இது சம்பந்தமாக முழுமையாக மறந்துவிட்டார். முதலில் ஒரு கம்யூனிஸ்ட் நாடாக அமெரிக்காதான் இருக்கும் என்று அவர் நினைத்துக்கொண்டிருந்தார். ஆனால் அமெரிக்கா பூரணமாக நன்றாக செல்வதாகத் தோன்றுகிறது. கம்யூனிஸ்ட் நாடாக ஆவதற்கு அந்த நாட்டிற்கு படையெடுக்காவிட்டாலோ, அழுத்தப்படாவிட்டாலோ ஒரு கம்யூனிஸ்ட் நாடாக அமெரிக்கா ஆவதில் எந்தக் கேள்விகளும் இல்லை. அதன் உட்கட்டமைப்பின் ஆதாரத்திலிருந்து அந்த நாடு சாதாரணமாக ஒரு கம்யூனிஸ்ட் நாடாக ஆவதற்கு செல்வதில்லை. அதற்கானக் காரணம் நடுத்தர வர்க்கம் மறைவதில்லை. மேலும் மறையவும் போவதில்லை. இதை மார்க்சு மொத்தமாக கண்டுகொள்ளாமல் விட்டுவிட்டார். ஒரு சில மக்கள் பணக்காரர்களாவார்கள், அதிகம் பேராவல் உடையவர்களாவார்கள், அதிகம் போட்டி போடுவார்கள், அதிகம் திறமையானவர்களாவார்கள் என்று அவர் நினைத்தார். மற்றவர்கள் கீழே விழுவார்கள் அவர்கள் ஏழைகளாவார்கள் என்றும் மார்க்ஸ் நினைத்தார். ஆனால் ஒரு சில பணக்காரர்கள் கடனைத் தீர்க்கமுடியாதவர்களாவார்கள் மற்றும் நடுத்தர வர்க்கத்தை அடைவார்கள் என்றும், ஒரு சில ஏழை மக்கள் போராடவும் சண்டை செய்யவும் ஆரம்பிப்பார்கள் மற்றும் நடுத்தர வர்க்கத்தில் சேர்வார்கள். காரல் மார்க்ஸ் ஒரு நாணயத்தின் மற்றொரு பக்கத்தை மறந்துவிட்டார். ஆகவே நடுத்தர வர்க்கம் மறையப் போவதில்லை. மேலும் அது மறைவதேயில்லை.

மேலும் நடுத்தர வர்க்கம் அதிகம் இழக்க இருப்பதின் காரணமாக அந்த நடுத்தர வர்க்கம் எந்தவிதமானப் புரட்சிக்கும் முற்றிலும் எதிரானதாக இருக்கிறது. புரட்சி ஒழுங்கின்மையாக இருக்கச் செல்கிறது. மேலும் நடுத்தர வர்க்கம் இலட்சக்கணக்கான ஏழை மக்களுடன் அதனுடைய உரிமைகளை, வசதிகளைப் பகிர்ந்துகொள்ள செல்வதில்லை என்பதை மார்க்ஸ் இதையெல்லாம் முழுமையாக மறந்துவிட்டார். இது மார்க்ஸ் நினைப்பதற்கும், நடைமுறைக்கும் போதுமான நிலைபாடாக இல்லை என்பதையே காண்பிக்கிறது. சமூகத்தை மாற்றுவதற்கு அமைதியான அணுகுமுறைத் தேவைப்படுகிறது. ஏழைகள் கூட முழுமையாக எதுவும் இல்லாமல் இருப்பதில்லை. அமெரிக்க நாட்டு ஏழை ரோல்ஸ்ராய் காரை வைத்திருக்கவில்லை. ஆனால் சவர்லெட் காரை வைத்திருக்கிறான். அவன் வீடு வைத்திருக்கின்றான். அவனுக்கு மனைவி இருக்கிறாள். அவனுக்கு குழந்தைகள் உள்ளது. அவனது குழந்தைகள் அவனது ஆசைகளாக உள்ளது. அவன் அவனது குழந்தைகள் பணக்காரர் ஆவார்கள் என்று அவர்களுக்கு கற்பித்துக் கொண்டிருக்கின்றான். ஒரு ஏழையாக இருப்பவன் கூட ஒரு கார், ஒரு வீடு வைத்திருக்கின்றான். மேலும் அவனது வீட்டையும், காரையும் இழந்துவிடுவோம் என்று செல்வத்தைப் பகிர்ந்துகொள்வதில் அவன் பயப்படுகிறான். பாட்டாளி வர்க்கம் ஏதுமற்றவர்களாக இருப்பதற்கு முழுமையாக ஒரே போக்கில் முன்னேற்றத்தைக் காண்பிக்கவில்லை. ஆகவே அவர்கள் எந்தப் புரட்சிக்கும் தயாராக இல்லை. ஆம். ஏழைகள்கூட அதிகம் அதிகமான வசதிகளை அடையத் தயாராக இருக்கின்றார்கள். ஆனால் ஏழைகள் புரட்சி செய்யச் செல்வதில்லை. அமெரிக்கா உலகத்தில் சக்தியற்ற மிகவும் மோசமான மற்றும் மிகச் சிறிய கம்யூனிஸ்ட் கட்சியை மட்டுமே கொ

இது சோவியத் யூனியனில் நிகழ்ந்தது:

புரட்சிக்குப் பிறகு ஒரு பத்திரிக்கையாளர் ஒரு ஏழை மனிதரிடம்

'நீங்கள் உண்மையில் கம்யூனிஸ்ட்டா' என்று கேட்டார். ஆம். நான் ஒரு கம்யூனிஸ்ட்தான் என்று அவன் சொன்னான்.

நீங்கள் இரண்டு கார்களைக் வைத்திருந்தால் ஒரு காரைப் பக்கத்து வீட்டுக்காரருக்குக் கொடுப்பீர்களா என்று பத்திரிக்கையாளர் கேட்டார்.

அவசியம் கொடுப்பேன் என்றான்.

நீங்கள் இரண்டு மாடுகளை வைத்திருந்தால் ஏழ்மையில் இருக்கும் பக்கத்து வீட்டுக்காரருக்கு ஒரு மாட்டைக் கொடுப்பீர்களா என்று கேட்டார்.

ஆம். கொடுப்பேன்.

அந்தப் பத்திரிக்கையாளர் கடைசியாக கேட்டார்: நீங்கள் இரண்டு கோழிகளை வைத்திருந்தால் ஒரு கோழியை பக்கத்து வீட்டுக்காரருக்கு கொடுப்பீர்களா? கொடுக்க மாட்டேன்.

ஆனால் இது முற்றிலும் முரண்பாடாக இருக்கிறது என்றார் பத்திரிக்கையாளர்.

இது முரண்பாடல்ல. நான் இரண்டு கோழிகளை வைத்திருக்கின்றேன். நான் எதை வைத்திருக்கவில்லையோ அந்த இரண்டு கார்களை உண்மையில் வைத்திருக்கவில்லை. இரண்டு வீடுகளை வைத்திருக்கவில்லை. இரண்டு குதிரைகளை வைத்திருக்கவில்லை. ஆகவே கொடுக்க முடியும் என்று கூறினேன். யார் அதைப் பற்றி கவலைப்படப் போகிறார்கள்? ஆனால் உண்மையிலேயே இரண்டு கோழிகளை வைத்திருக்கின்றேன். எனவே அவர்களுக்கு கொடுக்க மாட்டேன் என்று அந்த ஏழை பாட்டாளிக் கூறினான்.

நீங்கள் எதையாவதைச் சொந்தமாக வைத்திருக்கின்றபோது ஒவ்வொருவருக்கும் அப்போது பிரச்னை எழுகிறது. ஆகவே மார்க்ஸ் கூறியதின் அடிப்படையில் உண்மையாக அமெரிக்காவில் ஏதுமற்றவர்கள் இல்லை. எனவே அமெரிக்காவில் ஒரு கம்யூனிஸ்ட் புரட்சி சாத்தியம் இல்லை. ஆனால் ரஷ்யாவில் ஒரு அதிசயம் நிகழ்ந்தது. கம்யூனிஸ்ட் புரட்சி ஒரு முதலாளித்துவ நாட்டில் கூட இல்லாது ரஷ்யாவில் அந்த அதிசயம் நிகழ்ந்தது. எங்கு ஏழை மக்கள் பெரும்பான்மையானவர்களாகவும், பணக்காரர்கள் சிறுபான்மையானவர்களாகவும் இருப்பார்களோ அந்த முதலாளித்துவ நாட்டில்தான் கம்யூனிஸ்ட் புரட்சி நிகழ முடியும் என்று காரல் மார்க்சின் கருத்தாக இருந்தது. ஏழைகள் மிகவும் சுலபமாக பணக்காரர்களை தூக்கியெறிய முடியும். அங்கு அதிக வன்முறையோ, எந்தவிதமான தொந்தரவோ இருக்கும் என்கிற கேள்வியே இருக்காது.

ரஷ்யா ஒரு முதலாளித்துவ நாடு கூட அல்ல. அது ஒரு முதலாளித்துவ நாட்டைக் காட்டிலும் அதிகம் பின்தங்கிய நிலபிரபுத்துவ நாடு. அங்கு ஏழைகள் இல்லாது இருந்தனர். பாட்டாளி வர்க்கம் இல்லை. தொழிற்சங்கம் இல்லாது இருந்தது. மேலும் பணக்கார வர்க்கமே இல்லாது இருந்தது. ஜார் மன்னர், ஒரு சில உயர்குடியில் பிறந்த ஒரு சிலரே பணக்காரர்களாக இருந்தனர். அவர்கள் தொழிற்சாலைகளின் உரிமையாளர்கள் அல்ல. அவர்கள் நில உரிமையாளர்களாக இருந்தனர். அவர்கள் நிலத்தில் வேலை செய்வதற்கு அடிமைகளை வைத்திருந்தார்கள். இந்நிலையில் ஒரு அடிமை போதுமான திடமாக இல்லாததின் காரணமாக நிலச்சுவான்தாரரால் அந்த அடிமை கவனித்தில் கொள்ளப்படுகிறான். அவன் நிலத்தில் வேலை செய்வதற்குப் இயலாது இருப்பான். இந்த அடிமை ஒரு இயந்திரம் அல்ல. ஆகவே அவனுக்கு நல்ல உணவு, நல்ல துணிமணிகள் கொடுக்கவேண்டியிருந்தது. குளிர்காலத்தில் அவனுக்கு கதகதப்பான உடைகளைக் கொடுக்க வேண்டியுள்ளது. ஆகவே அடிமைகள் கூட ஏதுமற்றவர்களல்ல. உண்மையில் அவர்கள் எதையாவதை அனுபவித்துக் கொண்டிருக்கின்றார்கள். உயர்குடியில் இருப்பவர்கள் சுகாதாரமும், தூய்மையும் உடைய மருத்துவ வசதிகள், நல்ல துணிமணிகள், வீடுகள் கொடுத்து அவர்களது உடல்நிலையில் அவர்களை கவனமாக வைத்திருந்தார்கள். ஏனெனில் அந்த அடிமைகள் வலுவுள்ளவர்களாகவும் சக்தியுள்ளவர்களாகவும் இல்லாவிட்டால் ஆயிரக்கணக்கான ஏக்கர் நிலங்களில் வேலை செய்ய முடியாது இருப்பார்கள். மைல் கணக்கில் அந்த உயர்குடிக்காரன் நிலத்தையும், ஆயிரக்கணக்கான அடிமைகளையும் வைத்திருப்பான். இது முழுமையும் ஒரு வித்தியாசமான சூழ்நிலை.

மார்க்ஸ் சோவியத் யூனியனைப் பற்றி நினைத்ததேயில்லை. இது உண்மையில் ஒரு கம்யூனிஸ்ட் நாடாகும் சூழல் இல்லாது இருந்தது. எப்படி ஒரு தத்துவவாதி தவறு செய்கின்றான் என்பது இதுதான். வாழ்க்கை அதனுடைய போக்கை எடுத்துக்கொள்கிறது. அது உங்களுடைய தர்க்க சாஸ்த்திரத்தையும், தத்துவத்தையும் கணக்கில் கொள்வதில்லை. ரஷ்யாவில் புரட்சி நடந்தது. உண்மையில் அது கம்யூனிஸ்ட் புரட்சி

அல்ல. ஏனெனில் உடைமையைக் கொண்டிருப்பவர்களுக்கும் ஏதுமற்றவர்களுக்குமான போராட்டம் இல்லாது இருந்தது. இது முதல் உலகப்போரின் போது நிகழ்ந்தது. ஜார் மன்னர் ஜெர்மனி நாட்டோடு போரிடுவதற்கு இராணுவ வீரர்களுக்கு தேவையானவற்றை வழங்கவில்லை. கம்யூனிஸ்டுகளும் ரஷ்யாவில் சண்டையிடுவதற்கு தயாராக இல்லை.

சிந்தனையாளர்களின் சிறு குழுவும்கூட அங்கு புரட்சி நடக்கும் என்று நம்பவில்லை. முதலாளித்துவமும் அங்கு வரவில்லை. உடைமையைக் கொண்டிருப்பவர்கள் மற்றும் ஏதுமற்றவர்கள் என்கிற நிலைமையும் அங்கு இல்லை. ஆகவே புரட்சி நடக்கும் காலம் மிகவும் வெகுதூரத்தில் இருந்தது. உலகத்தில் முதல் கம்யூனிஸ்ட் நாட்டின் தலைமை தாங்குவதற்கு இருந்த லெனின் கூட ஜெர்மனியில் இருந்தார். ஏனெனில் ஜெர்மனியில் அரசர் மக்களுக்கு அதிகாரம் கொடுக்கப்பட்டு தளர்வு அடைந்திருந்தார். அது ஜனநாயக நாடாகிக் கொண்டிருந்தது. ஜெர்மனியில் கம்யூனிஸ்ட் கட்சி மிகப் பெரியக் கட்சியாக இருந்தது. ஆகவே அங்கு அதிகாரத்திற்கு வருவோம் என்கிற வாய்ப்பு இருந்தது. லெனின் கட்சியை வழி நடத்துவதற்கு அங்கு இருந்தார்.

ஆனால் எது வெற்றியடைய வேண்டும் என்பதைத் தீர்மானிப்பதற்கு தர்க்கரீதியாக இருந்த கம்யூனிஸ்ட் கட்சிக்குப் மாற்றாக அடால்ப் ஹிட்லர் குறுக்கே வந்தார். மேலும் அடால்ப் ஹிட்லர் ஒரு சிந்தனைவாதியும் அல்ல, ஒரு தத்துவவாதியும் அல்ல. அவர் முற்றிலும் காதல் வெறியராகவும், பைத்தியகாரராகவும் இருந்தார். ஹிட்லரின் கட்சியான நாஜிக் கட்சி பத்தொன்பது படைவீரர்களைக் கொண்டுத் தொடங்கப்பட்டது. இந்தப் படைவீரர்கள் இராணுவத்திற்குப் பொருத்தமற்றவர்களாகக் காணப்பட்டார்கள். ஆகவே அவர்கள்

வேலையற்றவர்களாக இருந்தார்கள். இருப்பினும் அவர்கள் எதையாவதை செய்ய விரும்பினார்கள். அடால்ப் ஹிட்லரே இராணுவத்திலிருந்து வெளியே தூக்கிவீசப்பட்டார். ஏனெனில் மனரீதியாகப் பொருத்தமற்றவராக இருந்தார். இந்த பத்தொன்பது பேர்கள் ஒரு சிறிய உணவுவிடுதியில் ஒன்று சேர்ந்தனர். மேலும் அடால்ப் ஹிட்லரைத் தலைவராகக் கொண்டு ஜெர்மன் நாஜிக் கட்சியை உருவாக்கினார்கள். ஏனெனில் அவர் ஒரு காதல்

வெறியராக இருந்தார். அவர் சொல்லிய எந்தவொன்றைப் பற்றியும் மிகவும் வலியுறுத்துபவராக இருந்தார். மேலும் அவரது யுத்த தந்திரம் வினோதமானதாக இருந்தது. அவர் யாரையும், எதையும் பின்பற்றுபவராக இல்லாது இருந்தார். ஹிட்லர் ஒரு புதிய மூலோபாயத்தை உருவாக்கினார். அது நகைப்புடையதாக இருந்தது. ஆனால் அது வேலை செய்தது. ஹிட்லரின் மொத்த யுத்த தந்திரமும் நாஜிக் கட்சிக்கு உறுப்பினர்களை சேர்ப்பதற்கும், மேலும் அதிகமான மக்களை ஒன்றுகுவிப்பதற்கு கவலைப்படாது இருந்தது. இதனால் எதுவும் நடக்காது என்பதை ஹிட்லர் அறிந்திருந்தார். மேலும் ஏன் மக்கள் அனைவரும் அவரது கட்சியில் சேர வேண்டும் என்பதற்கு ஹிட்லர் எந்த தத்துவமும் கொண்டிருக்கவில்லை. வருங்காலத்திற்கான எந்தவித செயல்திட்டத்தையும் வைத்திருக்கவில்லை. ஆகவே ஹிட்லர் கம்யூனிஸ்ட் கட்சி நடத்தும் பொதுக் கூட்டங்களைத் தொந்தரவு செய்தார். அந்த பத்தொன்பது பேர்கள் படைவீரர்களாக இருந்தார்கள். தனித்தனி இடங்களில் கம்யூனிஸ்ட் கட்சி நடத்தும் கூட்டங்களில் அமர்வார்கள். கம்யூனிஸ்ட் தலைவர்கள் பேச ஆரம்பிக்கிறபோது அவர்கள் தொந்தரவு செய்வார்கள். யாரைத் தாக்குகிறோம் என்பதைப் பற்றியக் கேள்வியே இல்லாது அவர்கள் மக்களைத் தாக்க ஆரம்பிப்பார்கள். பத்தாயிரம் அல்லது இருபதாயிரம் மக்கள் கூடியிருந்த அந்தப் பொதுக் கூட்டத்தில் அந்த பத்தொன்பது பேர்கள் தொந்தரவு செய்வார்கள். மேலும் தாக்குதல்கள் நடந்துகொண்டிருக்கும்போது தலைவரால் பேச முடியாது. அவர்கள் பேச்சாளர்கள் மீதே கற்களை வீசியெறிவார்கள். ஹிட்லரின் ஆட்கள் கூட்டத்திற்கு வந்திருந்தவர்களையும் தாக்கிக்கொண்டிருந்தார்கள்.

மெல்ல மெல்ல மற்றவர்கள் நடத்தும் கூட்டங்களில் நமக்கு பாதுகாப்பு இல்லை. அடால்ப் ஹிட்லர் நடத்தும் கூட்டங்களில் மட்டுமே நாம் பாதுகாப்பாக இருக்கின்றோம் என்ற தெளிவு மக்களுக்கு உருவானது. அடால்ப் ஹிட்லர் அவரது பொதுக்கூட்டத்தில் பேசும்போது அந்த பத்தொன்பது பேர்களும் வேறு யாராவது தொந்தரவு செய்கின்றார்களா என்று கூட்டத்தைக் கவனித்துக்கொண்டு மக்களைச் சுற்றி நின்றுகொண்டிருப்பார்கள். ஹிட்லர் நடத்தும் கூட்டம்

பாதுகாப்பானக் கூட்டமாக இருந்ததின் காரணமாகவே அடால்ப் ஹிட்லரின் பொதுக்கூட்டத்திற்கு மக்கள் செல்ல ஆரம்பித்தனர். ஹிட்லரின் கூட்டத்திற்கு போய்விட்டுத்தான் ஒவ்வொருவரும் அவரவர் வீட்டிற்கு உயிரோடு வரமுடிந்தது. வெற்றியடைய முடியாத நிலையில் இருந்த மிகப் பெரியக் கட்சியாகவும், தர்க்கரீதியாக, தத்துவார்த்த ரீதியாக வெற்றியடையப் பிணைக்கப்பட்டிருந்த கம்யூனிஸ்ட் கட்சிகளின் கூட்டங்களைத் தொந்தரவு செய்ததின் காரணமாக அடால்ப் ஹிட்லர் பதவிக்கு வந்தது என்பது இப்படித்தான். கம்யூனிஸ்ட் கட்சித் தலைவர்கள் பொதுக்கூட்டத்திற்கு வரச்சொல்லி அழைப்பு விடுப்பார்கள். ஆனால் மக்கள் எவரும் வரமாட்டார்கள். அடால்ப் ஹிட்லர் பேசியப் பேச்சை மட்டுமே நாடு முழுவதும் கேட்கப்பட்டது. ஹிட்லர் மட்டுமே நமக்குப் பாதுகாவலர் என்று நினைத்து மெல்ல மெல்ல ஹிட்லரை பின்தொடர்பவர்களாக மக்கள் ஒன்றிணைய ஆரம்பித்தனர். மற்றவர்கள் அனைவரும் அந்தப் பகுதியிலிருந்து வெளியேறிவிட்டார்கள். ஹிட்லரின் வியூகங்களைப் பற்றி எவரும் அறிந்திருக்கவில்லை. எப்படி தான் அதிகாரத்திற்கு வர முடிந்தது என்று தனது சுயசரிதையில் ஹிட்லர் எழுதிய பின்னர்தான் ஹிட்லரின் வியூகங்களைப் பற்றி மற்றவர்கள் அறிந்துகொண்டனர். வெறும் அந்த பத்தொன்பது பேர்கள்தான் அந்த வேலையை சாமார்த்தியமாக சமாளித்தார்கள்.

மற்றக் கட்சிகளின் பொதுக் கூட்டங்களையும் தொந்தரவு செய்வது என்பது முதல் விசயமாக இருந்தது. மேலும் கம்யூனிஸ்ட்டுகளின் பொதுக்கூட்டங்கள் பற்றிய சுவரொட்டிகளை ஒட்டினால் அந்த பத்தொன்பது பேர்களும் இரவில் அந்த சுவரொட்டிகளைக் கிழித்து அகற்றிக்கொண்டிருந்தார்கள். மற்ற அனைத்துக் கட்சிகளின் சுவரொட்டிகளும் அகற்றப்பட்டது. வேறு ஏதாவது சுவரொட்டிகள் இருந்ததா என்கிற அடையாளமே தெரியாமல் மக்கள் காலையில் அடால்ப் ஹிட்லரின் சுவரொட்டிகளை மட்டுமே மக்கள் பார்ப்பார்கள். மற்றவர்கள் யாரிடமிருந்தும் பிரச்சாரம் இல்லாது இருந்தது. வினோதமான வியூகங்கள் காரணமாக ஹிட்லர் அரசருக்கு அடுத்து வெற்றியடைந்தார். ஜெர்மனி அரசர் அவரது முடியாட்சியிலிருந்து அரசர் விடுபட வேண்டியிருந்தது. ஏனெனில் முதல் உலகப் போரில் ஜெர்மனி மோசமாக தோற்கடிக்கப்பட்டது. மேலும் அந்த முழு பழியும்

அரசரின் மீது சுமத்தப்பட்டது. ஏனெனில் அந்த அரசர் அவரது நாட்டிற்காக போரிடுவதற்கு மக்களிடம் ஆர்வத்தை உருவாக்குவதற்கு போதுமானவராக இல்லாது இருந்தார். முதல் உலகப் போரில் ஜெர்மனியின் தோல்வியின் காரணமாக அரசர் ஜனநாயகத்தின் கரங்களில் ஒப்படைப்பதற்கு முடிவு செய்திருந்தார். அதேநேரத்தில் ஜெர்மனியுடன் சண்டை செய்துகொண்டிருந்த ரஷ்யப் படைகள் ஜார் மன்னருடன் மிகவும் கோபம் அடைந்தது. ஏனெனில் ஜார் மன்னர் அன்றைய காலத்திற்கு உதவாதப் பழையப் படைகளை வைத்திருந்தார். பனிக் காலத்தில் விழும் பனிப்பொழிவிலிருந்து பாதுகாத்துக்கொள்வதற்கு முறையான துணிமணிகள் படைவீரர்களுக்கு இல்லை. காலணிகள் கொடுக்கப்படவில்லை. தோல் அங்கிகள் இல்லை. போதுமானத் துப்பாக்கிகள் இல்லை. போதுமான உணவு இல்லை. ஆகவே ரஷ்யப் படைகள் கோபம் அடையும் நிலைக்குத் தள்ளப்பட்டது. அந்தப் படைகள் ஜார் மன்னருக்கு எதிராகத் திரும்பியது. அந்தச் சமயத்தில்தான் லெனின் ஜெர்மனியிலிருந்து ரஷ்யாவிற்கு உடனடியாகத் திரும்பி வந்தார். படைவீரர்கள் படைவீரர்களாகவே இருக்கின்றார்கள். அவர்களுக்குத் தலைவர்கள் இல்லாது இருந்தனர். லெனின் மிகச் சிறந்த ஒருங்கிணைப்பாளராக இருந்தார். அவர் உடனடியாக படைவீரர்களை ஒருங்கிணைத்தார். மேலும் ஜார் மன்னருக்கு எதிராக தலைமைத் தாங்கினார். ஆனால் பாட்டாளி வர்க்கத்திற்கும் முதலாளித்துவத்திற்கும் இடையில் சண்டை நடத்துவதற்கு அல்ல. ஜார் மன்னருக்கும் அவரது படைவீரர்களுக்கும் இடையில் நடந்த சண்டையின் காரணமாக சோவியத் யூனியன் மலர்வதற்கான வாய்ப்பாக இருந்தது. 'நாம் தயாராக இல்லாமல் போரில் ஈடுபடத் தள்ளப்பட்டுள்ளோம். நாம் அவசியமில்லாமல் கொல்லப்பட்டுக் கொண்டிருக்கின்றோம்' என்று படைகள் கோபமடைந்தது. மேலும் லெனின் படைவீரர்களைத் தூண்டிவிட்டார். லெனின் ஒரு சிறந்த ஒருங்கிணைப்பாளராக இருந்தார். அவர் படைகளை ஒருங்கிணைத்தார். ஜார் மன்னர் தனிமைப்படுத்தப்பட்டார். ஜார் மன்னரின் பத்தொன்பது குடும்ப உறுப்பினர்கள் உடனடியாகக் கொல்லப்பட்டனர். ஜார் மன்னனின் சொந்தப் படைகளே அவருக்கு எதிராக இருந்ததால் அவர் எப்படி அதிகாரத்தில்

இருக்க முடியும்?. லெனின் ஒரு சிறந்த ஒருங்கிணைப்பாளராக இருந்தார். ஆனால் லெனின் அதிகாரத்தில் இருந்திருந்தால் உண்மையில் கம்யூனிசம் சாத்தியமில்லாது இருந்திருக்கும். லெனின் எதையும் கட்டுப்படுத்திச் செயல்படுத்துபவராகவும், அன்புடையவராகவும் இருந்தார். லெனின் தனது இரக்க குணத்தின் காரணமாகவும், அன்பின் காரணமாகவும் ஒரு கம்யூனிஸ்ட்டாக இருந்தார். பூமியில் ஏழைகளே இல்லாமல் இருப்பதற்கு விரும்பினார். ஆனால் லெனினுக்கு அரசு அதிகாரம் தனது கைக்கு வருகின்றபோது அந்த அதிகாரத்தை வைத்துக்கொண்டு என்ன செய்வது? எப்படி வறுமையை ஒழிப்பது என்பது பற்றி முற்றிலும் தெளிவில்லாமல் இருந்தார்.

நாம் இதை இந்தியாவிலும் பார்த்து இருக்கின்றோம். இது மிகவும் கடினமான, சிக்கலானப் பிரச்னை. சுதந்திரம் அடைந்து நாற்பது வருடங்களுக்குப் பிறகு இந்தியா அடிமையாக இருந்தபோது இருந்ததைக் காட்டிலும் தற்சமயம் ஒரு மோசமான நிலையில் இன்று இருக்கின்றது. அதிகமான ஏழை மக்கள், அதிகமான வறுமை, அதிகமான மக்கள் தொகை. அந்தநேரத்தில் பிரச்னைகள்கூட இரட்டிப்பு ஆகிவிட்டது. பொருள்களின் விலைகள் இருபது, முப்பது, ஐம்பது மடங்கு அதிகமாகிவிட்டது. ஆனால் சம்பள விகிதங்கள் கிட்டத்தட்ட அதேநிலையில் இருந்தது. ஏழைகள் மிகவும் அதிகமாகிவிட்டனர். மக்கள் மரணமடைவதற்கு பசி, பட்டினியின் எல்லைக்கோட்டில் இருக்கின்றனர். என்ன நிகழ்ந்தது? பிரிட்டிஷ் அரசுக்கு எதிராக போராடிக் கொண்டிருந்த இந்த மாபெரும் சிறந்தப் புரட்சியாளர்கள் மாற்றத்திற்கான எந்தவிதமான செயல்முறைத் திட்டங்களையும் வைத்திருக்கவில்லை.

என்னுடைய மொத்தக் குடும்பமும் இந்தியச் சுதந்திரப் போராட்டத்தில் ஈடுபட்டது. என்னுடைய மாமன்கள் அவர்களது முழு வாழ்க்கையையும் இழந்தனர். என்னுடைய மாமாக்களில் ஒருவர் பல்கலைக் கழகத்தில் பட்டதாரி வகுப்பில் படித்துக்கொண்டு இருந்தார். அவர் போலீசாரிடம் பிடிபட்டு சிறையில் அடைக்கப்பட்டார். பிரிட்டிஷார் ஆட்சியில் ஒருவர் ஒருமுறை சிறையில் வைக்கப்பட்டால் அவர் மீண்டும் எந்த பல்கலைக் கழகத்திலும் கல்லூரியிலும் நுழைவதற்கு

அனுமதிக்கப்படுவதில்லை. மெட்ரிக்குலேசன் மட்டுமே தேறியிருந்த மற்றொரு மாமா சுதந்திரப் போராட்டத்தில் பிடிபட்டார். சிறையிலிருந்து விடுதலையாகி வெளிவந்தப் பிறகு எந்த கல்வி நிறுவனங்களுக்கும் மீண்டும் செல்ல முடியவில்லை. மாமாக்கள் இருவரும் அவர்களது வாழ்க்கையையே இழந்தனர். இவர்களது குடும்பம் கடுமையாக பாதித்தது. என்னுடைய குழந்தைப் பருவத்தில்கூட என்னுடைய அப்பாவிடம் கேட்டது எனது நினைவுக்கு வருகிறது. 'நீங்கள் பிரிட்டிஷ் ஆட்சிக்கு எதிராக இருக்கின்றீர்கள் என்பதைப் புரிந்துகொள்கின்றேன். இது உங்களுடைய சுதந்திரம். ஆனால் நீங்கள் சுதந்திரம் பெற்றப் பிறகு என்ன செய்யப் போகின்றீர்கள்? எதற்காக இந்த சுதந்திரம் என்று அப்பாவிடம் கேட்டேன். அவர் தளது தோள்களைக் குலுக்கினார். 'தலைவர்களுக்கு அது தெரியும்' என்று என்னிடம் சொன்னார். ஆனால் தலைவர்கள் அதிகமான அளவிற்கு தெரிந்த நிலையில் இல்லாதவர்களாக இருந்தார்கள்.

சிலநேரங்களில் காருக்குப் பின்னால் குரைத்துக்கொண்டு மிகவும் வேகத்துடன் ஓடுகிற நாய்களைப் நீங்கள் பார்த்திருக்கலாம். காரை ஓட்டுகிறவர் காரை நிறுத்தினால் அவசியம் இல்லாமல் தர்மசங்கடத்திற்கு உட்பட்டு 'இப்போது என்ன செய்வதென்று தெரியாது' அந்த நாய் சுற்றும் முற்றும் பார்ப்பதைப் போன்றுதான் அனைத்துப் புரட்சியாளர்களுக்கும் நிகழ்கிறது. மைல்கணக்கான உள்ள தொந்தரவுகள். சண்டை செய்தல், கொலை செய்தல், கொல்லப்படுதல், சிறைவைக்கப்படுதல் போன்றவைகள்தான் அனைத்துப் புரட்சியாளர்களுக்கும் மைல்கணக்கானத் தொந்தரவுகளாக நிகழ்கின்றன. அவர்கள் அதிகாரத்தைக் கைப்பற்றுகிறபோது என்ன செய்வது என்று தெரியாது நாயைப்போலத் திருத்திருவென்று பார்க்கின்றார்கள். இந்தியா இம்மாதிரியான புரட்சியாளர்களின் கரங்களில் இருந்து இருக்கிறது. ஆனால் அவர்களால் எதையும் செய்ய முடியவில்லை.

உண்மையில் ஒரு புரட்சிகர அதிகாரத்தில் இருப்பதற்கு ஒரு சரியான நபர் இல்லை. ஆனால் இது ஒரு கடினமானப் பிரச்னையாக இருக்கிறது. ஏனெனில் புரட்சி சுதந்திரத்திற்காக வெல்கிறது. இயல்பாக ஒரு புரட்சியாளர் அதிகாரத்திற்குள்

வருகிறார். ஆனால் அவர் புரட்சி செய்வது எப்படி என்பதைப் பற்றி மட்டுமே அறிந்திருக்கிறார். இருப்பினும் அவர் ஒரு சமூகத்தைப் பலப்படுத்துவது எப்படி என்பதைப் பற்றி அறிந்திருக்கவில்லை. அவருக்கு பொருளாதாரத்தைப் பற்றியோ, நிதி நிலைமைகளைப் பற்றியோ, மக்களுடைய உளவியல் பற்றியோ எதுவும் தெரியாது. சண்டை செய்வதற்கும், ஒரு சாம்ராஜ்ஜியத்தை அழிப்பது எப்படி என்பது பற்றியும், அனைத்துவிதமான அடிமைத்தனங்களையும் அழிப்பது எப்படி என்பது பற்றியும் அவர் மக்களைத் தூண்டிவிட முடியும். அவர் ஒரு நாவன்மையுள்ளவர், செல்வாக்குள்ளவர். அவர் பிறரது மனதைக் கவரக்கூடிய ஆளுமையுடையவராகவும் கவர்ச்சி மற்றும் மற்றவர்களைக் கவர்ந்திழுக்கும் ஆற்றல் உடையவராகவும் உள்ளார். ஆனால் ஒரு புரட்சியாளர் அரசு அதிகாரத்திற்குள் வருகின்றபோது இப்போது யாரைத் தூண்டிவிடுவது என்று 'அந்த நாயைப் போல' என்ன செய்வதென்றுத் தெரியாமல் தர்மசங்கடத்திற்கு உட்பட்டு சுற்றும் முற்றும் பார்க்கின்றார். அவர் அரசு அதிகாரத்தில் உள்ளார். மேலும் அவரது முழு வாழ்க்கையும் வெறுமனே மற்றவர்களைக் கோபமூட்டவும், கிளர்ச்சியடைச் செய்யும் வாழ்க்கையாகவும் இருக்கிறது. அவர் எப்படி ஆட்சி செய்வது என்பது பற்றி எதையும் கற்றிருக்கவில்லை. ஆனால் ரஷ்யாவில் அந்த அதிசயம் நிகழ்ந்தது. ரஷ்யாவிலுள்ள சிறந்தப் புரட்சியாளர்களில் மற்றப் புரட்சியாளர்களைக் காட்டிலும் லெனின் முதன்மையானவராக இருந்தார். ஆனால் மக்களைக் கவர்ந்திழுக்கும் ஆற்றல் இல்லாதவராக இருந்தார்.

லெனின் புரட்சிகர செயல்பாடுகளுக்கு பின்னால் ஒரு ஒருங்கிணைப்பாளராக இருந்தார். மனதில் ஆழமாக பதிய செய்யக்கூடிய என்று நீங்கள் சொல்கிற ஆளுமைத் திறன் அவருக்கு இல்லை. உண்மையில் அவர் வினோதமானக் காரணத்திற்காக மிகவும் தாழ்வு மனப்பான்மையைக் கொண்டிருந்தார். லெனினுடையக் கால்கள் அவரது மேல் உடலைக் காட்டிலும் மிகவும் சிறியதாக இருந்தது. ஒரு நாற்காலியில் அமர்ந்துகொண்டிருக்கும் போது லெனினுடையக் கால்கள் பூமியைத் தொடாது. அந்தக் கால்கள் ஊசலாடிக் கொண்டிருக்கும். இது லெனினுக்கு மாபெரும் தாழ்வு

மனபான்மையாக இருந்தது. ஆகவே எந்தவொன்றையும் எப்படி செய்வது என்பது பற்றிய பிரச்னைகளுக்குப் பின்னால் இருந்து மட்டுமே லெனினால் அனைத்தையும் ஒருங்கிணைக்க முடிந்தது. நிர்வகிக்க முடிந்தது. அதனால் லெனின் கவர்ந்திழுக்கும் ஆற்றல் இல்லாதவராக இருந்தார். ஆனால் லெனினுடைய வலது கரமாக இருந்த ஒரு உண்மையான கவர்ந்திழுக்கும் ஆற்றல் உடைய தத்துவவாதியாகவும், சிந்தனையாளராகவும், கனவு காண்பவருமான, ஒரு சிறந்த நாவன்மையுடையப் பேச்சாளருமான லியான் டிராட்ஸ்கியை உடன் வைத்திருந்தார். ஆகவே லெனின் பிரச்னைகளுக்கு பின்னால் ஒருங்கிணைப்பாளராக மட்டுமே இருந்தார். டிராட்ஸ்கி ஒரு சிறந்த நாவான்மையுள்ள பேச்சாளராக இருந்தார். ஒரு கவர்ந்திழுக்கும் ஆற்றல் அதிகாரத்தினுள் வருகின்றபோது தேவைப்படுவதில்லை. அந்தக் கவர்ந்திழுக்கும் ஆற்றலை வைத்துக்கொண்டு என்ன செய்வது? அதிகாரத்தில் இருக்கும்போது பொதுமக்கள் தேவையில்லை. பேச்சுக்கள் தேவையில்லை. நாவன்மை தேவையில்லை.

ஒரே நேரத்தில் நிகழும் தற்செயல் நிகழ்வாக ரஷ்யப் புரட்சியில் முன்னணித் தலைவராக இல்லாத ஒருவரும், அவரது கட்சி அலுவலகத்தின் நாற்காலியில் உட்கார்ந்துகொண்டு கோப்புக்களையும், உறுப்பினர்களின் பட்டியலையும், இது அது என்று அலுவலகத்திற்கு வரும் கடிதத் தொடர்புகளைப் பார்த்துக்கொண்டிருந்த முக்கியத்துவம் இல்லாத வெறும் கட்சியின் பொதுச் செயலாளராக இருந்த ஜோசப் ஸ்டாலின் நுழைவு ஒரு விநோதமானதாக இருந்தது. பொது மக்கள் ஜோசப் ஸ்டாலினைப் பற்றிய எந்தக் கருத்தையும் மக்கள் கொண்டிருக்கவில்லை. ஸ்டாலின் அவரது உண்மையானப் பெயர் அல்ல. ரஷ்யாவில் ஸ்டாலின் என்றால் 'இரும்பு மனிதர்' என்று அர்த்தம். இவர் முற்றிலும் நடைமுறை சார்ந்தவராக இருந்தார். ஸ்டாலின் தத்துவார்த்த நிலைபாடுகளையெல்லாம் கொண்டிருக்கவில்லை. ஒரு விசயத்தைப் பற்றிய தத்துவக் கருத்தை நன்கு அறிந்தவரல்ல. எந்தவிதமான தத்துவார்த்த பின்புலங்களுடன் நடைமுறைப்படுத்துவதற்கு இயலாதவராக இருந்தார். ஸ்டாலின் யதார்த்தத்தைப் பார்த்தார். அதை

மிருகத்தனமாக எதிர்கொண்டார். ஸ்டாலின் நேர்காட்சிவாதியாக இருந்தார்.

லெனினை விஷத்தின் பாதிப்பில் இருக்கும்படியே ஸ்டாலின் வைத்திருந்தார். ஏனெனில் ஸ்டாலின் அதிகாரம் உடையவராக இருந்தார். லெனின் தலைவராக இருந்தார். ரஷ்யப் புரட்சிக்குப் பிறகு லெனினால் உண்மையில் அதிகாரத்திற்குள் வரமுடியவில்லை. லெனின் தொடர்ச்சியாக மெல்ல மெல்லக் கொல்லும் விஷத்தின் பாதிப்பில் இருந்துகொண்டிருந்தார். லெனினுக்குக் கொடுக்கப்பட்ட விஷம் லெனினைக் கொல்வதற்கு இரண்டு வருட காலம் எடுத்துக்கொண்டது. மேலும் அந்த விஷத்தைக் கொடுப்பதற்கு ஜோசப் ஸ்டாலின்தான் பின்புலமாக இருந்தார். லெனின் மறைவிற்குப் பிறகு மருத்துவம் பார்ப்பதற்கு ஸ்டாலின் குடும்ப மருத்துவரை வைத்திருந்தார். "எனது கணவருக்கு விஷம் கொடுத்துக் கொல்லப்பட்டார் என்பது முற்றிலும் உண்மையானது. ஏனெனில் அவர் எப்போதும் நல்ல உடல்நலத்தோடு இருந்ததில்லை" என்று லெனினுடைய மனைவி குருப்ஸ்கயா அவரது சுயசரிதையில் கூறியிருக்கின்றார். புரட்சிக்குப் பிறகு இரண்டு வருட காலமாக லெனின் தொடர்ச்சியாக உடல்நலமற்று இருந்தார். மேலும் லெனினுக்கு சிகிச்சை கொடுத்துக்கொண்டிருந்த அந்த மருத்துவரின் சிகிச்சை முறை மேலும் மேலும் வியாதியை அதிகரித்துக் கொண்டிருந்தது. மேலும் வேறு எந்த மருத்துவரையும் கொண்டு லெனினுக்குச் சிகிச்சை அளிக்க முடியாது என்று ஸ்டாலின் பிடிவாதம் பிடித்தார்.

லெனினை நோயாளியாக வைத்திருப்பதின் மூலமே ஸ்டாலின் மிக மிக அதிகமான அதிகாரம் கொண்டவரானார். கிட்டத்தட்ட சுயநினைவற்ற நிலையில் இருந்த லெனின் பெயரில் அதிகாரத்திற்கு வந்திருந்த புரட்சியாளர்களான காமனேவ், ஜினோவியோவ், டிராட்ஸ்கி போன்ற அனைவரையும் படுகொலை செய்ய ஸ்டாலின் உத்தரவிடத் தொடங்கினார். டிராட்ஸ்கி பாதுகாப்பு மந்திரியாக இருந்தார். ஒன்பது புரட்சியாளர்களில் எட்டுப் பேர் காணாமல் போனார்கள். எங்கே சென்றார்கள் என்று யாருக்கும் தெரியாது. ஸ்டாலின் அவர்களை விரைவிலேயே கொன்றார். ஸ்டாலின் மிகவும்

அவசரவாதியாக இருந்தார். அந்த சூழ்நிலையைப் பார்த்து பாதுகாப்பு மந்திரியாக இருந்த டிராட்ஸ்கி இராணுவத்தின் மீது அனைத்து அதிகாரத்தையும் வைத்திருந்தார். ஆனால் டிராட்ஸ்கி வெறும் புரட்சியாளராகத்தான் இருந்தார். டிராட்ஸ்கி இராணுவத்தின் அதிகாரத்தை வைத்துக்கொண்டு என்ன செய்வதென்று தெரியாது இருந்தார். டிராட்ஸ்கி ரஷ்யாவிலிருந்து தப்பிப் நாட்டை விட்டு வெளியேறினார். ஆனால் ஸ்டாலின் எந்த விலையைக் கொடுத்தேனும் டிராட்ஸ்கியை கொலை செய்வதற்கும், கூலியைக் கொடுத்து கொலை செய்வதற்கும் அனைத்து முயற்சிகளையும் எடுத்து டிராட்ஸ்கியைப் பின்தொடர்ந்தார். டிராட்ஸ்கி மெக்சிகோவில் தங்கியிருந்தார்.

ஸ்டாலின் அனைத்து அதிகாரங்களையும் தனக்குள் வைத்துக்கொண்டு அனைத்துப் புரட்சியாளர்களையும் கொன்றார் என்று இந்த உலகத்திற்குத் தெளிவுபடுத்த "ஜோசப் ஸ்டாலின் வாழ்க்கை வரலாறு எழுதிக் கொண்டிருந்தார் டிராட்ஸ்கி. "ஸ்டாலின் வாழ்க்கை வரலாற்று நூல்" ஆயிரம் பக்கங்களை உடையது. உண்மையில் அது அனைத்து விபரங்களையும் உள்ளடக்கியது. ஸ்டாலின் எப்படி ஒவ்வொருப் புரட்சியாளர்களையும் கொன்றார்? அது எப்படி நிகழ்ந்தது? அந்தப் புரட்சியாளர் எப்படி நடுஇரவில் அகற்றப்பட்டார் என்பது பற்றிய விவரங்களைக் கொண்டப் புத்தகம். டிராட்ஸ்கி அந்தப் புத்தகத்தின் கடைசிப் பக்கத்தைத் எழுதிக்கொண்டிருந்தபோது கோடாரியால் டிராட்ஸ்கியின் தலை இரண்டாக பிளக்கப்பட்டது. அவருக்குப் பின்னால் கொலையாளி நின்றுகொண்டிருந்தான். டிராட்ஸ்கி அந்தப் புத்தகத்தின் கடைசிப் பத்தியை முடித்த நிலையில் கோடாரி அவரது தலையை இரண்டாகப் பிளந்தது. அந்தப் புத்தகத்தின் கடைசிப் பக்கம் இரத்தத்தால் நிறைந்திருந்தது.

இது மிகவும் கொடூரமானது. மனிதத்தன்மையற்றது. ஆனால் இந்தக் கொலை சதிக்குப் பின்னால் சோவியத் யூனியனை நிர்வகித்த ஜோசப் ஸ்டாலின் இருந்தார். ஏனெனில் ரஷ்யாவிற்குள் இருபக்கங்களில் விரோதிகள் இருந்தனர். விரோதிகள் மற்றும் நிறுவனமயப்படுத்தப்பட்ட மாதா கோயில்கள், அறிவுஜீவிகள், ஏழை மக்கள்கூட அவர்களது

சொத்துக்களைப் பகிர்ந்துகொள்ளாத மக்கள் விரோதிகளாக இருந்தார்கள். அவன் அனைத்தும் வைத்திருக்கின்றான் என்பது அதுதான்.

இரண்டு கோழிகளை வைத்திருக்கும் ஒருவன் பகிர்ந்துகொள்ள மாட்டான் என்று முன்பே உங்களுக்குச் சொல்லியிருக்கின்றேன். மக்கள்தான் அவர்களது சொந்த நலனுக்கான விரோதியாக இருக்கின்றார்கள். ஆகவே பத்து இலட்சம் ரஷ்ய மக்கள் ஜோசப் ஸ்டாலினால் கொல்லப்பட்டனர் என்பதை அறிந்தால் நீங்கள் ஆச்சரியமடைவீர்கள். இவர்கள் பணக்கார மக்கள் அல்ல. இவர்கள் மிகவும் பிடிவாதமாகவும் உறுதியாகவும் இருந்த ஏழை மக்களாக இருந்தார்கள். வன்முறை, கொலை, படுகொலையின் காரணமாக ஸ்டாலின் வெற்றியடைந்தபோதும் ஜோசப் ஸ்டாலின் இன்றி கம்யூனிசம் வெற்றியடைந்திருக்காது. முதலாவதாக ஸ்டாலின் நாட்டிற்குள்ளேயிருந்த விரோதிகள் அனைவரையும் கொன்று குவித்தார். மேலும் அவர் சோவியத் யூனியனைச் சுற்றி இரும்புச் சுவரை கட்டினார். ஏனெனில் இந்த மொத்த உலகமும் ஸ்டாலினுக்கு எதிராக இருந்தது. ஏனெனில் கம்யூனிசம் ஒரு நாட்டில் வெற்றியடைந்தால் ஒவ்வொரு நாட்டிலும் கம்யூனிசம் வெற்றியடைவதற்குச் செல்லும். இதைத் தொடக்கத்திலேயே அழித்தொழிப்பது சிறந்தது. ஏனெனில் விரைவில் அதிகமானப் பலத்தைப் பெற்றுவிடும். பின்பு அதை கட்டுப்படுத்துவது சாத்தியமில்லாது போய்விடும் என்பதின் காரணமாக முதலாளித்துவ நாடுகள் அனைத்தும் ஸ்டாலினுக்கு எதிராகவும், கம்யூனிசத்திற்கு எதிராகவும் இருந்தன.

சோவியத் யூனியனையும் கம்யூனிசத்தையும் காப்பாற்றியதின் மூலம் மொத்த புகழும் ஜோசப் ஸ்டாலினைச் சார்ந்தது. ஆனால் உண்மையிலேயே நீதிமன்றங்களில் நேரத்தை வீணாக்காமல் அனைவரையும் விசாரணையின்றி ஸ்டாலின் கொலை செய்தார். நீதிமன்றங்களில் விவாதங்களில் விவாதப் போராட்டம் செய்ய ஸ்டாலின் நேரம் இல்லாது இருந்தார். சாதாரணமாக உடனடியாக மக்களை சந்தேகத்தின் அடிப்படையில் கொன்றுவிடுவது என்பதுதான் அது. 'ஒரு அப்பாவி மனிதரைக் காப்பாற்றுவதற்கு தொண்ணூற்றி ஒன்பது குற்றவாளிகளை விட்டுவிட்டாலும் கூட ஒரு அப்பாவி மனிதரை கொன்றுவிட முடியாது' என்று இன்னும்

ஒவ்வொரு முதலாளித்துவ நாட்டிலும் சொல்லப்படுகிறது. இதையே ஜோசப் ஸ்டாலின் 'தொண்ணூற்றி ஒன்பது சதவீத அப்பாவி மக்களைக் கொன்றாலும் அந்த ஒரு குற்றவாளியையும் விட்டுவிட முடியாது' என்று தலைகீழாக மாற்றிக் கூறினார் ஸ்டாலின். ஆகவே தனிமனிதர்களைப் பற்றியக் கேள்வி இல்லை. அப்பாவி மனிதர்களைப் பற்றியக் கேள்வியில்லை. இம்மாதிரியான நிலையில் எந்த விலை கொடுத்தேனும் கம்யூனிசத்தைக் காப்பாற்றும் நோக்கத்தைத் உடைய கேள்வியாக ஸ்டாலினுக்கு இருந்தது.

ஸ்டாலின் சோவியத் யூனியனியனை நிர்மாணிப்பவராக இருந்தபோதும் கொலை செய்தல், படுகொலை செய்தல், ஒட்டுமொத்தக் கொலைகள் செய்தல் போன்ற சர்வ வல்லமையுடைய முறைகளுக்காக ஸ்டாலினுடைய வாரிசுகள் கண்டனம் செய்ய ஆரம்பித்தனர். ஸ்டாலின் இந்த மாதிரியான நிலையில் கொலைகளை செய்யாது இருந்திருந்தால் ஸ்டாலின் வாரிசுகள் (ஸ்டாலினிஸ்டுகள்) இங்கு இருந்திருக்க மாட்டார்கள் என்று அந்த வாரிசுகளுக்குத் தெரியவில்லை. கிரெம்ளின் மாளிகையின் செஞ்சதுக்கத்தில் உள்ள லெனினுடைய கல்லறையின் பக்கத்தில் ஸ்டாலின் புதைக்கப்பட்டதை அறிந்தால் நீங்கள் ஆச்சரியப்படுவீர்கள். ஏனெனில் லெனினுக்கு அடுத்த ஸ்தானத்தில் அந்த மனிதர் இருந்தார். ஸ்டாலினது வாரிசுகள் செஞ்சதுக்கத்திலிருந்து ஸ்டாலினது உடலைத் தோண்டியெடுத்து மலைகள் நிறைந்த இடமான, பழைமையான, மலைவாழ் மக்கள் வாழக்கூடிய ஸ்டாலின் பிறந்த இடமான காக்கசஸ்க்கு திரும்ப அனுப்பிவைத்தனர். அதனால் ஸ்டாலினது கல்லறையைப் பார்ப்பதற்கு அங்கு யாரும் செல்ல மாட்டார்கள். வாரிசுகளைப் புரிந்துகொள்ள முடிகிறது. ஸ்டாலினுக்குப் பிறகு சோவியத் யூனியனுக்கு தலைமையேற்ற குருசேவ் அவரது முதல் சொற்பொழிவை

ஆற்றிக்கொண்டுயிருந்தார். மேலும் குருஷேவ் கிட்டதட்ட அவரது மொத்த வாழ்க்கையையும் ஸ்டாலினோடு உடன் பணியாற்றும் உத்தியோகஸ்தராக இருந்து செலவழித்து இருந்தார். இதுவரையில் 'மனித இனம் எப்போதும் அறிந்திராத மிகப் பெரிய கொலையாளியாக ஸ்டாலின் இருந்தார்'

என்று அவரது முதல் பேச்சிலேயே குருசேவ் ஸ்டாலினை அம்பலப்படுத்தினார்.

இப்போது கம்யூனிசத்தைப் பற்றிய கேள்வி இரண்டாவதாக ஆனது. ஸ்டாலினது கொலைகள் எவருக்கு எதிராகவும் தனிப்பட்ட காழ்ப்புணர்ச்சியின் அடிப்படையிலும் இல்லாது இருந்தது. மனித வரலாற்றில் மிகச்சிறந்த அனுபவத்தை பாதுகாப்பதற்கு சாதாரணமாக முயற்சித்தார். மேலும் அதை செய்வதற்கு வேறு வழியில்லை. ஆகவே அது தீங்கானது என்று எனக்குத் தெரியும். ஆனால் வேறு மாற்று வழி இல்லாது இருந்தது. அங்கு மாற்று வழி இல்லாதபோது அந்த தீங்கான வழியை தேர்ந்தெடுக்க வேண்டிய நிலைமை ஏற்படுகிறது.

'ஸ்டாலின் மிகப் பெரியக் கொலைகாரராக இருந்தார். மேலும் நான் செஞ்சதுக்கத்திலிருந்து அவரது கல்லறையை அகற்றப் போகின்றேன். அவருக்கு எந்த மரியாதையும் செய்யப்படக் கூடாது. மேலும் அவரது புத்தகங்களையும் அழிக்கப் போகின்றேன்' என்று கம்யூனிஸ்ட் கட்சியிடம் குருசேவ் விளக்கம் கொடுத்தார். பின்பக்கத்தில் இருட்டில் உட்கார்ந்துகொண்டிருந்த ஒருவர் 'நீங்கள் உங்களது மொத்த வாழ்க்கையையும் ஸ்டாலினோடு இருந்துகொண்டு வாழ்ந்துள்ளீர்கள். ஏன் நீங்கள் முன்பே இதைச் சொல்லவில்லை' என்று கேள்வி கேட்டார். அப்போது ஒரு கணம் அமைதி நிலவியது. 'தோழரே! யார் இந்தக் கேள்வியைக் கேட்டது? தயவுசெய்து மேலே எழுந்து நில்லுங்கள்' என்று குருசேவ் சொன்னார். யாரும் மேலே எழுந்து நிற்கவில்லை. அப்போது குருசேவ் சொன்னார்: "இப்போது நான் ஏன் அமைதியாக இருந்தேன் என்பது பற்றி உங்களுக்குத் தெரியும். நீங்களும் கொலை செய்வதற்கு விரும்பாததால் நானும் கொலை செய்வதற்கு விரும்பவில்லை.' தயவுசெய்து மேலே எழுந்து நில்லுங்கள். ஆனால் நீங்கள் மறைந்துகொள்வீர்கள். ஆகவேதான் நான் 'என்னுடைய எண்ணங்களை எனக்குள்ளேயே வைத்துக்கொள்ளலாம்" என்று இருந்தேன். ஸ்டாலின் காலத்தில் சுவர்களுக்குக் கூட காதுகள் இருந்தது.

ஸ்டாலின் குழந்தைகளுக்கான கம்யூனிஸ்ட் கட்சியை வைத்திருந்தார். மேலும் அந்தக் குழந்தைகள் அவரவர் பெற்றோர்களை உளவு பார்ப்பதற்கு பயிற்சியளிக்கப்பட்டது.

அவர்களது வீட்டில் என்ன சொன்னார்கள் என்பதை பற்றிய விசயங்களைக் கட்சிக்கு அறிக்கையாக கொடுத்துக் கொண்டிருந்தார்கள் அந்தக் குழந்தைகள். அப்போது அந்த இளைஞர்கள், குழந்தைகள் அவர்களது சொந்த சங்கங்களை வைத்துக்கொண்டு அது அப்பாவா? அம்மாவா என்கிற பொருட்டே இல்லாது கம்யூனிசத்திற்கு எதிராகச் சொல்லப்படுகிற விசயங்களில் கவனமாக இருந்து உடனடியாக அதுபற்றிய அறிக்கையை கட்சிக்கு கொடுத்துக் கொண்டுயிருந்தார்கள். இதுபோன்ற வழிகளில்தான் ஸ்டாலின் நிர்வாகம் செய்தார். பெண்களும் கம்யூனிஸ்ட் கட்சியை உருவாக்கியிருந்தார்கள். மாபெரும் அனுபவத்தைக் காப்பாற்றுவதற்கான கேள்வியாக இவர்களுக்கும் இதேபோன்று செயல்முறைத் திட்டங்கள் கற்பிக்கப்பட்டன. அது உங்களது கணவராக இருக்கலாம் ஆனால் அவரைப் பற்றிய விசயங்களைக் கட்சிக்கு சமர்ப்பிக்க வேண்டும். அது உங்களுடைய மனைவியாக இருக்கலாம். ஆனால் நீங்கள் அவரைப் பற்றிய விசயங்களைக் கட்சிக்கு சமர்ப்பிக்க வேண்டும். ஒருமுறை அந்த அறிக்கை சமர்ப்பிக்கப்பட்ட பிறகு அது உண்மையானதா இல்லையா என்பது பற்றி கேட்பதில்லை. அந்த அறிக்கை அவர்களது பெற்றோர்களைக் கொல்வதற்குக் காரணமாக இருந்தது. அவ்வளவுதான். நடுஇரவில் சி.ஐ.ஏ. உளவுப்படைக்கு இணையான ரஷ்ய உளவுப்படையான கே.ஜி.பி. அவரின் வீட்டின் கதவுகளைத் தட்டும். அந்த நபர் கதவைத் திறப்பார். கே.ஜி.பி. ஏஜெண்ட் அவரைப் பின்தொடரச் சொல்லும். அவர் சென்றுவிட்டார் அவ்வளவுதான் என்று அந்தக் குடும்பத்திற்குத் தெரியும். அந்த மனிதரைப் பற்றி எதுவும் இனி கேட்க வேண்டியதே இல்லை.

ஆகவே இதுதான் உண்மை நிலை. இது மிகவும் கொடூரமாக இருந்தது. ஆனால் கொடூரம் இன்றி இருந்த உலகின் அனைத்து முதலாளித்துவ நாடுகளும் சோவியத் யூனியனை அழித்தொழிப்பதற்கு நான்கு திசைகளிலும் கழுகுகளாக உட்கார்ந்து கொண்டு இருந்தது. எந்தளவுக்கு சாத்தியமோ அந்தளவுக்கு அந்த மக்களுக்கு கொஞ்சம் ஊட்டமளித்து இருந்தார். ஸ்டாலினது முழு கவனமும் ஒரு பெரியப் படையையும், அதிகமான ஆயுதங்களையும் தயாரிப்பதாக இருந்தது. ஏனெனில் ஸ்டாலினைச் சுற்றி விரோதிகள் மிக

அதிகமானளவிற்கு இருந்தனர். மேலும் மக்கள் ஒரு நாளைக்கு ஒரு முறைதான் சாப்பிட வேண்டும். மக்கள் இரண்டு அல்லது மூன்று ஜோடி துணிகளை மட்டுமே வைத்திருக்க முடியும். அங்கு அதிகம் வைத்திருக்கத் தேவையில்லை. நமக்கு ஆயுதங்கள்தான் முக்கியமானத் தேவையாக இருக்கிறது. இல்லையென்றால் நாம் அழிக்கப்படுவோம். ஒரு சிறு நிலபிரபுத்துவ நாடான சோவியத் யூனியனை உலகத்தினுடைய மிகப் பெரிய சக்திவாய்ந்ததாகவும், உலக அதிகாரத்தினுள் கொண்டு வருவதற்குமான திட்டமாக ஸ்டாலினின் திட்டம் இருந்தது.

இப்போது கோர்ப்பசேவ் காரல்மார்க்சைப்போல மீண்டும் ஒரு கற்பனைத் தோற்றமுடையவராக இருக்கிறார். யதார்த்தத்தின் நடைமுறை அவசியத்தைப் புரிந்துகொள்ளவில்லை. மேலும் மொத்த அமெரிக்கப் பிரச்சார இயந்திரங்களும் கோர்ப்பசேவ்வை ஒரு கதாநாயகனாக உருவாக்குவதற்கு உலக செய்தி நிறுவனங்களைக் கட்டாயப்படுத்திக்கொண்டு இருக்கின்றன என்பதை நீங்கள் அறிந்தால் ஆச்சரியமடைவீர்கள். இது கோர்ப்பசேவை ஒரு கதாநாயகனாக உருவாக்குவது அமெரிக்கவின் மூலோபயமாக உள்ளது. சோவியத் யூனியனைச் சுற்றியிருந்த இரும்புச் சுவர்களைத் திரும்பப் பெற்றதற்கும், போர்த் தளவாடங்களைக் குறைத்ததிற்கும் ஒவ்வொரு வருடமும் இராணுவத்திற்கான பொது நிதி நிலை அறிக்கையில் நாற்பது சதவீதத் செலவுகளைக் குறைத்ததிற்கும், கோர்ப்பசேவ்வைப் புகழுங்கள். எந்தவிதமான அணுஆயுதங்களையும் உருவாக்காது இரண்டு வருடங்கள் நிறுத்தி வைக்கப்பட்டிருக்கின்றன. இது கம்யூனிசம் அல்லாது, சோவியத் யூனியன் அல்லாது இது அவரது தனிப்பட்ட மனிதரை மதிப்புடைய செய்தியாக்குகின்றது என்று அவர்கள் கோர்ப்பசேவ்வை இதுபோன்று ஒரு பெரியளவில் பிரபலமானவராக்குவதற்கு விரும்புகின்றனர். சோவியத் யூனியனுக்கு என்ன நிகழப்போகிறது என்பது பிரச்னையல்ல. சர்வாதிகார ஆட்சியிலிருந்து ஜனநாயக ஆட்சிக்கு மாற்றிய கோர்ப்பசேவ் வரலாற்றின் சிறந்த மனிதரானார். ஆனால் ஒருமுறை இது நிகழ ஆரம்பிக்கிறபோது கம்யூனிசம் மறைந்துவிடும். சோவியத் யூனியனிலிருந்து மட்டுமல்ல. உலகம் முழுவதும் உள்ள சிறிய கம்யூனிஸ்ட் நாடுகளும்

மறைந்துவிடும். ஏனெனில் அந்த நாடுகள் அனைத்தும் சோவியத் யூனியனின் ஆதரவைச் சார்ந்திருந்தது.

ஹரே கிருஷ்ணா இயக்கத்திற்கு சோவியத் யூனியனில் இடம் கொடுக்கப்பட்டு இருக்கின்றது என்று நேற்று உங்களிடம் சொன்னேன். அங்கு ராமகிருஷ்ணா மிஷினின் கிளையாக ஒரு விவேகானந்தர் மையம் திறக்கப்பட்டிருக்கின்றது என்கிற செய்தியைப் இன்றுப் பெற்றிருக்கின்றேன். இப்போது இவைகள் அனைத்தும் மொத்த நாட்டையும் அழிக்கப் போகிறது. இம்மாதிரியான மக்களைத்தான் ஸ்டாலின் கொன்றார். ஸ்டாலின் அவர்களை அழித்தொழிப்பதற்கு சைபீரியாவிற்கு தூக்கி வீசியிருந்தார். இந்த மாதிரியான மக்கள்தான் இப்போது ஜனநாயகத்தின் பெயரில் நுழைந்திருக்கின்றார்கள். இப்போது விவேகானந்தர் மையம் ரஷ்யாவில் செய்வதற்கு என்ன உள்ளது? இராமகிருஷ்ணர் ரஷ்யாவில் என்ன செய்துவிடப் போகிறார்? இராமகிருஷ்ணர் அவரது வாழ்வின் கடைசி காலத்தில்தான் ஞானம் அடைந்தார். அதுவும் குறிப்பிட்ட நோக்கம் இன்றி ஊர் சுற்றி ஆத்ம பலம் பெற்றார். அதாவது தோத்தாபுரி. உங்களுக்கு ஒரு கதை சொல்லியிருக்கின்றேன். ஆனால் அவரது வாழ்க்கை முழுவதுமே வலிப்பு நோயால் பாதிக்கப்பட்டிருந்தார். அவரது மொத்த ஆன்மீகமும் பெண் கடவுளை அடிப்படையைக் கொண்டு இருந்தது. அது உணர்ச்சிவயப்பட்டதாக இருந்தது. அது பிரார்த்தனை ஆன்மீகமாக இருந்தது. அவர் ஒரு நல்லவராக இருந்தார். அவர் பெண் கடவுள் சிலை முன்பு ஆடுவார். அவர் பாடல்களைப் பாடுவார். அந்த பெண் கடவுளைப் புகழ்வார். ஆனால் அந்த பெண் கடவுள் ஆண் கடவுளைக் காட்டிலும் பழமையானது.

குடும்ப அமைப்பு முறை நடைமுறைக்கு வருவதற்கு முன்பே நடைமுறை வாழ்க்கைக்கு பெண் கடவுள் அறிமுகமாகி இருந்தது. அன்றைய காலகட்டத்தில் யார் யாருடைய அப்பா என்ற நிச்சயம் இல்லாது இருந்தது. ஆனால் பெண் பிறப்பைக் கொடுத்ததின் காரணமாக பெண் யாருக்கு யார் அம்மா என்பது நிச்சயம் இருந்தது. அந்தப் பெண் அதிகக் குழந்தைகளை பெற்றெடுத்துக் கொண்டிருந்தாள். குடும்ப அமைப்பு முறை இன்னும் நடைமுறைக்கு வராமல் இருந்தது. சமமான

வயதில் இருந்த அந்த மக்கள் மத்தியில் உள்ள அனைவரில் ஒருவர் அப்பாவாக இருக்க வேண்டும். ஆனால் யாருக்கு யார் அப்பா என்று அறிந்தவர் ஒருவரும் இல்லை. ஆகவே அப்பா என்கிற முறை அறிமுகமாவதற்கு முன்பே 'மாமா' என்கிற முறை பழமையானது என்பதை நீங்கள் அறிந்தால் ஆச்சரியப்படுவீர்கள். அப்பா என்று நம்பக்கூடிய அந்த சமகாலத்து வயதை உடைய அனைத்து மக்களும் 'மாமா' என்றே அழைக்கப்பட்டனர். அது ஒரு மலைவாழ் மக்களுடைய வாழ்க்கையாக இருந்தது. அம்மா நிச்சயம் இருந்தாள். மற்ற அனைவரும் 'மாமா'வாக இருந்தார்கள். அவர்களில் யாராவது ஒருவர் அடையாளமற்றவர் அப்பாவாக இருந்திருக்க வேண்டும். ஒரு நிச்சயமான குடும்ப அமைப்பு இல்லாது இருந்தது. அம்மா என்பவள் அவளது காதலுக்கு ஒருவரை மட்டுமே கட்டுப்படுத்தி வைத்திருக்கவில்லை. அவளுக்கேகூட யார் நம்மை கருவுக்கு உட்படுத்தியது என்று அறியாது நிச்சயமற்று இருந்தாள். அவளது காதல் தொடர்புகளில் தொடர்ச்சியாக மாறிக்கொண்டிருந்தப் போக்காக இருந்தன. யார் யாரை அப்பா என்று அழைப்பது என்பது யாருக்கும் தெரியாது இருந்தது.

ஆகவே அப்பா கடவுள் என்பது ஒரு சமீபத்தியக் கண்டு பிடிப்புதான். குடும்ப அமைப்புக்குப் பிறகுதான் அப்பா என்கிற முறை ஏற்படுத்தப்பட்டது. பிறகு அப்பா குடும்பத்தின் தலைவர் ஆனார். அப்போது அப்பா கடவுள் கட்டுக்கதை போல வந்தது. அதற்கு முன்பு முழு உலகமும் பொதுவாக தற்சமயம் உள்ள ஆண் மகனைப்போன்று குடும்ப அதிகாரத்தை தன்னிடம் வைத்திருக்கும் பெண்அதிகாரம் என்கிற முறைதான் இருந்தது. அம்மா மிகவும் முக்கியமான பங்கை வகித்தாள். வெளிப்படையாக அம்மா என்பவள் உலகத்தை உருவாக்கிய கடவுள் போல உருவகப்படுத்தப்பட்டாள். இராமகிருஷ்ணர் முற்காலத்திய ஆன்மீகக் கடவுளை வணங்கிக் கொண்டிருந்தார். எது அவரது கடைசி உச்சக்கட்டமாக இருந்ததோ அந்த தோத்தாபுரியைச் சந்திக்கும் வரை அவரை ஆதரிக்கவில்லை. 'பல இராமகிருஷ்ணா மிஷின் சந்நியாசிகளையும், சீடர்களையும் மற்றும் உலகப் பிரசித்தி பெற்றவர்களையும் சந்தித்து இருக்கின்றேன். ஆனால் அவர்கள் இராமகிருஷ்ணர் தோத்தாபுரியை தனது குருவைப் போல ஏற்றதையும்

அந்த உச்சகட்டத்தைப் பற்றியும் குறிப்பிடுவதில்லை என்பதை அறிந்து நான் ஆச்சரியப்பட்டேன். ஏனெனில் இராமகிருஷ்ணர் ஒரு குருவைப் போல சிலரை ஏற்றதை இந்த மக்கள் அவமானமாகக் கருதுகிறார்கள். தோத்தாபுரி இராமகிருஷ்ணர் ஞானம் அடைவதற்கு உதவினார். ஆனால் இராமகிருஷ்ணரின் வாழ்வின் கடைசிக் கட்டத்தில்தான் அது நிகழ்ந்தது. தோத்தாபுரியை சந்தித்த அந்த நாட்களைக் குறிப்பிடுவதில்லை. இராமகிருஷ்ண மிஷின் சீடர்களும் கூட இதை அறிந்து வைத்திருக்கவில்லை. தாய்க் கடவுளின் மீதான இராமகிருஷ்ணரின் உணர்ச்சிவயப்பட்ட வழிபாட்டை அவர்கள் தற்சமயம் பரப்பிக் கொண்டிருக்கின்றனர். இப்போது இன்று அவர்கள் இராமகிருஷ்ண மிஷின் கிளையாக விவேகானந்தர் மையத்தை மிகப் பெரியதாகக் கட்டியமைக்க சோவியத் ரஷ்யாவில் நிலத்தைக் கொடுத்திருக்கின்றார்கள். அவர்கள் என்ன செய்ய முடியும்? முற்காலத்திய வழிபாட்டைத்தான் இவர்கள் கற்பிப்பார்கள். எதை கோர்ப்பசேவ் சரியானது என்று பார்த்து செய்துகொண்டிருக்கின்றார்? ஆனால் அது அவருக்கே திரும்பச் சிக்கலை உருவாக்கும். அதனால் அவர்களது மொத்த புரட்சிகர அனுபவத்தையும் அழிக்க முடியும். ஏனெனில் சோவியத் யூனியனைச் சுற்றி விரோதிகள் இருந்ததின் காரணமாக சர்வாதிகாரம் முழுமையாகத் தேவைப்பட்டது. நம்முடைய கம்யூன் எப்படி அமெரிக்காவில் அழிக்கப்பட்டுயிருந்தது என்பது பற்றி உங்களுக்கு மிக நன்றாகத் தெரியும். ஏனெனில் நமக்கு எதிர்ப்பதற்கு படைகள் இல்லை. மேலும் நாம் நம்மைச் சுற்றி பரவலான உலகச் சக்தியை நமக்குள் வைத்திருந்தோம். அமெரிக்க அரசியலமைப்புக்கு எதிராகவும் சட்டத்திற்குப் புறம்பாகவும், வன்முறையிலும் அவர்கள் நமது கம்யூனை அழித்தார்கள். ரஷ்யப் புரட்சிக்குப் பிறகு சோவியத் யூனியனின் நிலையும் இதுவாகவே இருந்தது. முழு உலகத்தாலும் அது சூழப்பட்டது. அனைவரும் அதை அழிப்பதற்கு விரும்பினர். இது ஜோசப் ஸ்டாலினுடைய சிறப்பான செயலாக இருந்தது. அது சோவியத் யூனியனைக் காப்பாற்றியது. அவர் துறவிகள், கிருத்துவர்கள், மதகுருக்கள் அனைவரையும் கொன்றுவிட்டார். மேலும் ரஷ்யாவில் நிறுவனமயப்படுத்தப்பட்ட மாதா கோயில்களில் ஒன்று உலக

மாதா கோயில்களிலேயே அதிகமான வைதீக முறைகளை பின்பற்றுகிற கோயிலாக இருக்கிறது. மேற்கண்டவைகளை அனுமதிக்கப்பட்டால் இம்மாதிரியான மாதா கோயில்கள் மீண்டும் துளிர்விடத் தொடங்கும். மதகுருக்களை துறை சார்ந்த வேலைகளை செய்வதற்கு ஸ்டாலின் அழுத்தம் கொடுத்தார். இது சர்வாதிகாரத்தில் மட்டுமே சாத்தியம். ஜனநாயகத்தில் அது சாத்தியமில்லை. ஜனநாயக அமைப்பு முறையில் அதை செய்வீர்களேயானால் அப்போது உங்களுடைய ஜனநாயகம் ஒரு கபட நாடகமாகும். குறைந்தபட்சம் இந்த விசயத்தில் ஸ்டாலின் முற்றிலும் நேர்மையாக இருந்தார். அவர் அதை சர்வாதிகாரம் என்று அழைத்தார்.

நீங்கள் கம்யூனிசத்திற்கு எதிராக இருக்கின்றீர்கள் என்கிற சந்தேகத்தாலேயே நீங்கள் கொல்லப்படுவீர்கள்'. நேரத்தை வீணாக்க விரும்பவில்லை என்ற நிலையில் ஒரு தெளிவை ஸ்டாலின் உருவாக்கினார். ஸ்டாலின் மாதா கோயில்கள் அனைத்தையும் பள்ளிகளாகவும், மருத்துவமனைகளாகவும், பல்கலைக் கழகங்களாகவும் மாற்றினார். சோவியத் ரஷ்யாவில் இருந்த மிகப் சிறந்த மடாலயங்கள் பல்கலைக் கழகங்கள் ஆனது. மேலும் மதகுருக்களை துறை சார்ந்த பழத் தோட்டங்களில் வேலைகளை செய்வதற்கு உட்படுத்தினார். ஏனெனில் "நீங்கள் வேலை செய்ய முடியாது என்றால் சாப்பாடு இல்லை. வழிபாடு உங்களுடைய தனிப்பட்ட விவகாரம். உங்டைய சொந்த நேரத்தில் பிரார்த்தனை செய்யுங்கள்." ஆனால் வேலை செய்யுங்கள் என்றார் ஸ்டாலின்". யூதர்களாலும், கிருஸ்துவர்களாலும் நிறுவனமயப்படுத்தப்பட்ட மாதா கோயில்களையும், முகம்மதியர்களின் மசூதிகளையும் ஸ்டாலின் முற்றிலும் அழித்தார். இது நமது கண்களுக்கு மோசமாகத் தெரிகிறது. ஆனால் இதுகுறித்து பரந்த விசாலமான பார்வையை கொண்டுள்ளேன்.

சர்வாதிகாரத்திற்கு எதிரானவன். ஆனால் ஒரு முதலாளித்துவ சமுதாயத்திலிருந்து கம்யூனிசத்திற்கு மாறுவதற்கு இடையில் சர்வாதிகாரம் அவசியமான நடவடிக்கைகளில் ஒன்றாகும். காரல் மார்க்சும் இந்த வழியில்தான் நினைத்தார். அந்த சர்வாதிகாரம் இடைப்பட்ட வளர்ச்சியின் காலகட்டத்தில்தான்

இருக்கும். சமுதாயம் வர்க்கமற்ற சமுதாயம் ஆகின்றபோது அங்கு அரசுக்கான தேவையில்லை. காரல் மார்க்ஸ் வர்க்கம் இல்லாத, அரசாங்கமே இல்லாத, அதிகாரம் இல்லாதவைகளை ஆதரித்தார். இது முழுமையான மலர்ச்சியாகும். ஆனால் நான் உங்களுக்கு சொன்னது போல மார்க்ஸ் ஒரு சிந்தனையாளராக இருந்தார். ஆனால் நடைமுறை சாத்தியமானவர் அல்ல. அவர் "ஒரு நாடு கம்யூனிச நாடாகலாம்.

அந்த நாடு வர்க்கமற்ற நாடாகலாம். ஆனால் அந்த நாட்டைச் சுற்றியுள்ள மற்ற நாடுகள் அனைத்தும் முதலாளித்துவ நாடுகளாக இருக்கின்றன" என்ற கருத்தைப் பார்க்கவில்லை. நீங்கள் அரசு அமைப்பு முறையைத் திரும்பப் பெற முடியாது. நீங்கள் சர்வாதிகாரத்தைத் திரும்பப் பெற முடியாது. இல்லையென்றால் சுற்றியுள்ள நாடுகள் அனைத்தும் அந்த நாட்டினுள் நுழையும். நீங்கள் வெளியே தூக்கிவீசப்பட்ட அனைத்து மூடநம்பிக்கைகளும் பயங்கரமான வேகத்துடன் திரும்ப வந்துவிடும். மேலும் அவைகள்தான் தற்சமயம் வந்துகொண்டிருக்கின்றன.

கோர்ப்பசேவ் நல்ல மனிதர் போலத் தெரிகிறார். ஜனநாயகத்தின் மீது ஒரு ஆழமான மரியாதையை வைத்துள்ளார். ஆனால் ஜனநாயகத்தின் பெயரில் அமெரிக்கா சதி செய்துகொண்டிருக்கின்றது என்பதைப் அவர் புரிந்துகொள்ளவில்லை. கோர்ப்பசேவ் ஒரு சிறந்தத் தலைவர், அமைதியானவர் என்று ஊதிக்கொண்டுயிருக்கிறது. இதை அனைத்தையும் கோர்ப்பசேவ் உள்வாங்கிக்கொண்டால் கம்யூனிசத்தை அழிப்பதற்கு தயாராகிவிட்டார் என்பதுதான் அர்த்தம். இது மனித வர்க்கத்திற்கு மிகப் பெரிய இழப்பாகும்.

இரண்டாவது கேள்வி முதல் கேள்வியுடன் சம்பந்தப்பட்டதால் அதை விட்டுவிட்டு மற்றொரு சீடர் கேட்ட கேள்விக்கு பதிலளிக்கின்றேன்.

இரண்டாவது கேள்வி:

> **சோவியத் யூனியனில் எழுபது வருடங்களாக 'அரசு அமைப்பு முறை' ஏன் மறையவில்லை?**

ஏனெனில் இன்னும் உலகம் கம்யூனிசம் ஆகவில்லை. மொத்த நாடுகளும் கம்யூனிசம் ஆகாவிட்டால் 'அரசாங்கம்' என்ற அமைப்பு முறையும் மறையாது. சர்வாதிகாரமும் மறையாது. நீங்கள் காத்திருக்க வேண்டியதுதான். காரல் மார்க்சுடையக் கருத்து ஒருமுறை அனைத்து நாடுகளும் முதலாளித்துவ நாடுகளாகின்றபோது விரைவில் அது கம்யூனிசத்திற்குத் திரும்பும். அவரது கருத்து செல்லுபடியாகவில்லை. முதலாளித்துவ நாடுகள் முதலாளித்துவ நாடுகளாகவே இருக்கின்றன. உலகில் இரண்டு மிகப் பெரிய நாடுகளில் ஒன்றான ரஷ்யா முதலாளித்துவமற்ற முதல் கம்யூனிஸ்ட் நாடாக மாறியுள்ளது. மேலும் முதலாளித்துவமற்ற மற்றொரு மிகப் பெரிய நாடான சீனா இரண்டாவது கம்யூனிஸ்ட் நாடாக ஆகியிருக்கின்றது. மேலும் மார்க்ஸ் தற்பெருமையில் கவனமற்று இருந்தார். அவர் உளவியல் மாணவர் அல்ல. மார்க்ஸ் மாசற்ற பொருளாதாரவாதியாக இருந்தார். ஆனால் மனிதனின் கரங்களில் அவரது உளவியல் மூலம் ஒவ்வொன்றையும் புரிந்துகொள்ள வேண்டியுள்ளது. பணம் பணமாகவே இருக்கலாம். ஆனால் கஞ்சனுடைய கையில் உள்ள அது ஒரு வித்தியாசமான அர்த்தத்தைக் கொண்டுள்ளது. விளையாட்டுப் பையனிடம் உள்ள பணம் வித்தியாசமான அர்த்தத்தைக் கொண்டுள்ளது. ஒரு வியாபாரியுடைய கையில் உள்ள பணம் ஒரு வித்தியாசமான அர்த்தத்தைக் கொண்டுள்ளது. பசியுள்ளவன் கையில் உள்ள பணம் ஒரு வித்தியாசமான அர்த்தத்தைக் கொண்டுள்ளது. அந்தப் பணம் வித்தியாசமான கரங்களில் வித்தியாசத்தைக் கொண்டுள்ளது. ஒரு பணக்காரனுடையக் கையில் ஒரு ரூபாய் நாணயத்திற்கு மதிப்பில்லை. ஆனால் ஒரு பிச்சைக்காரனுடையக் கையில் உள்ள ஒரு ரூபாய் நாணயம் உண்மையில் முதல்தடவையாக அவனுடையப் பார்வைக்கு வந்துள்ளது. அது அவனுக்கு மதிப்புடையதாக உள்ளது. ஆகவே மனரீதியாக, பணத்தைக் கையாளும் தனித்தன்மையில் பணத்தின் மதிப்பீடுகள் வித்தியாசப்படுகிறது. ஆனால் காரல் மார்க்ஸ் ஒட்டுமொத்த மக்களின் தனித்தன்மைகளைப் பற்றி கவனத்தில் கொள்ளவில்லை. மனிதனின் உடல், அவனது மனம், அவனது மனமற்ற நிலை, மனிதனது நிலையாமையின் இருப்பு, அவனது மரணமற்ற வாழ்வின் இருப்பு தொடர்ந்து

தனிமனிதர்கள் என்பவர்கள் இருந்துகொண்டேயிருக்கின்றனர். ஆகவே மனிதனின் ஒட்டுமொத்தமான தனித்தன்மைகளைப் பற்றிதான் எனக்கு அக்கரையிருக்கிறது.

மார்க்ஸ் ஒரு பொருளாதாரவாதியாக மட்டுமே இருந்தார். ஆகவே ஒருமுறை சமூகம் சமமாகின்றபோது..... என்று நினைத்தார். மார்க்ஸ் இரண்டு விசயங்களை மறந்தார். ஒன்று கம்யூனிசம் மலர்கின்ற (சோசலிச சமுதாயம்) இடைபட்டக் காலத்தில் அதிகாரத்தில் இருக்கும் அவர்கள் யார் அதிகாரத்தை எடுத்துக்கொள்வது? ஏனெனில் அதிகாரம் ஊழல் செய்கிறது. மேலும் கட்டுக்கடங்காமல் ஊழல் செய்கிறது. அதிகாரத்தில் இருக்கும் அந்த நபர் மார்க்ஸ் நினைத்தைப் போல சுலபத்தில் அதிகாரத்தைவிட்டு போவதில்லை. 'சமுதாயம் வர்க்கமற்ற சமுதாயமாக ஆகின்றபோது 'அரசு' மறையும். ஆனால் இது சுலபமானதல்ல. அதிகாரத்தில் உள்ளவர்கள் அதிகாரத்தை இழந்துவிட்டு போவதில்லை. மார்க்சு உளவியலைப் பற்றி அறிந்திருக்கவில்லை. இரண்டு நாடுகள் கம்யூனிசத்தை அடைகிறபோது அவர்களது நாட்டு எல்லைகளை துறந்துவிடுவார்கள் என்று மார்க்ஸ் நினைத்தார். மார்க்ஸ் தனிமனித அகங்காரத்தைப் பற்றி கவனம் கொள்ளவில்லை. உதாரணமாக கம்யூனிஸ்ட் நாடாக உள்ள சீனா சோவியத் யூனியனுக்கு எதிராக இருக்கிறது. மேலும் அதற்கான காரணம் மிகவும் அற்பமாக இருக்கின்றது. அதற்கானக் காரணம் கம்யூனிசத்தின் ஸ்தாபகர் போல காரல் மார்க்சையும், இரண்டாவது ஸ்தாபகரான ஏங்கல்சையும் நம்புகின்றது. இந்த இருவரும் ஒன்றிணைந்து இருந்தார்கள். ஏங்கல்சே ஒரு முதலாளியாக இருந்தார். இவருக்கு சொந்தமான தொழிற்சாலைகள் இருந்தது. மார்க்ஸ் வேலை செய்து சம்பாதிக்காது படிப்பது... படிப்பது, காரண காரியங்களை ஆராய்வது, காரண காரியங்களைத் துப்பறிவது என்று இருந்ததிற்கான மூலக் காரணம் ஏங்கல்ஸ்தான். ஏங்கல்ஸின் பண உதவியால் மார்க்சுக்கு சாத்தியமானது. இல்லையென்றால் மார்க்ஸ் 'மூலதனம்' நூலையும், 'கம்யூனிஸ்ட் கட்சி அறிக்கை' நூலையும் எழுதியிருக்க மாட்டார். பணத்திற்காக வேறு வேலைகளை செய்துகொண்டிருந்திருப்பார்.

ஆகவே ஏங்கல்ஸ் கம்யூனிசத்தின் படிநிலையில் இரண்டாவது ஸ்தாபகராக உள்ளார். மூன்றாவதாக லெனின் உள்ளார். லெனின் இறந்தபோது நான்காவது ஸ்தாபகராக "தான் இருப்பேன்" என்று ஸ்டாலின் நம்பிக்கொண்டிருந்தார். நிச்சயமாக ஸ்டாலின் அவரது தவறுகள், வன்முறைகள் அனைத்திற்கும் தகுதியுடையவராக இருக்கின்றார். மிகப் பெரிய அனுபவத்தை ஸ்டாலின் காப்பாற்றி இருக்கின்றார். எல்லாவற்றுக்கும் மேலாக மனிதர் இறக்க வேண்டியுள்ளது. அது அதிகமான அளவு வம்புகளை உருவாக்குவது ஒரு பெரிய பிரச்னையல்ல.

முப்பது வருடங்கள் ஸ்டாலினால் ஆதரிக்கப்பட்ட மாசேதுங் சீனா கம்யூனிசத்தின் ஸ்தாபகர். ஏனெனில் சீனப் புரட்சி முப்பது வருடங்களாகத் தொடர்ந்து நடந்தது. இது உலக வரலாற்றில் நீண்ட நெடிய மிகப் பெரியப் புரட்சியாக இருந்தது. சீனாவின் சர்வாதிகாரியாக இருந்த சியாங் காய்–சேக் ஒரு மிகவும் வலிமையான மனிதராக இருந்தார். இவர் உலகின் ஐந்து வலிமையான மனிதர்களில் ஒருவராக கருதப்பட்டார். மேலும் சீனா ஒரு பரந்த நாடு. ஒவ்வொரு அங்குலமும் அங்குலம் அங்குலமாகச் சண்டையாக நடந்தேறியது. எல்லைகளைப் பகிர்ந்துகொள்வதின் காரணமாக ஸ்டாலின் படைகள், துப்பாக்கிகள், ஆயுதங்கள், சீனர்களுக்கானப் பயிற்சி என்று அனைத்துவிதமான ஆதரவுகளையும் கொடுத்தார். ஆகவே ஸ்டாலின் சீனக் கம்யூனிஸ்ட்டுகளுக்கு சிப்பாய்களாவதற்குப் பயிற்சியளித்துக் கொண்டிருந்தார். சீனாவும் சோவியத் யூனியனும் தங்களது எல்லைகளில் சந்திக்கின்றனர். ஆகவே ஸ்டாலின் மாசேதுங்குக்கு அனைத்துவிதமான ஆயுதங்களையும் அனுப்பிக் கொண்டிருந்தார். ஒவ்வொரு சாத்தியமான வழிகளிலும் முப்பது வருடங்களாக ஸ்டாலின் மாசேதுங்குக்கு பொருளாதார உதவிகள் செய்து ஆதரித்தார்.

மாசேதுங் அதிகாரத்திற்கு வந்தபோது சியாங் காய்–சேக் அவரது சொந்தச் சொத்தாக வைத்திருந்தச் சிறியத் தீவான தைவானுக்குத் தூக்கிவீசப்பட்டார். மாசேதுங் ஐந்தாவது ஸ்தாபகராக இருப்பதற்கு விரும்பினார். ஸ்டாலினுக்குப் பிறகு எது மோதலில் இருந்ததோ அதில் அவரது பெயர் இருக்கவேண்டும் என்று விரும்பினார். இதுவொரு சிந்தனை மோதலாக இருந்தது.

ஆனால் சோவியத் யூனியன் கம்யூனிஸ்ட் கட்சிக்கு அதில் விருப்பம் இல்லை. ஏனெனில் மாசேதுங் கம்யூனிசத்திற்கு எந்தப் புதியவைகளுக்கும், அசலானதற்கும் எந்தப் பங்களிப்பும் செய்திருக்கவில்லை. மேலும் அதிகாரத்திற்கு கொண்டுவந்ததும், ஆதரித்ததும் உண்மையில் சோவியத் யூனியனாக இருந்தது. அவரே சொந்தமாகக்கூட வெற்றியடையவில்லை. ஆகவே கம்யூனிசத்தின் ஸ்தாபகரில் ஐந்தாவது நபராக மாசேதுங்கை ஏற்க முடியவில்லை.

காரல் மார்க்சே நினைக்காத அளவிற்கு இது ஒரு மோதலாகவும், தனிப்பட்ட மோதலாகவும் இருந்தது. கம்யூனிசம் என்ற கருத்தின் அடிப்படையில், தனித்தனியாக 'தான்' (Eco) என்கிற அகங்காரம், தனிப்பட்ட மோதல்கள்கூட இரண்டு கம்யூனிஸ்ட் நாடுகள் வைத்திருக்கும். தனித்தனி என்பது மட்டுமல்லாது கம்யூனிசம் என்ற பெயரில் பகையையும் வைத்திருக்கிறது. தற்சமயம் ஒரு கம்யூனிஸ்ட் நாடான சீனா அமெரிக்காவை நோக்கி நகர்ந்துகொண்டிருக்கின்றது. சோவியத் யூனியன் அதிகம் சக்திவாய்ந்த அளவிற்கு இருக்கின்றது. அமெரிக்கா சீனாவை ஆதரிக்காவிட்டால் அபாயகரமாகிவிடும் என்று சீனா பயப்படுகிறது. ஒரு கம்யூனிஸ்ட் நாடு அமெரிக்காவை நோக்கி மிகவும் நெருக்கமாக வந்துகொண்டிப்பதைக் கண்டு அமெரிக்கா மிகவும் மகிழ்ச்சியடைகிறது. ஸ்டாலினால் பயிற்சியளிக்கப்பட்ட சீனா மேலும் கதவுகளை அனைத்துக்கும் திறந்துகொண்டிருக்கின்றது. கம்யூனிசம் என்ற கனவு இறந்துவிட்டது.

இந்தியாவில் நாற்பது வருடங்களில் எதுவும் நிகழவில்லை. இந்தியா சுதந்திரம் அடைந்து நான்கு வருடங்களுக்குப் பிறகு சீனா 1951–ஆம் ஆண்டில் கம்யூனிஸ்ட் நாடானது. பத்து வருடங்களுக்குள் 1961–ல் சீனா உலகில் சக்திவாய்ந்த நாடாக ஆனது. ஸ்டாலினின் மொத்த யுத்த தந்திரத்தைத் தொடர்ந்து இது ஸ்டாலின் பயிற்சியின் காரணமாக தானாகவே உலகத்தின் சக்திவாய்ந்த நாடாகி விட்டது. இப்போது அமெரிக்கா சீனா அதனுடையக் கதவுகளைத் திறக்கவேண்டும் என்று விரும்புகிறது. இது சீனக் கம்யூனிஸ்ட் கட்சியின் முடிவாக இருக்கும். மேலும் உலகப் பத்திரிக்கையாளர்கள் கோர்ப்பசேவ்வை அதிகமான

அளவிற்கு புகழ்ந்து கொண்டிருக்கின்றார்கள். அவரது தற்பெருமையை ஊதிப்பெருக்கிக் கொண்டுயிருக்கின்றது. ஒரு மிகப் பெரிய கதாநாயகனைப் போல அவரது பிரபல்யத்தை உந்தித் தள்ளிக்கொண்டிருக்கின்றது. இது சோவியத் கம்யூனிசத்திற்கும் அபாயகரமானதுதான்.

"அரசு அதிகார இயந்திரம் உலர்ந்து உதிரும்" என்று மார்க்ஸ் கூறிய கருத்து உண்மைதான். நானே ஒரு அராஜகவாதிதான். உலகில் எந்த அரசாங்கத்தையும் நான் விரும்பவில்லை. இந்தக் கருத்தை நேசிக்கின்றேன். ஆனால் எதையும் மாற்றப்போவதில் எனக்கு விருப்பம் இல்லை. ஆனால் அனைத்து குற்றங்களும், பலாத்காரங்களும் மறைகின்ற வரை அரசாங்கம் தேவைப்படும். ஆகவே கடைசியாக அரசாங்கம் மறையும் என்று மார்க்ஸ் கூறுகின்றபோது கடைசியாக என்பது விரைவில் வரும் என்று நினைத்துவிடாதீர்கள். அது கடைசியாக இருக்கும். அவ்வளவுதான்.

அரசு அதிகார இயந்திரம் உலர்ந்து உதிரும் என்ற கருத்து நல்ல விசயம்தான். இந்த மாபெரும் கருத்து அராஜகவாதம்தான். நடைமுறையில் இல்லாத நிலையில் கம்யூனிசத்தின் காரணமாக வெளிப்படுமானால் அராஜகவாதம் வளரமுடியும். ஏனெனில் அதிகாரத்தில் இருக்கின்ற அவர்கள் சுலபமாக அதிகாரத்திலிருந்து விலகிப் போய்விட மாட்டார்கள். காரல் மார்க்ஸ் நினைத்ததுப் போல இரண்டு கம்யூனிச நாடுகள் ஒரு நாட்டினுள் கரைந்துபோவது நிகழ்ந்தது இல்லை. யுகோஸ்லேவியா டிட்டோ தலைமையின் கீழ் தனிநாடாக இருந்தது. ஏனெனில் டிட்டோவே தானே தலைமைப் பொறுப்பில் இருக்க வேண்டும் என்று விரும்பினார். இது வெறும் தனிப்பட்ட "தான்" என்ற அகங்காரம். இதுகுறித்தெல்லாம் மார்க்ஸ் நினைத்துகூடப் பார்க்கவில்லை. ஏனெனில் காரல் மார்க்ஸ் ஒரு மனித மனம் சம்பந்தமான ஆய்வாளரோ, மனோத்தத்துவவாதியோ அல்ல.

கம்யூனிசம் எந்த அடிப்படையில் பிழைத்ததோ அந்தப் போராட்டத்தையும், இரத்தக்களறியையும் முற்றிலும் கோர்ப்பசேவ் இப்போது மீண்டும் மறந்துவிட்டார். கம்யூனிசத் ஸ்தாபகர்கள் பெயர் பட்டியலிருந்து ஸ்டாலின் பெயரை அகற்றிவிட்டார்கள். இப்போது கம்யூனிசத்தின் ஸ்தாபகர்கள்

பட்டியலில் மார்க்ஸ், ஏங்கல்ஸ், லெனின் பெயர்கள் ட்டுமே இடம்பெற்றிருக்கின்றது. அநேகமாய் அந்தப் பட்டியலில் நான்காவதாக தான்தான் இருக்கப் போகின்றோம் என்று கோர்ப்பசேவ் நினைத்துக்கொண்டிருக்கின்றார். ஆனால் அதிகம் சாத்தியமுள்ளதாக கோர்ப்பசேவ்தான் சோவியத் யூனியனில் கம்யூனிசத்தின் முடிவாக இருப்பார். முற்றிலும் வெளிப்படையாகவும், ண்மையுள்ளவராகவும் இருப்பதற்கு மிக வேகமாகவும், விரைவாகவும் சோவியத் யூனியனுள் நுழைந்து கொண்டிருக்கின்ற அனைத்துவிதமான விரோதிகளுக்கும் கதவுகளை அடைப்பதற்கு கோர்ப்பசேவ் விழிப்புநிலை அடையவில்லையானால் பிரம்மாண்டமான அழகானதாக இருக்கும் கருத்தான கம்யூனிசத்தின் முடிவாக கோர்ப்பசேவ் இருப்பார். மேலும் மனித இனம் அவரை மன்னிக்கவே மன்னிக்காது. ஆனால் கோர்ப்பசேவ் இப்போது முற்றிலும் அதிகாரமுள்ளவராக ஆகிவிட்டார். சோவியத் யூனியனில் ஜனாதிபதி என்பவர் பெயரளவில்தான் உள்ளார். ஆனால் பிரதம மந்திரிதான் உண்மையான அதிகாரத்தை வைத்துள்ளார். பிரதம மந்திரிக்குப் பிறகு கம்யூனிஸ்ட் கட்சியின் பொதுச் செயலாளரும், கம்யூனிஸ்ட் கட்சியுடைய மத்தியக் குழு அதாவது பொலிட்பீரோ மத்தியக் குழுதான் அதிகாரம் உடையதாகவும், உடையவராகவும் இருந்தன, இருந்தனர். அரசுகள் அனைத்தும் பொலிட்பீரோவில் அதனதனின் பிரதிநிதிகளைக் கொண்டிருந்தன. அது சிபாரிசு செய்யும் அமைப்பாக இருந்தது. மேலும் பொதுச் செயலாளர் சிபாரிசு செய்யும் அமைப்புக்கு தலைவராக இருந்தார். ஸ்டாலின் தொடர்ந்து பொதுச் செயலாளராகவும் பிரதம மந்திரியாகவும் இருந்தார். ஆகவே அவர் மொத்த அதிகாரத்தையும் தன்னகத்தே வைத்திருந்தார். அதையே கோர்ப்பசேவ்வும் செய்திருக்கின்றார். அவர் சோவியத் யூனியனின் அரசியலமைப்பை அமெரிக்காவின் அடிப்படையில் மாற்றியிருக்கின்றார். உண்மையில் பிரதம மந்திரியாகவே இருப்பதா என்று மனதில் கொண்டு ஜனாதிபதி ரொனால்டு ரீகனைச் சந்தித்தே இதை உணர்ந்திருக்க வேண்டும். ஆகவே நீண்டகால அதிகாரம் இல்லாத, பெயரளவிளலான, இரப்பர் ஸ்டாப் போல இப்போது கோர்ப்பசேவ் சோவியத் யூனியனின் ஜனாதிபதியாக இருக்கின்றார். ஜனாதிபதி அதிகாரங்கள் அனைத்தையும் கொண்டுள்ளார். மேலும்

கம்யூனிஸ்ட் கட்சியின் சிபாரிசு அமைப்பையே கோர்ப்பசேவ் மாற்றியிருக்கின்றார். அவரே அதிகாரத்தை தக்கவைத்துக் கொண்டார். மேலும் கோர்ப்பசேவ் கம்யூனிஸ்ட் கட்சியின் பொதுச் செயலாளராகவும் இருக்கின்றார்.

மூன்றாவது அதிகார அமைப்பு கே.ஜி.பி. மாபெரும் அதிகாரத்தைக் கொண்டுள்ள மத்தியப் புலனாய்வு அமைப்பான இது இவ்வுலகில் மற்ற புலனாய்வு அமைப்புகளைக் காட்டிலும் அதிகச் சக்திவாய்ந்த அமைப்பு. கே.ஜி.பி.யில் அந்தசமயத்தில் இருந்த தலைவரை மாற்றிவிட்டு அவருக்கு நெருக்கமாக இருந்தவரை தலைவராக நியமித்துக் கொண்டார். இப்போது ஒவ்வொரு முடிவும் அவரது கரங்களில் உள்ளது. ஜனாதிபதி பதவி. கம்யூனிஸ்ட் கட்சியின் பொதுச் செயலாளர் பதவி, கே.ஜி.பி.யின் பினாமி போன்றவைகள் கோர்ப்பசேவ்வின் கரங்களில் உள்ளது. இப்புவியில் எந்த மனிதரைக் காட்டிலும் அதிகமான அதிகாரத்தை வைத்துள்ளார். அவர் சரியான முறையில் பயன்படுத்தினால் கம்யூனிசத்தை அதிக வளமையுடையதாக உருவாக்குவதின் மூலம், கம்யூனிசத்தை அதிக படைப்பாற்றல் உடையதாக உருவாக்குவதின் மூலம், அதிக ஆன்மீகமுடையதாகவும் உருவாக்குவதின் மூலம், அறிவியல் பூர்வமாக உருவாக்குவதின் மூலம் அவர் சோவியத் யூனியனுக்கு மட்டுமல்ல முழு உலகத்திற்கும் போற்றுதலுக்கு உடையவராக கோர்ப்பசேவ் இருப்பார். ஆனால் அவர் தவறான வழியில் செல்கிறார். மேலும் ஒரு நபர் அனைத்து அதிகாரத்தையும் வைத்திருக்கும்போது தவறாகவே செல்கிறார். இது தற்கொலை செய்துகொள்வதற்கு ஒப்பான நிகழ்வாகவும் உள்ளது. மேலும் அங்கு அனைத்து சாத்தியங்களும் இருப்பதாகத் தோன்றுகிறது. கோர்ப்பசேவ் இரண்டு பக்கமும் செல்ல முடியும். (சோசலிசத்தின் பக்கமோ அல்லது முதலாளித்துவத்தின் பக்கமோ) நமக்கு சோவியத் யூனியன் உலகில் அரண் போல இருக்கவேண்டியத் தேவையிருக்கிறது என்பதை கோர்ப்பசேவ் தெளிவாகப் புரிந்துகொள்ள வேண்டும் என்று விரும்புகின்றேன். ஏனெனில் சீக்கிரமாகவோ பிற்காலத்திலோ கம்யூனிச உலகமாக மாற வேண்டியுள்ளது. கம்யூனிசம் அடிப்படைத் தேவையாக வேண்டியுள்ளது. ஏனெனில் கம்யூனிசம் ஒரு பொருள்முதல்வாத

தத்துவத்தைக் கொண்டுள்ளது. அதன் அடிப்படையில் ஆன்மீகக் கோயில் எழுப்பப்பட வேண்டும்.

ஆனால் வைதீக மரபிலான மாதா தேவாலயங்கள் போலல்லாத அல்லது ஹரே கிருஷ்ணா கோயில்களைப் போலல்லாத அல்லது ஜெகோவா பைத்தியங்கள் அல்லது இராமகிருஷ்ணா மடங்கள் உருவாக்கியது போன்று இருக்காது. இவைகள் அனைத்தும் காலம் கடந்த ஒன்று. இவைகள் முற்றிலும் கட்டை வண்டி காலத்து விசயங்கள். கட்டை வண்டி கண்டுபிடிக்கப்பட்டபோது இந்த வண்டிகள் கட்டை வண்டி காலத்து விசயங்கள் என்று யாருக்கும் தெரியாது. சம சாலத்தின் நிகழ்வாக இருக்கின்ற அவர்கள் கம்யூனிசத்திற்கு உதவப்போவதில்லை. கம்யூனிசம் பின்னோக்கிச் செல்லத் தேவையில்லை. கம்யூனிசம் கடந்தகால நோக்குநிலையை கொண்டதல்ல. வருங்கால நோக்குநிலையைக் கொண்டது. கோர்ப்பசேவ் கதவுகளைத் திறப்பதால் என்ன சாத்தியம் இருக்கின்றது? கடந்தகால நோக்குநிலையைக் கொண்ட அனைத்துவிதமான நபர்களும் நாட்டிற்குள் நுழைந்து அந்த நாட்டை அழிப்பார்கள். கதவைத் திறந்துவிடுங்கள். ஆனால் வருங்கால மக்களுக்காக கதவைத் திறந்துவிடுங்கள். நிறுவனமயப்படுத்தப்பட்ட மதங்களுக்கு கதவுகளைத் திறந்துவிடாதீர்கள். மதபோதகர்ளுக்கும், மதபோதனை செய்பவர்களுக்கும் திறந்துவிடாதீர்கள். அவர்கள் கிருத்துவ மதங்களாகவோ, ஹிந்து மதங்களாகவோ அது எதுவானாலும் சரி உள்ளே விடாதீர்கள். கம்யூனிசத்தின் வளச்சிக்காக நிறுவனபடுத்தப்பட்ட எந்தவிதமான தடைகளையும் உருவாக்காத விழிப்புணர்வு அடைந்த தனிப்பட்டவர்களுக்கு கதவுகளைத் திறந்துவிடுங்கள்.

ஒவ்வொரு மதமும் கம்யூனிசத்திற்கு எதிராக உள்ளன. கோர்ப்பசேவ் இதைப் புரிந்துகொள்ளவில்லை. ஹிந்துயிசம் கம்யூனிசத்திற்கு எதிராக உள்ளது. இப்போது ருஷ்யாவில் விவேகானந்தா மையம் என்ன செய்துவிடப் போகிறது? வறுமையை ஒழிப்பதற்கு முதலாளித்துவத்தோடு செய்வதற்கு ஒன்றுமில்லை என்றும், உங்களுடைய மொத்தப் புரட்சியும் தவறானது என்றும், நீங்கள் உங்களது நல்லது கெட்டது என்னும் செயல்களால் போன ஜென்மத்திலிருந்து துன்பப்பட்டுக்

கொண்டுயிருக்கின்றீர்கள் என்றும் யார் போன ஜென்மத்தில் நல்ல கருமங்களையும், நல்ல செயல்களையும் அனுபவித்துக் கொண்டிருந்தார்களோ அவர்கள் பெரும் பணக்காரர்களுக்கு மிகவும் அநியாயம் செய்திருக்கின்றீர்கள் என்றும் எனவே முதலாளித்துவத்துடன் செய்வதற்கு எதுவுமில்லை என்று மக்களுக்குக் போதிப்பது என்பதுதான் ஹிந்து மதத் தத்துவம். இராமகிருஷ்ணர் நம்பியது இதைத்தான்.

விவேகானந்தர் நம்பியதும் இதைத்தான். கிருத்துவ மதம் ருஷ்ய மக்களிடம் என்ன சொல்லப் போகிறது? புரட்சி வேண்டாம். கடவுள் எந்தப் புரட்சியைப் பற்றியும் எந்தக் கருத்தையும் வேத நூல்களில் சொல்லவில்லை. கடவுள் உருவாக்கியதுபோலவே இருக்கட்டும். எனவே எதையும் தொந்தரவு செய்யாதீர்கள். கடவுள் பல இலக்கிய நூல்களை எழுதியிருக்கின்றார். அவர் ஒரு சிறந்த அறிஞர். அவர் ஹிந்துக்களின் நான்கு வேதங்களை எழுதியிருக்கின்றார். முகமதியர்களுக்கு குரான், கிருத்துவர்களுக்கு வேத பைபிள். கடவுள் மிகச் சிறந்த அறிஞராக இருப்பதாகத் தோன்றுகிறது. ஆனால் அதற்கு மாறாக இந்த அனைத்து வேதங்களும் மற்ற ஒவ்வொரு மதநூல்களையும் மறுக்கின்றது. மேலும் சொர்க்கத்தின் வாயில்களுக்கு வெளியே ஸ்டாலின் ஆதாமையையும், ஏவாளையும் திருப்பி அனுப்பிய ஜோசப் ஸ்டாலினால் சோவியத் யூனியனுக்கு வெளியேத் துரத்தியடிக்கப்பட்ட இந்த மதங்கள் மீண்டும் அதே வழியாக சோவியத் யூனியனுக்குள் கடவுள் என்கிற விசயத்தைக் கொண்டு வரும். சோவியத் யூனியன் ஒரு பாதிக்கப்பட்ட அரசாக இருக்கின்றது. ஏனெனில் புரட்சியில் பங்கேற்ற வயதான மக்கள் அனைவரும் புரட்சியைப் பார்த்துவிட்டனர். மரணமடைந்தும் விட்டனர். புதியத் தலைமுறை புரட்சியைக் குறித்து எதையும் அறிந்திருக்கவில்லை.

இங்கு ஹரிதாஸ் உள்ளார். இவர் என்னுடைய பழைய சந்நியாசிகளில் ஒருவர். இவர் ஒரு ஜெர்மன்காரர். மேலும் இவர் என்னிடமிருந்துதான் முதல்தடவையாக அடால்ப் ஹிட்லர் பெயரை கேட்டறிந்தார்! உங்களால் நம்ப முடிகிறதா? ஆனால் இவர் இரண்டாம் உலகப்போருக்குப் பிறகு பிறந்தவர். இப்போது ரஷ்யாவில் புரட்சியைப் பார்த்தவர்கள் ஒருவருமில்லை.

எப்படி ஸ்டாலின் கம்யூனிசத்தை மிகவும் சிரமத்துடன் நிலைநாட்டினார் என்பதை யார் பார்த்திருக்கின்றார்கள்? கோர்ப்பசேவ் கடந்தகாலத்தைப் பற்றிய மொத்தத்தையும் அறிந்து வைத்திருக்கவில்லை. ஆனால் இவர் மீண்டும் அதேமாதிரியான விரோதிகளை உள்ளே அனுமதித்துக் கொண்டிருக்கின்றார். அவர்கள் மொத்த சமூகத்தையும் தொந்தரவு செய்வார்கள். "கடவுள் இல்லை. நரகம் இல்லை. சொர்க்கமும் இல்லை. வருங்காலமும் இல்லை. எதிர்காலமும் இல்லை. இப்போதுதான் அனைத்தும்" என்று எழுபது வருடங்களாக புரட்சியைப் பற்றி கற்பிக்கப்பட்ட புதிய தலைமுறையைச் சார்ந்தவர்கள் வந்துவிட்டார்கள். ஆனால் அவர்கள் அவர்களுக்குள்ளேயே மிகப் பெரிய வெற்றிடத்தை உணர்ந்துகொண்டிருக்கின்றார்கள். இது அபாயகரத்திற்கான சிவப்புக் குறியீடு. ஆனால் உள்ளே ஒன்றும் இல்லாததாகத் தோன்றுகிறது. நம்பிக்கைகளுடனும், ஸ்ரீமத் பகவத்கீதையுடனும், குரானுடனும், பைபிளுடனும் அவர்களுடைய நிலைபாடுகளை நிரப்புவதற்கு உள்ளே விரைவார்கள். இப்படிப்பட்டவர்கள் தியானம் செய்வதற்கான வாய்ப்பை அழிக்கின்றார்கள். தியானத்திற்கான நபர்கள் இவர்களில் எவரும் இல்லை.

விஞ்ஞானிகளுக்கும், உள்ளுணர்வு உடையவர்களுக்கும், தியானிப்பவர்களுக்கும், கவிஞர்களுக்கும், ஓவியர்களுக் கும், வல்லுனர்களுக்கும், டாக்டர்களுக்கும், உளப்பகுப் பாய்வாளர்களுக்கும் தனது எல்லைகளைத் திறவுங்கள். ஆனால் தேவாலயங்களுக்கோ, அதன் வெறியர்களுக்கோ, நிறுவனமயப்படுத்தப்பட்ட மதங்களுக்கோ எல்லைகளைத் திறவாதீர்கள். வருங்காலத்திற்காகவும், என்ன வேண்டுமானாலும் செய்ய நினைத்துக்கொண்டிருக்கும் நூற்றாண்டு கணக்காக கனவு கண்டுகொண்டுயிருக்கும் முதலாளிகளுக்கோ, அவர்களது பிரதிநிதிகளுக்கோ எல்லைகளைத் திறந்துவிடாதீர்கள்.

உலகில் பண்டைய காலப் புத்தகமான ரிக் வேதத்தில் "வாசுதெய்வ குடும்புகம்" என்கிற வாக்கியம் ஒன்று உள்ளது. "இந்தப் புவியில் உள்ளவர்கள் அனைவரும் ஒரே குடும்பமாக இருக்க வேண்டும்". பத்தொன்பது ஆயிரம் வருடங்களுக்கு முன்பு சில தொலைநோக்கு பார்வையுடையவர்கள், சில ஆத்மபலம்

கொண்டவர்கள் முழு உலகத்தையும் ஒரே குடும்பமாக திரும்பும் விதத்தைப் பற்றி நினைத்துக் கொண்டிருந்தார்கள். "இந்த முழு உலகமும் ஒரே கம்யூன் ஆக வேண்டும்" என்பதுதான் அது. இது கம்யூனிசத்திற்கான பழைய மொழியாக இருந்தது. முழு உலகத்தையும் கம்யூன் ஆக மாற்றுவது எப்படி என்பதற்கான சாத்தியங்களைப் பார்ப்பதைக் காட்டிலும் அரிதாக கம்யூனிஸ்ட் புரட்சிகளுக்கு ஆதரவுடையதாக இருக்கும். நான் கூறியதுபோல அந்த சோவியத் நாட்டிற்கு இரண்டாவது புரட்சியை என்னால் கொடுக்க முடியும். முதலாவது ரஷ்யப் புரட்சி பொருள்முதல்வாதப் புரட்சியாக இருந்தது. இரண்டாவது புரட்சி அது ஆன்மீகமாக இருக்கும். அப்போது மட்டுமே சோவியத் குடிமக்கள் அனைத்துவிதமான முட்டாள்களையும் சமாளிக்க இயலும். இப்போது வரை அந்த மக்களிடம் உள்ள தீங்கின்மைகளை இந்த முட்டாள்கள் அழித்துவிடுவார்கள். பிறகு அவர்கள் முழு உலகத்தையும் முன்பு இருந்ததைப்போல மாற்றிவிடுவார்கள்.

ஒரு மிகப் சிறந்த நாடு... இந்த பூமியில் ஆறில் ஒரு பாகமாக இருக்கின்ற நாடு. உலகில் மிகப் பெரிய நாடுகளில் ஒன்று சோவியத் யூனியன். மேலும் கோர்ப்பசேவ் தாக்கங்களைப் புரிந்துகொள்ளாவிட்டால் அந்த நாடு மிகப்பெரிய இழப்பைச் சந்திக்கவேண்டியது இருக்கும். கம்யூனிசத்தைக் காப்பாற்ற வேண்டியுள்ளது. கம்யூனிசத்தை மாபெரும் ஆன்மீகத்திற்குள் மாற்றப்பட வேண்டியுள்ளது. கோர்ப்பசேவால் இதை செய்யமுடியும். இவர் அனைத்து அதிகாரங்களையும் வைத்துள்ளார். மேலும் மொத்த மனிதர்களும் தியானம் செய்துகொண்டிருக்கும் போது அரசு என்பது பயன் இல்லை. மனிதகுலம் முழுமையும் ஒரே குடும்பமாக ஆகிவிட்டபோது அதிகார ஆணையிடுவதற்கு அங்கு எவரும் தேவையில்லை. மனிதகுலம் முழுமையும் அறிவுத்திறம் வாய்ந்தவர்கள் ஆகிவிட்டபோது, மனிதகுலம் முழுமையும் கவலைகள் அனைத்தையும் கைவிட்டு விடும்போது மிகவும் பேரின்பம் அடைகிறது. அரசு இயங்காது. போலீஸ் தொப்பி காலாவதியாகிவிடும். இவர்கள் இயங்க மாட்டார்கள். குற்றவாளிகள் நீதிமன்றத்திற்கு செல்லாதபோது நீதிமன்றங்கள் எதற்கு? பின்பு விபச்சாரம் இல்லாதபோது திருமணம்

இல்லாமல் இருந்தால் மட்டுமே சாத்தியம். விபச்சாரம் செய்வதற்கான உரிமங்களுக்கான தேவையும் திருமணப் பதிவு அலுவலகங்களுக்கானத் தேவையும் எதற்கு?

நீங்கள் தெளிவாக இருக்கின்றபோது மட்டுமே உங்களுக்குள் விசயங்கள் மிகவும் தெளிவாக உள்ளது. இது மனதிற்கும் அப்பால் செல்கின்றபோது மட்டுமே நிகழ்கின்றது. நீங்கள் அதிகம் உயர்வாக செல்கின்றீர்கள். நீங்கள் மனிதகுலத்தின் சூழ்நிலைகளைக் குறித்து முழுமையாக பறவைப் பார்வைக் கொண்டிருப்பீர்கள். கம்யூனிசத்திற்கு எதிராக செயல்படுவதற்கு முன்பு கோர்ப்பசேவ்வே தியானப் பயிற்சிப் பெறுவதற்குத் தேவையுள்ளது. மேலும் அதற்குப் பிறகு அவர் என்ன செய்தாலும் சரியானதாக இருக்கும். அவர் மனிதகுலம் குறித்து நல்ல எண்ணங்களை கொண்டிருக்கின்றார். அப்போதுதான் அவர் அறிவார்ந்தவராக உள்ளார் என்பதை நிச்சயம் என்னால் காணமுடியும். கோர்ப்பசேவ் ஒரு அமைதியை விரும்பும் நபராக இருக்கின்றார். ஆனால் அவர் தியானம் குறித்து ஆழமான சிந்தனையைக் கொண்டிருக்கவில்லை. போதுமான ஆழம் போகாத இவைகள் அனைத்தும் மேலோட்டமான மன மதிப்பீடுகள். மேலோட்டமானது மட்டுமே. கொஞ்சம் புதியது. அந்த மதிப்பீடுகள் அனைத்தும் மறைந்துவிடும். தியானம் உள்ளேயிருந்து மாற்றத்தைக் கொடுக்கிறது. இது அறநெறி சார்ந்த சுமையோ, வெளியிலிருந்து வரும் கட்டளைகளோ அல்ல. வெளியிலிருந்து திணிக்கப்பட்டு வரும் அறநெறி, மதம், ஆன்மீகம் போன்று நீங்கள் எதை வேண்டுமானலும் நிரப்பிக்கொள்ளுங்கள். இவைகள் அனைத்தும் பயனற்றவைகளாக உள்ளன. எது உங்களுள் தாமரை மலரைப் போல மலர்கின்றதோ அதுவே நிரந்தரமான மதிப்பீட்டைக் கொண்டிருக்கின்றது. உங்களுக்குள் உணர்வு நிலை எழுவதின் காரணமாக உங்களால் தீயதை செய்ய முடியாது. உங்களது ஒவ்வொரு செயல்பாடும் தன்னிச்சையானதாகவும், இயல்பானதாகவும் இருக்கும். இது உங்களது மிகவும் ஆழமான இருப்பிலிருந்து வரும். அந்த ஆழமான இருப்பு நிலையால் எந்தவிதமான தீங்கையும் செய்ய முடியாது.

அப்போது அரசாங்கம் உலர்ந்து உதிர்கின்றது. மறைகின்றது. அப்போது உலகத்திற்கு வரிசைப்படியான தலைமைக் குருக்கள்,

தலைவர்கள் தேவையில்லை. அதிகாரம் தேவையில்லை. ஜனாதிபதிகள் தேவையில்லை. பிரதம மந்திரிகள் தேவையில்லை. கே.ஜி.பி., சி.ஐ.ஏ. போன்ற உளவுத் துறைகள் தேவையில்லை. அப்போது ஒவ்வொரு தனிமனிதனும் இறுதியான கற்பனையுலகத்திற்கு பங்களிப்பவனாகி விட்டான். அரசாங்கம் பயனில்லாது இருக்கின்றபோது, காவலாளிகள் பயனில்லாது இருக்கின்றபோது, ஆயுதத் தளவாடங்கள் பயனில்லாது இருக்கின்றபோது, படைகளே மதிகெட்டவைகளாக இருக்கின்றபோது, நாம் ஒன்றிணைந்து வேலை செய்வதற்கும், ஒன்றிணைந்து படைப்பதற்கும், ஒன்றிணைந்து நேசிப்பதற்கும், ஒன்றிணைந்து மகிழ்ச்சியடையும் நிலைக்காகத்தான் உங்களைத் தயார் செய்துகொண்டிருக்கின்றேன். இங்கு உங்களை ஆயுத்தமாக்கிக் கொண்டிருக்கின்றேன்.

இந்த உடலே புத்தா. இந்த பூமியே சொர்க்கம். ஆனால் இந்த முழு உலகமும் புத்தர்களாக நிறைந்திருக்கின்றபோது மட்டுமே இது நிகழ முடியும். என்னைப் பொறுத்தவரையில் காரல் மார்க்ஸின் நிலைபாடுகளுக்காக அல்ல. வேறு வழியில்லை. நான் மேற்கொள்வது பொருளாதாரப் புரட்சி அல்ல. மேலும் இது சமூகப் புரட்சியுமல்ல. இதுவொரு ஆன்மீகப் புரட்சி. தனிமனிதனுக்கும் தனிமனிதனுக்குமான கலகக்காரன். ஒவ்வொரு இதயமும் மலர ஆரம்பிக்கிறது. இலட்சக்கணக்கான இதயங்கள் மலர ஆரம்பிக்கிறபோது அது ஒரு சங்கலித் தொடர் போல செயல்படத் தொடங்குகிறது.

ஒரு மெழுகுவர்த்தி பற்ற வைக்கின்றபோது ஆயிரக்கணக்கான மெழுகுவர்த்திகளைப் பற்றவைக்க முடியும். இதைத்தான் "ஜென் நெருப்பு, ஜென் காற்று" என்று அழைக்கின்றேன்.

முழு உலகமும் "ஜென் நெருப்பு", சுத்தத் தங்கத்தின் மூலம் செல்லாவிட்டால், முழு உலக மக்களிடமும் "ஜென் காற்று" ஒவ்வொரு இதயத்தின் மூலமும், பிரபஞ்ச இதயத் துடிப்போடு இணைக்கப்படாவிட்டால் இந்த கம்யூனிசம் எனும் "கற்பனை உலகம் சாத்தியமில்லை". ஆனால் ஒவ்வொரு மனிதனுடைய விதியும் புத்தராவதற்கான நிலையாக உள்ளது என்று நம்புகின்றேன். ஆகவே அந்த நிலை இன்று நிகழ்கின்றதா அல்லது நாளை நிகழ்கின்றதா அல்லது நாளை மறுநாள் நிகழ்கின்றதா

என்பதல்ல பிரச்னை. வாரத்திற்கு ஏழு நாட்கள் மட்டுமே இருக்கின்றன. திங்கட்கிழமையோ, செவ்வாய்கிழமையோ, புதன்கிழமையோ, வியாழக்கிழமையோ, வெள்ளிக்கிழமையோ, சனிக்கிழமையோ, ஞாயிற்றுக்கிழமையோ இது நிகழலாம். ஏதாவது ஒரு நாளன்று நிகழப் போகிறது. இதுகுறித்து முற்றிலும் நிச்சயம் கொண்டுள்ளேன். ஏனெனில் மனித இயல்பைப் புரிந்துகொண்டுள்ளேன். மனித இனம் இந்த துன்பகரமான உலகத்துடன் திருப்தியடைய முடியாது. இந்த அசிங்கமான, வன்முறை உலகத்துடன் மனிதனை திருப்திபடுத்த முடியாது. வாழ்வின் இறுதியான பேரின்ப ஆதாரத்துடனும், சாசுவதமான ஆதாரத்தைக் காண்கிறபோது மட்டுமே மனிதனைத் திருப்திபடுத்த முடியும். அதற்காகத்தான் தியானம் ஒரு அறிவியல்பூர்வமான ஆராய்ச்சி முறையாக உள்ளது.

சூத்திரம்:

எங்களது அன்புக்குரிய குருவே!

ஒருமுறை துறவி சோம்பு புத்தருடைய சிலையைத் துடைத்துக் கொண்டிருந்தார். இப்போது நீ இதைத் துடைத்துக் கொண்டிருக்கின்றாய். ஆனால் நீ அதைத் துடைக்க முடியுமா என்று யாகூசான் கேட்டார்.

யாகூசான் என்ன அர்த்தத்தில் கேட்கிறார்?

துறவி புத்தரின் சிலையைத் துடைத்துக் கொண்டிருக்கின்றார். யாகூசான் இந்த சிலையையும் என்று சொல்கிறார். உயிரோடு இருக்கும் அந்த புத்தரையும் சொல்கின்றார். "நீ ஒரு கல் சிலையை மட்டுமே சுத்தம் செய்துகொண்டிருக்கின்றாய். இது சரி. ஆனால் நீ உன்னுள் இருக்கின்ற, உயிரோடு இருக்கும் அந்த புத்தரை சுத்தம் செய்ய முடியுமா?".

ஒருமுறை துறவி சோம்பு புத்தருடைய சிலையைத் துடைத்துக் கொண்டிருந்தார். யாகூசான் அங்கு வந்து கேட்டார்: இப்போது நீ இதைத் துடைத்துக் கொண்டிருக்கின்றாய். ஆனால் நீ அதைத் துடைக்க முடியுமா? "நீ இதை சுத்தம் செய்ய முடியுமா?" என்று ஆழ்மனதில் மறைந்திருக்கும் ஜீவனுள்ள புத்தரை நோக்கி யாகூசான் சுட்டிக் காட்டுகின்றார்.

இதை சுத்தம் செய்யும் "தியானம்" என்று அழைக்கின்றேன். மக்களுடைய மூளையை சலவை செய்துகொண்டிருக்கின்றேன் என்பதால் உலகம் முழுவதும் உள்ள மக்கள் என்னை குற்றவாளி என்று தீர்மானிக்கின்றார்கள். மிகவும் ஆழமாகவே மக்களது மூளையை சலவை செய்துகொண்டிருக்கின்றேன். எனக்கு இதைப் பற்றியெல்லாம் கவலையில்லை. கதவுகளுக்கு வெளியே உங்களது மனதின் எண்ணங்களை வீசிக்கொண்டு இருக்கின்றேன். பல நூற்றாண்டு காலமாக தூசுகளால் சூழப்பட்டிருக்கும் புத்தரை சுத்தம் செய்துகொண்டிருக்கின்றேன். ஒரு சலவைத் தேவைப்படுகிறது. உங்களது மூளையை சலவை செய்து கொண்டிருக்கின்றேன். எங்களுடைய குரு (ஓஷோ) சாதாரண விசயங்களை செய்வதில்லை என்று அந்த மக்களிடம் சொல்லுங்கள். இலட்சக்கணக்கான மக்கள் இதைச் சொல்லுவார்கள். தொன்மையான புத்தரையும், சாசுவதமான

புத்தரையும் சுற்றியுள்ள அனைத்துவிதமான தூசுகளுடன் சூழப்பட்டிருக்கின்ற கழிவுப் பொருள்களையும் சுத்தம் செய்துகொண்டிருக்கின்றார் என்று அவர்களிடம் சொல்லுங்கள். அவமதிப்பதை உணராதீர்கள். மாறாக கேள்வியை அவர்களுக்கு எதிராக திருப்புங்கள்.

பெரும்பான்மையினர் பின்பற்றும் வாழ்க்கையில் ஈடுபடுபவர்கள் மேற்கில் இப்போது ஒரு புதிய தொழிலை தோற்றுவித்துக் கொண்டிருக்கின்றார்கள். என்னுடைய சந்நியாசிகளில் பலர் அழுத்தப்பட்டிருக்கின்றார்கள். இப்போதுதான் கனடாவிலிருந்து திரும்பியிருக்கின்றார். பெற்றோர்கள் மிகுந்த அன்புடன் "இங்கு வா, நாங்கள் நீண்டகாலமாக உன்னைப் பார்க்கவில்லை" என்று அவரை அழைத்திருந்திருந்தார்கள். சந்நியாசி அங்கு அடைந்தபோது முற்றிலும் வித்தியாசமாக இருந்தது. அவர்கள் அதாவது பெரும்பான்மையைப் பின்பற்றுபவர்கள் இரண்டை ஏற்பாடு செய்திருந்தார்கள். "நான் மூளை சலவை செய்யப்பட்டேன்", "நீ தன்னிலை இழந்தும், ஹிப்னாடிசத்திலும் வாழ்ந்து கொண்டிருக்கின்றாய் என்று சொல்லி எனக்கு எதிராக பேச ஆரம்பித்தார்கள். நீங்கள் தன்னிலை இழந்தும் மனஆற்றல் கொண்டு தூண்டப்படும் அறிதுயில் நிலையில் வாழ்ந்துகொண்டிருக்கின்றீர்கள்." மேலும் நாங்கள் இங்கு உங்களது தன்னிலையை வெளியே வெளியேற்றுவதற்கு இருக்கின்றோம். ஆனால் உங்களை "மூளைச் சலவை" செய்துகொண்டிருக்கின்றார்கள் என்பதுதான் எதார்த்தமாக உள்ளது.

இதுபோன்ற அசுத்தமான விசயங்களை சுத்தம் செய்வதில்லை. கிருத்துவர்கள்தான் இம்மாதிரியானவைகளை செய்கின்றார்கள். அவர்கள்தான் உங்களை இதுபோன்ற மூளைச் சலவைகளைச் செய்துகொண்டிருக்கின்றார்கள். பழைய விசயங்களுக்குள் உங்களை அழுத்திக்கொண்டிருக்கின்றார்கள். அவர்கள் கணிணியைப் போன்று ஏற்றுக்கொண்டு செயல்படும் வகையில் கட்டளைகளை இடுபவர்களாக தங்களையே அழைத்துக்கொள்கிறார்கள். அவர்களே ஒரு தவறான வார்த்தையை தவறாகப் பயன்படுத்திக் கொண்டிருக்கின்றார்கள். எது தியானத்தால் வெளியே வீசப்பட்டிருக்கின்றது? அவர்கள்

உங்களது தலைக்குள் திரும்ப பழைய விசயங்களையே அழுத்திக்கொண்டிருக்கின்றார்கள். உங்களில் பலர் வீட்டிற்குத் திரும்பச் செல்கின்றபோது நீங்கள் இதை எதிர்கொண்டு இருப்பீர்கள். வயது குறைந்தவர்கள், வயது முதிர்ந்தவர்கள், யார் தொடர்ச்சியாகத் தொல்லை கொடுக்கின்றார்களோ அந்த கணிணியைப் போன்று வீடுகளில் உடல்ரீதியாக சிறைபிடித்து வைத்திருக்கின்றார்கள் தங்களது குழந்தைகளை கடத்திச் செல்வதற்குக்கூட பெற்றோர்கள் அறிந்து வைத்திருக்கின்றார்கள். மேலும் நீங்கள் மிகவும் பலகீனமாகின்றபோது ஒரு குறிப்பிட்ட நிலை இருக்கின்றது. மூன்று நாட்களுக்கு உங்களைத் தூங்குவதற்கு அனுமதிக்கவில்லையானால் நான்காவது நாளன்று நீங்கள் மிகவும் பாதிப்பை அடைவீர்கள். "கடவுள் இருக்கின்றார்" என்று யாராவது சொன்னால் இல்லை என்று சொல்லுவதற்கு நீங்கள் போதிய பலம் கொண்டிருக்கவில்லை. ஒருவேளை இந்த பலகீனத்தில்.... கடவுள் என்பவர் பலகீனத்தின் காரணமாக, பயத்தின் காரணமாக, அச்சத்தின் காரணமாக பிறக்கின்றார். மதவாதிகள் அனைத்து அச்சங்களையும், பயத்தையும், பலகீனத்தையும் உருவாக்கிவிட்டார்கள். "கடவுள் இருக்கின்றார், நீங்கள் பிரார்த்தனை செய்தால் எல்லாம் சரியாகிவிடும்" என்று இப்போது சொல்லுகின்றார்கள்.

கணினியைப் போன்று உங்களை மாற்றுவதிலோ முடிந்தவரை உங்களுடைய மனதை மாற்றுவதிலோ அல்லது உங்களை மூளைச் சலவை செய்வதிலோ எனக்கு விருப்பம் இல்லை. எனது அக்கரையெல்லாம் முடிவான குறிக்கோளை உடையது. அது மனதுக்கும் அப்பாற்பட்டது. மனமற்ற இடத்தை சுத்தம் செய்வதுதான் என்னுடைய வேலை. அதை முன்கூட்டியே திட்டமிட்டு செயல்படுபவர்கள் அல்லது மீண்டும் அதை திட்டமிட்டு செயல்படுபவர்கள் கூட மனமற்ற நிலையைப் பற்றிக் கேட்டதில்லை. அவர்கள் திட்டமிட்டு செயல்படும் சாதாரண உளவியல் ஆய்வாளர்களாக உள்ளார்கள். ஆனால் நீங்கள் அவர்களிடம் கேட்டால் உங்களுக்கு தீங்கு ஏற்படும். ஆகவே கனடா நாட்டு சீடரிடமிருந்து ஒரு கடிதத்தைப் பெற்றதின் காரணமாக உங்களுக்கு சொல்லிக்கொள்கின்றேன். என்னை மிகவும் மோசமாக நடத்தினர். இன்னும் எனது உடல் குலுங்கிக்கொண்டிருக்கின்றது. கைவிடப்பட்ட அந்த அனைத்து

பழைய விசயங்களும் மீண்டும் திணிக்கப்பட்டு இருக்கின்றது. ஆகவே திட்டமிட்டு செயல்படுபவர்கள் ஊடாக நீங்கள் வரும் பட்சத்தில் இதை நீங்கள் நினைவில் கொள்ளுங்கள். மாறாக அவர்களைக் காட்டிலும் நீங்கள் அவர்களை திட்டமிட்டு செயல்படுபவர்களாக செய்ய வேண்டும். அவர்களது

கேள்விகளுக்கு நீங்கள் பதிலளிக்காதீர்கள். அவர்கள் உங்களைக் கேள்வி கேட்கிறபோது மற்றொரு கேள்விக்கு பதிலளியுங்கள். அவர்கள் உங்களை கடவுள் இருக்கின்றாரா என்று கேட்டால் ஏதாவது நிரூபணம் உள்ளதா? நிரூபணத்தை எனக்குக் கொடுங்கள். கடவுளைப் பற்றி முழு ஆதாரத்தையும் எனக்குக் கொடுங்கள் என்று கேளுங்கள். மேலும் நீங்கள் கடவுளின் இருப்பை நிரூபிக்க முடியாதானால் முட்டாள்தனங்களை பேசாதீர்கள். நீங்கள் நரகத்தில் இருந்திருக்கின்றீர்களா? அப்போது நீங்கள் எப்படி திரும்பி வருவீர்கள்? ஏனெனில் கிருத்துவ நரகத்திலிருந்து எவரும் திரும்பி வருவதேயில்லை. அது சாசுவதமானது. நீங்கள் எதையாவது நரகத்தைப் பற்றி அறிந்திருக்கின்றீர்களா? அவர்கள் இல்லையென்று சொன்னால் அப்போது அவர்களிடம் சொர்க்கத்தைப் பற்றி அறிந்திருக்கின்றீர்களா? சொர்க்கத்தில் சாக்ரட்டீஸ்சைப் பார்த்தீர்களா? சொர்க்கத்தில் கௌதம புத்தரைப் பார்த்தீர்களா? என்று கேளுங்கள். ஏனெனில் இவர்கள் யாரும் கடவுளை நம்புவதில்லை.

எட்மண்டு புரூக் பற்றி உங்களுக்கு ஒரு கதை சொல்லியிருக் கின்றேனா? இவர் இங்கிலாந்தின் ஆர்ச் பிசப்புடன் நெருங்கிய நட்பு கொண்டிருந்தார். எட்மண்டு புரூக் ஒரு சிறந்த சொற் பொழிவாளராக இருந்தார். இவரது சொற்பொழிவுகளைக் கேட்பதற்கு ஆர்ச் பிசப் ஆர்வம் கொண்டிருந்தார். அவர்கள் சுவைநலமிக்கவர்களாக இருந்தார்கள். ஒவ்வொரு ஞாயிற்றுக்கிழமையும் பிரசங்கம் நிகழ்த்தியபோதும் ஆர்ச் பிசப் ஆச்சரியமடைந்தார். ஆனால் இதை கேட்பதற்கு எட்மண்டு புரூக் வந்ததேயில்லை. குறைந்தபட்சம் மரியாதை நிமித்தமாக ஒருதடவை வந்திருக்க வேண்டும். கடைசியாக, அவர் வந்துபோகாததைக் கண்டு ஆர்ச் பிசப்பே அவருக்கு அழைப்பு விடுத்தார். நீங்கள் ஒரு சொற்பொழிவை நிகழ்த்துகின்றீர்கள்

என்று அறிகின்றபோதெல்லாம் நான் உங்களுடைய அனைத்து சொற்பொழிவுகளையும் கேட்பதற்கு வருகின்றேன். இந்த ஞாயிற்றுக்கிழமை உங்களுக்காக நான் சிறப்பாக ஒரு சொற்பொழிவை தயார்செய்து கொண்டிருக்கின்றேன். சர்ச்சுக்கு நீங்கள் வரவேண்டியிருக்கும் என்று சொன்னார். நீங்கள் முன்பே கேட்டிருக்கலாமே. நான் வருவேன். அதன்படி ஆர்ச் பிசப்பின் சொற்பொழிவைக் கேட்பதற்குச் சர்ச்சுக்குச் சென்றார் எட்மண்ட் புரூக்.

இங்கிலாந்தின் ஆர்ச் பிசப் என்பவர் இங்கிலாந்து சர்ச்சின் மிக உயர்ந்த அதிகாரம் உடையவராவார். போப்பாண்டவருக்கு இணையானவர். மாபெரும் முயற்சியுடன் சொற்பொழிவைத் தயார் செய்தார். இதை முன்பே தயாரிக்கப்பட்ட ரெடிமேடு பிரசங்கங்களையே வைத்திருப்பதால் கிருத்துவ போதகர்கள் சொற்பொழிவுகளை தயார் செய்வதில்லை. என்னிடம் மிகவும் நட்புடைய ஒரு கிருத்துவத் துறவியிடம் கேட்டுத் தெரிந்துகொண்டேன். நான் விழாவை பொறுத்து பத்து நிமிடங்களுக்கு ஒன்று, இருபது நிமிடங்களுக்கு ஒன்று, நாற்பது நிமிடங்களுக்கு ஒன்று என்று “மூன்று பிரசங்கங்களை வைத்திருக்கின்றேன். மேலும் ஒரு நகரத்தில் மூன்று நாட்களுக்கு மேல் தங்கமாட்டேன். ஆகவே நான் எப்போதும் அசலானவன் என்று சொன்னார்.

ஆனால் எட்மண்ட் புரூக் வருவதால், ஆர்ச் பிசப் அகராதிகள், என்சைக்கிலோ மீடியா மற்றும் இறையியல் சார்ந்த புத்தகங்களையும் படித்து பிரசங்கங்களை நன்றாக தயாரித்து வைத்திருந்தார். உண்மையில் மிகவும் அறிவார்ந்தப் பிரசங்கம் ஆற்றினார். ஆனால் எட்மண்ட் புரூக் அவருக்கு முன்புறம் அமர்ந்து பிரசங்கத்தைக் கவனித்துக்கொண்டிருந்ததைக் கண்டு ஆர்ச் பிசப் ஆச்சரியமடைந்தார். அவரிடம் இந்தப் பிரசங்கத்தைப் பாராட்டுவாரா? மாட்டாரா என்கிற எந்த அறிகுறியும் இல்லாமல் இருந்தது. எட்மண்ட் புரூக் ஒரு சிலையைப் போல உட்கார்ந்து கொண்டிருந்தார். பிரசங்கம் முடிந்த பிறகு அவர்கள் இருவரும் ஒன்றிணைந்து நடந்து சென்றார்கள். பிரசங்கம் எப்படி இருந்தது என்று கேட்பதற்கு ஆர்ச் பிசப்புக்கு துணிச்சல் இல்லாமல் இருந்தது. ஒரு வழியாக துணிந்து கேட்டுவிடுவது

என்று முடிவு செய்துவிட்டார். அவரது கார் வெளியேறிக் கொண்டிருக்கும்போது, நான் ஆற்றியப் பிரசங்கத்தை விரும்பிக் கேட்டீர்களா? இல்லையா என்பதைக் கூறவேண்டும் என்று கேட்டார்.

அது ஒரு பிரச்னையல்ல. யேசுநாதரையும், கடவுளையும், பேய்களையும் நம்புகிற கிருத்துவர்கள் அனைவரும் நல்லொழுக்கங்களைப் பின்பற்றுபவர்கள், அவர்கள் பாவங்களே செய்யாதவர்கள் சொர்க்கத்திற்குச் செல்வார்கள் என்று நீங்கள் சொல்லிக் கொண்டிருந்தீர்கள். நீங்கள் இதை நினைவில் கொள்கின்றீர்களா என்று எட்மண்ட் புரூக் கேட்டார். அதற்கு ஆர்ச் பிசப் நிச்சயமாக, நான் இதை சரியாகச் சொல்லியிருக்கின்றேன்.

நீங்கள் இதில் எந்த முரண்பாட்டையும் பார்க்கவில்லையா? எனது அந்தச் சொற்பொழிவில் எந்த முரண்பாட்டையும் நான் பார்க்கவில்லை.

எனக்கு முரண்பாடு உள்ளது. நான் அதற்கு பதிலளிக்க விரும்புகின்றேன் என்று எட்மண்ட் புரூக் கூறினார். யேசுவையும், அவரது கன்னிப் பிறப்பையும், பேயையும், கடவுளையும், அற்புதங்களையும் மறுபிறப்பையும் ஒரு மனிதர் நம்பினால் நல்லொழுக்கங்களைப் பின்பற்றி, குற்றம் செய்பவர்களை நீங்கள் என்னவென்று அழைக்கின்றீர்கள்?

இரண்டாவதாக, கடவுள் மீது நம்பிக்கையில்லாதவர், பேய், பிசாசுகளில் நம்பிக்கையில்லாதவர், யேசுநாதர் மீது நம்பிக்கையில்லாதவர் நல்லொழுக்கங்கள் அனைத்தையும் பின்பற்றுகிறார். குற்றங்களே செய்யாதவருக்கு என்ன நிகழும்?

ஆர்ச் பிசப்புக்கு பேய் அறைந்ததுபோல் ஆனது. அவரது முகம் இறுகியது. இந்த கேள்வி மிகவும் முக்கியமானது. இதை அறிந்துகொள்வதற்கு எனக்கு குறைந்தபட்சம் ஏழு நாட்கள் தேவைப்படுகிறது. இதற்கு காலஅவகாசம் தருவீர்களா? என்று கேட்டார்.

நான் மீண்டும் அடுத்த ஞாயிற்றுக்கிழமை வருகின்றேன். பிரசங்கத்தை தயார் செய்து வையுங்கள் என்று சொன்னார் எட்மண்ட் புரூக்.

ஏழு நாட்களும் ஆர்ச் பிசப்பால் பகல் இரவு தூங்கவே முடியவில்லை. அந்தக் கேள்விக்கான பதிலை கண்டுபிடிக்க எப்படியெப்படியோ விதமான கோணங்களில் முயற்சித்துக் கொண்டிருந்தார். குற்றங்களை செய்கின்ற நபர் நல்லொழுக்கங்களை பின்பற்றுவதில்லை ஆனால் யேசு கிருஸ்துவை நம்புகிறார். பேய், பிசாசுகளை நம்புகிறார். கடவுளை நம்புகிறார், சொர்க்கத்திற்கு போகின்றார் என்று அவர் சொல்லுவதால், இது சரியான பார்வை அல்ல. அந்த நபர் குற்றவாளியாக இருக்கின்றார்.

நல்லொழுக்கங்களைப் பின்பற்றுகிற நபர் எந்தவிதமான குற்றங்களையும் செய்வதில்லை. ஆனால் கடவுளை நம்புவதில்லை, யேசு கிருஸ்துவை நம்புவதில்லை. பேய், பிசாசுகளை நம்புவதில்லை. அவர் சொர்க்கத்திற்குப் போகின்றார். யேசு கிருஸ்து, பேய், பிசாசு, கடவுள் மீதான நம்பிக்கைகள் அனைத்தும் முற்றிலும் முட்டாள்தனமானது. நீங்கள் நேரடியாகவே சொர்க்கத்திற்குப் போகமுடியும். பிறகு ஏன் இந்த அனுமானங்களை நாம் கொண்டிருக்கின்றோம்? பிறகுதான் அவருக்கு விசயம் என்னவென்று புலப்பட்டது. நாம் தர்க்கம் செய்வதில் இரண்டு விசயங்களும் உள்ளன. நீங்கள் இந்தப் பக்கம் உள்ள கொம்பைப் பிடித்தால் இந்தக் கொம்பு. நீங்கள் அந்தப் பக்கம் உள்ள அந்தக் கொம்பைப் பிடித்தால் அந்தக் கொம்பு. இதைத்தான் தடுமாற்றத்தின் கொம்புகள் என்று அழைக்கப்படுகிறது.

ஏழு நாட்கள் கடந்தது. எந்த பதிலும் சாத்தியம் இல்லாது இருந்தது. மக்களும், எட்மண்ட் புரூக் வருவதற்கு முன்பே ஆர்ச் பிசப் யேசுநாதரிடம் பிரார்த்தனை செய்ய முன்கூட்டியே சென்றார். ஏழு நாட்களாகத் தூங்காமல் இருந்ததால் பிரார்த்தனை செய்யும் நிலையில் தூக்கத்தில் விழுந்துவிட்டார். தூக்கத்தில் ஒரு கனவு கண்டார். ஏனென்றால் அந்த ஏழு நாட்களும் அந்தப் பிரச்னையை எப்படித் தீர்ப்பது என்கின்ற அந்தச் சிந்தனையைத் தவிர வேறொன்றும் அவருக்கு இல்லை. ஒரு இரயில் வேகமாக ஓடிக்கொண்டிருக்கின்றது. இரயிலில் அவர் அமர்ந்து இருக்கின்றார். "இந்த இரயில் எங்கு சென்று கொண்டிருக்கிறது" என்று கேட்டார். பக்கத்தில் இருந்தவர்கள் "சொர்க்கத்திற்கு

சென்று கொண்டிருக்கின்றது'' என்று சொன்னார்கள். இது நல்லதுதான் என்று சொன்னார் ஆர்ச் பிசப். எனக்குள்ளேயேப் பார்ப்பதற்கு இயலும். இது நல்லதுதான் என்று நினைத்தார்.

புத்தருக்கு கடவுள் மீது நம்பிக்கை இல்லை. எதன் மீதும் நம்பிக்கை இல்லை. சாக்ரட்டீஸ்க்கும் சொர்க்கத்தின் மீதும் நம்பிக்கை இல்லை. நரகத்தின் மீதும் நம்பிக்கை இல்லை. நான் இவர்களை சொர்க்கத்தில் பார்த்தால் கடவுளை நம்புகின்றீர்களா? இல்லையா என்கின்ற பதிலில் ஒரு பிரச்னையும் இல்லை. ஆனால் இவர்களை சொர்க்கத்தில் பார்க்காவிட்டால் நல்லொழுக்கங்களைப் பின்பற்றுபவர்களாகவும், குற்றங்களே செய்யாதவர்களாக இருப்பினும் நீங்கள் நரகத்திற்குப் போவீர்கள். சொர்க்கத்தில் இவர்களைக் பார்த்தால் கடவுளையோ அல்லது யேசுநாதரையோ நம்பாவிட்டாலும் அவர்கள் மகிழ்ச்சியாக இருந்தார்கள்.

புகைவண்டி சொர்க்கத்தின் நிலையத்தில் நின்றதால் அவரது கண்களாலேயே அவரால் நம்ப முடியவில்லை. அந்த சொர்க்கம் மந்தமாகவும், படுமோசமாகவும் இருந்தது. இங்கிலாந்தைக் காட்டிலும் மோசமாக இருந்தது. எலும்புக்கூடுகள் இரயில்நிலையத்தைச் சுற்றி இங்கும் அங்கும் நகர்வதையும், அசிங்கமாகவும், அனைத்துவிதமான அருட்தொண்டர்களையும் எலும்புக் கூடுகளாக அங்கு பார்த்தார். இரயில் நிலையத்தில் உள்ள அறிவிப்புப் பலகையில்கூட இலட்சகணக்கான ஆண்டுகளுக்கு முன்பே சொர்க்கம் மங்கிப்போய்விட்டது என்று குறிப்பிடப்பட்டிருந்தது. நீங்கள் அந்த அறிவிப்புப் பலகையின் மீது மிகவும் அதிகமான கவனத்தைக் கொண்டிருந்தால் மட்டுமே நீங்கள் அதை அறிந்துகொள்ள முடியும். ஆம், அதை சொர்க்கம் என்று சொல்லப்பட்டுக் கொண்டிருந்தது. சாக்ரட்டீஸ், கௌதம புத்தர், லாவோட்சு, போதிதர்மர் போன்றவர்கள் எல்லாம் இங்கு இருக்கின்றார்களா என்று ஆர்ச் பிசப் இரயில்நிலையத்தின் அதிகாரியை கேட்டார். நீங்கள் சொல்லுகின்ற பெயர்களை நான் கேள்விபட்டதேயில்லை. அந்தமாதிரியான நபர்கள் இங்கு வந்ததேயில்லை என்று அந்த அதிகாரி கூறினார். நீங்கள் இங்கு சுற்றி போய் பார்க்க முடியும். சுற்றிப் பார்த்துவிட்டீர்களா? அங்கு ஒரு சில அருட்தொண்டர்கள் மட்டுமே யாழில் அல்லுலூயா......

அல்லுலூயா என்று வாசித்துக் கொண்டுயிருக்கின்றார்கள். அவர்களுக்கு வேறு வேலை இல்லை. அனைவரும் மந்தபுத்தி உள்ளவர்களாக உள்ளார்கள்.

ஆகவே ஒரு சுற்று வந்தார். வேலை இல்லை. ஏனெனில் சொர்க்கத்தில் உங்களுக்கு உணவு ஒன்றும் தேவையிருக்காது. அனைவரும் மிகவும் வருத்தமாக இருந்தனர். ஏனெனில் சொர்க்கத்தில் உங்களுக்கு எந்தவிதமான பொழுதுபோக்கு அம்சங்களும் கிடையாது. எந்தக் காலட்சேப கச்சேரிகளும், பிரசங்கங்களும் செய்வதற்கு எங்கேயும் போக வேண்டியது இல்லை. கேளிக்கை விடுதிகள் இல்லை. ஜோர்பா த புத்தா கூட இல்லை. அனைத்தும் மந்தமாகவும், அசுத்தமாகவும், துர்நாற்றமானதாகவும் இருந்தது. இரயில்நிலையத்தை விட்டு ஓடினார். இங்கிருந்து நரகத்திற்கு செல்வதற்கு ஏதாவது இரயில் நேரடியாக உள்ளதா என்று இரயில்நிலைய அதிகாரியைக் கேட்டார். இப்போதுதான் இரயில் மெல்லப் போய்க் கொண்டிருக்கின்றது. போய் ஏறிக்கொள்ளுங்கள். ஆர்ச் பிசப் நரகத்திற்கு புறப்பட்டுச் போனார். இரயில் நரகத்தை அடைந்ததும் ஆச்சரியமடைந்தார். வளமை நிறைந்த பசுமை புல்வெளிகள். அடேங்கப்பா... அழகான ரோஜக்கள், மலர்களும், வாத்துகளுடன் குளங்கள். முழு இரயில் நிலையமும் இப்போதுதான் வண்ணம் தீட்டப்பட்டு பொழிவுடன் இருப்பதுபோன்ற காட்சியைப் பார்த்தார். இது அற்புதமானது. இதுதான் சொர்க்கமாக இருக்கவேண்டும். ஆனால் இரயில்நிலையத்திற்கு மேலே நியான் விளக்கு வெளிச்சத்தில் “நரகம்” என்று எழுதப்பட்டிருந்தது. ஆர்ச் பிசப் உள்ளே நுழைந்தார். அவர் இரயில்நிலைய மேலாளரை சந்தித்தார். அப்போதுதான் “கோல்ப்” விளையாட்டை விளையாடுவதற்கு சென்றுகொண்டிருந்த அவர் அன்பாகவும், அழகானவராகவும் இருந்தார். நரகத்தில் “கோல்ப்” விளையாட்டா என்று ஆர்ச் பிசப் கேட்டார். அதாவது இங்கே சாக்ரட்டீஸ், கௌதம புத்தர், லாவோட்சு, பெந்தகோரஸ், ஹெராக்கலிட்டிஸ், போதிதர்மர் போன்றோர் இங்கு வந்ததிலிருந்து இதை அனைத்தையும் மாற்றிவிட்டார்கள். முதலில் இது அசுத்தமாக இருந்தது. ஆனால் இப்போது அவர்கள் அனைவரும் இந்த முழு உலகத்தையும் ரோஜாக்கள் நிறைந்ததாகவும், நல்ல உணவு வகைகளையும்,

கோல்ப் விளையாட்டையும் தினமும் பாடத்திட்டமாக்கி விட்டார்கள். அங்கு போய் பாருங்கள் சாக்ரட்டீஸ் விதைகளை விதைத்துக் கொண்டிருக்கின்றார் என்றார் இரயில் நிலைய மேலாளர்.

மிகவும் உடல்நலத்தோடும், ஆரோக்கியமாகவும், மிகவும் இளைஞராகவும் இருந்த சாக்ரட்டீசைச் ஆர்ச் பிசப் சந்தித்தார். கௌதம புத்தரை அவர் பூமியில் சந்திக்காததால் ஆர்ச் பிசப் உடனே கௌதம புத்தர் எங்கே என்று கேட்டார். அதோ பாருங்கள் மரத்தடியில் தியானம் செய்துகொண்டிருக்கின்றார். புத்தர் இங்கு வந்ததிலிருந்து காற்று நறுமணமாக உள்ளது. இங்கே நீங்கள் மிகச் சிறந்த மனிதர்கள் அனைவரையும் காண முடியும். குற்றவாளிகள் எங்கே இருக்கின்றார்கள் என்று ஆர்ச் பிசப் இரயில்நிலைய அதிகாரியைக் கேட்டார். இங்கு எந்த குற்றவாளிகளையும் தெரியாது என்று இரயில்நிலைய அதிகாரி கூறினார். மேற்கண்டவர்கள் வந்ததிலிருந்து அவர்கள் அனைவரும் சந்நியாசிகளாக மாறிவிட்டார்கள். நரகம் இப்போது பழைய நரகத்தைப் போன்றது அல்ல. என்னைப் பற்றி உங்களுக்குத் தெரியாது நான் முன்பு பேயாக இருந்தேன். இப்போது எனக்கு அவர்கள் தலைமை நிலைய மேலாளராக வேலையை மாற்றித் தந்துவிட்டார்கள். தோட்டங்கள், புல்வெளிகள், அழகான வீடுகள் போன்று நரகத்தைச் சுற்றி அழகான பனிரெண்டு இரயில்நிலையங்களை வைத்திருக்கின்றோம். விஞ்ஞானிகள் வந்ததிலிருந்து நாங்கள் இப்போது மின்சாரத்தையும், சூழலியல் வாழ்க்கைமுறையையும் பெற்று இருக்கின்றோம். நரகத்தில் மரங்களைப் பயன்படுத்தி நெருப்பை உருவாக்குவதற்கு எங்களை அனுமதிப்பதில்லை. நரகம் முழுவதும் குளிர்சாதன வசதிகளைப் பெற்றிருக்கின்றோம் என்று தலைமை இரயில் நிலைய மேலாளர் கூறினார்.

அந்தக் கணத்திலேயே அதிர்ச்சியிலிருந்து விழித்தெழுந்தார் ஆர்ச் பிசப். அடக் கடவுளே! என்ன மாதிரியான கனவு! மக்கள் அரங்கத்திற்குள் வர ஆரம்பித்திருந்தனர். முதலாவதாக எட்மண்ட் புரூக் நுழைந்தார். அவர் ஒரு நேர்மையான மனிதராக, ஆர்ச் பிசப்பாகவும் இருந்தார். "எனக்கு பதில் தெரியவில்லை. ஆனால், எனக்கு இந்தக் கனவு வந்துள்ளது. நான் அந்தக் கனவை

விரிவாகக் கூறுகின்றேன். நீங்கள் என்ன விரும்புகின்றீர்களோ அதை நீங்கள் முடிவு செய்து கொள்ளலாம் என்று ஆர்ச் பிசப் கதை கூற ஆரம்பித்தார்.

இது யேசுநாதரையோ, கிருஷ்ணரையோ, இராமனையோ நம்புவது பற்றிய கேள்வியல்ல. இது தியானிப்பவரின் கேள்வியாக உள்ளது. ஆகவே, நீங்கள் எதை நல்லொழுக்கங்கள் என்று செய்கின்றீர்களோ அவைகள் அனைத்துமாகவும் இருக்கின்றது. தியானத்தின் மூலமாக மட்டுமே நல்லொழுக்கங்களின் மலர்கள், அன்பு மற்றும் சிரிப்பு மூலம் நல்லது பற்றிய நிலையான மலர்களாக மலர முடியும்.

"நீ இப்போது கற்சிலையைத் சுத்தம் செய்துகொண்டு இருக்கின்றாய்" என்று யாகூசான் துறவியிடம் சொன்னபோது மேலும் "உன்னால் அதை சுத்தம் செய்ய முடியுமா" என்று கேட்டார்.

சோம்பு பதிலளித்தார்: தயவுசெய்து, அதைப் பெற்று எனக்குக் கொடுங்கள். மேலும் நீங்கள் எனக்குள் யாரைக் குறிப்பிடுகின்றீர்கள் என்று எனக்குத் தெரியவில்லை. தயவுசெய்து அதை வெளிப்படுத்துங்கள் என்றார்,

குரு யாகூசான்.... சோம்புவைப் பார்த்துக்கொண்டிருந்தபோது நான் உன்னை சேம்ப் (Shampoo) என்று நினைத்தேன். ஏனெனில் சேம்ப் (Shampoo) சுத்தம் செய்ய நல்ல பொருளாகத் தோன்றுகிறது. ஆகவே நான் சோம்புவை இனி சேம்ப் (Shampoo) என்று அழைப்பேன்.

சோம்பு பதிலளித்தார்: தயவுசெய்து அதைப் பெற்று எனக்கு அதைக் கொடுங்கள். நான் நல்ல சுத்தம் செய்து அவருக்குக் கொடுப்பேன் என்றார்.

குரு யாகூசான் எதுவும் சொல்லவில்லை.

எது உங்களுக்குள் மறைக்கப்பட்டிருக்கின்றதோ அதனைக் குறித்து குரு எந்தவொன்றையும் சொல்லவில்லை. நீங்கள் மட்டுமே அங்கு போக முடியும். அது வாங்கிக் கொடுக்கப்பட முடியாது. நீங்கள் அபத்தமான கேள்வியை கேட்கின்றீர்கள். "இந்த மனிதர் இன்னும் தயாராகவில்லை" என்று குரு

நினைத்திருக்க வேண்டும். எனவே குரு யாகூசான் அமைதியாக இருக்கின்றார்.

மற்றொரு சந்தர்ப்பத்தில் யாகூசான் கீழே உட்கார்ந்து கொண்டிருந்தபோது "ஓஷோ, நீங்கள் அமைதியாக உட்கார்ந்து கொண்டிருக்கின்றீர்கள். நீங்கள் மனதில் என்ன நினைத்துக் கொண்டிருக்கின்றீர்கள்" என்று ஒரு துறவி அவரிடம் வந்து கேட்டார்.

சாதாரண மக்கள் இப்படித்தான் கேட்பார்கள்: "நீங்கள் அமைதியாக உட்கார்ந்து கொண்டிருந்தால், நீங்கள் என்ன யோசனை செய்து கொண்டிருக்கின்றீர்கள்? ஏனெனில் மக்கள் தொடர்ச்சியாக இதையே கேட்கிறார்கள். அவருக்கு மாபெரும் பிரச்னைகள் உள்ளது. அதனால்தான் அதைத் எப்படித் தீர்ப்பது என்று யோசனை செய்துகொண்டிருக்கின்றார் என்று நினைப்பார்கள். அந்த மனிதர் பிரச்னைகளை எப்படி தீர்க்கப் போகின்றாரோ" என்பது கூட அருகில் உள்ள சிலருக்கு பதட்டமாக இருக்கின்றது.

யாகூசான் பதிலளித்தார்: "யோசிக்காததை யோசித்துக் கொண்டிருக்கின்றேன்"

"இருக்கின்றேன். அவ்வளவுதான். யோசித்துக் கொண்டிருக்கவில்லை. யோசிக்காததை எதிர்கொள்கிறேன். நீங்கள் அதை நினைக்க முடியாது. அது ஒரு யோசனை அல்ல. அது ஒரு விசயமும் அல்ல. அது அனுபவம், ஒரு சுவை" என்று சொல்கிறார். நீங்கள் எதையாவது சுவைக்கின்றீர்கள். நீங்கள் எப்படி அந்த சுவையை விவரிக்க முடியும்? இனிப்பு இனிப்பாக இருக்கின்றது என்று சொல்லுவீர்கள். ஆனால், இது அதற்கான பதில் அல்ல. இதை உங்கள் அனைவராலும் செய்ய முடியும். மற்றவர்க்கு கொஞ்சம் இனிப்பைக் கொடுத்து "இதுதான் அது" என்று அவரிடம் சொல்லுங்கள். அனுபவங்கள் மற்றும் குறிப்பாக ஆழமான அனுபவங்கள் மொழிக்கும் அப்பால், சிந்தனைக்கும் அப்பால், மனதிற்கும் அப்பால் உள்ளன. யோசிக்காததை யோசிப்பது யோசிப்பது அல்ல. ஆனால் அது உங்களுக்குள் உள்ள இடத்தின் தெளிவை எதிர்கொள்வது ஆகும்.

அவரால் புரிந்துகொள்ள முடியாது யோசிக்காததை யோசிப்பது எப்படி என்று அந்தத் துறவி கேட்டார். உண்மையில், அங்கு

யோசிக்காதது ஏதோ இருக்கின்றது அதனால் அதை அவர் யோசித்துக்கொண்டு இருக்கின்றார் என்று நினைத்தார். யோசிக்காதது அங்கு இல்லையானால் அவர் எப்படி யோசிக்க முடியும்?.

யோசிக்காததை எப்படி யோசிக்க முடியும்?

யோசிக்காததை என்று யாகூசான் பதிலளித்தார்.

யோசிப்பதை நிறுத்துவது என்பதுதான் யோசிக்காததை நினைப்பதற்கான வழி. முற்றிலும் அமைதியாக, வெறும் தியானம் செய்யும் இடத்தில் இருங்கள். உங்களது மனத்திரையில் ஒரு சிறு எண்ணம் கூட நகருவது இல்லை. தூயத் திரை. திடீரென்று எது மொழி அல்லது எண்ணம் ஆகியவற்றிற்கு அப்பால் நெருக்கமாக வராதவைகளைக்கூட இருக்கக்கூடிய சாசுவதத்தை, நிலையானதை உங்களால் பார்க்க இயலும்.

யாகூசான் ஏறக்குறைய மரணமடையும் தறுவாயில் இருந்தபோது "அரங்கம் விழுந்துகொண்டிருக்கின்றது. அரங்கம் விழுந்துகொண்டிருக்கின்றது" என்று கத்தினார். துறவிகள் பலவிதமான விசயங்களை சொன்னார்கள். அதை இல்லையென்று நிரூபிப்பதற்கு தொடங்கினார்கள். யாகூசான் அவரது கையைத் தூக்கி நான் எந்த அர்த்தத்தில் சொல்கின்றேன் என்று "நீங்கள் எவரும் நான் சொல்வதைப் புரிந்துகொள்ளவில்லை" என்று கூறினார்.

அவர் அரங்கம் பற்றி கூறவில்லை. "நான் எங்கு பல வருடங்களாக வாழ்ந்தேனோ அந்த என்னுடைய உடலைத் தவிர அனைத்தும் விழுந்துகொண்டிருக்கின்றது. புறப்படுவதற்கான வினாடி வந்துவிட்டது" என்று தன்னைப் பற்றி கூறினார்.

"ஜென்" குறியீடுகளைத்தான் எப்போதும் பயன்படுத்துகிறது. ஆனால் அந்தத் துறவிகள் சாதாரண மக்களாகவே இருந்தார்கள். எந்த அரங்கம் விழுந்துகொண்டிருக்கின்றதோ அந்த அரங்கத்தை அவர்களால் பார்க்க முடியவில்லை. ஆனால் குரு யாகூசான் "அரங்கம் விழுந்துகொண்டிருக்கின்றது" என்றே சொல்கிறார். உண்மையில் அவர் சில வருங்கால பேரழிவுகளை சுட்டிக்காட்டிக் கொண்டிருக்கின்றார். ஆகவே அரங்கம் கீழே விழாமல் இருப்பதற்காக அவர்கள் அனைவரும்

ஒன்றிணைந்து சில முட்டுகளை வைக்க ஆரம்பித்தனர். அதிகமான கோபத்திலும், விரக்தியிலும் கைகளை உயர்த்தி, "நான் கீழே விழுந்துகொண்டிருக்கின்றேன்" என்று கூறுவதை "நான் எதைப் பற்றிக் கூறுகின்றேன்" என்று உங்களில் எவராலும் அர்த்தப்படுத்திக்கொள்ள முடியவில்லை. நான் எதை வீடாக இருப்பதற்குப் பயன்படுத்தினேனோ அந்த உடலைத் தவிர அனைத்தும் விழுந்துகொண்டிருக்கின்றது. விரைவில் நான் சாசுவதமான வானத்தில் நகரும் சிறகுகளின் மீது இருப்பேன்" மேலும் இதைக் கூறி இறந்தார். இதுதான் அவரது கடைசி அறிக்கையாக இருந்தது: **"நான் என்ன சொல்லுகின்றேன் என்பதை உங்களில் எவரும் புரிந்துகொள்ளவில்லை"**

குரு எதைப் புரிந்துகொண்டாரோ அது மிகவும் அரிதான விசயமாகும். மிகவும் அரிதாகவே குரு யாகூசான் கூறியதைப் புரிந்துகொண்டார்கள். ஆழ்மனதில் இதுபோன்ற கூர்மையுடைய இடத்தைக் கொண்டுள்ளவர்களாலும், துணிவு உடையவர்களால் மட்டுமே குரு கூறியதைப் புரிந்துகொள்ள முடியும். குருவைப் புரிந்துகொள்வதற்கான முயற்சி என்பது மொத்த இருப்பையும் புரிந்துகொள்வதற்கான முயற்சியாகும்.

இறுதிச் சடங்கில் கலந்துகொண்ட பிறகு இக்கு எழுதினார்:

நாங்கள் வந்தபோது
மேலும் இங்கு எரிந்துகொண்டுயிருக்கும்
வீட்டைப் பார்க்கின்றோம்.
"உள்ளே வாழ்வது சிறந்தது"
என்று மக்கள் ஏன் சொல்லுகின்றார்கள்."?

இக்கு சொல்லுகின்றார். உடல் தீயில் எரிகிறது. மக்கள் எரியும் சிதையைச் சுற்றி நின்றுகொண்டுயிருக்கின்றார்கள். ஆனால், எந்த உடல் எரிந்துகொண்டிருக்கிறதோ அந்த உடல் அல்ல என்று எவரும் உணரவில்லை. இது ஒரு விதிவிலக்கு அல்ல. இது சட்டம். உங்களுடைய உடலும் எரியும் சிதையில் எரியப் போகிறது. இந்த வீடு சாசுவதமானதல்ல. பொருளால் கட்டப்பட்ட இந்த வீடு தகர்ந்துவிடப் போகிறது. அப்போது ஏன் மக்கள் "உள்ளே வாழ்வது சிறந்தது" என்று சொல்லுகின்றார்கள். இந்த உடலில் வாழ்வது சிறந்தது. எதை நீங்கள் தொட்டிலில் இருந்து கல்லறை வரையில் உள்ள எந்த

சுமையை சுமக்கின்றீர்களோ அந்த உடல் ஒன்றுமில்லாதபோது "இந்த உடலில் வாழ்வது சிறந்தது என்று ஏன் மக்கள் இதைச் சொல்லுகின்றார்கள்.

உடலில் வாழ்வது சிறந்தது அல்ல. ஆனால், சாட்சி போல இந்த உடலில் இருப்பதற்கான காரணம் "அது நானல்ல" என்பதை அறிவதற்குத்தான். இதுவொரு சிறந்த அனுபவம். நீங்கள் உயிரோடு இருக்கும் போதும்கூட இந்த உடலை நீங்கள் நிராகரிக்கவில்லை. நீங்கள் உயிரோடு இருக்கும்போதுகூட மனதை நீங்கள் நிராகரிக்கவில்லை. ஆகவே மரணம் உங்களை நெருங்குகிறபோது உங்களிடமிருந்து எதையும் எடுத்துக்கொள்வதில்லை. எதை எடுக்க முடியுமோ அதை அனைத்தையும் நீங்கள் நிராகரித்துவிட்டீர்கள். நீங்கள் எதைத் தொடமுடியாதோ அந்த சாசுவதத்தை பாதுகாத்து விட்டீர்கள். ஒவ்வொரு நுண்ணறிவுள்ள மனிதருக்கும் இது முற்றிலும் அவசியமானது. மரணம் வருவதற்கு முன்பே "அவர் உடல் அல்ல, அவர் மனம் அல்ல, அவர் ஒரு தூய உணர்வு, ஒரு தூய பிரக்ஞை" என்று அவர் முற்றிலும் தெளிவடைய வேண்டும்.

மூன்றாவது கேள்வி:

அன்பார்ந்த குரு ஓஷோ

> **ஆத்ம பலம் கொண்ட குருட்ஜீப் வாழ்ந்த ரஷ்யாவில் எந்தக் கடவுளுக்கும் அங்கு இடமில்லை. இருப்பினும் மேற்கத்திய ஐரோப்பியாவிலோ அல்லது அவரது சொந்த நாட்டிலோ பெரும்பான்மையோர் அடங்கிய எண்ணிக்கையில் அவருக்கு சீடர்கள் இல்லை. அவரைத் தொடர்பு வைத்துக்கொள்வதின் மூலம் குருட்ஜீப் உடைய திறன்களின் பிரதிபலிப்புகள் அதிகம் இருந்ததால் அல்லது ரஷ்ய மக்கள் சாதாரணமாகவே அவரை வரவேற்க தயாராக இல்லாமல் இருந்தார்களா?**

ரஷ்யப் புரட்சியின் தொடக்கத்தில் கம்யூனிசம் நாத்திகத்திற்காக மக்களை தயாரித்துக்கொண்டிருந்தது. மார்க்ஸ் மற்றும்

ஏங்கல்ஸ் ஆகியோரால் பிரச்சாரம் செய்யப்பட்ட கம்யூனிசம் நாத்திகம் சார்ந்தது. நாத்திகவாதியாக இருப்பதுவும் மீண்டும் ஒரு நம்பிக்கைவாதியாக இருப்பதுதான். நாத்திகவாதிக்கும் ஆத்திகவாதிக்கும் இடையிலான ஒரே வித்தியாசம் ஆத்திகவாதி கடவுள் இருக்கின்றார் என்று நம்புகின்ற ஒரு நேர்மறைவாதியாக இருக்கிறார். நாத்திகவாதியும் ஒரு நம்பிக்கையாளரே. கடவுள் இல்லை என்று நம்புகின்ற நம்பிக்கையாளர் எதிர்மறையாளராக இருக்கின்றார். அவ்வளவுதான்.

ரஷ்யப் புரட்சியின் தொடக்கத்தில் ஜார்ஜ் குருட்ஜீப் ரஷ்யாவில் புரட்சித் தொடங்கிய காலத்தில் இருந்தார். அவர் ரஷ்யாவிலிருந்து தலைமறைவாக வேண்டியிருந்தது. இல்லையென்றால் நாத்திகப் புரட்சியாளர்களால் கொல்லப்பட்டிருப்பார். இப்போது இதுவொரு வித்தியாசமான விசயமாக உள்ளது. எழுபது வருடங்களுக்குப் பிறகு அதுவொரு வித்தியாசமான செய்தியாக இருப்பதற்கானக் காரணம் ஒரு எதிர்மறையான நம்பிக்கை ஒரு உள்இருப்பின் ஊட்டச்சத்தாக இருக்க முடியாது. எதிர்மறையான நம்பிக்கைக்கு எந்தவிதமான உதவிகரமான விசயங்களும் இல்லை. ஆனால் நேர்மறையான நம்பிக்கைக்கு குறைந்தபட்சம் பிரார்த்தனை, கடவுள், சர்ச், பைபிள் (மேலும் ஏதாவது குப்பைகள் இருந்தால் அதை நிரப்பிக்கொள்ளுங்கள்) என்று கூறி ஒரு தவறான மதம் உங்களை வழிநடத்துகிறது. ஆனால் இன்னும் அந்தக் குப்பைகளுடன் உங்களுடைய வெற்றிடங்களை நீங்கள் நிரப்பிக்கொள்ள முடியும். உங்களுடைய குளிர்ப்பதனப் பெட்டியில் சாக்லெட், ஐஸ்கிரீம் போன்றவைகளை திணித்து வைத்திருப்பதைப் போன்று இன்னும் அந்தக் குப்பைகளை வைத்திருப்பதில் விரும்புகின்றீர்களா? ஒரு ஆணும், பெண்ணும் காதலில் இருக்கின்றபோது அதிகம் சாப்பிடுவதில்லை என்பதை நீங்கள் கவனித்திருக்கின்றீர்களா? என்ன நிகழ்கிறது? அவர்கள் ஏன் அதிகம் சாப்பிடுவதில்லை? ஏனெனில் காதல் ஒரு ஊட்டச்சத்து. சாக்லெட், ஐஸ்கிரீம், மெல்லுகின்ற மிட்டாயைப் பற்றி யார் கவலைப்படப் போகிறார்கள்? ஆனால் திருமணம் ஆனவுடன் அந்தப் பெண் மிகப் பெரியதை, மிகப் பெரியதைப் பெறுகிறாள். என்னன நிகழ்ந்தது? இப்போது அங்கு காதல் அதிகம் இல்லை.

அவளுடைய காதலுக்கு பதிலாக இப்போது ஐஸ்கிரீம் ஆக இடம்மாறிவிட்டது. கணவர்கள் வீட்டிற்கு வருகின்றபோது ஏன் அவர்களுக்கு ஐஸ்கிரீம் தருகின்றார்கள்? அன்பே அங்கு இல்லை. உண்மையில் ஐஸ்கிரீம் அந்தச் சூழலில் கொஞ்சம் குளிர்ச்சியைத் தருகிறது. ஒரு கணவர் மனைவிக்கு ஐஸ்கிரீமை கொடுக்கின்றபோது, அவன் ஏதாவது தவறு செய்திருக்க வேண்டும், அதை மூடிமறைப்பதற்கு ஐஸ்கிரீம் கொடுக்கின்றான் என்று சந்தேகம் அடைகின்றாள். ஆகவே இது மிகவும் கடினமானது. நீங்கள் ஐஸ்கிரீமை கொடுக்கவில்லையானால் அந்தச் சூழ்நிலை மிகவும் கடினமானதாகவும், மோசமானதாகவும் மாறிவிடுகிறது. நீங்கள் ஐஸ்கிரீமை உங்களது மனைவிக்கு கொடுத்தால் உங்களது கண்களின் புருவங்களின் ஓரங்களைக் கவனிக்கத் தொடங்குகின்றாள். உங்களது கோட்டில் யாராவது பெண்களின் தலைமுடி இருக்கின்றதா என்றும் கவனிக்கத் தொடங்குகின்றாள்.

முல்லா நஸ்ருதினுடைய கோட்டில் வேறுசில பெண்களின் தலைமுடி இருந்ததால் அவரது மனைவியிடம் பலதடவைகள் மீண்டும் மீண்டும் பிடிபட்டார். இதற்கு என்ன செய்வது என்று அவரது நண்பரிடம் கேட்டார். அந்த நண்பர் இது மிகவும் சுலபம் என்றார். வீட்டிற்குள் நுழைகின்றபோது உங்களுடைய கோட்டை சுத்தம் செய்துவிடுங்கள். இதற்காக உங்களுடைய பாக்கெட்டில் எப்போதும் துடைப்பான் சீப்பை வைத்திருங்கள் என்றார். அடடா! இது நல்ல விசயமாயிற்றே. இது எனக்கு புத்தியில் உறைக்கவில்லையே இந்த சாதாரண விசயம்! என்றார் முல்லா. ஆகவே ஒரு துடைப்பான் சீப்பை வாங்கினார். வீட்டிற்கு வெளியே அவரது கோட், சூட், சர்ட் முழுவதும் சுத்தம் செய்துவிட்டு வீட்டிற்குள் நுழைந்தார். அவரது மனைவி அவரது கோட்டிலும், பேண்ட்டிலும் சோதனை செய்து பார்த்தார். கதற ...கதற அலற... அலற...அவரது தலையைத் தாக்க ஆரம்பித்தார்.

என்ன நிகழ்ந்தது? அதுதான் ஒரு தலைமுடியும் இல்லையே? பிறகு ஏன்?

நீங்கள் மொட்டைத் தலையுடைய பெண்ணைக் காதலிக்கத் தொடங்கிவிட்டீர்கள். அதனால்தான் நான் அழுகின்றேன் என்றாள்.

இது எப்படியாயினும் கடினமானது. எந்த வழியில் முயற்சி செய்தாலும் இது நடக்காது போல் உள்ளது.

ரஷ்யப் புரட்சி நிகழ்ந்த இந்த எழுபது வருட காலத்தில் இருந்ததைக் காட்டிலும் இன்று மொத்த உலகச் சூழ்நிலையும் வித்தியாசமாக மாறியுள்ளது. இன்று ரஷ்ய மக்கள் மாபெரும் வெற்றிடத்தை உணருகின்றார்கள். நீங்கள் எதிர்மறை சிந்தனைகளில் வாழமுடியாது. நேர்மறையான விசயங்கள் உண்மையானதாக இருப்பதில்லை. ஆனால் குறைந்தபட்சம் அவைகள் உங்களுடைய வெற்றிடங்களை நிரப்புவதற்கு உதவுகின்றன. இருப்பினும், நாத்திகவாதம் ஆத்திகவாதத்தைக் காட்டிலும் அபாயகரமானது என்று உங்களுக்கு கூறிக்கொள்கின்றேன். ஏனெனில் ஆத்திகவாதம் நமக்கு எந்தவிதத்திலும் உதவப்போவதில்லை என்றும், அது முற்றிலும் வெறுமையானது என்றும் விரைவிலேயோ, பிறகோ தெளிவாகப் புரிந்துகொள்வீர்கள். ஆத்திகவாதம் ஒன்றிணைந்து வாழ்வதற்கு தன்னையே ஏமாற்றிக்கொள்வதாக ஆகலாம். ஏனெனில் அப்படிப்பட்டவர் நிறைவுடையவராக உணருகின்றார். அவர் பிரார்த்தனையை அறிந்திருக்கின்றார். அவர் புராணங்களை அறிந்திருக்கின்றார். கடவுள் தன் மீது அக்கறை எடுத்துக்கொள்வார் என்று அவர் அறிந்திருக்கின்றார். ஆனால் நாத்திகவாதி விரைவிலேயோ, பிறகோ நாத்திகவாதம் தன்னை எதுவும் மனநிறைவுடையவராக்கவில்லை என்று உணரப்படுவதற்கு இட்டுச் செல்லலாம். இது எதிர்மறையான நிலைப்பாடு. கடவுள் இல்லை. சொர்க்கம் இல்லை. புராணங்கள் இல்லை. எதுவும் இல்லை. இதனால் நீங்கள் உங்களுடைய வெற்றிடத்தை கொலை செய்ய வேண்டியுள்ளது.

ஆகவே நாத்திகவாதியாக இருப்பதைக் காட்டிலும் ஆத்திகவாதியாக இருப்பதே சிறந்தது என்று உங்களுக்கு கூறிக்கொள்கிறேன். ஆனால், அவனது சொந்த உள்உணர்வில், கடவுளை நம்பாத, கடவுளையே நிராகரிக்கின்ற, சாதாரணத் திறந்தமனதுடன் இருக்கின்ற, உண்மை எது என்று அறிந்துகொள்வதற்கு தயாராக இருக்கின்ற கலகக்காரனாக இருப்பது இன்னும் சிறந்தது. ஏனெனில் அது உயிரோடு இருப்பதற்கு மிகவும் நெருக்கமாக இருக்கிறது. துடிப்புமிக்க

உங்களது வாழ்க்கையினுள் பாருங்கள். நீங்கள் அங்கு தெய்வீகத்தின் தரத்தைக் காண்பீர்கள். நீங்கள் கடவுளைக் காண மாட்டீர்கள். ஆனால் அதற்கு மாறாக நீங்கள் அங்கு தெய்வபக்தியை, உண்மையை, விழிப்புணர்வை, புத்தரைக் காண்பீர்கள். குருட்ஜீப்பால் மேற்கத்திய நாடுகளில் உள்ள பல சீடர்களை கவரமுடியவில்லை. அதற்கான காரணம் அவர் ஒரு தெளிவாகப் பேசும் நபராக இருந்ததால்தான். அவருக்கு காக்கஸியன் மொழி மட்டுமே தெரியும். ஜோசப் ஸ்டாலின் பிறந்த இடமான அந்த இடத்தில்தான் குருட்ஜீப் பிறந்தார். அவர்கள் இருவருமே அதே பள்ளியில்தான் படித்தார்கள். அவர்கள் சிறு குழந்தைகளாக இருந்தபோது சக தோழர்களாக இருந்தார்கள். அவர்கள் இருவருமே இரும்பு மனதை உடையவர்களாக இருந்தார்கள். ஜோசப் ஸ்டாலின் அவரது திடமனதை வெளிப்படுத்தினார். ஏறக்குறைய அதேத் தன்மையில் ஆனால் வித்தியாசமான முறையில் ஜார்ஜ் குருட்ஜீப் அவரது திடமனதை நிரூபித்தார். உண்மையில் ஸ்டாலினை நீங்கள் வலிமையானவர் என்று யூகிக்கும் அளவிற்கு வலுவான மனிதராக ஜார்ஜ் குருட்ஜீப் இருந்தார். ஏனெனில் குருட்ஜீப்புக்கு வலிமை இல்லை. ஆனால் அவரது வலிமை உள்முகமாக இருந்தது. நீங்கள் குருட்ஜீப்புக்கு உங்களால் சாத்தியமான அளவிற்கு சாராயத்தை ஊற்றிக் கொடுக்க முடியும். ஆனால் நீங்கள் அவரை குடிக்கவைக்க முடியாது. இதுதான் அவரது வலிமையாக இருந்தது. எந்த வஸ்துவும் அவரை பாதிக்கவில்லை. அவரது சாட்சித் தன்மை அற்புதமானதாக இருந்தது. சாராயத்தின் கடலில் நீந்துவார். அந்த சாராயம் அவரது சாட்சித்தன்மையைத் தடுமாறச் செய்யாது. அவர் அவரது தாய்மொழியான காக்கஸியன் மொழியை மட்டுமே அறிந்தவர். அவர் ஆங்கில மொழியைக் கொஞ்சம் கற்றார். ஆனால் சமையல்காரன் ஆங்கிலத்தைப் போலத்தான் பேசுவார். அவரால் ஒரு முழுமையான வாக்கியத்தை ஆங்கிலத்தில் பேச முடியாது. ஆகவே மொழி அவருக்கு ஒரு தடையாக இருந்தது. அவரது நடைமுறைகளும் தடையாக இருந்தது. அவருக்கு ஒன்பது வயதாக இருந்தபோது அவரது தாயார் ஏற்கனவே இறந்திருக்க, அவருக்கு ஒன்பது வயதாக இருந்தபோது அவரது தந்தையார் இறந்தார். அப்போதுதான் அவரது நடைமுறைகளைக்

கற்றார். அவரது அப்பா இறப்பதற்கு முன்பு அவர் நாடோடிக் குழந்தையானார். அவரது அப்பா ஒரு நாடோடியாக இருந்தார். ஆகவே குருட்ஜீப்பும் நாடோடிக் கூட்டத்தோடு சென்றுவிட்டார். நாடோடிக் கூட்டத்தில் என்னென்ன கற்றுக்கொள்ள முடியுமோ அதை அனைத்தையும் கற்றார். நாடோடிகள் அறிஞர்கள் அல்ல. அவர்கள் ஓரிடத்திலிருந்து வேறொரு இடத்திற்கு இடம் மாறிக்கொண்டே இருந்தார்கள். நாடோடிக் கூட்டம் இந்தியாவிலுள்ள இராஜஸ்தான் மாநிலத்திற்குத்தான் பாத்தியதை உடையது என்பதை அறிந்தால் நீங்கள் ஆச்சரியப்படுவீர்கள். இராஜஸ்தானிலிருந்து எகிப்துக்கும், எகிப்துலிருந்து ஐரோப்பாவிற்கும் நகர்ந்தார்கள். எகிப்திலிருந்து ஐரோப்பாவிற்கு நகர்ந்ததின் காரணமாக அவர்களை “ஜிப்சி” என்று அழைக்கப்படுகிறார்கள். இந்தப் பெயர் எகிப்திலிருந்து மருவி வந்த சொல். ஆனால் அவர்களது மொழி ஹிந்தி. இது மாறிவிட்டது. ஆனால் முப்பது சதவீதம் ஹிந்தியிலிருந்து மருவிய வார்த்தைகளாகவும் எழுபது சதவீதம் ஹிந்தி வார்த்தைகளாகவும் இருப்பதைக் காண்பீர்கள்.

ஆகவே குருட்ஜீப் ஒரு நாடோடிக் கூட்டத்தோடு ஊர் சுற்றிக்கொண்டிருந்தார். அந்தக் கூட்டத்தோடு அனைத்தையும் கற்றுக்கொண்ட பிறகு குருட்ஜீப் வேறொரு நாடோடிக் கூட்டத்தோடு சேர்ந்து கொண்டார். நாடோடிகள் எப்போதும் நகர்ந்துகொண்டே இருப்பார்கள். ஓரிடத்தில் நிலையாக இருக்க மாட்டார்கள். குருட்ஜீப் ஒவ்வொரு முறைகளையும், செயல்பாடுகளையும் நாடோடிக் கூட்டத்திடமிருந்தே கற்றுக்கொண்டார். அந்த முறைகளும் செயல்பாடுகள் அனைத்தும் ஒழுங்கற்றதாகவும், கடினமானதாகவும் இருந்தது. ஆடம்பரமாகவும் சுகமான வாழ்க்கையையும் வாழ்ந்துகொண்டிருந்த மேற்கத்திய மக்களுக்கு இவைகள் அனைத்தும் கவர்ச்சிகரமானதாகத் தெரியவில்லை. குருட்ஜீப்பிடம் வந்த அந்த மேற்கத்தியர்கள் அவரது முறைகளைப் பார்த்து அனைவரும் உடனடியாக திரும்பிவிட்டனர்.

முதலாவதாக குருட்ஜீப் அவர்களுக்கு நல்ல தீனி போடுவார். மேற்கத்திய மக்களே அறிந்திராத மிகவும் கவர்ச்சியான, சுவையான உணவு வகைகள் சமைக்கும் அளவிற்கு குருட்ஜீப்

ஒரு சிறந்த சமையற்காரராக இருந்தார். மிகவும் அரிதான உணவு வகைகளை தயார் செய்வதற்கு பலவிதமான நாடோடிக் கூட்டத்திடமிருந்து சமையல் செய்யும் விதத்தைக் கற்று இருந்தார்.

பாரீஸ் அருகே வாழ்ந்தபோது குருட்ஜீப்பின் முழு சந்நியாச மடமும் உணவுப் பொருள் நிறைந்ததாகவும், நறுமணப் பொருள் நிறைந்ததாகவும், பிராந்தி, விஸ்கி போன்ற அனைத்துவிதமான போதை வஸ்துகளும் நிறைந்து இருந்தது. இவைகள் குருட்ஜுப்பின் நடைமுறைகளாக இருந்தன. வாந்தியெடுக்கும் வரை சீடர்களை அதிகமான அளவிற்கு குடிக்க வைப்பதற்கு அவர்களைக் கட்டாயப்படுத்துவார். அதிகம் குடித்துவிட்டு தரையில் படுத்து உருளும் அளவிற்கு மதுபானங்களைக் குடிக்கக் கூறி கட்டாயப்படுத்துவார். அனைவரும் உளறிக்கொண்டிருங்கள் என்றுகூட சொல்லுவார். ஒவ்வொரு நாளும் மதுபானம் இன்றி என்ன செய்கின்றீர்கள்? அவர்கள் பக்கத்தில் அமருவார். அவர்கள் என்ன சொல்லிக்கொண்டிருந்தார்கள் என்று கேட்பார். ஏனெனில் அவர்கள் உணர்வு நிலையில் இருந்தபோது சொல்லிக் கொண்டிருந்ததைக் காட்டிலும் அதிகமான உண்மைகளைச் சொல்லிக் கொண்டிருந்தார்கள். இது ஒரு ஒழுங்கற்ற மனோநிலையாக இருந்தது. கடும் வெய்யிலில் நிலத்தில் பள்ளங்களைத் தோண்டச் சொல்லுவார். வேலையே செய்யாதவர்கள், தத்துவவாதிகள், தத்துவப் பேராசிரியர்கள் ஆகியோர் நிலத்தில் பள்ளங்களைத் தோண்டிக் கொண்டிருந்தார்கள். இவர்கள் அனைவரும் புத்தகங்கள் வாசிப்பதிலும் மற்றும் நூலகத்துடனும் தொடர்பு வைத்திருந்தனர். இவர்கள் தொழிலாளர்கள் அல்ல. ஆனால் பள்ளங்களைத் தோண்டிக் கொண்டிருந்தார்கள். குருட்ஜீப் பள்ளங்களைத் தோண்டும் சீடர்களைப் பார்த்துக்கொண்டே ஓரமாக நடந்துகொண்டிருந்தார். மாலையில் பள்ளங்களைத் தோண்டி முடித்துபோது அப்போதே "பள்ளங்களை மீண்டும் மூடிவிடுங்கள்" என்று சொல்லுவார். மீண்டும் நீங்கள் தோண்டுவதற்கு முன்பிருந்த நிலைமைக்கே அந்த நிலத்தை திரும்பக் கொண்டு வாருங்கள் என்று சொல்லுவார். இப்படி மாலை முழுவதும் வேர்வை வெளியேற்றப்படுகிறது. உழைப்பின் காரணமாக ஒரு சிலர் மயக்கமடைவார்கள்.

அவர்கள் மயக்கமடைகிறபோது அவர்களது முகங்களை கவனிப்பார். இந்த அதிசயமான நிகழ்வுகளைப் பார்ப்பதற்கு ஒரு சிலர் திரும்ப வருவார்கள். அவர்கள் சோர்வின் உச்சத்தை அடைந்ததை உணர்கின்றபோது "கவலைப்படாதீர்கள், தொடர்ந்து செய்யுங்கள்" என்று வலியுறுத்துவார்.

எது கடினமாக இருந்ததோ அதை சில பேர் அவர் சொல்வதைப் பின்பற்றினால் அந்தச் சோர்வு உச்சத்திற்கு வந்தபோது புதிய சக்தியின் திடீர் வெளிப்பாடு ஒருவர் காலையில் எந்தளவிற்கு புத்துணர்ச்சியோடு இருப்பாரோ அந்தளவிற்கு அவர் புத்துணர்வை அடைவார். என்னதான் நிகழ்ந்தது? உங்களுக்கு சக்தியின் மூன்று அடுக்குகள் உள்ளன என்று குருட்ஜீப் கற்பித்துக் கொண்டிருந்தார். முதல் அடுக்கு நாளுக்கு நாள் வேலை செய்கிறது. அதுவாகவே சுலபமாக வேர்வையை வெளியேற்றுகிறது. அது முழுமையாக வேர்வையை வெளியேற்றுகிறது. நீங்கள் முழுமையாக வேர்வையை வெளியேற்றினால் இரண்டாவது அடுக்கு உடனடியாக மேலே வரும். நீங்கள் முன்பு எப்போதும் அறிந்திராத புதிய சக்தியோடு நிரப்பப்படுவீர்கள். மாதக்கணக்கில் தொடர்ந்து வேலை செய்வதற்கு தொடர்ந்தால் இரண்டாவது அடுக்கும் ஒருநாள் முடிக்கப்படும். எது வற்றாமல் இருக்கின்றதோ அந்த மூன்றாவது அடுக்குதான் வாழ்க்கையாக இருக்கின்றது. அது எதிர்பாராமல் உங்களுக்குள் நிகழும். சக்தியின் சாசுவத நிலைபாட்டை அடைவீர்கள்.

ஆனால் இது மிகவும் ஒழுங்கற்ற முறை. என்னால் இதை ஆறு நிமிடங்களில் செய்துவிட முடியும். குருட்ஜீப்புக்கு வெறும் இந்த கட்டை வண்டி முறைகளைச் செய்வதற்கு ஆறு வருடங்கள் தேவையிருந்தது. நிச்சயமாக மேற்கத்திய அறிவுஜீவிகளுக்கு அவரது முறைகள் கவர்ச்சிகரமானதாக இருந்ததில்லை. ஒருசில பேர்கள்தான் அதுவும் பனிரெண்டு பேர்களைக் காட்டிலும் குறைவானர்களே அவரது மடத்தில் வாழ்ந்தனர். அவர்களில் பெரும்பான்மையோர் ரஷ்ய அகதிகளாக இருந்தனர். அவர்கள் மடத்தைத் தங்குமிடங்களாக பயன்படுத்தி வந்தனர். ஏனெனில் சோவியத் ரஷ்யாவில் கம்யூனிஸ்ட்டுகளோடு ஒத்துபோகாதவர்களை நாட்டை

விட்டு வெளியே தூக்கிவிசினார்கள். உங்களுடன் இல்லாத எவரும் உங்களுக்கு எதிரானவர்கள் என்ற ஜீசஸ் கருத்துகளைப் பின்பற்றினார்கள். ஒன்று அவர்களை கொல்கின்றார்கள். அல்லது நாட்டை விட்டு வெளியே வீசப்படுகிறார்கள். குருட்ஜீப் பாரீஸிலிருந்து ஒரு சில மைல்கள் தூரத்தில், பெரிய பெரிய மரங்கள் உள்ள பெரிய காடு போன்று ஒரு அழகான இடத்தை வைத்திருந்தார். இப்போது பேராசிரியர்கள், ஓவியக் கலைஞர்கள், கவிஞர்கள் என்று கிட்டத்தட்ட பனிரெண்டு பேர்களே உடைய சீடர்களே உள்ளனர். அதுவும் குருட்ஜீப்பின் முதன்மை சீடரான பி.டி.அவுஸ்பென்ஸ்கி மீது விருப்பப்பட்டதின் காரணமாக இந்த பனிரெண்டு பேர்கள் உள்ளனர். அவுஸ்பென்ஸ்கி ஒரு மிகச் சிறந்த கணிதவியலாளர். தெளிவாக பேசுவதற்கான தரத்தைக் கொண்டிருந்தார். அவுஸ்பென்ஸ்கி போல நன்றாக எழுதும் அளவிற்கு வேறெந்த புத்தகத்தையும் நான் படித்ததில்லை. அவரது ஒவ்வொரு வாக்கியமும் இளகிய தன்மையுடையது. அவுஸ்பென்ஸ்கி லண்டனில் ஒரு பள்ளியை வைத்திருந்தார். அந்த மக்களால் கவரப்பட்டார். அவர் அந்தப் பள்ளியிலிருந்து அவர்களை குருட்ஜீப்பிடம் அனுப்புவார். குருட்ஜீப் ஒரு பைத்தியகாரர், உங்களது சக்தியை வெளியேற்றுவதற்கு நாள் முழுவதும் உணவு இல்லாமல் வேலை செய்ய வேண்டும், இரவில் எது உங்களுடைய வயிற்றுக்கு ஒத்துவராதோ அந்த உணவு வகைகளை அவர் சமைப்பார். அவரிடமிருந்து இருபத்தி நான்கு மணி நேரத்திற்குள் தொண்ணூறு சதவீதம் பேர் தப்பித்துவிடுவார்கள்.

ஆகவே குருட்ஜீப் உடைய மடம் ஒரு மிகவும் அரிதான ஒன்று. சிலர் வாந்தியெடுப்பார்கள். சிலர் வாயில் நுரை தள்ள தரையில் படுத்துவிடுவார்கள்.

குருட்ஜீப் என்ன சொல்லுகின்றார் என்று புரிந்துகொள்ளாது உளறிக்கொண்டிருக்கின்றார் என்று சிலர் சொல்லுவார்கள். குருட்ஜீப் மட்டுமே உணர்வோடு இருந்தார். மற்ற அனைவரும் உணர்வற்ற நிலையில் இருந்தார்கள். முதலாவதாக உணவு, பின்பு மது, நீங்கள் ஓய்வெடுப்பதற்கும், அனுபவிப்பதற்கும் குடிப்பதற்கான மென்மையான ஒயின் அல்ல. அது கடினமான மதுவாக இருந்தது. அது ஓய்வெடுப்பதற்கான மதுவல்ல.

உள்ளே குடித்து வெளியே தள்ளுவதற்கான மதுவாக இருந்தது. அடுத்த நாள் காலை படுக்கையிலிருந்து விழித்தெழும்போது அனைத்துவிதமான அரிதான மக்களும் சத்தமிட, அலற, அனைவரும் வாந்தியெடுக்க இப்படி பலவிதமான விசயங்களும் உங்களைச் சுற்றி நடக்கும். மீண்டும் உங்களை குருட்ஜீப் நேரில் காண்பதற்கு முன்பே உடனே கதவுகளின் வழியாக வெளியேறிவிடுவது நல்லது. குருட்ஜீப்பின் முறைகள் நிச்சயமாக பயனுள்ளதாக இருந்தது. ஆனால் அது மிகவும் பழைமையானது. பழங்குடி வகையைச் சார்ந்தது. இருப்பினும் மேற்கத்திய அறிவுஜீவிகளைக் கவர முடியவில்லை. ரஷ்யர்கள் புரட்சி மற்றும் நாத்திகவாதம் அவர்களது முதன்மை விசயமாக இருந்ததால் ரஷ்ய மக்களையும் குருட்ஜீப்பால் கவர முடியவில்லை. இருபதாம் நூற்றாண்டின் மிகச் சிறந்த குருக்களில் ஒருவராக இருந்த அவர் விரக்தியடைந்த குருவாக இறந்தார். குருட்ஜீப் 1950 ஆம் ஆண்டு வாக்கில்தான் இறந்தார். குருட்ஜீப்பின் வாழ்க்கை ஒரு துன்பகரமான வாழ்க்கையாக இருந்தது.

அத்தியாயம்–4

நான் ஒரு ஆன்மிக தீவிரவாதி

எங்களுடைய அன்புக்குரிய குருவே!

ஒருநாள், குரு உங்கன் மூங்கில் துடைப்பத்தில் தோட்டத்தைத் பெருக்கிக் கொண்டிருந்தார். அவரது சகோதரர் டாக்கோ அவரிடம் வந்து சொன்னார்: யேய்! உங்களைப் பார்க்கும்போது ஓய்வில்லாமல் வேலை செய்வதாக தெரிகின்றதே என்று கூறினார்.

உங்கன் சொன்னார்: ஓய்வில்லாததது எதுவோ அதுவே என்றாலும் ஓய்வில்லாததுதான்.

டாக்கோ சொன்னார்: இரண்டு சந்திரன்கள் உள்ளன அப்படித்தானே அர்த்தம்?

உங்கன் துடைப்பத்தை நிலத்தில் வைத்துவிட்டுச் சொன்னார்:

இது என்ன சந்திரன்?

டாக்கோ அமைதியாக திரும்பிபோய் விட்டான்.

மற்றொரு சந்தர்ப்பத்தில் உங்கன் ஒரு துறவியைக் கேட்டார்:

எங்கிருந்து வருகின்றாய்?

அந்தத் துறவி: நறுமணப் புகையிலிருந்து வருகின்றேன் என்றார். உங்கன்: புத்தரைப் பார்த்தாயா?

துறவி: ஆம், பார்த்தேன். உங்கன்: நீ எங்கு அவரைப் பார்த்தாய்? துறவி: நான் அவரை கீழ் உலகில் பார்த்தேன். உங்கன்: பழைய புத்தர்..... பழைய புத்தர்.....

முதல் கேள்வி:

ஒரு சீடர் கேள்வி கேட்டுள்ளார்.

> **கம்யூனிசத்திற்கும் சோசலிசத்திற்கும் என்ன வித்தியாசம் என்று ஒரு சீடர் கேட்டுள்ளார்.**

மிகப் பெரிய வித்தியாசம் உள்ளது. இதேமாதிரியான வித்தியாசம்தான் எனக்கும் தோழர் கோர்ப்பசேவ்க்கும் இருக்கின்றது. நானொரு ஆன்மீக கம்யூனிஸ்ட். ஆனால் கோர்ப்பசேவ் ஒரு சோசலிஸ்ட். சோசலிசம் சமரசக் கொள்கையை உடையது. அதாவது முதலாளித்துவத்துடன் சமரசத்தை ஏற்படுத்திக் கொள்ளும். ஆனால் கம்யூனிசம் முற்றிலும் ஒரு புரட்சிகரக் கொள்கையுடையது. கோர்ப்பசேவ்வுடைய அறிக்கைகளை நான் கூர்ந்து கவனித்துள்ளேன். அந்தக் கொடுமையை நான் உணருகின்றேன். கோர்ப்பசேவ் ஒரு புரட்சிகரவாதி அல்ல. அவர் ஒரு எதிர்வினையாற்றுபவர். அவர் பின்னோக்கிச் செல்கின்றார். இன்றுதான் அனந்தோ (அனந்தோ ஓஷோவின் சீடர்) கோர்ப்பசேவ்வின் புத்தகங்களைப் பற்றி சிறு கட்டுரைகளைக் எனக்குக் கொடுத்து இருக்கின்றார். வெறும் ஒரு சில வாக்கியங்களை அவர் சொன்னதை கேட்டேன். அதைக் குப்பையில் வீசிவிடுங்கள் என்றேன். ஏனெனில் கோர்ப்பசேவ் திரும்பவும் ரஷ்யாவில் தனிச்சொத்துகளைப் பற்றி பேசிக் கொண்டிருக்கின்றார். தனிச்சொத்து முதலாளித்துவத்தின் மூலம் உள்ளே வருகின்றது. கம்யூனிசத்தின் கொள்கை என்பது: "ஒவ்வொருவருக்கும் அவரவர் தேவைக்கு ஏற்ப" என்பதுதான். ஆனால் கோர்ப்பசேவ்வின் குறிக்கோள் "ஒவ்வொருவரும் அவரவர் வேலை செய்வதற்கு ஏற்ப" என்பதாக உள்ளது.

ஆனால் முதலாளித்துவத்தின் குறிக்கோள் இதுதான்: "ஒவ்வொருவரும் அவரவர் வேலை செய்வதற்கு ஏற்ப" என்பதுதான். வெளிப்படையாக நீங்கள் மக்களுக்கு வேலை மற்றும் திறன்களின் அடிப்படையில் கொடுத்தால் அப்போது அங்கு பணக்காரர்கள்தான் இருப்பார்கள் மற்றும் அங்கு ஏழை மக்கள்தான் இருப்பார்கள். வர்க்கங்கள் மீண்டும் முளைத்துவிடும். மீண்டும் மீண்டும் உங்களுக்குச் சொல்லி இருக்கிறேன். உடல்ரீதியாக மக்கள் சமமற்றவர்கள் அல்ல. உங்கள் அனைவருக்கும் சமமான வாய்ப்புகளைக் கொடுக்க

முடியும். ஆனால் ஒரு பிக்காசோ ஒரு பிக்காசோவாகவே இருப்பார். ஆனால் அனைத்து மக்களும் பிக்காசோவாக ஆகபோவதில்லை. ஒரு ஹென்றி போர்டு ஒரு ஹென்றி போர்டாகவே இருப்பார். செல்வத்தை உருவாக்குவதற்கு அதனுள்ளேயே ஒரு கலை உள்ளது. அனைவரும் ஹென்றி போர்டாக இருப்பதற்கு முடியாது. இப்போது கோர்ப்பசேவ் வேலை மற்றும் அவரது திறன்களின் அடிப்படையிலான கருத்தை அறிமுகப்படுத்துவதால் கோர்ப்பசேவின் எண்ணங்கள் முற்றிலும் சரியானது. அந்த நாட்டு மக்களுக்கும், அவரது நாட்டிற்கும் செய்யக்கூடிய அவரது நல்ல கருத்துகளைப் பற்றி எனக்கு சிறிய சந்தேகம் கூட இல்லை. ஆனால் கோர்ப்பசேவ் ஒரு புத்தர் அல்ல. எல்லோரும் இருப்பது போல அவரொரு தன்னுணர்வு இல்லாத மனிதர். தன்னுணர்வு இல்லாத மனிதருக்கு அவரது கருத்துகள் நல்லதாக இருக்கலாம் என்று தெரியாது. ஆனால் அந்தக் கருத்துகளின் முடிவுகள் தவறாக சென்றுவிட முடியும்.

அமெரிக்கக் கம்யூனிசம் குறித்து முற்றிலும் ஆதரவு நிலைபாடு உடையவன். ஏனெனில் அது ஆன்மீக வளர்ச்சிக்கான அடித்தளம் உடையதாக உள்ளது என்று நினைக்கின்றேன். ஆனால் சோசலிசத்திற்கு எதிரான நிலைபாடு உடையவன். சோசலிசம் முதலாளித்துவத்துடன் உடன்பாடு செய்துகொள்ளக் கூடியது. சோசலிசம் முதலாளித்துவத்தோடு உடன்பாடு செய்துகொள்கின்றபோது அது உங்களை மூழ்கடித்துவிடும். உயரமான கட்டிடங்கள், சாலைகளில் மைல்கணக்காக நிற்கும் கார்கள் என்று அமெரிக்கா உள்ளதால் கோர்ப்பசேவ் அமெரிக்காவை அதிகம் விரும்புகின்றார் என்று எனக்குத் தோன்றுகிறது. அமெரிக்காவின் செழிப்பு, அவரது மனதை மிகைப்படுத்திவிட்டது. “நான் எதை என்னுடையப் புரட்சி என்று அழைக்கவேண்டும்” என்று அறிக்கை கொடுத்து உள்ளார். முதலாவதாக, இது ஒரு புரட்சி அல்ல. கோர்ப்பசேவின் நிலைபாடு புரட்சிக்கு எதிரான நிலைபாடு. அதைப் பற்றி நினைத்துக் கூறியிருக்கலாம்: அநேகமாக கோர்ப்பசேவின் நிலைபாட்டை சோசலிச முதலாளித்துவம் அல்லது முதலாளித்துவ சோசலிசம் என்று அழைக்க வேண்டும் என்று கூறுகிறேன். இதனால் “இரண்டு வழிகளிலுமே முதலாளித்துவம்

வெற்றி பெறும். கம்யூனிசம் தோல்வியுறும். கோர்ப்பசேவ் ஏற்கனவே கம்யூனிசத்தைப் பற்றி பேசுவதை நிறுத்திவிட்டார். அவர் சோசலிசத்தைப் பற்றிப் பேசிக்கொண்டிருக்கின்றார்.

சோசலிசத்துக்கு எப்பொழுதுமே எதிரானவனாக இருந்து கொண்டிருக்கின்றேன். ஏனெனில் வேலை செய்யும் மக்களை முதலாளிகளாவதற்கான ஊக்கத்தை தக்கவைப்பதற்கான ஒரு முயற்சிதான் சோசலிசம். முதலாளிகளாகவதற்கான ஊக்கத்தை மக்களுக்கு எது கொடுக்கிறது? தனிச்சொத்துதான். என்னுடைய வீடு, என்னுடைய கார், என்னுடைய மனைவி, என்னுடையக் குழந்தைகள் என்கிற தனிச்சொத்துதான். இது மக்களைத் தூண்டும் விசயமாக உள்ளது. இது மக்கள் மத்தியில் போட்டியை உருவாக்குகிறது. என்னுடைய வீடு உங்களுடைய வீட்டைக் காட்டிலும் சிறப்பானதாக இருக்க வேண்டும். என்னுடைய மனைவி உங்களுடைய மனைவியைக் காட்டிலும் சிறப்பாக இருக்க வேண்டும். என்னுடைய குழந்தைகள் உங்களுடையக் குழந்தைகளைக் காட்டிலும் கல்வி கற்று இருக்க வேண்டும். இது போட்டியை உருவாக்குகிறது. இது முன்னேறும் ஆசையை ஆரம்பித்து வைக்கிறது. உண்மையில், இதனால் மக்கள் கடினமாக உழைக்க ஆரம்பிக்கிறார்கள். ஒவ்வொரு முதலாளித்துவ நாடுகளிலும் உள்ள மக்கள் கடினமாக உழைக்கின்ற அளவிற்கு ரஷ்யாவில் உள்ள மக்கள் உழைப்பதில்லை என்று கோர்ப்பசேவ் நினைத்துக்கொண்டிருக்கின்றார்.

இது உண்மைதான். ஏனெனில் காரல் மார்க்ஸ் ஒரு முழுமையான கம்யூனிஸ்ட் அல்ல. மனிதன் ஒரு பொருளாதார மிருகம் என்கிற கருத்தை மார்க்ஸ் கொண்டிருக்கவில்லை. மனிதன் மனம், ஆன்மா கொண்டுள்ளான் என்று மார்க்ஸ் முற்றிலும் தவறாக நினைத்தார். பொருளாதார நிலைமைகள் மாறுகின்ற அப்போது சமூகம் அதனுடைய அமைப்பு முறையை மாற்றிக்கொள்கிறது. அதனுடன் உணர்வு நிலைமையும் மாறுகிறது. இது தவறான நிலைபாடு. இது தவறான முடிவுகளிலிருந்து எடுக்கப்பட்ட கருத்துகள். உணர்வு மாறுவதால் அப்போது நிச்சயமாக சமூக அமைப்பும் மாறும். சமூக அமைப்பு என்பது வெறும் மனிதனுடைய மனதின் திட்ட ஏற்பாடுதான். ஆனால் காரல் மார்க்ஸ், பிரெடிரிக் ஏங்கல்ஸ், விளாடிமிர் லெனின்

ஆகியோருக்கு மனம் என்பது என்னவாக இருக்கின்றது என்கிற யோசனை, சிந்தனை இல்லை. மனதிற்கும் அப்பால் போகவேண்டும் என்கிற கேள்வி அவர்களுக்கு எழவில்லை.

ரஷ்யாவில் கம்யூனிசத்தை கொண்டுவர வேண்டும் என்று எழுபது வருடங்களாக கடினமாக உழைத்தார்கள். ஆனால் மெல்ல, மெல்ல தொடக்கத்தில் அங்கு கொஞ்சம் ஊக்கம் இருந்தது. ஏனெனில் ஏழைகள் பணக்காரர்கள் ஆவார்கள், ஒவ்வொருவரும் பணக்காரர்கள் ஆவார்கள் என்று நினைத்துக் கொண்டிருந்தார்கள். ஆனால் அங்கு மெல்ல, மெல்ல அனைத்துச் தனிச்சொத்துக்களையும் தனிமனிதர்களிடமிருந்து பிடுங்கப்பட்டது என்ற நிலையே காணப்பட்டது. இது மாபெரும் போராட்டமாக இருந்தது. இந்தப் போராட்டத்தில் பத்து இலட்சம் மக்கள் கொல்லப்பட்டனர். மக்களின் மனதை மாற்றாததால், இது பெரும் விளைவை ஏற்படுத்தியது. மக்களுடைய மனநிலை நூற்றாண்டுக் கணக்காகவும், ஆயிரக்கணக்கான ஆண்டுகளாகவும் தனிச்சொத்து என்கிற பக்குவப்பட்ட மனநிலையைக் கொண்டுள்ளது. ஒவ்வொருவரும் மற்றவர்களைக் காட்டிலும் உயர்வான நிலையை அடைவதற்கு செல்வதாலும், தனிச்சொத்து “தான்” என்கிற சுயநலத்திற்கும் உதவுவதாலும் அது அவர்களுக்கு ஊக்கச் சக்தியாக இருக்கின்றது.

அப்போது மட்டுமே மக்கள் கடினமாக வேலை செய்து உழைக்கின்றார்கள். ஹென்றி போர்டைப் பற்றி இவ்வாறு சொல்லப்படுகிறது. ஹென்றி போர்டு பிறந்ததிலிருந்தே ஏழையாக வாழ்ந்தார். ஆனால் பின்னாளில் அவர் உலகத்தில் மிகவும் பணக்கார மனிதர்களில் ஒருவராகத் திகழ்ந்தார். வழக்கமாக காலையில் எட்டு மணிக்கே அலுவலகத்திற்கு வந்துவிடுவார். வேலையாள் மேஜைகளையும், கதவுகளையும் துடைத்து வைப்பதற்கு பத்து மணிக்கு வழக்கமாக வருவான். அலுவலகப் பணியாளர்கள் வழக்கமாக பதினொரு மணிக்கு வருவார்கள். மேலாளர் (மேனேஜர்) வழக்கமாக பனிரெண்டு மணிக்கு வருவார். மேலும் அந்த மேலாளர் இரண்டு மணிக்கு வழக்கமாக அலுவலகத்தை விட்டு போய்விடுவார். அலுவலகப் பணியாளர்கள் ஐந்து மணிக்கு வழக்கமாக பணிகளை முடித்து வீட்டிற்குப் புறப்பட்டு விடுவார்கள். வேலையாள் ஆறு மணிக்கு

வழக்கமாக போய்விடுவான். ஆனால் ஹென்றி போர்டுக்கு நேரம் காலம் எல்லாம் கிடையாது. சிலநேரங்களில் இரவு எட்டு மணிக்கும், சிலநேரங்கள் ஒன்பது மணிக்கும்தான் வழக்கமாக வீட்டிற்கு கிளம்புவார். சிலநேரங்கள் பத்து மணிக்குக்கூட வீட்டிற்குக் கிளம்புவார். ஹென்றி போர்டு கடினமாக வேலை செய்து முன்னேற வேண்டும் என்ற ஊக்கத்தைக் கொண்டிருந்தார். அவர் உலகத்தில் மிகப்பெரிய பணக்காரர் ஆகவேண்டும், உயரவேண்டும் என்ற அபிலாஷைகளை வைத்திருந்தார். அவர் அதன்படி வெற்றியும் அடைந்தார்.

புரட்சிக்குப் பிந்தைய ரஷ்யாவில் முன்னேற வேண்டும் என்ற ஊக்கம் மறைந்துவிட்டது. வருடங்கள் சென்று கொண்டிருந்தது. மக்கள் பணக்காரர்கள் ஆவதற்குப் பதிலாக எப்போது போல ஏழைகளாக இருப்பதையே பார்த்தனர். ஏனெனில் ரஷ்யா ஒரு முதலாளித்துவ நாடு அல்ல. விநியோகிக்கப்படுவதற்கு மூலதனமே அங்கு இல்லை. ஏழ்மையை மட்டுமே அங்கு வழங்கப்பட முடியும். அங்கே ஒருசில நிலச்சுவான்தாரர்கள் மட்டுமே இருந்தார்கள். அவர்களது சொத்து நிலமாக இருந்ததின் காரணமாக அரசாங்கத்தால் பிடுங்கப்பட்டுவிட்டது. ஆனால் பிடுங்கப்பட்ட அந்த நிலம் கம்யூனிஸ்ட் கொள்கைகளின்படி ஏழைகளுக்குக் கொடுக்கப்படவில்லை. ஒவ்வொன்றும் அரசாங்கத்தால் கையகப்படுத்தப்பட்டு மையப்படுத்தப்பட்டது. அவர்களது நிலங்கள் முன்பு இருந்ததைப் போலவே அதேபோல் இருந்ததைப் பார்த்தனர். எதையும் எவரும் தனியுடமையாக்கிக் கொள்ள முடியாது. மக்கள் அவர்கள் ஏழ்மையாகவே இருந்ததைக் கண்டனர். அவர்களால் புதியச் சூழலுக்கு உட்படுத்திக்கொள்ள முடியவில்லை. மக்களது மனநிலை சார்ந்த விசயங்கள் மற்றவர்களைக் காட்டிலும் உயர்வாக இருப்பதற்கும், அதிக வெற்றியுள்ளவர்களாக இருப்பதற்கும், பணக்காரர்களாக இருப்பதற்கும் பெரிதும் விரும்பிக்கொண்டிருந்தது. ஆனால் அந்த சாத்தியக்கூறுகள் அனைத்தும் மறைந்தே இருந்தது. இப்போது கடினமாக உழைப்பதினால் என்ன பலன் என்று மக்கள் யோசிக்கத் தொடங்கினார்கள். இப்போது அரசாங்கத்திற்கு மைல்கணக்காக பரந்த நிலப்பரப்பு சொந்தமாக இருந்தது. எந்த நிலங்கள் கடந்த காலங்களில் தலைமுறை தலைமுறையாக சிறு சிறு துண்டுகளாக

நிலங்களாகப் பிரித்து வைத்திருந்தார்களோ, அந்த நிலங்கள் அனைத்தும் இப்போது ஒரு சேர ஒன்றிணைக்கப்பட்டது. இதுவொரு அழகான அதிசய சம்பவம்.

இந்தியாவில் நீங்கள் இதைப் பார்க்க முடியும். ஒரு தந்தை ஐந்து ஏக்கர் நிலத்தை தனிச்சொத்தாகவும், ஐந்து குழந்தைகளையும் கொண்டிருந்தால் ஒவ்வொரு குழந்தையும் ஒரு ஏக்கர் நிலத்திற்கு உரிமையாளராக இருப்பான். மேலும் அந்த ஒவ்வொரு மகனுக்கும் குழந்தை இருக்கும். அப்போது அந்த நிலத்தின் ஒவ்வொரு ஏக்கரும் அந்தக் குழந்தைகளுக்கு எத்தனை குழந்தைகளோ அந்தளவிற்கு அந்த நிலம் பின்னாளில் மீண்டும் மீண்டும் பிரிக்கப்படும். எது உங்களை முன்னேறுவதற்கு ஊக்கமளிக்காதோ அதுபோன்ற நிலத்தின் சிறு துண்டு நிலங்களைப் புதிய தொழிநுட்பத்தின் உதவியுடன் டிராக்டர் கொண்டு உழவு செய்ய முடியாது. பெரிய இயந்திரங்களைக் கொண்டு நிலத்தை உழுவதற்கு போதிய நிலம் இல்லை. இரசாயனத்தையும் பயன்படுத்த முடியாது. முன்னேற முடியாமல் ஏழை ஏழையாகவே மேலும் மேலும் ஆகின்றான்.

தனிச்சொத்து ஒவ்வொருவரும் முன்னேறுவதற்கு நிச்சயமாக ஊக்கத்தைக் கொடுக்கும். அதன்படி மக்கள் கடினமாக உழைப்பார்கள். ஆனால் மக்கள் அனைவருமே கடினமாக வேலை செய்யும் அளவிற்கு சமமானவர்கள் அல்ல என்கிற விசயம் இதில் சம்பந்தப்பட்டுள்ளது. கடினமாக வேலை செய்யும் திறன் உடையவர்கள் பணக்காரர்கள் ஆவார்கள். கடினமாக வேலை செய்ய திறன் இல்லாதவர்கள் தற்சமயம் இருப்பதைக் காட்டிலும் மிகவும் ஏழையாகிவிடுவார்கள். வர்க்கங்களே இல்லாத அளவிற்கு கம்யூனிசத்தின் கொள்கையாக இருந்தது. ஆனால் கோர்ப்பசேவ் மீண்டும் அதைத் திரும்பக் கொண்டு வந்துள்ளார். விரைவில் கோர்ப்பசேவ் "கம்யூனிசம்" என்கிற வார்த்தையைக் கைவிட்டுவிடுவார். நீண்டகாலத்திற்கு கம்யூனிசம் என்கிற வார்த்தையே இல்லையென்ற நிலையை உருவாக்கிவிட்டார். கோர்ப்பசேவ் சோசலிசத்தைப் பற்றி பேசிக்கொண்டிருக்கின்றார். முதலாளித்துவ சோசலிசம் என்று அழைப்பதா அல்லது சோசலிச முதலாளித்துவம் என்று அழைப்பதா என்பதைப் பற்றி பேசிக்கொண்டிருக்கின்றார்.

மக்களை ஏமாற்றுவதற்கு நீங்கள் முதலாளித்துவம் என்ற வார்த்தையைக் கூறிக்கொண்டாலும் சரி, சோசலிசம் என்ற வார்த்தையைக் கூறிக்கொண்டாலும் சரி, என்ன மாதிரி வேண்டுமானலும் அதை கூறிக்கொள்ளுங்கள். கோர்ப்பசேவ் கம்யூனிசத்தின் அடிப்படைக் கொள்கைகளுக்கு எதிராகச் சென்று கொண்டிருக்கின்றார். முதலாவதாக தேசபக்தியைப் பற்றி பேசுகிறார். ஆனால் கம்யூனிசம் நாடுகள், நாட்டுப் பற்று ஆகியவற்றிற்கு எதிரான கொள்கை உடையது. கம்யூனிசத்தின் ஒட்டுமொத்தக் கொள்கையும் மனிததன்மைக்குள் அனைத்து நாடுகளையும் கரையச்செய்வதற்கானது. இது அதனுடைய அகில உலகம் என்கிற மிகவும் அடிப்படைத் தன்மையுடையதாகும். ஆனால் கோர்ப்பசேவ் இப்போது நாட்டுப் பற்றையும், தேசியவாதத்தையும் பேசிக்கொண்டிருக்கின்றார். எது கம்யூனிசத்திற்கு எதிராக இருக்கின்றதோ அதை அனைத்தையும் அதிகாரப் பரவலாக்குவதைப் பற்றி பேசிக்கொண்டிருக்கின்றார். அதிகாரப் பரவல் என்பது காந்தியத்தின் கருத்தாகும். விரைவில் கோர்ப்பசேவ் இராட்டை நூற்கும் மொராஜி தேசாயைப் போன்று கருத்துகளைக் கொண்டிருப்பார். அதிகாரப் பரவலில் நீங்கள் புதியத் தொழில்நுட்ப இயந்திரங்களைப் பயன்படுத்த முடியாது. எங்கு நீண்டு மைல்கணக்கில் வயல்களும், துறைகளும் இருக்கின்றதோ அந்த மையப்படுத்தப்பட்ட உலகத்தில் மட்டுமே அதிநவீன அறிவியல் தொழில்நுட்பங்களைப் பயன்படுத்த முடியும். யாரிடமிருந்து பிடுங்கப்பட்டதோ அதே மக்களுக்குத் திரும்ப அந்த நிலத்தைக் கொடுத்தாலோ, அதிகாரப் பரவலாக்கினாலோ..... அவர்கள் அப்போது ஏழைகளாக இருந்தார்கள். (ரஷ்யக் கூட்டுப் பண்ணை) அவர்கள் தற்சமயம் இருப்பதைக் காட்டிலும் மீண்டும் மாபெரும் ஏழைகளாக இருப்பார்கள்.

ஆனால் கோர்ப்பசேவ் அமெரிக்காவின் மீது அதிகம் மோகம் கொண்டுள்ளார். அவருக்கு நினைவுபடுத்த விரும்புகின்றேன். அமெரிக்க முதலாளித்துவம் வெறும் முன்னூறு ஆண்டுகள்தான் பழமை வாய்ந்தது. அமெரிக்காவில் உள்ளது போல நூறு மாடி உயர்மட்ட கட்டடங்களை கட்டுவதற்கும், நூற்றி இருபது மாடி கட்டடங்களைக் கட்டுவதற்கும், எல்.ஏ. போன்ற அதே தூய்மைக்கேட்டை அடைவதற்கும் உங்களுக்கு முன்னூறு

ஆண்டுகள் தேவைப்படும். இதையொரு வெறும் மாயாஜாலம் போல நீங்கள் செய்ய முடியாது. இருப்பினும் அமெரிக்கா முப்பது இலட்சம் பிச்சைக்காரர்களை வைத்திருக்கின்றது. குறைந்தபட்சம் சோவியத் ரஷ்யாவில் பிச்சைக்காரர்கள் இல்லை. சோவியத் ரஷ்யா அமெரிக்காவைப் போல பணக்கார நாடாக இல்லாத போதும் இந்தியாவைப்போல ஏழை நாடு அல்ல. பிடுங்கப்பட்ட நிலத்தை பிரிப்பதுவும், தனிமனிதர்களுக்கு அந்த நிலத்தை விநியோகிப்பதுவும் அது அமெரிக்காவைப் போல உருவாக்காது. இந்தியாவைப்போலதான் உருவாக்கும்.

கோர்ப்பசேவ் எல்லைகளை திறந்துவைத்துவிட்டார். இது எல்லைகளை மூடுவதற்கு அவருக்கு இப்போது உரிய காலம் கடந்ததாக இருக்கும். பத்திரிக்கையாளர்கள் அங்கு இருக்கின்றார்கள். சோவியத் யூனியனின் ஒவ்வொரு மூலை முடுக்கும் படமாக்கப்பட்டுக் கொண்டிருக்கின்றன. தொலைக்காட்சியில் ஒளிபரப்பப்பட்டுக் கொண்டுயிருக்கின்றன. (மீடியாக்கள் மூலம்) மூடிமறைக்கப்பட்ட அனைத்து விசயங்களையும் வெளியே தெரியப்படுத்திக் கொண்டிருக் கின்றார்கள். சோவியத் யூனியனில் உள்ள இருபத்தி ஐந்து சதவீத மக்கள் உண்ண உணவின்றி ஊட்டச்சத்துக் குறைப்பாட்டால் வாழ்ந்து கொண்டிருக்கின்றார்கள். தற்சமயம் வரை சோவியத் தலைவர்களால் கொடுக்கப்பட்டுவிட்ட அந்த புள்ளியியலுக்கு எதிராக செல்லத் திட்டமிட்டிருக்கிறார் கோர்ப்பசேவ்.

கோர்ப்பசேவ் வோட்காவுக்கு எதிராக இருக்கின்றார். அவரே குடிப்பதில்லை. இது குடிக்காத மக்களுக்குத் தொந்தரவு உடையதாக உள்ளது. அவர்கள் அருட்தொண்டர் களாகிவிட்டார்கள். அருட்தொண்டர் ஆகாமல் குடிக்காமல் இருப்பது மிகவும் கடினமானது. அவர்கள் ஒவ்வொருவரும் குடிப்பதை நிறுத்தவேண்டும். இப்போது கோர்ப்பசேவ் அனைத்துவிதமான மதுபானங்களுக்குமான தடையை முன்மொழிந்து கொண்டிருக்கின்றார். மக்களுக்கு கார்கள் இல்லை. வீடுகள் இல்லை. எங்கேயும் செல்வதும் இல்லை. பணமும் இல்லை. அப்படியிருக்கும்போது இதுவரை வோட்காதான் ஏழை ரஷ்ய மக்களுக்கு பொழுதுபோக்குவதற்கும், கொண்டாடுவதற்கும், அவனது உடல்தளர்வைக்

கட்டுபடுத்திக்கொள்வதற்கும் பயன்பட்டுக்கொண்டு இருந்தது. இதுதான் வோட்கா குடிக்கும் மக்களை உயிரோடு வைத்துக்கொண்டிருந்தது. குறைந்தபட்சம் மாலையில் ஒருவர் குடிக்கலாம். அவனது நண்பர்களுடன் நடனமாடலாம். சந்தோஷப்படலாம். இதுகூட மக்களிடமிருந்து நீக்கப்பட்டிருக்கின்றது. மதுவுக்கான தடையை முற்றிலும் எதிர்க்கின்றோம் என்று சோவியத் யூனியனின் இளைஞர் ஒருவர் சொன்னதைக் கேட்டு இருக்கின்றேன். அவர்கள் மதுவிலக்குக்கு எதிராக இருக்க வேண்டும். ஏனெனில் மதுவிலக்கு உலகத்தில் எங்கேயும் வெற்றியடைந்தது இல்லை. மக்கள் அதைப் பற்றி கற்றுக்கொள்ளவே இல்லை. இந்தியாவில் நாங்கள் இரண்டு முறை முயற்சி செய்திருக்கின்றோம். இந்தியா மதுவிலக்கை தடைசெய்வதில் முதல் இடத்தில் இருக்க வேண்டும். ஆனால் இரண்டு தடவைகள் நாங்கள் தோல்வியடைந்து விட்டோம். இந்திராகாந்தி பிரதம மந்திரியாக இருந்த அமைச்சரவையில் துணை பிரதம மந்திரியாக இருந்த மொராஜி தேசாய்தான் மதுவிலக்கை நடைமுறைப்படுத்துவதற்கு பொறுப்பாளராக இருந்தார். மதுவிலக்கு ஆயிரக்கணக்கான இந்தியர்களைக் கொன்றது. ஏனெனில் மக்கள் சொந்தமாகவே சாராயத்தை உற்பத்தி செய்து குடிக்க ஆரம்பித்தனர். அதை எப்படி தயாரிப்பது என்று தெரியவில்லை. கல்கத்தா, பாட்னா, சென்னை போன்ற நூற்றுக்கணக்கான இடங்களில் அந்த சாராயத்தைத் தயாரிக்க ஆரம்பித்தனர். விஷ சாராயத்தின் காரணமாக இறந்துகொண்டிருந்தனர். சுத்திகரிக்கப்பட்ட வைன்னை தயாரிப்பது என்பது ஒரு கலை. அது உங்களுடைய பதற்றத்தைத் தவிர்ப்பதற்கு உதவுகிறது. உங்களுக்கு கொஞ்சம் மகிழ்ச்சியைத் தருகின்றது. கொஞ்சம் நடனத்தையும், இசையையும் கொடுக்கிறது. அங்கு உங்களை வல்லுனன் ஆக்குகிறது.

ஒரு வல்லுனராக முடிந்த ஒருவரைப் பற்றிக் கேள்விப் பட்டிருக்கின்றேன். வைனைச் சுவைப்பதின் மூலம் அல்லது ஏதாவது ஒருவிதமான மதுபானத்தைச் சுவைப்பதன் மூலம் அது எந்த முத்திரையுடைய கம்பெனியுடையது என்றும், அது எத்தனை வருடத்தில் தயாரிக்கப்பட்ட மதுபானம் என்றும் சொல்லிவிடுவார். பத்து வருடம், இருபது வருடம்,

முப்பது வருடம் என்று இருக்கக்கூடிய வைன் குடிப்பது சிறந்தது என்றும் சொல்லுவார். அவர் பார்களுக்குச் செல்லும் பழக்கம் உடையவர். அவர் நூறு டாலர்களைப் பந்தயமாக மேஜையின் மீது வைத்துவிட்டு "நீங்கள் எந்தவிதமான மதுபானங்களையும் கொடுங்கள் நான் அது என்ன மதுபானம், அது எந்தத் தொழிற்சாலையில் தயாரிக்கப்பட்டது, அது எந்த நாட்டு மதுபானம், அது எத்தனை காலம் பழைமைவாய்ந்தது என்று சொல்லுகின்றேன்" என்று போட்டிக்கு அழைப்பார். நான் சொல்வது தவறாகத் தெரிந்தால் இந்த நூறு டாலர்கள் உங்களுடையது. நான் அதைச் சரியாக சொல்லியிருந்தால் எனக்கு நீங்கள் நூறு டாலர் கொடுக்கவேண்டும் என்று பந்தயம் கட்டுவார். இந்த மனிதரை எப்படி சமாளிப்பது என்று தெரியாமல் அந்த பார் உரிமையாளர் ஒரு டம்ளர் மதுபானத்தை ஊற்றிக் கொடுப்பார். குடித்தவுடன் உடனடியாக இது முப்பது வருட பழைமையுடைய பிரெஞ்சு நாட்டு மதுபானம் என்று கூறினார். பாரில் உள்ள அனைவரும் அவரைச் சுற்றி நின்று ஆச்சரியமடைந்தனர். அவர் அவரது பந்தயப் பணத்தோடு சேர்த்து இருநூறு டாலரையும் எடுத்துக்கொண்டு இன்னும் பந்தயம் கட்ட விரும்புகின்றீர்களா என்று மற்றவர்களைப் பார்த்துக் கேட்பார். சரி, நூறு டாலர்களை கீழே வையுங்கள் என்று மீண்டும் போட்டி ஆரம்பம் ஆனது. பார் உரிமையாளர் வேறொரு வைன் பாட்டிலைக் கொடுத்தார். அதை சுவைத்துவிட்டு அதே உணர்வுடன் அந்த வைனைப் பற்றிச் சொன்னார். இம்மாதிரியாக பத்துத் தடவைகள் அந்த பாருக்கு சென்றிப்பார். ஒவ்வொரு தடவையும் அந்த உரிமையாளர் தோற்றுப் போனார். இதன்மூலம் அந்த உரிமையாளர் ஆயிரம் டாலரை இழந்திருந்தார். அடக் கடவுளே! என்ன ஆச்சரியம்! இந்த மனிதர் நம்பமுடியாதவராக இருக்கின்றாரே! என்று கூட்டத்தில் சொல்லிக்கொண்டிருக்கும்போது கூட்டத்திலிருந்து ஒரு மனிதர் டம்பளரில் ஊற்றிக்கொண்டு வந்து கொடுத்தார். அதை அருந்திவிட்டு அடக் கடவுளே! இது மனித சிறுநீர் என்று சொன்னார். அதைக் கொடுத்தவர் கூட்டத்திற்கு பின்னாலிருந்து இது யாருடைய சிறுநீர் என்று கேட்டார். நீ யாருடையது என்றும் எத்தனை காலம் ஆயிற்று என்றும் சொல்லவிட்டால் நீ பந்தயத்தில் தோற்றவனாவாய் என்று கூறினார்.

வெறியூட்டும் பானங்கள் மனிதனைப் போல பழைமையாக உள்ளது. எந்த நாடும் அவைகளை தடைசெய்ய முடியாமல் இருக்கின்றன. மதுபானங்களைப் பல நாடுகள் தடைசெய்திருக்கின்றன. அந்த நாடுகள் அனைத்தும் தோல்வியடைந்துவிட்டன. ஏனெனில் அது அதிகம் அபாயகரமானதாக திரும்பிவிட்டது. மக்கள் அனைத்துவிதமான போதைப் பொருள்களையும், கள்ள சாராயத்தையும் நுகரத் தொடங்குகிறார்கள். மக்கள் மருந்து என்கிற அடிப்படையில் அனைத்துவிதமான பொருள்களையும் தயாரித்துக் கொண்டுயிருந்தார்கள். ஆனால் இது அனைத்தும் சட்டத்திற்குப் புறம்பானது. ஆகவே இது சரியானதா? இல்லையா என்பது குறித்து அதனை சோதனையிடுவதற்கான வழிமுறைகள் இல்லை. இது அரசியல் நிர்ணயம் உடையது என்று எவருக்கும் தெரியாது. ஆகவே எங்கெங்கு மதுவிலக்கு அமுலில் உள்ளதோ அந்த நாட்டில் உள்ள ஆயிரக்கணக்கான மக்களைக் கொன்றது. இதுவரையிலும் குடிக்காத மக்களை அந்த மதுவிலக்கு அதிகம் கவர்ந்தது. மதுவிலக்கு அதிகம் கவர்ந்திழுக்கிறது. நீங்கள் எதையாவதை தடை செய்தால் மக்களின் மனநிலையை கவனியுங்கள். மக்கள் அதைப் பற்றிக் கவலைப்படவே மாட்டார்கள். அதில் ஏதோ இருக்கவேண்டும் இல்லையென்றால் அதை ஏன் அரசாங்கம் தடைசெய்ய வேண்டும் என்று விருப்பப்பட்டு மக்கள் அது எங்கு கிடைக்கும் என்று தேட ஆரம்பிப்பார்கள்.

ஐஸ்கிரீமை தடைசெய்து பாருங்கள். உடனே நாட்டிலுள்ள மக்கள் அனைவரும் ஐஸ்கிரீம் சாப்பிடுவதற்கு அதிகம் விருப்பப்படுவார்கள். மக்கள் அதைப் பற்றிக் கவலைப்படுவதேயில்லை. எங்கு இதுபோன்ற பொருள்களின் தேவைகள் இருக்கின்றதோ அப்போது அங்கு அந்தப் பொருள்களின் விநியோகமும் இருக்கும். ஐஸ்கிரீம் நல்ல உணவுப்பொருள் அல்ல. ஏனெனில் அது காகித மையில் தயாரிக்கப்படலாம். பாலுடன் கலக்கப்பட்டு அந்தக் காகித மையை உரைய வைக்க வேண்டியிருக்கிறது. காகித மையில் (றிகூீவீஸீமீவீஸீரீ மிஸீளீ) தயாரிக்கப்பட்ட ஐஸ்கிரீமை நீங்கள் சாப்பிட்டு இருக்கலாம். இது ஐஸ்கிரீமைப் போலவே இருக்கும். நீங்கள் அதைத் தடை செய்து பாருங்கள். மக்கள்

அது எங்கு கிடைக்கும் என்று தேட ஆரம்பிப்பார்கள். இதுவரையிலும் சாப்பிட விருப்பப்படாதவர்களும் அதில் அதிகம் விருப்பப்படுவார்கள்.

இப்போது கோர்ப்பசேவ் மதுபானங்களை குடிக்கும் பழக்கத்திலிருந்து ரஷ்யர்களை தடைசெய்வதற்கு விரும்புகிறார். இது புரட்சி அல்ல. மக்கள் குடிக்கக்கூடாது என்று நீங்கள் விரும்பினால் அவர்களது பதற்றத்தைத் தவிர்ப்பதற்கு அதைவிட உயர்வான எதையாவதைக் கொடுக்க வேண்டியிருக்கிறது. பதற்றத்தின் காரணமாகவும், பருவ கால வேறுபாட்டின் காரணமாகவும் அவர்கள் குடிக்கின்றார்கள். பதற்றத்தை மறப்பதற்காகத்தான் அவர்கள் குடிக்கின்றார்கள். அவர்கள் மனைவியை மறப்பதற்காகவும், அவர்களது கணவர்களை மறப்பதற்காகவும், அவர்களது சிறுகுழந்தைகளை மறப்பதற்காகவும் குடிக்கின்றார்கள். அவர்கள் தங்களது வியாபாரப் பிரச்னைகளை மறப்பதற்காகவும் குடிக்கின்றார்கள். அவர்கள் அவர்களது பொருளாதாரப் பிரச்னைகளை மறப்பதற்காகவும் குடிக்கின்றார்கள். அந்தப் பிரச்னைகளைத் தீர்ப்பதற்கு உயர்ந்தபட்ச பிரக்ஞையும், உணர்வையும் அவர்களுக்கு கொடுத்தால் அப்போது அங்கு எதையும் மறப்பதற்குத் தேவையில்லை. இதுபோன்ற ஒரு ஆழமான உஷார் நிலையையும், விழிப்புணர்வையும் கொடுத்தால் அவர்களது துயரத்தின் வேர்களைக் அவர்களால் கண்டறிய முடியும். அவர்கள் மதுபானங்களோடு அதை மூடிமறைக்க விரும்ப மாட்டார்கள். ஆனால் அதன் வேர்களிலிருந்து அதை வெட்டுவதற்கு விரும்புகின்றார்கள். வெறியூட்டும் பானங்களைத் தடைசெய்ய வேண்டுமானால் அதற்கு தியானத்தைத் தவிர வேறு வழியில்லை.

தியானம் ஒரு உண்மையான ஆன்மீக மதுபானம். அது உங்களுக்கு இதுபோன்ற ஆழமான பேரின்பத்தை கொடுக்கின்றது. இது உங்களது பேரின்பத்தை மறப்பதற்கானத் தேவையைக் கொண்டிருப்பதில்லை. உங்களது பேரின்பத்தை மறப்பதற்கு விரும்புகின்றீர்களா? மதுபானங்கள்தான் அந்த பேரின்பத்தை மறப்பதற்கு உங்களுக்கு உதவுகின்றது. அது பதற்றமாக இருக்கின்றதா? பேரின்பமாக இருக்கின்றதா? இறுக்கமாக

இருக்கின்றதா? அதைச் சாதாரணமாக மறப்பதற்கு தியானம் உதவி செய்கின்றது. நீங்கள் பேரின்பமாக, மகிழ்ச்சியாக இருக்கின்ற அப்போது, நீங்கள் எந்த பதற்றமும் இல்லாத அப்போது நீங்கள் போதை தரும் மதுபானங்களைக் குடிக்கமாட்டீர்கள். ஏனெனில் மதுபானம் உங்களது பேரின்பத்தையும், மகிழ்ச்சியையும், உங்களது நடனத்தையும், உங்களது பாடலையும் அழித்துவிடும். மக்களுக்கு சில ஆன்மீக விழிப்புணர்வைக் கொடுங்கள். அதுதான் புரட்சி.

எந்தவொன்றையும் தடை செய்வது புரட்சி அல்ல. தடைசெய்வது பிற்போக்குத்தனமான எதிர்செயல் ஆற்றுவது. மக்கள் ஏற்கனவே வருத்தமாக இருக்கின்றார்கள். நீங்கள் அவர்களை மேலும் வருத்தமடையச் செய்கின்றீர்கள். மதுபானத்தைத் தடைசெய்வதற்கு கோர்ப்பசேவ் என்னதான் காரணம் வைத்துள்ளார்? ரஷ்ய மக்கள் மதுபானங்களைக் குடிப்பதால் திறமையாக வேலை செய்வதில்லை என்று கோர்ப்பசேவ் நினைக்கின்றார். மக்கள் திறமையாகவும், மிகவும் கடினமாகவும் வேலை செய்வதற்கு விரும்புகின்றார். அவர்களுக்கு இரவில் தளர்வு நிலையில் இருப்பதற்கு அதிகமான மதுபானம் தேவைப்படும். மீண்டும் அடுத்த நாள் காலையில் அதேமாதிரியான வேலைகள் தொடர்கின்றன. மதுபானங்களை அவர்களிடமிருந்து நீக்கிவிட்டால் அது திறமையாக வேலை செய்வதற்கு உதவாது. அது மக்களை அதிகம் வேலை செய்வதற்கும் உதவாது. அது அதிகமான வருத்தத்தையேக் கொடுக்கும். எதிலும் விருப்பப்படாமல் அதிகமான தூரத்தில் நிறுத்திவைத்துவிடும். நாட்டை பணக்கார நாடாக்குவதற்கு உதவாது. வெறும் வருத்தமே மிஞ்சியிருக்கும்....

மக்களிடம் நாட்டுப் பற்று என்பதை உருவாக்குதல் பாசிசத்தின் அடித்தளத்தை உருவாக்குவதுதான். அதாவது பொதுவுடைமைக் கொள்கைக்கு எதிரான நிலைபாட்டை உருவாக்குவதுதான். பாசிசம் நாட்டுப் பற்று என்கிற அடிப்படையில் உயிர்ப்போடு இருக்கின்றது. நீங்கள் ஜெர்மனியராக இருக்கின்றீர்கள். நீங்கள் உலகத்தை ஆள்வதற்கு பிறந்து இருக்கின்றீர்கள். நீங்கள் ரஷ்யர்கள். உங்களை மக்கள் தேர்ந்தெடுத்து இருக்கின்றார்கள். நீங்கள் தேர்ந்தெடுக்கப்பட்டவர்களாக இருக்கின்றீர்கள்.

ஆனால் நீங்கள் தேர்ந்தெடுத்தவர்களாக இருக்க விரும்பினால் நீங்கள் கடவுளைக் காண்பதற்கு இருப்பீர்கள். கோர்ப்பசேவ் சர்ச்சுகளையும், இராமகிருஷ்ணா மிஷின்களையும், ஹரே ராமா இயக்கத்தினரையும் அனுமதித்துக் கொண்டிருக்கின்றார். இதைத் தொடர்ந்து இந்தியாவிலிருந்து மாயாஜால சாகசங்களை உருவாக்க சாய்பாபா போன்றவர்களும், பாம்பாட்டிகளும் பின்தொடர்வார்கள். அந்த மாயாஜால சாகசங்கள் அனைத்திலும் ஒன்றுமில்லை. ஆனால் வீதியோர வித்தைகள். வித்தைக்காரர்கள் வந்துகொண்டிருப்பார்கள். இதனால்தான் ரஷ்யா விரைவில் ஒரு சாதாரண முதலாளித்துவ நாடாக மாறி அது அதனுடைய மரியாதையையும், சக்தியையும் இழக்கும்.

இராணுவப் படைகளைத் தற்காப்பு வலிமைக்குள் மாற்றப்பட முடியும் என்பதை ஜெர்மனியில் உள்ள ஒரு மனிதர் கண்டறிந்து உள்ளார். அது அவர்களது சொந்தங்களைத் தாக்காது. அந்த முறையைக் கற்றறிவதற்கு கோர்ப்பசேவ் அவரது உதவியாளர்களை அனுப்பி உள்ளார். அவர் ஒரு அப்பாவியாக இருக்கின்றார் என்றே கருதுகின்றேன். ஒரு நபர் தாக்கவில்லையெனில் அவர் தற்காத்துக்கொள்ள முடியாது. ஏனெனில் தற்காப்பிற்காக அவர் தாக்க வேண்டியிருக்கும். நீங்கள் ஒருவரைத் தாக்காமல் எப்படி தற்காத்துக்கொள்ளப் போகின்றீர்கள்?

மூன்றாயிரம் வருட காலத்திற்கு முன்பு போர் வெறியர்களாக இருந்த இந்தியாவிருந்த சாணக்கியாவிடமிருந்தும், மாக்கியவெல்லியிடமிருந்த பழைமையான கொள்கைகள் போன்று அதே கொள்கைகளாக இருக்கின்றன. சாணாக்கியாவும், மாக்கியவெல்லியின் கொள்கைகள் மூவாயிரம் வருடம் வித்தியாசம் உடையது. ஆனால் கொள்கைகள் என்னவோ அதுவாகவே இருக்கின்றன. சார்ந்திருப்பதற்கான மிகச் சிறந்த வழி தாக்குவதுதான். நீங்கள் தற்காப்பில் இருக்கின்ற அப்போதே நீங்கள் ஏற்கனவே பாதியளவில் போர் செய்கின்றீர்கள் என்பதுதான். குறிப்பாக ஒரு நேரத்தில் சிறிய ஆயுதங்களுடன் மந்தமான போராக இருப்பதில்லை. போர் அணுஆயுதங்களாக இருக்கின்றபோது அது பத்து நிமிடக் கேள்வியாக மட்டுமே உள்ளது. ஏனெனில் மொத்த உலகமும் அழிக்கப்படும்.

உண்மையில் யார் தாக்குகின்றார்களோ அவர்கள் உயிர் வாழலாம். நீங்கள் தற்காப்பு நிலையில் இருப்பீர்களேயானால் அங்கு நீங்கள் உயிர் வாழ்வதற்கு வாய்ப்பு இல்லை.

என்னைப் பொறுத்தவரையில் அமெரிக்காவின் பின்புலத்தில்தான் இந்த அனைத்துக் காட்சிகளும் அரங்கேறிக்கொண்டு இருக்கின்றது என்று கருதுகின்றேன். இது அமெரிக்க அரசியல்வாதிகளின் கூட்டுச் சதியாக இருக்கின்றது. இவ்வுலகில் மிகவும் மறைமுகமாக கம்யூனிசத்தை தற்கொலை செய்யவைத்து, கம்யூனிசத்தைத் துடைத்தெறிந்துவிட்டு அமெரிக்க அரசியல்வாதிகள் கோர்ப்பசேவ்வை பிரபலமாக்கிக் கொண்டிருக்கின்றார்கள்.

ஒரு நாட்டிற்கு யார் ஒருவர் ஒரு புதியப் பொருளாதார அமைப்புக்கும், புதியப் பொருளாதாரத் திட்டங்களுக்கும் உதவுவார்களோ, யார் ஒருவர் ஆன்மீக நாடாக மாற்றுவதற்கு உதவுவார்களோ அந்த அடிப்படையில் எல்லைகள் திறக்கப்படுமேயானால் முற்றிலும் ஒட்டுமொத்த ஆதரவையும் தெரிவிப்பேன். சர்ச்சுகளும், ஜெக்கோவாவின் பைத்தியங்களும் நாட்டின் பொருளாதார நிலைமைகளை மாற்றப்போவதில்லை. ரஷ்யப் புரட்சிக்குப் பின்பு எதை ரஷ்யர்கள் எழுபது வருடங்களாக சாதித்துக் காட்டியிருக்கின்றார்களோ அதை அழிப்பதற்குத்தான் அங்கே போகின்றார்கள்.

மகாத்மா காந்தி அதிகாரப் பரவலுக்குச் சாதகமாக இருந்தார். ஆனால் அவரைப் பின்பற்றுபவர்கள்கூட அவரது உருவச் சிலைகளை அமைப்பது சிறந்தது என்றும், நாட்டின் தந்தை என்று அழைப்பது சிறந்தது என்றும் அனைத்து இடங்களிலும் அவரது படங்களை அனைத்து அரசு அலுவலகங்களிலும் வைப்பது சிறந்தது என்கிற விசயத்தை அறிந்தனர். ஆனால் அவரிடம் வேறு எதைப் பற்றியும் கேட்கவே இல்லை. ஏனெனில் நீங்கள் அவரிடம் கேட்டால் எப்போது இராட்டை கண்டுபிடிக்கப்பட்டதோ அந்த ஆயிரக்கணக்கான ஆண்டுகளுக்கு முந்திய அந்தப் பழைய காலத்திற்கு அழைத்துச் சென்றுவிடுவார் காந்தி. தொழில்நுட்பத்தின் கடைசி வார்த்தையாக அந்த இராட்டையைத்தான் விரும்பினார். அந்த இராட்டைக்குப் பிறகு கண்டுபிடிக்கப்படும் அனைத்துத் தொழில்நுட்பங்களையும்

அழிக்கப்பட வேண்டும் என்று கூறுபவர். கட்டை வண்டிதான் உலகத்தில் வாகனமாக இருக்க வேண்டும் என்றும், இராட்டைதான் தொழில்நுட்பம் என்றும் கூறுபவர். இவ்வாறு காந்தி அதிகாரப் பரவலுக்கு சாதகமாக இருந்தார். அதிகாரப் பரவல் செய்தால் நீங்கள் புதியத் தொழில்நுட்பத்தைக் கொண்டுவர முடியாது. குறிப்பாக கம்யூனிசம் உள்ள ஒரு நாட்டில் அது மையப்படுத்தலுக்கானத் தேவையிருக்கிறது. ஒரு முதலாளித்துவ நாட்டில் அரசும் முதலாளிகளும் தனித்தனியாக உள்ளார்கள். முதலாளிகள் மக்களை அவர்களது சுயநலத்திற்காகப் பயன்படுத்துவதற்கு தனிப்பட்டச் சுதந்திரத்தைக் கொண்டுள்ளார்கள். அரசாங்கங்கத்தால் முதலாளிகளுக்கு பின்வாசல் வழியாக உதவப்படுகிறது. ஏனெனில் அந்த முதலாளிகள் அரசியல்வாதிகளுக்கு தேர்தல் காலங்களில் உதவுகின்றனர். ஆகவே அவர்கள் இருவரும் ஒன்றுசேர்ந்து கைகுலுக்கிக்கொள்வார்கள். மேலோட்டமாகப் பார்த்தால் அவர்கள் தனித்தனியாக

இருப்பதாகத் தோன்றும். முதலாளிகளுக்கு அதிகாரம் இல்லை. அரசியல்வாதிகளுக்கு பணம் இல்லை. ஆகவே அவர்கள் இருவரும் ஒன்றிணைந்து மிக நன்றாகவே சமூகத்தில் வலம் வருகின்றார்கள். முதலாளிகளுக்கு அதிகாரம் இல்லாததால் அவர்கள் மக்களுக்குத் தொல்லை கொடுக்க முடியாது. ஆனால் அரசியல்வாதிகள் தேர்தல்களில் மக்களின் வாக்குகளைச் சார்ந்திருப்பதால் அவர்களும் மக்களுக்கு மிக அதிகமான அளவிற்கு தொந்தரவு கொடுக்காது கவனமாக உள்ளார்கள். இல்லையென்றால் மக்கள் அவர்களுக்கு ஓட்டுப் போட மாட்டார்கள்.

ஒரு கம்யூனிஸ்ட் நாட்டில் அரசும், முதலாளித்துவமும் இரண்டும் இணைந்தே உள்ளது. அதாவது நாட்டில் உள்ள ஒவ்வொன்றையும் அரசே சொந்தம் கொண்டுள்ளது. அது அனைத்து அதிகாரங்களையும் வைத்துள்ளது. ஏனெனில் அங்கு ஒரே கட்சியான கம்யூனிஸ்ட் கட்சி மட்டுமே உள்ளது. அங்கு வாக்கு சேகரிப்பு என்கிற கேள்வியே இல்லை. தேர்தல் நடைபெறுகிறது. ஆனால் அவைகள் வெறும் போலியான சம்பிராதயத் தேர்தல்தான் நடைபெறுகின்றன. கம்யூனிஸ்ட்

கட்சி மட்டுமே அங்கு உள்ளன. யார் அந்தக் கட்சியுடன் போட்டி போடுவார்கள்? யாராவது கம்யூனிஸ்ட் கட்சி வேட்பாளர்க்கு எதிராக போட்டியிட வந்தால் அவர் இரவோடு இரவாக காணாமல் மாயமாகி விடுவார். அந்தப் போட்டியாளர் எங்கு சென்றுவிட்டார் என்பதை எவரும் அறிந்துகொள்ள மாட்டார்கள். ஆகவே யாரும் தேர்தலில் போட்டியிட மாட்டார்கள். ஒரு நபர் தேர்தலில் போட்டியிடுகிறார்.

அவருக்கு வாக்களிக்கும்படி அங்கு உள்ள மக்கள் அனைவரிடமும் சொல்லப்படுகிறது. இது வாய்ப்புள்ளவர்களுக்கானத் தேர்தல் அல்ல. கம்யூனிஸ்ட் நாட்டில் அனைத்தும் மையப்படுத்தப்பட்டுள்ளது. தனக்கு மட்டுமே சொந்தம் என்று தனித்த முதலாளிகளே இல்லாமல் செய்வது பற்றி மக்களுக்குத் தெளிவுபடுத்துவது எப்படி என்று கம்யூனிசம் மக்களுடைய மனங்களை எப்படி மாற்றுவது என்பதை அறிந்திருப்பதால், அதே மக்களுக்கு அன்பும், இரக்கம், பணிவு, அமைதி ஆகியவை அவர்களது செயல்களின் காரணமாக வெளிப்படுகின்றது என்பதால் அதிகமான தியானத்தன்மையும், அமைதியும் உருவாக்குவது எப்படி என்பதையும் அறிந்தால் மட்டுமே அப்போது கம்யூனிசம் ஒரு ஆன்மீகப் புரட்சியாகின்றது.

கோர்ப்பசேவ் எதைப் புரட்சி என்று சொல்லுகின்றார்? முற்றிலும் இல்லையென்றே சொல்லுகின்றேன். நீங்கள் உண்மையில் ஒரு புரட்சியாளராக இருப்பதற்கு விரும்பினால் உங்களது நாட்டிற்கு ஆன்மீகத்தைக் கொடுப்பதுதான் ஒரே வழி. முதலாளித்துவத்தைக் கொண்டு வருவதால் அல்ல. முதலாளித்துவத்தை இன்றைய காலத்திற்குக் கொண்டுவருவது பின்னோக்கிச் செல்வதற்கானது. எழுபது வருட கால மொத்த புரட்சிகர முயற்சியையும் அழிப்பதற்கானது ஆகும். புரட்சியில் இறந்துபோன இலட்சகணக்கான மக்களின் ஒட்டுமொத்த தியாகத்தையும் அழிப்பதற்கு ஒப்பானதாகும்.

நானொரு ஆன்மீக கம்யூனிஸ்ட். நானொரு ஆன்மீக பயங்கரவாதி. தோழர் கோர்ப்பசேவ் பற்றியோ, ஜார்ஜ் புஷ் பற்றியோ கவலைப்பட மாட்டேன். கோர்ப்பசேவ்வின் புத்தகங்கள் இன்றுதான் எனது கைக்கு கிடைத்துள்ளது. அந்தப் புத்தகங்கள் தீயத் தன்மையுடையதாக உள்ளன. அவரது சொந்த

மக்களையே நாசப்படுத்திக் கொண்டிருக்கின்றார். மேலும் அனைத்து அதிகாரங்களையும் அவரே வைத்துக்கொண்டார். ஆகவே அங்கு எவ்வித சாத்தியக்கூறுகளும் இல்லாமல் உள்ளது.

ஜனாதிபதிகளைக்கூட சுட்டுக்கொல்லலாம் என்கிற கவனம் இல்லாமல் இருக்கின்றார். அவர் சோவியத் யூனியனை மற்றொரு அமெரிக்காவாக உருவாக்குவதற்கு முயற்சித்துக்கொண்டிருப்பதால் நினைவில் கொள்ளுங்கள்:

அமெரிக்காவின் இருபத்தி ஐந்து சதவீத ஜனாதிபதிகள் சுட்டுக்கொல்லப்பட்டிருக்கின்றார்கள். கோர்ப்பசேவ் முழுமையானப் புரட்சிக்கு எதிராக என்ன செய்துகொண்டிருக்கின்றார்? சோவியத் யூனியனில் மட்டுமல்ல. சோவியத் யூனியன் முதலாளித்துவ நாடாக மாறினால் அது அந்த நாட்டை மட்டும் அழிக்காது. அந்த நாட்டின் கௌரவத்தையும், அதிகாரத்தையும் அழித்துவிடும். அது ரஷ்யாவின் உதவிகளை சார்ந்திருக்கின்ற மற்ற சில கம்யூனிஸ்ட் நாடுகளையும் அழித்துவிடும். கோர்ப்பசேவ் மற்ற கம்யூனிஸ்ட் நாடுகளுக்கு கொடுத்துவந்த ஆதரவை வெட்டிவிட்டார். கியூபாவுக்கு கொடுத்துவந்த ஆதரவையும் நிறுத்திவிட்டார். கியூபா சிறிய நாடு. சோவியத் யூனியன் அதை ஆதரிக்கவில்லையானால் அமெரிக்கா ஒரே நிமிடத்தில் அந்த நாட்டின் அதிகாரத்தை எடுத்துக்கொள்ளும். செக்கோஸ்லோவியாவிற்கு என்ன நிகழும்? சீனாவும் ஏற்கனவே முதலாளித்துவ நாடாக ஆவதற்கானப் பாதையில் செல்கிறது. சீனாவின் தலைவர்கள் அமைதியாக இருப்பதால் அந்த நாடு உதவிகள் அதிகம் செய்வதில்லை. நகரங்களில், பெரிய நகரங்களில் அதிகம் செய்யவில்லை. ஆனால் சீனாவில் 80 சதவீதம் கிராமங்களாக உள்ளன. அவர்கள் ஏற்கனவே கிராமங்களில் தனியார் உரிமையாளர்களுக்கு நிலங்களை விநியோகித்துக் கொண்டிருக்கின்றார்கள். சீனத் தலைவர்கள் அதைப் பற்றி அதிகம் வம்பு செய்துகொண்டிருக்கின்றார்கள். அது அமெரிக்காவிற்கு நெருக்கமாக வர வர அவர்கள் கம்யூனிஸ்ட் புரட்சியைக் காட்டிக்கொடுத்துக் கொண்டுயிருக்கிறார்கள் என்று அவர்களுக்குத் தெரியும்.

ரிச்சார்டு நிக்சன் அவரது நாட்டு மக்களுக்கு எதிராகவே மாபெரும் தவறுகள் இழைத்தபோது அவரது ஜனாதிபதி

பதவியைத் இழக்க வேண்டியிருந்தது. இதுவே அவரை மன்னிக்கப்படுவதற்கான வழியாக இருந்தது. ஜனாதிபதி குற்றங்களை மன்னிப்பதற்கு அதிகாரத்தைக் கொண்டுள்ளார். நிக்சன் ஜனாதிபதி பதவியிலிருந்து ஓய்வு பெற்றதால் போர்டு துணை ஜனாதிபதி ஆனார். பின்பு போர்டு ஜனாதிபதி ஆனார். இது பரஸ்பரம் பகிர்ந்துகொள்ளும் புரிதலாக இருந்தது. போர்டு ஜனாதிபதியான அப்போது அவர் நிக்சனை உடனடியாக மன்னிப்பார். ஆகவே நிக்சன் எந்த உச்சநீதிமன்றத்தையோ அல்லது வேறெந்த நீதிமன்றங்களையும் எதிர்கொள்ள வேண்டியதில்லை. செனட்யோ, மக்களையோக் கூட எதிர்கொள்ள வேண்டியதில்லை. நீண்டகாலம் ஜனாதிபதியாக இல்லாத பிறகு ரிச்சார்டு நிக்சனை அழைத்த முதல் நபர் சீனாவின் மாசேதுங்தான். நிக்சனை சீனாவிற்குக் கூட்டிவருவதற்கு அவரது சொந்த விமானத்தையே அனுப்பிவைத்தார். நினைவுகூறத்தக்க வகையில் அவர் என்னதான் அவரிடம் சொன்னார்: என்ன மாதிரியான மக்கள் உங்கள் மக்கள்? வெறும் சாதாரண விசயங்கள்,... மற்றவர்களுடைய தொலைபேசி அழைப்புகளை பதிவு செய்வதும், கேட்பதுதான். இது ஒரு குற்றமே அல்ல. ஒவ்வொரு அரசியல்வாதியும் இதைத்தான் செய்கின்றார். அதைத்தான் நான் செய்தேன். மாசேதுங் தெளிவாகச் சொன்னார்: எங்கு பகை வளர்ந்துகொண்டிருக்கின்றது என்பது குறித்து எச்சரிக்கையாக இருப்பதற்கும், எங்கிருந்து தாக்குதல்கள் வரலாம் என்பது குறித்தும் ஒவ்வொரு அரசியல்வாதியும் அவசியத்தின் காரணமாக தொலைபேசி அழைப்பை ஒட்டுக் கேட்கிறார்கள். நீங்கள் எப்போது அதிகாரத்தில் இருக்கின்றீர்களோ அப்போதே நீங்கள் அபாயத்தில் இருக்கின்றீர்கள். இப்போது ரிச்சார்டு நிக்சனைக் கொல்வதற்கு எவருமில்லை. உங்களுக்கு அவர் எங்கு இருக்கின்றார் என்பதே தெரியாது. அவரைப் பற்றி செய்தித்தாள்களில் பார்ப்பதேயில்லை. அவர் இறக்கின்றபோது செய்தித்தாளின் நான்காவது பக்கத்தில் எங்கேயோ ஒரு மூலையில் சிறு எழுத்துக்களில் ''முன்னால் ஜனாதிபதி ரிச்சார்டு நிக்சன் மரணமடைந்தார்'' என்று நீங்கள் அவரைக் கொஞ்ச நேரம் பார்க்கலாம். கதை முடிந்தது. ஆனால் அவர் வருடக்கணக்காகத் தலைப்புச் செய்திகளில் அவரது பெயர் வந்துகொண்டிருந்தது.

அமெரிக்க மக்கள் என்னவிதமான மக்கள் என்பது குறித்து மாசேதுங் ஆச்சரியமடைந்தார். அவர்களது ஜனாதிபதியையே

வெளியேற்றிவிட்டார்கள். "நான் உங்கள் இடத்தில் இருந்து இருந்தால் அந்த நாட்டு மக்கள் அனைவரையும் கொன்றிருப்பேன்" என்றார் மாசேதுங். மாசேதுங் இறந்தபோது யாரை அதிகாரத்திற்கு வெளியே வைத்திருந்தாரோ அவர் அதிகாரத்திற்கு வந்தபோது மாவோவிடம் அதிகம் செல்வாக்கு பெற்றிருந்த அவரது மனைவியை உடனடியாக அதிகாரத்திற்கு வந்தவர்கள் கொன்றார்கள். உண்மையில் நாட்டை ஆண்ட மாவோவிற்கு அவரது மனைவி பின்புலமாக இருந்தாள். மாவோவிற்கு வயதாகிக் கொண்டிருந்தது. அவள் இளமையாக இருந்தாள். மேலும் அவள் ஒரு சினிமா நடிகையாகவும் இருந்தாள். அவளுக்கும் மாவோவிற்கும் வயது வித்தியாசம் மிகவும் அதிகமாக இருந்தது. மாவோ முதுமையடைந்து கொண்டிருந்தார். முப்பது ஆண்டுகால நீண்டப் புரட்சியை யார் வேண்டுமானலும் அழித்துவிட முடியும். சண்டை போடுதல்..... சண்டை போடுதல்..... சண்டை போடுதல்..... தப்பிப்பது.... சண்டை போடுவது... இவைகளைத் தவிர வேறொன்றுமில்லை. மாவோ அவரது வயதான காலத்தில் சினிமா நடிகையை திருமணம் செய்துகொண்டார். அந்த சினிமா நடிகைக்கு நிச்சயமாக மாவோ மீது விருப்பம் இல்லை. ஏனெனில் மாவோ அழகானவரும் அல்ல. இளைஞரும் அல்ல. அவர்களுக்கு குழந்தைகள் பிறக்கவில்லை. ஆகவே மாவோ என்ன நிலைபாட்டைக் கொண்டிருந்தார் என்பதை உங்களால் புரிந்துகொள்ள முடியும்.

மாவோ அந்த நடிகையை திருமணம் செய்துகொள்வதற்கான ஒரே காரணம் அவள் மிகவும் அழகானவளாக இருந்ததுதான். அதிகாரத்திற்கு ஏற்றவளாக இருந்தாள். அவள் மாவோவின் பெயரில் கட்டளைகளைப் பிறப்பித்துக் கொண்டிருந்தாள். அவள்தான் உண்மையில் கட்டளையிடுபவள். கம்யூனிஸ்ட் கட்சியின் உயர்பதவிகளில் இருந்துகொண்டு யார் யார் மாவோவிற்கு எதிராகவும், அவளுக்கு எதிராகவும் இருந்தார்களோ அவர்கள் அனைவரையும் அந்த பதவிகளிலிருந்து தூக்கி வீசினாள். மாவோ இறந்தபோது அவர்கள் அனைவரும் மீண்டும் பதவிக்கு வந்தார்கள். முதலாவதாக அவளையும், அவளுக்கு ஆதரவாக இருந்த மற்ற நான்கு பேர்களையும் தூக்கிலிடுவதாக இருந்தது. அப்போது அந்த நால்வரை மட்டும்

தூக்கிலிட்டார்கள். மாவோவைச் சுற்றியிருந்த அனைவரும் அழித்தொழிக்கப்பட்டனர். இப்போது பதவியேற்றுக்கொண்ட இந்த மக்களுக்கு கம்யூனிசம் என்றால் என்ன என்று மிகச் சரியாகத் தெரியாது. முதலாளித்துவ அமெரிக்காவைப் பார்த்து மலர்ச்சியடைந்து கொண்டிருக்கின்றது. அவர்கள் தனியார் உரிமையாளர்களுக்கு நிலத்தை விநியோகிக்க ஆரம் பித்தார்கள். தனியார் உரிமையாளர்களுக்கு ஒவ்வொன்றையும் விநியோகிப்பதற்கு அடுத்த காலடியை நகரங்களுக்கு எடுத்துவைக்கும். ஏனெனில் அது அவர்களுக்கு ஊக்கத்தைத் தருகின்றது. ஆசையின் காரணமாகவும் மக்கள் வெற்றியடைவதற்கு கடினமாக போராட ஆரம்பிக்கிறார்கள். இது பழைய மனநிலையாகும். பழைய மனநிலைகளின் ரூபத்தை முற்றிலும் மாற்றினால் மட்டுமே மக்கள் அனைவரும் மனித இனமாக உணர ஆரம்பிக்கிறார்கள். அப்போது மக்கள் அன்பின் காரணமாக வேலை செய்யத் தொடங்குகிறார்கள். ஆசையின் விளைவால் அல்ல. இதுபற்றி எனக்கு நேரடியான அனுபவம் உள்ளது. அன்பின் காரணமாக, மகிழ்ச்சியின் காரணமாக நீங்கள் இங்கு உள்ளீர்கள். முன்பு எப்போதும் மக்கள் இதுவரையில் பார்த்திருக்காத ஒரு புதிய விதமான கம்யூனை இங்கு உருவாக்கிக் கொண்டிருக்கின்றோம் என்கிற மகிழ்ச்சியின் காரணமாக அமெரிக்க கம்யூனில் சந்நியாசிகள் எந்தவிதமான ஆசையும் இன்றி வேலை செய்துகொண்டிருந்தார்கள். ஆனால் அதன் அடிப்படை தியானமாக இருந்தது. முதலாளித்துவம் இல்லாத சோவியத் ரஷ்யாவிற்கு என்ன தேவைப்படுகிறது? தோழர் கோர்ப்பசேவ் அவர்களே! சோசலிச முதலாளித்துவம் என்று அழைத்து உங்களுடைய மக்களை ஏமாற்றக் கூடாது. அது அடிப்படையில் முரண்பாடுகள் உடையது. அது உங்களுக்கு உதவாது. எந்தவிதமான போர்களும் இன்றி அது உங்களை அழித்துவிட்டு அமெரிக்க நாட்டின் நலன்களுக்கே உதவுவதற்கு செல்லும். இதனால் உங்களது நாட்டை மட்டுமே அழிக்கவில்லை. உங்களைச் சார்ந்திருக்கும், நீங்கள் ஆதரவு கொடுத்துக் கொண்டிருக்கும் மற்ற கம்யூனிஸ்ட் நாடுகளையும் அது அழித்துவிடும். ஒரு தனிமனிதருடைய தவறான தப்பெண்ணத்தால், நிலைபாடுகளால் அந்த மனிதருடைய கற்பனை அனுபவங்கள் அனைத்தும் ஆவியாகிவிடும்.

கோர்ப்பசேவ் அவரது படைகள் மற்றவர்களைத் தாக்குவதற்கு விரும்பாததால், அவர் மிகவும் கவனமாக இருக்க வேண்டும். அமெரிக்கர்கள் எந்தவொன்றையும் சார்ந்திருக்க மாட்டார்கள். இவை ஒரு நாணயத்தின் இரண்டு பக்கங்கள். ஜெர்மனியில் உள்ள ஒரு மனிதருக்கு வேலை கொடுக்கப்படுவதால் அவர் அமெரிக்காவின் கைக்கூலியாக இருக்க வேண்டும். எப்படி தாக்குவது என்ற கலையைக் கற்பதற்கு அந்த மனிதரிடம் எந்த ஒருவரையும் அமெரிக்கா அனுப்பியிருக்காது. வன்முறையில் இருந்து தன்னைப் பாதுகாத்துக்கொள்ளும் முதல்நபராக கோர்ப்பசேவ் இருந்தார். கோர்ப்பசேவ் என்னவிதமான திட்டம் போட்டு பரிந்துரைத்துக் கொண்டிருக்கின்றார் என்பது பற்றிய விசயங்களை எனக்கு உடனடியாக அனுப்புங்கள் என்று நான் ஜெர்மன் சந்நியாசியிடம் கேட்டு உள்ளேன். அது எதுவாகவும் இருக்க முடியாது. ஆனால் பின்னாளில் ஹிப்பானிடிசப் பரிந்துரைகளாகத்தான் இருக்கும். மாபெரும் ஹிப்பினாட்டிச நபரிடம் நீங்கள் யாராலும் தாக்கப்பட மாட்டீர்கள் என்று பரிந்துரைக்கலாம். ஆனால் யாராவது உங்களைத் தாக்கினால் உங்களையே நீங்கள் பாதுகாத்துக்கொள்ள வேண்டும். மொத்தப் படைக்கும் ஒரு சில அமர்வுகளே தேவைப்படுகிறது. தாக்குதல் பற்றிய கேள்வி வருகின்றபோது அவர்கள் முற்றிலும் அசைவற்றவர்களாவார்கள்.

மனம், மனமற்ற நிலையில் ஒவ்வொரு பரிமாணத்திலும் கையாண்டு இருக்கின்றேன். ஒரு இளைஞரிடம் ஹிப்பினாடிச பரிந்துரைகளை வழங்கிக்கொண்டிருந்தேன். நான் அவரை ஹிப்பானிடிசம் செய்தேன். ஹிப்பினானிடிசம் ஒரு சாதாரண விசயம்தான். நீங்கள் ஏதாவது ஒன்றில் ஒளியைப் பார்க்கின்றீர்கள். அது உங்களது கண்களை குழப்புகிறது. நிஷ்கிரியாவுடைய இந்தப் ஒளிகளேப் போதுமானது. உங்களது கண்களை சிமிட்டாது அவைகளைப் பாருங்கள். உங்களது கண்கள் சிமிட்டாது இருப்பதற்கு உங்களது கண்களின் இமைகளைப் பிடித்துக்கொள்ளுங்கள். அதனால் இமைகள் சிமிட்டாது. என்ன நிகழ்கிறது என்பதைப் பாருங்கள். “இமைகளை மூடாது அப்படியே வைத்திருங்கள்” என்று ஹிப்பினானிடிசம் செய்பவர் உங்களது அருகில் அமர்ந்துகொண்டு சொல்லிக்கொண்டிருக்கின்றார். அவர்

உங்களைப் பார்க்கின்றபோது அவரது கண்களுக்கு நெருக்கமாகப் பார்க்கின்றபோது மிகவும் தெளிவாக உள்ளது. அவர் அவரது எல்லைக்கு அவர் வந்துவிட்டார். வெறும் மூன்று நிமிடங்களுக்குள் அவரது முகம் தளர ஆரம்பிக்கிறது. உங்களால் அதைப் பார்க்க முடியும். நீங்கள் ஊகித்துவிட்டீர்கள் என்ற ஏதோ அல்ல. அந்த மனிதர் தூக்கத்தை உணர்ந்துகொண்டிருக்கின்றார் என்பதையும் அவரது முகம் தளர்ந்துகொண்டிருக்கின்றது என்பதையும் மிகச் சரியாகப் பார்க்க முடியும். அப்போது நீங்கள் அவரிடம் என்னுடைய கண்கள் மிகவும் பளுவுடையதாக உள்ளது என்று பரிந்துரை செய்ய ஆரம்பிக்கின்றீர்கள். மிகச் சரியானதாக இருக்கின்றபோதும் நீங்கள் மிகவும் நீண்டநேரத்திற்கு வெற்றிபெற்றுவிட முடியாது. மிகவும் ஆழமாகக் குறட்டைவிட்டுக்கொண்டு அவர்கள் தூங்கிக் கொண்டிருக்கின்றார்கள்.

உங்களுக்கு சாத்தியம் இல்லாமல் இருக்கின்றபோது நீங்கள் கடைசி கணத்தில் சண்டையிடுவதற்கு உள்ளீர்கள் என்று அந்த நபருக்கு முன்னதாகவே சொல்லப்படுகிறது. அவரது கண்கள் மூடியிருக்கும்போது அவரால் எதையும் செய்ய முடியாது. அவரால் என்ன செய்துவிட முடியும்? இருந்தபோதிலும் அவருக்கென்று ஒரு கணம் வருகின்றது. அவரது கண்கள் மூடியுள்ளது என்பதை உணருகின்றார். அவரால் அதுகுறித்து எதையும் செய்யமுடியாது. உங்களுடைய கண்கள் பளுவாகிக்கொண்டு இருக்கின்றது. நீங்கள் மிகவும் ஆழமான தூக்கத்தை உணருகின்றீர்கள் என்று அந்த நபர் குறிப்புகளைக் கொடுத்துகொண்டு இருக்கின்றார். நீங்கள் மிகவும் ஆழமான தூக்கத்தில் விழுவீர்கள். வெறும் ஐந்து நிமிடத்திற்குள் அந்த நபர் குறட்டைவிட ஆரம்பிக்கிறார். நீங்கள் ஆழமான தூக்கத்தில் செல்கின்றபோது ஹிப்பினாடிசம் என்பது தூக்கம்தான். ஹிப்பினாடிசம் என்கிற வார்த்தையின் மிகவும் சாதாரண அர்த்தம் தூக்கம் என்பதே. வேறு எதுவும் அல்ல. வேண்டுமென்றே செய்யப்படுகின்ற தூக்கம். உருவாக்கப்பட்டத் தூக்கம். அவ்வளவுதான். ஆனால் இந்த உருவாக்கப்பட்ட தூக்கம் உங்களது இயல்பான தூக்கத்தைவிட மிகவும் ஆழமாக செல்லக்கூடியது.

நீங்கள் என்னுடைய குரலை மட்டுமே கேட்பீர்கள். வேறொன்றும் அல்ல. வேறு எந்த சத்தமும் உங்களை அடையாது. என்னுடைய குரல் மட்டுமே என்று ஹிப்பினாடிசம் செய்யப்பட்டிருக்கின்ற அந்த நடுத்தரமான நபரிடம் சொல்லப்படுகிறது. அதுவே உண்மையில் நிகழ்வது. அவரது ஐம்புலன்களும் தளர்வடைகிறது. மூடப்படுகிறது. அவர் எதையும் கேட்பதில்லை. அவரது பெயரை சத்தம்போட்டுக் கூப்பிட்டால் கூட அவர் கேட்பதில்லை. ஆனால் ஹிப்பினாடிசம் செய்பவர் அவரது குசுகுசுப்பைக் கேட்பார். அது மட்டுமே திறந்துவிட்ட ஒன்று. மிகவும் குறுகியத் திறப்பு. மற்ற அனைத்தும் மூடப்பட்டிருக்கின்றது. ஹிப்பானிடிசம் பரிந்துரைகளைக் கொடுப்பதற்கான நேரம் இதுதான். போஸ்ட் ஹிப்பினாடிசத்திற்கான அர்த்தம்: ஹிப்பினாடிசத்திற்கு வெளியே இருக்கின்றபோது பயன்தரத்தக்கதாக இருக்கும். உதாரணத்திற்கு தலையணை மீது தூங்கிக்கொண்டிருக்கின்றீர்கள் என்று அந்த பையனிடம் சொன்னேன். நான் சிவப்பு மையிட்ட தலையணை உருவாக்குகின்றேன். நாளை மிகச் சரியாக பதினொறு மணியளவில் நீங்கள் அந்தக் குறிக்கு முத்தமிடுவீர்கள். நீங்கள் ஹிப்பினாடிசத்தில் இல்லாதபோது இது நாளைய தினத்திற்கான போஸ்ட் ஹிப்பினாடிசப் பரிந்துரைகள். ஆனால் ஹிப்பானிடிசம் அவரை மயக்கநிலையில் ஆழ்த்திவிட்டது.

அடுத்தநாள் ஏறக்குறைய பதினொரு மணிக்கு முன்பு ஏன் என்று தெரியாது அவர் படபடப்பு அடைந்தார். நீங்கள் ஏன் பதட்டமாக இருக்கின்றீர்கள்? என்ன பிரச்னை என்று கேட்டேன். அவர் சொன்னார், எனக்குத் தெரியவில்லை. ஆனால் எனக்குள்ளே ஏதோ நிகழ்ந்துகொண்டிருப்பதாகத் தோன்றுகிறது. எதுவும் நிகழவில்லை. நான் அவரது தலையணையைப் பார்த்தேன். இதை அவர் கவனித்தார். நான் அந்தத் தலையணையை என்னுடைய பெட்டியில் வைத்தேன். அவர் மிகவும் மனக்கலக்கம் அடைந்தார். மிகச் சரியாக மணி பதினொன்று நெருங்கிக்கொண்டிருந்ததால் அவர் கடிகாரத்தைப் பார்த்துவிட்டு என்னிடம் சொன்னார். தயவுசெய்து அந்த சாவியை எனக்குக் கொடுங்கள் என்றார். ஏன் என்று கேட்டேன். எனக்கு என்னுடையத் தலையணை திரும்ப வேண்டும் என்றார். பதினொறு மணிக்கு அந்தத் தலையணையுடன் நீங்கள் என்ன

செய்யப் போகின்றீர்கள்? இரவில் நான் அதை உங்களுக்குக் கொடுப்பேன் என்றேன். இல்லை, நீங்கள் எனக்கு அந்த சாவியைக் கொடுங்கள் என்றார். நான் அவருக்கு சாவியைக் கொடுத்தேன். அவர் அந்தப் பெட்டியைத் திறந்தார். அது மிகச் சரியாக மணி பதினொன்று ஆக இருந்தது. கடிகாரம் மிகச் சரியாக பதினொரு மணியை அடித்தது. அவர் தலையணையை வெளியே இழுத்தார். அதை அவரது பெண் துணையாக நினைத்து அந்தத் தலையணையை அணைத்துக்கொண்டார். நான் எங்கே சிவப்பு மையால் அடையாளப்படுத்தியிருந்தேனோ அந்த இடத்தில் மிகச் சரியாக முத்தமிட ஆரம்பித்தார். என்ன செய்துகொண்டிருக்கின்றீர்கள் என்று கேட்டேன். எனக்குத் தெரியவில்லை. நான் முற்றிலும் பித்துபிடித்தவன் போல் உணர்ந்து கொண்டிருக்கின்றேன் என்றார். இது வெறும் தலையணைதான் என்பது எனக்குத் தெரியும். ஏன் அணைத்துக் கொண்டிருக்கின்றேன் என்று எனக்குத் தெரியவில்லை. மேலும் நான் எதற்காக முத்தமிட்டுக் கொண்டிருக்கின்றேன் என்றும் தெரியவில்லை. என்னுடைய வாழ்க்கையில் எந்தத் தலையணையையும் முத்தமிட்டது இல்லை என்று கூறினார்.

இதுபோன்ற காதல் கதையில் நீங்கள் அவரது முகத்தைப் பார்த்திருக்க வேண்டும். மாபெரும் காதல். அவர் காதலில் விழுந்துவிட்டார். நீங்கள் காதலில் விழுவதைப் போல. ஒரு வித்தியாசமான வழியில் காதலில் விழுவதைப் பற்றி நினைப்பீர்களா? இது உயிரியலுக்குரிய ஹிப்பினாடிசம். ஒரு தலையணையைக் காட்டிலும் வேறு எதையாவதை முத்தமிட நினைப்பீர்களா? நீங்கள் எதை முத்தமிட்டுக் கொண்டிருக்கின்றீர்கள். நீங்கள் எப்போதாவது அதைப் பற்றி நினைத்ததுண்டா? இது உள்ளேயிருந்த ஒரு உயிரியலுக்குரிய வலியுறுத்தல். அதே வலியுறுத்தலை ஹிப்பினாடிசத்தால் உருவாக்கப்பட முடியும்.

ஆனால் இது அபாயகரமான செயல்முறைத் திட்டம். கோர்ப்பசேவ் அந்த மனிதரைப் பயன்படுத்துவதற்கு சம்மதித்தால் முழு படையும் எந்தத் தொந்தரவும் இன்றி ஹிப்பானிடிசம் செய்யப்பட முடியும். படைகள் பெரும்பாலும் சுலபமாக ஹிப்பானிடசம் செய்யப்படுகின்றன. ஏனெனில் அவர்கள்

உத்தரவுகளுக்கு கீழ்படிந்தவர்கள். ஆகவே உத்தரவுகளை ஹிப்பானிடிசம் செய்கின்றபோது வேறு எவரைக் காட்டிலும் மிகச் சுலபமாக தொடர்ந்து வருவார்கள். ஏனெனில் அவர்கள் அவர்களது முழு வாழ்க்கையையும் வலது பக்கம் திரும்பு, இடது பக்கம் திரும்பு, பின்புறம் திரும்பு, முன்புறம் போ, பின்புறம் போ என்று அதற்காக செலவழித்துவிட்டார்கள். இதைப் பற்றி எவரும் எதுவும் கேட்பதில்லை. அவர்கள் கீழ்படிதலுக்கு பயிற்சியளிக்கப்பட்டிருக்கின்றார்கள். உலகத்தில் எவரைக் காட்டிலும் அதிகம் அவர்கள் ஹிப்பினாடிசத்திற்கு மிகவும் பாதிக்கப்படக் கூடியவர்கள். அவர்கள் தாக்கமாட்டார்கள் என்று நீங்கள் அவர்களிடம் சொல்ல முடியும்.

ஆனால் இந்த ஒரு அபாயகரமான கொள்கை ஒரு நபர் எவரையும் சார்ந்திருக்காது தாக்க முடியாது. நான் சாதாரணமாக எடுத்துக்கொள்வேன், தற்காப்பை விட்டுவிடுங்கள் என்று அவர் சொல்லிக்கொண்டிருக்கின்றார் என்பது இதுதான். ஆனால் தற்காப்பிலும் நீங்கள் தாக்க வேண்டியுள்ளது. அவர்களால் என்ன செய்வதென்று தெரியாது சாதாரணமாக முடங்கிப் போவார்கள்.

நாம் சட்டதிட்ட நிலைமைகளில் வாழ்ந்துகொண்டிருக்கின்றோம். இது அணுஆயுத காலகட்டம். அமெரிக்கா சோவியத் ருஷ்யாவைத் தாக்கினால் சோவியத் ருஷ்யா அழிந்துவிடும். ஏனெனில் இதுவொரு பத்துநிமிடக் கேள்விதான். சோவியத் ருஷ்யா படைகள் தாக்குவதற்கு இயலாது என்றால் அவர்களும் சார்ந்திருப்பதற்கு இயலாது. அவர்களும் என்ன செய்வதென்று குழப்பத்தில் இருப்பார்கள். அவர்கள் முடங்கிப்போனதை உணருவார்கள். இது மிகவும் குறுகிய நேரத்தின் கேள்வியாக உள்ளது. நல்ல எண்ணத்துடன் தகர்த்தெறியப்படும். அழித்துவிட முடியும். கோர்ப்பசேவ் தற்கொலைக்குச் சமமான தவறான திசைவழியில் சென்றுகொண்டிருக்கின்றார். மேலும் அமெரிக்கா அவர் என்னதான் செய்துகொண்டிருக்கின்றார் என்று அவரது அகம்பாவத்தை எந்தளவுக்கு சாத்தியமோ அந்தளவுக்கு மிகைப்படுத்திக்கொண்டு இருக்கின்றது.

அனைத்துவிதமான பாம்பாட்டிகளையும், வீதியோர மாயா ஜாலக்காரர்களையும், பிசப்புகளையும், கார்டியன்களையும், போப்புகளையும் கொடுங்கள். விரைவில் பூரி சங்கராச்சாரியார்,

முகம்மதிய மதகுருக்களையும், அய்டொல்லா கோமியினர்களும் விரைவில் சோவியத் யூனியனை வந்தடைவார்கள். இந்த கோர்ப்பசேவ் என்ற ஒற்றை மனிதனால் மனிதஇனத்தின் மொத்தத்தையும் அழிக்க முடியும்.

கோர்ப்பசேவ் கவனமாக இருக்கவேண்டும் என்பதற்காக இந்த வார்த்தைகளைச் சொல்லிக்கொண்டிருக்கின்றேன். அவர் இந்த கணத்தில் அனைத்து அதிகாரங்களையும் வைத்துள்ளார். அவரால் இந்த சோவியத் யூனியனை ஆன்மீக நாடாக மாற்ற முடியும். தியானத்தின் காரணமாக படைப்பாற்றல் உருவாகிறது. அன்பின் காரணமாக மக்கள் வேலை செய்வார்கள். ஆசையின் காரணமாக அல்ல. இது பழைய முறை. தனக்கு மட்டுமே சொந்தம் என்பதின் காரணமாக அல்ல. அது அதே பழைய காலத்திற்குள் மீண்டும் திரும்பச் சென்று கொண்டிருக்கின்றது. அமெரிக்கா போன்று சோவியத் யூனியன் பணக்கார நாடு அல்ல என்று எனக்குத் தெரியும். ஆனால் மக்களுக்கு தியானத்தைக் கொடுங்கள். அப்போது அவர்கள் வேலை செய்வார்கள். ஆனால் இந்த வேலை சமர்ப்பணம் செய்யப்பட்ட வேலையாக இருக்கும். எது முழு மனிதஇனத்திற்கும் உள்ளடக்கியதாக இருக்கின்றதோ அது அந்த முழுப் புரட்சிக்கும் சமர்ப்பணம் செய்யப்பட்ட வேலையாக இருக்கும். வியாதித்தன்மை உடையதாக உள்ள அந்த நாட்டுப்பற்றைப் பற்றி கோர்ப்பசேவ் பேசுகின்றார். அனைத்துப் போர்களும் நாட்டுப்பற்று, தேசப்பற்று காரணமாகத்தான் நடந்தேறியுள்ளன. மேலும் விரைவில் அவர் வெளிநாட்டு கரன்சிகளை நிபந்தனைகளின் அடிப்படையில் சோவியத் யூனியனில் முதலீடு செய்வதற்கு பிணைக்கப்பட்டுள்ளார். வெளிநாட்டுப் பணம் தேசியமயமாக்கப்படக் கூடாது என்ற நிபந்தனைகளின் அடிப்படையில் வெளிநாட்டுப் பணம் வெளியே உள்ள முதலாளிகளிடம் கிடைக்கும் என்றும் அவைகளை அவர்கள் விரும்பிய எந்தநேரத்திலும் திரும்ப எடுத்துக்கொள்ளப்படும் என்பதுதான் என்னுடைய கணிப்பு. சோவியத் யூனியனின் சமூகப் பொருளாதாரத்தை மேலே உயர்த்துவதற்கு திரும்பும் வழியாக உள்ளது. ஆனால் இது மீண்டும் முதலாளித்துவ வர்க்கத்தையும், தொழிலாளர் வர்க்கத்தையும், பாட்டாளி வர்க்கத்தையும் உருவாக்கும். இவைகளையெல்லாம் அறிந்துகொள்ளாமல் காரல் மார்க்ஸ்,

ஏங்கல்ஸ், லெனின் ஆகியோருக்கு எதிராக கோர்ப்பசேவ் வேலை செய்து கொண்டிருக்கின்றார்.

ஆனால் இது மீண்டும் முதலாளித்துவ வர்க்கத்தையும், தொழிலாளர் வர்க்கத்தையும், பாட்டாளி வர்க்கத்தையும் உருவாக்கும். இவைகளையெல்லாம் அறிந்துகொள்ளாமல் ஒரு புதிய விதமான சமூக அமைப்பை உருவாக்குவதற்கு கடினமாக உழைத்த காரல் மார்க்சுக்கு எதிராகவும், ஏங்கல்ஸ்க்கு எதிராகவும், லெனினுக்கு எதிராகவும், மக்களுக்கு எதிராகவும் கோர்ப்பசேவ் வேலை செய்துகொண்டிருக்கின்றார். ஆனால் அவர்களிடம் ஒரு விசயம் இல்லாமல் இருந்தது, அதுதான் ஆன்மீகம். ஆகவே சோவியத் ரஷ்யாவில் ஆன்மீகத்தை இணைத்துக்கொள்ளுங்கள். அது இந்த உலகத்தில் மிகுந்த மகிழ்ச்சியையும், மிகுந்த அன்பையும், இரக்கமுடைய மக்களையும் உடையதாக கொண்டிருக்கும்.

சோவியத் தொலைக் காட்சியிலிருந்து இங்கு வந்த சோவியத் குழுவினர் பார்த்து உள்ளனர். உலகம் முழுவதும் உள்ள அனைத்துவிதமான தொலைக்காட்சி குழுவினர்களும், பத்திரிக்கையாளர்களும் இங்கு இருந்துகொண்டுயிருக்கின்றனர். ஆனால் அவர்களது கண்களில் கண்ணீர் சிந்தியபடி சென்றவர்கள் சோவியத் குழுவினர் மட்டுமே. அவர்கள் உங்களை நேசித்தார்கள். அவர்கள் நம்முடைய கம்யூனை மிக அதிகமான அளவிற்கும், ஆழமான அளவிற்கும் நேசித்தார்கள். ஜூன் மாதத்தில் பத்து நாட்கள் விடுமுறை காலத்தில் வருவதாகவும், வேறு எங்கும் செல்வதில்லை என்றும் உறுதிசெய்துள்ளார்கள்.

கம்யூனில் உள்ள தியானக் குழுக்களுடன் இருப்பதற்கும், தியானம் செய்வதற்கும், எனது சந்நியாசிகளாக வாழ்வதற்கும் உறுதி எடுத்துள்ளார்கள். நீங்கள் இந்த வித்தியாசத்தைப் பார்க்கலாம். அமெரிக்கப் பத்திரிக்கையாளர்கள் இங்கு வருகின்றபோது உடனடியாக அவர்கள் ஏதோ பரபரப்பு உடையதாக பார்க்க ஆரம்பிக்கிறார்கள். அவரால் அதைக் பார்க்க முடியாதானால் அவர் அதை உருவாக்குகிறார், கண்டுபிடிக்கிறார். ஏனெனில் அமெரிக்கர்கள் பரபரப்புகளில்தான் விருப்பப்படுகிறார்கள். சோவியத் ரஷ்ய மக்கள் ஒரு முழுமையான வித்தியாசமான வழிகளில் நடந்துகொண்டனர். சோவியத் ரஷ்யக் குழுவினர்தான்

முதல்தடவையாக வந்துள்ளனர். நீங்கள் அனைவரும் தியானம் செய்துகொண்டும், நடனம் ஆடிக்கொண்டும் இருந்தபோது அவர்கள் புகைப்படம் எடுப்பதையே மறந்துவிட்டார்கள். அவர்களது காமிராக்கள் அந்தப்பக்கத்தில் வைத்துவிட்டு நடனம் ஆட ஆரம்பித்தார்கள். அவர்கள் சந்நியாசிகளை நேசித்தார்கள். அவர்களது கேள்விகள் முற்றிலும் பரபரப்பற்றக் கேள்விகளாக இருந்தன. மேலும் குறிப்பிடத்தக்கதாகவும், அர்த்தமுடையதாகவும் இருந்தன. ஆனால் பரபரப்பற்ற கேள்விகள் அல்ல. முற்றிலும் மனித நலனுக்கான அக்கரையுள்ள கேள்விகளாக இருந்தன. மேலும் வாயிலைவிட்டு அகன்றபோது அவர்களது கண்களில் கண்ணீர் வடிந்துகொண்டிருந்ததாகவும், அவர்கள் வெளியே செல்வதற்கு விரும்பாததாகவும், அவர்கள் இந்த முழுத் தொடரிலும் இங்கு இருந்து தங்குவதற்கு விரும்பினார்கள் என்றும், ஆனால் டெல்லியிலிருந்த அவர்களது அலுவலகத்திலிருந்து வேறு வேலைகள் இருக்கின்றன. திரும்ப உடனடியாக வாருங்கள் என்ற செய்தி வந்ததாக அனந்தோ என்னிடம் சொன்னார்.

அவர்கள் என்னவாக இருக்கின்றீர்கள் என்கிற அனுபவத்தை அடைவதற்கு மீண்டும் ஜுன் மாதத்தின் பத்து நாட்கள் விடுமுறையில் மீண்டும் திரும்புவார்கள். அவர்கள் அதை சுவைக்க வேண்டும். அவர்கள் உள்முகப் பயணத்தை மேற்கொள்ள வேண்டும். வெளி உலகத்தை அல்ல. அவர்கள் குழந்தைகளைப்போல ஆகிவிட்டார்கள். சர்ச் இல்லை. எந்த நிகழ்ச்சிநிரல்களும் இல்லை. கடவுள் இல்லை. பிரார்த்தனை இல்லை. வேறு எந்தநாட்டிலும் இருப்பதைக் காட்டிலும் வேகமாக அந்த தியானம் அவர்களுள் ஆழமாக சென்று அது அவர்களை அப்பாவிகளாக்கிவிட்டது. இதுதான் சோவியத் யூனியனின் மக்களின் ஒட்டுமொத்த ஏக்கப் பெருமூச்சாக உள்ளது. .

இரண்டாவது கேள்வி:

அன்புள்ள குருவே!

> **ரஷ்ய மக்களுக்குள் ஜோர்பா த புத்தா ஏற்கனவே சாத்தியமான அளவிற்கு உள்ளார் என்பதும், மற்ற நாடுகளில் உள்ளவர்களைக் காட்டிலும் அந்த நாட்டு மக்களுக்குள் புத்தரைக் கொண்டு சேர்ப்பது சுலபமானது என்பதும் உண்மையில்லையா? குறைவான சட்டத் திட்டங்கள் இருப்பதின் காரணமாக அந்த நாட்டு மக்கள் உண்மையில் கம்யூனிசத்தைச் சார்ந்து இருக்கின்றார்களா?**

ஜோர்பா சோவியத் ரஷ்யாவில் நிச்சயம் உள்ளார். ஆனால் ஜோர்பாவுக்கு வோட்கா மறுக்கப்பட்டால் அது ஆபத்தானதாகும். முற்றிலும் கோர்ப்பசேவ்வின் மதுவிலக்குக் கொள்கையை எதிர்க்கின்றேன். வோட்கா ஒவ்வொரு ரஷ்ய மக்களுடையப் பிறப்புரிமை. அவர்கள் அனைத்தையும் உடையவர்களாக உள்ளார்கள். அவர்களது நடனத்தையும், அவர்களது மகிழ்ச்சியையும் நீங்கள் வேறு எந்தவொன்றையும் வழங்காது தடைசெய்து விடாதீர்கள். இதுதான் என்னுடைய சாதாரணக் கணிப்பு. அவர்களுக்கு நீங்கள் வேறு எதையாவது ஒன்றை சிறப்பானதாகவும், மாற்றான விசயத்தைக் கொடுக்காத வரை யாரிடமிருந்தும் எதையும் பிடுங்கிவிடாதீர்கள். மற்றவர்களைத் தாக்குவது எப்படி என்று கற்றுக்கொள்வதற்கு ஜெர்மனிக்கு ஒருவரை அனுப்புவதைக் காட்டிலும் கோர்ப்பசேவ் இங்கு வரவேண்டும். அந்த நாட்டு மக்களை இங்கு அனுப்புங்கள். அவர்களுக்கு எப்படி நடனமாடுவது, எப்படி நேசிப்பது என்பதைப் பற்றி போதிக்கிறேன். மற்றவர்களைத் தாக்குவது தேவையில்லையானால் நீங்கள்தான் முதலாவதாக வரவேண்டும். இரண்டாவதாக அல்ல. உலகில் முன்பு எப்போதும் நடந்திராத மாபெரும் புரட்சியின் அனுபவத்தை பாதுகாப்பதற்கு மிகப்பெரிய பொறுப்புடையவராக நீங்கள்தான் உள்ளீர்கள்.

ஆம். இதுதான் உண்மை. அந்த மக்கள் குறைவான சட்டத்திட்டங்களை உடைவர்களாக உள்ளார்கள். அவர்கள் சாதாரண மக்கள். அவர்களால் மனமற்ற நிலையின் உலகத்திற்குள் நுழைவது மிகவும் சுலபம். ஜோர்பா அங்கு

உள்ளார். புத்தரையும் அறிமுகப்படுத்துகின்றேன். ஆனால் கோர்ப்பசேவ் புத்தரைப் பற்றி எந்தவிதக் கருத்தையும் உடையவராக இல்லை. அவரது கண்கள் எப்போதும் அமெரிக்காவின் மீதும், அமெரிக்க பணத்தின் மீதும் மற்றும் அமெரிக்கவுடைய முதலாளித்துவ வெற்றியின் மீதும் உள்ளன. கம்யூனிசத்தைப் பாதுகாப்பதற்கோ, அதன் மரியாதையையும், கௌரவத்தையும் பாதுகாப்பதற்கோ, உலகம் முழுவதும் உள்ள நாடுகளுக்கு கம்யூனிசத்தைப் பரவச்செய்வதற்கோ, சோவியத் யூனியனின் தீர்வுக்கும் கிழக்கத்தைய முகமாக உள்ள ஜென்னைப் அவரது கண்கள் பார்க்கவில்லை.

ஜோர்பா நிலைபாடு முதலாவதாக இவ்வுலகிற்கு வரவேண்டியுள்ளது. ஜோர்பாவை நிறுவப்படுகிற அப்போது புத்தர் வருவார். புத்தரைக் கொடுப்பதின் மூலமாக என்னால் வோட்காவை நீக்கிவிட முடியும். நீங்கள் புத்தர் ஆகிவிட்டபோது யார் வோட்காவைப் பற்றிக் கவலைப்படுவார்கள்? கோர்ப்பசேவ்வுக்கு அதிகார பயணம் இருப்பதாகத் தோன்றுகிறது. இது முற்றிலும் அபாயகரமானது. மதிப்புடையதாகவும், மிகவும் மதிப்புடையதாக உள்ள ரஷ்யப் புரட்சியின் அனுபவத்தை அழிப்பதன் மூலம் ஒரு தனிமனிதருடைய தான் என்கிற அகம்பாவம் நிறைவேற்றபடவேண்டியதாக அவருக்கு உள்ளது. இதனால் சோவியத் யூனியன் சிதறடிக்கப்படுகிறது. கம்யூனிசத்தை உருவாக்குவதற்கான முயற்சியை மீண்டும் மனிதஇனம் மீட்டெடுப்பதற்கு நூற்றாண்டு கணக்கான ஆண்டுகள் தேவைப்படும். ஒருமுறை ஒரு விசயத்தில் தவறு நேர்ந்துவிட்டால் மக்கள் நம்பிக்கையை இழப்பார்கள். அந்தத் தவறை மறப்பதற்கும், புதியதைத் தொடங்குவதற்கும் மக்களுக்கு நூற்றாண்டு கணக்கான ஆண்டுகள் தேவைப்படும். ஆகவே இது இன்றைக்கானக் கேள்வி மட்டுமே அல்ல. இது வருங்கால தலைமுறைக்கானக் கேள்வியாகவும் உள்ளது.

என்னுடைய அக்கரை முற்றிலும் நடுநிலையானது. என்னுடையக் குழந்தைப் பருவத்திலிருந்தே கம்யூனிசத்தின் மேல் எனக்கு விருப்பம் இருந்தது. சோவியத் குழு என்னுடைய நூலகத்தைப் பார்வையிட்டது. நூலகத்தில் இருந்த கம்யூனிசம் சார்ந்தப் புத்தகங்களைப் பார்த்து ஆச்சரியப்பட்டார்கள். 1950 ஆண்டு

முன்பிருந்தே ஒவ்வொரு புத்தகங்களிலும் தேதியைக் குறிப்பிட்டு கையொப்பம் இட்டு இருந்ததைப் பார்த்தும் ஆச்சரியம் அடைந்தார்கள். கம்யூனிசத்தைப் பற்றி ஒவ்வொன்றையும் முற்றிலும் அறிந்துகொள்வதற்கு அக்கரைப்பட்டேன். 1948, 1949, 1950 ஆகிய ஆண்டுகளிலே அனைத்து புத்தகங்களையும் சேகரித்து இருந்தேன். 1950 ஆம் ஆண்டு இறுதியில் சேகரிப்பதை நிறுத்தினேன். 1950 ஆண்டுகளுக்குப் பிறகு கம்யூனிசத்தைப் பற்றி வாசிப்பதை நிறுத்தினேன். கம்யூனிச நிலைபாடுகளில் முரண்பட்டேன்.

இது மிகவும் அரிதானது..... சிறு விசயங்களைக்கூட மறந்துபோகின்றேன். என்னால் ஐந்து எண்களுக்கு மேல் (1,2,3,4,5 என்று) எண்ண முடியாது. மூன்றாவது விரலுக்குப் பிறகு அது மூன்றாவதா அல்லது நான்காவதா என்று நான் தயக்கம் காட்டத் தொடங்குகின்றேன். ஆனால் இந்த நாற்பது வருடங்களில் கம்யூனிஸ்ட் புரட்சியாளர்களின் ஒரு பெயரைக்கூட மறந்திருக்கவில்லை. அவர்களின் சிறுவிசயங்கள் கூட எனது கண்களுக்கு முன்னால் பசுமையாக உள்ளன. ஏனெனில் நான் அறிவுலகத்தில் நுழைவதற்கான முதல் நுழைவு வாயிலாக கம்யூனிசம் இருந்தது. அது என்னுள் ஆழமான அளவிற்கு பாதித்தது. ஆனால் எந்தவொரு கம்யூனிஸ்ட் கட்சியிலும் உறுப்பினராக ஆகவில்லை. ஏனெனில் அதனுள் ஏதோ இழந்ததை என்னுள் உணர முடிந்தது. கம்யூனிசம் மனிதஇனத்திற்கு ஒரு மாபெரும் திட்டம்தான். ஆனால் மையப்புள்ளியில் ஏதோ ஒன்றை அது இழந்திருக்கின்றது. அதனால் அதற்கு ஆன்மா இல்லை. அது ஒரு பட்டாளமாக உள்ளது. ஏனெனில் புதியது எதுவும் நிகழ்ந்துகொண்டிருக்கவில்லை. புத்தகங்கள் வாசிப்பதை நிறுத்தினேன். அப்போதிருந்து புதியது எதுவும் நிகழ்ந்திருக்கவில்லை, கோர்ப்பசேவ்வைத் தவிர. ஆகவேதான் கோர்ப்பசேவைப் பற்றி பேசிக் கொண்டுயிருக்கின்றேன்.

முதலாவதாக கம்யூனிசத்தில் ஆழமாக விருப்பம் கொண்டேன். ஆனால் அது ஒரு பட்டாளமாக இருக்கின்றது என்று கண்டுபிடித்து அராஜகத்தில் விருப்பம் கொண்டேன். இதுவுமொரு இளவரசன் கிராம்டிக்கின், பக்குனின், லியோ டால்ஸ்டாய் போன்ற ரஷ்யர்களின் நூதன முறைகள்தான். இவர்கள் மூவரும்

அராஜகவாதிகளாக இருந்தார்கள். அரசு என்பது இல்லை. அதாவது உலகத்தில் அரசாங்கங்ளே இல்லை. ஆனால் இந்தக் குற்றம் செய்கின்ற, முட்டாள்தனமான மக்கள் கூட்டமுடைய மனித இனத்தில் ஒரு அழகான கனவைக் கொண்டுள்ளார்கள் என்றே அவர்களின் கருத்தைப் பார்த்தேன். அரசாங்கங்கள் இல்லாமல், நீதிமன்றங்கள் இல்லாமல், போலீஸ்காரர்கள் இல்லாமல் அமைதி இல்லாது இருக்குமானால் அங்கு சாதாரணமாக குழப்பங்களே இருக்கும். அராஜகம் அல்ல.

என்னுடைய அணுகுமுறையில் எப்போதும் அறிவியல் பூர்வமானக் கருத்துகளையே கொண்டுள்ளேன். வெளியுலகமாக இருந்தாலும் சரி, உள்ளுலகமாக இருந்தாலும் சரி. கம்யூனிசம் அடிப்படையாக இருக்க வேண்டும். அப்போது அந்தக் கம்யூனிசத்தில் என்னவெல்லாம் இல்லாமல் இருக்கின்றதோ அதையெல்லாம் ஆன்மீகம்தான் அதனை வளர்ச்சியடைய வைப்பதாக இருக்க வேண்டும். ஒரு சமூகத்திற்கு சமமற்றவராக இருப்பதற்கும். தனித்தன்மையுடையவராக இருப்பதற்கும் ஒரு சமமான வாய்ப்புக் கொடுக்கப்படுகின்றபோது அப்போது அந்த சமூகம் தியானத்தில் விருப்பமும், ஆன்மீக வளர்ச்சியும் அடைகின்றது. அப்போது அங்கு அராஜகத்தின் (கலகம்) சாத்தியம் உள்ளது. யாருமே குற்றங்கள் செய்ய விருப்பப்படாமல் இருக்கின்றபோது அது மிகவும் இறுதி நிலையாக இருக்கும். அப்போது மட்டுமே அரசு என்கிற அமைப்பை நீக்கப்பட முடியும். இதற்கு முன்பே அல்ல. பக்கூனின், கிராம்டிக்கின், டால்ஸ்டாய் கூறுவது முற்றிலும் சரி. ஆனால் இப்போது அதற்கு சம்பந்தம் உடையதாக இல்லை. முதலாவதாக கம்யூனிசத்திற்கு ஆன்மீகத்தின் மூலம் உதவிசெய்யப்பட வேண்டியுள்ளது.

ஒருமுறை ஆன்மீகம் உங்களுடைய இதயத்தினுள் நுழைகின்றபோது குற்றங்களே சாத்தியமில்லாமல் போகின்றன. எதையும் தவறுதலாக செய்யப்படுவது சாத்தியமில்லாததாகின்றது. அப்போது வெளிப்படையாகவே அரசு என்பது இல்லாமல் போய்விடும். அங்கு எந்தக் குற்றத்தையும் செய்யாதபோது நீங்கள் எத்தனை காலத்திற்கு நீதிமன்றத்தை வெறுமனே வைத்திருப்பீர்கள்? நீதிபதிகள் சும்மாதான் உட்கார்ந்திருப்பார்கள். விரைவில் இந்த

நீதிபதிகள் வேறு வேலைகளுக்கு போக வேண்டியதுதான். எத்தனை காலத்திற்கு போலீஸ்காரர்களை அவசியமில்லாமல் உங்களைச் சுற்றி நிற்க வைத்திருப்பீர்கள்? இலட்சகணக்கான இராணுவ வீரர்களுக்கு அவசியமில்லாமல் துணிமணிகள் கொடுத்து, சிறந்த உணவு கொடுத்து எந்த வேலையும் செய்யாமல் வைக்கப்பட்டிருக்கின்றார்கள். ஒவ்வொரு நாட்டிலும் இராணுவம் இலட்சகணக்கான இராணுவ வீரர்களை வைத்துள்ளது. அவர்களை சாதாரண மக்கள் வாழும் இடங்களுக்கு வேலை செய்வதற்குத் திரும்ப அனுப்பப்பட வேண்டும். ஆனால் கம்யூனிசம் ஆன்மீகத்திற்குள் நுழைந்தால் மட்டுமே இது சாத்தியம். அப்போதுதான் ஆன்மீக மலர்கள் கலகத் தன்மைக்குள் மலர முடியும். இவைகள் சாதாரண முன்னேற்றம்தான். ஆனால் கம்யூனிச நிலைபாடுகள் மறைந்துவிட்டால் அப்போது முதலாளித்துவ உலகத்தை ஆன்மீகம் நோக்கி மாற்றுவது மிகவும் கடினமாகிவிடும். இதுவொரு கடினமான வேலை. மிகவும் நீண்டத் தொலைவில் உள்ளது. இதற்கான சாத்தியம் இருக்கவும் இருக்கலாம். இல்லாமல் போனாலும் போகலாம். இருப்பினும் என்னுடைய ஆதரவு கம்யூனிசத்திற்குத்தான். ஏனெனில் நாடுகள் இல்லாத, மதங்கள் இல்லாத, எல்லைகள் இல்லாத, போலீஸ்காரர்கள் இல்லாத, துப்பாக்கிகள் இல்லாத, கொலைகள் இல்லாத உலகம் ஒருநாள் மலரும். ஆரோக்கியமான மக்களும், ஆன்மீகத்தை நேசிக்கும் மக்களும் ஒரேசமயத்தில் ஆழமாக வேரூன்றி வளர வளர, ஒரேசமயத்தில் வேர்களைப் பெற்று ஒன்றிணைந்த இறக்கைகள் பெற்ற இவர்கள்தான் உண்மையான மாபெரும் மனிதகுல வாழ்வாக இப்புவியில் வாழ்வார்கள். இப்படிப்பட்ட புதியமனிதனைப் படைக்கவே இயங்கிக் கொண்டிருக்கின்றேன். சோவியத் யூனியனில் சிறந்த வாய்ப்புகளையும், அதன் சாத்தியப்பாடுகளையும் பார்க்கின்றேன். கோர்ப்பசேவ் தவறாக செல்லவில்லையானால் அந்தச் சந்தர்ப்பங்களை மெய்யான உலகிற்குள் மாற்றப்பட முடியும்.

சூத்திரம்:

அன்புள்ள குருவே....

ஒருநாள் குரு உங்கன் மூங்கில் துடைப்பத்தில் தோட்டத்தை சுத்தம் செய்துகொண்டிருந்தார். அவரது சகோதரர் டாக்கோ அவரிடம் வந்து சொன்னார்: ஹேய், வேலையாக இருக்கின்றீர்களா?

உங்கன் சொன்னார்: இருப்பினும் வேலைதான். வேலை இல்லாதபோதும் அங்கு ஏதோ வேலைதான்.

இது உங்களுடைய உணர்வுநிலை. பிரக்ஞை நிலை. இந்த உணர்வாகத்தான் புத்தர் உங்களுக்குள்ளே இருக்கின்றார். நீங்கள் வேலையாக இருக்கலாம். ஆனால் அங்கு வேலை ஏதுமற்றவொன்று உள்ளது. அதுதான் சாட்சி. அங்கு ஒன்றுமேயில்லை. அது கண்ணாடியைப்போல சாதாரணமாக உள்ளது. கண்ணாடி உங்களுக்கு உங்களது முகத்தைப் பிரதிபலிக்கின்றபோது அந்தக் கண்ணாடி ஏதாவது செய்துகொண்டிருக்கின்றது என்று நினைக்கின்றீர்களா? அது எதுவும் செய்யவில்லை. கண்ணாடியின் இயல்பே அதுதான். அது அங்கு சாதாரணமாக உள்ளது. நீங்கள் அதற்குமுன்பு நிற்பது தற்செயலான ஒன்று. அந்தக் கண்ணாடியைவிட்டு நீங்கள் விலகிவிட்டால் கண்ணாடிதான் அங்கு இருக்கும். வேலையாக

இருக்கின்றபொழுதும் அங்கு வேலை ஏதுமற்றவொன்று உள்ளது என்று உங்கன் எப்போது சொன்னார்? மேற்பார்வைக்கு நான் வேலை செய்வதாகப் பார்க்க முடியும். ஆனால் எனக்குள்ளே ஏதோவொன்று எதுவும் செய்யாமல் அமைதியாக உட்கார்ந்து கொண்டிருக்கின்றது என்று சொல்லுகின்றார். மேலும் இது மிகவும் அடிப்படையானது. இது மூலாதாரமுடையது. இந்தப் பரபரப்பு விரைவில் முடியும்.

டாக்கோ சொன்னார்: அப்படியென்றால் இரண்டு சந்திரன்கள் உள்ளன. ஒன்று வேலையில் உள்ளது. ஒன்று வேலையற்று உள்ளது என்பதுதானே அர்த்தம்? **அப்போதே உங்கன் மூங்கில் துடைப்பத்தை கீழே வைத்துவிட்டு "இது எந்த சந்திரன்" என்று கேட்டார்.** இப்போது அவர் நீண்டகாலமாக வேலையில் இல்லை. அவர் துடைப்பத்தைக் கீழே வைத்துவிட்டு அமைதியாக அமர்ந்து கேட்டார். "இது எந்த சந்திரன்?"

டாக்கோ அமைதியாக போய்விட்டார்.

உருவக அடிப்படையில் இலட்சகணக்கான சந்திரன்கள் உள்ளன. இரவில் முழு சந்திரன் மேலே எழும்புகின்றபோது ஒவ்வொரு சிறு குளங்களிலும், ஆறுகளிலும், ஒவ்வொரு கடலிலும் இலட்சகணக்கானப் பிரதிபலிப்புகள். எண்ணமுடியாத அளவிற்கான பிரதிபலிப்புகள். ஆனால் இவைகள் அனைத்தும்

பிரதிபலிப்புகள்தான். உண்மையல்ல. சந்திரன் ஒன்றுதான். பிரதிபலிப்புகள் பல.....இலட்சகணக்கானவைகள். உணர்வு ஒன்றுதான். ஆனால் பிரதிபலிப்புகள் பல...... இலட்சகணக்கானவைகள். நீங்கள் உங்களது உணர்வை நோக்கி நகருவதால் நீங்கள் அந்த உணர்வு என்கிற ஒன்றை நோக்கியே நகர்ந்துகொண்டிருக்கின்றீர்கள். நீங்கள் சுற்றளவை நோக்கி திரும்பச் செல்வதால் அங்கு இலட்சகணக்கான சந்திரன்கள் உள்ளன. ஆனால் அவைகள் அனைத்தும் பிரதிபலிப்புகள் மட்டும்தான். பிரதிபலிப்பைக் காட்டிலும் அதிகமாக எதுவும் செய்வதில்லை. உண்மையில், சாசுவதமான நிலையில் நீங்கள் என்னவாக இருக்கின்றீர்கள்? சாசுவதத்தை மட்டுமே உண்மையென்று அழைக்கப்பட முடியும். அந்த கணம் கடந்துகொண்டிருக்கின்றது. அதுவல்ல பிரச்னை. ஆகவே உங்கன் துடைப்பத்தைக் கீழே வைக்கின்றபோது அங்கு உட்கார்ந்து "இது எந்த சந்திரன்" என்று கேட்டார். டாக்கோவால் புரிந்துகொள்ள முடியவில்லை. அவர்கள் சகோதரர்கள். இருவரும் கடைசியில் ஞானமடைந்தார்கள். ஆனால் உங்கன் மிகவும் ஆழமாக புரிந்துகொண்டதாகத் தோன்றுகிறது. ஞானமடைவதற்கு முன்னரே உங்கன் மிகவும் புரிந்துகொண்ட ஒருவராக நெருக்கமாக வருகின்றார்.

மற்றொரு சமயத்தில் உங்கன் ஒரு துறவியைக் "எங்கிருந்து வருகின்றீர்கள்? என்று கேட்டார்.

"நறுமணத்திலிருந்து வந்தேன்" என்று அந்தத் துறவி பதிலளித்தார்.

இதுதான் "ஜென்"னின் உலகம். சாக்ரட்டீஸ் உரையாடல் போன்று நீங்கள் எதிர்பார்க்கக் கூடாது. "ஜென்"னுலகத்துடன் ஒப்பிடுவதற்கு இந்த உலகத்தில் வேறொன்றுமில்லை. ஜென்

தனித்தன்மையுடையது.அதனுள்ளேயே வகையினங்கள் உள்ளன. எங்கிருந்து வருகின்றீர்கள் என்று உங்கன் கேட்டிருக்கின்றார். அந்தத் துறவி கேள்விக்கு பதிலளிப்பதில்லை. **நான் "நறுமணத்திலிருந்து வந்தேன்" என்று பதிலளித்தார்.** நிகழ்காலம். நீ எதைப் பற்றிக் கவலைப்படுகிறாய்? நீ எங்கிருந்து வருகின்றாய்? நான் எங்கே சென்றுகொண்டுயிருக்கின்றேன்? என்னுடையக் கையைப் பாருங்கள். நான் நறுமணத்திலிருந்துதான் வந்திருக்கின்றேன். நறுமணமும் ஒரு குறியீடுதான். நீலவானத்தை நோக்கித் தொடர்ச்சியாக நகர்ந்துகொண்டும், மறைந்துகொண்டிருக்கும் நறுமணத்தை, நறுமணத்தின் புகையை புத்தருக்கு வழங்கப்படுகிறது. இவைகள் அனைத்தும் குறிப்பிடத்தக்கக் குறியீட்டுத் தன்மைகள். மக்கள் குறியீடுகளை மறந்துவிட்டனர். ஏனெனில் மக்கள் மிக விரைவாக சமயசடங்காக்கி விடுகின்றார்கள்.

உங்களுக்கு ஒரு பெண் பற்றி அதாவது தங்கத்தாலான ஒரு சிறு புத்தர் சிலையை வைத்திருந்த ஒரு சந்நியாசியைப் பற்றி ஏற்கனவே சொல்லியிருக்கின்றேன். இப்போது ஜப்பானிலும், சீனாவிலும் புத்தருக்குக் கோயில்கள் இருக்கின்றன. இந்தப் பெண் சீனாவில் வாழ்கின்றாள். நம்பமுடியாத அளவிற்கு ஒரு கோயில் பத்தாயிரக்கணக்கான புத்தர் சிலைகளையுடையக் கோயில். மொத்த மலையும் புத்தர் சிலைகளாக செதுக்கப்பட்டிருக்கின்றன. மலையும்....மலைத் தொடரும் மறையும் அளவிற்கு பத்தாயிரக்கணக்கில் புத்தர் சிலைகளுக்கு மேல் புத்தர் சிலைகள். மேலும் ஒவ்வொரு கோயிலும் பல புத்தர் வடிவங்களைக் கொண்டுள்ளது.

ஆகவே இந்த சந்நியாசி எப்போதும் "என்னுடைய புத்தர்........என்னுடைய புத்தர்" என்ற மனவருத்தத்தில் இருந்தாள். அவள் காலையில் வணங்கும்போது இப்போது இந்த நறுமணம் யாருடைய புத்தர் என்றும் அறிந்துகொள்வதில்லை, யாருடைய நறுமணம் என்றும் அறிந்துகொள்வதில்லை. சிலநேரங்கள் அந்த நறுமணம் வேறு சில புத்தர் சிலைகளுக்கு நகர ஆரம்பிக்கும். அந்தச் சிலைகள் அனைத்தும் ஒரே மனிதருடையதுதான். ஆனால் இதுபோன்ற சொந்தம் கொண்டாடுகின்ற மனநிலையும் உள்ளது. அவள் அந்த

நறுமணம் அவளுடைய புத்தரை அடையவேண்டும் என்று விரும்பினாள். ஆனால் அவளது புத்தர் சிலை மிகவும் சிறியது. அது தங்கத்தால் ஆனது. ஆனால் அங்கு பல புத்தர்கள் நின்றுகொண்டும், உட்கார்ந்துகொண்டும், படுத்துக்கொண்டும் இருப்பது போன்று பலவிதமான நிலைகளில் புத்தர் சிலைகள் உள்ளன. அந்த நறுமணத்திற்குச் சொந்தம் கொண்டாடும் திட்டம் எதுவுமில்லை. காற்றுக்கும் சொந்தம் கொண்டாடும் திட்டம் எதுவுமில்லை. ஆகவே காற்று வரும். அந்த நறுமணம் இந்தப் புத்தரிடமும், அந்தப் புத்தரிடமும் சென்றுகொண்டிருக்கும். ஆனால் அந்த பெண் மிகவும் கோபம் அடைந்தாள். இது முற்றிலும் தவறானது. "இது என்னுடைய நறுமணம், என்னுடைய புத்தர்" எதையும் பெறுவதில்லை என்று புலம்பினாள். ஆகவே அவள் ஒரு முறையைப் பின்பற்றினாள். அவள் ஒரு வெற்றிடம் உள்ள மூங்கிலை வெட்டினாள். மற்ற புத்தர்களுக்குச் சென்றுகொண்டிருந்த அந்த நறுமணப் புகை வேறு புத்தர்களுக்கு சென்றுவிடக் கூடாது என்று கருதி மூங்கிலின் ஒரு முனையில் அவளது தங்கத்தாலான புத்தரின் சிலையையும், புத்தரின் மூக்குக்கு அருகே அந்த நறுமணப் புகையையும் வைத்தாள். ஆனால் ஆபத்து ஏற்பட்டது. தங்கத்தாலான அந்தப் புத்தரின் மூக்கு கருகிக் கருப்பானது. ஆகவே அவள் கோயிலின் பிட்சுவிடம் சென்று "என்னுடைய புத்தரின் மூக்கைக் துடைப்பது எப்படி" என்று கேட்டாள். இது எப்படி நடந்தது என்று கேட்டார் அந்தப் பிட்சு. அப்போது அவளது முழுக் கதையையும் சொன்னாள். அந்தப் பிட்சு ஒரு குருவாக இருந்தார். "இதுதான் சரியில்லாத மனித மனம்" என்று கலகலவென்று அவர் சிரித்தார். இந்தப் அனைத்துப் புத்தர்களும் ஒரு புத்தரின் பிரதிபலிப்பு மட்டுமே. உன்னுடைய புத்தர் உட்பட. ஆகவே அந்த ஒரு புத்தர்தான் அந்த நறுமணத்தைப் பெறுகிறார். ஆகவே "என்னுடைய புத்தர். என்னுடைய நறுமணம்" என்று சொந்தம் கொண்டாடக் கூடாது. இப்போது தனக்கு மட்டுமே சொந்தம் என்கிற உன்னுடையக் கொள்கை உன்னிடமுள்ள புத்தருடைய மூக்கை நாசம் செய்துவிட்டது. ஆகவே என்னால் உதவ முடியாது என்று சொன்னார்.

அவள் கண்ணீர் சிந்தினாள். நீங்கள் வயதான குரு. உங்களுக்கு அனைத்தும் தெரியும். என்னுடைய புத்தருடைய மூக்கை

சுத்தம் செய்வது எப்படி என்று உங்களுக்கு ஏதாவதொரு முறை தெரிந்திருக்கும் என்று சொன்னாள். மேலும் நான் அதை கீறுவதற்கு விரும்பவில்லை. என்னுடைய அழகான புத்தரை நாசம் செய்வதற்கு விரும்பவில்லை என்றும் கூறினாள்.

என்னுடைய புத்தா.....என்னுடைய புத்தா என்கிற இந்த எண்ணம்தான் உன்னிடமுள்ள புத்தருடைய மூக்கைக் கருப்பாக்கி நாசம் செய்தது. எனவே உன்னுடைய புத்தா என்ற எண்ணத்தை விட்டுவிடு. அந்தப் புத்தரை என்னிடம் ஒப்படைத்துவிடு. நாளைக் காலை இங்கு வந்து எடுத்துக்கொள் என்றார், புத்தரின் மூக்கு சுத்தம் செய்யப்படும். ஆனால் எனக்குச் சொந்தமானது என்ற எண்ணத்தை விட்டுவிடு. இல்லையென்றால் அதேபோல் மீண்டும் நடக்கும். இதில் என்ன அர்த்தம் உள்ளது என்றார். அந்த வெற்றிடமுள்ள அந்த மூங்கிலைப் பயன்படுத்தினால் உன்னுடைய புத்தரை அழித்துவிடும். காற்று எங்கே வீசுகின்றதோ அங்கு அந்த நறுமணம் எங்கேயோ போகட்டும். அந்த நறுமணம் ஒரு புத்தரையே அடைகிறது என்றார்.

அங்கு இரண்டு புத்தர்கள் இல்லை. அனைத்தும் பிரதிபலிப்புகள்தான். நிலா ஒன்றுதான் உள்ளது. அந்த நிலா இலட்சக்கணக்கான குளங்கள், ஆறுகள், கடல்களில் பிரதிபலித்தது. ஆனால் பிரதிபலிப்புகள் பிரபலிப்புகள்தான். நம்முடைய செயல்கள் பிரதிபலிப்புகளைக் காட்டிலும் அதிகம் எதுவுமில்லை. கணத்திற்குக் கணம் அது போகின்றது. வருகின்றது. ஆனால் புத்தர் இருக்கின்றார். அவர் எப்போதும் அங்கு இருக்கின்றார். முற்றிலும் சாசுவதமான நிலையில்.

அந்தத் துறவி சொன்னார்: நான் நறுமணத்திலிருந்து வந்தேன்.

நான் புத்தரின் தேடலில் வந்திருக்கின்றேன் என்று அவர் சொல்லுகின்றார். நான் நறுமணத்துடன் வந்தேன். மேலும் உங்கன் உடனடியாக புரிந்துகொண்டு நீ முட்டாள்தனமான கேள்வியைக் கேட்கிறாய் என்றார்.

உங்கன் கேட்டார்: நீ புத்தரைப் பார்த்தாயா?

ஆம். நான் பார்த்தேன் என்று அந்தத் துறவி பதிலளித்தார்.

நீ நறுமணத்துடன் வந்திருப்பதன் அர்த்தம் நீ புத்தருக்காக எதிர்பார்க்கின்றாய். நீ புத்தரைப் பார்த்தாயா?

அந்தத் துறவி சொன்னார்: ஆம். பார்த்தேன்.

நீ எங்கு அவரைப் பார்த்தாய்? என்று உங்கன் கேட்டார்.

அந்தத் துறவி: நான் கீழுலகத்தில் அவரைப் பார்த்தேன் என்று அந்தத் துறவி பதிலளித்தார்.

உங்கன் சொன்னார்: பழைய புத்தா....பழைய புத்தா....பழைய புத்தா...

இது மிகவும் அரிதான நிகழ்வு. அந்தத் துறவி சொன்னார்: **நான் கீழுலகத்தில் பார்த்தேன்.**

நீங்கள் கீழுலகம் என்பதைப் பற்றிப் புரிந்துகொள்ள வேண்டியுள்ளது. புத்தர் அவரது அறிக்கையில் கூறியுள்ளார். நரகம் இருக்குமானால் அங்கு செல்வேன். ஏனெனில் நரகத்தில் உள்ள அந்த மக்களைப் பற்றி யார் கவனம் எடுத்துக்கொள்வார்கள்? நரகம் மற்றும் துன்பம் போன்றவற்றிற்கு வெளியே இருப்பதற்கான வழியை யார் அவர்களுக்கு கற்பிப்பார்கள்? நரகம் வெறுமையாக இல்லையானால் நான் அங்கு இருப்பேன். மேலும் இரண்டாவது கதை சொல்லுகிறது. நரகத்தில் அனைத்து மக்களும் வெறுமையானபோது அவர் சொர்க்கத்தின் வாசலை அடைந்தார். அங்கு மிகுதியான மகிழ்ச்சி நிலவியது. கதவுகள் அவருக்குத் திறக்கப்பட்டது. தடத்தில் ரோஜாக்கள் பூத்திருந்தன. புத்தர் வாழ்வதற்கு அவர்கள் தேர்ந்தெடுத்த இடத்திற்கு கூட்டிப்போவதற்கு மக்கள் ரோட்டின் இருபுறமும் வரவேற்பதற்கு

நின்றுகொண்டிருந்தார்கள். ஆனால் புத்தர் சொன்னார்: உள்ளே நுழையவில்லை. தயவுசெய்து கதவுகளை மூடுங்கள். நரகத்தை வெறுமையாக்கிவிட்ட போதும் ஒவ்வொருவரும் கடந்துசெல்லும் வரை நான் இங்கு நிற்பேன். ஆனால் பூலோகம் உணர்வற்ற மக்களாக இருக்கின்றார்கள். அவர்கள் அனைவரும் கடந்துபோகட்டும். அவசரம் இல்லை. நான் கதவுகளுக்கு வெளியே இங்கு நிற்பேன். நீதிக்கதைகள் சொல்லுகின்றன: அவர் இன்னும் அங்கே நின்றுகொண்டிருக்கின்றார். "நான் கீழுலகத்தில் அவரைப் பார்த்தேன் என்று துறவி சொல்லுகின்றபோது புரிந்துகொள்வதற்கு அது உங்களுக்கு உதவும். கீழுலகத்தைத்தான் புத்தத் துறவிகள் நரகம் என்று

அழைக்கின்றார்கள். மேலுலகம் என்று சொர்க்கத்தை அழைக்கின்றார்கள். நடுவில் பூமி உள்ளது. நாம் இடைப்பட்ட இடத்தில் இருக்கின்றோம்.

உங்கன் "பழைய புத்தா....பழைய புத்தா...." என்று சொன்னார். அவரது பரிவுணர்வு மிகவும் சிறப்பாக உள்ளது. புத்தர் நரகத்தில் நுழைந்திருக்க வேண்டும்.

புத்தர் நரகத்திற்குள் சென்றுவிட்டார் என்ற உண்மையால் அவர் மிகவும் மனக்கிளர்ச்சியடைகிறார். பழைய புத்தர் அவரது சாசுவத பரிவுணர்வுடன் நரகத்தினுள் செல்வதற்கான சலனத்தை எதிர்க்க முடியாது. அவர் நரக நெருப்பில் துன்பப்படுவார். அது அவருக்கு ஒரு பிரச்னை அல்ல. ஆனால் அவர் நரகத்தை வெறுமையாக்கிவிடுவார். ஆகவேதான் "**பழைய புத்தா.... பழைய புத்தா.....**" என்று இந்த அறிக்கை மாபெரும் நன்றியுணர்வோடு உள்ளது. அவர் பரிவுணர்வோடும், அவரது அன்போடும், முழு உலகத்திலும் உள்ள மக்களை முற்றிலும் விழிப்புணர்வுடன் மாற்றுவதற்கான அவரது முயற்சியோடும் பழைய புத்தரை நினைவுகூறுகிறார். ஒவ்வொரு மனிதரும் புத்தராக வேண்டியுள்ளது. அதுவே அவரது செய்தியாக இருந்தது. பௌத்தராக அல்ல. ஆனால் அனைவரும் புத்தராக வேண்டும்.

புசூன் எழுதினார்:

> **பழ வாசனை**
> **ஒளிவட்டம்**
> **சந்திரன்.**

சந்திரனைச் சுற்றி ஒரு ஒளிவட்டத்தை உருவாக்க பழவகையின் வாசனை சந்திரனை அடைந்துகொண்டிருக்கின்றது. தியானிப்பவர் இதுபோன்ற சுத்திகரிக்கப்பட்ட, அழகான அனுபவங்களை அடைய முடியும். பழவாசனை சந்திரனின் ஒளிவட்டத்தை அடைய, சந்திரனைச் சுற்றி ஒரு ஒளிவட்டத்தை உருவாக்க பிரமாண்டமான, அழகான, பசுமையான காட்சி. சிலநேரங்கள் நீங்கள் சந்திரனின் ஒளிவட்டத்தைப் பாருங்கள். சந்திரன் மேகங்களுக்கு பின்புறம் செல்கின்றபோது அப்போது நீங்கள் அதைச் சுற்றி, கொஞ்சம் மங்கலான ஒளிவட்டத்தைப் பார்க்கலாம். இன்னும் அழகாக, மிகவும் அழகாக, உருண்டையான வட்டம்.

புசூன்க்கு அவரது தியானத்தின் காரணமாக இது தோன்றியிருக்கும். சந்திரனைப் பார்த்திருப்பார். மேலும் ஒவ்வொரு ஜென் குருக்களிடமும் "இது உங்களுடைய கடைசி வார்த்தை. நூற்றாண்டுகளுக்கு நினைக்கப்பட வேண்டியிருப்பதால் ஒரு ஹைக்குவை எழுதுபடி அவரது மரணத்திற்கு முன்பு சீடர்களால் கேட்கப்பட்டது. ஆகவே இப்படித்தான் ஒவ்வொரு ஜென் குருக்களும் வாழ்க்கையின் அவரது மொத்த அனுபவத்தையும் உள்ளடக்கியிருக்கின்ற ஒரு சிறு ஹைக்குவை "ஜென் குருக்கள்" இறப்பதற்கு முன்பு எழுதியிருக்கின்றனர். வாழ்க்கைக்கும் அப்பால் ஜென் குரு நகருகின்றபோது கடைசி கையொப்பத்தை, அவரது கடைசி செய்தியை விட்டுச்செல்கின்றார். ஒரு ஜென் மாஸ்டரின் வாழ்க்கையில் சீடர்கள் வருத்தத்தின் காரணமாக குருவிடம் எழுதச் சொல்லும்படி கேட்பதை மறந்துவிட்டனர். பின்பு குரு இறந்துவிட்டார். சீடர்கள் அவரது உடலை எரிப்பதற்கு அவரது உடலைக் கட்டிலிலிருந்து இறக்கி பாடையில் வைத்து உடலை புதைப்பதற்கு சுடுகாட்டுக்கு எடுத்துச் சென்றார்கள். அப்போது திடீரென்று குரு கண்களைத் திறந்தார். "கேளுங்கள், நீங்கள் ஒரு விசயத்தை மறந்துவிட்டீர்கள் என்றார். சீடர்கள் அதிர்ச்சி

அடைந்தார்கள். புத்தகத்தைக் கொடுங்கள் என்று சொன்னார். இல்லையென்றால் வருங்காலத் தலைமுறையினர் என்னைக் குறித்து என்ன சொல்வார்கள்? என்ன இது? கடைசியாக எந்தவிதமான செய்தியையும் கொடுக்காமல் இந்தக் குரு செத்துபோய்விட்டார் என்று வருங்காலத் தலைமுறையினர் என்னைப் பற்றி என்ன சொல்வார்கள்? புத்தகத்தைக் கொடுங்கள். புத்தகம் உடனடியாகக் கொடுக்கப்பட்டது. குரு ஒரு ஹைக்குவை எழுதி கையொப்பம் இட்டார். பின்பு அவரது கண்களை மூடினார். மீண்டும் இறந்தார்.

ஆகவே இப்போது சீடர்கள் மிகவும் எச்சரிக்கையாக இருந்தார்கள். அவர்கள் இறந்த நேரத்தைக் குறித்துக்கொண்டார்கள். சிலர் குருவின் இதயத்தில் அவர்களது காதை வைத்தனர். சத்தம் இல்லை. இதயத்துடிப்பு இல்லை. ஏதாவது மூச்சு இருக்குமோ என்று சிலர் குருவின் மூக்கிற்கு நெருக்கமாக கண்ணாடியை வைத்தனர்.

அப்போது அந்தக் கண்ணாடி மூச்சுக் காற்றின் அடையாளத்தைக் காண்பிக்கும். ஆனால் அந்த அடையாளம் கண்ணாடியில் எதுவும் இல்லை. சிலர் அவரது உடலை உலுக்கினர். எந்தவிதமான அசைவும் இல்லை. கடைசியாக அவர்கள் குரு இறந்துவிட்டார் என்று சீடர்கள் தீர்மானித்தனர். ஆனால் குரு சிரித்தார். நான் இப்போது உண்மையாக இறக்கின்றேன் என்று சொன்னார். இந்த நேரத்தை சரிபார்ப்பதற்கு முயற்சிக்காதீர்கள். ஏனெனில் நீங்கள் நான் இறந்துவிட்டேனா என்று சரிபார்த்துக்கொண்டிருந்தீர்கள். நான் காத்திருந்தேன். "சிரிப்புதான் என்னுடைய செய்தி". இதைக் கீழே எழுதிக்கொள்ளுங்கள். பிறகு குரு உண்மையிலேயே இறந்தார். ஆனால் குரு இரண்டு தடவை சீடர்களை ஏமாற்றினார். ஆகவே நான் (ஓஷோ) இறக்கின்றபோது நினைவில் கொள்ளுங்கள்.

அவசரப்படாதீர்கள்.

மூன்றாவது கேள்வி

மனிசாவுடையக் கேள்வி:

தென்அமெரிக்காவைப் போல சிறப்பான அளவிற்கு வடஅமெரிக்காவில் முதலாளித்துவத்தின் சுதந்திரம் காட்டில் (வனத்தில்) உள்ளதைப்போன்றச் சுதந்திரம் மற்றும் அதிகச் சக்திவாய்ந்த "தான்" என்கிற அகங்காரத்தின் சுதந்திரம் என்பதாகத் தோன்றுகிறது. மேலும் அங்கு ஏழைகள் பசி, பட்டினியில் கிடப்பதுவும் மற்றும் விபச்சாரமும், குற்றங்களும் பரந்த அளவில் உள்ளது. மிக அதிகமான மனிதத் தன்மை உடைய சமுதாயத்தின் வளர்ச்சியில் சோசலிசமும், கம்யூனிசமும் அவசியமான தேவையாக இல்லையா?

மனிசா... நிச்சயமாக அதிக மனிதத்தன்மையுடைய சமுதாயத்தில் கம்யூனிசம் அவசியமானத் தேவையாக உள்ளது. ஆனால் சோசலிசம் அல்ல. சோசலிசத்திற்கும் கம்யூனிசத்திற்கும் இடையிலான வித்தியாசத்தை நீங்கள் புரிந்துகொள்ளவில்லை. பெரும்பாலான மக்கள் அவைகள் இரண்டும் ஒத்தப் பொருளுடையதாகக் கருதுகின்றார்கள். சோசலிசம் முதலாளித்துவத்துடன் சமரசம் செய்துகொள்ளும் ஒரு கோழைத்தனமுடையது. கம்யூனிசம் முற்றிலும் முதலாளித்துவத்தோடு சமரசம் செய்துகொள்வதேயில்லை. முதலாளித்துவம் என்று கூறப்படுகின்ற எதனுடனும் சமரசம் செய்துகொள்வதில்லை. இப்போது வரையில் சோவியத் யூனியன் ஒரு கம்யூனிச நாடாக உள்ளது. இப்போது கோர்ப்பசேவ் சோசலிசத்தின் கீழ் கொண்டுவருவதற்கு முயற்சிசெய்து கொண்டிருக்கின்றார். அந்த நாடு அதனுடைய கவுரவத்தை அழித்துக்கொண்டு இருக்கின்றது. இதுவொரு தோல்விதான். இதுவே தாமதம் என்று அவர் புரிந்துகொண்டிருக்கின்றார் என்றே நான் நம்புகின்றேன்.

இது சர்தார் குருதயாள் சிங் உடைய நேரம். ஏனெனில் தாமதமாக்குவதற்கு நான் விரும்பவில்லை. நேற்றையத் தினத்தின் மூன்றரை நேரச் சொற்பொழிவை நினைத்து சபையில் நன்றியுணர்வோடு சிரிப்பலை எழுகின்றது.

ஜிப்ரீஸ்.......... தொடங்குகிறது.

(ஜிப்ரீஸ் என்பது அரை மணிநேரம் அல்லது ஒரு மணிநேரம் உளறிக்கொண்டு இருப்பது. வார்த்தைகளற்ற உளறல். இந்த உளறலில் ஒரு வார்த்தைகூட இடம்பெறக் கூடாது என்பது முதன்மையானது. மொழிபெயர்ப்பாளர்)

அத்தியாயம்–5

ஜூடாதான் சோசலிசஸம்

எங்களது அன்பிற்குரிய குருவே.....

ஒரு சந்தர்ப்பத்தில் ஆயிரக்கணக்கான மைல்களுக்கு மேகங்களே இல்லாமல் இருந்தாலும் கூட அது இன்னும் உண்மையான வானம் அல்ல. உண்மையான வானம் எது என்று ஒரு துறவி குரு டாக்கோவிடம் கேட்டார்.

“இன்று கோதுமையை காயவைப்பதற்கு அருமையான நேரம்” என்று டாக்கோ பதிலளித்தார்.

மற்றொரு சமயத்தில் எது மிகவும் ஆழமானது என்று மற்றொரு துறவியால் குரு டாக்கோவிடம் கேட்கப்பட்டது.

குரு டாக்கோ அவரது இருக்கையிலிருந்து கீழே இறங்கி வந்தார். பெண்கள் வணங்கும் முறையில் வணக்கம் தெரிவித்து சொன்னார்: நீங்கள் தொலைவிலிருந்து வந்துள்ளீர்கள். ஆகவே நான் பதிலளிக்கவில்லை.

மற்றொரு நேரத்தில் செக்சிக்கோ கெய்ஷோ டாக்கோவிடம் கேட்டார்: ஒரு நூறாண்டுகளுக்குப் பிறகு பிரபஞ்சத்தின் முழுமையான அர்த்தத்தைப் பற்றி யாராவது வந்து கேட்டால் நான் அவரிடம் என்ன சொல்வது?

டாக்கோ அவருக்கு உதவியாளராக இருக்கும் பையனை அழைத்தார். பாட்டிலில் தண்ணீரை நிரப்பும்படிச் சொன்னார். டாக்கோ கொஞ்சநேரம் காத்திருந்தார். அப்போது செக்சிக்கோவிடம் சொன்னார்: “நீ இப்போது என்ன கேட்டாய்?” செக்சிக்கோ மீண்டும் அந்தக் கேள்வியை நினைவுப்படுத்திச் சொன்னார். டாக்கோ அவரது அறைக்குத் திரும்பச் சென்றார். இதனால் செக்சிக்கோ ஞானம் அடைந்தார்.

நண்பர்களே....

முதலாவதாக ஆஸ்திரேலிய தொலைக்காட்சிக் குழு கேட்டக் கேள்விகளுக்குப் பதிலளிக்கின்றேன். அவர்கள் கிட்டத்தட்ட ஒரு மாதகாலமாக இங்கு இருக்கின்றார்கள். அவர்கள் வந்தபோது ஆஸ்திரேலியர்களைப் போலவே கடுகடுவென்று இருந்தார்கள். ஆனால் இன்று காலை அவர்கள் என்னை படம் பிடித்தார்கள். அவர்கள் முற்றிலும் மாற்றம் அடைந்துவிட்டார்கள். அவர்கள் சிரித்துக்கொண்டும், புன்னகைத்துக்கொண்டும், அனுபவித்துக்கொண்டும் இருந்தார்கள். இது மெய்மறந்த இன்பம் தொற்றிக்கொள்ளக்கூடிய ஒன்று. இது வாயிலற்ற வாயிலில் நுழைவது அபாயகரமானது. ஆனால் அவர்கள் மென்மையான மக்கள். கச்சிதமானவர்களாக இருக்கக்கூடியவர்கள். அவர்கள் நமது கம்யூன் பற்றியும், இங்கு என்னென்ன தினந்தோறும் நடைபெறுகின்றது என்பதை பற்றியும், அதனுடைய இருத்தலியத் தத்துவார்த்த அணுகுமுறைகளையும் (நடைமுறை வேலைத் திட்டங்கள்) படம்பிடித்துக்கொண்டு இருந்தார்கள். உண்மையில் கம்யூனின் பின்புலத்தில் நானொரு "ஆன்மீகத் தீவிரவாதி". வேறு வார்த்தைகளில் சொல்லவேண்டுமானால் மேலும் மேலும் பெரிதாக ஒவ்வொரு நாளும் வளர்ந்துகொண்டிருக்கின்ற, முழு பூமியையும் சூழக்கூடிய "புயலின் மையம்". அவர்கள் அவரவரது இல்லங்களுக்கு மீண்டும் திரும்பச் செல்லும்போது அவர்களது மனைவிமார்கள் "இவர்களுக்கு என்ன ஆயிற்று" என்று முற்றிலும் ஆச்சரியம் அடைவார்கள். கம்யூனின் உயிர்ப்புத் தன்மை இதுவரையிலும் இருந்த அவர்களது குணநலன்களை மாற்றுகிறது. இன்று காலையில் உங்களுடைய மகிழ்ச்சி, உங்களுடைய சிரிப்பு, உங்களுடைய பேரின்பம், உங்களுடைய அமைதி ஒவ்வொருவருடைய இதயத்தையும் தொடுகிறது. இந்த மக்கள் செத்துபோய்விடவில்லை. இந்த மக்கள் உயிர்ப்போடுதான் உள்ளார்கள். இங்கு அவர்கள் படம்பிடித்த படத்தொகுப்பும், அவர்களது தொலைக்காட்சியில் இந்தப் படத்தொகுப்பை ஒளிபரப்பப்படும்போது ஆஸ்திரேலியா முழுவதும் உள்ள மக்களை அதிர்ச்சிக்குள்ளாக்கப் போகின்றது என்று இப்போது நம்புகின்றேன். அவர்களால் அந்த நாட்டு மக்களிடம் அதிர்வலையை உருவாக்க முடியுமானால் அங்கு வருவேன்.

முதல் கேள்வி

கம்யூனிஸ்டுகளோ அல்லது முதலாளிகளோ உங்களைப்போல ஒரு ஆன்மீகப் தீவிரவாத உணர்வுநிலைக்கும் பிரக்ஞை நிலைக்கும் தயாராக இருக்கின்றார்களா?

அவர்கள் தயாராக இல்லை. ஆனால் அவர்களை அம்மாதிரி உருவாக்குவதற்குத் தயாராக உள்ளேன். காலம் கனிந்துவிட்டது. அவர்கள் தயாராக இருப்பார்கள். ஏனெனில் அவர்கள் உணர்வுநிலையையும், பிரக்ஞை நிலையையும், விழிப்பு நிலையையும் அடையாவிட்டால் இந்தப் பூலோகத்தின் விதி சபிக்கப்படும். யாரேனும் ஒருவர் அழகானப் பறவைகளையும், மனிதர்களையும் இந்தப் பூமியில் உள்ளவர் யாரேனும் நேசிப்பாரேயானால், ஏனெனில் முழுப் பிரபஞ்சமும் பசுமையின்றி, மலர்களின்றி, எந்தக் கடலுமின்றி, எந்த ஆறுகளுமின்றி இந்தப் பிரமாண்டமான நிகழ்வின் அறிவைப் கொண்டிருப்பார் ..... இந்த இடம், இந்த சிறு பூமி, மிகவும் சிறிய இந்த உலகத்தில் ஒரு சிறப்பான நிலையைக் கொண்டிருக்கின்றது. இந்த இருப்பின் முழுமையில் இந்த பூமியில் மட்டும்தான் புத்தர்களும், ஞானமடைந்த மக்களும் உருவாகி இருக்கின்றார்கள். பல புத்தர்கள் இந்த பூமியில் பயணத்ததின் விளைவாக இந்த பூமி புனிதமாகியுள்ளது.

இப்போது ஒரு போரை உருவாக்குவது எப்படி என்பதைத் தவிர வேறெதுவும் அரசியல்வாதிகளுக்குத் தெரியாது. ஏனெனில் அரசியல்வாதிகள் கயிற்றின் எல்லைக்கு வந்துவிட்டார்கள். இந்த உலகத்தில் எந்தவொரு சாத்தியமானப் போர்களுக்கு எதிராகவும் ஒரு சூழ்நிலையை உருவாக்குவதும், சரிகட்டுவதும் போன்ற சிந்தனைகள் மக்களின் மனங்களில் எழுப்பப்படும் வழியாக மட்டுமே உள்ளது. கம்யூனிஸ்டுகளும், முதலாளிகளும் தயாராக இல்லை என்று எனக்கு நன்றாகவே தெரியும். ஆனால் முதலாவதாக கம்யூனிஸ்டுகள் தயாராக இருப்பார்கள். பிறகு முதலாளிகள் தயாராக இருப்பார்கள். ஏனெனில் முதலாளிகள் தாங்கள் மாறக்கூடாது என்ற விருப்பத்தை உடையவர்கள். சோவியத் யூனியனும், அங்கு உள்ள மக்களும் இழப்பதற்கு

ஏதுமற்றவர்களாக உள்ளார்கள். ரஷ்யப் புரட்சி நடந்த இந்த எழுபது வருடங்களில் அனைவரும் சமஅளவில் ஏழைகளாக உள்ளார்கள். சோவியத் புரட்சி நிகழ்ந்து இந்த எழுபது வருடங்களில் மக்களது வாழ்வில் ஒரு முழுமையான வெற்றிடத்தை உருவாக்கிவிட்டது. அந்த வெற்றிடத்தை தியானத்தின் மூலமாக மட்டுமே நிரப்பப்பட முடியும்.

எதிர்மறையானக் கருத்துகளில் எவரும் வாழமுடியாது என்று உங்களுக்கு மீண்டும் மீண்டும் சொல்லியிருக்கின்றேன். நேர்மறையானக் கருத்துகள் தவறானதாக இருக்கலாம். கட்டுக்கதையாகக்கூட இருக்கலாம். வெறும் நம்பிக்கையாகக்கூட இருக்கலாம். ஆறுதலாகக்கூட இருக்கலாம். ஆனால் அது உங்களது வாழ்வை நிரப்புகிறது. அது உங்களது வெற்றிடத்தில் "ஒன்றுமே அறியாத நிலை"யை உள்ளடக்கியுள்ளது. ஆனால் எதிர்மறை சிந்தனைகள் உங்களது வாழ்வின் உள்ளிருப்பை நிரப்புவதில்லை. நேர்மறையான கருத்துகளை உங்களது குளிர்சாதனப் பெட்டியில் மதிப்பற்ற குப்பைக்கூளங்களாக நிரப்பிக் கொள்ளலாம். ஆனால் இன்னும்..... நீங்கள் அதைத் திறக்கின்றபோது அது நிறைந்தே உள்ளது.

கடவுள் இல்லை, நரகம் இல்லை, சொர்க்கம் இல்லை. இந்தக் கட்டுக்கதைகளையெல்லாம் கைவிட்டு விடுங்கள். இந்த ஆறுதலான விசயங்கள் அனைத்திலும் ஆயிரக்கணக்கான ஆண்டுகளாக மனிதஇனம் வாழ்ந்துவிட்டது என்று ஒருசிலர் நம்ப ஆரம்பிக்கின்றபோது அவர்கள் அப்போது திடீரென்று ஒரு வெற்றிடத்தை, வெற்றிடம் சார்ந்ததை, அர்த்தமின்மையை உணருகின்றார்கள். எப்பொழுதும் ஆத்திகவாதிகளைக் காட்டிலும் கடவுள் நம்பிக்கையற்றவர்களுக்கே அதிக முக்கியத்துவம் கொடுக்கின்றேன். கடவுள் நம்பிக்கையற்றவர்கள் ஒவ்வொரு வழியிலும் தயாராக இருக்கின்றார்கள். அவரது கருத்துகளின் மீது சரியாக தாக்க வேண்டியுள்ளது. அவருக்கு கடவுள் இல்லை. அவர் எதையும் பற்றிக் கொண்டிருப்பதில்லை. கம்யூனிசக் கருத்தியலில் அவர் முற்றிலும் அந்நியமாக்கப்பட்டுள்ளார். கம்யூனிசக் கருத்தியலில் எது காணாமல் போயுள்ளது என்பது இதுதான். அது மக்களுடைய இதயங்களை நிரப்ப முடியாது. மக்களது வாழ்வில் அது ஊட்டமளிக்க முடியாது. இருப்பினும்

கம்யூனிஸ்டுகள் உணர்வுநிலையில் உயர்வதற்கு முதலிடத்தில் உள்ளார்கள். முதலாளிகள் மிக அதிகமான அளவிற்கு நிலையான விருப்பத்தைக் கொண்டிருக்கின்றார்கள். முதலாளிகள் தொந்தரவுகளையும், பிரச்னைகளையும் கொண்டுள்ளனர். மிக அதிகமான அளவிற்கு பணத்தை வைத்துள்ளார்கள். மிக அதிகமான அளவிற்கு வியாபாரங்களைச் செய்கின்றார்கள். முதலாளிகள் வெற்றிடமாக உள்ளார்கள் என்று பார்ப்பதற்கும், உட்புறமாகப் பார்ப்பதற்குக்கூட முதலாளிகளுக்கு நேரமில்லை.

மிகப் பெரியப் பணக்காரரைப் பற்றி கேள்விப்பட்டுள்ளேன். அவர் மரணமடையும் தறுவாயில் உயிரோடு இருக்கவேண்டும் என்று உணர்ந்தார். ஆனால் அவர் மரணமடைந்தபோதுதான் அவர் புதைக்கப்பட்ட அந்தக் கல்லறையில் முதல்தடவையாக, அடக் கடவுளே! நான் எண்பது வருடங்களாக உயிரோடு இருந்துள்ளேன். உயிரோடு இருப்பது என்றால் என்ன என்பது பற்றித் தெரியவில்லையே என்று அவர் உணர்ந்துகொண்டார். மரணம் பற்றிய விசயத்தில் வாழ்வின் மதிப்பு என்ன என்பது பற்றி சிலபேர் மட்டுமே உணர்ந்துகொள்கிறார்கள். ஆனால் அது மிகவும் தாமதமாக உள்ளது. வாழ்க்கை பணக்காரர்களை அவர்களது வேலையிலேயே ஈடுபடுத்தி வைத்திருக்கின்றது. அவர்களது வாழ்க்கை வேலை செய்யவும், அதில் ஈடுபாடு கொள்வதற்கும் பல விசயங்களை வைத்துள்ளது. ஆனால் கம்யூனிஸ்டுகளுக்கு எந்தவொன்றுமேயில்லை. இருப்பினும் கம்யூனிஸ்டுகளுக்கு சமூக உணர்வுநிலை இருப்பதால் முதலாளிகளைக் காட்டிலும் முதன்மையாக இருக்கலாம். முதலாளிகள் தள்ளிப்போட்டுக்கொண்டு செல்கின்றார்கள். இவ்வுலகில் வறுமை நிலையை பார்த்தபோதும் கூட முதலாளிகள் பிச்சைக்காரர்களை உருவாக்கிக் கொண்டிருக்கின்றார்கள். பட்டினி கிடக்கும் மக்களை முதலாளிகள் உருவாக்கிக் கொண்டுயிருக்கின்றார்கள். வேறு யாராவது சீர்திருத்துவார்கள் என்று சிந்தனை செய்வதில் செல்கிறார்கள். கொஞ்சம் உயர்வான சம்பளமும், கொஞ்சம் அதிகமான சலுகைகளும் ஏழைகளுக்கும், தொழிலாளர்களுக்கும் தருகின்றார்கள். இதைத்தான் நான் சோசலிசம் என்று அழைக்கின்றேன். (இது முதலாளித்துவ சோசலிசம் என்று அழைக்கப்படுகிறது. மொர்.) சோசலிசம் என்பது கம்யூனிசத்தின் மனநிலையில்

உள்ள மக்களை மாற்றுவதற்கு முதலாளிகளின் ஒரு அரிய கண்டுபிடிப்பு. சோசலிசம் சீர்திருத்தத்தை உடையது. அது ஒரு புரட்சி அல்ல. சீர்திருத்த நிலைபாட்டால் மக்களை நம்பிக்கையாளர்களாக வைத்திருக்க முடியும். இது நலத் திட்டங்களைக் கொடுக்கும் அரசு. இது எந்தக் கணத்திலும் இடிந்து கீழே விழுந்துவிடும் அளவிற்கு தயாராக உள்ளது. பாழடைந்த வீட்டை சீர்திருத்தத்தான் முடியும். ஆனால் புரட்சி என்பதற்கான அர்த்தம் புதியதை உருவாக்கவும், பழைய விசயங்களை பின்பற்றாது இருக்கவும், பழையதை முற்றிலும் தவிடுபொடியாக்குவதாகும்.

நான் எப்பொழுதும் ஒரு சிறிய கதையைச் விரும்புவேன்.

மிகப் பழைமையான சர்ச். மிகவும் பழைமையான சர்ச்சாக அது இருந்தது. பாதிரியார் அந்தச் சர்ச்சுக்குள் செல்வதற்குக்கூடப் பயப்பட்டார். பேய்க்காற்று அடித்தபோது ஒரு மரத்தைப் போல அந்தக் கட்டடம் ஆட ஆரம்பித்தது. எந்த நொடியிலும் அது கீழே விழுகின்ற அளவிற்கு இருந்தது. ஆகவே அந்தப் பாதிரியார் சபைக் கூட்டத்தைச் சர்ச்சுக்கு வெளியே மரங்களுக்கு கீழே நடத்தவேண்டியிருந்தது. ஆனால் கடைசியாக ஏதாவது செய்யப்பட வேண்டியிருந்தது. எனவே சர்ச்சின் கமிட்டி உறுப்பினர்கள் அனைவரையும் சந்திக்க முடிவு செய்தார்கள். அவர்களும் வெளியேதான் சந்தித்தார்கள். அவர்கள் ஒருசில ஆலோசனைகளை முன்வைத்தார்கள். முதலாவதாக சர்ச் மிகவும் பழைமை வாய்ந்தது. ஒரு புதிய சர்ச் தேவைப்பட்டது. ஆனால் ஒரு சீர்திருத்தவாதியுடைய மனம் எப்படி உள்ளது என்பதைப் பற்றியதுதான் இது. நாம் ஒரு புதிய சர்சை உருவாக்குவோம், ஆனால் இந்தப் பழைமையான சர்ச்சுடைய பொருள்களைக் கொண்டே அதாவது அதனுடைய சன்னல்கள், கதவுகள், செங்கற்கள், சிலைகள் போன்ற அனைத்தையும் கொண்டே புதிய சர்ச்சை உருவாக்குவோம். அந்தப் பழைமையான சர்ச் எப்படி இருக்கின்றதோ அதேபோல அதனுடையப் பொருள்களைக் கொண்டே உருவாக்குவோம் என்பதாக இரண்டாவது யோசனையாக இருந்தது. நாம் புதிய ஒரு சர்ச் உருவாகும் வரை இந்தப் பழைமையானச் சர்ச்சை அழிக்கக் கூடாது. இப்போது நீங்கள் எப்படி இவைகளை எதிர்கொள்ள

முடியும்? சீர்திருத்தவாதி அந்தச் சர்ச்சை (ஆலயத்தை) அங்கங்கே ஒட்டுப்போட்டும், தூர்விட்டவைகளை சரிசெய்துகொண்டும் செல்கின்றார்.

சோசலிசம் என்பது ஒரு ஓடுகாலித்தனமானது. இதுவொரு யூதச் சிந்தனை. முதலாளிகளுக்கு கம்யூனிசம் அபாயகரமானதாக உள்ளது. கம்யூனிசம் ஒரு புதிய அமைப்பை உருவாக்குவதற்கு முன்மொழிந்து கொண்டிருக்கின்றது. சோசலிசம் நன்றாக வேலை செய்கிறது. ஆனால் அதனுடைய எண்ணங்கள் தீயநோக்கம் உடையது.

கோர்ப்பசேவ் பற்றி மிகவும் கவலையடைகின்றேன். ஏனெனில் அவர் கம்யூனிசம் என்கிற வார்த்தையையேப் பயன்படுத்துவது இல்லை. ஒவ்வொருவரும் சாத்தியமானதை அடைவதற்கும், சமவாய்ப்பைப் பெறுவதற்கும் கம்யூனிச உலகத்திற்குள் முழு உலகத்தையும் மாற்றுவோம் என்று சொல்லிக்கொண்டு சர்வதேசப் புரட்சியைத் தடுப்பதற்கு முதலாளித்துவ உலகம் சதி செய்கின்றது என்ற உணர்வே இல்லாமலும், கவனம் இல்லாமலும் சோசலிசம் என்கின்ற வார்த்தையை அவர் பயன்படுத்திக் கொண்டிருக்கின்றார். உலகம் ஒன்றிணைகின்றபோதுதான் அங்கு எந்த அரசாங்கமும் தேவையில்லை. இதனால்தான் அரசு கவிழ்ந்துவிடும், அரசு உலர்ந்து உதிர்ந்துவிடும் என்று காரல் மார்க்ஸ் சொல்லுகின்றார். ஆனால் சர்வதேச நாடுகள் கம்யூனிசமாக இருக்கின்றபோது மட்டுமே அரசு என்பது உலர்ந்து உதிர்ந்துவிட முடியும். மூன்றாம் உலகப் போரில்தான் இது சாத்தியமாகும் என்று நம்புகின்றேன். அது நிகழ்ந்தால் அதுதான் இறுதிப் உலகப் போராக இருக்கும். இந்த உலகப் போரைப் பற்றிய வரலாறு எழுதுவதற்குக்கூட ஒருவரும் இருக்க மாட்டார்கள்.

மூன்றாவது உலகப் போரைப் பற்றி ஏதாவது உங்களால் சொல்லமுடியுமா என்று ஆல்பர்ட் ஐன்ஸ்டீனிடம் ஒரு கேள்வி கேட்கப்பட்டது. அவரது பதில் ஆச்சரியமாக இருந்தது. "இல்லை, என்னால் மூன்றாம் உலகப் போரைப் பற்றி எதுவும் சொல்ல முடியாது. ஆனால் என்னால் நான்காம் உலகப் போரைப் பற்றி ஏதாவது சொல்ல முடியும்" என்றார்.

நீங்கள் மூன்றாவது உலகப் போரைப் பற்றியே எதுவும் சொல்ல முடியாதபோது எப்படி நீங்கள் நான்காவது உலகப்போரைப் பற்றிச் சொல்ல முடியும்? இது விசித்திரமாக உள்ளதே என்று கேள்வி கேட்பவரே மீண்டும் கேட்டார். ஐன்ஸ்டீன் வெறித்தனமாக சிரித்தார். இது விசித்திரம் இல்லை. என்னால் நான்காவது உலகப் போரைப் பற்றி சொல்ல முடியும். ஏனென்றால் அந்த நான்காம் உலகப் போர் எப்போதும் நிகழவே நிகழாது. ஆனால் மூன்றாவது உலகப் போரைப் பற்றி சொல்லுவது சாத்தியமே இல்லை. அதனுடைய அழிவு மிகப்பெரிய அளவில் இருக்கும். பத்து நிமிடத்திலிருந்து பதினைந்து நிமிடங்களுக்குள் முழு உலகில் வாழும் மக்களும், உயிரினங்கள் அனைத்தும் இறந்துவிடும் என்றார். வேறு ஒன்றும் தேவையில்லாத போதும் ஏழுதடவைகள் இந்த பூமியின் மீது அணுஆயுதங்களை வீசி அழிப்பதற்கு அமெரிக்கா வைத்திருக்கும் அணுஆயுதங்களே போதுமானது. ஜீசஸ் என்கிற ஒரு மனிதர் மட்டுமே புத்துயிர் அடைய வேண்டும். அவர் ஏழுதடவைகள் மீண்டும் பிறக்கவேண்டும் என்று கூட நினைக்கவில்லை. முழு உலகத்தையும் புத்தியீனாக்குவதற்கு ஒருதடவை அவர் குகையிலிருந்து தப்பிக்க முயற்சி செய்தார். ஆனால் ஏழுதடவைகள்? இது சாத்தியம் இல்லை. அவர் ஜெருசலேத்திற்கு திரும்ப செல்லவில்லை. ஏனெனில் அவர் மக்களை புத்தியீனாக்குவதற்கு முயற்சித்தார். இப்போது அது சாத்தியம் இல்லை. அவர் மீண்டும் பிடிபட்டால் அவர் சிலுவையில் அறையப்படுவார்.

மிக அதிகமான அளவிற்கு அணுஆயுதங்களைக் குவிப்பதனால் என்ன உபயோகம்? உலக சூழ்நிலையைப் பார்த்து சோவியத் ரஷ்யா அணுஆயுதங்களை உருவாக்குவதை நிறுத்திவிட்டது. மொத்த மனிதஇனத்தையும், அனைத்து உயிரினங்களையும் அழிப்பதற்கு சோவியத் ரஷ்யாவிலும் போதுமான அணுஆயுதங்கள் உள்ளன. இப்போது இதில் அர்த்தமேயில்லை. முழுஉலகத்தையும் அழிப்பதற்கு போதுமான அணுஆயுதங்களை வைத்திருப்பீர்களேயானால் அவர்களுக்கு அதிக அறிவும், புரிந்துகொள்ளலும் இருப்பதாகத் தோன்றுகிறது. அணுஆயுதங்களைக் குவிப்பதில் எதற்காக அதிகமான பணத்தைச் செலவு செய்துகொண்டிருக்கின்றீர்கள்.

போரை முழுமையாக எதிர்கொள்வது ஒரு அதிசய நிகழ்வுதான். கடந்தகாலத்தில் நடந்த உள்ள போர்கள் அனைத்தும் மிகவும் சிறியது. இரண்டாம் உலகப் போரைக் கூட மூன்றாம் உலகப் போரோடு ஒப்பிடுவதற்கு அதில் எந்தவிதமானச் சாத்தியக்கூறுகளும் இல்லை. மூன்றாம் உலகப் போரை முழுமையானப் போர் என்று அழைக்கின்றேன். ஏனெனில் பூமியின் மொத்த அழிவும் இந்தப் போரால்தான் ஏற்படப் போகிறது. இது இதுவரையில் எப்போதும் நடந்திராத அளவிற்கு ஒரு வித்தியாசமான சூழ்நிலையை உருவாக்கும். 2000 –வது வருடத்தில் அதிகமானோர் உண்மையில் ஒன்று தற்கொலை செய்துகொள்வார்கள் அல்லது நாம் மொத்த மனித மனதின் மொத்த அமைப்பையும் மாற்றுவோம், உணர்வுநிலை வளர்ப்போம். இதனால் இலட்சக்கணக்கில் தியானிப்பவர்களும், ஆயிரக்கணக்கான புத்தர்களும் உருவாவார்கள். இது மட்டுமே மாற்று. ஒன்று போர் அல்லது தியானம். ஒன்று போர் அல்லது ஆன்மீகப் புரட்சி.

போரை நம்முடைய மொத்த மனிதகுல வரலாற்றின் உச்சக்கட்டம் போல புரிந்துகொள்ளப்பட வேண்டியுள்ளது. இது வானத்திலிருந்து வந்ததல்ல. இது மிக அதிகமானத் கோபத்துடனும், மிக அதிகமான வன்முறையுடனும், மிக அதிகமான ஆயுதங்களுடனும் கடந்தகால வரலாற்றிலிருந்து வந்துள்ளது. முதல் உலகப்போர் மிகச் சிறியளவில் இருந்தது. இரண்டாம் உலகப்போர் மிகப் பெரியளவில் இருந்தது. மூன்றாவது உலகப் போர் முற்றிலும் முழுமையாக இருக்கப்போகிறது. ஏனெனில் இதுவொரு முழுமையானப் போர். ஒவ்வொரு நபரும் அவர்களது தார்மீகப் பொறுப்பைப் புரிந்துகொள்ள வேண்டியுள்ளது. மிகச் சிறியப் போர்களைப் பற்றி கவலைப்பட எதுவுமில்லை. போர் வியட்நாமில் நடந்தால் யார் கவலைப்படப் போகிறார்கள்?. பெரும்பாலான மக்கள் வியாட்நாம் என்ற நாட்டின் பெயரைக்கூட அறிந்திருக்க மாட்டார்கள். போர் ஆப்கானிஸ்தானில் நிகழ்ந்தால் யார் கவலைப்படப் போகிறார்கள்? இவை மனிதஇனத்தின் சிறுஇடங்கள் சம்பந்தப்பட்டிருக்கின்றன. ஆனால் இன்றைய காலம் வாழ்வின் மொத்த வாழ்க்கையும், நம்முடன் வாழும் அனைத்து உயிரினங்களான மரங்கள், செடிகள்,

ரோஜக்கள், தாமரைகளாகவும் உள்ளன. மனிதன் மாபெரும் மனிதனாக முடியும் என்கின்ற கருத்துக்கு மிக நெருக்கமாக நாம் இப்போது வந்துள்ளோம். இப்போது நாம் ஒரு போர் நடப்பதற்கு வாய்ப்பளிக்கக் கூடாது. உலகமே தற்கொலை செய்துகொள்ள வாய்ப்பளிக்கக் முடியாது. கடந்தகாலம் என்பது போர் செய்வது, அழிப்பது, வன்முறை என திட்டம் தீட்டப்பட்டு உருவாக்கியிருந்த அந்த மனிதனின் மனதை எப்படி மாற்றியமைப்பது என்பதைப் புரிந்துகொள்ளவேண்டியுள்ளது. உங்களுடைய மனதிலிருந்து கடந்தகாலத்தை அகற்றுவதும், தெளிவானக் கண்களுடன் உண்மையைப் பார்க்க வைக்கவும், மாறுபட்ட நிலைக்குத் தக்கவாறு நிகழ்காலத்தைப் பார்க்க வைக்கவுமே என்னுடைய மொத்த வேலையாகும். மேலும் நிகழ்காலத்தில் உங்களுடைய நோக்குநிலை தெளிவாக இருந்தால் உங்களுடைய வருங்காலம் ஒளிமயமானதாக இருக்கும். தற்சமயம் துப்பரவு செய்யும் நிகழ்வின் காரணமாக ஒரு புதிய எதிர்காலம் உதயமாகும். கடந்தகாலத்துடன் எவ்விதத் தொடர்பும் இல்லாது இருப்பதின் மூலம் மட்டுமே உங்களது எதிர்கால வாழ்க்கை ஒரு துணிச்சலான முயற்சியாக இருக்கும்.

கம்யூனிஸ்டுகள் உள்ளுணர்வு அடைவதற்கான புரட்சிக்குத் திரும்புவதால் அவர்கள் போரைப் பற்றியும், அழிவைப் பற்றியும் முடிந்தளவிற்குக் கவலைப்படுவதால் முதலாளிகள் பின்புறத்தில் இருக்க மாட்டார்கள். இது போட்டி நிறைந்த உலகம். கம்யூனிஸ்டுகள் உள்ளுணர்வை அடைவதற்கு நகர்வதால் முதலாளிகளுக்கு முன்னால் இருப்பதற்கு மிகப் பெரியத் தூண்டுதலாக இருக்கும். எவரும் முதலாளிகளின் பின்னால் இருக்க விரும்ப மாட்டார்கள். ஆகவே என்னுடைய மூலோபாயம் அதாவது என்னுடைய யுத்த தந்திரம் கம்யூனிஸ்டுகளை உள்ளுணர்வுப் புரட்சியை நோக்கி நகர்த்தப்பட வேண்டும். பூமியைச் சுற்றிக்கொண்டு செல்லும் அந்த உள்ளுணர்வுப் புரட்சியான "ஜென் நெருப்பு, ஜென் காற்று" முன்பு இதுவரையிலும் இந்த உலக மக்கள் எப்போதும் இதுவரையிலும் கண்டிராத ஒரு புதியப் போட்டியை நோக்கி நகர்த்தும். அது யார் முதலாவதாக புத்தர் ஆவது என்பதற்கானப் போட்டியாகத்தான் அது இருக்கும்.

இரண்டாவது கேள்வி:

> **மாபெரும் ருஷ்ய அனுபவத்தைப் பற்றி பேசிவிட்டீர்கள். இங்குள்ள உங்களது மாபெரும் கம்யூன் அனுபவத்தைப் பற்றி பேச முடியுமா?**

இங்குள்ள நம்முடைய கம்யூன் (ஓஷோ கம்யூன் இன்டர்நேசனல், புனே) வேறு எந்த கம்யூனிசத்தைக் காட்டிலும் சிறந்த அனுபவத்தை உடையது. கம்யூனிசம் சமூகத்தின் பொருளாதார அமைப்பை மாற்றும் ஒரு பொருளாதாரப் புரட்சி மட்டுமே. அது மனித வாழ்வின் ஒரு பகுதியைச் சார்ந்த ஒன்றுதான். இதனால்தான் எதையோ "நாம் இழந்துகொண்டிருக்கின்றோம்" என்று சோவியத் ரஷ்யர்கள் கொஞ்சம் வருத்தத்தை உணருகின்றார்கள். மனித வாழ்வின் ஒரு பகுதி சார்ந்த புரட்சி தோல்வியடைவதற்கான விதியை உடையது. அதாவது அது உங்களது உடலின் ஒரு பகுதி மட்டுமே உடல்நலத்தோடு இருப்பதைப்போல உள்ளது. உடலின் மற்றொரு பகுதி உடல்நலமற்று உள்ளது. ஒரு பகுதி உடல்நலமற்று இருப்பதால் முழு உடலும் உடல்நலமற்றுப் போகிறது. புரட்சி என்பது பொருளாதாரம், சமூகம், உளவியல், ஆன்மீகம் போன்ற ஒவ்வொன்றிலும் முழுமையடைவதற்கான ஒன்று. இதுபோன்ற "முழுப் புரட்சி" இல்லாவிட்டால் மனிதன் தன்னையே முடமாக்கிக் கொண்டதாக உணருகின்றான். உங்களுடையத் தலை மட்டும் பெரிதாகப் பெரிதாக உங்களுடைய உடலும் அதேபோல ஆகின்றது. இதனால் விரைவில் நீங்கள் தொந்தரவுக்கு உள்ளாகின்றீர்கள்.

ஒரு சர்க்கஸ் பற்றி கேள்விப்பட்டுள்ளேன். இப்போது கடைசிக் காட்சியாக அது நிகழப்போகின்றது. இது உங்களுக்கு மிகப்பெரிய பொழுதுபோக்காக இருக்கும். எனவே அனைவரும் விழிப்போடு இருங்கள் என்று அதன் நிர்வாகி அறிவித்தார். மிகச் சிறந்த நடனக் கலைஞரை இப்போது மேடைக்கு அனுப்புகின்றோம். ஆகவே தூக்கத்தில் உள்ள பார்வையாளர்கள் அனைவரும் அவரவரது இருக்கைகளில் அமர்ந்து விழிப்போடு இருங்கள். இவர் மாபெரும் நடனக் கலைஞரா?

அப்போது திரை விலக்கப்பட்டது. பார்வையாளர்கள் தரையில் ஒரு பெண் மார்பின் தாங்கலில் படுத்திருந்தாள். பார்வையாளர்களால்

இது எம்மாதிரியான நடனம் நடக்கப்போகின்றது என்பதை நினைத்துக்கூடப் பார்க்க முடியவில்லை. கடைசியாக அந்தப் பெண் மேலே எழுவதற்கு கடினமாக முயற்சித்தாள். அவளது முலைகள் மிகப் பெரிதாக இருந்தன. அந்த முலைகள் எழும்ப எழும்ப அது நடனமாக இருந்தது. அவள் மேலே எழுந்து நின்றபோது அனைவரும் கைதட்டிக்கொண்டு இருந்தார்கள். பார்வையாளர்கள் இதுபோன்ற நடனத்தை இதுவரையில் பார்த்ததேயில்லை. அந்தப் பெண் இதை ஒரு சாதனையாகவே செய்துகொண்டிருந்தாள். அவளது முலைகள் இன்னும் தரையைத் தொட்டுக்கொண்டுயிருந்தன. அதன் நிர்வாகி மேடைக்கு வந்து சொன்னார் தோழர்களே! நடனத்தைப் பார்த்தீர்களா என்று கேட்டார். இந்த நடனம் உண்மையில் எங்களது நினைவில் பசுமையாக இருக்கும் மிகச்சிறந்த நடனம் என்று கூறி மக்கள் சத்தம் போட்டு சிரித்தார்கள்.

பகுதிச் சார்ந்த புரட்சி ஒரு புரட்சியல்ல. முழுப் புரட்சிதான் புரட்சியாகும். முழுப் புரட்சி உங்களது உள்மையத்திலிருந்து உதயமாக வேண்டியுள்ளது. இங்கு இதுதான் என்னுடைய வேலை. ஒவ்வொரு தனிமனிதரின் மனதிலுள்ள அவரது கடந்தகால விசயங்களை முற்றிலும் சுத்தம் செய்ய வேண்டும் என்று விரும்புகின்றேன். அரசியல் ரீதியாக, சமூக ரீதியாக, மத அடிப்படையில் உள்ள அவரது அனைத்துவிதமான பாரபட்சங்களையும், அவரது அனைத்துவிதமான சிந்தனைகளையும் சுத்தம் செய்யப்பட வேண்டும். ஒரு சுத்தமான எதுவும் எழுதப்படாத சிலேட்டைப்போல அனைத்தையும் விலக்கப்பட வேண்டும். அப்போது நீங்கள் மனமற்ற நிலைக்கு வந்துவிடுவீர்கள். மனமற்ற நிலைதான் தியானம். மனமற்ற நிலைதான் ஒரு வெளிபாட்டு நிலையாகும். மனமற்ற நிலைதான் முன்பு எப்போதும் உங்களுக்குள் நிகழ்ந்திராத மாபெரும் கலகத்தன்மை உடையதாகும்.

கடந்தகாலத்தில் கௌதமப் புத்தரைப் போல ஓரிருவரே இங்கும் அங்கும் இதுபோன்று இருந்தார்கள். ஆயிரக்கணக்கான வருடங்களில் புத்தராக மலருகின்ற ஒருவர் இவ்வுலகில் தோன்றுகிறார். ஆனால் இப்போது நமக்கு அதிகமான காலநேரம் இல்லை. நீங்கள் நாளை என்று எதையும் தள்ளிப்போட முடியாது.

எதை செய்வதற்கு விரும்புகின்றோமோ அதை இப்போதே செய்துவிட வேண்டியுள்ளது. முதல்தடவையாக இது தற்சமயம் அதிக முக்கியத்துவம் ஆகிக்கொண்டிருக்கின்றது. ஒவ்வொரு நாளும் மாற்றத்தைத் தேர்ந்தெடுப்பதற்கு மிக நெருக்கமாக நீங்கள் வந்துகொண்டிருக்கின்றீர்கள். ஒன்று புத்தர் ஆவதை நோக்கி செல்லுங்கள் அல்லது இராணுவ வீரராக ஆகிவிடுங்கள். குறிப்பாக அனைவருடைய வாழ்க்கையும் அபாயகரமாக இருக்கின்றபோது எவரும் இறப்பதற்கு விரும்புவதில்லை. இந்த மூன்றாம் உலகப்போர் நிகழவே நிகழாது. ஆனால் நாம் அதைத் தடுத்து நிறுத்துப் போகின்றோம்.

நம்முடைய வழிமுறைகள் மிகவும் வித்தியாசமானது. "ஆன்மீகத் தீவிரவாதி" என்று நீங்கள் என்னைக் குறித்து கூறியதை நேசிக்கின்றேன். எந்தவிதமான ஆயுதங்களையும் வைத்திருக்கவில்லை. எந்தவிதமான அணுஆயுதங்களையும் வைத்திருக்கவில்லை. ஆனால் அதையும் தாண்டி அதிக சக்தியுடைய செயலூக்கம் உடைய ஒன்றை வைத்துள்ளேன். அது கொல்வதற்கானது அல்ல. வாழ்க்கையில் இறந்துபோனவர்களைப் போன்று வாழ்ந்துகொண்டிருக்கின்ற அவர்களுக்குக் கொடுப்பதற்கானது. தூக்கத்தில் நடக்கும் பழக்கம் உள்ளவர்களுக்கு விழிப்புணர்வைக் கொடுப்பதற்கானது. நாம் இங்கு என்ன செய்துகொண்டிருக்கின்றோம்? ஏன் இதை செய்துகொண்டிருக்கின்றோம் என்று எதுவும் தெரியாது தூக்கத்தில் நடந்துகொண்டும், தூக்கத்தில் பேசிக்கொண்டும் இருக்கின்ற அவர்களுக்கு விழிப்புணர்வை கொடுப்பதற்கானதுதாகும்.

மனதின் மிக ஆழமான பகுதியான, மிகவும் உயரத்தில் உள்ள சிகரத்தை அடைவதற்கு மொத்த உள்ளுணர்வும் விழிப்புணர்வும் அடைய வேண்டும் என்று விரும்புகின்றேன். விழிப்புணர்வு மரம் வளர்வதைப்போன்று செங்குத்தாக வளர்ச்சியடைய வேண்டும். மரத்தின் வேர்கள் பூமியினுள் ஆழமாகச் செல்கின்றன. அதனுடையக் கிளைகள் நட்சத்திரங்களை நோக்கி பரவுகின்றன. வானத்தில் அதனுடைய மலர்கள் மலர்கின்றன. அதனுடைய ஊட்டச் சத்து பூமியின் ஆழமான பகுதியிலிருந்து வருகின்றது. அந்த மரம் எந்தளவிற்கு உயரமாகச் செல்கின்றதோ

அதே அளவிற்கு அதனுடைய வேர்கள் பூமிக்குள் சென்று சமசீராக்கப்படுகிறது. மிகவும் குறுகிய நீளத்திற்கு வேர்களைக் கொண்டு வானத்தை நோக்கி அதிகமான உயரத்திற்கு எழும்பும் நானூறு அல்லது ஐந்நூறு வருடகால பழமைவாய்ந்த லெபனானின் தேவதாரு மரத்தை நீங்கள் வைத்திருக்க முடியாது. அது உடனடியாக கீழே விழுந்துவிடும்.

வாழ்க்கையின் ஆழத்திற்கும் உயரத்திற்கும் இடையில் ஒரு சமச்சீர்த் தேவைப்படுகிறது. ஒரேசமயத்தில் அந்த இரண்டையும் கற்பிக்கின்றேன். தியானத்தில் அதன் மையத்திற்கான உங்களுடைய நுழைவில் நீங்கள் பிரபஞ்சத்தினுள் உங்களுடைய வேர்களை ஆழமாக வளர்க்கின்றீர்கள். வானத்தில் நீங்கள் எங்கு மலர முடியுமோ அங்கு உங்களுடைய நறுமணத்தையும், கருணையையும், உங்களுடைய உயர்வான மெய்மறந்த இன்பத்தையும் மறைக்கப்பட்ட மையத்திலிருந்து வெளியே கொண்டுவரப்பட்ட அந்த மலரைப் புத்தருக்கு கொடுப்பதாகும். உங்களுடைய மெய்மறந்த இன்பம் உயரத்தை நோக்கிய இயக்கமாக உள்ளது. உங்களுடைய தியானம் ஆழத்தை நோக்கிய இயக்கமாக உள்ளது. இந்த உயரம், ஆழம் ஆகிய இரண்டையும் நீங்கள் கொண்டுள்ளபோது உங்களுடைய வாழ்க்கை கொண்டாட்டமாக அமைகிறது. வருத்தமான நிலையிலிருந்து உங்களுடைய வாழ்க்கையை கொண்டாட்டமாக மாற்றுவதுதான் என்னுடைய வேலை.

இப்புவியை நகைப்பொலியால், சிரிப்பொழியால் நிரப்பப்படுமானால் எந்தப் போருக்கும் நீங்கள் செல்லத் தேவையில்லை. விரோதிகளிடம் கூறுவதற்கு நகைச்சுவைகளைக் கற்பித்தால் எந்தப் போருக்கும் நீங்கள் செல்லத் தேவையில்லை. எதிரிகள் அவர்களது குண்டுகளை எறிவார்கள். கீழே அமர்ந்து அந்த நகைச்சுவைகளைப் பகிர்ந்துகொள்வார்கள். யாராவது ஒருவர் நகைச்சுவையைச் சொல்லுகின்றபோது உங்களால் எதிராளியை கொல்ல முடியுமா? உங்களுக்கு சிரிப்பைக் கொடுக்கும் அவரை அழிக்க உங்களால் முடியுமா? தன்னைச் சுற்றி ஒவ்வொருவரும் அப்போது புத்தர் வாழ்வதற்கான இடமாகவும், அந்தச் சிரிப்பின் அதிர்வலைகளின் ஆற்றலையும், மகிழ்ச்சியையும், கொண்டாட்டத்தையும், சாத்தியமான

அளவிற்கு நடனத்தையும், பாடலையும் மிகவும் பரந்த அளவில் உருவாக்குவதற்கும் பொறுப்புடையவர்களாக உள்ளார்கள். உலகில் உள்ள மனிதர்களிடத்தில் “இந்த ஜென் நெருப்பாகவும், காற்றாகவும் பரவட்டும்.”

உண்மையில், மானிட வாழ்வில் வருத்தமடைவதற்கு எவரும் விருப்பப்படுவதில்லை. எவரும் தன்னையே நோகடித்துக்கொள்வதற்கு விருப்பப்படுவதில்லை. உங்களுடைய மதவாதிகளும், அரசியல்வாதிகளும்தான் உங்களை வருத்தமடையச் செய்யவும், வறுமையில் ஆழ்த்தவும் செய்கின்றார்கள். ஏனெனில் உங்களது வறுமையில்தான் அவர்களுக்கு ஆதாயம் கிடைக்கிறது. நீங்கள் சிரிக்க ஆரம்பித்தால், நீங்கள் நடனமாட ஆரம்பித்தால் அவர்களது நிலைமை என்னவாகும் என்பதை யோசித்துப் பாருங்கள். உங்களது துப்பாக்கிகளை தூர வீசிவிட்டு, கித்தாரை எடுத்து வாசியுங்கள். சிலுவைகளை உங்களது தோள்களில் சுமந்துசெல்லுங்கள் என்று ஜீசஸ் அவரது சீடர்களிடம் சொல்கிறார். இதுபோன்ற அர்த்தமற்ற வார்த்தைகளைக் கேட்காதீர்கள் என்று உங்களுக்குச் சொல்லிக்கொள்ள விரும்புகிறேன். புதுமலர்ச்சியுடன், உங்களது உதடுகளில் மலர்ந்த புன்னகையுடன் உங்களது தோள்களில் வீணையை சுமந்துசெல்லுங்கள். மகிழ்ச்சி நிறைந்த பூமியாக உருவாக்குங்கள். துக்கம் நிறைந்த பூமியில்தான் உங்களுக்கு மொழியை உருவாக்க வேண்டியுள்ளது. உங்களது சிரிப்பே போரை நிறுத்துவிடுவதற்குப் போதுமானதாக

இருக்கும். உங்களது கொண்டாட்டமும், உங்களது நடனமே போரை நிறுத்துவதற்குப் போதுமானதாக இருக்கும். மிகவும் உயர்வாக இருக்கும் உங்களது மெய்மறந்த இன்பமும், உங்களது தியானமும் வியக்கத்தக்க வகையில் சக்தியை உருவாக்கும். ஏனெனில் அது நமது வாழ்வை உறுதிபடுத்துவதாக உள்ளது.

மதங்கள் உங்களது வாழ்க்கைக்கு எதிரானவைகளாக உள்ளன. உங்களது அரசியல்வாதிகள்தான் உங்களது வாழ்க்கைக்கு எதிரானவர்களாக உள்ளனர். உங்களது மதங்கள் உங்களது வாழ்க்கைக்கும் அப்பால் உங்களைத் தயார் செய்கின்றார்கள். ஆனால் இங்கு மகிழ்ச்சியாக வாழ்வதற்கு அல்ல. மேலும் உங்களது அரசியல்வாதிகள் உங்களைக் கொல்வதற்கு

ஆயுதங்களை உருவாக்குகிறார்கள். அரசியல்வாதிகள் உங்களை கொன்று ஒழிக்கிறார்கள். கவலைப்படாதீர்கள், உங்களது மரணத்திற்குப் பிறகு நீங்கள் சொர்க்கத்திற்குச் செல்வீர்கள். அங்கு அழகான பெண்களும், மதுரசம் நிறைந்த ஆறும் இருக்கின்றன என்று மதவாதிகள் உங்களுக்கு ஆறுதல் அளிக்கின்றார்கள். அங்கு மதுவிலக்கு இல்லை, திருமணம் இல்லை. சொர்க்கத்தில் திருமணங்கள் உள்ளன என்று எப்போதாவது கேட்டு உள்ளீர்களா? அங்கு மதுவிலக்கும் இல்லை. திருமணம் செய்துகொள்வதும் இல்லை.

இங்கே இப்போதே சொர்க்கத்தை உருவாக்குகின்றோம். நாம் மரணம் அடையும் வரை காத்திருப்பதில்லை. ஒருவர் மரணமடையும் வரை ஏன் காத்திருக்க வேண்டும்? மரணத்திற்குப் பிறகு சொர்க்கம் செல்பவராக இருந்தால் தயவுசெய்து அதற்காக இங்கேயே உங்களைத் தயார்படுத்திக்கொள்ளுங்கள். அதற்காகத் தயாராக இருங்கள். அந்த அனுபவத்தை இங்கேயே அனுபவியுங்கள். ஆகவே நீங்கள் அங்கே அனுபவிக்கலாம். இப்புவியில் அனுபவிக்கும் சாத்தியம் உள்ளவர்கள் மட்டுமே இங்கே நடனமாடுகிறார்கள். இங்கே பாடல்களைப் பாடுகிறார்கள். இங்கே நேசிக்கின்றார்கள். இங்கேயே சொர்க்கத்தில் உள்ளதைப் போல அனுபவிக்க இயலும். உங்களுடைய அருட்தொண்டர்களால் அல்ல. என்னுடைய சந்நியாசிகளால் மட்டுமே அது முடியும். உங்களுடைய அருட்தொண்டர்கள் அங்கு தங்களையே குறுக்கிக்கொண்டு, என்ன செய்வது என்று தெரியாமல் மூடிய கண்களுடன் அழகானப் பெண்களைப் பார்க்காது துயரம் மிகுந்தவர்களாக அங்கு உட்கார்ந்துகொண்டு இருப்பார்கள். சொர்க்கத்தில் தண்ணீரே கிடைக்காது. வைன் மட்டுமே கிடைக்கும். சுற்றிலும் அழகானப் பெண்கள், நிர்வாணமாக, ஆடிக்கொண்டு இருப்பார்கள் இந்த அருட்தொண்டர்களை வைத்துக்கொண்டு என்ன செய்வது?

முகுனாந்தா என்கிற ஹிந்துத்துறவி ஒருசில வருடங்களுக்கு முன்பு இறந்தார். இவரது பெயரை நீங்கள் அறிந்திருக்கலாம். உங்களில் பலர் அவரைப் பார்த்திருக்கலாம். ஆனால் சொர்க்கத்தில் என்ன நிகழ்ந்தது என்று நீங்கள் அறிந்துகொள்ளவில்லை.

குரு இறந்துபோய் விட்டாரே என்று அவரது சீடர்களில் ஒருவர் அதிகமான துக்கத்தில் இருந்தார். குருவிடமே போய்சேர்ந்துவிடலாம் என்று தற்கொலையும் செய்துகொண்டார். சீடர் கொஞ்சம் தாமதமாக சொர்க்கத்தை அடைந்தாலும் போய் சேர்ந்துவிட்டார். அவர் சொர்க்கத்தில் என்ன பார்த்தார் தெரியுமா? ஒரு மரத்தின் அடியில் முகுனாந்தா நிர்வாணமாகப் படுத்துக்கொண்டிருந்ததைப் பார்த்து அவரது கண்களாலேயே நம்பமுடியவில்லை. மேலும் முகுனாந்தாவுக்கு மேலே அமெரிக்க நடிகையான மர்லின் மன்ரோ படுத்துக்கொண்டு காதல் விளையாட்டில் செயல்பட்டுக்கொண்டு இருந்தார்கள். பிரம்மச்சரியத்தைக் போதித்துக்கொண்டிருந்த முகுனாந்தாவா இவர் என்று அந்தச் சீடரால் நம்பமுடியவில்லை.

உணர்வின் நாடகம் என்கிற **'சிட்விலாஸ்'** என்கிற அவரது புத்தகத்தில் பிரம்மச்சரியத்தின் ஒழுக்கம் இதுபோன்ற கருத்தில்தான் வந்தது என்று விளக்குகிறார். அவரது தொப்புளைத் தொடுமளவிற்கு அவரது ஆண்குறி மிகப் பெரிதாக நீளும் என்ற காரணத்தால் பிரம்மச்சரியத்தைப் பற்றியக் கருத்து வந்தது என்று அவரது உணர்வின் நாடகம் என்கிற சிட்விலாஸ் என்கிற அவரது புத்தகத்தில் பிரம்மச்சரியத்தின் ஒழுக்கத்தைப் பற்றிக் குறிப்பிடுகிறார். அந்தச் சீடர் அதை வாசித்து இருந்தார். முகுனாந்தா இப்போது என்ன செய்துகொண்டிருக்கின்றார்? இதை அனைத்தையும் மறந்துவிட்டாரா? எப்படியிருந்தாலும் முகுனாந்தா நம்முடைய குரு. அவருக்கு நாம் மரியாதை செலுத்த வேண்டும் என்று அங்கு நிகழ்ந்துகொண்டிருப்பதைப் பார்க்கவில்லை. பாபா, உங்களுடைய நல்லொழுக்கங்கள் அனைத்திற்கும் வெகுமதியாக இது இருக்கவேண்டும் என்று நினைக்கின்றேன் என்று அந்தச் சீடர் முகுனாந்தாவின் காலைத் தொட்டு வணங்கினார். நீ என்ன முட்டாளா? இந்த முட்டாளுக்கு இது வெகுமதி அல்ல. இது எனக்கான தண்டனை என்று மர்லின் மன்றோ கோபத்தோடு கத்தினாள்.

மிகவும் தூரமாக உள்ள சொர்க்கம் மிகச் சிறப்பாக இருக்கப்போகிறது என்பதின் காரணத்தால்தான் உங்களைத் தயார்படுத்த வேண்டியுள்ளது. ஆனால் நீங்கள் நேசிப்பதற்கும், குடிப்பதற்கும், நடனமாடுவதற்கும் தயாராக இருக்க

வேண்டும். சொர்க்கத்திற்குள் நுழைவதற்கான இதுவொரு முன்தயாரிப்புதான். இன்பமே சிறந்த நலம் என்ற கோட்பாட்டை உடையவன். இன்பத்தை உடையவன் மட்டுமே சொர்க்கத்திற்குள் நுழைவதற்கான உரிமையை கொண்டுள்ளான். அது அவர்களுக்கு மகிழ்ச்சியாக இருக்கும். வலியேற்பு வெறியுடைய மக்கள் நரகத்திற்கு செல்வதுதான் தேவையென்று நினைப்பவர்கள் தங்களையே சித்ரவதை செய்துகொள்கிறார்கள். ஏனெனில் அங்கே அவர்கள் தங்களையே சித்ரவதை செய்துகொள்ள மாட்டார்கள். பிசாசும், அதன் பட்டாளங்களுமே அவர்களை சித்ரவதை செய்வார்கள். அது அவர்களது மகிழ்ச்சியாக இருக்கும். நரகம் அருட்தொண்டர்களுக்கு ஆனது. சொர்க்கம் குற்றவாளிகளுக்கு ஆனது. இதுதான் முற்றிலும் தர்க்கரீதியாக உள்ளது. இதுதான் என்னுடையப் புரட்சி. நாம் ஒருமுறை சொர்க்கத்திற்குள் நுழைகின்ற அப்போது நாம் அருட்தொண்டர்கள் அனைவரையும் நரகத்திற்குள் தூக்கிவீசப் போகின்றோம். நீங்கள் சித்ரவதைத் தண்டனையைப் பெற்று சித்ரவதையை அனுபவியுங்கள். ஆனால் நாம் ஆடம்பரங்களை அனுபவிக்கின்றோம். நாம் அனைத்து இன்பநலன்களையும் அனுபவிக்கிறோம். எங்களை சொர்க்கத்திற்கு உடையவர்களாக்குங்கள். நீங்கள் இங்கு போதுமான கால அளவிற்கு நீங்கள் வாழ்ந்துவிட்டீர்கள். தாமதப்படுத்தாமல் தயவுசெய்து வெளியே போங்கள்.

நான் (ஓஷோ) தனியாக செல்லவில்லை. நீங்கள் அனைவரும் என்னுடன் வந்துகொண்டிருக்கின்றீர்கள். ஏனெனில் நானொரு சோம்பேறி. இன்னும் என்னுடைய நாற்காலியில் உட்கார்ந்து கொண்டிருப்பேன். முகம்மது உடைய குதிரையின் மீது சவாரி செய்ய முடியுமானால் அதில் என்ன தவறு உள்ளது? ஜீசஸ் உயிரோடு நேரடியாக அவரது தாயாரின் மீது சவாரி செல்ல முடியுமானால் என்ன பிரச்னையாகிவிடப் போகிறது? அவரது தாயார் அவருக்கு பிறகு மேலே இழுப்பார். உண்மையில் நான் உங்களைக் காட்டிலும் கொஞ்சம் விரைவாக அடையலாம். ஏனெனில் என்னுடைய மேடை கொஞ்சம் உயரமாக உள்ளது. ஆனால் நீங்கள் மிகத் தாமதம் செய்ய மாட்டீர்கள் என்று நினைக்கின்றேன். ஹாய்.... நீங்கள் வந்துவிட்டீர்கள்.

இப்போது ஒரு வேலை செய்கின்றீர்களா? நரகத்தை நோக்கி அந்த அருட்தொண்டர்கள் அனைவரையும் தூக்கிவீசுங்கள் என்று

அங்கு உங்களுக்கு வரவேற்பளிப்பேன். அவர்கள் அதற்குதான் தகுதியுடையவர்களாக உள்ளார்கள். அவர்கள் நரகம் செல்வதற்கு அவர்களே ஒழுங்குபடுத்தி வைத்திருக்கின்றார்கள். நாம் சொர்க்கம் செல்வதற்காக நாம் ஒழுங்குபடுத்தி வைத்திருக்கின்றோம். நம்முடைய மொத்த நிபுணத்துவத்தாலும், நம்முடைய மொத்த சிறப்புகளாலும் கடவுளின் இராஜ்ஜியத்திற்குள் நுழைபவர்களாக உள்ளோம்.

மூன்றாவது கேள்வி

ஒரு துறவி கேட்டார்,

> **மக்கள் ஏதாவது ஒரு விதத்தில் இறக்கத்தான் போகிறார்கள் என்ற அடிப்படையில் கம்யூனிசத்தைப் பாதுகாக்க ஆயிரக்கணக்கானோர் இறப்பதில் அவர்களுக்கு எந்தத் தீங்கும் இல்லை என்ற எண்ணம் என்னை அதிர்ச்சியடையச் செய்வதிலிருந்து என்னால் மீள முடியவில்லை. இது ஏன் என்னை பயமுறுத்துகிறது?**

இது உங்களுக்கு மட்டுமே அல்ல. அதிர்ச்சியடைந்தவர்கள் அங்கு கொஞ்சம் அதிகமாகவே இருக்கலாம். மஜீத் அங்கு உட்கார்ந்து உள்ளார். அவரும் மற்ற இத்தாலியர்களும் அதிர்ச்சியடைந்திருக்க வேண்டும். ஏனெனில் அவர்கள் அவர்களது மனதில் அரசியல் பாரபட்சத்தைக் கொண்டுள்ளனர். அவர்கள் தங்களைத் தீவிரவாதிகள் என்று நினைக்கின்றார்கள். அவர்களால் தீவிரவாதத்தின் அடிப்படையைக்கூடப் புரிந்துகொள்ளவில்லை. கம்யூனிசத்தைக் காப்பாற்றுவதற்காக ஜோசப் ஸ்டாலின் பத்து இலட்சம் மக்களைக் கொன்றார் என்று நான் சொன்னபோது நீங்கள் அதற்கு மிகுந்த சிந்தனையை கொடுக்கவில்லை. யார் அந்த பத்து இலட்சம் மக்கள்? மதகுருக்கள், பிசப்புகள், முக்கிய நபர்கள், பேராயர்கள் போன்றவர்கள்தான் அந்த மக்கள். சமூகத்திற்கு சர்ச்சினுடைய உடைமைகளைக் கொடுக்கத் தயார் இல்லாமல் இருந்தார்கள். புரட்சியை எதிர்த்தவர்கள், அவரவரது பொருள்கள் அவரரவர்களுடையது என்று விரும்பிய மக்கள்

ஏழைகளா அல்லது பணக்காரர்களா என்பதல்ல பிரச்னை. ஒரு வீடு, கொஞ்சம் துண்டு நிலம், ஒரு சில மரங்கள் இருக்கலாம். ஒரு சில கறவை மாடுகள் அல்லது குதிரைகள் இருக்கலாம். இவைகள் அதிகம் இருக்கக்கூடாது. ஆனால் அவன் என்னவெல்லாம் ஏற்கனவே உடைமையாக்கி இருக்கின்றானோ அவைகளை சார்ந்திருப்பதற்கும், அவைகளுக்குப் பாதுகாப்பு அளிப்பதற்கும் அதிகமான உடைமைகளை உடையவனாக கொண்டிருப்பதற்கு மனிதன் நூற்றாண்டுகளாக பழக்கப்படுத்தப்பட்டுள்ளான். ஆகவே இந்த மக்கள் புரட்சிக்குத் தடையாக இருந்தார்கள். புரட்சி இருபது பில்லியன் மக்களுக்கானதாக இருந்தது. மேலும் அந்தநேரத்தில் புரட்சிக்கானக் கருத்து தேசியவாதத்திற்கானது அல்ல. ஒட்டுமொத்த உலகப் புரட்சிக்கானதாக இருந்தது.

நீங்கள் இதை அறிந்தால் ஆச்சரியப்படுவீர்கள். ஒருவருடன் என்னை அறிமுகப்படுத்திக்கொண்டபோது நான் மிகவும் சிறுவனாக இருந்தேன். ரஷ்யப் புரட்சியில் பங்கேற்ற லெனினுடனும், டிராட்ஸ்கியுடனும் உடன் பணியாற்றியிருந்த அவர் ஒரு அறிவுஜீவியாக இருந்தார். அவரது பெயர் மன்வேந்திர நாத் ராய். (எம்.என். ராய்). கம்யூனிஸ்ட் பொலிட்பீரோவின் அகில உலகக் கமிட்டியின் உறுப்பினர்களில் ஒருவராக இருந்தார். லெனினுடன் அருகில் இருந்து புரட்சியில் போராடிய இந்தியர்களில் முதன்மையானவர் இவர் மட்டுமே. ரஷ்யப் புரட்சிக்குப் பிறகு "இப்போது என்னுடைய வேலை இனி இந்தியாவில்தான். இனி நான் இந்தியாவில் புரட்சி செய்யப் போகின்றேன் என்று நினைத்தார். ஆனால் இங்கு புரட்சி செய்வது மிகவும் கடினம் என்பதை அறிந்துகொண்டார். ஏனெனில் ஹிந்துக்களின் மனநிலை மற்றவர்களின் மனநிலைகளைக் காட்டிலும் சொந்தம் கொண்டாடும் மனநிலையை உடையது. அது எந்தவிதமான உடைமையும் இருக்கக்கூடாது என்று சொல்கிறது. பிரம்மச்சரியத்தைப் பற்றி பேசுகிறது. அது அறநெறிகளைப் பற்றி பேசுகிறது. ஆனால் இந்த விசயங்களைப் பற்றிப் பேசுகிற இந்த மக்கள் அதற்கு எதிராகவும் அவர்களுக்குள் அடக்கிவைத்துக் கொண்டிருக்கின்றார்கள் என்பதையும் எப்போதும் நினைவில் கொள்ளுங்கள். பிரம்மச்சரியத்தைப் பாராட்டுகிற ஒரு நபர் "நான் பிரம்மச்சரி அல்ல" என்பதையும் மிக நன்றாக அறிந்துவைத்திருக்கிறார். யார் பேராசையோடு

இருக்கின்றார்களோ அவர்களது மதம் பேராசை இல்லை என்று கற்பித்து இருக்கும்.

அப்படியில்லையெனில் மதங்கள் ஏன் பேராசை கொள்ளாதே என்று ஏன் கற்பிக்க வேண்டும். ஐயாயிரம் வருடங்களாக மனுவிலிருந்து யாஞ்னவல்கியா, புத்தர், மகாவீரர், மகாத்மா காந்தி வரை இந்த நாட்டின் அனைத்து போதனையாளர்களும் "பற்றற்ற" என்பதைப் பற்றி பேசிக்கொண்டிருக்கிறார்கள். ஏன்? நிச்சயமாக மக்கள் அதிகஅளவில் "பற்று" வைத்துள்ளார்கள். இல்லையென்றால் போதனையாளர்களின் மொத்த வரலாறும் பற்றற்ற வாழ்க்கையைப் பற்றிப் பேசிக்கொண்டிருக்கின்றது. மக்கள் பேராசையாக இருக்க வேண்டும். இருப்பினும் பேரராசை கொள்ளாதே என்ற போதனை. மக்கள் வன்முறையில் ஈடுபட வேண்டும். இருப்பினும் அகிம்சை எனும் போதனை.

எப்பொழுதும் இதை அடிப்படையான விசயம் என்று நினைவில் வைத்துக்கொள்ளுங்கள்: புராண இதிகாசங்களின் போதனைகளைப் பாருங்கள். என்ன மாதிரியான மக்கள் இருந்தார்கள் என்பதை அறிந்துகொள்வீர்கள். எதிர்மாறானவர்கள்தான் இருப்பார்கள். இல்லையெனில் தேவையில்லை. புத்தர் அவர் ஞானமடைந்து நாற்பது வருடங்கள் அவரது முழு வாழ்க்கையையும் மக்களிடம் "பொருள்களின் மீது ஆசை கொள்ளாதீர்கள், உடைமைகளில் பற்றற்று இருங்கள்" என்று ஏன் சொல்லிக்கொண்டிருந்தார். அதுவே இப்போதும் தொடர்கின்றது.

எம்.என்.ராய் இந்தியாவிற்கு வந்தபோது முற்றிலும் ஒரு வித்தியாசமான உலகத்தை தனக்குள் கண்டார். அனைவரும் பற்றற்ற வாழ்க்கையைக் கற்பித்துக்கொண்டிருந்ததின் காரணமாக இந்தியாவில் கம்யூனிசத்தைக் கொண்டு வருவது மிகச் சுலபம் என்று அவர் நினைத்துக்கொண்டிருந்தார். எங்கே இந்த தர்க்கரீதியான விசயம் தவறுதல் அடைகிறது என்பது இதுதான். அவர் படித்து இருந்தார். எம்.என். ர்ராய் அவரது வாழ்க்கை முழுமையும் மேல்நாட்டில் வாழ்ந்தவர். பல நூற்றாண்டுகளாக இதிகாசங்கள் பற்றற்ற வாழ்க்கையை போதித்து இருந்தது என்றார். அவர் இந்திய இதிகாசங்களை மட்டுமே படித்து இருந்தார். ஆகவே மக்கள் அவர்களது

சொத்துக்கள் அனைத்தையும் ஒன்றிணைத்துத் தரவேண்டும் என்று நினைத்தார். இந்திய மக்கள் சொத்துக்களைக் கொடுப்பதில் மக்களுக்கு மிகக் கடினமான விசயம் அல்ல என்று நினைத்தார். ஆனால் அவர் இந்தியாவிற்கு வந்தபோது மிகவும் ஆச்சரியமடைந்தார். எவரும் எம்.என். ராயின் சிந்தனை அடிப்படையில் சொத்துக்களைக் கொடுப்பதற்குத் இந்திய மக்கள் தயாரில்லை. இந்திய மக்களுக்கு கம்யூனிசம் என்கிற வார்த்தையே வெறுப்பூட்டும் வார்த்தையாக இருந்தது. மேலும் எம்.என்.ராய் அதிகம் கற்றவராக இருந்தார். நன்றாக உடையணிந்து இருந்தார். சிகரெட்டுகளைப் புகைத்தார். இந்திய மக்களின் மனநிலை முற்றிலும் எம்.என்.ராய் சிந்தனைக்கு எதிராக இருந்தது. மகாத்மா காந்தியைவிட அதிக முக்கியத்துவம் உடைய மிகவும் அறிவுடையவராக இருந்த அந்த எம்.என்.ராயை மகாத்மா காந்தி நொறுக்கித் தள்ளினார். மாறாக அரை நிர்வாணமாக இருந்த மகாத்மா காந்தியையே மக்கள் பின்தொடர்ந்ததால் மகாத்மா காந்தி எம்.என்.ராயின் சிந்தனையை ஒன்றுமில்லாமல் செய்துவிட்டார். காந்திதான் "மகாத்மா" என்று மக்கள் முணுமுணுக்கின்றார்கள். ஏழைமக்கள் வாழும் இந்தியாவில் நன்கு உடையணிந்துகொண்டும், சிகரெட்டுகளைப் புகைத்துக்கொண்டும் இருக்கின்றவர் என்னவிதமான "மகாத்மா"?

எம்.என்.ராய் உடைய பேச்சுக்களை மக்கள் எவரும் கேட்கவில்லை. ஆனால் எம்.என்.ராய் மீது அதிகம் அக்கரைப்பட்டேன். எம்.என்.ராயைச் சந்திக்கும் வாய்ப்பு இரயில் பயணத்தில் எனக்குக் கிடைத்தது. எனது படிப்பிற்காக எனது கிராமத்திலிருந்து நகரத்தில் உள்ள ஒரு பல்கலை கழகத்தில் சேருவதற்காக இரயிலைப் பிடிப்பதற்கு இரயில் நிலையம் சென்றேன். புகைவண்டிக்காகக் நாங்கள் இருவரும் காத்துக் கொண்டிருந்தோம். ஏனெனில் எப்பொழுதுமே இந்தியாவில் குறித்தநேரத்தில் புகைவண்டி வராது. என்னுடைய அனுபவத்தில் ஒரே ஒருமுறைதான் சரியான நேரத்தில் புகைவண்டி வந்துள்ளது. புகைவண்டியில் இருபது வருடங்களாக தொடர்ச்சியாகப் பயணித்துக் கொண்டிருந்தேன். ஆனால் ஒரே ஒருமுறைதான் குறித்த நேரத்தில் வந்தடைந்தது. அலகாபாத்தில் அந்தப் புகைவண்டிக் குறித்தநேரத்தில் சரியாக காலை ஆறு மணிக்கு

வந்தது. இது எனக்கு மிகவும் அதிசயமாக இருந்தது. புகைவண்டி ஓட்டுனருக்கு நன்றி சொல்லுவதற்கு ஓடினேன். "சாதனை செய்துவிட்டீர்கள். யாராவது ஒருவர் ஒருநாள் குறித்த நேரத்தில் புகைவண்டியை ஓட்டுவார்" என்று அந்த ஓட்டுனரிடம் கூறினேன். அவர் மிகவும் ஆச்சரியத்தோடு பார்த்தார். நீங்கள் ஏன் ஆச்சரியத்தோடுப் பார்க்கின்றீர்கள் என்று கேட்டேன். இது நேற்று வரவேண்டிய புகைவண்டி என்று சொன்னார். அந்தநேரத்தில் நடத்துனர் அங்கு வந்திருந்தார். நிலைய அதிகாரி வந்து இருந்தார். அந்த நிலைய அதிகாரியிடம் இது முட்டாள்தனமானதாகத் தோன்றுகிறது என்று கூறினேன். அனைத்துப் புகைவண்டிகளும் கால தாமதமாக வந்து செல்லுகின்றபோது நீங்கள் ஏன் புகைவண்டி வரும் போகும் நேர அட்டவணை அறிவிப்பைத் தொங்கவிட்டுள்ளீர்கள் என்று கேட்டேன். இரயில் வரும்போகும் நேரஅட்டவணை அவசியம் தேவைப்படுகிறது. இல்லையென்றால் புகைவண்டி எத்தனை நேரம் தாமாதமாக வருகின்றது என்று எப்படி நாங்கள் அறிந்துகொள்வது என்று கூறினார். ஆகவே லரும்போகும் நேரஅட்டவணை புகைவண்டி எவ்வளவு நேரம் தாமதமாக வருகின்றது என்பதை அதிகாரிகள் அறிந்துகொள்ளவே இந்தியாவில் வரும்போகும் நேரஅட்டவணைத் தொங்கவிடப்பட்டுள்ளது. இது முற்றிலும் சரியான விசயமாகத்தான் தோன்றுகிறது என்று கூறினேன்.

புகைவண்டித் தாமாதமாக வந்தது. நீண்ட இருக்கையில் அமர்ந்திருந்தேன். எம்.என்.ராய் எனது பக்கத்தில் வந்து அமர்ந்தார். அந்தசமயத்தில் லெனின் தொகுப்பு நூலை வாசித்துக்கொண்டிருந்தேன். அவர் ஆச்சரியமடைந்தார். ஏனெனில் அப்போது பதினேழு வயது இளைஞனாக இருந்தேன். அவர் அந்த மிகப்பெரியத் தொகுப்பு நூலைப் பார்த்தார். நீ எங்கிருந்து லெனினுடைய இந்தத் தொகுப்பு நூலைப் பெற்றாய் என்று கேட்டார்.

என்னுடைய சொந்த நூலகத்தில் மார்க்ஸ், ஏங்கல்ஸ், லெனின், ஸ்டாலின் போன்று மற்றவர்கள் எழுதியப் புத்தகங்களையும் வைத்திருக்கின்றேன் என்று கூறினேன். இங்கு ஏழு வருடங்களாக உள்ளேன். ஆனால் கம்யூனிஸ்டுப் புத்தகங்களைப் படிக்கும் முதல் நபராக தற்சமயம் உன்னைத்தான் பார்க்கின்றேன். நீயொரு

கம்யூனிஸ்ட்டா என்று கேட்டார் எம்.என். ராய். இப்போது வரை இல்லை. பிற்காலத்தில் எம்மாதிரியாவேன் என்று யாருக்குத் தெரியும் என்று கூறினேன். எதையும் முன்கூட்டியேத் தீர்மானம் செய்யாத திசைவழியைப் பார்க்கின்றேன். எந்தத் திசைவழி என்னை முழுமையாக நிரப்புகின்றதோ அதன்படி இருப்பேன். கம்யூனிசம் என்னுடைய படிப்புதான். ஆனால் கம்யூனிஸ்ட் அல்ல. ஒரு நிலைபாட்டைத் தீர்மானிப்பதற்கு முன்பே அதிகமான விசயங்களைப் படிக்க வேண்டியுள்ளது. அராஜகத்தைப் பற்றியும், சோசலிசத்தைப் பற்றியும் அறிந்துகொள்ள வேண்டியுள்ளது. முதலாளித்துவத்தைப் பற்றியும் அறிந்துகொள்ள வேண்டியுள்ளது. ஆன்மீகத்தைப் பற்றியும் அறிந்துகொள்ள வேண்டியுள்ளது. அதற்கு முன்பு எதையும் உறுதியாகச் சொல்ல முடியாது. தற்சமயம் தேடுதலில் உள்ளேன். அவ்வளவுதான் என்று சொன்னேன்.

நாங்கள் நண்பர்கள் ஆனோம். அவர் அவரது சோவியத் ரஷ்ய அனுபவத்தைப் பற்றிக் கூறினார். மேலும் எம்.என். ராய் என்னுடைய வீட்டிற்கு தொடர்ந்து வருகைபுரியத் தொடங்கினார். நகரத்திற்கு வெளியே உள்ள ஒரு மிகச் சிறிய வீட்டில் வசித்துக்கொண்டிருந்தேன். அந்த வீட்டில் பேய் நடமாடுகிறது என்ற வதந்தியின் காரணமாக அந்த வீட்டிற்கு வேறு எவரும் வருவதில்லை. ஆகவே இந்த விசயத்தை வீட்டு உரிமையாளரிடம் சொன்னபோது நீ எந்த வாடகையும் இன்றி அந்த வீட்டில் நீ வாழலாம் என்று சொன்னார். “நீ அந்த வீட்டில் தனியாக வாழ்வதின் மூலம் குறைந்தபட்சம் அந்த வீட்டில் பேய்கள் இல்லை என்கிற கருத்து மக்களிடம் உருவாகலாம். ஆகவே இதுவொரு நல்ல விசயம்தான். உனக்கு ஏதாவது மேற்கொண்டு உதவிகள் தேவைப்பட்டால் உனக்கு உதவிகள் செய்கின்றேன். மேலும் அந்த வீட்டை விற்பனை செய்ய வேண்டும். இந்தப் பேய் பிரச்னைத் தீரும்வரை அந்த வீட்டை விற்கவும் முடியாது. எவருக்கும் வாடகைக்கும் விட முடியாது என்றும், நானே பயப்படுகிறேன். என்னுடைய மனைவி என்னுடன் இங்கு வரவே விரும்புவதில்லை என்றும் இந்த வீட்டை விற்பனை செய்துவிட்டு போய்விடலாம் என்றும் அந்த வீட்டு உரிமையாளர் கூறினார். மேலும் அந்த வீடு அழகான சூழ்நிலையில் அமைந்திருந்தது. அந்த வீடு மிகவும் தனியாக

அமைந்திருந்தது. அந்த வீட்டைச் சுற்றி மைல்கணக்கில் எந்த வீடுகளும் இல்லை. பின்புறம் சத்புரா மலைகள் இருந்தன. அங்கு மிகவும் அமைதி நிலவியது. அங்கு யாரும் இல்லாததால் அதை விலைக்கு வாங்கினேன். ஆகவே நீ அங்கு வாழத் தொடங்கு'' என்று சொன்னார்.

அங்கு வாழத் தொடங்கினேன். ஆனால் யாராவது அந்த வீட்டை விலைக்கு வாங்கினால், துரத்தப்படுவேன் என்ற காரணத்தால் ஒவ்வொருவரிடத்திலும் பயத்தை உருவாக்கத் தொடங்கினேன். தொடர்ந்து வதந்திகளைக் கிளப்பி வந்ததைக் கேட்ட அந்த வீட்டு உரிமையாளர் என்னிடம் வந்து ''இந்த வீட்டை இலவசமாக வைத்துக்கொள்'' என்றார். இந்த வீட்டை நானே இலவசமாக வைத்துக்கொள்கிறேன். ஆனால் நினைவில் கொள்ளுங்கள்: இந்த வீடு பேய், பிசாசுகள் வாழ்கிற வீடு. இங்கு வராதீர்கள். என்னைப் பார்க்க விரும்பினால் என்னைத் தொலைபேசியில் கூப்பிடுங்கள். உங்களை அங்கு வந்து சந்திக்கின்றேன். இது ஆபத்தானது என்று கூறினேன்.

உனக்கு ஆபத்தாகத் தெரியவில்லையா? என்றார்.

பேய்களைப் பற்றிய இரகசியங்கள் எனக்கு கொஞ்சம் தெரியும். அவைகள் என்னைப் பார்த்துப் பயப்படுகின்றன. உங்களுக்கு ஏதாவது தெரியுமா என்று கேட்டேன். எனக்குத் தெரியாது என்று வீட்டு உரிமையாளர் சொன்னவுடன், தயவுசெய்து திரும்பிப் போய்விடுங்கள் என்றேன்.

அந்த வீட்டில் கிட்டத்தட்ட எந்த வாடகையும் இன்றி பத்து வருடங்கள் வாழ்ந்தேன். அதற்கு நேர்மாறாக அவரிடம் ஏதாவது எனக்கு கொடுத்து அனுப்புங்கள் என்று உத்தரவு போடுவேன். அவரும் அதை அனுப்புவார். இல்லையென்றால் இந்த வீட்டை காலி செய்து விடுவேன் என்று சொன்னேன்.

எம்.என்.ராய் அந்த வீட்டிற்குத்தான் அடிக்கடி வர ஆரம்பித்தார். அவர் அந்த இடத்தை நேசித்தார். நயினிடாவில் உள்ள ஹிமாலயாவில் வாழ்வது போல வாழ்ந்தார். ஆனால் அங்கேயும்கூட கூட்டம். ரோடுகள், விமானநிலையம், பேருந்துகள் போன்றவைகள் வந்துவிட்டன. இந்தியாவிற்கு திரும்புவதற்கு முன்போ, என்னுடையக் குழந்தைப் பருவத்தில்

அறிந்ததைப் போலவோ பழைய நயினிடாலாக இல்லை. ஆனால் உன்னுடைய இடம்.... என்று சொன்னார்.

வாழும் வரை இந்த இடம் அது இருக்கின்றதைப் போலவே இருந்தது. மைல்கணக்காக உள்ள இந்தப் பகுதியைச் சுற்றி எந்த வீடும் கட்டப்படவில்லை. ஏனெனில் இந்த வீட்டில் மட்டும் பேய் உலாவவில்லை. இந்த முழுப் பகுதியிலும் பேய்கள் உலாவுகின்றன என்று பரந்த அளவில் வதந்திகளைப் பரப்பினேன். இங்கு சுற்றியுள்ள நிலங்களை வாங்குவதற்கு மிகவும் குறைந்த விலையைக் கூறினாலும் யாரும் வாங்குவதற்குத் தயாராக இல்லை. எம்.என்.ராயிடம் இதைச் சொன்னபோது அவர் "நான் வெற்றி அடையாததற்குக் காரணம் என்னவாக இருக்கும் என்று நினைக்கின்றாய்" என்று கேட்டார். நான் அகில உலகக் கம்யூனிஸ்ட் கட்சியின் உயர்மட்டக் குழுவில் இடம்பெற்றவன். நான் புரட்சியைப் பார்த்தவன். ரஷ்யாவில் புரட்சியை முன்னெடுத்துச் சென்று வெற்றிகண்ட லெனின், டிராட்ஸ்கியின் மிக நெருங்கிய நண்பனாக இருந்தேன். ஆனால் இங்கு நான் சொல்வதைக் கேட்பதற்கு யாரும் தயாராக இல்லை என்று சொன்னார்.

இந்தியாவில் நீங்கள் உங்களை மாற்றிக்கொள்ள வேண்டி யிருக்கும். மேலும் நீங்கள் ஒரு கபடவேடதாரியாக இருக்க வேண்டும். பொதுஇடத்தில் சிகரெட் புகைக்காது கக்கூசுக்குள் அந்தப் பழக்கத்தை வைத்துகொள்ள வேண்டியிருக்கும். நீங்கள் பொதுஇடங்களில் சிகரெட் குடிப்பதற்கு எதிராக பேசவேண்டும். மகாத்மா காந்தியைப் போல உங்களது முழங்கால் அளவுக்குத்தான் கீழே சிறு துணியைப் போர்த்திக்கொண்டு உங்களை மறைத்துக்கொள்ள வேண்டும். இன்னும் குறைந்தளவு துணியாக இருந்தால் மேலும் சிறப்பானது. இம்மாதிரியாக உங்களுக்கு ஒவ்வொன்றையும் கூறலாம். இங்கு நாவிதனைக் கூட்டி வருகின்றேன். முதலில் மகாத்மாவாக மாறுங்கள். அந்த நாவிதன் உங்களை மகாத்மாவாக மாற்றிவிடுவான் என்றேன்.

அடக் கடவுளே! முதலில் நான் மகாத்மா ஆகவேண்டுமா? என்றார்.

இந்த நாட்டில் மகாத்மாவாக ஆக முடியாதென்றால் நீங்கள் இம்மாதிரியான விசயங்ளைப் பாசாங்கு செய்யவில்லையானால்

இந்த நாட்டு மக்களிடம் எந்த விசயத்தையும், எந்த நிலை பாட்டையும் முன்வைக்க முடியாது. இந்த நாட்டு மக்களிடம் நெருங்கிப் பழகி உறவாடவும் முடியாது. தேனீர் அருந்தாதீர்கள். நீங்கள் தேனீர் அருந்துவதைப் பார்த்தால் உங்களை முடித்துவிடுவார்கள். உங்களால் மகாத்மா ஆகமுடியாது. கடும் குளிரில் கூட நீங்கள் அரை நிர்வாணமாகத்தான் இருக்க வேண்டும். அதன்மூலம் உங்களுக்கு பழக்கமாகிவிடும். கவலைப்படாதீர்கள். மிருகங்கள் அனைத்தும் பழக்கப்பட்டுள்ளது. நீங்கள் ஒரு அறிவுஜீவி மிருகம். ஆகவே நீங்களும் பழக்கமடைவீர்கள். வெப்பம் குளிர் என்பதெல்லாம் இரண்டு மூன்று வருடத்திற்கான கேள்விகள்தான். பிறகு அனைத்தும் ஒன்றாகிவிடும். ஏனெனில் உங்களுடையத் தோல் கெட்டியாகிக்கொண்டேப் போகின்றது. அப்போது மகாத்மாவாக இருப்பீர்கள். அப்போது அனைவரும் நீங்கள் சொல்வதைக் கேட்பார்கள் என்றேன்.

''என்னால் அதைச் செய்ய முடியாது'' என்றார் எம்.என்.ராய்.

அப்படியென்றால் நீங்கள் தலைவராவதைப் பற்றி மறந்து விடுங்கள் என்று கூறினேன்.

எவரும் அறிந்துகொள்ள முடியாத நபராகவே எம்.என்.ராய் இறந்துபோய்விட்டார். எம்.என். ராய் சோவியத் யூனியனில் வாழ்ந்திருந்தால் அவர் மந்திரிசபையில் முக்கிய மந்திரியாகி இருப்பார். இந்தியா பல தவறான அபிப்பிராயங்களைக் கொண்ட நாடு என்பதை எம்.என். ராய் மறந்தே விட்டார்.

உங்களுடையக் கேள்வி தவறான அபிப்பிராயத்தின் காரண மாகவே கேட்கப்பட்டுள்ளது. வாழ்வின் நுட்பங்களையும், இயங்கியலையும் நீங்கள் புரிந்துகொள்ளவில்லை. இந்தப் பூமியை தனிப்பட்ட தான் ஒருவனே ஆட்சி செய்யவேண்டும் என்ற ஒரு தனிமனித அகந்தையின் காரணமாக அடால்ப் ஹிட்லர், பெனிட்டோ முசோலினி, ஜப்பானில் ஹிரிகிட்டோ ஆகிய இம்மூவரும் ஒன்றிணைந்து எந்த நோக்கமும் இன்றி முப்பது பில்லியன் மக்களைக் கொன்றனர். ஒரே குடும்பத்தின் தலைமுறையைச் சார்ந்த செங்கிஸ்கான், டேமர்லேன், நதிர்ஷா போன்ற மூவருக்கும் மத்தியில் எழுந்த சண்டையில் எந்தக் காரணமும் இன்றி நூறு பில்லியன் மக்களைக் கொன்றனர்.

ஆனால் இந்த மக்களைப் பற்றி உங்களுக்கு எந்தக் கவலையும் இல்லை. நெப்போலியன் எத்தனை மக்களைக் கொன்றான்?

அலெக்சாண்டர் எத்தனை மக்களை கொன்றான்? கத்தோலிக் சர்ச் எத்தனை மக்களைக் கொன்று உள்ளது? உங்களுக்கு அதைப் பற்றியெல்லாம் கவலையில்லை.

ஜோசப் ஸ்டாலின் எவ்விதத் தனிப்பட்டக் காரணத்திற்காகவும் மக்களைக் கொன்றதில்லை. புரட்சியைப் புரிந்துகொள்வதற்குத் தயாராக இருந்தவர்களையோ, புரட்சியில் பங்கு கொண்டவர்களையோ கொன்றொழிக்கவில்லை. அனைத்துத் தடைகளையும் அகற்றுவதற்குத்தான் ஸ்டாலின் கொல்ல வேண்டியிருந்தது. புரட்சியை அழித்தொழிப்பதற்கு அனைத்து பக்கங்களிலிருந்தும் ஸ்டாலின் சூழப்பட்டிருந்தார். உள்நாடு மற்றும் வெளிநாடு என்று இரண்டுவிதமான எதிரிகளை ஸ்டாலின் எதிர்கொள்ள வேண்டியிருந்தது. இந்த நடவடிக்கையை எடுக்காது இருந்திருந்தால் புரட்சியின் அனுபவத்தை எப்போதும் தக்கவைத்துக்கொள்வதற்கு சாத்தியம் இல்லாது போயிருக்கும். ஸ்டாலின் கொன்ற மக்கள்.... தனிமனிதர்கள் என்று நினைத்துவிடாதீர்கள். அவர்கள் மக்கள் கூட்டத்தைப் போல வெறும் இயந்திர மனிதர்களாக இருந்தார்கள். அவர்களுக்கு தனித்துவம் இல்லை, மரியாதை இல்லை. புரிந்துகொள்ளல் இல்லை. வெறும் பேராசை, சிற்றின்ப ஆசை, அதாவது பழங்காலத்து மனநிலை. என்னுடைய பொருள்கள் என்னுடையது. திரளான மக்களான அவர்களுக்குக் கொடுக்க மாட்டேன் என்ற மனநிலை. ஸ்டாலின் ஒரு துன்பகரமானவர். ஏனெனில் அவருக்கு என்று போதிய அறிவோ (ஊட்டமும்), குடும்பமும் இல்லை. டிராக்டர்களையும், நவீனத் தொழிற்நுட்பக் கருவிளையும் பயன்படுத்தி விதைகளை விதைப்பதற்கு பயன்படுத்தப்பட முடியும், அந்தக் கூட்டுப் பண்ணையை உருவாக்குவதற்குத் அவர் தயாராக இல்லை. நிலம் மைல்கணக்காக நீண்டு இருக்கின்றபோது விமானங்களால் விதைகளை விதைக்க பயன்படுத்தப்பட முடியும். டிராக்டர்களை நிலத்தை உழவு செய்யப்படத்தான் முடியும். ஆனால் சிறுநிலத்தில் இது சாத்தியம் இல்லை. முன்பே தீர்மானிக்கப்பட்ட ஒன்றையே

முற்றிலும் சரியானது என்று மக்களிடம் கம்யூனிசம் சொல்லிக் கொண்டிருந்தது. ஆனால் இவைகள் வெறும் தப்பெண்ணங்களே.

அது ஒரு பொருட்டல்ல என்று சொன்னபோது அனைவரும் ஏதாவதொரு வழியில் இறந்துபோய் விடுவார்கள். நீ புத்தராக விட்டால் அதுவொரு பொருட்டல்ல என்று அர்த்தப்படுத்தினேன். ஒரு புத்தரின் மரணம் மட்டுமே பிரச்னையாவதில்லை. திரும்பத் திரும்ப இன்று செய்வதைத் தவிர நீங்கள் எதை பங்களிப்பு செய்யப் போகின்றீர்கள்? நாளை என்ன செய்யப் போகின்றீர்கள்? காலையிலிருந்து மாலை வரை, மாலையிலிருந்து காலை வரை என்று ஒரே வட்டத்தில் திரும்பத் திரும்ப முப்பது வருடங்களுக்கு ஒரே மாதிரியாக வாழ்ந்து கொண்டிருக்கலாம். நாளை மற்றுமொரு நாளே. இதில் என்ன வாழ்க்கைக்கான அர்த்தம் உள்ளது? நீங்கள் எங்குப் போகப் போகின்றீர்கள்? எங்கேயும் போகாது வட்டத்தைச் சுற்றிச் சுற்றி வலம் வரலாம். கம்யூனிசம் பற்றிய அனுபவம் இந்த மக்களுக்கு இதுவெல்லாம் முக்கியமானதாகப்படவில்லை. அவர்களுக்குச் சொந்தமான முன்பே தீர்மானிக்கப்பட்ட விசயங்களைத் தவிர வேறொன்றும் முக்கியமானதில்லை. நம்முடைய விசயங்கள் வேறு எவராலும் தீர்மானிக்கப்பட முடியாது. நம்மால் முன்பே தீர்மானிக்கப்பட்ட விசயங்கள்தான் முக்கியமானது என்பதுதான் மக்களுக்கு முக்கியமானதாக இருந்தது. மேலும் மக்களது கருத்துகளே அவர்களது துயரங்களாக இருந்தன. ஒரு பிச்சைக்காரர் கூட அவர்களது கருத்துகளை ஏற்பதற்குத் தயாராக இல்லை. அவன் எதை வைத்திருப்பான்?

கம்யூனிசத்தின் மொத்த விசயமும் நிலமாக இருந்தது. மொத்த சொத்தும், அதனுள் உள்ள ஒவ்வொன்றையும் சொந்தம் கொள்ளவேண்டும். சோவியத் என்பதன் அர்த்தம் ஒரு கம்யூன் என்பதுதான். கிராமம் சோவியத்துனுள் போகின்றது. அதுவொரு கம்யூன் ஆகின்றது. குடும்பம் மறைகிறது. தனிமனிதர்கள் என்ன செய்ய முடியுமோ அதனுள் பங்களிப்பு செய்கின்றார்கள். அவர்களது மதிப்பு என்கிற அடிப்படையில் அல்லாது. அவர்களது தேவைகளின் அடிப்படையில் கம்யூன் அவர்களது தேவைகளை நிறைவு செய்யும். மிகப்பெரியதாக உள்ள கம்யூனில் சிலபேர் கடினமாக வேலை செய்யும் திறனற்றவர்களாக

இருக்கலாம். சிலர் கடின உழைப்பாளிகளாக இருக்கலாம். சிலபேர் பலகீனமாக இருப்பார்கள், சிலபேர் உடல்நலமற்று இருப்பார்கள், சிலபேர் வயதானவர்களாக இருப்பார்கள் என்பதை நீங்கள் புரிந்துகொள்ள வேண்டும். இவர்களின் தேவைகளையும் நிறைவு செய்ய வேண்டியுள்ளது. ஒருவர் எந்தளவிற்கு வேலை செய்கின்றாரோ அந்த அடிப்படையில் ஒவ்வொருவருக்கும் கிடைக்கும் என்று கோர்ப்பசேவ் இப்போது சொல்லுகின்றார். இளைஞர்களைப் போல வயதானவர்கள் வேலை செய்வதற்கு இயலாது. குழந்தைகளைப் பற்றிய உங்களது நிலைபாடு என்ன? ஆண்களைப் போல பெண்கள் வேலை செய்ய இயலாதபோது பெண்களைப் பற்றிய உங்களது நிலைபாடு என்ன? ஆண்கள் செய்யும் கடினமான வேலைகளைப் போல பெண்களால் செய்ய முடியாது.

கம்யூனிசத்தின் "அவர்களது தேவைகளுக்கு ஏற்ப" என்ற கருத்து மிகவும் உயர்வானது. வயதான ஒருவர் அவரது தேவையைக் கொண்டுள்ளார். அவர் வேலை செய்யாமல் இருக்கலாம். இளமைக் காலத்தில் அவர் கடினமாக வேலை செய்திருக்கின்றார். குழந்தைகள் இன்னும் வேலை செய்யத் தொடங்கவில்லை. ஒருநாள் அந்தக் குழந்தையும் வேலை செய்யும். ஆனால் அந்தக் குழந்தை இப்போது அவனது தேவைகளுக்கான உரிமைகள் உள்ளன. ஆனால் கோர்ப்பசேவ் முதலாளித்துவத்தின் குறிக்கோளாக உள்ள "மக்களது வேலைகளுக்கு ஏற்ப" என்று சொல்லுகின்றார். கோர்ப்பசேவ் கம்யூனிசத்தின் ஒட்டுமொத்த அணுகுமுறையையும் ஏமாற்றிக்கொண்டு இருக்கின்றார். கொஞ்சம் நினைவில் கொள்ளுங்கள். இங்கு மஜீத் இருக்கின்றார். புரட்சி இத்தாலிக்கு வருமானால் வாடிகனில் போப்பை தொடர்ந்து இருக்குபடி செய்வீர்களா? பில்லியன் கணக்கான டாலர்கள் சம்பாதித்த கறுப்புப் பணத்தையும், போதை வஸ்து விற்றதின் மூலம் கிடைத்த பணம் அனைத்தையும் வெள்ளைப் பணமாக மாற்றுவதற்கு வாடிகன் வங்கியை அனுமதிப்பீர்களா? போப்புகள், பாதிரியார்கள், பிசப்புகள் போன்றோர்களையும், சர்ச்சுகள் அனைத்தையும் இன்று இருப்பதுபோல தொடர்ந்து இயங்கும்படி அனுமதிப்பீர்களா? அவர்கள் அனைவரும் உங்களை எதிர்ப்பார்கள். ஏனெனில் இவைகள் அனைத்தும் அவர்களது நிலையான விருப்பங்கள்.

அப்போது நீங்கள் என்ன செய்யப் போகின்றீர்கள்? சர்ச்சுகளுக்கு முன்பு உட்கார்ந்துகொண்டு குழந்தைகளைப் போல கண்ணீர்விட்டுக்கொண்டு அழுவீர்கள். ஒன்று இவர்களை இல்லாமல் செய்ய வேண்டும் அல்லது அவர்களைக் கடலுக்கு வெளியே தூக்கிவீசியெறிய வேண்டும். ஏனெனில் நீங்கள் அழகான சமுத்திரத்தைக் கொண்டுள்ளீர்கள்.

புரட்சிகள் இந்த ஒட்டுண்ணிகளைப் பற்றியெல்லாம் கவலைப்படுவதில்லை. புரட்சிகள் இந்த ஒட்டுண்ணிகளுக்கு எதிரானவைகளாக உள்ளன. இந்த ஒட்டுண்ணிகள் உள்ளேயிருந்துகொண்டும், வெளியே இருந்துகொண்டும் உங்களுக்கு ஒவ்வொரு விதமான கஷ்டங்களையும் உருவாக்கும். இப்போது இவ்வுலகில் கத்தோலிக்கர்களின் எண்ணிக்கை 600 பில்லியன் அளவிற்கு உள்ளனர். போப்புக்கு எதிராக நீங்கள் ஏதாவது செய்தால் அவர் சண்டை செய்வார். மேலும் "வாடிகன் மீது கை வைக்காதீர்கள், இல்லையென்றால் நாங்கள் உங்களிடமிருந்து உறவை முறித்துக்கொள்வோம்" என்று 600 பில்லியன் கத்தோலிக்கர்களும் உள்ள ஒவ்வொரு அரசாங்கத்திடமிருந்தும் உங்களுக்கு அழுத்தங்களையும், நிர்பந்தங்களையும் உருவாக்குவார்கள்.

ரஷ்யாவில் என்ன நிகழ்ந்தது என்பது இதுதான். உலகில் உள்ள அனைத்து நாடுகளும் அதன் உறவுகளை ரஷ்யாவிடமிருந்து துண்டித்துக்கொண்டன. அனைத்து நாடுகளும் அவர்களது ரஷ்யத் தூதர்களைத் திரும்ப அழைத்துக் கொண்டன. ஆகவே அந்த நாடுகள் அனைத்தும் ரஷ்யாவுடன் தொடர்புகளே இல்லாமல் இருந்தது. புறக்கணிப்பு...புறக்கணிப்பு.,....முற்றிலும் ஒட்டுமொத்த நாடுகளும் ரஷ்யாவைப் புறக்கணித்தன.

ஸ்டாலின் ரஷ்யாவை "இரும்புத் திரை" நாடாக்கிவிட்டார் என்ற செய்தியை பரப்பிச்சென்ற அமெரிக்காவின் ஒரு பக்கக் கதையைத்தான் நீங்கள் அறிந்துள்ளீர்கள். ரஷ்ய நாட்டைச் சுற்றி இரும்புத் திரையை உருவாக்கியது ஸ்டாலின் அல்ல. எந்த நாடுகள் சோவியத் ரஷ்யாவிலிருந்து முற்றிலும் புறக்கணித்துவிட்டு

விலகிச்சென்றவிட்டு அவர்களது ரஷ்யத் தூதர்களைத் திரும்பப் பெற்றதோ அந்த நாடுகள்தான் இரும்பு திரையை

உருவாக்கியது. அப்போது எந்த நாட்டினரும் ரஷ்யாவிற்குள் நுழையக்கூடாது என்ற சூழ்நிலையை உருவாக்க வேண்டிய நிலைமை முற்றிலும் ரஷ்யாவிற்கு அவசியமாக இருந்தது. அனைத்துவிதமான ஏஜண்டுகளும் மக்களைத் தூண்டுவதற்கு தயாராக இருந்தார்கள். ஏனெனில் மக்களது தனிப்பட்டப் பொருள்கள் அரசாங்கத்தால் பறிக்கப்பட்டிருந்ததின் காரணமாக மிகுந்த வருத்தத்தில் மக்கள் இருந்தார்கள். மக்கள் அவர்களது தனிப்பட்டப் பொருள்களையும், சிறுபொருள்களையும்கூட இணைப்பதற்கு உள்ளானார்கள். மக்களிடமிருந்து சேகரித்தவைகளை அழிப்பதற்கும், எரியூட்டவும், மக்களிடம் கோபத்தையூட்டுவதற்கும் ரஷ்யா முழுவதும் முதலாளித்துவ நாடுகளின் ஒற்றர்கள் நிறைந்து இருந்தனர்.

முகம்மதியர்கள், புத்தத் துறவிகள் மற்றும் வெவ்வேறு பிரிவைச் சேர்ந்த கிருத்துவ பிரிவினர்கள் அனைவரும் ஒன்று இணைந்து கம்யூனிசம் மதத்திற்கு எதிரானது என்று உடன்பட்டு ஒன்றிணைந்தது. ஏனெனில் சோவியத் யூனியனின் ஒரு பகுதி மங்கோலியர்களும், புத்தத் துறவிகள் உடைய பகுதி. மற்றொரு பகுதி ஆப்கானிஸ்தானுக்கு அருகே உள்ளது. அதில் முகம்மதியர்கள் உள்ளனர். மற்றொரு பகுதி ஆச்சாரம் நிறைந்த கிருத்துவர்கள். இவ்வாறு மூன்று பகுதிகளை உள்ளடக்கியதுதான் சோவியத் ரஷ்யா. கம்யூனிசம் மதங்களுக்கு எதிராக உள்ளன. ஆகவே அதற்கு எதிராக சண்டை செய்ய வேண்டியுள்ளது. மக்கள் ஒன்று புத்தத் துறவிகளாக இருப்பார்கள் அல்லது முகம்மதியர்களாக இருப்பார்கள் அல்லது ஆச்சாரம் நிறைந்த கிருத்துவர்களாக இருப்பார்கள். இவ்வாறு மக்கள் அனைவரும் ஏதாவது சில மதங்களுக்குள் உள்ளடங்கியிருந்தார்கள். இந்தச் சூழ்நிலையில் எப்படி சமாளிப்பது? இந்தச் சூழ்நிலையில்தான் இவர்களையெல்லாம் சமாளிப்பதற்கு கம்யூனிஸ்ட் கட்சியில் ஸ்டாலினைப் போல வேறு எவரையும் என்னால் பார்க்க முடியவில்லை. கம்யூனிசத்தைக் காப்பாற்றினார் என்பதின் காரணமாக அவர் மோசமான நபர் என்று குற்றம் சுமத்தப்பட்டிருக்கின்றார். இல்லையென்றால் இந்த மக்களே கம்யூனிசப் புரட்சியை அழித்திருப்பார்கள்.

ஜார் கொல்லப்பட்ட அப்போது நாட்டில் எந்தவிதமான ஒழுங்குமுறைகளும், உத்தரவுகளும் இல்லை. குழப்பமான நிலை இருந்தது. புகைவண்டிகள் ஓடிக்கொண்டிருந்தன. அவைகள் எதுவரையில் போகும் என்றோ அவைகள் எங்குச் சென்றுகொண்டிருக்கின்றன என்றோ யாருக்கும் தெரியாது. மக்கள் தண்டவாளங்களைப் பெயர்த்து இருந்தார்கள். பாலங்களை வெடிவைத்து தகர்த்திருந்தார்கள். ஜார் மன்னரின் அரண்மனையையும், கவர்னர்களின் அரண்மனைகளையும் எரித்துகொண்டும் இருந்த புரட்சியாளர்கள் புகைவண்டிகளை எரித்துகொண்டும், நகர்ந்துகொண்டும் இருந்தனர். "இவைகள் அனைத்தும் உங்களுக்குச் சொந்தமானது. எனவே அதை சேதப்படுத்தாதீர்கள், எரிக்காதீர்கள், அழிக்காதீர்கள் என்று கம்யூனிஸ்ட் கட்சி அந்தப் புரட்சியாளர்களிடம் சொல்வதற்கு முயற்சித்துக் கொண்டிருந்தது. ஜார் அழிந்துபோனார். இவைகள் அனைத்தும் உங்களுடைய சொத்து என்றும் சொல்லிக் கொண்டிருந்தது. ஆனால் எவரும் சொன்னபடி கேட்கவில்லை. மக்கள் ஒவ்வொருவரும் அந்தப் பொருள்களை அவர்களது தோள்களில் அவரவர் வீடுகளுக்கு எடுத்துச் சென்றனர்.

ஜார் மன்னருடைய அரண்மனை உலகில் உள்ள மற்ற அரண்மனைகளைவிடப் பெரிய, ஆடம்பரம் நிறைந்தது. பழைமையான ஆதாயப் பொருள்களை உடைய அரண்மனை. மக்கள்அனைவரும் அந்த அரண்மனையிலிருந்தப் பொருள்களை அவரவர் வீடுகளுக்கு எடுத்துச்சென்றனர். தனியாளாக எடுத்துக்கொண்டு போக முடியாத அளவிற்கு இருந்த மிகவும் நீளமாக இருந்த கம்பள விரிப்புகளைக் கூட அது நீளமாக இருந்ததால் அவரரவர் வீடுகளுக்குத் தேவைப்படுமளவிற்கு கத்திரிக்கோலை வைத்து வெட்டிக் கொண்டு போனார்கள். இப்போது இந்த மக்களை வைத்துக்கொண்டு என்ன செய்வது? இந்த மக்களை சமாதானப்படுத்துவதற்கு நேரமில்லை. ஒவ்வொரு பொருளும் உங்களுக்கு சொந்தமுடையது. நீங்கள் அதை அழித்துக்கொண்டிருக்கின்றீர்கள் என்ற விசயத்தை சொல்லி அவர்களிடம் இவைகளைப் பற்றி புரியவைப்பதற்கு நேரமில்லை. ஸ்டாலினைத் தவிர லெனினாலோ, டிராட்ஸ்கியினாலோ இதை செய்ய முடியவில்லை. எந்த விலை

கொடுத்தேனும் புரட்சியைக் காப்பாற்றுவதற்கு உறுதியான ஸ்டாலின்தான் இரும்பு இதயத்தைக் கொண்டவராக இருந்தார்.

"மக்களே அவரரவர்களுக்கு மாபெரும் எதிரிகளாக இருக்கின்றார்கள்" என்று உங்களுக்கு மீண்டும் மீண்டும் சொல்லியிருக்கின்றேன். அவர்களுக்கு நாம் என்ன செய்துகொண்டிருக்கின்றோம் என்று தெரிவதில்லை. ஆகவே துப்பாக்கிக் குண்டுகள்தான் பதிலாக இருந்தது. முற்றிலும் சரியான முடிவு என்று நினைத்துதான் ஸ்டாலின் மக்களைக் கொன்றார். வன்முறை எது? கொலை எது என்று வெளிப்படையாக அர்த்தம் கொள்கின்றபோது எது தவறானது என்று அறிந்துகொள்வதற்கு நேரம் காலம் உள்ளது. ஆனால் இந்த மனித இனத்துடன் என்ன செய்துவிட முடியும்? நீங்கள் அதிகாரத்தில் இருப்பீர்களேயானால் நீங்கள் உடனே தெளிவாகப் புரிந்துகொள்வீர்கள். திரும்ப பழைய நிலைமைக்கே அவர்களைத் திரும்ப அனுப்பிவிடலாம். ஒருவர் கொல்லப்படுகிறபோது நூறு பேர் முழுமையாகப் புரிந்துகொள்கிறார்கள். இதுவொரு மாபெரும் பிரச்னை. அமைதியாக இருங்கள். ஒரு பில்லியன் மக்கள் கொல்லப்படுகிறபோது இருபது பில்லியன் மக்கள் அமைதியாக இருக்கின்றார்கள். சிலையாகி விடுகிறார்கள்.

நீங்கள் முன்கூட்டியேத் தீர்மானம் செய்துவிட்டீர்கள். ஆகவே நீங்கள் அதிர்ச்சியடைகின்றீர்கள். ஆனால் அது என்னுடைய வேலை. கிருத்துவ மதத்தை விமர்சனம் செய்துகொண்டிருக்கின்றபோது நீங்கள் அதிர்ச்சியடைவதில்லை. நீங்கள் மகிழ்ச்சியாக இருந்தீர்கள். இப்போது கிருத்துவர்கள் மகிழ்ச்சியாக இருக்கட்டும். ஏனெனில் ஒவ்வொருவரும் அவரரவர் நேரத்தைக் கொண்டிருக்கின்றீர்கள். அவர்கள் கைகுலுக்கப்பட்டபோது கத்தோலிக்கர்கள் கைகுலுக்கிக்கொண்டு இருப்பார்கள். முழுப் பாடசாலையும் ஐந்நூறு சமயப் பரப்புரை செய்பவர்களுக்கு பயிற்சியளித்து வைத்துள்ளது. அவர்களுக்கு பயிற்றுவிப்பதற்கு நூறு பேராசிரியர்கள் இருக்கவேண்டும். நான் என்ன சொன்னேன் என்பதைக் கேட்க வேண்டும் என்ற ஒரு கருத்துடன் மட்டுமே ஆவலோடு இருந்தார்கள். கூட்ட அரங்கில் முற்றிலும் ஒரு கருத்தை மட்டுமே பேசிக்கொண்டிருந்தன என்று சொல்ல அடுத்தநாள் இங்கு

ஒரு மாணவர் வந்தார். ஆகவே நீங்கள் ஒளிப்பதிவையோ, ஒலிப்பதிவையோ கொடுங்கள். அதனால் பிரசாத்தை (ஓஷோ சீடர்) அனுப்பினேன். ஏனெனில் அவர் ஏற்கனவே அவர்களிடம் பேசுவதற்கும், என்னுடைய தத்துவங்களை விளக்குவதற்கும் பாடசாலையில் இருந்தேன். ஆகவே அவர் அங்குள்ள அதிகாரிகளுக்கு தெரியப்படுத்தப்பட்டது. அவர் அங்கு சென்றார். ஆனால் அதிகாரிகள் நாங்கள் போதியக் கருவிகளை வைத்திருக்கவில்லை. கருவிகளை ஏற்பாடு செய்வதற்கு போதிய காலஅவகாசம் எடுக்கும். ஆகவே எங்களால் அதை செய்ய முடியாது என்று சொன்னார்கள்.

உள்ளூர் பாடசாலையிலிருந்து மாணவர்களின் குழு ஒன்று ஒரு சொற்பொழிவில் கலந்துகொண்டது. “**கிருத்துவ மதம் மாபெரும் விஷம், ஜென் அனைத்து விஷங்களுக்குமான விஷமுறிவு**” என்று அவர்களது கேள்விகளின் தலைப்பாகக் குறிப்பிடப்பட்டது. கருவிகளைப் பற்றிக் கவலைப்படாதீர்கள். என்னிடம் உள்ள அனைத்துக் கருவிகளையும் கொடுக்கின்றேன் என்று பிரசாத் சொன்னார். அப்போது அவர்கள் உடனடியாக எண்ணத்தை மாற்றிக்கொண்டு..... ஆனால் முதலாவதாக உயர்அதிகாரிகளிடமிருந்து அனுமதி தேவைப்படுகிறது என்று சொன்னார்கள். முன்பு அனுமதி தேவைப்படவில்லை. ஆனால் இப்போது உயர்அதிகாரிகளிடமிருந்து அனுமதித் தேவைப்படுகிறது. அனுமதி கிடைத்துவிட்டதா என்று அவர் அடுத்தநாள் மீண்டும் சென்று கேட்டார். நாங்கள் காத்துக்கொண்டுயிருக்கின்றோம் என்று அவர்கள் சொன்னார்கள். ஆனால் அடுத்தநாள் தொலைபேசியில் இங்கு வராதீர்கள், அனுமதி கிடைப்பதற்கு இரண்டரை வாரங்கள் ஆகும் என்று சொன்னார்கள். அனுமதி பெறப்படும் என்று நினைக்கவில்லை. இதுவொரு தாமதப்படுத்துவதற்கான வழிமுறைகள். அதேக் கட்டடத்தின் பங்களாவில் வாழ்கின்ற உயர்அதிகாரிகளாக இருக்கின்ற அவர்களை சந்திப்பதற்கு இரண்டரை வார காலஅவகாசம் எடுக்கின்றது. மேலும் அவர்கள் ஒவ்வொரு நாளும் அந்த அலுவலகத்திற்குச் செல்கின்றார்கள். ஆனால் அப்போது நீங்கள் கவலைப்படவில்லை. யாரோ ஒருவர் தாக்கப்படுகிறார். நீங்கள் அனுபவித்துக்கொண்டிருக்கின்றீர்கள். இப்போது உங்களது திருப்பம். மற்றவர்கள் அனுபவிக்கட்டும்.

அனைத்துவிதமான தவறான அபிப்பிராயங்களுக்கும் நான் எதிரானவன். இதுவொரு அபிப்பிராயம்தான். நீங்கள் கோட்பாட்டு அடிப்படையில் அதைப் பற்றி சிந்தனை செய்தால், இதை நடைமுறையில் புரிந்துகொண்டால் நீங்கள் எனது நிலைபாட்டிற்கு எதிராக இருக்கமாட்டீர்கள். "பத்து இலட்சம் தனிநபர்கள்". அந்த வார்த்தையையே மறந்துவிடுங்கள். ஒரு அரிதான ஒரு தனிமனிதன். மனிதகுல வரலாற்றில் மாபெரும் அனுபவங்களின் ஒன்றாக இருக்கப் போகின்ற ஒரு புரட்சியைத் தடைசெய்துகொண்டிருந்த ஒரு மில்லியன் தனிமனிதர்கள். இது மதிப்புடையதாக இருந்தது. "எவ்வகையிலோ நீங்கள் இறக்கப்போகின்றீர்கள்" என்று சொன்னபோது நீங்கள் மிகவும் அதிர்ச்சியடைந்தீர்கள் என்பதை என்னால் உடனடியாக உணர முடிந்தது. இருப்பினும் திரும்பச் சொல்லுகின்றேன் "எவ்வகையிலேலேனும் நீங்கள் இறக்கப்போகின்றீர்கள். புரட்சிக்கு எதிராக இறந்துபோகாதீர்கள். நீங்கள் இறப்பதாக இருந்தால் புரட்சிக்காக இறந்து போங்கள். இதுவரையிலும் உள்ள நிலைமைகளுக்காக இறந்துபோகாதீர்கள். கலகக்காரனாக இறந்து விடுங்கள்.

ஒவ்வொருவரும் இறக்கவேண்டியவர்களே. ஸ்டாலின் அவர்களைக் கொல்கின்றாரா அல்லது அடால்ப் ஹிட்லர் அல்லது முசோலினி அல்லது ஹிரோஹிட்டோவா என்பதல்ல பிரச்னை. அவர் உடலை மட்டுமே கொல்லுகிறார். ஆன்மா உடனடியாக மற்றொரு பெண்ணுடைய கருவறையைச் சென்று அடைகிறது. எவரும் கொல்லப்படுவில்லை. இடங்கள் மட்டுமே மாறுகின்றன. அவர்களில் பலர் இங்கு இருக்கலாம். இப்போது இல்லையென்றால் விரைவில்.....

என்னைப் பொறுத்தவரையில் வன்முறைக்கு எதிராக உள்ள மக்கள், இன்னும் நிலையான வாழ்க்கையைப் பற்றிப் பேசிக்கொண்டிருக்கின்ற மக்கள் முற்றிலும் அபத்த மானவர்களாக உள்ளார்கள் என்றே தோன்றுகிறது. அவர்கள் அவர்களது முரண்பாடுகளைப் பார்ப்பதில்லை. வாழ்க்கை நிலையானதானால் அப்போது மரணம் ஒரு பிரச்னையில்லை. வாழ்க்கை எங்கேயாவது புதிய அமைப்புகளில் தொடரும். சோவியத் யூனியனில் இல்லையென்றால் அப்போது சீனாவில்.

சீனாவில் கொன்று கொண்டுயிருப்பீர்களானால் அப்போது இந்தியாவில் எப்போதும் சாத்தியம். இந்த இந்தியர்கள் அனைவரும் வளர்ந்துகொண்டிருக்கின்றார்கள் என்று எங்கிருந்து நீங்கள் நினைக்கின்றீர்கள்? ஹிட்லர் கொல்கின்றார், ஸ்டாலின் கொல்கின்றார், ஹிரிஹிட்டோ கொல்கின்றார். யாரோ கொல்கின்றார்கள். இந்தியாவுடைய மக்கள்தொகை அதிகமாகிக்கொண்டு போகிறது. இந்தியா ஒவ்வொருவருக்கும் தயாரிக்கப்பட்டக் கருவறையைக் கொடுக்கிறது. மக்கள் பட்டினி கிடந்து இறந்திருக்கலாம். ஆனால் அவர்கள் பனிரெண்டு குழந்தைகளை வைத்திருக்கின்றோம் என்று தற்பெருமை கொள்கிறார்கள். ஆகவே அது பற்றி என்ன சிறப்பு உள்ளது? ஒரு பசு மாட்டைப் பாருங்கள். ஒரு பசு மாடு – காளை ஆயிரக்கணக்கான குட்டிகளை ஈன்று உள்ளது. ஆகவே நீங்கள் உங்களைக் காட்டிலும் அந்தக் பசு மாடு – காளை மாடு உயர்வானதா? ஏழை மக்கள் அதிகக் குழந்தைகளை பெற்றெடுப்பதற்கு உட்பட்டிருக்கின்றார்கள். ஏனெனில் அவர்களுக்கு வேறெந்த பொழுதுபோக்கும் இல்லை. மாலையில் அவர்களுக்கு மின்சாரம் இல்லை. அவர்கள் தொலைக்காட்சிப் பெட்டிகளை வைத்திருக்கவில்லை. சாப்பிடுவதற்கு அதிகம் எதுவும் இல்லை. அவர்களது வயிறுகள் மிகவும் பெரிதாகின்றது. அவர்களால் பெண்களை அணுகமுடியாது. ஆகவே முழு இரவும் குளிர்ச்சி.

போர்த்திக்கொள்வதற்குப் போர்வைகள் இல்லை. பெண்கள்தான் அவர்களுக்கு வெதுவெதுப்பானவர்கள். இது அவர்களுக்கு ஒரு போர்வை. மேலும் கும்மிருட்டில் செய்வதற்கு வேறொன்றுமில்லை. ஆகவே மக்கள் குழந்தைகளை பெற்றெடுக்கின்றார்கள். பணம் செலவழிக்க வேண்டியிருப்பதால் அவர்கள் சினிமா பார்ப்பதற்கு செல்ல முடியாது. பணம் செலவளிக்க வேண்டியிருப்பதால் அவர்கள் உணவுவிடுதிகளுக்கு செல்ல முடியாது. அவர்களுக்கு உடலுறவுதான் இலவசமாக கிடைக்கின்றது.

ஆகவே எங்கு பார்த்தாலும் கொல்லுகின்றீர்கள். குழந்தைகளைப் பெற்றுக்கொள்வதற்கு இந்தியா தயாராக இருக்கின்றது. நாற்பது வருடங்களுக்கு முன்பு இந்தியா நாற்பது கோடி

மக்கள்தொகையைக் கொண்டிருந்தது. இன்று அதே இந்தியா தற்சமயம் தொண்ணூறு கோடி மக்கள்தொகையைக் கொண்டுள்ளது. ஒவ்வொரு வருடமும் பத்து இலட்சம் மக்களை சேர்த்துக்கொண்டுயிருக்கின்றது. இந்த நூற்றாண்டின் முடிவில் மக்கள்தொகை நூறு கோடியைத் தாண்டிவிடும். எங்கிருந்து இந்த மக்கள் அனைவரும் வருகின்றார்கள்? பணக்கார நாடுகளிலிருந்தும், அதிகம் கல்வி கற்ற நாடுகளிலிருந்தும், மக்கள்தொகையை இழந்துகொண்டிருக்கின்ற நாடுகளிலிருந்தும் வருகின்றார்கள். ஏனெனில் கல்வி கற்ற மக்கள் குழந்தை பெற்றுக்கொள்வது முட்டாள்தனமானது என்றும் ஏழைகளாக்குவதாகும் என்றும் புரிந்துகொள்கின்றார்கள். மக்கள்தொகையின் அதிர்வெடியைத் தவிர்ப்பதற்கு அனைத்துவிதமான முறைகளையும் போப்புகளும், பிசப்புகளும் கையாள்கிறார்கள். யார் கவலையடைகிறார்கள். இவர்கள்தான். கத்தோலிக்கர்கள்கூட கவலையடைவதில்லை. அது வெறும் சாதாரண மரியாதையைக் கொடுக்கின்றது.

ஆனால் அங்கு அதிகம் குழந்தைகளைப் பெற்றெடுப்பதற்கு ஊக்குவித்துக்கொண்டிருக்கின்ற நாடுகள் இருக்கின்றன. அவர்களது மக்கள்தொகை சுருங்கிக்கொண்டுயிருக்கின்றது. வளர்ந்துகொண்டிருக்கின்ற அகன்ற மூன்றாம் உலக நாடுகளின் மக்கள்தொகையில் மறைந்துபோகலாம். விரைவில் அவர்கள் ஐரோப்பா முழுமைக்கும் விரைந்துகொண்டுயிருப்பார்கள். அவர்களைத் தடுப்பதற்கு எல்லைகள் இருக்காது. உலகமய மாகிவிடும்.

ஏற்கனவே ஜெர்மனியில் பிரச்னையுள்ளது. துருக்கியிலிருந்து அதிகமான மக்கள் நுழைந்துவிட்டனர். அங்கு வேலையில்லாப் பிரச்னை உள்ளது. அடால்ப் ஹிட்லரின் நாஜிக் கட்சி மீண்டும் தலைதூக்க தொடங்கியுள்ளது. அடால்ப் ஹிட்லரின் நபர் ஒருவர் ஒரு கட்சியை உருவாக்கி "இந்தத் துருக்கியர்கள் அனைவரையும் ஜெர்மனியைவிட்டு வெளியேற்ற வேண்டும் இல்லையென்றால் ஜெர்மனி மூழ்கடிக்கப்படும்" என்கிற அடிப்படையிலானப் பிரச்சாரத்தால் இப்போது அந்தக் கட்சியின் பதினொறு பேர் பாராளுமன்றத் தேர்தலில் வெற்றி பெற்றுள்ளனர். அடால்ப் ஹிட்லர் யூதர்களை வெளியே

வீசிக்கொண்டிருந்தார். இப்போது துருக்கியர்கள். இந்தக் கட்சி பதினொறு இடங்களைப் பிடித்துள்ளது. இதுவொரு தொடக்கம்தான். மக்கள் ஏன் முன்னாள் நாஜிக் கட்சியின் நிர்வாகியை ஆதரித்தார்கள்? ஏனெனில் ஜெர்மனிய மக்கள் பயப்பட்டுக்கொண்டு இருக்கின்றார்கள். இந்த மக்களை ஜெர்மனியில் குடியேற்றிக்கொண்டுச் சென்றால் நாம் ஏழைகளாக இருப்போம். அவர்களுக்கு வேலைவாய்ப்புகளைக் கொடுக்கவேண்டியிருக்கும். நாம் நம்முடையப் பணத்தை அவர்களோடு பகிர்ந்துகொள்ள வேண்டியிருக்கும். நம்முடைய நிலத்தையும், வீடுகளையும் இவர்களுடன் பகிர்ந்துகொள்ள வேண்டியிருக்கும். இந்தக் குடியேற்ற நாடோடிகள் ஒவ்வொரு நாளும் வளர்ந்துகொண்டு போவார்கள். ஏனெனில் முகம்மதிய நாடுகள் நான்கு பெண்களை மணந்துகொள்வதற்கு அனுமதி கொடுக்கிறது. ஆகவே முகம்மதியர்கள் வேறு எவரைக் காட்டிலும் நான்கு மடங்கு மக்கள்தொகையில் வளர்கின்றார்கள்.

அதிகபட்சம் மிகவும் சிரமமாக ஒரு வருடத்தில் ஒரு குழந்தையை மட்டுமே நீங்கள் உருவாக்க முடியும். முகம்மதியர்களால் நான்கு குழந்தைகளை உருவாக்க முடியும். நாற்பது வருடங்களுக்கு முன்பு பங்களாதேசமும், பாகிஸ்தானும் வெளியேறியது. ஆனால் நாற்பது வருடங்களுக்குள் மீண்டும் அவர்கள் மிக அதிகமான அளவிற்கு இருக்கின்றார்கள். உலகில் அதிக முகம்மதியர்கள் வாழும் நாடாக இந்தியா உள்ளது. சவூதிஅரேபியா அல்ல. பாகிஸ்தான் அல்ல. பங்களாதேஷ் நாடும் அல்ல. அல்லது மத்திய கிழக்கு நாடுகளில் உள்ள முகம்மதிய நாடுகளில் எதுவும் அதிக முஸ்லிம் மக்கள்தொகையைக் கொண்டது அல்ல. மிகப் பெரிய முஸ்லிம் நாடு இந்தியாதான். ஹிந்துக்களுக்கு இரண்டாம் நிலையில் முஸ்லிம்கள் உள்ளார்கள். விரைவில் அவர்கள் முதல்நிலையில் இருப்பார்கள். ஏனெனில் அவர்கள் நான்கு மனைவிமார்களை வைத்துள்ளார்கள். ஆனால் உங்களுக்கு ஒரு மனைவிதான். எந்த மதத்திற்குள்ளும் குறுக்கிடக்கூடாது என்கிற பெயரில் இது தொடர்கின்றது. முகம்மதியர்கள் நான்கு மனைவிகளை வைத்திருக்கலாம் என்று அரசாங்கம் அனுமதிக்கிறது. ஆனால் ஹிந்துக்கு ஒரு மனைவிதான்.

இந்தவிதமான முட்டாள்தனத்தை கடுமையாக்கினால் மட்டுமே இதைத் தடுக்கப்பட முடியும். இந்தியாவில்

போர்க்கால அடிப்படையில் மக்கள்தொகை வெடிப்பை நிறுத்தப்பட வேண்டும் என்று விரும்புகிறேன். மக்களே தயாராக முன்வராவிட்டால் முழு இராணுவமும் ஒவ்வொரு கிராமத்திற்கும் அனுப்பப்பட வேண்டும். அப்போது கண்டிப்பாக அவர்களுக்குக் கருத்தடை செய்ய வேண்டும். இது ஜனநாயகமற்ற செயல் என்று நீங்கள் சொல்வீர்கள். ஐந்நூறு இலட்சம் மக்கள் இந்த நூற்றாண்டின் முடிவில் இறந்துபோய்விடுவார்கள். இது ஜனநாயகமா? ஆனால் இது ஜனநாயகமற்றது. நீங்கள் ஒரு பிரச்னையாகப் பார்க்கின்றபோது அனைத்துப் பக்கங்களிலிருந்தும் அந்தப் பிரச்னைகளை சீர்தூக்கிப் பார்க்க வேண்டும். அப்படியிருக்கும் பட்சத்தில்தான் என்ன சொல்கிறேன் என்பதை உங்களால் புரிந்துகொள்ள முடியும். முந்தையக் காலத்தில் நினைத்த அனைத்தையும் கைவிடுங்கள்.

மனமற்ற நிலைக்கான ஒரு இடத்தைக் தருவதுதான் என்னுடைய முயற்சி. மனமற்ற நிலையிலிருந்து இயங்குகிறது. அப்போது நீங்கள் சூழ்நிலையைப் பார்த்து நேரடியாக இயங்குகின்றீர்கள். எது உங்களுக்குள் உடனடியாக எழுகின்றதோ அது சரியாக இருக்கின்றது. அதை நீங்கள் செய்கின்றீர்கள். அது அறநெறிகளுக்கான கேள்விகளும் அல்ல. ஆன்மீகத்திற்கான கேள்விகளும் அல்ல. அது சூழ்நிலைகேற்ப உடனடியான பொறுப்புணர்விற்கான கேள்வியாக உள்ளது. உடனடியானப் பொறுப்புணர்வு தியானத்தின் மூலமே வருகின்றது. நான் வேண்டுமென்றே உங்கள் மனதை அதிர்ச்சிக்குள்ளாக்குகின்றேன். வழிகளைத் தேடுவதில் போகின்றேன். யாரையும் விடமாட்டேன். மக்கள் ஆச்சரியப்படுகிறார்கள். யூதர்கள் ஆச்சரியப்படுகிறார்கள். நம்முடைய முறை வரலாம். காத்திருங்கள். அது வரும். கடந்தகாலத்தின் அனைத்து கருத்தியல்களுக்கு எதிராகவும், ஒழுக்கங்களுக்கு எதிராகவும், பேசிக்கொண்டு இருக்கின்றேன். மனிதயினத்தின் கடந்தகால மொத்ததிற்கும் எதிரானவன். மொத்தத்தில் எந்தவித விதிவிலக்கையும் உருவாக்கவில்லை. பூமியில் ஒரு புதிய மனிதன் தோன்றவேண்டும். அவன்தான் அதீத மனிதன்.

சூத்திரம்:

அன்புள்ள குருவே....

> **ஒரு சந்தர்ப்பத்தில் ஒரு துறவி டாக்கோவிடம் கேட்டார்: ஆயிரக்கணக்கான மைல்களுக்கு மேகங்களே இல்லையெனில்கூட அது இன்னும் உண்மையான வானம் அல்ல. அப்படியெனில் உண்மையான வானம் எது?**
>
> **டாக்கோ பதிலளித்தார்: இன்று கோதுமையை காயப்போடுவது சிறந்தது.**

இதுதான் ஜென்னின் வழி. அவசியமில்லாது தத்துவார்த்த விசயங்களில் உனது நேரத்தை விரயமாக்காதே. ஆயிரக்கணக்கான மைல்கள் மேகங்களே இல்லாதபோதும்..... ஆனால் இந்த வானம் உண்மையானது அல்ல. ஏனெனில் இந்த வானத்திற்கு அப்பால் மற்றொரு வானத்துக்கு அப்பால் மற்றொரு வானம் இருக்கும். அப்போது உண்மையான வானம் எங்கே உள்ளது?

ஆனால் டாக்கோ பதிலளித்தார்: "அதுகுறித்தெல்லாம் மறந்துவிடு. இன்று கோதுமையை காயவைப்பது சிறந்தது என்றார். இன்று வெப்பமான நாள். வானம் திறந்துள்ளது. தற்சமய இருப்பில் இருங்கள். இன்று கோதுமையை காயவைப்பது சிறந்தது. எது சொல்லப்படாது உள்ளதோ அதுகுறித்து நீங்கள் இக்கணத்தில் இருக்கின்ற அப்போது உண்மையான வானம் குறித்து விழிப்போடு இருப்பீர்கள். உண்மையான வானம் உங்களுக்குள் உள்ளது. அது வெளியே இல்லை. இலட்சக்கணக்கான மைல்களாக உள்ளது என்பது பிரச்னை அல்ல. நீங்கள் வாழ்ந்துகொண்டிருப்பதின் காரணமாக, அந்த உண்மையான வானம் உங்களுக்குள்தான் உள்ளது. நீங்கள் ஊட்டச் சத்தைப் பெற்றுக் கொண்டிருக்கின்றீர்கள். உங்களது வேர்கள் அந்த உண்மையான வானத்தில் உள்ளது. உள்நோக்கிச் செல்லுங்கள். அந்த உண்மையான வானம் இலட்சக்கணக்கான மைல்கள் தூரத்தில் இல்லை. இது ஆயிரக்கணக்கான எண்ணங்களின் ஊடாக மட்டுமே இருக்கிறது. ஆகவே அது எண்ணங்களைக் குறைப்பதற்கானக் கேள்விகளாக இருக்கின்றன. மைல்கணக்காக இருப்பவைகளைக் குறைக்கப்பட வேண்டியுள்ளது. நீங்கள் எந்தவிதமான

எண்ணங்களையும் கொண்டிருக்கவில்லையெனில் நீங்கள் அந்த உண்மையான வானத்தில் இருக்கின்றீர்கள். நீங்கள் அதுவாகவே இருக்கின்றீர்கள். நீங்கள் எங்கேயும் செல்ல வேண்டியதில்லை. நீங்கள் சாதாரணமாக அந்த எண்ணங்களை தூக்கிவீச வேண்டியுள்ளது. அது நீங்கள் தியானம் செய்வதற்கு முன்பு நம்முடைய "உளறல் தியான"த்தின் நோக்கத்தில் உள்ளது. அது தடுப்புகளின்றி ஒவ்வொன்றையும் தூக்கிவீசுவதற்கானக் நேரமாக உள்ளது. நீங்கள் வெளியேற்றும் இந்த எண்ணங்கள் உங்கள் தலையை தொடர்ச்சியாகத் தின்றுகொண்டும், உங்களது அறிவுத் திறத்தை அழித்துக்கொண்டும் இருக்கின்றது. அவைகளை கைப்பற்றி வெளியே வீசுங்கள். வேறு யாருடைய மனதிலோ இவைகள் நுழைந்துவிடும் என்ற தார்மீகக் கேள்வியை வைத்துக்கொண்டுக் கவலைப்படாதீர்கள். உங்களது எண்ணங்கள் உங்களுக்கு பழக்கப்படுகின்றன. நீங்கள் அந்தக் குப்பைகளை வெளியே வீசினால்கூட அவைகள் வெளியுலகில் காத்திருக்கும். வெளியுலகிற்கு செல்கின்றபோது அவைகள் மீண்டும் உங்களுக்குள் குதித்துவிடும்.

நீங்கள் வெளியுலகில் பார்க்கலாம். நான் வெளியுலகிற்குச் செல்வதே இல்லை. அங்கு ஒரே பேச்சுக்களும், ஆலோசனை களும்தான் இருக்கும். இதனால் மீண்டும் அந்தக் குப்பை வார்த்தைகள் உங்களது தலைக்குள் வந்து புகுந்துவிடும் என்பதில் கவனமாக இருங்கள். ஆகவே இந்த வெளியுலகைப் பற்றி எச்சரிக்கையாக இருங்கள். வெளியுலகில் அமைதியாக இருங்கள். நீங்கள் பெரும்பாலும் வாயைத் திறந்தால் அதிகமான வார்த்தைகளை உங்களுகுள்ளே நுழைய விடுவீர்கள். அவர்களுக்கு நீங்கள் மிகச் சரியாக உள்ளீர்கள் என்று தெரியும். அவர்கள் யாரும் உள்ளே நுழைய விரும்ப மாட்டார்கள். வெளிநாட்டினரோ, அந்நியர்களோ அனைவரும் அவர்களது சொந்த இடத்தில், அவரவரது சொந்த வீட்டில் நுழையவே விரும்புகின்றனர். நீங்கள் வேறு யாருடைய வீட்டிற்குள்ளும் நுழைவதில்லை. நீங்கள் யாரோ ஒருவருடைய சைக்கிளில் வேறொருவரை ஏற்றிச் செல்வதில்லை. ஆயிரக்கணக்கான மிதிவண்டிகளில் அவருக்குச் சொந்தமான வாடகைக்கு விடப்பட்ட மிதிவண்டிகளையே எல்லோரும் காண்கின்றனர். இது அரிதானதே. அந்த எண்ணங்கள் உங்களுக்கு மிகவும்

நன்றாகவே தெரிந்தவைகளாக இருக்கின்றன. நீங்கள் எந்தளவுக்கு நேசிக்கின்றீர்கள் என்று அவைகளுக்குத் தெரியும். அவைகள் நண்பர்களாகக் கூட இருக்கக் கூடாது. நீங்கள் வருடக்கணக்காக அவைகளுக்கு சத்துக்களை ஊட்டிக்கொண்டு இருக்கின்றீர்கள். ஆகவே வெளியே வீசுகின்றபோது மிகவும் தொலைவான இடத்திற்கு வீசியெறியுங்கள். அவைகள் ஒன்று மற்றொன்றுடன் கலந்து சண்டை செய்ய ஆரம்பிக்கின்றன. இதற்கிடையில் நீங்கள் வெளியுலகில் இருந்து தப்பிக்கின்றீர்கள்.

நீங்கள் கொண்டுள்ள எண்ணங்களின் அளவுக்கு மட்டுமே உள்வானம் உள்ளது. நீங்கள் எந்த எண்ணங்களையும் கொண்டிருக்கவில்லையெனில் நீங்கள் வெறும் இக்கணத்தில் மட்டுமே இருக்கின்றீர்கள். "**இன்று கோதுமையை காயவைப்பதற்கான நாள்**" என்று இதைத்தான் குரு டாக்கோ அர்த்தப்படுத்துகிறார். உண்மையான வானம் குறித்து எதுவும் கூறாமல் சும்மா இங்கே, இப்போது இருங்கள். இதுதான் சுட்டிக்காட்டுவதற்கான ஜென்னின் வழி. அறிவைக் கொண்டிருப்பீர்களேயானால் சுட்டிக்காட்டுதலே போதுமானது. அறிவே இல்லையெனில் உங்களது தலையில் சுத்தியெடுத்து அடித்தால்கூட அது பொருட்டே அல்ல. குரு டாக்கோ உண்மையான வானம் எங்கே உள்ளது என்பதைக் காண்பித்தார். இக்கணத்தில் இருப்பீர்களேயானால் அந்த உண்மையான வானம் உங்களுள்ளே உள்ளது. இக்கணத்தில் இருப்பது என்பது மனதுக்கு வெளியே இருப்பது. உங்களது ஆழமான இருப்பு இக்கணத்தில் இருப்பது, காலத்திற்கும் அப்பால் இருப்பது.

ஆழமான இருப்பு என்றால் என்னவென்று மற்றொரு சந்தர்ப்பத்தில் வேறொரு சீடரால் கேட்கப்பட்டது. பெண்கள் நடந்துகொள்வதுபோல கீழ்படிந்து அவரது நாற்காலியிலிருந்து குரு டாக்கோ கீழே இறங்கி வந்து சொன்னார் "நீங்கள் ரொம்ப தூரத்திலிருந்து வந்துள்ளீர்கள், நான் பதிலளிக்கவில்லை" என்றார்.

உண்மையில் குரு டாக்கோ பதிலளித்துவிட்டார். மிகவும் ஆழமானது என்றால் என்ன? பணிவு, நன்றியுணர்வு, யாரும் இல்லாமை. அவர் ஒரு மனிதர். ஆணுக்கும் பெண்ணுக்கும் இடையில் எந்தவித வேறுபாடும் இன்றி டாக்கோ பெண்கள்

நடந்துகொள்வதைப் போல கீழே குனிந்து வணங்கினார். இது உடல்ரீதியான கேள்வி அல்ல. ஏனெனில் ஒரு பெண் என்பவள் அதிக தாழ்மையானவள். அதிக நன்றியுணர்வு உடையவள். அதிஉ அன்பைச் செலுத்துபவள். ஆகவே குரு டாக்கோ அந்த நிலையைக் காண்பிக்கிறார். யாருமற்றவரைப் போல அன்புடைய பெண்ணின் தரத்தை, நன்றியுணர்வை, இரக்கத்தை, பணிவை உருவாக்குகிறார். மேலும் டாக்கோ கீழே இறங்கி வந்தார். அந்த அந்நியருக்கு தலைவணங்கி கீழ்ப்படிதலை உருவாக்கினார்.

டாக்கோ பதிலளித்து விட்டார். ஆனால் அந்த அந்நியரான அந்தத் துறவி இதைப் புரிந்துகொள்ளவில்லை. **“நீ ரொம்ப தூரத்திலிருந்து வந்துள்ளாய், நான் உனக்கு பதிலளிக்கவில்லை”** என்று டாக்கோ ஏன் சொன்னார் என்பது இதனால்தான். நீ மொழியில் பதிலை எதிர்பார்க்கின்றாய். “நான் அதைக் கொண்டிருக்கவில்லை. இது இரக்கத்தின் காரணமாக செய்யப்படுகிறது. பணிவு மிகவும் ஆழமானது” என்று டாக்கோ பதிலளித்துவிட்டார். யாரும் இல்லை என்பது மிகவும் ஆழமானது. எதுவுமற்றதாக இருப்பது, முற்றிலும் சுயமற்றவராக இருப்பது மிகவும் ஆழமானது. அங்கு மற்றொரு ஆழமான ஒன்று சாத்தியமில்லை. டாக்கோ அவரது செயல்களின் மூலமே பதிலைக் கொடுத்துவிட்டார். ஆனால் அந்தத் துறவி புரிந்துகொள்ளாது பார்த்தார். இது இரக்கத்தின் காரணமாக உள்ளது. அந்தத் துறவியை சங்கடப்படுத்துவதற்கு அல்ல. அந்தத் துறவி புரிந்துகொள்ளவில்லை என்பதை உணரவைப்பதற்காக அல்ல.

“நீ ரொம்ப தொலைவிலிருந்து வந்துள்ளாய், நான் உனக்கு பதிலளிக்கவில்லை” என்று டாக்கோ சொன்னார். டாக்கோவே அவருக்கானப் பொறுப்பை எடுத்துக் கொள்கிறார். இது உன்னுடையத் தவறு அல்ல. நீ மாபெரும் விசயத்தை செய்துவிட்டாய். நீ மிகவும் தொலைவிலிருந்து வந்துள்ளாய். மேலும் நான் உனக்காக எந்தப் பதிலையும் வைத்திருக்கவில்லை. டாக்கோவே அதற்கானப் பொறுப்பை எடுத்துக்கொண்டார். யதார்த்தம் உள்ளபோதும் அந்தத் துறவி பதிலை தவறவிட்டு விட்டார். குருவின் அழகே இதுதான். அது பலவிதமான

நிறங்களில், பல நிறங்களைக் கொண்ட வானவில் நிறங்களில் காண்பிக்கிறது. நீங்கள் அதைப் புரிந்துகொள்ளாவிட்டால் நீங்கள் அதைப் பார்க்கக்கூட இயலாது. வெறுமனே அதை வாசிப்பதின் மூலம் நீங்கள் அதை இழந்துவிடுவீர்கள்.

மற்றொரு சமயத்தில் செக்சிஷோ கெய்ஷோ குரு டாக்கோவிடம் கேட்டார்: நூறு வருடங்களுக்குப் பிறகு யாராவது இந்தப் பிரபஞ்சத்தின் அர்த்தத்தைப் பற்றி கேட்டால் நான் என்ன அவருக்கு சொல்வது?

நீங்கள் செத்துபோய் விடுவீர்கள். ஒரு நூறு வருடங்களுக்குப் பிறகு இருக்க மாட்டீர்கள். நீங்கள் இருந்தால்தானே பதில் சொல்ல வேண்டியிருக்கும்? நீங்கள் அந்தப் பதிலை எனக்குக் கொடுங்கள். நீங்கள் செத்தபோய்விட்டப் பிறகு நான் அந்தக் கேள்வியைக் கேட்பவருக்கு பதிலளிக்கின்றேன். ஆனால் இது சாத்தியமில்லாதது. அது உங்களுடைய பதிலாக இல்லாவிட்டால் நீங்கள் என்னுடையப் பதிலை கொடுக்க முடியாது. என்னுடையப் பதிலையே திரும்பத் திரும்பச் சொல்வதால் அது கடன் வாங்கப்பட்டதாக இருக்கும். அது உங்களது வாழ்வைக் கொண்டிருக்காது. அந்தப் பதிலில் எந்தவிதமானக் கவர்ச்சியும் இருக்காது. அது அந்த நபரின் இதயத்தை தூண்டாது. அது உயிர்ப்போடு இல்லாவிட்டால் உங்களது வாழ்வோடு துடித்து, மாபெரும் சக்தியுடன் ஒளிர்ந்து உங்களது சொந்த அனுபவத்துடன் வெளிவருவது. பின்னர் ஒருவேளை மற்றவர்களுக்கு போதுமான புத்திசாலிதனம் இருக்குமானால் போதுமான தியானத்தன்மை இருக்குமானால் போதுமான வரவேற்பு இருக்குமானால் அதைப் பெறலாம்.

குரு டாக்கோ உதவி செய்யும் பையன் அங்கு வந்து தண்ணீர் பாட்டிலை நிரப்பி வைக்கட்டுமா என்று கேட்டான்.

டாக்கோ செக்சிஷோவுடைய கேள்விக்கு எந்த கவனத்தையும் எடுத்துக்கொள்ளவில்லை. டாக்கோ சொன்னார்: அபத்தமான விசயங்களைக் கேட்காதே. உங்களுக்குள்ளேயே உங்களது அனுபவத்தின் மூலம் பதிலைத் கண்டுபிடியுங்கள். என்னுடைய பதில் உங்களுக்கு உதவப்போவதில்லை. பதிலையும் உங்களுக்குக் கொடுக்கப் போவதில்லை.

ஆகவே கேட்காதது போல அவர் சாதாரணமாக அவர் சரியாக நடந்துகொண்டார்.

உதவி செய்யும் பையனை அழைத்து அவனிடம் சொல்கிறார்: தண்ணீர் பாட்டிலில் தண்ணீரை நிரப்பச் சொல்லுகிறார். டாக்கோ கொஞ்சம் காத்திருந்தார். இது அரிதானது. குரு கேள்விக்கு பதிலளிக்கவில்லை.

அப்போது செச்சிஷோவிடம் சொன்னார்: எதுவும் காதில் விழாததுபோல "இப்போது என்ன சொன்னாய்? இப்போது என்ன கேட்டாய்?"

செச்சிஷோ மீண்டும் அந்தக் கேள்வியை சொன்னார்? அதன்பிறகு டாக்கோ அவரது அறைக்குத் திரும்பச் சென்றார். அந்தசமயத்தில் செச்சிஷோ ஞானம் அடைந்தார். முதல்தடவையாக டாக்கோ பதிலளித்திருந்தார். ஆனால் டாக்கோ என்ன சொல்லியிருந்தார் என்பதை செக்சிஷோ அறிந்து கொள்ளவில்லை. ஏனெனில் அவர் புரிந்துகொள்ளவில்லை. டாக்கோ கொஞ்ச நேரம் காத்திருந்தார். உண்மையில் அந்தப் பதிலை அடைந்திருக்கலாம். அப்போது செச்சிஷோவிடம் சொன்னார்: இப்போது கேட்டது என்னவாக இருந்தது? செச்சிஷோ மீண்டும் அந்தக் கேள்வியை திரும்பச் சொன்னார். அவரது கேள்வியை டாக்கோ காதில் கேட்காததுபோல இருந்ததை செச்சிஷோ புரிந்துகொள்ளவில்லை என்பதை காண்பிக்கிறது. அந்த நேரத்தில் டாக்கோ மீண்டும் பதிலளிக்காது அவரது அறைக்கு திரும்பிச் செல்கிறார். அந்தசமயத்தில் அவர் அதற்கான பதிலை அடைந்தார். இது பதிலளிக்கக்கூடிய கேள்வி அல்ல. நீ உன்னுடைய அறைக்கு உள்ளே செல்ல வேண்டியுள்ளது.

"அறை" என்ற வார்த்தை மிகவும் அழகானது. அறை என்பது இடத்தை அர்த்தப்படுத்துகிறது. நீங்கள் சிலநேரங்கள் "இந்த அறை போதுமான இடமாக உள்ளது" என்று இடத்தின் அர்த்தத்தில் அதைப் பயன்படுத்துகின்றீர்கள். நீங்கள் எதை போதுமான அறை என்று அர்த்தப்படுத்துகின்றீர்கள்? போதுமான அறை என்பது தட்டுமுட்டு சாமான்கள் அவசியமில்லை என்று அர்த்தப்படுத்துகின்றீர்கள்.

அன்றைய நாட்களில் சாகர் என்று அழைக்கப்படுகின்ற இடத்தில் உள்ள ஒரு பணக்காரருடன் தங்கினேன். அவர் குப்பைக்கூளப்

பொருள்களைக் குவித்துவைத்துக் கொள்பவராக இருந்தார். அவர் எராளமானப் பணத்தை வைத்திருந்தார். அதனால் வாங்க முடிந்த அந்தப் பொருள்கள் தேவையா? தேவையில்லையா என்ற கேள்விகளே இல்லாது அனைத்துவிதமானப் பொருள்களையும் வாங்கி குவித்து வைத்திருந்தார். சாகரில் அன்றைய நாட்களில் தொலைக்காட்சி இல்லை. அவருடன் சில நாட்கள் தங்கினேன். அனைத்துக் குப்பைப் பொருள்களையும் அந்த அறையில் நிரப்பி ஒரு விருந்தினர் அறையாக வைத்திருந்தார். அங்கு தொலைக்காட்சிப் பெட்டி இருப்பதைப் பார்த்தேன்.

''நீங்கள் என்ன பைத்தியகாரரா'' என்று கேட்டேன். அங்கு தொலைக்காட்சி ஒளிபரப்பே இல்லாது இருக்கிறது. பம்பாய் மாநகரத்தில் கூட தொலைக் காட்சி ஒளிபரப்பு இல்லை. புதுதில்லியிலும் தொலைக் காட்சி ஒளிபரப்பு இல்லை. தொலைக் காட்சி ஒளிபரப்பை இந்தியாவில் இன்னும் அறிமுகப்படுத்தவே இல்லையே. அப்போது தொலைக் காட்சிப் பெட்டியை மட்டும் வைத்துக்கொண்டு நீங்கள் என்ன செய்யப் போகின்றீர்கள் என்று கேட்டேன். நான் லண்டனுக்கு சென்றிருந்தேன். அதை விரும்பி வாங்கி வந்தேன்.

எப்போதாவது தொலைக் காட்சி ஒளிபரப்பு செய்வார்கள் என்றார். ஆனால் அவருக்கு அப்போது 75 வயது நிரம்பியிருந்தது.

குறைந்தபட்சம் ''நீங்கள் வாழும் காலத்தில் இது சாத்தியமில்லை'' என்றேன்.

''என்ன சொல்கிறாய்'' என்றார்.

''தற்சமயம் உங்களுக்கு வயது 75 ஆகிறது என்பதை நீங்கள் புரிந்துகொள்ளவில்லை'' என்றேன்.

ஆனால் ''யாரிடமும் உங்களது வாழ்நாளில் என்று சொல்வது நல்லதல்ல. ஏனெனில் நீ என்னுடைய மரணத்தை ஏற்கனவே முடிவு செய்துவிட்டாய்'' என்றார்.

''உங்களுடைய மரணத்தைப் பற்றி நினைக்கவில்லை. உங்களது நகரத்தைப் பற்றிதான் நினைக்கின்றேன். உங்களது நகரம் ஓராயிரம் வருடங்களுக்கு அப்பால் பின்தங்கி உள்ளது. புதுதில்லியில் கூட தொலைக் காட்சி ஒளிபரப்பு இன்னும்

வரவில்லை. உங்களுடைய நகரத்திற்கு தொலைக் காட்சி வருவதற்கு இன்னும் நூறு வருடங்கள் ஆகும். நீங்கள் அதைப் பார்த்து அனுபவிப்பீர்கள்" என்று நினைக்கவில்லை என்றேன். ஆனால் அவர் மிகவும் கோபமடைந்தார். மேலும் "உன்னுடைய பொழுதுபோக்கிற்கு வைத்துள்ளேன் என்றார். நான் பைத்தியகாரன் அல்ல. இந்தப் பெட்டி எந்தப் பொழுபோக்கையும் உருவாக்க முடியாது. இது செத்துவிட்டது. ஏனெனில் இதற்கு இன்னும் எங்கேயும் ஒளிபரப்பு இணைப்பு கொடுக்கப்படவில்லை என்றேன். மேலும் அனைத்து மாடல்கள் உடைய வானொலிகளையும் வரிசையாக வைத்திருந்ததைப் பார்த்தேன். ஒரு வானொலி போதுமானது என்று கூறினேன். ஆனால் அவர் எப்போதெல்லாம் புதிய மாடல்கள் வருகின்றதோ, புதிய உற்பத்தியாளர்கள் வருகின்றார்களோ அப்பொழுதெல்லாம் வாங்க முடிந்தது.

இந்த அறையில் என்னால் தங்க முடியாது. நான் பைத்தியமாகி போய்விடுவேன். ஏனெனில் இது "அறையே அல்ல. பொருள்களுக்கு மேல் பொருள்கள், பொருள்களுக்கு மேலே பொருள்கள். நீங்கள் படுக்கைக்குச் செல்வதற்குக்கூட எப்படியோ ஒரு வழியை உருவாக்க வேண்டியுள்ளது. இரவு வந்துவிட்டால் அங்கு மின்சாரம் இல்லை. இவரது அதிக விலையுள்ள பொருள்களை அழித்தும் உடைத்தும் போட்டிருந்ததால் கக்கூசுக்குக்கூட போக முடிவதில்லை. அப்படிச் சென்றால் எலும்பு முறிவுதான் ஏற்படும். ஆகவே என்னை மன்னித்துவிடுங்கள். எனக்கு எந்தப் பொருள்களும் இல்லாத ஒரு அறையைக் கொடுங்கள். அதுவே போதுமானது" என்றேன். எந்தப் பொருள்களும் இல்லாத வெறும் அறையா?

ஆம். ஏனெனில் எப்போதாவது பாத்ரூம் செல்வேன். பாத்ரூம் வெளியே உள்ளது. இரவு கும்மிருட்டாக உள்ளது. அங்கு மின்சாரம் இல்லை. மேலும் உங்களது "அறை" பைத்தியகாரத்தனமாக உள்ளது. இங்கு எனக்கு கனவு வருகிறது. என்னால் இதையெல்லாம் சகித்துக்கொள்ள முடியாது. அங்கு அனைத்துவிதமான பழைய, புதிய, பழைமை வாய்ந்த கடிகாரங்களும் உள்ளது. அவைகள் அனைத்தும் வித்தியாசமான நேரங்களில் அடிக்கடி மணியடித்து சத்தத்தை உருவாக்குகிறது.

ஒரு சுவர் கடிகாரம் மற்றொரு சுவர் கடிகாரத்தின் கால அளவுகள் மாறுகின்றன.

நீங்கள் என்னைத் தூங்கவைக்க விரும்புகின்றீர்களா? இல்லையா என்றேன்.

"நீதான் அதிகமான வம்புகளை செய்யும் முதல் விருந்தாளியாக உள்ளீர்கள்" என்றார்.

வம்புகளை செய்யவில்லை. எனக்கு "ஒரு சாதாரண அறை" வேண்டும். அவ்வளவுதான் என்றேன். "இதுவும் ஒரு அறைதான்" என்றார். "அறை என்ற வார்த்தையின் அர்த்தத்தைப் நீங்கள் புரிந்துகொள்ளவில்லை" என்றேன். இது அறை அல்ல. இந்த அறை தேவையற்ற பழைய சாமான்களை விட்டுச் செல்வதற்கான இடம் என்றேன்.

ஆகவே குரு டாக்கோ அவரது அறைக்குச் சென்றபோது அவர் செக்சிஷோவுக்கு மீண்டும் ஒரு வாய்ப்பைக் கொடுக்கின்றார். வெறுமனே, உங்களுக்குள் இருக்கும் அமைதியான இடத்திற்குப் போங்கள் என்று கூறுகிறார். நான் என்னுடைய அறைக்குள் சென்றால் நீங்கள் உங்களது இடத்திற்கு போவீர்கள். உங்களுடைய சொந்த இடத்திற்குப் போவீர்கள். இதுதான் செக்சிஷோ பெற்றார். அப்போது செக்சிஷோ ஞானமடைந்தார்.

குரு என்பவர் பலவிதமான வழிகளில் ஒரே விசயத்தை திரும்பத் திரும்ப வித்தியாசமான வார்த்தைகளில், வித்தியாசமான சைகைகளில், சிலநாள் நம்பிக்கையுடன் அதே கருத்தில் கூறுகிறார். நீங்கள் அதைப் பெறப் போகின்றீர்கள். நீங்கள் எப்படி தப்பிக்க முடியும்?

ஒவ்வொரு கோணங்களிலிருந்தும் உங்களுக்கு சம்மட்டி அடி கொடுத்துகொண்டு இருக்கின்றேன். ஒவ்வொரு சாத்தியத்திலிருந்தும் ஒவ்வொரு விலா எலும்பிலும் உங்களைக் குத்திக் கொண்டிருக்கின்றேன். உங்களுக்கு எலும்பு முறிவு ஏற்படுகிறதா? இல்லையா என்பது குறித்து எனக்குக் கவலையில்லை. அடிப்பதில்தான் செல்வேன். ஜென் குருமார்களின் அடிகள் மிகவும் பழமையானது. ஆனால் எனது சம்மட்டி அடி அந்த ஜென் குருமார்களின் அடிகளைக் காட்டிலும் அதிக நுட்பமானதாக இருக்கும்.

ஆகவே நீங்கள் அதிகமான வருத்தம் மற்றும் தொந்தரவுகள் அடைகின்றபோது இது பலத்த அடி என்று நினைவில் கொள்ளுங்கள். குளித்துவிட்டு தியானம் செய்ய அமருங்கள். அதுகுறித்து நினைக்கத் தேவையில்லை. உங்களை மேலே எழுப்புவதற்கான ஒரு அடியாக இருந்தது. நான் உங்களிடம் பேசுவது சொற்பொழிவு செய்ய அல்ல அல்லது தத்துவம் பேசுவதற்கும் அல்ல. உங்களிடம் பேசுவதே உங்களைத் தொந்தரவு செய்வது எப்படி என்று அறிந்திருக்கின்ற குரு என்பதை முதலில் அறிந்துகொள்ளுங்கள். இருப்பினும் உங்களுக்கு என்ன நடந்தாலும் என்ன சொன்னாலும் உங்களுடைய இயக்கத்தை தொந்தரவு செய்வதில்லை.

யேசு ஒரு கிராக்பாட் என்று அழைப்பேன். கவலையடையாதீர்கள். தொந்தரவுகள் ஏற்பட்டால் அனுபவியுங்கள். ஒரு நல்ல குளியலை எடுத்துக் கொள்ளுங்கள். ஏனெனில் யேசுவுடன் செய்வதற்கு எனக்கு என்ன உள்ளது? எனது அக்கரையெல்லாம் உங்களுடன்தான். யேசுவை உங்களுடையத் தலையில் எங்காவது பார்த்தால் அப்போது உடனடியாக யேசுவை அடிப்பேன். உங்களை அடிக்கின்றேன். யேசுவிடம் எனக்கு என்ன அக்கரை உள்ளது? உண்மையில் இவர் எப்போதாவது அங்கு இருந்தாரா இல்லையா என்பது யாருக்கும் தெரியாது.

ஆனால் ஸ்டாலின் பற்றி பேசுகின்றபோது கவலைப்படாதீர்கள். ஸ்டாலினிடம் அக்கரை கொள்ள எதுவும் இல்லை. ஸ்டாலின் எனது சீடரல்ல. ஆனால் நீங்கள் எனது சீடராக உள்ளீர்கள். மேலும் எனது இருப்பு இருந்தும் நீங்கள் உங்களது சொந்த வழியில் செல்கின்றீர்கள். உங்களை ஒவ்வொரு சாத்தியமான வழிகளிலும் உங்களை வெளியே வீசுவதற்கு முயற்சித்துக் கொண்டிருக்கின்றேன். ஆனால் நீங்கள் இன்னும் இங்கு வந்துகொண்டும் போய்கொண்டும் இருக்கின்றீர்கள். எனது வார்த்தைகள் முகஸ்துதி (Face value) கொள்வதற்கானது அல்ல என்பதை நீங்கள் மிகவும் நன்றாக அறிவீர்கள். அவைகள் உத்திகளாகவும் சாதனங்களாகவும் உள்ளன. மொத்தப் பிரச்னையையும் எப்படி உங்களை அதிர்ச்சியடைய வைப்பதும் உங்களுடைய மனதை நொறுக்கிவிடுவது என்பதாகவுமே

உள்ளது. ஆகவே நீங்கள் உள்அறையில் நுழைய முடியும். உங்களது சொந்தக் கண்களின் மூலம் உங்களுடைய பரந்த வானத்தை உங்களால் பார்க்க முடியும்.

பாஷோ எழுதினார்:

> **ஒரு குளிர் மழை தொடங்குகிறது.**
> **நான் ஒரு தொப்பி இல்லாமல்.**
> **இரண்டாவது சிந்தனையில்.**
> **யார் கவலைப்படப் போகிறார்கள்?**

இதுதான் ஜென்னின் அழகு.

> **ஒரு குளிர் மழை தொடங்குகிறது.**
> **நான் ஒரு தொப்பி இல்லாமல்.**
> **இரண்டாவது சிந்தனையில்.**
> **யார் கவலைப்படப் போகிறார்கள்?**

இதை நினைவில் கொள்ளுங்கள். இரண்டாவது சிந்தனையில் எதைப் பற்றியும் கவலைப்பட வேண்டாம். ஒருவேளை முதல் சிந்தனையில் உங்களால் இயலாது இருக்கலாம். ஆனால் இரண்டாவது சிந்தனையில் அதை தவறவிடாதீர்கள். செக்பிஷோ இரண்டாவது சிந்தனையில் தவறவிடவில்லை.

நான்காவது கேள்வி

மனிஷாவுடைய கேள்வி.

அன்பார்ந்த குருவே.......

> **அராஜகவாதி எம்மா கோல்டுமென் என்பவர் அவரது புரட்சிகரமானக் கட்டுரைகளில் ஒன்றில் எழுதினார். பிரெட்ரிக் நீயெட்ஷே பலகீனமானவர்களை வெறுப்பவர். ஏனெனில் நீயெட்ஷே அதீத மனிதனை நம்புபவர் என்று. இது பலகீனமானவர்ளும் அடிமைகளும் பிறக்காத ஒரு நாட்டுக்கான மாபெரும் மனிதனின் அழைப்புதானே?**

மனிஷா,

பிரெட்ரிக் நீயெட்ஷே மனிதகுலத்தில் மிகவும் தவறாகப் புரிந்துகொள்ளப்பட்ட மனித குலத்தின் இராட்சதர்களில் ஒருவர். நான் உணர்ந்ததைக் காட்டிலும் அதிகமாக அவரைக் குறித்து உணர்ந்தவர்கள் வேறு எவருமில்லை. ஏனெனில் நானும் நீயெட்ஷேவின் அதே தரவரிசையில்தான் உள்ளேன். பிரெட்ரிக் நீயெட்ஷேவைக் காட்டிலும் அதிகம் தவறாகப் புரிந்துகொள்ளப்பட்டவர்களில் நானும் ஒருவனாக உள்ளேன்.

ஏழ்மையை வெறுக்கிறேன் என்று சொல்கிறபோது ஏழைமக்களையும் வெறுக்கிறேன் என்று மக்கள் நினைத்துக் கொள்கின்றனர். ஏனெனில் ஏழ்மையை முற்றிலும் அழிக்க விரும்புபவன். ஏழ்மை அழிக்கப்படுகிற போதுதான் ஏழைகள் இருக்க மாட்டார்கள். இதே நிலைதான் அதீத மனிதனின் வருகையைப் பிரகடனப்படுத்திய நீயெட்ஷேக்கும் இருந்தது. இதை மக்கள் தவறாகப் புரிந்துகொண்டனர். இவர் சக்திவாய்ந்தவர்களுக்கும், உயர்ந்த நிலையில் இருப்பவர்களுக்கு மட்டுமே உதவிகரமாக இருப்பவர் என்றும், நீயெட்ஷே சாதாரணமானவர்களுக்கு எதிரானவர் என்றும், சராசரி மனிதர்களுக்கு எதிரானவர் என்றும் நினைத்தனர். அது அப்படியல்ல.

எம்மா கோல்டுமென் சரியாகச் சொல்லியுள்ளார். மானிட வரலாற்றில் மிகத் தெளிவாக, அறிவுத் திறனோடு புரிந்துகொண்ட மிகச் சில பெண்களில் இவரும் ஒருவர். மிகச் சில பெண்கள் மட்டுமே மாபெரும் பிரச்னைகளைப் பற்றி சிந்தனை செய்கின்றனர். பெண்களின் உலகம் மிகக் குறுகியது. பெரும்பாலான பெண்கள் பக்கத்து வீட்டுக்காரி புதிய புடவை வாங்கிவிட்டாளா என்ற சிந்தனையில்தான் இருப்பார்கள்.

ஒரு பெண் அவளது வீட்டிற்கு விரைந்து சென்று அவளது கணவனிடம் "ஒன்று இதையோ அல்லது அதையோ செய்ய வேண்டும்" என்றாள். அதற்கு "நான் என்ன செய்ய வேண்டும்" என்றான் கணவன். "பக்கத்து வீட்டுக்காரி ஒரு புதிய கார் வாங்கிவிட்டாள். ஒன்று ஒரு புதிய கார் வாங்கிக் கொடுங்கள். இல்லையெனில் இந்த வீட்டை காலி செய்துவிடுவோம். நாம் வேறெங்காவது ஒரு வீட்டிற்குப் போய்விடுவோம். இந்த வீட்டில் நம்மால் வாழமுடியாது.

நமது போர்ட்டிகோவில் பழைய போர்டு கார் நிற்கிறபோது அவளது போர்ட்டிகோவில் புதிய கார் நிற்பதை என்னால் பார்த்துக்கொண்டு சகித்துக்கொள்ள முடியாது. ஆகவே ஒன்று புதிய கார் வாங்குங்கள். இல்லையெனில் உடனடியாக வீட்டைக் காலி செய்வோம். நாம் இந்த வீட்டை விட்டு வெளியே போவோம் அல்லது உடனடியாக காடிலாக் கார் வாங்கலாம்'' என்றாள்.

பெண்களின் உலகம் மிகவும் குறுகிய மனநிலையைக் கொண்டது. இது ஆண்களால் உருவாக்கப்பட்டுள்ளது. இதனால் பெண்களும் இதற்குப் பொறுப்பானவர்களாக உள்ளார்கள். இதைப் பெண்கள் ஏற்றுக்கொண்டு விட்டார்கள். யாராவது உங்களை அடிமைப்படுத்துகிறபோது உண்மையில் அந்த நபர்தான் பொறுப்பானவர். ஆனால் ''நீங்கள் பொறுப்பானவர் இல்லை'' என்று நீங்கள் நினைக்கின்றீர்கள். நீங்களும் அதற்கு பொறுப்பானவராக உள்ளீர்கள். நீங்கள் அடிமையாக மாறுவதற்குப் பதிலாக இறந்திருக்கலாம். அப்படியானால் அவர் உங்களை எப்படி ஒரு அடிமையாக்கியிருக்க முடியும்?

ஆகவே இதுபோன்ற நிகழ்வுகள் நிகழ்கின்றபோது மக்கள் பாதிக்கப்பட்டவர்களைக் குறித்து இரக்கம், பரிதாபத்துடன் மட்டுமே நினைக்கின்றனர். ஆனால் பாதிக்கப்பட்டவர் எப்படியாவது அந்தஸ்துடன் உடன்படுவார் என்று அவர்கள் நினைப்பதில்லை. இல்லையெனில் உலகம் முழுவதும் உள்ள பெண்கள் அனைவரும் ஒருநாள் வேலைநிறுத்தம் செய்தால் உலகில் உள்ள ஆண்கள் அனைவரும் ''நீயும் நானும் சமம் அல்ல. நீ என்னைவிட உயர்ந்தவள், தயவுசெய்து சமையல் அறைக்கு வா'' என்று பெண்களின் காலில் விழுந்து மசாஜ் செய்துகொண்டிருப்பார்கள்.

என்னைக் குறித்தே கூறுகிறேன். ''ஒரு கோப்பைத் தேனீர் தயாரிப்பது எப்படி'' என்று தெரியாது. தேநீர் தயாரித்து போது சூடு வைத்துக்கொண்டேன். ''சூடு என்னை பதம் பார்த்ததே போதுமானதாக இருந்தது. இனி இது எனது வேலையல்ல'' என்று அப்போதே சொன்னேன்.

நீங்கள் எப்போதாவது நினைத்துள்ளீர்களா? உங்களது குழந்தையுடன் படுப்பதற்கு செல்கின்றீர்கள். என்ன நிகழும்?

ஒன்று உங்களது குழந்தையை ஜன்னலுக்கு வெளியே தூக்கி வீசிவிடுவீர்கள். ஏனெனில் "இந்த குழந்தைகள் ஒருவிதமான அயோக்கியர்கள், போக்கிரிகள்" என்று கூறினால் நீங்கள் நம்ப மாட்டீர்கள். குழந்தைகள் முழுப் பகலும் தூங்குவார்கள். முழு இரவும் தூங்காமல் விழித்துக் கொண்டிருப்பார்கள். ஒவ்வொரு நொடியும் இது வேண்டும், அது வேண்டும் என்று நச்சரித்துக்கொண்டு இருப்பார்கள். எதுவும் இல்லையெனில் அவர்கள் பாத்ரூம்க்கு செல்ல விரும்புவார்கள். முழு இரவும் உங்களை பைத்தியக்காரனாக நினைத்து விரட்டிக் கொண்டிருப்பார்கள். அமைதியான இரவுக்காக ஒன்று உங்களையே துப்பாக்கியெடுத்துச் சுட்டுக்கொள்வீர்கள் அல்லது அந்தக் குழந்தையை ஜன்னலுக்கு வெளியே தூக்கி வீசிவிடுவீர்கள். பெண் அபரிமிதமான நோயாளியாக உள்ளாள். பெண்கள் மூன்றாம் உலகப் போர் நிகழ்ந்தால் என்ன நடக்கும் என்பதைப் பற்றிய பிரச்னைகளே இல்லாது உள்ளார்கள். யார்தான் கவலையடையப் போகிறார்கள்? இப்போதைய பெண்களுக்கானப் பிரச்னை கணவன் வீட்டுக்கு வரவில்லை என்ற கேள்விதான் பெண்களுக்கு உள்ளது. கணவர் எங்கே இருக்கிறார்? எந்தப் பெண்ணுடன் இருக்கிறார்? கணவனுக்குத் தெரிந்த, அவளுக்கு அறிமுகமான பெண்கள் அனைவரின் பெயர்களும் அவளது மனதில் அசைபோட ஆரம்பிக்கிறது. கணவர் நடுஜாமத்தில் திரும்ப வீட்டிற்கு வருகின்றபோது நீங்கள் எங்கே இருந்தீர்கள் என்று அவள் உடனடியாக அவனை விசாரித்து நொங்கு எடுப்பாள். இந்த நண்பனுடன்......இந்த நண்பனுடன்....இந்த நண்பனுடன் இருந்தேன் என்று கூறுவான். அவனது மனைவி கணவனைக் குறித்த அனைத்துச் செய்திகளையும் சேகரித்து வைத்திருப்பாள். அனைத்து தொலைபேசி எண்களையும் வைத்திருப்பாள். அந்த நண்பர் வீட்டில் இல்லையே பின்பு எங்கே இருந்தீர்கள் என்றும், உண்மையாக இருங்கள் என்றும் நேர்மையாக இருங்கள் என்றும் நான் விசாரித்துவிட்டேன் என்றும்...... நான் உனது டைரியை வைத்திருக்கின்றேன் என்றும்........ அனைவரின் தொலைபேசி எண்களையும் வைத்திருக்கின்றேன் என்றும்........ அந்த ஆள் வீட்டில் இல்லை........**அப்போது நீங்கள் எங்கு இருந்தீர்கள்**" என்றும் விசாரிப்பாள்.

இப்போது கையும்களவுமாக கணவன்மார்கள் பிடிபட்டு விடுவார்கள். மனைவியின் கண்காணிப்பிலிருந்து எவரும் தப்பிக்க முடியாது. மனைவியின் கண்காணிப்பிலிருந்து கணவன்மார்கள் தப்பித்திருப்பதாக இதுவரையில் கேள்வி பட்டதேயில்லை. பெண்கள் மாபெரும் துப்பறிவாளர்கள். பெண்கள் அனைவரையும் சிஐஏ., எப்.பி.ஐ, சிஐடி போன்ற துறைகளில் சேர்க்கப்பட வேண்டும் என்று சிலநேரங்கள் நினைப்பதுண்டு. இவர்கள் மாபெரும் வேலைகளை திறம்பட செய்வார்கள். பெண்களின் கவலைகள் மிகவும் குறைவானதே. ஆகவே பெண்களது மொத்த கவனமும் துப்பறியும் செயல்பாடுகளிலேயே செலுத்தப்படுகிறது. எம்மா கோல்டு போன்ற மிகச் சில பெண்களே அராஜகவாதம் போன்ற பிரச்னைகளைப் பற்றி எப்போதும் நினைக்கின்றனர். எம்மா கோல்டு ஒரு அரிதானப் பெண். எந்தக் கணவராலும் எம்மா கோல்டு போன்ற பெண்ணைப் பொறுத்துக்கொள்ள முடியாது. அவள் ஒரு அறிவுஜீவியும் கூட. ஒவ்வொரு கணவன்மாரும் அவளைவிட தமது மனைவிகள் தாழ்ந்தவர்கள் என்பதையே உணருவார்கள்.

அதீத மனிதனைப் பற்றி பேசியது மற்றும் பலகீனமானவர்களை வெறுக்கிறேன் என்று நீயெட்ஷே கூறியது குறித்து எம்மா கோல்டு கூறியது சரியானதுதான். மக்கள் அந்தக் கருத்தைத் தவறாகப் புரிந்துகொண்டனர். பலகீனமானவர்களின் வெறுப்பாளராகவும் அதீத மனிதனையும் ஒருவிதமான அதீத தரத்தை உடையவரையும் அறிவுஜீவித்தனமாக நீயெட்ஷே விரும்புபவராக உள்ளார் என்று மக்கள் நினைக்கின்றனர். இது அப்படியல்ல.

அதீத மனிதன் எனும் நீயெட்ஷேவின் கருத்து அந்த சமூகம் அதீத மனிதனுடன் பிறப்பெடுக்கும். அந்தச் சமூகம் பலகீனமானவர்களை பிறக்க அனுமதிக்காது. இதுதான் என்னுடையக் கருத்தும்கூட. உலகம் முழுவதும் உள்ள அனைத்தையும் விமர்சனம் செய்துகொண்டு இருக்கின்றேன். தற்செயலாகப் பிறக்கின்றக் குழந்தைகளை பெற்றெடுக்க அனுமதிக்கக் கூடாது என்று சொல்லிக் கொண்டு இருக்கிறேன். இப்போது வரையுள்ள மனிதர்கள் அனைவரும் தற்செயலாகப்

பிறப்பெடுத்தவர்கள். சரியான குழந்தையைத் தேர்ந்தெடுக்க தற்சமயம் ஒவ்வொரு அர்த்தத்தையும் நாம் கொண்டுள்ளோம். அனைவருமே அதீத மனிதனாக இருக்கும் ஒரு மனித இனத்தை நம்மால் உருவாக்க முடியும். நீயெட்ஷே ஒரு அறிவுஜீவியாக. மாபெரும் அறிவாளியாக மட்டுமே இருந்தார். உண்மையிலேயே நீயெட்ஷே மாபெரும் அறிவுஜீவிதான். இதுவரையிலுமான அறிவை பின்னாளில் நான் விட்டுவிட்டேன். ஆனால் தற்சமயம் இதுபோன்ற உங்களுக்காகப் பயன்படுத்துகின்றேன்.

எனது பார்வையில் அதீத மனிதனை உருவாக்க உயிரியியல் தொழில்நுட்பத்திற்காக நாம் காத்திருக்க வேண்டியதில்லை. இது வெகுஜனங்களின் கூட்டம் மற்றும் அனைத்து சமூகங்களுக்கும் எதிராக செல்லும். மதங்கள் அனைத்திற்கும் இடையூறுகள் செய்யும். மதங்கள் அந்த இடையூறுகளை அனுமதிக்காது. ஏனெனில் அதை முன்மொழிந்துள்ளேன். விமர்சித்துக்கொண்டு உள்ளேன். பிரெட்ரிக் நீயெட்ஷே பாசிசவாதியாக இருந்ததைப் போன்று நானும் உள்ளேன் என்று கூறி மாபெரும் சவாலாகவும் ஒளிமயமான எதிர்காலம் உள்ளது என்ற விமர்சனத்தைப் பெற்று உள்ளேன். அவர்களால் பிரெட்ரிக் நீயெட்ஷேவையும் புரிந்துகொள்ளவில்லை. என்னையும் புரிந்துகொள்ள முடியவில்லை. அவர்கள் மிகவும் அதிகமாகவே என்னைத் தவறாகப் புரிந்துகொண்டார்கள். ஏனெனில் உயிரியில் தொழில்நுட்பத்திற்காகக் காத்திருக்கப் போவதில்லை. ஒரு வித்தியாசமான செயல்பாட்டின் மூலம் அதீத மனிதனை உருவாக்கப் போகின்றேன். எனது செயல்பாடு தியானம்.

என்னால் சாதாரணமானவர்களையும் சராசரி மனிதர்களையும் புத்தத் தன்மைக்குள் கொண்டு செல்ல முடியும். இனப் பெருக்கத்தின் இந்த சாதாரண அமைப்பு முறையை மாற்ற இப்போது தேவையில்லை. கடைசியாக அதை செய்ய வேண்டியுள்ளது. ஏனெனில் அது மிகவும் சுலபமான வழி. அதீத மனிதனுடன் எனது நிலைபாடுகள் செயல்படும் பட்சத்தில் அதீத மனிதனுக்கு தியானம் சுலபமாக இருக்கும். உடனடியாக அதீத மனிதன் தியானத்தைப் புரிந்துகொள்வான். ஆனால் பிரெட்ரிக் நீயெட்ஷேவுக்கு தியானம் பற்றி எந்தக் கருத்தையும் கொண்டிருக்கவில்லை. தியானத்தின் மூலம் சாதாரண

மக்களையும். சராசரி மனிதர்களையும் அதீத மனிதர்களாக என்னால் மாற்ற முடியும். உங்களது இருப்பினுள் நுழைகின்ற அந்த நொடி மையமாகவும் அமைதியாகவும் ஆகிறது. அப்போது நீங்கள் அதீத மனிதனுக்குள் திரும்புகின்றீர்கள். இந்த அதீத மனிதனையே புத்தர் என்று அழைக்கின்றேன்.

மனிஷா, நீ கூறுவது சரிதான். ஏனெனில் மனிதனை அவனது உடலிருந்து, அவனது மனதிலிருந்து, அவனது ஆன்மாவிலிருந்து என்று பல கோணங்களிவ் பார்க்கின்றேன். மனிதனை ஒரு முழுமையைப் போலப் பார்க்கின்றேன். ஆகவே பல அரை வட்டங்கள் என்னுள் முழுமை அடையப் போகின்றது. புத்தரை ஆன்மீக ரீதியாக மட்டுமே பார்த்துக் கொண்டிருந்தேன். காரல் மார்க்சை பொருள்முதல்வாதியாக மட்டுமே பார்த்துக் கொண்டிருந்தேன். சிக்மண்ட் பிராய்டை மனரீதியாக மட்டுமே பார்த்துக்கொண்டிருந்தேன். ஆனால் என்னுடைய அணுகுமுறை அனைத்து திசைகளிலிருந்தும், அனைத்துக் கோணங்களிலிருந்தும் முற்றிலும் முழுமையுடையது. எந்தளவுக்கு சாத்தியமோ அந்தளவுக்கு இவர்களின் மூலம் கருத்துகளை ஆழமாக உள்வாங்கியுள்ளேன். அவர்கள் அனைவரும் எந்த நிலைபாட்டில் உள்ளனர் என்பது குறித்து எனக்கு நன்கு தெரியும். அவர்கள் எங்கே தடைபட்டு நின்றார்கள் என்பதுவும் தெரியும். நீயெட்ஷே அறிவுஜீவித்தன ஆய்வில் தடைபட்டு நின்றுள்ளார். சிக்மண்ட் பிராய்ட் மனரீதியான ஆய்வில் தடைபட்டு நின்றுள்ளார். காரல் மார்க்ஸ் சமூகத்தின் பொருளாதார ஆய்வுடன் தடைபட்டு நின்றுள்ளார். ஆனால் மனிதன் ஒரு பகுதி மட்டுமே அல்ல. மனிதனை பகுதி பகுதியாக பிரித்து அவனை அணுகக் கூடாது.

உங்களால் ஒரு இயந்திரத்தில் பகுதி பகுதியாக அணுக முடியும். அந்த இயந்திரத்தில் ஒரு பகுதி நன்றாக இயங்கவில்லையெனில் உங்களால் அதை மாற்ற முடியும். ஆனால் மனிதன் ஒன்றிணைந்த உடல் உறுப்புகள் சார்ந்தவன். மனிதனுடன் அதை செய்ய முடியாது. உங்களது மொத்தப் பார்வையில் நீங்கள் முழு மனிதனையும் கருத்தில்கொள்ள வேண்டியுள்ளது. எனது பார்வை முழு மனிதனுக்கானது. அப்போது உங்களது அனைத்துக் கோணங்களையும், அனைத்து திசைவழிகளையும்

அனைத்து சாத்தியங்களையும் புரிந்துகொள்வீர்கள். திடீரென ஒரு மாபெரும் மாற்றம் நிகழ்கிறது. அதீத மனிதன் உங்களுக்குள் பிறக்கிறான். நீங்கள் காத்திருப்பதில்லை. ஏனெனில் இப்போது உங்களது உயிரியல் நிகழ்ச்சி நிரலை மாற்ற முடியாது. உண்மையில் உங்களது குழந்தைகளுடையக் குழந்தைகள் மனிதனின் உயிர் பொருள்களை மாற்றுவதற்கு போதுமான துணிச்சலைப் சேகரிக்கலாம்.

உங்களிடம் பேசுகின்றபோது உங்களைப் பற்றி மட்டும் பேசுவதில்லை. உங்களுடைய குழந்தைகளுடைய குழந்தைகளுடைய குழந்தைகளைப் பற்றியும் பேசுகின்றேன். எனது அணுகுமுறை உங்களுடன் மட்டும் அல்ல. இது நிச்சயம் உங்கள் மீதும் எனக்கு அக்கரை உள்ளது. ஆனால் உங்கள் மீதும் மட்டும் அல்ல. என்னுடைய அணுகுமுறை மிகவும் ஆழமாகச் செல்லக்கூடியது.

இப்போதையிலிருந்து ஒரு நூற்றாண்டு வரையிலான விசயங்களை உங்களுக்குச் சொல்லப்பட வேண்டும் என்று பல விசயங்களை சொல்லிக் கொண்டு இருக்கின்றேன். என்னைக் குறித்த விசயங்கள் பற்றிய முரண்பாடுகள் மற்றும் அவசியம் இல்லாத கண்டனங்களை உருவாக்குகிறது என்பது இதனால்தான். ஆனால் உதவியற்றவனாக உள்ளேன். உண்மையில் அனைத்து முரண்பாடுகளையும் கண்டனங்களையும் அனுபவித்து மகிழ்கிறேன். இந்த நொடிப் பொழுது வரை இந்த மொத்த உலகில் அதிகமான கண்டனங்களுக்கு உள்ளாகின்றவன் நானாகத்தான் உள்ளேன். அது எனக்கு அதிக மகிழ்ச்சியைத் தருகிறது. குறைந்தபட்சம் ஏதோ செய்கிறேன்.

ஒருநாள் ஜோசப் ஸ்டாலின் தன்னைப் பற்றி ரஷ்ய மக்கள் என்ன நினைக்கின்றார்கள் என்பதை அறிந்துகொள்ள விரும்பினார். ஆகவே ஸ்டாலின் ஒரு பெரிய கருமையான தாடி வைத்துக்கொண்டு, பெரிய கோட் போட்டுக்கொண்டு மாறுவேடத்துடன் மாஸ்கோ வீதிகளில் வலம் வந்தார். அவர் கொஞ்ச நேரம் சுற்றி சுற்றி நடந்தார். பின்பு கம்யூனிஸ்ட் கட்சியின் பொது விடுதிக்கு சென்றார். பிராந்திக் கடைப்

பாரை நோக்கி நடந்தார். இரண்டு வேட்கா பாட்டில் கொண்டுவரச் சொல்லி அதை மெல்ல மெல்லக் குடிக்க ஆரம்பித்தார். அவருக்கு அடுத்து அமர்ந்திருந்த காம்ரேட் போப்போவிடம் இயல்பாக கேட்டார். தோழரே நீங்கள் ஜோசப் ஸ்டாலினைப் பற்றி என்ன நினைக்கின்றீர்கள்? அவன் தனது தோள்களை உலுக்கிக்கொண்டு உங்களுக்கு என்ன பைத்தியம் பிடித்துவிட்டதா என்றான். நாம் இங்கே எதுவும் பேச முடியாது. என்னைப் பின்தொடர்ந்து வாங்க என்றான். பின்பு அவர்கள் இருவரும் பின் கதவு வழியாக வெளியே யாருமில்லாத வீதிக்குச் சென்றார்கள். போப்போ சுற்றுமுற்றும் யாராவது உள்ளார்களா என்று பார்த்தான். இருட்டான சந்துக்குள் ஸ்டாலின் வழிநடத்தப்பட்டார். அப்போது "இன்னும் நாம் பாதுகாப்பாக இல்லை. இங்குள்ள சுவர்களுக்குக்கூட காதுகள் உள்ளது. என்னைப் பின்தொடர்ந்து வாங்க என்று போப்போ கூறினான். ஸ்டாலின் பிரமிப்பு அடையும் அளவுக்கு அவன் அவரை கையாள்கிறான். அவர்களிருவரும் தோட்டங்களின் பக்கத்திலுள்ள வீதிக்கு வந்தடைந்தனர். அங்கு புதர் மண்டி கிடந்தது. அவர்கள் வேலி மீது ஏறினார்கள். "சரி, இதுவொரு பாதுகாப்பான இடம். நம்மால் இங்கு பேச முடியும். "நீங்கள் ஜோசப் ஸ்டாலின் குறித்து நான் என்ன நினைக்கின்றேன் என்று நீங்கள் அறிந்துகொள்ள வேண்டும்". அப்படித்தானே! ஆமாம்..... ஆமாம்... என்றார் ஸ்டாலின்.

நல்லது.... "பொது விடுதியில் என்னால் அவரைக் குறித்து சொல்ல முடியாது. என்னைப் பொறுத்தவரையில் "அந்த நபரை நேசிக்கின்றேன்" என்றான் போப்போ.

இகோர் மற்றும் பெக்கி இவனோவிச் இருவரும் மாஸ்கோ தம்பதியினர். அவர்களது குடியிருப்பில் போரீஸ் என்ற அழைக்கப்படுகிற ஒரு கிளியை வைத்திருந்தனர். போரீஸ் அதனுடைய உச்சப்பட்சக் குரலில் "கம்யூனிசம் ஒழிக" என்று கத்தத் தொடங்கியது. ஒருநாள் பக்கத்து வீட்டுக்காரர்கள் அதனுடையக் கத்தலைக் கேட்டு கே.ஜி.பி.யிடம் புகார் அளித்தனர். காவல் துறையினர் அங்கு வந்தடைந்தபோது இகோர்

போரீஸ் கிளியை குளிர்ப்பதனப் பெட்டியில் மறைத்துவைத்து விட்டான். ஆனால் கே.ஜி.பி. போலீசார் குடியிருப்புகள் முழுவதும் தேடினர். கண்டுபிடிக்க முடியவில்லை. போரீசை உறைந்த நிலையில் காண்கின்றனர். போரீஸ் கடைசியாக "கோர்ப்பசேவ்! மிக வேகமாக செயல்படு, கம்யூனிசம் நீடுழி வாழட்டும்" என்று அதனுடைய உயர்ந்தபட்ச குரலில் கத்த ஆரம்பிக்கிறது. கே.ஜி.பி. போலீசார் மிகுந்த மகிழ்ச்சியடைந்தனர். பின்பு கே.ஜி.பி. போலீசார் குடியிருப்புப் பகுதியிலிருந்து வெளியேறினர். அவர்கள் அனைவரும் சென்றபிறகு இகோர் போரீஸை நச்சரித்தான். "நான் உன்னைப் புரிந்துகொள்ள முடியவில்லையே" என்றான் இகோர். "நீ ஏன் திடீரென கம்யூனிசத்தைப் புகழ ஆரம்பிக்கிறாய்?

போரீஸ் கிளி பதிலளித்தது. "இங்க பாருங்க! சைபீரியாவிலிருந்து இப்போதுதான் நீங்க திரும்பி வந்தீங்க. இப்படியே நீங்க மீண்டும் மீண்டும் போயிட்டு வரவேண்டியிருக்கும்". பரவாயில்லையா?

அத்தியாயம்–6

ஆட்டுத்தோல் போர்த்திய ஓநாய்

அன்புள்ள குருவே.....

துறவி டாக்கோ குரு நான்சென்னை சந்திக்கச் சென்றான்.

உங்க பெயர் என்ன? எனது பெயர் யென்சி.

“அறிவு சென்றடையாத இடத்தில் நீங்கள் எப்படி வெளிப்படுத்துவீர்கள்” என்று நான்சென் கேட்டார்.

“வெளிப்படுத்தவே மாட்டேன்” என்றான் யென்சி.

சரிதான். “நீ வெளிப்படுத்தினால் உனக்கு கொம்பு வளரும்.” பின்பு நீ மிருகமாகி விடுவாய்.

சில நாட்களுக்குப் பிறகு டாக்கோவும் உங்கனும் ஏதோ வேலை செய்துவிட்டு குடியிருப்புப் பகுதிக்கு வெளியே உட்கார்ந்துகொண்டு இருந்தனர். நான்சென் கொஞ்சம் நடைப்பயிற்சி மேற்கொள்ள கிளம்பினார். அப்போது ஹலோ, யென்சி! “அறிவு சென்றடையாத இடத்தில் நீ வெளிப்படுத்த மாட்டேன்” என்று முன்பு கூறினாய். “இப்போ, அதை நீ எப்படி பயிற்சி செய்துகொண்டு இருக்கிறாய்” என்று நான்சென் கேட்டார்.

இதைக்கேட்ட டாக்கோ, குடியிருப்புக்குள் நைசாக நழுவிட்டான். நான்சென் நடைபயிற்சி செய்துவிட்டு போகும் வரை காத்திருந்தான். நான்சென் சென்ற பிறகு மீண்டும் வந்தான்.

“ஓசோ உன்னிடம் கேள்வி கேட்டபோது நீ ஏன் பதிலளிக்காமல் இருந்தாய்” என்று உங்கள் டாக்கோவை கேட்டான்.

“நீ என்ன சிறுபயலாக இருக்கிறாய்?”

அப்போது உங்கன் நான்சென்னிடம் சென்று “ஓசோ, நீங்க என் தம்பி யென்சியிடம் ஒரு கேள்வி கேட்டு இருக்கீங்க. அந்தக் கேள்விக்கு ஒருவர் எப்படி பதிலளிக்க வேண்டும்” என்று கேட்டான்.

“மிருகத்தின் அடிப்படையில் அந்தக் கேள்விக்கு பதிலளிக்காமல் இருப்பதே சிறந்தது” என்று நான்சென் பதிலளித்தார்.

“மிருக வழி என்றால் என்ன” என்று உங்கன் கேட்டான்.

“அறிவு எங்கு அடையவில்லையோ அங்கு வெளிப் படுத்துவதில்லை என்பதைக் கேட்டிருக்க வேண்டும். அதற்கு பெயர் வைத்தால் உனக்கு மிகப் பெரியதாக கொம்பு வளரும். மேலும் அது ஏற்கனவே தவறானதாக உள்ளது. நீ உடனடியாக மிருக வழிக்குச் செல்ல வேண்டும்” என்று நான்சென் பதிலளித்தார்.

நண்பர்களே.......

தோழர் கோர்ப்பசேவ் கம்யூனிசத்தையும், அதனுடைய வேர்கள் அனைத்தையும் கீழ்படிய வைத்துவிட்டார் என்றே தோன்றுகிறது. அவர் “தோழர்” என்ற சொல்லாடலைக் கூட பயன்படுத்துவதை நிறுத்திவிட்டார். சீடர் சங்கீத் கோர்ப்பசேவின் புத்தகத்தை வாசித்துக் கொண்டேயிருக்கிறார். ஆனால் எந்தக் குப்பைகளையும் நான் வாசித்து எனது நேரத்தை வீணாக்க விரும்பவில்லை. உங்களுடன் சில விசயங்களைக் குறிப்பிட்டு கலந்தாலோசிக்க வேண்டும் என்று அவள் விரும்புகிறாள். முதல் விசயம் பெண்களைப் பற்றியது. ஜோசப் ஸ்டாலின் உடைய செயல்பாடுகளில் மாபெரும் பங்களிப்பு உள்ளது என்றால் அது ஆண்களுக்கும் பெண்களுக்கும் இடையில் உள்ள சமத்துவத்தை பற்றியது. ஆண்களுக்குக் கொடுத்த கல்வியை பெண்களுக்கும் கொடுத்தார். ஆண்களுக்குக் கொடுத்த அதே பொருளாதார சுதந்திரத்தை பெண்களுக்கும் கொடுத்தார். ஆண்களுடன் சமமாக வேலை செய்வதற்கான சுதந்திரத்தைக் கொடுத்தார். பெண்களை வீட்டுச் சிறையிலிருந்து விடுதலை செய்தார். பெண்களுக்கான சுயகௌரவத்தை, கண்ணியத்தை திரும்ப கொடுத்தது இவ்வுலகில் சோவியத் யூனியன் மட்டுமே. இந்த பெருமைகள் அனைத்தும் ஜோசப் ஸ்டாலினுக்கே உரியதாகும்.

ஆனால் தற்சமயம் பெண்களை மீண்டும் சமையலறைக்கே செல்லுவதற்கு அவர்களை அழுத்திக் கொண்டிருக்கின்றார் கோர்ப்பசேவ். குடும்பத்தை மீண்டும் செயல்படுத்தப்படாமல்

இருந்தால் மட்டுமே ஸ்டாலினது நிலைபாடு செல்லுபடியாகும். தனிச்சொத்து மற்றும் முதலாளித்துவத்தை மீண்டும் கொண்டு வருவது சோவியத் யூனியனுக்கு கடினமானதாக இருக்கும். மேற்கத்திய முதலாளித்துவ நாடுகளின் கரங்களில் கிட்டத்தட்ட கோர்ப்பசேவ் விளையாடிக்கொண்டு இருக்கிறார். இப்போது பெண்களுக்கு சமமான வேலைகளைக் கொடுக்கக் கூடாது என்றும் பெண்கள் மீண்டும் ஆண்களுக்கு மனைவிமார்களாக இருக்கட்டும் என்றும் குழந்தைகளுக்கு தாய்மார்களாக இருக்கட்டும் என்று விரும்புகிறார் கோர்ப்பசேவ். பெண்களின் சூழல் குடும்பமும் வீடுமாகவே பெண்களின் வாழ்நிலை இருக்கட்டும் என்று விரும்புகிறார் கோர்ப்பசேவ்.

உலகம் முழுவதும் பெண்கள் அவர்களது சுதந்திரத்திற்காகப் போராடிக் கொண்டிருக்கின்றனர். பெண்கள் கல்வி கற்றால் மட்டுமே சுதந்திரம் சாத்தியமானது. பெண்கள் அவர்களது தேவைக்குச் சுயமாக சம்பாதிப்பதற்கானத் திறனைக் கொண்டவள். அவள் கணவருடைய வங்கிக் கணக்கை நம்பி

இருக்கவேண்டியதில்லை. பெண்கள் வீட்டுச் சுவர்களுக்குள் அடைக்கப்பட்டிருக்க வேண்டியது இல்லையெனில் குழந்தைகளைப் பராமரிப்பது, உணவு தயாரிக்கும் வேலையில் ஈடுபடுவது போன்றவைகள் இல்லையெனில் பெண்கள் கணவருடைய வங்கிக் கணக்கை நம்பியிருக்க வேண்டிய அவசியமில்லை. ஆனால் இப்போது கோர்ப்பசேவ் இதையெல்லாம் யோசனை செய்யாது பெண்களுக்கு எதிராக செயல்பட முயற்சித்துக் கொண்டிருக்கின்றார்.

சோவியத் யூனியனில் உள்ள பெண்கள் அனைவரும் கோர்ப்பசேவின் செயல்பாடுகளுக்கு எதிராகப் புரட்சி செய்ய வேண்டும். சோவியத் யூனியனுக்கு வெளியே உள்ள மற்ற நாடுகளிலுள்ள பெண்கள் அனைவரும் இந்தப் போராட்டத்துக்கு ஆதரவு தர வேண்டும். முதலாளித்துவத்தை மீண்டும் சோவியத் யூனியனுக்குள் கொண்டு வருவதற்கான சிறு காரணங்களாக கோர்ப்பசேவின் செயல்பாடுகள் உள்ளன. குடும்பத்தை திடசக்தியாக மாற்றப்படுகிறபோது பெண்கள் அவர்களது சமத்துவத்தை இழந்துவிடுகின்றனர். தனிச்சொத்து மீண்டும் மிகச் சுலபமாக நுழைந்துவிடும். கோர்ப்பசேவ் ஏற்கனவே

தனிச்சொத்தைப் பற்றிப் பேசிக்கொண்டு இருக்கிறார். அவர் ஏற்கனவே சோசலிசத்தைப் பற்றிப் பேசிக்கொண்டு இருக்கிறார். கோர்ப்பசேவ் கம்யூனிசம் என்ற வார்த்தையையே கைவிட்டு விட்டார். சோசலிசம் என்பது முதலாளித்துவத்தின் தந்திரமான சதியாகும்.

உலகம் முழுவதும் சோசலிசக் கட்சிகள் உள்ளன. அவர்களது இயக்கமே ஒரு கம்யூனிஸ்ட்டாக மாறுவதைத் தடுப்பதுதான். அவர்களுக்கு முதலாளித்துவத்தால் பணம் செலுத்தப்பட்டுக் கொண்டிருக்கிறது. இதுவரை இந்தியா சம்பந்தப்பட்டிருக்கிறது. எனக்கு தெரிந்து இதில் முற்றிலும் உறுதியாகக் உள்ளேன். அதே முதலாளி எனக்கு பணம் வேண்டுமா என்று கேட்டுள்ளார்.

இந்தியாவின் மிகப் பெரியப் பணக்காரரான ஜீகல் கிஷோர் பிர்லா இந்திய சோசலிஸ்ட் கட்சித் தலைவரான ஜெயப்பிரகாஷ் நாராயனுக்கு மாதச் சம்பளம் கொடுத்துக் கொண்டிருந்தார். எனது ஆன்மீகக் கூட்டங்களில் இலட்சக்கணக்கான மக்கள் குவிவதைப் பார்த்து ஐம்பதாயிரம் அல்லது இலட்சம் ரூபாய் கொடுக்க பிர்லா மிகவும் ஆர்வமாக இருந்தார்.

எங்களுடைய ஊரின் தொகுதியிலிருந்து தேர்ந்தெடுக்கப்பட்டப் பாராளுமன்ற உறுப்பினரான டாக்டர் சேத் கோவிந்தா என்பவருடன் சில நாட்கள் டெல்லியில் தங்கியிருந்தேன். இந்த சேத் கோவிந்தாவும் ஜீகல் கிஷோர் பிர்லாவும் மார்வாடி இனத்தைச் சார்ந்தவர்கள். இவர்கள்தான் இந்தியாவின் யூதர்களாக உள்ளனர். ஆகவே என்னை சந்திப்பதற்கு பிர்லா இடைத்தரகர் ஒருவரைக் கண்டுபிடித்தார். அவர்தான் சேத் கோவிந்தா. “ஒரு பெரும் கூட்டம் மிகவும் அவசியமானது. நீ அதற்கு ஏற்பாடு செய். பிர்லாவை சந்திக்க ஏற்பாடு செய்கிறேன். இது உனது செயல்பாட்டிற்கு மிகவும் உதவியாக இருக்கும்” என்று சேத் கோவிந்தா என்னிடம் கூறினார். “எந்த வழியில் ஜீகல் கிஷோர் பிர்லா எனது நிலைபாட்டிற்கு உதவ முடியும்” என்று கேட்டேன். எனது மொத்த செயல்பாடும் இந்தியாவின் மாபெரும் பணக்காரர்களான டாட்டா, பிர்லா, ஜாகூஷ்களை ஒழிப்பதுதான். பின்பு எப்படி பிர்லா எனக்கு உதவ முடியும் என்று அவரிடம் கேட்டேன். பிர்லாவைச் சந்திப்பதில் தவறில்லை என்றார் சேத் கோவிந்த். சரி, நாம் சந்திக்கலாம்

என்றேன். அவர் உடனடியாக பிர்லாவைச் சந்திக்க ஏற்பாடு செய்தார். பிர்லாவை சந்தித்தேன்.

இந்திய சுதந்திரப் போராட்டத்தை ஆதரித்துக் கொண்டிருந்த மகாத்மா காந்திக்கு கொடுத்ததுபோல உனக்கும் பணம் நிரப்பப்படாத கையெழுத்திட்ட ஒரு காசோலை (Blank Cheque) கொடுப்பேன் என்றார். பிர்லா சுதந்திரப் போரட்ட இயக்கத்தை ஆதரித்துக் கொண்டிருந்தவர். மேலும் வருங்காலத்திற்கானத் தெளிவானப் நிலைபாட்டை கொண்டிருந்தார். யாருக்கு மூலதனமாக பணத்தைக் கொடுத்துக் கொண்டிருந்தார்களோ அவர்கள்தான் கூடிய விரைவில், பிற்காலத்தில் ஜனாதிபதிகளாகவும், பிரதம மந்திரிகளாகவும் ஆட்சிப் பொறுப்பை ஏற்கிறார்கள். பின்பு பிர்லா தனக்கு சாதகமான சூழ்நிலைகளையும், நன்மைகளையும் அறுவடைசெய்து கொள்வார். இந்திய சுதந்திரப் போராட்டத்திற்கு பிறகு இந்தியா அரசாங்கத்திடமிருந்து பிர்லாதான் அதிக நன்மைகளைப் பெற்றுக் கொண்டிருந்தார். இம்மாதிரியானவர்களுக்கு பிர்லா மாதாந்திர சம்பளம் கொடுத்துக் கொண்டிருந்தார். பணம் வாங்கியவர்களின் ஆன்மாக்களை பிர்லா விலைக்கு வாங்கி வைத்திருந்தார். ஜெயப்பிரகாஷ் நாராயணன் எனது ஊதியம் கொடுக்கும் பட்டியலில் உள்ளார் என்றார் பிர்லா. "எந்த நிபந்தனைகளுமின்றி பணம் குறிப்பிடாமல் காசோலையை எனக்குக் கொடுக்கலாம். உங்களுக்கு நன்றியுணர்வோடு இருப்பேன். ஆனால் எந்த நிபந்தனைகளையும் ஏற்றுக்கொள்ள மாட்டேன்" என்றேன்.

"நிபந்தனைகள் இருக்க வேண்டும். இல்லையெனில் நானெதற்கு உங்களுக்கு பணம் குறிப்பிடப்படாதக் காசோலையைக் கொடுக்க வேண்டும்? நானொரு வியாபாரி" என்றார் பிர்லா.

"நீங்கள் வியாபாரியாக இருக்கலாம். ஆனால் நான் அப்படிப்பட்டவன் அல்ல" என்று கூறினேன்.

ஆனால் என்னுடைய நிபந்தனைக் மிகவும் எளிமையானது. உலகம் முழுவதும் "ஹிந்துயிசம் குறித்து பிரசங்கம் செய்ய வேண்டும்" மேலும் இரண்டாவது நிபந்தனை "பசுக்களைப் படுகொலை செய்வதைத் தடுக்க இந்தியாவில் ஒரு மாபெரும்

இயக்கத்தை நீங்கள் உருவாக்க வேண்டும்'' என்று இரண்டு நிபந்தனைகளை முன்வைத்தார் பிர்லா.

நாற்காலியை விட்டு எழுந்து சொன்னேன்: ''நாய்களுக்கு உங்களுடைய நிரப்பபப்படாத காசோலையைத் தூக்கி வீசுங்கள். நான் போகிறேன்'' என்றேன். கோவிந்தப்பா மிகவும் தர்மசங்கடத்துக்கு உள்ளானார். ஏனெனில் அவர்கள் அனைவரும் பிர்லாவின் பணத்துக்காகவும் பிர்லாவின் ஆதரவு நிலைக்கும் மரியாதை கொடுத்தார்கள். சேத் கோவிந்தப்பாவிடம் சொன்னேன்: நீங்கள் என்னை வரச் சொன்னீர்கள். என்னை அவமரியாதை செய்துவிட்டீர்கள். ஒரு மனிதனை விலைக்கு வாங்குவதற்கு முயற்சிக்க இலஞ் சத்தைப் போல பணத்தை கொடுப்பதைக் காட்டிலும் அதிகம் அவமதிக்கும் செயல் வேறு எதுவும் இல்லை. நீங்கள் என்னை விலைக்கு வாங்க முடியாது. எனது வாழ்க்கை முழுவதும் மக்களிடம் ஹிந்துயிசத்துக்கு எதிராகப் பேச போகின்றேன். தற்சமயம் நீங்கள் எனது கருத்தை வலிமைபடுத்தி விட்டீர்கள். ''ஹிந்துயிசம் குறித்து கவனம் கொள்'' என்று நீங்கள் எனக்கு நினைவுபடுத்தி விட்டீர்கள். மேலும் பசு வதையை நிறுத்த முயற்சித்துக் கொண்டிருப்பவர்களுடன்தான் இனி சண்டை போடப் போகின்றேன்'' என்றேன். ''பூரி சங்கராச்சாரியாரை பரம எதிரியாக வரித்துக் கொண்டேன் என்பதற்கான பிரதான காரணம் இதுதான். ஏனெனில் இந்த சங்கராச்சாரியார்தான் பசு வதையை தடுக்கும் இயக்கத்துக்கு தலைவராக இருந்தார். ஆகவே ஜீகல் கிஷோர் பிர்லா எப்படிப்பட்டவர் என்பது குறித்து எனக்கு நன்கு தெரியும். சோசலிஸ்ட் கட்சிகள் மற்றும் மற்ற கட்சித் தலைவர்கள் பிர்லாவின் மாதாந்திர சம்பளப் பட்டியலில் இருந்தார்கள் என்பது பற்றியும் எனக்கு மிக நன்றாகவே தெரியும்.

சோசலிஸ்ட்டுகளுக்கு பிர்லா ஏன் பணம் கொடுத்துக் கொண்டிருந்தார்? சோசலிஸ்டுகளின் வேலை என்ன? அந்த இயக்கங்களின் வேலையே பாட்டாளிகளை மக்களைப் பிரிப்பதுதான். ''சங்கங்களுக்கும், பாட்டாளி மக்களுக்கும், ஏழை மக்களுக்கும், கம்யூனிசத்துக்கு போகாதே'' என்று தடைகளை உருவாக்குவதுதான். இதைச் செய்வது சோசலிஸ்டுகளுக்கு

மிகவும் சுலபமானது. ஏனெனில் சோசலிஸ்டுகள் மக்களின் மூடநம்பிக்கைகள் அனைத்தையும் சம்மதிக்கின்றனர், ஏற்றுக்கொள்கின்றனர். சோசலிஸ்டுகள் மக்களின் எந்தவிதத் தப்பெண்ணங்களையோ, மதங்களையோ தொந்தரவு செய்வதில்லை. இதனால் சமரசம் காட்டாமல் அனைத்து மதங்களின் மீதும் அனைத்து தத்துவங்களின் மீதும் கடவுள்கள் மீதும், அனைத்துவிதமான கற்பனைக் கட்டுக்கதைகள் மற்றும் மூடநம்பிக்கைகள் மீதும் சம்மட்டி அடி அடிக்கின்ற கம்யூனிஸ்டுகளைக் காட்டிலும் சோசலிஸ்டுகள் மக்களால் மிகச் சுலபமாகக் கவரப்படுகிறார்கள். இயல்பாகவே இந்தியாவில் உள்ள கம்யூனிஸ்ட் கட்சி மிகவும் பழைமையானக் கட்சி. இக்கட்சி எந்த அதிகாரத்தையோ அதிக உறுப்பினர்களைக் கொண்ட கட்சியாகவோ வளரமுடியாமல் உள்ளது. மேலும் இவர்கள் மார்க்சிஸ்டுகளாக இருப்பதால் சோசலிஸ்டுகளைப் போல பாசாங்கு செய்வதில்லை. மேலும் யாருடைய மூடநம்பிக்கையையும் தொந்தரவு செய்யாமல் கம்யூனிஸ்டுகள் சமத்துவத்தைக் கொடுக்கின்றனர். கம்யூனிஸ்டுகள் சமூக நீதியைக் கொடுக்கின்றனர். இப்போது கம்யூனிஸ்டுகள் மக்களின் மூடநம்பிக்கைகளை அழிக்காது முழுமையான முரண்பாடுகளைப் பற்றி பேசுகின்றனர். பெரும்பான்மை மக்களின் தப்பெண்ணங்களையும், அவர்களது கடந்தகால நோக்கு நிலைகளை, அவர்களது மூடநம்பிக்கைளை அழித்தொழிக்காது நீங்கள் சமத்துவத்தைக் கொடுக்க முடியாது.

கடவுள் தனது சொந்த உருவத்தில் மனிதனை மட்டுமே படைத்துள்ளார். பெண்களை அல்ல. ஆனால் ஆணுடைய விலா எலும்பை எடுத்து பெண்கள் உருவாக்கப்பட்டுள்ளனர். ஆகவே பெண்கள் வெறும் கணவரின் வேலைக்காரிகளாக இருக்கிறார்கள். அவள் சமத்துவத்தை கேட்டு முறையிட முடியாது. ஒரு ஆணின் விலா எழும்பு எப்படி சமத்துவமாக இருக்க முடியும்? பெண்கள் கிட்டதட்ட வெறும் உடலாக மட்டுமே இருக்கவே தாழ்த்தப்பட்டிருக்கிறார்கள். ஆன்மாவாக அல்ல.

கடவுள் மக்கள் அனைவரையும் சமமற்றவர்களாக படைக்கப்பட்டிருக்கின்றபோது கடவுளை நீங்கள் முற்றிலும்

கொன்றொழிக்காமல் நீங்கள் எப்படி மக்களை சமத்துவமாக உருவாக்கப் போகின்றீர்கள்? மக்களது கடந்தகால தீமைகளின் செயல்பாடுகளின் காரணமாகத்தான் மக்கள் ஏழ்மையில் உள்ளார்கள் என்பதை நம்புகின்ற மக்கள் இருக்கின்றபோது நீங்கள் சமூக சமத்துவத்தை எப்படி அவர்களுக்குக் கொடுக்கப் போகின்றீர்கள்? அவர்கள் வறுமையில் முழுமையாக இதுவொரு தண்டனை என திருப்தியுடையவர்களாக்கப்பட்டிருக்கிறார்கள். ஏழைகள் அவர்களது வறுமைக்குக் காரணம் பணக்காரர்கள்தான் என்று நினைத்துப் பார்ப்பதில்லை. பணக்காரர்கள் அவர்களது கடந்தகால நல்ல செயல்களுக்காக இங்கு சுகமாக வாழ்வை அனுபவித்துக் கொண்டிருக்கின்றனர். நீங்கள் இந்த மூடநம்பிக்கைகளைத் தொந்தரவு செய்யவில்லையெனில் நீங்கள் எப்படி மனிதர்களுக்கு சமத்துவத்தைக் கொடுக்கப் போகின்றீர்கள். ஆகவே சோசலிசம் என்பது பாட்டாளி வர்க்க மக்களை கம்யூனிசத்திற்குள் போகவிடாமல் தடுப்பதற்கான ஒரு தந்திரம்தான். இதுவொரு ஆழமான மற்றும் கம்யூனிசத்துக்கு எதிரான ஒரு நுட்பமான விசயமாக உள்ளது. கம்யூனிஸ்ட் நாடு என்று கூறாமல் கோர்ப்பசேவ் சோவியத் யூனியனை ஒரு சோசலிச நாடு என்று சொல்ல ஆரம்பித்திருக்கிறார். அவர் ஏற்கனவே சமாதானங்களை உருவாக்க ஆரம்பித்து விட்டார்.

சங்கீத் உடைய இரண்டாவது கருத்து ஜனநாயகம் பற்றியது. அமெரிக்கா செயல்படுத்துகிற ஜனநாயகத்தைப் போல கோர்ப்பசேவ் மக்களுக்கு ஜனநாயகம் வேண்டும் என்கிறார். அதாவது மக்களுக்காக..... மக்களின் பால்..... மக்களால்...... ஆனால் நேரடியான ஜனநாயகத்துடன், பிரதிநிதிகள் இல்லாத ஜனநாயகமான ஏனென்ஸில் நகர அரசு இருந்தது போல உயிர்த்திருக்க முடியும். அங்கேகூட அது சரியாக இல்லாது இருந்தது. மொத்த நகரமும் தீர்மானிக்கும். அவர்கள் சாக்ரட்டீஸ்க்கு விஷம் கொடுத்து எப்படி கொல்லப்பட்டார் என்பது இப்படித்தான். ஏதென்ஸ் நகர மக்கள் தொகையில் ஐம்பது சதவீதம் பேர்கள் சாக்ரட்டீஸ்க்கு விஷம் கொடுத்து மரணதண்டனை கொடுக்க வேண்டும் என்று வாக்களித்தனர். ஏனெனில் சாக்ரட்டீஸ் மக்களுடைய ஒழுக்கத்தைக் கெடுத்தார் மற்றும் மக்களுடைய மதத்தை களங்கப்படுத்தினார். சாக்ரட்டீஸ்க்கு கடவுள் நம்பிக்கை

இல்லை. அவருக்கு எந்தவிசயத்திலும் நம்பிக்கை இல்லை. சாக்ரட்டீஸ் பகுத்தறிவில் மற்றும தர்க்கரீதியான விசயங்களில் மட்டுமே நம்பிக்கை வைத்திருந்தார். சாக்ரட்டீஸ் எங்களது ஒழுக்கங்களை அழித்தார், அதனால் எங்களுடைய மதங்களை அழித்தார்.... எங்களது நம்பிக்கைகளை அழித்தார்..... எங்களது தப்பெண்ணங்களை அழித்தார். அவைகள்தான் எங்களது வாழ்க்கையில் ஆறுதல்களாக இருந்தன. வெறும் சிறிய பெரும்பான்மையால் அதாவது ஐம்பத்தியொன்று சதவீத மக்கள் சாக்ரட்டீஸ்க்கு எதிராக வாக்களித்தனர். நாற்பத்தி ஒன்பது சதவீத மக்கள் சாக்ரட்டீஸ்க்கு ஆதரவாக இருந்தார்கள். ஆனால் பெரும்பான்மை பெரும்பான்மையாக உள்ளது. ஒரு மனிதருடைய பெரும்பான்மையா அல்லது இரண்டு மனிதருடைய பெரும்பான்மையா என்பதல்ல பிரச்னை. ஆனால் ஏதென்ஸில் கூட ஒரு முழுமையான ஜனநாயகம் இல்லை. ஜனநாயகம் நேரடியாக இருந்தது. அங்கு பிரதிநிதிகள் இல்லை. ஏனெனில் பிரதிநிதிகள் ஒருதடவை உள்ளே வருகின்றபோது அந்த மக்கள் ஆள்வதில்லை. யார் ஆள்கின்றார்களோ அவர்களே பிரதிநிதிகளாக உள்ளனர். ஐந்து வருடங்களுக்கு அவர்கள் முற்றிலும் அதிகாரத்தைக் கொண்டிருப்பார்கள்.

ஒவ்வொரு ஐந்து வருடங்களுக்கும் மக்களுக்கு சேவை செய்பவர்களாக உள்ளனர். தேர்தல் நடக்கின்றபோது ஒருசில நாட்களைத் தவிர தேர்தல் நடந்த பிறகு மக்களுக்கு எதுபற்றியும் கவலையில்லை. அப்போது மக்கள் அவர்களது வாழ்வாதாரத்திற்கான பிழைப்புக்காகப் போய் விடுவார்கள். ஆனால் ஏதன்ஸில் நீண்டகாலத்திற்கு அடிமைகளாக்கப்பட்டனர். இது என்னவிதமான ஜனநாயகம்? மக்களை ஏலம் விட்டபோது பெண்களும் ஏலம் விடப்பட்டனர். ஆனால் இந்த அடிமைகள் ஏதென்ஸின் குடிமக்களாக இல்லாது இருந்தனர். ஏதென்ஸின் பெரும்பான்மை மக்கள் தொகை கொண்ட மாபெரும் கூட்டம் வாக்களிக்க இயலாது இருந்தனர். நேரடி ஜனநாயகம் என்று அழைக்கப்படுகிற நிலையில் வாக்களிக்க இயலாது இருந்தனர். ஏதென்ஸ் மிக நெருக்கமாக வந்தது. ஆனால் ஜனநாயகத்தின் முறை சிறு நகரங்களில் மட்டுமே சாத்தியம் உள்ளது. பெரிய நாடுகளில் அல்ல. பெரிய நாடுகளில் மக்களால்... மக்களுக்காக.....மக்கள் மூலம் என்று ஒரு நாட்டை

கொண்டிருக்க முடியாது. பெரிய நிலப்பரப்பைக் கொண்ட இடங்களில் இடைத்தரகர்களைத்தான் கொண்டிருப்பீர்கள். அந்த இடைத்தரகர்கள் மக்களிடம் நல்லப் பேச்சுக்களை நயவஞ்சகமாகப் பேசி மக்களைக் குருடர்களாக உருவாக்குவதுதான். உண்மையில் ஜனநாயகம் என்பதே எங்குமே இல்லை. மக்களை ஆட்சி செய்கிற அரசியல்வாதிகளே எப்போதும் உள்ளனர்.

ஆனால் உங்களுக்கு சொல்லியதுபோல கோர்ப்பசேவ் அமெரிக்காவால் மிகவும் ஈர்க்கப்பட்டுள்ளார். சோவியத் யூனியனை மற்றொரு அமெரிக்காவாக உருவாக்க வேண்டும் என்று விரும்புகிறார். அவர் அதை நேரடியாகக் கூறவில்லை. ஆனால் மெல்ல மெல்ல அவர் நெருக்கமாக போய்க் கொண்டுயிருக்கிறார். ஜனநாயகம் சோவியத் யூனியனின் எழுபது வருட அனுபவத்தை முற்றிலும் அழித்துவிடும். ஜனநாயகம் மீண்டும் முதலாளித்துவத்தைக் கொண்டு வரும். ஏழைகள் மீண்டும் உருவாகி விடுவார்கள். பாட்டாளி வர்க்கமற்ற சமூகம் மீண்டும் வர்க்கங்களுடைய சமூகமாக மாறிவிடும். எங்கெல்லாம் பணக்காரர்கள் இருக்கின்றார்களோ அங்கெல்லாம் அவர்கள் நாட்டை ஆள்பவர்களாக உள்ளனர். ஏனெனில் பணக்காரர்கள் அரசியல்வாதிகளை விலைக்கு வாங்கிவிடுவார்கள். அரசியல்வாதிகள் பணம் வைத்திருப்பதில்லை. அந்த அரசியல்வாதிகளுக்கு தேர்தலில் நின்று வெற்றி பெறுவதற்கு பணம் தேவைப்படுகிறது. ஏழைகள் தேர்தலில் போட்டியிட முடியாது. ஏனெனில் தேர்தலில் போட்டியிட அதிகமான அளவிற்கு பணம் செலவழிக்க வேண்டியுள்ளது.

இந்தியா போன்ற ஒரு ஏழை நாட்டில்கூட தேர்தலில் போட்டியிட குறைந்தபட்சம் பத்து இலட்சம் ரூபாய் தேவைப்படுகிறது. எங்கிருந்து அந்த ஏழை மக்கள் பணத்தைப் பெறுவார்கள்? பத்து இலட்சம் ரூபாய் என்பது குறைந்தபட்சத் தொகைதான். அது எந்தத் தொகுதியில் போட்டியிடுகிறோம் என்பதைப் பொறுத்து மாறுபடுகிறது. நீங்கள் இருபது இலட்சம் ரூபாயை தூக்கிவீசினால் மற்றொருவர் அதைவிட இருமடங்கு ரூபாயைத் தூக்கிவீசி தேர்தலில் வெற்றி பெற்று விடுவார். தேர்தலில் நிற்கும் ஏழை மக்கள் தேர்தலில் தோற்கடிக்கப்பட்டு தூக்கிவீசப்படுவார்கள். ஒரு ஏழை நாட்டில் ஒரு கல்வியறிவு

அற்ற நாட்டில் மக்கள் அவர்களது வாக்குகளை விற்பதற்கும் தயாராக உள்ளார்கள்.

இந்தியாவில் பணம் வைத்திருக்கின்ற எவரும் தேர்தலில் வெற்றிபெற முடியும். இந்த நாற்பது வருட காலத்தில் பாராளுமன்றத்திற்கு ஒரு ஏழைகூட வெற்றிபெற்று சென்றதில்லை. அது சாத்தியமானது இல்லை. ஏனெனில் நீங்கள் எப்படி போட்டியிட முடியும்? உங்களுக்கு நூற்றுக்கணக்கான ஜீப்புகள் தேவைப்படுகிறது. உங்களுக்கு ஏழைகளுக்கு பணம் கொடுக்க வேண்டியுள்ளது. ஆகவே பாராளுமன்றத்திற்கு போக ஏழைகள் விருப்பப்படுவதில்லை. வெற்றி பெற்றவர்களாக பணக்காரர்களின் முகங்கள் மட்டுமே மாறுகிறது மற்றவைகள் எதுவும் மாறுவதில்லை. ஏழை ஏழையாகவே இருக்கிறார். பணக்காரன் மேலும் பணக்காரனாக ஆகிறான். அரசியல்வாதிகள் அனைவரும் ஏழை மக்களுக்கு வாக்குறுதிகளை கொடுத்துக்கொண்டே போகிறார்கள். மகாத்மா காந்திகூட முதல் இந்திய ஜனாதிபதி ஒரு பெண்ணாக இருப்பார். பெண்ணாக மட்டுமல்ல அவர் ஒரு சூத்திர வகுப்பைச் சேர்ந்தவராகவும், தீண்டத்தகாதவராகவும் இருப்பார் என்று வாக்குறுதியளித்து இருந்தார். இந்த இரண்டு வர்க்கங்கள் மிக அதிகமாக பாதித்து விட்டது. ஏனெனில் ஹிந்து கருத்தியல் தீண்டத்தகாதவர்களை மனிதர்கள் அல்ல. ஆனால் அவர்கள் மிருகச் சுமைகள் என்கிறது. நூற்றாண்டு காலமாக பெண்கள் அவர்களது உரிமைகளை கொண்டிருக்கவில்லை. ஆகவே பெண்கள் குறித்து கவனம் கொள்வது அவர்களது வாக்குகள் மற்றும் தீண்டத்தகாதவர்கள் குறித்து கவனம் கொள்ள அரசியல்வாதிகளுக்குத் தேவையுள்ளது.

காந்தி அவர்களுக்கானப் பெயரை மாற்றினார். அரசியல்வாதிகள் பெயர்களை மாற்றுவதில் மிகவும் புத்திசாலிகளாக உள்ளனர். ஆகவே காந்தி தீண்டத்தகாதவர்களை ஹரிஜன்கள் என்று அழைக்க ஆரம்பித்தார். ஹரிஜன் என்பது “கடவுளுடைய மக்கள்”. இப்போது ஹரிஜன்கள் கடவுளின் மக்கள் என்றால் பின்பு ஏன் அவர்கள் ஐந்தாயிரம் வருடங்களாகப் பாதிக்கப்பட்டுள்ளனர்? கடவுளின் மக்கள் அல்லாத பணக்காரர்கள்தான் கால்நடைகளைப்போல ஹரிஜன்களின் உழைப்பைச் சுரண்டிக் கொண்டிருக்கின்றார்கள்.

இது மிகவும் அரிதான விசயமாக உள்ளது. தீண்டத்தகாதவர்கள் ஹரிஜன் என்ற பெயர் மாற்றம் அடைந்ததைக் கண்டு கொண்டாடினர். இது கடவுளின் மக்களாகத் தேர்தெடுக்கப்பட்டு உள்ளோம் என்ற ஒரு மாபெரும் ஆறுதலை தீண்டதகாதவர்களுக்குக் கொடுத்தது. இந்தப் பெயர் மாற்றத்தால் ஏழ்மையிலிருந்து அவர்கள் தங்களை மீட்டெடுத்துக்கொள்ள முடியவில்லை. இதனால் அவர்களுக்கு உணவு கொடுக்க முடியவில்லை. இதனால் அவர்களுக்கு எந்த கௌரவத்தையும், கண்ணியத்தையும் கொடுக்கவில்லை. வெறும் தீண்டத்தகாதவர்கள் என்ற நிலையிலிருந்து வெறும் ஹரிஜன் என்ற பெயர் மாற்றம்தான் நடந்தது. பல வருடங்களுக்கு முன்பு இது நடந்தது.

ஹிமாலயாவில் ஒரு குறிப்பிட்ட மிருகம் உள்ளது. அதுவொரு பசு மாட்டைப் போன்றது. ஆனால் அது பசு மாடு அல்ல. அதனுடைய தோல் நீலநிறம் உடையது. எனவே அதை நீலப் பசு என்றே அழைத்தனர். நூறு வருடங்களாகவே அதனுடைய பெயர் நீலப் பசு என்றே அழைக்கப்பட்டு வந்தது. ஆனால் அது பசு மாடு அல்ல. அதுவொரு காட்டு மிருகம். மூர்க்கமான மிருகம்கூட. அது ஹிமாலய மலையை விட்டு இறங்கி வந்து வடஇந்தியாவிலுள்ள மொத்த உணவுப் பயிர்களையும் அடிக்கடி அழித்து தின்றுவிட்டுப் போய்விடும். மேலும் இந்தியர்கள் குழந்தைகளைப் பெற்றெடுப்பதைப்போல அந்த நீலப் பசுக்களின் இனப்பெருக்கமும் பல்கிப் பெருகிக் கொண்டிருக்கின்றன.

இதற்கான ஒரு நேரம் வந்தது. இந்த நீலநிற பசுக்களின் இனப்பெருக்கம் மிகப்பெரிய அளவிற்கு வளர்ந்தது. இந்தியப் பாராளுமன்றக் கூட்ட தொடர் கூட்டம் இதற்கு ஏதாவது செய்ய வேண்டும் என்று தீர்மானித்தது. ஒருபக்கம் மக்கள் தொகை விரிவாக்கம் உள்ளது. மறுபக்கம் இந்த நீலப்பசுக்கள் உணவுப் பயிர்களை அழித்துக்கொண்டு இருக்கிறது. ஆனால் ஹிந்துக்கள் "நீலப் பசு"வை அழித்தொழிப்பதற்கு முற்றிலும் எதிராக இருந்தனர். ஏனெனில் ஹிந்துக்கள் பசு மாடுகளை வணங்கிக்கொண்டிருப்பவர்கள். ஆகவே இந்தியா முழுவதும்

"கொல்லாதே....கொல்லாதே நீலப் பசுக்களைக் கொல்லாதே" என்று மாபெரும் கிளர்ச்சிப் போராட்டம் நடந்தது. இந்த

அடிப்படையில்தான் அரசியல்வாதிகள் எப்படிப்பட்டவர்களாக உள்ளனர் என்பதை நீங்கள் புரிந்துகொள்ள முடியும். இராஜீவ் காந்தியின் தாத்தா ஜவகர்லால் நேரு அந்த நீலப் பசுவின் பெயரை மாற்றிவிட்டார். நேரு பாராளுமன்றத்தில் "நாங்கள் நீலக் குதிரைகளை கொன்று விட்டோம்" என்று முன்மொழிந்தார். நீலப் பசுக்குப் பதிலாக நீல்கேவ் என்று அவைகளை அழைத்தார். நீல்கோரா, அதாவது நீலக் குதிரைகள் என்று அழைத்தார். பின்பு இந்துக்கள் கிளர்ச்சிப் போராட்டத்தைக் கைவிட்டனர். ஆயிரக்கணக்காக நீலக் குதிரைகள் சுட்டுக் கொல்லப்பட்டது. கிட்டத்தட்ட அனைத்தையும் கொன்றொழிக்கப்பட்டது. பின்பு அவைகள் மீண்டும் வடஇந்தியாவுக்குள் வரவேயில்லை. ஒரு ஹிந்து சமுதாயத்தைச் சார்ந்தவராலோ, இந்தப் பைத்தியகார பூரி சங்கராச்சாரியார் போன்றவர்களால்கூட இந்த அரசியல்வாதிகளின் சாதாரண தந்திரத்தைகூடப் புரிந்துகொள்ள முடியவில்லை. நீலப் பசுக்களாக இருந்தபோது இந்தியா முழுவதும் சலசலப்பு இருந்தது. அவைகள் நீலக் குதிரைகளாக பெயர் மாற்றம் அடைந்த பிறகு யார் கவலைப்படப் போகிறார்கள்? அதே மக்கள்தான் தனது மனநிலையை மாற்றிக் கொள்கின்றனர்.

ஒரு பெண்ணாக மட்டுமல்ல அதுவும் தீண்டப்படாத சாதியைச் சார்ந்த பெண்ணை இந்தியாவின் முதல் ஜனாதிபதியாக அமர வைப்பேன் என்று காந்தி உறுதியளித்தார். இந்தியா சுதந்திரம் அடைந்தபோது கொடுத்த வாக்குறுதியை முற்றிலும் மகாத்மா காந்தி மறந்தே விட்டார். ஆனால் இந்தியாவில் மட்டுமல்ல இந்தியாவிற்கு வெளியே உள்ள மற்ற நாடுகளிலும் காந்தியை ஒரு மாபெரும் உண்மையான தலைவராக கொண்டாடப்படுகிறார். ஏனெனில் காந்தி அவரது உண்மையின் அனுபவங்கள் என்று சத்திய சோதனை என்று தலைப்பிட்டு அவரது வாழ்க்கை வரலாற்றை எழுதியுள்ளார். ஆனால் அவரது சொந்த நாட்டு மக்களிடமே பொய்களைச் சொல்லிக் கொண்டிருந்தார். இந்தியாவின் முதல் ஜனாதிபதி மற்றும் இந்தியாவின் முதல் பிரதம மந்திரி உயர்ந்த ஜாதியைச் சார்ந்தவர்கள். பண்டிட் ஜவகர்லால் நேரு ஒரு பிராமணர். பிராமணர்கள்தான் நூற்றாண்டுகணக்கான ஆண்டுகளாக இந்த நாட்டை ஆட்சி செய்துகொண்டு வருகின்றனர். ஆட்சி மீண்டும்

பிராமண பூசாரிகளுக்கே போகிறது. அதுவும் பெயர் மாற்றப் புதுமையால்......

ராஜீவ் காந்தி ஒரு ஹிந்து அல்ல. ஆனால் எவரும் அதை சொன்னதில்லை. தற்சமயம் அதை சொல்ல வேண்டியுள்ளது. ராஜீவ் காந்தி ஒரு கலப்பினத்தைச் சார்ந்தவர்.

அவரது அப்பா பெரோஷ் காந்தி, பார்சி இனத்தைச் சேர்ந்தவர். அவரது அம்மா இந்திரா காந்தி ஹிந்து மதத்தைச் சேர்ந்தவர். ஆனால் காந்தி என்ற பெயர் ஒரு ஹிந்து போன்ற உணர்வைக் கொடுக்கிறது. ஏனெனில் மகாத்மா காந்தி ஒரு ஹிந்து மதத்தைச் சேர்ந்தவர். ஆகவே மக்கள் அவரை ஒரு ஹிந்து போல நினைக்கின்றனர். பார்சி இனத்தை மிகவும் அறிந்தவர்கள் இல்லை. அது பம்பாயின் எல்லைக்கு உட்பட்டது. புனேவில் உள்ள ஒரு சில மக்கள் மற்றும் சூரத்தில் உள்ள மக்கள் இந்த சிறு மண்டலத்துக்கு உட்பட்டவர்கள். அடிப்படையில் பம்பாய் நகரத்துக்குக் உட்பட்டவர்கள். ஆகவே இந்தியாவில் பெரும்பாலோருக்கு இவைகளைப் பற்றி தெரியாது. இதுபோக காந்தி என்ற புனைப் பெயரும் வைத்துக் கொண்டார்.

காந்தி என்ற வார்த்தை சாதியிலிருந்தோ அல்லது மதத்திலிருந்தோ வந்தது அல்ல. காந்தி என்பது யார் வாசனைத் திரவியங்களை விற்கின்றனரோ அவர் பெயர்தான் காந்தி என்பது. காந்தி என்பது ஒரு வாசனைத் திரவிய விற்பனையாளர் (Perfume Seller). எனவே வாசனைத் திரவியங்களை விற்பனை செய்கிற அனைவரும் காந்தி என்று அழைக்கப்படுகிறார்கள். இந்த காந்தி என்ற பெயர் மதத்துடன் சேர்ப்பதற்கு ஒன்றுமில்லை. ஜாதியுடன் சேர்ப்பதற்கும் ஒன்றுமில்லை.

பெரோஷ் காந்தியுடைய குடும்பம் கடந்தகாலத்தில் சில நேரங்கள் வாசனைத் திரவியங்களை விற்றுக் கொண்டு இருந்திருக்க வேண்டும். மகாத்மா காந்தியின் பெற்றோர்களோ அல்லது அவரது முன்னோர்களோ வாசனைத் திரவியங்களை விற்றுக்கொண்டு இருந்திருக்க வேண்டும். இந்த இருவரும் காந்தி என்றழைக்கப்படுகின்றனர். இராஜீவ் காந்தி என்பவர் ஒரு ஹிந்துவாக உள்ளார் என்று இந்தியா முழுவதும் காந்தி என்ற வார்த்தை மூலம் பாதிப்பை உருவாக்கியுள்ளது. அவர் அப்படியல்ல. இராஜீவ் பாதி ஹிந்து. பாதி பார்சி.

இந்தியா முழுமையும் இதுகுறித்து மக்கள் தெரிந்துகொள்ள வந்தால் இராஜீவ் திரும்ப ஆட்சிக்கு வருவது கடினமானதாக இருக்கும். இராஜீவ் ஒரு கலப்பினத்தைச் சார்ந்தவர் என்பதை இந்தியாவிலுள்ள மொத்த மக்களும் இதை அறிந்துகொள்ள வேண்டும் என்று விரும்புகின்றேன். ஆனால் காந்தி என்கி வார்த்தை அதை மறைத்துக்கொண்டு இருக்கிறது. மேலும் அவர் சங்கராச்சாரியாரையும் மற்றும் ஹிந்து பூசாரிகளையும் சந்திக்கச் செல்கிறார். இதை யாரும் பொருட்படுத்துவது இல்லை. ஏனெனில் அவர்கள் அனைவரும் ராஜீவ் காந்தி ஒரு ஹிந்து என்று நினைத்துக்கொண்டு இருக்கின்றார்கள். அதை வெளிப்படுத்த வேண்டியுள்ளது. ஒரு நீலநிறப் பசுவாக இருக்கின்ற இவர் ஒரு நீலநிறக் குதிரைபோல இருக்கிறார்.

பெயர்களை மாற்றுவது ஒரு பழைய முறை. இது அரசியல்வாதிகளின் மிகவும் பழைய தந்திரம். இப்போது "தோழர்" என்கிற வார்த்தை கைவிடப்பட்டது. ஏனெனில் அது மிகவும் முக்கியத்துவமானது. கம்யூனிஸ்டுகள் மட்டுமே அதை பயன்படுத்தினர். மேலும் இதுவொரு அழகான வார்த்தை. தோழர் என்பது நண்பர், சகோதரர் என்ற உள்ளடக்கத்திற்கு உட்பட்டது. கம்யூனிசம் என்கிற வார்த்தையை கோர்ப்பசேவ் கைவிட்டு விட்டார். சோவியத் யூனியனில் வாழ்ந்த வாழ்க்கை பற்றி குறிப்பிடவே இல்லை. அவர் சோசலிசம் பற்றி இரண்டு புத்தகங்களில் தொடர்ச்சியாகப் பேசிக் கொண்டிருக்கிறார். இது ஒரு கம்யூனிஸ்ட் நாடாக இருந்தது. முதல்தடவையாக நாம் அதை சோசலிஸ்ட் நாடாக அவர் கூறி நாம் கேட்கிறோம். கோர்ப்பசேவ் தனிச்சொத்தை மீண்டும் அமுல்படுத்துவதற்கு விரும்புகிறார். சோவியத் நிலத்தில் வெளிநாட்டு மூலதனத்தை முதலீடு செய்வதற்கு விரும்புகிறார். எவைகளையெல்லாம் தியாகங்கள் செய்து உருவாக்கப்பட்டுள்ளதோ அவைகள் அனைத்தையும் கோர்ப்பசேவ் முற்றிலும் அழித்துக் கொண்டிருக்கிறார்.

இந்த மனிதருக்கு எதிரான நிலைபாடு எடுக்க சோவியத் யூனியனுக்கு இன்னும் நேரம் உள்ளது. கோர்ப்பசேவின் மொத்த ஆசையும் உலகத் தலைவர் ஆவதுதான். கோர்ப்பசேவ் நோபல் பரிசு பெறுவார் என்று ஒரு சில நாட்களுக்கு

முன்பு உங்களிடம் சொல்லியிருந்தேன். இன்று அவரது பெயர் நோபல் பரிசுக்குப் பரிந்துரைக்கப்பட்டுள்ளது. இதைக் கூறி நீண்டகாலம் இல்லை. என்னுடைய கணிப்பு உண்மையாகிவிட்டது. கோர்ப்பசேவ் முதலாவதாகவும், ரொனால்டு ரீகன் இரண்டாவதாகவும், இராஜீவ் காந்தி மூன்றாவதாகவும், தலாய்லாமா நான்காவதாகவும், சர்வதேச கால்பந்தாட்ட தலைமைக் கழகம் ஐந்தாவதாகவும் நோபல் பரிசுக்கு இவர்களது பெயர்கள் பரிந்துரைக்கப்பட்டுள்ளது.

சர்வதேச கால்பந்தாட்டத் தலைமைக் கழகம் நோபல் பரிசுக்குப் பரிந்துரைக்கப்பட்டுள்ளது பற்றிய செய்தியை எவரும் கேட்டிருக்க மாட்டார்கள். கால்பந்தாட்டம் ஏதோ மானிடப் புரட்சிக்கு பங்களித்துள்ளது. எந்த அடிப்படையில் இந்தக் கால்பந்தாட்டம் அமைதிக்கு பங்களித்திருக்கிறது என்பது ஆச்சரியமானதுதான்?

தலாய்லாமா என்ன செய்துள்ளார்? சீனா தாக்கியபோது அவர் திபெத்திலிருந்து தப்பித்தார். உண்மையில் திபெத்திய மக்களின் ஆதரவில் இருந்தார். அவரை கொலை செய்யப்பட்டிருந்தால்கூட அவர் அவரது மக்களுடன் இருந்திருக்க வேண்டும். அவர் திபெத்திலிருந்து தப்பியபோது அவருடன் புத்த வேதங்களை கொண்டு செல்லவில்லை. தங்கத்தை பதினேழு ஒட்டகங்களில் சுமை ஏற்றப்பட்டு கொண்டுவரப்பட்டது. திபெத்தில் மீண்டும் இதைப் பெறுவது சாத்தியப்படாது என்பது அவருக்கு நன்றாகத் தெரியும். இந்த மனிதர்தான் அவரது சொந்த நாட்டு மக்களைக் காட்டிக் கொடுத்துள்ளார். மக்கள் ஒவ்வொரு நாளும் கொல்லப்பட்டுக் கொண்டிருக்கின்றனர். அவர் மக்களின் பணத்தை எடுத்துக்கொண்டார். இது அவரது சொந்த பணம் அல்ல. எந்த லாமாவும் சொந்தப் பணத்தைக் கொண்டிருப்பதில்லை. லாமா என்பவர் ஒரு புத்த பிட்சு, அவ்வளவுதான். அவர் எதையும் தனது உடமையாக கருதமுடியாது. வரி செலுத்துபவர்கள் மற்றும் ஏழை மக்களுக்குச் சொந்தமானது. அந்தத் தங்கம் அனைத்தும் தலாய்லாமாவின் லகசா அரண்மனையின் உடைமையாக இருந்தது. சீனாவின் கரங்களில் இருந்த திபெத்தியன் மக்களிடமிருந்து விடுபட்டு அனைத்து தங்கத்துடனும் ஓடினார் தலாய்லாமா. பின்பு

ஒவ்வொரு நாளும் அந்த மக்கள் இறைச்சிக் கடைக்காரர் போல சித்ரவதை செய்து கொல்லப்பட்டுக்கொண்டு இருந்தனர்.

மேலும் ஒவ்வொரு குழந்தையும் இப்போது திபெத்திய மொழியை அல்ல, சீன மொழியைக் கற்க வேண்டியிருக்கிறது என்பதைக் கூறினால் நீங்கள் நம்பமாட்டீர்கள். சீனர்கள் மக்களுடைய அரசியல் சுதந்திரத்தை மட்டும் அழிக்கவில்லை. திபெத்திய மக்களின் இலக்கியத்தையும் அவர்களது மொத்தப் பாரம்பரியத்தையும் அழித்துக்கொண்டு இருக்கின்றனர். திபெத்தியக் குழந்தைகள் சீனர்களாக இருப்பார்கள். ஏனெனில் குழந்தைகள் சீன மொழியைக் கற்றுக்கொண்டு இருப்பார்கள். விரைவில் வயதானவர்கள் இறந்துவிடுகின்றபோது திபெத்தியன் மொழியும் இறந்துவிடும். அப்போது திபெத்திய இலக்கியமும் மறைந்துவிடும்.

இது ஒரு கலாச்சாரத்துக்கு எதிரானதாகவும் வரம்பு முறைகளுக்கு உட்படாத குற்றமாகவும் உள்ளது. அவர்கள் ஒரு அரசியல் அடிமைத்தனத்தை மட்டுமல்ல எவையெவைகள் அழகானதாக உள்ளதோ அந்த மொத்த பாரம்பரியக் கலாச்சாரத்தையும் சீனர்கள் அழித்துக்கொண்டு இருக்கின்றனர். சீனர்கள் புத்தத் துறவிகளின் மடாலயங்கள் அனைத்தையும் அழித்துவிட்டனர். அவைகள் மருத்துவமனைகளாகவும், பள்ளிக் கூடங்களாகவும் மாறிவிட்டன. அவர்கள் திபெத்தில் வசிப்பவர்களாக மாற ஏராளமான சீனர்களைக் கொண்டு வந்து குடியேற வைத்துள்ளனர். தற்சமயம் திபெத்தியர்களின் எண்ணிக்கையைக் காட்டிலும் சீனர்களின் எண்ணிக்கை அதிகமாக உள்ளது. ஆகவே இப்போது அவர்கள் திபெத்துக்கு ஜனநாயகத்தை கொடுப்பார்கள். இதனால் எந்தநிலையிலும் திபெத்தியர்கள் தேர்தலில் வெற்றிகொள்ள முடியாது. அதிகமான சீனர்கள் திபெத்தில் ஊடுருவி விட்டனர்.

தலாய்லாமா என்ன செய்துவிட்டார்? அவரது இளம் சகோதரர் ஒருசில நாட்களுக்கு முன்புதான் இறந்தார். அவரது இளம் சகோதரரின் பெயர் பன்ச்சன் லாமா. இவர் தலாய்லாமாவைக் காட்டிலும் அதிகத் துணிச்சலை நிரூபித்தார். தலாய்லாமா நாட்டின் தலைவராக இருந்தார். பன்ச்சன் லாமா இரண்டாவதாக இருந்தார். தலாய்லாமா இறந்துவிட்டாலோ அல்லது

ஏதாவது அசம்பாவிதம் நடந்தால் அப்போது பன்ச்சன் லாமா தலைமைப் பொறுப்பை ஏற்றுக்கொள்வார். ஆனால் தலாய்லாமா தப்பித்தால் அவர் தலைமைப் பொறுப்பை ஏற்றுக்கொள்வார். பன்ச்சன் லாமா ஓடிவிடவில்லை. அவர் திதெத்திய மக்களுடன் இருந்தார். படையெடுப்பைத் தடுக்க ஒவ்வொரு சாத்தியமான வழிகளிலும் முயற்சித்தார். ஆனால் திபெத்தியர்களிடம் ஆயுதங்கள் இல்லை. திபெத்தியர்கள் சண்டை செய்வதற்கு அவர்களிடம் எதுவும் இல்லை. ரோடுகள் இல்லை. டாங்கிகள் இல்லை. குண்டுகள் இல்லை. தலாய்லாமாவுடைய அரண்மனையில் உள்ள காவலர்களுக்கு இருபத்தியொன்று துப்பாக்கிக் குண்டுகள் மட்டுமே இருந்தது. அவ்வளவுதான். அங்கு நீதிமன்றம் இல்லை. போலீஸ் இல்லை. ஏனெனில் திபெத்திய மக்கள் அமைதியானவர்கள் மட்டுமல்லாது தியானம் செய்யக்கூடியவர்கள். ஏன் திபெத்திய மக்களுக்காக உணர்வுப்பூர்வமாக அக்கரை அடைகின்றேன் என்பது இதனால்தான்.

நோபல் பரிசு திபெத்திய மக்களுக்குக் கொடுக்கப்படுமானால் அது மிகச் சரியானதாகவே இருக்கும். அவர்கள் துன்பப்பட்டுக் கொண்டுயிருக்கின்றார்கள். அவர்களது தியானத்தன்மை அவர்களைப் பார்த்துச் சிரித்துக்கொண்டிருக்கிறது. அவர்கள் தியானம் செய்யக்கூடாது என்றும், இருப்பினும் வேலை செய்யும் தளங்களுக்கு அவர்களை அழைத்துச் சென்று வேலை செய்யக் கட்டாயப்படுத்தப்படுகிறார்கள். குண்டுகள் நிரப்பப்பட்ட துப்பாக்கிகளின் கீழ் தியானம் செய்பவர்களை வேலை செய்ய அழுத்தப்படுகிறார்கள்.

பன்ச்சன் லாமா வெறும் நான்கு ஐந்து நாட்களுக்கு முன்புதான் இறந்தார். இவர் பீஜிங்கில் நடைபெற்ற ஒரு சர்வதேசக் மாநாட்டு கூட்டத்தில் சீன அரசின் நிலைபாடுகளை நேரடியாகவேத் தாக்கிப் பேசினார். திபேத் முற்றிலும் அழிக்கப்பட்டுக் கொண்டு இருக்கிறது என்பதைத் தெளிவுபடுத்தினார். மக்கள் கொல்லப்பட்டுக் கொண்டிருப்பது மட்டும் அல்ல. திபெத்தின் வேதநூல்கள் எரிக்கப்பட்டுக் கொண்டுயிருக்கின்றன. அதன் கோயில்கள் அழிக்கப்பட்டுக் கொண்டுயிருக்கின்றன. திபெத்தியத்தைக் கற்பதற்கு ஒருவரும் இல்லை. மொழி

அழிக்கப்பட்டுக் கொண்டுயிருக்கிறது. குழந்தைகள் சீனமொழியைக் கற்றுக்கொள்ளவும் பேசவும் அழுத்தப்பட்டுக் கொண்டுயிருக்கின்றார்கள். இதனால் குழந்தைகள் அவர்களது சொந்தப் பெற்றோர்களையேப் புரிந்துகொள்ள முடியாத அளவுக்கு இருக்கும். இதுதான் ஒரு உண்மையான தலைமுறை இடைவெளியாகும். குழந்தைகளுடையப் பெற்றோர்கள் அவர்களது குழந்தைகளிடம் எதையும் சொல்ல இயலாது. அவர்கள் மத்தியில் ஒருவர் மற்றவருடைய மொழியைப் புரிந்துகொள்ள முடியாது.

பன்ச்சன்லாமா சீனாவுக்கு எதிராக கருத்துகளைக் கூறி தனது உயிரைப் பணயம் வைத்து வெளியேறினார். ஏனெனில் இந்த மாநாடு ஒரு சர்வதேச மாநாடு. சீனர்களில் கரங்களில் திபெத்தியர்களுக்கு என்ன நிகழ்ந்து கொண்டிருக்கிறது என்பதை இந்த உலக மக்கள் அறிந்துகொள்ள வேண்டும் என்று பன்ச்சன் லாமா விரும்பினார். ஆகவே மொத்த நிலைமைகளையும் வெளிப்படுத்தினார். அதே இரவு ஓய்வு விடுதியில் பன்ச்சன் லாமா கொல்லப்பட்டார். பிரேதப் பரிசோதனை செய்யப்படவில்லை. சாதாரணமாகத்தான் இறந்தார் என்றோ அல்லது இயல்பாக இறந்தார் என்றோ மருத்துவரிடமிருந்து சான்றிதழ் பெறப்படவில்லை. அவர் மிகவும் இளமையாக இருந்தார். அவரது உடல்நலம் ஆரோக்கியமாகவே இருந்தது. அவரது உடல் எரிக்கப்பட்டது. இப்போது அவர்கள் எதையாவது ஒரு கதை சொல்லலாம். இது திபெத்தியர்களின் வேலையாக இருக்கலாம். எதற்காக தலாய் லாமா நோபல் பரிசுக்குப் பரிந்துரைக்கப்படுகிறார்? இவர் சர்வதேச கால்பந்தாட்ட கழகத்தின் தலைவர்கூட அல்ல. இவர் ஒரு கோழை. கோழைத்தனத்துக்குத்தான் ஒரு நோபல் பரிசு வெகுமதியாக்கப்பட்டுக் கொண்டுயிருக்கிறது. ராஜீவ் காந்தி என்ன செய்து விட்டார்?

ராஜீவ் காந்தி தற்செயலாகத்தான் ஆட்சிப் பொறுப்புக்கு வந்தார். ஏனெனில் அவரது அம்மா இந்திரா காந்தி படுகொலை செய்யப்பட்டார். இவருக்கு ஒரே மகன் என்பதால் இயல்பாகவே மொத்த இந்திய நாட்டுடைய அனுதாபமும் இராஜீவ் காந்திக்கு இருந்தது. இந்திரா காந்தியின் மற்றொரு மகன் சஞ்சய்

காந்தி ஒரு விமான விபத்தில் முன்பே இறந்துவிட்டார். அரசியல்வாதிகளுடைய மனநிலை எப்படிபட்டது என்பதை அனைவரும் அறிந்துகொள்ள வேண்டும்.

சஞ்சய் காந்தி விமானங்களை ஓட்டுவதில் அதிகம் விருப்பமுடையவர். அவர் சிறிய விமானத்தை வைத்திருந்தார். அவர் அவரது வீட்டின் மீதே விமானத்தில் பறந்து சென்றார். இந்திரா காந்தியின் வீட்டிலிருந்து இரண்டு மூன்று பிளாக்குகள்தான் சஞ்சய் காந்தி வீடு இருந்தது. அவரது தாயுடன் வாழ்ந்தார். ஏதோ தவறு நடந்தது. ஒவ்வொரு சந்தேகமும் இருக்கிறது. அங்கு சில அரசியல் சதிகள் இருந்திருக்க வேண்டும். ஏனெனில் சஞ்சய் காந்தி விமானத்தை இயக்கத் தொடங்கியபோது விமானத்தை சோதனை செய்த விமானநிலையத்தில் உள்ள பரிசோதகர் அந்த விமானத்தில் எந்தவிதத் தவறும் இல்லை என்று சொன்னார். அந்த விமானம் முற்றிலும் மிகச் சரியாகத்தான் இருந்தது. ஆனால் வெறும் ஐந்து நிமிடத்தில் சில நாசவேலைக்கு வாய்ப்பு உள்ளது. மேலும் இந்திராவுக்கு உடனடியாக தகவல் தெரிவிக்கப்பட்டது. ஏனெனில் இந்திராவின் வீடு இரண்டு பிளாக்குகள் தள்ளிதான் இருந்தது. அவரும் விமானம் கீழே விழுந்ததைப் பார்த்து இருந்தார். அவருக்கு செய்தி தெரிவிக்கப்பட்டதால் உடனடியாக அந்த இடத்திற்கு விரைந்தார். இந்திரா காந்தியின் முதல் கேள்வி சஞுசய் காந்தி உயிரோடு உள்ளாரா? இல்லையா என்பது குறித்து விசாரிக்கவில்லை. அவரது முதல் கேள்வி: அவன் இரண்டு சாவிகள் வைத்திருந்தான். அந்த இரண்டு சாவிகள் எங்கே என்பதாகத்தான் இருந்தது. இதுதான் அரசியல்வாதிகளுடைய மனம்.

அந்த இரண்டு சாவிகளில் ஒன்று பணம் வைத்திருக்கும் அறைக்கு உர்யது. தேர்தலுக்காக குவித்துவைத்திருந்த பணம் அது. மற்றொரு சாவி இவரது அப்பாவிடம் இருந்து பரம்பரை பரம்பரையாகச் சேகரித்து வைத்திருந்த அனைத்து அரசியல்வாதிகள் பற்றிய கோப்புகள் வைத்துள்ள அறையின் சாவி. இந்தக் கோப்புகள் விலைமதிப்பற்றது. ஏனெனில் அனைத்து அரசியல்வாதிகளும் குற்றங்களைச் செய்துள்ளனர். அவர்கள் ஆளும் கட்சியாக இருந்தால் அப்போது இவர்கள்

என்ன செய்திருக்கிறார்கள் என்பது குறித்து எதுவும் தெரியாது. ஆனால் பிரதம மந்திரி அறிந்திருப்பார். அவர் என்னென்ன செய்திருக்கிறார் என்பது குறித்த பதிவை வைத்திருப்பார். அவர் பிரதம மந்திரிக்கு எதிராக திரும்பினால் அப்போது அவர் ஒரு குற்றவாளியைப் போல பொதுமக்களுக்கு உடனடியாக வெளிப்படுத்துவார். ஆகவே அனைத்து கோப்புகளும் இந்திரா காந்தியின் பொறுப்பில் இருந்தது. மேலும் இந்திரா காந்திக்குப் பிறகு பிரதம மந்திரியாவதற்கு மிகவும் ஆசை கொண்டிருந்தார். சஞ்சய் காந்தி இராஜீவ் காந்திக்கு இளைய சகோதரர். ஆனால் அதிக அரசியல் ஆர்வமும் மற்றும் அதிகாரத்திற்காக அதிக பைத்தியம் பிடித்தவராக இருந்தார். சஞ்சய் காந்திக்கு அந்த சாவிகளைக் கொடுக்க மாட்டேன் என்று கூறியதின் காரணமாக சஞ்சய்காந்தி இந்திரா காந்தியின் கன்னத்தில் "பளார்" என்று ஒரு அறை கொடுத்ததாக வதந்தியொன்று உள்ளது.

பின்பு பணம் உள்ள அந்த அறையின் அதிமுக்கியத்துவம் உடைய அந்த சாவிகளைக் இந்திரா காந்தி கடைசியில் கொடுத்தார். எவ்வளவு பணம் இருந்தது என்று யாருக்கும் தெரியாது. ஒரு சில பில்லியன் கணக்கான பணம் இருந்திருக்க வேண்டும் அல்லது அதற்கு மேலேயும் இருந்திருக்கலாம். இரண்டாவது சாவியும் அதிக முக்கியத்துவம் வாய்ந்ததாக இருந்தது. அனைத்து விரோதிகளையும் முழுமையாக கட்டுப்படுத்த அந்தக் கோப்புகளின் பயமே போதுமானதாக இருந்தது. கோப்பு இருந்தால் உடனடியாக ஒரு விசாரணையை ஆரம்பிக்க முடியும். எதிரிகளின் முகங்களின் சாயங்கள் வெளுத்துவிடும். எதிரிகளின் பாசாங்குத்தனம் மக்களுக்கு வெட்டவெளிச்சமாக வெளிப்படுத்தப்படும்.

சஞ்சய் காந்திக்கு விமான விபத்தில் என்ன நிகழ்ந்தது என்று இந்திரா காந்தி கேட்கவில்லை. அவன் வைத்திருந்த அந்த இரண்டு சாவிகள் எங்கே உள்ளன என்றுதான் உடனடியாகக் கேட்டார். ஆகவே அவர்கள் அந்த இரண்டு சாவிகளும் போலீசிடம் ஒப்படைக்கப்பட்டு விட்டன என்று சொன்னார்கள். நீங்கள் அந்த சாவிகளை காவல் நிலையத்தில் பெற்றுக்கொள்ளலாம் என்று பதிலளித்தனர். அகால மரணமடைந்த சஞ்சயைப் பார்ப்பதற்கு இந்திரா மருத்துவமனைக்குச் செல்லவில்லை. அந்த சாவிகளைப்

கைப்பற்றுவதற்கு காவல்நிலையத்துக்குத்தான் முதலாவதாகச் சென்றார்.

இராஜீவ் காந்தி ஆட்சிப் பொறுப்புக்கு வந்தபோது அவர் நாட்டு மக்களிடம் " இருப்பத்தியொன்றாம் நூற்றாண்டுக்கு உங்களை அழைத்துச் செல்வேன்" என்று உங்களுக்கு வாக்குறுதி அளிக்கின்றேன் என்றார். தேர்தல் நடந்து முடிந்தபிறகு அதை மீண்டும் சொல்லவில்லை. இப்போது சிக்கலானப் பிரச்னைகளுக்கு சாதாரணத் தீர்வுகளையும் சாதாரண முறைகளையும் பற்றிப் பேசிக்கொண்டு இருக்கிறார். அவர் இந்தியாவின் கடந்தகாலத்தைப் பற்றியும் மற்றும் பாரம்பரியங்களையும் பேசிக்கொண்டு இருக்கிறார். இப்போது அவர் எதிர்கால நலன்களைப் பார்க்கவில்லை.

என்னைத் தவிர (ஓஷோ) 21 – ஆம் நூற்றாண்டுக்குள் நாட்டை கொண்டு செல்ல முடியாது. என்னால் நாட்டை 21– ஆம் நூற்றாண்டுக்குள் கொண்டு செல்ல முடியும். அங்கு அதற்குப் பிரச்னையே இல்லை. நம்மால் மொத்தத்தையும் ஒரே தாவலாக குதித்து வெளியேற முடியும். ஆனால் அவரால் முடியாது. அவர் நாட்டின் வளர்ச்சிக்கானத் திட்டத்தை வைத்திருக்கவில்லை. ராஜீவ் காந்தி வாக்குறுதிகள் அனைத்தும் பொய்களாக உள்ளன. நான்கு நாட்களுக்கு முன்பு டெல்லியில் சர்வதேச அறிவியலாளர்களின் மாநாட்டில் பேசினார். அப்போது அவர் சொன்னார் "நாடுகள் மறைய வேண்டும். பூமியில் எல்லைகளே இருக்கக் கூடாது. மொத்த பூவுலகமும் ஒன்றாக இருக்க வேண்டும்" என்றார். எனது புத்தகங்களை அவர் வாசித்திருக்க வேண்டும் என்று சந்தேகிக்கிறேன். அப்படி வாசித்திருக்கவில்லையென்றால் இராஜீவ் காந்திக்கு அந்த அறிக்கையைத் தயாரித்துத் தந்த செயலாளர் எனது புத்தகங்களை வாசித்திருக்க வேண்டும். "நாடுகள், எல்லைகள், இனங்கள் போன்ற வித்தியாசங்கள் அனைத்தையும் கரையச் செய்யவேண்டும். – மனிதநேயத்தை உருவாக்க வேண்டும்". அதுதான் சர்வதேச மாநாட்டில் முன்னால் இருந்தது.

ராஜீவ் காந்தி நான்கு நாட்களுக்குப் பிறகு ஒரு ஹிந்து மாநாட்டில் பேசிக் கொண்டிருந்தார். அங்கு அவர் நாடுகளின் எல்லைகளைக் கரையச்செய்வது பற்றி பேசுவதை மறந்து

“மாபெரும் இந்திய பாரம்பரியத்தை நாம் பாதுகாக்க வேண்டியுள்ளது” என்று பேச ஆரம்பித்தார். நீங்கள் இந்தியப் பாரம்பரியத்தைப் பாதுகாக்கப் போனால் ஜெர்மனியர் அவர்களது பாரம்பரியத்தைப் பாதுகாக்கக் கூடாதா? ஜப்பானியர்கள் அவர்களது பாரம்பரியத்தைப் பாதுகாக்கக் கூடாதா? அமெரிக்கர்கள் அவர்களது பாரம்பரியத்தைப் பாதுகாக்கக் கூடாதா? அந்த ஒரே பூமி எங்கே போய்விட்டது? ஆனால் இதுகுறித்து மக்கள் குருடர்களாக இருட்டில் உள்ளனர். அவர்களால் சாதாரண முரண்பாடுகளைக்கூட பார்க்க முடியாது உள்ளனர். இராஜீவ் காந்தி ஒரு சர்வதேச அறிவியல் மாநாட்டில் “ஒரே உலகம்” என்று பேசுகிறார் ஆனால் ஒரு ஹிந்துக்களிடம் பேசுகிறபோது “உலகில் நமது நாட்டின் கலாச்சாரம் மிகவும் சிறந்தது” என்று பேசுகிறார். இந்த முட்டாள்தனமானப் பேச்சுகளைத்தான் ஒவ்வொருவரும் செய்துகொண்டு இருக்கின்றனர்.

நாடுகள், இனங்கள் ஒன்று மற்றொன்றுக்கு எதிராக எப்படிப் பிரிக்கப்படுகிறது? மதங்கள் பிரிக்கப்படுகிறது? ஏனெனில் ஒவ்லொரு நாட்டில் உள்ளவர்களும் “நாம்தான் சிறந்தவர்கள்” என்று உரிமை கோருகின்றனர். அவர் விசயங்களை எளிதாக்குவதைப் பற்றி பேசுகிறார். மற்றொரு சமயத்தில் அணுஆயுதங்களை உருவாக்கத் தொடங்கிவிட்டார். அணுஆயுதங்கள் என்ன சாதாரண விசயங்களா? அதை அதிக சிக்கலான விசயம் மட்டுமல்லாது அதிக எல்லை கடந்த தீவிரத்தன்மையுடையது. எந்த வழியில் அதை ஹிந்து பாரம்பரியத்துக்கு சொந்தம் கொண்டாடுகிறது? நீங்கள் கட்டை வண்டியில்தான் செல்ல வேண்டும். உங்களுக்குக் கைத்தறி நெசவு தொழில்நுட்பமே ஹிந்து பாரம்பரியத்துக்குச் சொந்தமானது. நீங்கள் சதிபிரதாவுக்கே அதாவது கணவர் இறந்தால் பெண்கள் உயிரோடு உடன்கட்டை ஏறுதல் என்ற நிலைக்கே திரும்பச் செல்ல வேண்டும். மேலும் நூற்றாண்டுகணக்காக ஹிந்துக்கள் மக்களை வைத்திருப்பதைப்போல

மிருகங்களைப்போல தீண்டத்தகாதவர்களாகவே வைத்திருக்க வேண்டும். இதுதான் ஹிந்துப் பாராம்பரியம். ஆனால் இம்மாதிரியான அரசியல்வாதிகள் அனைவரும் எந்த

உண்மைகளுக்கும் அர்ப்பணிப்பு உணர்வுடன் இருந்ததில்லை. இவர்கள் அனைவரும் சந்தர்ப்பவாதிகளாக உள்ளனர்.

இராஜீவ் காந்திக்கான நோபல் பரிசு? இராஜீவ் காந்தி என்ன செய்துவிட்டார்? கோர்ப்பசேவ்வுடன் இணைந்து அவருக்குக் கொடுப்பதற்கான பாகமாக உள்ளது. ஏனெனில் சோவியத் ரஷ்யாவும் இந்தியாவும் வருங்காலத்தில் அடுத்துவரும் முப்பது ஆண்டுகளுக்கு ஒரு ஒப்பந்தத்தில் உள்ளது. அவர்கள் நண்பர்களாக இருப்பார்கள். அவர்கள் ஒருவர் மற்றொருவரைச் சார்ந்து இருப்பார்கள். ஒருவர் மற்றவருக்காக சண்டை செய்வார்கள். யாராவது சோவியத் ரஷ்யாவைத் தாக்கினால் இந்தியா அவர்களை எதிர்க்கும். இந்தியாவை யாராவது தாக்கினால் சோவியத் ரஷ்யா அவர்களை எதிர்க்கும். சோவியத் ரஷ்யா முற்றிலும் இந்தியாவுக்கு சாத்தியமான அனைத்து வழிகளிலும் ஆதரவு தந்துகொண்டு இருக்கிறது. ஆனால் இப்போது ரஷ்யா அமெரிக்காவை நோக்கி நகர்ந்துகொண்டு இருக்கிறது. இராஜீவ் காந்திக்கும் நோபல் பரிசு கொடுப்பது சிறந்தது. ஆகவே இருவரும் அமெரிக்க நிலைபாடுகளை நோக்கி நகரலாம். இவர்களுக்கு நோபல் பரிசு கொடுப்பதற்கானக் காரணம் அரசியல் மூலோபய தந்திரத்தைத் தவிர வேறெந்தக் காரணங்களும் கிடையாது.

சர்வதேச கால்பந்தாட்ட கழகத் தலைவருக்கு நோபல் பரிசு கொடுப்பது மிகச் சரியானது என்று ஆச்சரியப்பட்டேன். ஆனால் ரொனால்டு ரீகன் என்ன செய்து இருக்கிறார்? அவரது ஆட்சி காலத்தில் பலவிதமானக் குற்றங்களை செய்திருக்கிறார். வெறும் தற்செயல்கள். அவர் இன்னும் கைது செய்யப்படவில்லை. சுப்ரீம் கோர்ட்டுக்குக் கொண்டுசெல்லப்படவில்லை. வெறும் தற்செயல்கள்.... மிகவும் அரிதான தற்செயல்கள். அமெரிக்க அரசியலமைப்பு உச்சநீதிமன்றத்திற்கு முழு அதிகாரத்தை வழங்கியிருக்கிறது. ஜனாதிபதிகூட உச்சநீதி மன்ற உத்தரவுகளை மீற முடியாது. ஆனால் ஜனாதிபதி ஒரு அதிகாரத்தை அவரது கரங்களில் வைத்திருக்கிறார். உச்சநீதி மன்றத்தில் ஒன்பது நீதிபதிகள் உள்ளனர். நீதிபதிகளில் ஒருவர் இறந்துபோனால் அப்போது ஜனாதிபதி ஒரு நீதிபதியை நியமிக்கலாம். அனைத்து மாநில மிகச் சிறந்த

நீதிபதிகளிலிருந்து அல்லது உயர்நீதி மன்றத்திலிருந்து யாரை அவர் விரும்புகின்றாரோ அவரை ஜனாதிபதி நியமிக்கலாம். அரசியலமைப்பைத் தயாரித்திருப்பவர்கள் ஐந்து நீதிபதிகள் திடீரென்று ஓய்வு பெறலாம் என்று ஒருபோதும் கருதவில்லை. ஐந்து நீதிபதிகளுக்கான ஓய்வு பெறும் காலம் ரொனால்டு ரீகன் ஆட்சிப்பொறுப்பில் இருந்தபோது வந்தது. ஆகவே அந்த ஐந்து நீதிபதிகளும் ஓய்வு பெற்றால் இதுவொரு அரிதான தற்செயல். ஜனாதிபதி அவரது சொந்த முடிவில் ஐந்து நீதிபதிகளை நியமிக்கலாம். ஒன்பது நீதிபதிகளில் ஐந்து நீதிபதிகள் ரீகனுடைய ஆட்களாக இருப்பார்கள். மீதமுள்ள நால்வர் சிறுபான்மை பலத்தைக் கொண்டிருப்பார்கள். ரொனால்டு ரீகனுடைய ஆட்சிக் காலத்தின் போது அவரது குற்றச் செயல்பாடுகள் எப்படி தப்பித்தது என்பது இப்படித்தான். உச்சநீதி மன்றம் அவரை ஒன்றும் செய்துவிட முடியாது. ஏனெனில் பெரும்பான்மை நீதிபதிகளின் பலம் அவருக்கு இருந்திருக்கிறது. ரொனால்டு ரீகன் வெள்ளை மாளிகையிலிருந்து முற்றிலும் வெள்ளையாக மிகவும் வெண்மையாக, தெளிவாக வெளியே வந்துவிட்டார். (அனைத்திலிருந்தும் தப்பித்து பரிசுத்தமானவராக வந்துவிட்டார். – மொர்).

அமெரிக்கா முழுவதும், உலகம் முழுவதும் வதந்திகளாக இருந்தன. ரொனால்டு ரீகன் செய்த குற்றங்களுக்கு என்ன நிகழும்? அவர் மீதான குற்றச்சாட்டுகள் என்னவாக இருக்கும்? ஆனால் எதுவும் நிகழவில்லை. அவர் செனட் சபைக்கு எதிராக செயல்பட்டுக் கொண்டிருந்தார். அவர் அரசியலமைப்புச் சட்டங்களுக்கு எதிராக செயல்பட்டுக் கொண்டிருந்தார். அவர் நாட்டின் பொதுவான விசயங்களுக்கு எதிராக பல விசயங்களை செய்துகொண்டு இருந்தார். .....ஆனால் இப்போது அவர் நோபல் பரிசுக்கு தகுதியுடையவராகிறார். மாபெரும் தவறுகள் செய்பவர்களுக்கு நோபல் பரிசு கொடுக்க ஆரம்பிக்க வேண்டும். வெளிப்படையாகத் தவறுகள் செய்பவர்களுக்கு நோபல் பரிசு கொடுக்கக் கூடாது? ஆனால் இது அதிக உண்மையுடையதாக இருக்கும். இருப்பினும் இம்மாதிரியானவர்களை நோபல் பரிசுக்குப் பரிந்துரைப்பவர்கள் ஒருவருமில்லை.

கோர்ப்பசேவ் மனிதனின் வருங்காலத்திற்கான ரஷ்யப் புரட்சியின் எழுபது வருடகால மாபெரும் அனுபவத்தை

அழித்துக் கொண்டிருக்கின்றார். சமூக அமைப்பில், அமெரிக்காவின் சமூக நிலையில் எந்த விசயங்கள் தடுக்கப்பட்டு இருந்ததோ அந்த குற்றங்களை செய்த ரொனால்டு ரீகன் நோபல் பரிசு பெறப் போகிறார். ராஜீவ் காந்தி நோபல் பரிசு பெறப் போகிறார். ஏனெனில் அவர் இந்தியாவில் எந்தவிதப் புரட்சிகரச் செயல்பாடுகளும் நடந்துவிடக் கூடாது என்று கம்யூனிஸ்டுகளைத் தடுத்துக்கொண்டு இருக்கிறார். அவர் அதே அதிகாரத்தை வைத்துக்கொண்டு இருக்கிறார்.

ஆல்பர்ட் ஐன்ஸ்டீன் அவரது வாழ்க்கை முழுவதும் ஒளியின் வேகத்தைக் கண்டுபிடிப்பதில் ஈடுபட்டுக்கொண்டு இருந்தார். கடைசியாக அவர் அதைக் கணக்கிட்டு விட்டார். உலகில் ஒளியின் வேகம் மாபெரும் வேகமாக உள்ளது என்பதைக் குறித்து ஆச்சரியப்பட்டார். அப்படியெனில் குறைவான வேகம் உடையது எது என்பதை அவரால் கண்டுபிடிக்க முடியவில்லை. அதை சொல்வதற்கு முன்பே ஐன்ஸ்டீன் இறந்துவிட்டார். மிகவும் வேகம் குறைவானது இந்திய அதிகாரத்துவம்தான். ஏனெனில் கோப்புகள் ஒரு மேஜையிலிருந்து மற்றொரு மேஜைக்குச் செல்வது மிக மிக மெதுவாக நகரும். ஒவ்வொரு மேஜைக்கும் நீங்கள் இலஞ்சம் கொடுக்க வேண்டியுள்ளது. அப்போது அந்த கோப்பு மற்றொரு மேஜைக்கு நகர்கின்றது. அப்போது மீண்டும் இலஞ்சம் கொடுக்க வேண்டியிருக்கிறது. அப்போது மூன்றாவது மேஜைக்கு நகர்கின்றது. ஒரு கட்டத்தில் இறுதி மேஜையை அடைகிறது. உண்மையில் அப்போது நீங்கள் செத்துக்கூட போயிருக்கலாம்.

எனது மரியாதைக்குரிய நண்பருக்கு எதிரான வழக்கு பற்றி எனக்குத் தெரியும். அவர் மிகவும் வயதானவராக இருந்தார். மிகவும் வயதானவர்களுடன் தொடர்பில் இருப்பது ஒரு விசித்திரமான விதி. இவரது பெயர் சுந்தர்லால். இவர் ஒரு புரட்சிகரவாதியாக இருந்தார். பிரிட்டிஷ் ஆட்சிக்கு எதிராக தனது வாழ்வையே அர்ப்பணித்திருந்தார். 1914 ஆம் ஆண்டில் எங்கேயோ அவர் இளைஞராக இருந்தபோது பிரிட்டிஷ் ஆட்சியர் இந்திய வரலாறு குறித்து பள்ளியில் என்ன கற்பித்துக் கொண்டிருந்தார்களோ அதுகுறித்து முரண்பட்டு இந்திய வரலாறு பற்றி ஒரு புத்தகம் எழுதினார். அந்த வரலாறுகள் பிரிட்டிஷ்

ஆட்சியாளர்களால் எழுதப்பட்டிருந்தன. ஆகவே இயல்பாகவே அவைகள் பிரிட்டிஷ் ஆட்சியர்கள் செய்த கொடூரங்களைப் பற்றி பேசுவதில்லை. ஆனால் அவர் அந்த உண்மைகளையெல்லாம் சேகரித்தார். அவர் ஒரு வரலாறு எழுதினார். அதாவது பதிப்பாளர், எழுத்தாளர், எடிட்டர், அச்சகத்தார் என்று பிரிட்டிஷ் அரசாங்கம் இந்த நான்கு நபர்களுக்கு எதிராக அலகாபாத் உயர்நீதி மன்றத்தில் வழக்கு தொடர்ந்து ஆரம்பமாயிற்று. கடைசியாக சுந்தர்லாவை 1979 ஆம் ஆண்டில் சந்தித்தது. அவர் மிகவும் வயதானவராக இருந்தார். வழக்கில் என்ன நிகழ்ந்தது என்று கேட்டேன். வழக்கு குறித்து மட்டும் கேட்காதீர்கள் என்றார். வழக்கைத் விசாரிக்க முயற்சித்த நீதிபதிகள் அனைவரும் இறந்துவிட்டனர். எனக்காக வாதாடிய வழக்கறிஞர்கள் மற்றும் அரசு வழக்கறிஞர்களும் இறந்துவிட்டனர். வழக்கு நான்கு பேர்களுக்கு எதிராகத்தான் தொடரப்பட்டது. அதில் மூவர் இறந்துவிட்டனர். நான் மட்டுமே உயிரோடு உள்ளேன். இங்கு தற்சமயம் இல்லாத ஆட்சிப் பொறுப்பில் இல்லாத பிரிட்டிஷ் அரசாங்கத்தால் தொடங்கப்பட்டது. தற்சமயம் இந்தியா விடுதலையடைந்துவிட்டது. ஆனால் வழக்கு நிலுவையில் உள்ளது. வழக்கு நான் இறக்கும்போது மட்டுமே முடிவுக்கு வரும். வேறு வழியில்லை என்றார். இதுதான் இந்திய அரசாங்க அதிகாரத்துவம். இந்தவொரு சாதாரண வழக்கு 60 வருடங்கள் தொடர்ச்சியாக நடந்தது. அனைவரும் இறந்துவிட்டனர். பிரிட்டிஷ் அரசர் கூட இறந்துவிட்டார். தற்சமயம் இந்திய அரசு இப்போது இந்த வழக்கை சுமந்துகொண்டு உள்ளது. உலகில் மாபெரும் அதிகாரத்துவம் உடையவொன்று மெதுவாக நகர்வது ஒன்று உண்டுயென்றால் அது வேறெதுவும் இல்லை. உலகில் மிகவும் குறைவான வேகத்தை உடைய இந்திய அதிகாரத்துத்துடைய கோப்புகள்தான் என்று ஆல்பர்ட் ஐன்ஸ்டீனிடம் சொல்லியிருக்கலாம். இலஞ்சம் கொடுக்கவில்லையெனில் அந்தக் கோப்புகள் நகரவே நகராது.

நீங்கள் அரசு அலுவலகங்களுக்குச் சென்று பார்க்கலாம். நீங்கள் ஒவ்வொரு அதிகாரிகளின் மேஜைகளிலும் கோப்புகளுக்கு மேல் கோப்புகள் அடுக்கிவைக்கப்பட்டிருப்பதை கண்கூடாகப் பார்க்கலாம். நீங்கள் அந்த அதிகாரியைப் பார்க்க முடியாது. இரண்டு பைல்களைப் பார்ப்பீர்கள். கோப்புகளுக்குப்

பின்னால் அதிகாரி மறைந்து கொண்டு இருப்பார். மேஜைக்கு அடியில் பத்து ரூபாய் தாளைக் கொடுத்தால் உங்களது கோப்பு மேலே வந்துவிடும். ஆனால் அரை மணிநேரத்திற்குப் பிறகு மற்றொருவர் வந்து பத்து ரூபாய் தாளைக் கொடுத்தால் அவரது கோப்பு உங்களது கோப்புக்கு மேலே வந்துவிடும். அதேசமயம் ஒரு மாதத்திற்குப் பிறகு உங்களது கோப்பு பழைய இடத்திற்கே வந்துவிட்டதைக்=நீங்கள் காண்பீர்கள். ஆனால் இது அதே மேஜைதான். நீங்கள் அந்த அதிகாரியின் முகத்தையே பார்க்க முடியாத அளவுக்கு அடுக்கடுக்கான கோப்புகள் அடுக்கிவைக்கப்பட்டிருக்கும். அவரது கை உங்களது கையுடன் இணைந்திருப்பதைப் பார்க்கலாம். உங்களிடம் பணம் கேட்ட அதிகாரியின் மீது உங்களால் புகார்கூட செய்ய முடியாது. ஏனெனில் அவரது முகத்தைக் கூட நீங்கள் பார்த்திருக்க மாட்டீர்கள். நீங்கள் அவரது கையை மட்டுமே பார்க்க முடியும்.

ராஜீவ் காந்தி போன்ற இந்த நபர்கள்தான் பிரிட்டிஷ் ஆட்சியின் அதே அதிகாரத்துவ முறையை எந்தவித மாற்றமின்றி வைத்திருக்கின்றார்கள். ஒவ்வொரு நாளும் மிக அதிகமான மக்கள் தொகையுடன் கூடிய இந்தியா ஏழ்மை நாடாக உருவாகிக்கொண்டு இருக்கிறது. இந்த மனிதர் ராஜீவ் காந்திக்கு தைரியம் இல்லை. ஏனெனில் இப்போது பிறப்பு விகிதத்தைக் கட்டுப்படுத்துவதற்கு ராணுவ நடவடிக்கைத் தேவைப்படுகிறது. வேறெதுவும் உதவப் போவதில்லை. இராணுவம் உங்களைச் சுற்றி அவசியமில்லாமல் உட்கார்ந்து கொண்டு இருக்கிறது. அந்த இராணுவத்தை ஒவ்வொரு கிராமத்துக்கும் அனுப்புங்கள். மனித இனப்பெருக்கத்துக்குத் தடையை உருவாக்குங்கள். ஆனால் அவர்களுக்கு பயம்..... தேர்தலில் இந்த மக்கள் அவர்களைத் தோற்கடித்துவிடுவார்கள். அந்த பயம் சரியானதுதான். இந்திராகாந்தி இந்தக் கருத்தால்தான் தோற்கடிக்கப்பட்டார். ஏனெனில் சஞ்சய் காந்தி பிறப்பு விகிதத்தைக் கட்டுப்படுத்த மிக அதிகமான விருப்பம் கொண்டிருந்தார். அவர் செய்தது முற்றிலும் சரியானது. ஆனால் அவரது அதீத செயல்பாடுகளின் காரணமாக இந்திராகாந்தி அவருக்கு அதிகாரம் கொடுத்துக் கொண்டிருந்தார் என்பதால் கண்டிக்கப்பட்டார். சஞ்சய் காந்தி ஒரு எல்லைக்கே போய்க் கொண்டிருந்தார். தன்னார்வ பிறப்புக் கட்டுப்பாடு அல்ல. ஏனெனில் தன்னார்வப்

பிறப்புக் கட்டுப்பாடு வெற்றியடையாது. கடவுளால் நமக்குக் குழந்தைகள் பிறக்கின்றன என்றும் கடவுள் செய்கிற செயலில் நாம் தலையிடுவது குற்றம் என்றும் மக்கள் நம்புகின்றனர். மக்கள்தொகை கட்டுப்பாட்டை அவசியமாக்காவிட்டால் ஒன்று கருத்தடைச் செய்யப்படுவீர்கள் இல்லையெனில் நீங்கள் சுட்டுக்கொல்லப்படுவீர்கள். நீங்களே தேர்ந்தெடுத்துக் கொள்ளுங்கள். இது உங்களது தேர்வு சுதந்திரம். ஆனால் இந்தத் தேர்வு சுதந்திரத்தைக் கொடுக்க அரசியல்வாதிகளுக்கு தைரியம் இல்லை.

வெறும் இரண்டு நாட்களுக்குள்ளேயே மக்கள் தொகை வெடிப்பின் இந்த முட்டாள்தனங்களை நிறுத்தப்பட முடியும். வெறும் இரண்டு நாட்களில் துப்பாக்கிகளைக் கொடுங்கள், தேர்ந்தெடுப்பதற்கான சுதந்திரத்தை மக்களுக்குக் கொடுங்கள். ஒன்று டாக்டரா அல்லது இராணுவமா? தயவுசெய்து என்னைத் தவறாகப் புரிந்துகொள்ளாதீர்கள். மக்கள் தொகை வெடிப்பைத் தடுக்க கடுமையான விசயத்தைச் செய்யப்பட வேண்டும் என்று விரும்புகின்றேன். இந்த விசயங்களை ஜோசப் ஸ்டாலின் நடைமுறையில்தான் செய்யப்பட முடியும். வேறு வழியில்லை. ஆனால் இதற்காக ஜோசப் ஸ்டாலின் நோபல் பரிசு பெறப்போவதில்லை. ஆனால் இந்தக் குள்ளர்கள் நோபல் பரிசைப் பெற்றுக் கொண்டிருக்கிறார்கள்.

மூன்றாவது விசயம் சங்கீத், கோர்ப்பசேவ்வுடையப் புத்தகத்தில் இராணுவத்தையும் ஆயுதங்களையும் தயாரிப்பதை நிறுத்துகிறது என்று கண்டறிந்துள்ளார்.

ஆயுதங்கள், அணு ஆயுதங்கள், அதிகம் குறைநீக்கப்பட்ட ஏவுகணைகள் செய்வதை நிறுத்தாதீர்கள் என்று அமெரிக்க வல்லுனர்கள் ஜனாதிபதி ஜார்ஜ் புஷ்க்கு பரிந்துரைத்துக் கொண்டிருக்கிறார்கள். இதன் விளைவு என்னவாக இருக்கும்? ரஷ்யா இராணுவத்தையும் ஆயுதங்கள் செய்வதையும் நிறுத்தினால் அணுஆயுதங்களை செய்வதில் அமெரிக்கா குவித்துக்கொண்டே போகும். எந்தப் போருக்கும் தேவையில்லாது இருக்கும்பட்சத்தில் வெறும் அச்சுறுத்தல்......அச்சுறுத்தல். நாங்கள் சொல்வதை நீங்கள் கேட்கவில்லையானால்

நாங்கள் தாக்குவோம் என்ற ஒரு அச்சுறுத்தலே ரஷ்யாவை முடித்துவிடுவதற்கு போதுமானதாக இருக்கும்.

ஒரு மாபெரும் உலக சக்தி... ஒரு மனிதனின் காரண மாக அதனுடைய அனைத்து கண்ணியத்தையும் இழந்து கொண்டுயிருக்கிறது. யாராவது ஒருவர் இந்தக் கோர்ப்பசேவ்வைச் சுட்டுவிடுவார்கள் என்று நம்புகிறேன். அவர் அதற்கு தகுந்தவராக உள்ளார். ஒரு மொத்த நாட்டையும் அழிப்பதைக் காட்டிலும் அரிதாக கோர்ப்பசேவ்வை அகற்றுவது நல்லது. அவரை நித்திய அமைதிக்குப் போகவிடுங்கள் என்று உண்மையில் அர்த்தப்படுத்தவில்லை. ஆனால் கோர்ப்பசேவ் அலுவலகத்திலிருந்து அகற்றப்பட வேண்டியிருக்கிறது. இன்னும் காலம் உள்ளது.

நீங்கள் கோர்ப்பசேவ்வின் செயல்பாடுகளை பார்க்கலாம். அவர் ஜனநாயகத்தைப் பற்றி பேசுகிறார். ஆனால் அவர் அனைத்து அதிகாரங்களையும் வைத்துக்கொள்கிறார். அவர் மொத்த ரஷ்ய வரலாற்றில் மிக அதிக சக்திவாய்ந்த மனிதராக உள்ளார். ஸ்டாலின் கூட அதிக அதிகாரத்தை வைத்திருக்கவில்லை. பிரதம மந்திரி பெயரளவுக்கு ஆகிவிட்டார். அவர் அதிகாரமில்லாது ஆகிவிட்டார். அவர் கம்யூனிஸ்ட் கட்சியின் உயர்மட்டக் குழுவை மாற்றிவிட்டார். அதாவது பொலிட்பிரோ. வயதான அனைவரும் வெளியே வீசப்பட்டு விட்டனர். அதிகாரத்துவ அமைப்புக்குள் அவருக்கு சாதகமானவர்களை வைத்துக்கொண்டார். நாட்டின் சக்திவாய்ந்த உளவுத்துறையான கே.ஜி.பி. யின் தலைமையை மாற்றி அவருக்கு நெருக்கமான ஒருவரை தலைவராக வைத்துக் கொண்டார். இபபோது கே.ஜி.பி.யின் மொத்த பாதுகாப்பில் அவர் உள்ளார். கம்யூனிஸ்ட் கட்சியின் பொலிட்பீரோவின் செயலாளராகவும் உள்ளார். ஆகவே அவர் அனைத்து அதிகாரங்களையும் தன்னகத்தே வைத்துள்ளார். மேலும் அந்த நாட்டு அரசாங்கத்தின் ஜனாதிபதியாக உள்ளார். இவைகள்தான் மூன்று அதிமுக்யத்துவம் உடையப் பதவிகள். இந்த மூன்று பதவிகளையும் அவரே வைத்துள்ளார். இதன்மூலம் கோர்ப்பசேவ் ஒரு ஜனநாயகவாதி அல்ல என்பதை நீங்கள் தெரிந்துகொள்ள முடியும்.

கல்வியாளர் சக்ரோவ் அறிவியல் கல்விக்கூடத்தின் பொது மேலாளராக இருந்தார். அவர் நோபல் பரிசை ஏற்றுக்கொண்டார்.

அந்த நோபல் பரிசை ஏற்றுக்கொள்ளாதீர்கள் என்று கோர்ப்பசேவ் சொன்னார். சக்ரேவ் அதை காதில் வாங்கிக்கொள்ளவில்லை. சக்ரோவ் ஒரு நேர்மையான மனிதராக இருந்தார். இதனால் சைபீரியாவில் உள்ள ஒரு வதைமுகாமில் ஆயுட்காலம் முழுவதும் கழிக்கவேண்டியது வரும் என்று அவருக்கு மிக நன்றாகத் தெரியும். இவருக்கு முன்பே மூன்று அறிவியலாளர்கள் அவரது கல்வி நிலையத்திலிருந்து நோபல் பரிசு பெற்றிருந்தார்கள். ஆனால் அவர்கள் அரசாங்கம் கூறுவதைக் கேட்காததால் அவர்கள் உடனடியாக சைபீரியாவில் வேலை செய்யும் வதைமுகாமிற்குள் தூக்கிவீசப்பட்டார்கள். இவருக்கும் இதுதான் நிகழும் என்று அவருக்குத் தெரியும். ஆனால் அவர் முயற்சியெடுத்தார். சக்ரோவ் ரஷ்ய மக்களிடம் மாபெரும் விஞ்ஞானி என்று சிறிது ஆதரவைப் பெற்றிருந்தார். உண்மையிலேயே இன்று இருக்கும் விஞ்ஞானிகளிலேயே மாபெரும் விஞ்ஞானிதான். கோர்ப்பசேவ் சக்ரோவ்வை கல்வி நிலையத்தின் தலைமைப் பொறுப்பிலிருந்து அகற்றினார். தலைமை மேலாளராக இருந்ததால் அவருக்குக் கொடுக்கப்பட்டிருந்த காரைக் கூட பறித்துக்கொண்டார் கோர்ப்பசேவ். ஆகவே சக்ரோவ் அதிக சுதந்திரத்தைக் கொண்டிருக்கவில்லை. இப்போது சக்ரோவ் கல்விநிலையத்தின் உறுப்பினர் மட்டுமே.

ரஷ்யாவில் உள்ள அறிவியல் கழகம் பாராளுமன்றத்தில் ஒரு குறிப்பிட்ட ஒதுக்கீடுகளைக் கொண்டுள்ளது. சக்ரோவ் ஒரு பதவிக்குப் போட்டியிட்டார். அவர் தேர்ந்தெடுக்கப்படுவார் என்று உறுதி இருந்தது. அவர் கல்வி நிலையத்தின் தலைமைப் பொறுப்பாளராக இருந்துள்ளார். இந்த மக்கள் அனைவரும் அவரின் கீழ் வேலை செய்துள்ளனர் என்பதின் காரணமாக அவர் தேர்தெடுக்கபட மாட்டார் என்ற கேள்வியே எழவில்லை. ஆனால் அவர் தேர்ந்தெடுக்கப்படவில்லை. ஏனெனில் தேர்ந்தெடுக்கப்படக் கூடாது என்ற விசயத்திற்குப் பின்னால் கோர்ப்பசேவ் உள்ளார். உலகில் தன்னைத் தவிர வேறு எவரும் உலகப் புகழ் அடையக் கூடாது என்பதில் கோர்ப்பசேவ் கண்ணும்கருத்துமாக உள்ளார். இதுதான் ஜனநாயகம்.

இப்போது அவரது நோபல் பரிசுக்கு என்ன நிகழப்போகிறது என்பதை கோர்ப்பசேவ் பார்க்க வேண்டும். அவர் ஒரு

மனிதராக நேர்மையாக இருப்பாரேயானால் அவர் நோபல் பரிசை மறுக்க வேண்டும். இப்போது அந்தக் கேள்வி அவருக்கு வந்துள்ளது. அவர் நோபல் பரிசை ஏற்றுக்கொண்டால் அவர் ஒரு கோழியாக இருக்கிறார் என்பதுதான் அர்த்தமாகிறது. அவர் நோபல் பரிசை உடனடியாக மறுக்கவேண்டும். "என்னைப் பரிந்துரைக்கப்படுவதற்கு நான் விரும்பவில்லை" என்று பரிந்துரையை அவர் மறுக்கவேண்டும். கொஞ்சம் நிலைத்தன்மையை காண்பியுங்கள். கொஞ்சம் நேர்மையைக் காண்பியுங்கள். நீங்கள் ஏன் நோபல் பரிசுக்கு தேர்ந்தெடுக்கப்படுவதிலிருந்து சக்ரோவை தடுத்து இருக்கின்றீர்கள்? "நீங்கள் சக்ரோவைத் தேர்தெடுக்கக் கூடாது அல்லது உங்களது உயிருக்கு ஆபத்து" என்று மொத்த கலைக் கூட உறுப்பினர்களையும் கே.ஜி.பி.ஆல் உத்தரவிடப்பட்டிருக்க வேண்டும்.

இப்போது சக்ரோவ் ஆயிரக்கணக்கான மக்களை ஊர்வலத்தில் வழிநடத்தி உள்ளார். இது இந்தப் புரட்சி நடந்த எழுபது வருடங்களில் கிரெம்ளின் மாளிகையை நோக்கி "உங்களது ஜனநாயகம் எங்கே இருக்கிறது" என்று கோஷம் போட்ட முதல் ஊர்வலமாக இருக்கவேண்டும். உலகுக்கு உங்களது திறந்தவெளி எங்கே உள்ளது? இதற்கெல்லாம் என்ன நிகழ்ந்தது? ஆயிரக்கணக்கான மக்கள் தங்கள் உயிருக்கு ஆபத்து உள்ளது என்று நினைத்து அணிவகுப்பு ஊர்வலத்தில் இணைந்தனர். சக்ரோவ் அபரிமிதமாக நேசிக்கப்படுகிறார். இவர் தனக்குப் போட்டியாக உள்ளார். ஆகவே பாராளுமன்றத்துக்குள் விடவேண்டாம் என்று கோர்ப்பசேவ் உணர்ந்திருக்க வேண்டும். இப்போது சச்ரோவ் மக்களால் ஆதரிக்கப்பட்டுக் கொண்டு இருக்கிறார். "நில்லுங்கள். கல்வி சாலையிலிருந்து அல்ல. கம்யூனிஸ்ட் கட்சி வேட்பாளருக்கு எதிராக நில்லுங்கள். நாங்கள் உங்களை ஆதரிக்கின்றோம் என்று மக்கள் அவரை கேட்டுள்ளனர். இப்போது அவர் வாழ்ந்த மாவட்டத்தில் தேர்தலில் போட்டியிடுகிறார். அவர் வெற்றியடைவார் என்று நம்புகிறேன். அவர் ஒவ்வொரு கோணத்திலும் கோர்ப்பசேவை எதிர்கொள்கிறார். எதையாவதை செய்யுங்கள். எதையாவதை யோசியுங்கள். இவர்கள்தான் உலக அரசியல்வாதிகளாக உள்ளனர். இப்போது இது முட்டாள்தனமானது. ஆனால்

இது ஒரு சமாதானமாக உள்ளது. இராணுவத்தையும் ஆயுதங்களையும் துறந்தால் கோர்ப்பசேவ் நோபல் பரிசு பெறுவார். முதலாளித்துவத்துக்கு சோவியத் ரஷ்யாவின் கதவுகளைத் திறந்தால் அவருக்கு ஒரு நோபல் பரிசு கொடுக்கப்படும். உலகில் மாபெரும் தலைவராவார். ஆனால் இருபது இலட்சம் ரஷ்ய மக்களை அழிப்பதற்கான முயற்சியிலும் மற்றும் இதுவரையிலுமான சமூகத்தின் சமூகஅமைப்பை மாற்றியதற்கான மாபெரும் அனுபவத்தையும் அழிக்கும் முயற்சியில் இறங்கியுள்ளார். நூற்றுக்கணக்கான வருடங்களுக்கு மீண்டும் அதை செய்யக்கூடியவர்கள் எவரும் இல்லை.

நான்காவது விசயம் சிறிய கம்யூனிஸ்டு நாடுகளுக்கு இராணுவ உதவி வழங்குவதையும் நிறுத்துவது என்றும் கோர்ப்பசேவ் வலியுறுத்திக் கொண்டு இருக்கிறார். இந்த பூமியிலிருந்து கம்யூனிசத்தை முற்றிலும் அழித்துவிட கோர்ப்பசேவின் மனம் கட்டமைக்கப்பட்டிருக்கிறது. கியூபா, செக்கோஸ்லோவியா, யுகோஸ்லோவியா போன்ற சிறிய நாடுகள் சோவியத் நாட்டின் உதவிகள் இல்லாமல் இருந்தால் முதலாளித்துவ நாடுகள் அவைகளை வழிநடத்தும். அங்கு பிரச்னையே இருக்காது. கியூபா உடனடியாக முடித்தொழிக்கப்படும். கியூபாவிலிருந்து இராணுவத்தைத் திரும்பப் பெறுகிற அப்போது அமெரிக்கா எந்தவித சிரமமின்றி அதனின் அதிகாரத்தை எடுத்துக்கொள்ளும். மனிதயினத்திற்கானத் தாக்கங்களை விழிப்புணர்வு இல்லாமலும் புரிந்துகொள்ளாமலும் நடந்துகொள்கிறார். அவர் விரோதிகளின் கரங்களில் விளையாடிக் கொண்டிருக்கிறார்.

முதல் கேள்வி

சோவியத் யூனியனிலிருந்து வந்த ஒரு சீடர் ஒரு கேள்வி கேட்டுள்ளார். அவர் இங்கு உள்ளார்.

சோவியத் யூனியனில் நான் வளர்ந்து வரும்போது நான் எப்போதும் சோவியத் யூனியனின் மூடிய கதவுகளின் கொள்கைகளை எதிர்த்தேன். நான் அங்கே பிறந்தேன் என்று எங்கோ நான் ஏமாற்றமடைந்தேன். இப்போது வாழ்வை

அனுபவப்பட்டப் பிறகு மேற்கத்திய மற்றும் ரஷ்யப் புரட்சிக்குப் பிறகு 70 ஆண்டு கால சர்வாதிகார ஆட்சியின் அறிவையும், உங்கது புரட்சிகர மன ஆழத்தின் சொற்பொழிவுகளையும் உங்களது வார்த்தைகயின் ஆழத்தையும், ஞானத்தையும் கேட்ட பிறகு உண்மையை என்னால் தெளிவாகக் காண முடிகிறது. இதை என் இதயத்தின் ஆழத்தில் நான் உணர்கின்றேன். அங்கு வாழ எனக்கு வாய்ப்பு கிடைத்ததிற்கு மிகவும் அதிர்ஷ்டமும் நன்றியும். மேற்கத்திய பாணியிலான வாழ்க்கை அனுபவத்தின் மூலம் செல்லாமல் சோவியத் மண்ணின் மக்கள் மேற்கத்திய நாட்டின் நிலைபாடுகளைப் பின்பற்றாமல் அவர்களது நாட்டின் கடந்தகால சர்வாதிகார ஆட்சியின் மதிப்புகளைக் காண முடியும் என்று நீங்கள் நினைக்கின்றீர்களா?

இதைக் கணிப்பது மிகவும் கடினமானது. நானொரு தீர்க்கதரிசி அல்ல. ஒரு மனிதன் இருபது இலட்சம் மக்களைக் குறைமதிப்பீட்டுக்கு உட்படுத்த முடியாது. சிறந்ததை மட்டுமே எதிர்பார்க்க முடியும். யாரோ அவரை முடிக்க வேண்டியக் கட்டாயத்தில் உள்ளனர். அதைக் காட்டிலும் மற்றவர் உதவுவதற்கு ஒருவருமில்லை. எப்படியிருந்தாலும் உலகில் ஏழ்மையான நாட்டை மிக உயர்ந்த சக்தியாக உயர்த்துவதற்கு ஸ்டாலினின் சர்வாதிகாரம் நிர்வகிக்கப்பட்டதைப் பற்றி சோவியத் யூனியனுக்குப் போதுமான அனுபவம் உள்ளது. தொடர்ந்து சித்தபிரமையில் வாழ அமெரிக்கா கூட மிரட்டப்பட்டது. ஒரு தனிமனிதன் ஸ்டாலின் நாட்டை அத்தகைய சக்திக்கு உயர்த்த முடிந்தது. கோர்ப்பசேவ் மக்களது கண்ணியத்தை அழித்துக் கொண்டிருக்கிறார் என்று சோவியத் ரஷ்யாவில் உள்ள இலட்சகணக்கான மக்கள் உணர்ந்திருக்க வேண்டும். அந்த மக்கள் பின்தங்கிய நாட்டுக்கு உட்படுவார்கள். ரஷ்ய நாட்டுக் கதவுகள் திறக்கிறபோது முதலாளித்துவ பணத்துக்கும், முதலாளித்துவ நாடுகளிலிருந்து வரும் அனைத்துவிதமான ஒற்றர்களுக்கும் கதவுகள் திறக்கப்படுகின்றன. கோர்ப்பசேவ் அவரது படைகளையும் ஆயுதங்களையும் குறைக்கிறபோது அந்த நாடு மற்ற நாடுகளின் உதவியின் தேவையில் இருக்கும். மற்ற ஏழை நாடுகளும் உள்ளன. சோவியத் யூனியனில் உள்ள யாராவது அல்லது சோவியத் யூனியனுக்கு வெளியே உள்ள புரட்சிகர மூலோபயங்களைப் புரிந்தகொண்ட யாராவது

இந்தக் கோர்ப்பசேவை இந்த பைத்தியகாரத்தனமான மனிதன் எடுக்கவிருக்கும் அழிவுகரமான நடவடிக்கைகளிலிருந்து தடுக்க ஏதாவது செய்ய முடியும். கோர்ப்பசேவ் ஏற்கனவே நடவடிக்கைகளை எடுத்து வருகிறார்.

இரண்டாவது கேள்வி

புரட்சியாளர்கள் எப்பொழுதும் ஏறிக்கொண்டிருக்கின்றார்கள். இது சமுதாயத்தின் அடக்குமுறை கருவியாகும். இது மனிதகுலத்தை கெடுக்கும் மற்றும் மனிதர்களின் அசிங்கமான நடத்தையை உருவாக்குகிறது. பிற்போக்குவாதிகள் அதற்கு நேர்மாறாக ஏறிவிட்டனர். மனித இயல்பு இயல்பாகவே அசிங்கமானது மற்றும் இந்த அசிங்கத்தை மட்டுப்படுத்தும் மற்றும் கட்டுபடுத்தும் கருவிகள் மட்டுமே இந்த சிறிய நாகரீகத்தை அனுமதிக்கின்றன. அத்தகைய கட்டுப்பாடு இல்லாமல் இந்த அசிங்கமான நடத்தை விரைவாக காட்டுமிராண்டித்தனமாக குறையும். எப்போதும் போல உங்கள் அணுகுமுறைகள் முற்றிலும் வேறுபட்டவை மற்றும் முற்றிலும் தனித்துவமானவையாகத் தெரிகிறது. இந்த நூற்றாண்டுகளின் பழைமையான முரண்பாடுகள் பற்றிப் பேசுவீர்களா?

உண்மை என்னவென்றால் முரண்பாடு முற்றிலும் தவறானவை. இது மனித இயல்பின் அனுபவ அடிப்படையில் இல்லாது தப்பெண்ணங்களின் அடிப்படையில் உள்ளது. எனது சொந்த மனிதநேய அனுபவத்திலிருந்து பேசுகிறேன். ஆழமாக மிகவும் கலாச்சார அடிப்படையில் நீங்கள் செல்கின்றீர்கள். ஆழமாக நீங்கள் அதிக நேர்த்தியுடையவராகச் செல்கின்றீர்கள். ஆழமாக மிக அதிக மனித வர்க்கத்திற்குரியவர் ஆகின்றீர்கள். ஆகவே மனிதன் இயற்கையால் அசிங்கமானவன் அல்ல என்று நான் முற்றிலும் உறுதியுடன் சொல்லவும் உத்தரவாதமும் உங்களுக்குக் கொடுக்க முடியும். இயற்கையால் மனிதன் முற்றிலும் வெகுளியாகப் பிறக்கின்றான். அசிங்கமானவனும் அல்ல. நாகரீகமானவனும் அல்ல. வெறும் ஒரு டபுலா ராசா. நீங்கள் அவன் மீது எதை எழுத விரும்புகின்றீர்களோ அதை எழுதிக் கொள்ளுங்கள் அவன் அப்படி ஆவான். நீங்கள் கவனமும் விழிப்புணர்வாகவும் உள்ளீர்களேயானால் நீங்கள் எதையும்

அவன் மீது எழுதமாட்டீர்கள். நீங்கள் அந்தக் குழந்தையைத் தனியாக விட்டுவிடுவீர்கள். நீங்கள் அவனை வலிமையாக உருவாக்க உதவி செய்வீர்கள். நீங்கள் அவனுக்கு ஊட்டச் சத்து உணவைக் கொடுப்பீர்கள். நீங்கள் அதிக உடலநலப் பாதுகாப்பு கொடுத்து உதவுவீர்கள். ஒரு தோட்டக்காரர் எப்படி ரோஜா செடியைப் பாதுகாக்கின்றாரோ அதைப்போல நீங்கள் அவன் மீது ஒவ்வொரு விசயத்திலும் கவனம் எடுத்துக்கொள்வீர்கள். நீங்கள் ரோஜா செடி மீது எதையும் அழுத்த மாட்டீர்கள். ரோஜாக்கள் அதன் சொந்த இயல்பான காலநேரத்தில் வெளிப்படும். அது மறைக்கப்பட்டிருக்கின்றன. நீங்கள் வெறும் கவனம் மட்டுமே எடுக்க வேண்டியுள்ளது.

ஒவ்வொரு குழந்தையும் ஒரு ரோஜாதான். தாமரைதான். புத்தர் அந்தக் குழந்தைக்குள் இருக்கும் அப்பாவித்தனத்திற்குள் மறைக்கப்பட்டிருக்கின்றார். அந்தக் குழந்தை அப்பாவித்தனமாக இருப்பதற்கு உதவுங்கள். நாம் அந்தக் குழந்தை மீது எதையும் திணிக்காமல் அந்தக் குழந்தை காட்டுமிராண்டியாகிவிடும் என்ற உங்களது பயத்தில் பண்பாடு, சமூகம் என்று அழைக்கப்படுகின்ற எதையும் அழுத்தாதீர்கள். எந்த சோதனையுமின்றி நூற்றாண்டு காலமாகப் போய்க் கொண்டிருக்கிறது. எனக்குத் தெரியும். ஒரு குழந்தையுடன் என்ன செய்வது என்பது குறித்து ஒவ்வொரு மனரீதியான, சமூக முயற்சியில் என்ன செய்வது என்பது குறித்து மீண்டும் மீண்டும் அதே கருத்து வருவதன் காரணமாக எனது பல்கலைக் கழகத்தில் உள்ள பேராசிரியர்களுடன் சண்டை செய்துகொண்டிருந்தேன். எனது நிலைபாடு தொடக்கத்திலிருந்தே ஒரு குழந்தையுடன் செய்வதற்கு ஒன்றுமில்லை என்பதாகவே இருந்திருக்கிறது. நீங்கள் சாதாரணமாக பாதுகாக்கிறீர்கள். அவ்வளவுதான். உங்களது இயக்கம் குழந்தையை வளர்ப்பது. ஆரோக்கியமாக வைத்துக்கொள்வது. அந்தக் குழந்தையை புத்திசாலியாக வைத்திருப்பது, அவனது அப்பாவித்தனம் அப்படியே இருக்கட்டும். அவன் தியானத்தன்மையை மிகச் சுலபமாக காண்பான். நீங்கள் விரும்பினால் உங்களது கற்பிப்பதற்கான சோதனை மிக அதிகமானால் தியானத்தைக் கற்றுக் கொடுங்கள். அது அவனுக்கு இன்னும் அதிகமான அப்பாவித்தனத்தை உருவாக்கும். அறிவை, நாகரீகத்தை, பண்பாட்டை கற்றுக்கொடுக்காதீர்கள். அது அவனை அதிக

சுமையுடையவனாக ஆக்கும். அது தவறான ஆளுமையாகிறது. அது அவனைப் பாசாங்குத்தனமாக்குகிறது. கலாச்சார உலகமாக அல்லாது பாசாங்குதன்மான உலகத்தில் நாம் வாழ்ந்துகொண்டிருக்கின்றோம். இதுவொரு கலாச்சார உலகமாகவோ அல்லது நாகரீகமான உலகமோ அல்ல. ஹெச்.ஜி. வெல்ஸ் சொல்வது சரியானது. அவர் ஒரு உலக வரலாறு எழுதிக் கொண்டிருந்தார். அதைக் கிட்டதட்ட எழுதி முடித்துவிட்டார். ஒரு தெளிவான நுண்ணறிவுமிக்க மனிதரால் எழுதப்பட்டு இதுவரை எவராலும் எழுதப்படாத மிகச் சிறந்த வரலாறாக உள்ளது. "உங்களுக்கு மொத்த உலக வரலாறும் தெரியுமா" என்றும் நாகரீகம் பற்றிய உங்களது கருத்து என்ன? என்றும் ஒரு நண்பர் கேட்டார். ஹெச்.ஜி. வெல்ஸ் சொன்னார்: இதுவொரு நல்ல கருத்து. ஆனால் அது நிகழவேண்டியுள்ளது. அது இன்னும் நிகழவில்லை. யாராவது மனிதயினத்திற்கு கொடுக்க வேண்டியுள்ளது. மனிதயினம் இன்னும் காட்டுமிராண்டித்தனமாக உள்ளது. சும்மா உங்களது படைகளைப் பாருங்கள். சும்மா உங்களது ஆயுதங்களைப் பாருங்கள். சும்மா உங்களது அணுஆயுதங்களைப் பாருங்கள். காட்டுமிராண்டித்தனம் கூட காட்டுமிராண்டித்தனம் அல்ல. மிருகங்கள் கூட மிருகங்கள் அல்ல. எந்த மிருகமாவது அதனுடைய சொந்த இனத்தைச் சார்ந்த மிருகத்தைக் கொன்றதை நீங்கள் பார்த்திருக்கின்றீர்களா? ஒரு நாய் மற்றொரு நாயைக் கொல்லாது. சிலநேரங்கள் தெருக்களில் நாய்கள் சண்டைப் போட்டுக் கொள்வதைப் நீங்கள் பார்க்கலாம். மிக நெருக்கமாகப் பாருங்கள். சாட்சியாக இருங்கள். அதைக் கண்டு நீங்கள் ஆச்சரியப்படுவீர்கள். ஏனெனில் நான் அதை கவனித்துள்ளேன். மனிதர்களை மட்டும் கவனிக்கவில்லை. அனைத்துவிதமான உயிரினங்களையும் கவனித்து உள்ளேன். கண்டுபிடிக்கவும், என்ன நிகழ்கிறது என்பதை கவனிக்கும் எந்த வாய்ப்பையும் இழந்ததில்லை. இரண்டு நாய்கள் சண்டைசெய்கிறபோது ஒன்றொன்றை உண்மையில் தாக்குவதில்லை. வெறும் குரைப்பதுதான். அனைத்தும் அதனுடைய சக்தியைக் காண்பிக்கிறது. யார் அதிக சக்தி வாய்ந்தவர்கள் என்பதை இரண்டும் ஒன்றையொன்று கவனித்துக்கொண்டு இருக்கிறது. இது எண் கணிதமாகும். தீர்மானித்துவிட்ட அப்போது

ஒன்று பலகீனமானது என்று தெளிவாகப் புரிந்துகொள்கிறது. பலகீனமான அந்தவொன்று சாதாரணமாக அந்த பலசாலியின் கால்களுக்கு கீழே அதனுடைய வாலை வைக்கிறது. சண்டை போடுவதில் அர்த்தமில்லை. நான் பலகீனமானவன், நீ வலிமையானவன். இத்தோடு முடிந்தது என்ற ஒரு குறியீடு. மேலும் அவைகள் குரைப்பதை நிறுத்துகிறது. பின்பு வலிமையுள்ள நாய் பலகீனமான நாயை சாதகமாக்கிக் கொள்ளாது. நாயற்றதாக இருக்கும். பலகீனமான நாய் என்று ஏற்றுவிட்ட அப்போது அந்த நாய் பலகீனமானதாகவே இருக்கிறது. வலுவான நாய் தூர விலகிப் போகிறது. சண்டை போடுவதில் அர்த்தம் இல்லை. உண்மையில் அவைகள் இரண்டும் நட்பு கொள்கிறது. கிட்டதட்ட அவைகள் நண்பர்களாகவே ஆகிவிடுகிறது. பிரச்னைகள் தீர்க்கப்படுகிற அப்போது ஒன்று பலகீனமாகிறது. மற்றொன்று வலுவானதாகிறது. சண்டை செய்வதிலும் அவசியமில்லாமல் கொல்வதிலும் என்ன அர்த்தம் இருக்கப் போகிறது.

உங்களுடைய பலகீனத்தை ஏற்பதில் மனிதநேயம் இல்லை. நீங்கள் பலகீனமானவராக இருப்பீர்களேயானால் உங்களால் என்ன செய்ய முடியும்? நீங்கள் பலகீனமாக உள்ளீர்கள். நீங்கள் சாதாரணமாக அதை ஏற்றுக் கொள்கின்றீர்கள். அங்கு அவமானம் இருப்பதில்லை. அங்கு மதிப்பு குறைவதில்லை. நீங்கள் சாதாரணமாக மற்ற நபருக்கு நான் பலகீனமாக உள்ளேன் என்றும் நீங்கள் என்னைக் கொல்ல விரும்பினால் கொல்லாம் என்று சமிக்ஞைக் கொடுக்கின்றீர்கள். ஆனால் அது நியாயமாக இருக்காது. அதுமட்டுமல்ல, அந்த வறியநிலையில் உள்ளவனைத் தாக்குவதைக் காட்டிலும் அவனுக்கு பாதுகாப்பு தேவையுள்ளது என்று வலிமையுள்ளவன் உடனடியாகப் புரிந்துகொள்கிறான். எனவே அவர்கள் நண்பர்களாகின்றார்கள்.

மனிதனைத் தவிர மற்ற உயிரினங்கள் சொந்த இனத்தைச் சார்ந்த உயிரினங்களைக் கொல்வதில்லை. மிருகங்கள் ஆயுதங்களைக் கொண்டிருப்பதில்லை. ஆகவே சண்டை நேருக்கு நேராக உள்ளது. அது பகைமை உணர்வோடு ஏற்படும் எதிர்பாராத சந்திப்பாக, நேரடியாக உள்ளது. அதில் கண்ணியம் இருக்கிறது. ஆயுதங்களைக் கண்டுபிடித்த மனிதன் மட்டுமே இருக்கிறான்.

ஆயுதங்களின் நோக்கம் என்ன? ரொம்ப தூரத்தில் இருக்கும் விரோதியை சுடுவது. நீங்கள் அவனை எதிரெதிராக, நேருக்கு நேராக எதிர்கொள்வதில்லை.

முதலாவதாக மனிதன் அம்புகளைக் கண்டுபிடித்தான். தொலைதூர மிருகங்களை, தொலைதூர பறவைகளை கொல்ல மறைந்திருந்து தாக்கினான். உங்களால் ஒரு வலிமையான நாயுடன் சண்டை செய்யக்கூட முடியாது என்று உங்களுக்குத் தெரிவதில்லை. நீங்கள் குரங்குகளின் பரிணாம வளர்ச்சியில் வந்தவர்கள் என்று சார்லஸ் டார்வின் கூறியபோதிலும் உங்களால் ஒரு குரங்குடன் சண்டை செய்ய முடியாது. உங்களுடைய மந்தமான சகோதரர்கள் உங்களைக் காட்டிலும் வலுவானவர்களாக உள்ளார்கள். உண்மையில் விவேகானந்தர் போன்ற ஒரு மனிதர்கூட கொழுப்புடன், பெரிய தான் என்ற அகங்காரம் கொண்டவராக இருந்தார். அவர் ஹிமாலயாவில் எங்கோ கடந்துகொண்டு இருந்தார். ஒரு குரங்கு அவரை அச்சுறுத்த ஆரம்பித்தது. விவேகானந்தர் ஓட ஆரம்பித்தார். கடவுளைப் பற்றியெல்லாம் மறந்துவிட்டார். ஆன்மீக சக்திகளைப் பற்றியெல்லாம் மறந்தே விட்டார். அவர்கள் வலிமையாக உள்ளார்கள் என்பதைக் காட்டிலும் குரங்கு மிகவும் வலிமையாக இருந்தது. நீங்கள் அதனுடன் போட்டியிட முடியாது. ஒரு மரத்திலிருந்து இன்னொரு மரத்திற்குத் தாவுகின்றன. ஒரு வீட்டிலிருந்து இன்னொரு வீட்டுக்குக் குதித்து குதித்துப் போகின்றன. உங்களால் அதை ஒன்றும் செய்ய முடியாது.

குரங்குகளைப் பொறுத்தவரை அதனுடைய உணர்வு "மனிதர்கள் பரிணாமம் அடைந்தவர்கள் அல்ல மனிதர்கள் வீழ்ந்த இனம்" என்று அவைகள் நினைத்து இருக்க வேண்டும். ஏனெனில் நீங்கள் மரத்திலிருந்து நிலத்தில் விழுந்தவர்கள். அவைகள் உங்களைக் காட்டிலும் உயர்வாக உள்ளன. அவைகள் சார்லஸ் டார்வினின் ஒருபக்க தீர்ப்பைப் பார்த்து சிரித்துக் கொண்டிருக்கும். இதுவொரு ஒருபக்கத் தீர்ப்பு என்று ஒரு குரங்கைப் பார்த்து கேட்டதில்லை. குரங்குகளின், கொரிலாக்களின், சிம்பன்சிகளின் பரிணாமம் என்று மனிதன் தானே தீர்மானிக்கிறான். சிம்பன்சி மற்றும் கொரில்லா குரங்குகளை நீங்கள் பார்த்திருக்கின்றீர்களா?

வெறும் ஒரு சிம்பென்சிக்கு ஐந்து மனிதர்களின் சக்தி உள்ளது. சில நிமிடத்துக்குள் உங்களை முடித்துவிடும். மனிதன் அம்புகளிலிருந்து தொடங்கினான். ஆனால் அது ஒரு குறிப்பிட்ட தூரத்தில் உள்ளவைகளைக் கொல்ல முடிந்தது. இது ஒரு கோழைத்தனமானக் கருத்தாக இருந்தது. மிருகம் கொஞ்சம் தூரத்தில் இருப்பதால் அது உங்களைக் கொல்ல முடியாது என்பதுதான் அது. அப்போது துப்பாக்கி குண்டு வந்தது. கொஞ்சம் அதிக சக்தி வாய்ந்ததாகக்கூட இருந்தது. மாபெரும் வேட்டைக்காரர்கள் என்று சொல்லப்படுகிறவர்கள் எங்கு சிங்கம் வரமுடியாதோ அதன்மீது ஏறி உட்காருகின்றார்கள். அந்த சிங்கத்தை ஏமாற்றுவதற்கு மரத்தின் கீழ் ஒரு ஆட்டை நிறுத்துகின்றார்கள். ஆகவே சிங்கம் ஆட்டை மோப்பம் பிடிக்கிறது. அது அந்த ஆட்டை வேட்டையாட வருகிறது. அது ஆட்டை வேட்டையாடுகிறது. அப்போது எங்கு அந்த சிங்கம் வரமுடியாதோ அந்த மரத்தின் மேலேயிருந்து அந்த சிங்கத்தை சுடுகின்றீர்கள். பின்பு நீங்கள் மாபெரும் வேட்டைக்காரர் என்று புகழப்படுகீன்றீர்கள்.

எனக்கு ஒரு வேட்டைக்காரரைப் பற்றி தெரியும். அவரது மனைவி ‘‘என்னையும் வேட்டையாட அழைத்துச் செல்ல வேண்டும்’’ என்று எப்பொழுதும்

கேட்டுக்கொண்டிருந்தாள். நான் வருவேன் இல்லையென்றால் நீ போகாதே என்று இந்தத் தடவை அடம்பிடித்தாள். மேலும் வருவது மட்டுமல்ல. எனது அம்மாவும் வருகிறாள் என்றாள். அப்படியென்றால் உனது அம்மா வருவதென்றால் நீயும் வா என்றான் அந்த வேட்டைக்காரர். அவர்கள் வேட்டையாடக் கிளம்பினர். அந்த வயதான அம்மாவை ஒரு குகையில் நிறுத்தி வைத்தனர். கணவனும் மனைவியும் மரத்தின் மீது ஏறி அமர்ந்து கொண்டனர். மனைவி திடீரென்று அவனது கணவனைத் தட்டிக் கூப்பிட்டு பாருங்க......பாருங்க ஒரு சிங்கம் எனது அம்மா இருக்கும் குகைக்குள் புகுந்துவிட்டது. அப்போது வேட்டைக்காரக் கணவர் சொன்னார் ‘‘இது சிங்கத்தினுடையத் தவறு. என்னால் உதவ முடியாது’’ என்றான். ஏன் அந்த முட்டாள் சிங்கம் அந்த குகைக்குள் நுழைந்தது? நான் கஷ்டப்பட்டுக் கொண்டிருப்பதுபோல அந்த சிங்கம் கஷ்டப்படும் என்றான்.

இப்போது ஏவுகணைகள் வந்துவிட்டன. இங்கிருந்தே அமெரிக்காவில் உள்ள எவரையாவது கொல்ல முடியும். அந்த விரோதியைக் கூட பார்க்க வேண்டியதில்லை. ஏவுகணைகள் அனைத்தும் கணிப்பொறிமயமாக்கப்பட்டுள்ளது. நீங்கள் ஒரு பொத்தானை அழுத்தி கணிப்பொறியில் கட்டளையிடலாம். ஏவுகணை எங்கே உள்ளது என்றுகூட உங்களுக்குத் தெரியாது. ஒருவேளை அது கடலிலுள்ள போர்க் கப்பலில் இருக்கலாம். ஆனால் கணிப்பொறிக்கு அந்த ஏவுகணை எங்கு உள்ளது என்று தெரியும். கணிப்பொறியும் எங்கு செல்ல வேண்டியுள்ளது என்று அறிந்துவைத்திருக்கிறது. உங்கள் வீட்டிற்குள் அமர்ந்துகொண்டு கணிப்பொறியில் வெறும் ஒரு பொத்தானை அழுத்துவதின் மூலம் மொத்த அமெரிக்காவையோ அல்லது மொத்த சோவியத் ரஷ்யாவையோ அல்லது மொத்த இந்தியாவையோ உங்களால் அழித்துவிட முடியும். மிகச் சரியாகச் சொன்னால் ஒரு விசைப் பலகை போன்றது. அவர்களை நேருக்கு நேர் சந்திக்காமலேயே இது பல இலட்சக்கணக்கானவர்களைக் கொல்வதற்கான தானியங்கி இயந்திரமாக உள்ளது.

தற்சமயம் ஓட்டுனர்கள் இல்லாமல் கணிப்பொறியே இயக்கும் விமானங்கள் உள்ளன. அது எந்த நகரத்துக்கும் செல்லும். நீங்கள் எதையெல்லாம் கணிப்பொறியில் நீங்கள் என்ன செய்ய வேண்டும் என்று விரும்புகின்றீர்களளோ அது ஹைட்ரஜன் குண்டுகளோ அல்லது தானாக இயங்கும் குண்டுகளையோ கீழே போடும். கணிப்பொறி விமானத்தை நிர்வகிக்கும். விமானம் சரியான இடத்தில் குண்டுகளைப் பொழியும். திரும்ப புறப்பட்ட இடத்திற்கே வந்துவிடும். விமானத்தினுள்ளே எந்த மனிதர்களும் இருக்கவேண்டியத் தேவையில்லை. அம்பு

விடுதலின் உயர்ந்தபட்ச வளர்ச்சியின் கண்டுபிடிப்பால் கணிப்பொறியால் நிர்வகிக்கப்பட்ட ஆயுதங்களாக உள்ளன. மனிதன் அதிகக் காட்டுமிராண்டித்தனமான மிருகமாக உள்ளான். அவன் மனிதனைக் கொன்றொழிக்கின்றான். இப்போதுதான் கண்டுபிடிக்கப்பட்டிருந்தது. உண்மையில் முன்பே கண்டுபிடிக்கப்பட்டுவிட்டது. ஆனால் அது வெளியிடுவதற்கு சரியான நேரத்திற்காக இரகசியமாக

வைத்திருக்கிறார்கள். ஜப்பானின் அரசர் ஹிரோஹிட்டோ இறந்துவிட்டார்.

இரண்டாம் உலகப்போருக்குப் பின்னர் ஜப்பான் தோற்கடிக்கப் பட்டபோது பல ஜப்பானியர்கள் சிறுதீவுகளில், காடுகளில் (கொரில்லா, சண்டை) இருந்தனர் என்று உடனடியாக அமெரிக்கா செய்தியை வெளியிடுகிறது. ஏனெனில் ஜப்பான் தோற்கடிக்கப்பட்டது. ஜெர்மனி தோற்கடிக்கப்பட்டது. இந்த மக்கள் பர்மாவின் காடுகளில் விடப்பட்டனர். பர்மாவின் காடுகளில் உணவு இல்லாதிருக்க இறந்துபோன பிரிட்டிஷ் இராணுவ வீரர்களின் உடல்களை சாப்பிட ஆரம்பித்தனர். ஹிரோஹிட்டோ இறுதிச் சடங்கு முடிந்தபிறகு அவர்கள் இப்போதுதான் அந்த செய்திகளை அவர்கள் வெளியிட்டு உள்ளனர். வேல்ஸ் இளவரசர் கலந்துகொள்வதற்கு சென்றுகொண்டிருந்தபோது அது மாபெரும் பிரச்னையை உருவாக்கியுள்ளது. ஆனால் அவர் மறுத்தார். அப்போது ராணி எலிசபெத்தின் கணவர் இளவரசர் பிலிப்பிடம் ஜப்பானின் இளவரசரின் இறுதிச் சடங்குக்குச் செல்லுமாறு கேட்கப்பட்டது. அவர் சொன்னார் "நான் போகலாம். ஆனால் நான் மவுண்ட்பேட்டனால் உருவாக்கப்பட்டு உள்ள ஒரு சிறப்பு கிளப்பைச் சேர்ந்தவன். மவுண்ட்பேட்டன் அவரது வாழ்நாள் முழுவதும் பர்மாவின் வெற்றியாளராக இருந்தார். அவரது வாழ்வின் கடைசிப் பகுதியில்தான் அவர் இந்தியாவுக்கு வந்தார். அவர் உலகில் உள்ள அனைத்து அரசுகள் மற்றும் பழைய அரச இளவரசர்களுக்கான சிறப்பு கிளப்பை உருவாக்கினார். ஆகவே இளவரசர் பிலிப் அந்த பர்மா கிளப்பின் ஒரு உறுப்பினராக உள்ளார்.

அது இரகசிய கிளப்பாக இருந்ததின் காரணமாக நான் கிளப் பற்றி கேள்விபட்டதில்லை. இப்போதுதான் இளவரசர் பிலிப் சொல்லியிருக்கிறார். நான் சென்றால் அப்போது நான் பர்மா கிளப்பிலிருந்து உடனடியாக வெளியேற்றப்படுவேன். ஆகவே நான் போவது சரியானது என்று நினைக்கவில்லை. உலகம் முழுவதும் உள்ள ஒவ்வொரு முக்கியமான நபர்களையும் ஹிரோஹிட்டோவின் இறுதிச் சடங்கில் கலந்துகொள்வதைத் தடுப்பதற்கு வெளியிட்டு இருக்கிற செய்திகள் காத்துக்கொண்டு

இருந்தது. இரண்டாவது உலகப் போர் 1945 ஆம் ஆண்டு முடிவுக்கு வந்தது. என்ன காரணத்திற்காக இந்த செய்தி வெளியீடு மீண்டும் வைக்கப்பட்டுள்ளது? அவரது மரணத்தில் அரசர் ஹிரோஹிட்டோவை அவமதிப்பதைத் தவிர வேறென்ன? இதுவொரு அசிங்கமான நடத்தையாகும். பட்டாள உடல்களை சாப்பிட்டுக் கொண்டு மாதக்கணக்காக பசியோடு இருந்த அந்த ஜப்பானியப் போர்வீரர்களின் நிலைமையில் இளவரசர் பிலிப் கூட உள்ளார் என்று நான் உணர்கின்றேன். அவர்களது நிலைமையில் நான் இருந்திருந்தால் நான் என்ன செய்வேன் என்று அவர் ஒரு நொடி நினைத்துப் பார்த்திருக்க வேண்டும்.

பெங்காலில் பிரபலமான பஞ்சம் குறித்து அறிவேன். குழந்தைகளைப் பெற்ற தாய்மார்களே அவர்களது சொந்தக் குழந்தைகளை சாப்பிட்டனர். எதற்கும் ஒரு வரம்பு உள்ளது. மனிதன் மிகவும் பலகீனமானவன். ஒரு மாதத்திற்கு பசியோடு இருந்தால் பெண் மார்பகம் நீண்டகாலத்திற்கு பால் சுரப்பதில்லை. குழந்தை பசியாக உள்ளது..... இது இரட்டைப் பிரச்னையாகிறது. தாய் பசியால் துன்பப்பட்டுக்கொண்டிருக்கிறாள். ஆகவே அவளுக்கு பால் சுரக்காததால்

குழந்தைக்கு பால் கொடுக்க முடியாது. தாய் ஒரு எலும்புக்கூடு போல ஆகிவிட்டாள். குழந்தை பாலில்லாமல் பசியால் இறந்துகொண்டு இருக்கிறது. இந்த சூழ்நிலையில் நீங்களே எண்ணிப் பாருங்கள். ஆகவே அந்தத் தாய் தனது சொந்தக் குழந்தைகளை சாப்பிட்டாள் அல்லது கொஞ்சம் அதிகம் உணர்வுள்ளவள் அவர்களது குழந்தைகளை வேறொருவருக்கு விற்றனர். மற்றவர்கள் அந்தக் குழந்தைகளை சாப்பிட்டனர் அல்லது ஏதாவது உணவை சாப்பிடுவதற்கு குழந்தைகளை விற்று பணம் பெற்றனர். ஆனால் இதுவும் அதேதான். வெறும் ஒரு வட்டத்தைப் பற்றியதுதான்.

ஆப்பிரிக்காவில் நர மாமிசம் சாப்பிடுபவர்களைப் பற்றி உங்களுக்குத் தெரியும். எல்லா மிஷினிரிகளுக்கும் தெரியும். மிஷினிரிகள் மட்டுமே நரமாமிசத்தால் பிடிக்கப்படுகிறார்கள். ஏனெனில் வேறு யாரும் தங்கள் காடுகளுக்குள் செல்வதில்லை. இந்த நூற்றாண்டின் தொடக்கத்தில் மூவாயிரமாக இருந்தார்கள். இப்போது முன்னூறு பேர்கள் மட்டுமே உள்ளனர். அவர்கள்

அவர்களது சொந்த மக்களையே சாப்பிட்டனர். என்ன செய்வது? ஒருமுறை ஒரு மிஷினிரி வருகிற அப்போது மாபெரும் மகிழ்ச்சியும், மத்தளங்கள் கொட்டப்படுகிறது. அனைத்து பழங்குடியினரும் ஒன்றுகுவிகின்றனர். அவரது சொற்பொழிவுகளைக் கேட்க அவர்கள் ஒன்றுகுவிந்து கொண்டிருக்கின்றனர் என்று மிஷினிரிகள் நினைக்கின்றனர். இந்த சமயத்தில் மிஷனிரி மெலிந்து கொதிக்கத் தகுதியற்றவராக இருந்தால் அவர்கள் அவரை வைத்திருக்கிறார்கள். முடிந்தவரை அவருக்கு பழங்களை உண்பது மிஷனரி அவர்கள் மிகவும் நல்ல மனிதர்கள் என்று நினைக்கின்றார்கள். அவசியமில்லாமல் நரமாமிசம் உண்பவர்கள் என்று அழைக்கப்படுகிறார்கள். அவன் உண்மையிலேயே கொழுப்பு ஆகின்றபோது அப்போது பறைகளை மீண்டும் அடிக்கின்றனர்.

ஒரு மிஷினிரி குறித்து கேள்விபட்டுள்ளேன். அவர் கொதிக்கும் தண்ணீரில் ஒரு பெரிய பானையில் வைக்கப்பட்டபோது இந்த மக்களுக்கு என்ன சொல்வது என்று நினைக்க முடியவில்லை. “கொஞ்ச நேரம் காத்திருங்கள். பிறகு என்னைக் கொல்லலாம்”. கொஞ்சம் கிருத்துவத்தின் சுவையைத் தருகிறேன் என்றார். அவர்கள் சொன்னார்கள்: காத்திருங்கள். நாங்கள் எதற்காக முயற்சித்துக் கொண்டிருக்கிறோம் என்பது இதுதான். நாங்கள் சூப்பைக் குடிக்கின்றபோது நாங்கள் கிருத்துவத்தின் சுவையைக் கொண்டிருப்போம். சும்மா காத்திருங்கள். அவசரப்படாதீர்கள். எப்படியிருப்பினும் நீங்கள் தப்பிக்க முடியாது என்று அவர்கள் சொன்னார்கள்.

மனிதன் அசிங்கமான மிருகம். மனிதன் நாகரிகம் அடைந்து விட்டான் மற்றும் அவர்கள் அவனை வளர்த்துக் கொண்டார்கள் என்று நினைக்கிற மக்கள் என்ற அர்த்தத்தில் முற்றிலும் தவறானவர்களாக உள்ளார்கள். அவர்களது கலாச்சாரம் மற்றும் நாகரீகம் அனைத்தும் புறஅழகாக மட்டுமே செல்கிறது. வெறும் கீறல். மேலும் உடனடியாக காட்டுமிராண்டித்தனம் வருகிறது. மனிதனை உண்மையாக உருவாக்குவதற்கான முதல் விசயம் மற்றும் நம்பிக்கையுடன் வளர்க்கப்பட்ட அப்பாவித்தனத்தை குழந்தைகளுக்குத் தருவதுதான். உடல்நலத்தோடு இருப்பதற்கும் அவர்கள் தியானத்தில்

ஈடுபடுவதற்கும் அந்தக் குழந்தைகளுக்கு உதவுங்கள். அந்தக் குழந்தை மிகவும் சுலபமாக அவனது மையத்தை அடையலாம். ஏனெனில் அவன் அவனை தடைசெய்வதற்கு எதுவும் இல்லை. கருத்துகள் இல்லை. எண்ணங்கள் இல்லை. தப்பெண்ணங்கள் இல்லை. அவன் ஒரு கத்தோலிக் அல்ல. அவன் ஒரு ஹிந்து அல்ல. அவனுக்கு எதுவுமே தெரியாது. நீங்கள் உள்ளே செல் என்று சொல்கிறபோது அவன் உள்ளே செல்கிறான். தெரு சுத்தமாக உள்ளது. ஏனெனில் அவனைத் தடுக்க சீனப் பெருஞ் சுவர் போல நின்றுகொண்டிருக்கின்ற பைபிள்கள் இல்லை. குரான்கள் இல்லை. பகவத்கீதை இல்லை. வேறொருவரைக் காட்டிலும் குழந்தைகள் மிகச் சுலபமாக தியானத்தைக் கற்க முடியும்.

ஆகவே உங்களது கேள்விக்கு பதிலளிக்கும் வகையில் எனது பரிந்துரையானது ஒவ்வொரு குழந்தையும் அப்பாவியாக பிறக்கின்றது என்பதுதான். காட்டுமிராண்டித்தனமுடையவனும் அல்ல. மிகவும் பண்பட்டவனும் அல்ல மற்றும் ஆன்மீகமுடையவனும் அல்ல. வெறும் அப்பாவித்தனம்தான். பெற்றோர்கள் மற்றும் சமூகத்திடமிருந்து அனைத்தும் குழந்தைகளுக்கு தேவைப்படுவது அறிவு அல்ல. ஆனால் அப்பாவித்தனத்தைச் சார்ந்திருப்பதுதான் தேவை. தியானம் என்பது அப்பாவித்தனத்தைச் சார்ந்திருக்கும் வழி மட்டுமே. ஒரு குழந்தை அவனது மைய மலர்தலுடன் வளருமானால் முதல்தடவையாக ஒரு பண்புடைய சமூகமாக, ஒரு புத்தர்களின் சமூகத்தையும் உடையவராகவும் விழிப்படைந்த ஒருவராகவும் இருப்பீர்கள். எனது மொத்த முயற்சியும் இங்கு இதற்காகத்தான் உள்ளது.

இப்போது சூத்திரம்:

எங்களது அன்பான குருவே!

> **டாக்கோ நான்செனை சந்தித்தார்.**
> **உங்களது பெயர் என்ன?**
> **எனது பெயர் யென்சி.**

சீனாவில் யென்சி என்பதன் அர்த்தம் "வட்டம்" மற்றும் "அறிவு". அறிவு உடைய மனிதர் வட்டமாகிறார். உடல்ரீதியாக

அல்ல. அவர் உடல்ரீதியாக வட்டமானால் டிவி மஞ்சம் உருளைக் கிழங்கு ஆகவேண்டியிருக்கும். அவர் அமெரிக்காவில் இருக்கவேண்டியிருக்கும். அப்போது அவர் உங்களது சோபாவில் அமர்கிறார். சராசரியாக ஒரு நாளைக்கு ஏழரை மணிநேரம் தொலைக்காட்சிப் பார்க்கிறார். பரபரப்பான கொலை சம்பந்தமான கதைகளிலிருந்தோ அல்லது பலாத்காரக் கதைகளிலிருந்தோ உங்களால் விடுபட முடியாது. ஒரு பெண்ணை பலாத்காரப்படுத்திக் கொண்டிருக்கிற ஆணிடமிருந்து நடுவில் நீங்கள் விட்டுச் செல்ல முடியாது. உங்களால் விடுபட்டு போக முடியுமா? ஆகவே டிவி மஞ்சம் உருளைக்கிழங்கு என்று எதை அழைக்கப்படுகிறதோ அதைக் கொண்டு உருவாக்கப்பட்டுக் கொண்டு இருக்கிறது ஒரு சிறப்பு கிளப். ஒரு குறிப்பிட்ட விலைகொடுத்து நீங்கள் உறுப்பினராகி உள்ளீர்கள். நீங்கள் அதற்கான உறுப்பினர் அட்டை மற்றும் எண் வைத்துள்ளீர்கள். உங்களுக்கு ஐஸ் கிரீம் தேவையிருக்கிறது. மதிய உணவு தேவையிருக்கிறது அல்லது மாலை உணவு அல்லது இரவு உணவு தேவையிருக்கிறது. நீங்கள் அமர்ந்திருக்கும் பக்கத்தில் தொலைபேசி உள்ளது. நீங்கள் தொலைக்காட்சியில் பெண் பலாத்காரப்படுத்தப்படுவதைப் பார்க்கின்றீர்கள். எந்த விபரங்களையும் ஒருவர் இழக்க விரும்புவதில்லை. போன் நெம்பரை அழுத்துகின்றீர்கள். பொட்டட்டோ கிளப்லிருந்து உங்களுடைய உறுப்பினர் நெம்பர் வருகின்றது. ஹோட்டலுக்கு போன் செய்து "என்னுடைய இரவு சாப்பாட்டை இங்கே கொண்டு வா" என்று சொல்லுகின்றீர்கள். உடனடியாக உங்களது இரவு சாப்பாடு உங்களின் முன்னால் பரிமாறப்படும். நீங்கள் மீண்டும் தொலைக்காட்சியைப் பார்க்கப் போகின்றீர்கள்.

மக்கள் நாய் பாணியில் கூட காதல் செய்கிறார்கள். ஏனெனில் மனிதன் தொலைக் காட்சியைக் கவனிக்க விரும்புகிறான். பெண்களும் தொலைக்காட்சியைப் பார்க்க விரும்புகின்றனர். ஆகவே இதுகுறித்து முற்றிலும் புதிய பேஷனாக உள்ளது. முற்றிலும் அமெரிக்கர்கள் அசலாக உள்ளனர். குறிப்பாக கலிபோர்னியர்கள். கலிபோர்னியாவுக்கு (California) இந்தப் பெயரைக் கொடுத்தது யார் என்று எனக்குத் தெரியாது. ஏனெனில் அது கலிபோர்னிக் (Californiac) என்று இருக்கவேண்டும். ஏதோ மொழியோடு கலப்பு வார்த்தையாக கலிபோர்னியா

(California) உள்ளது. அது கலிபோர்னியாவாக வரவேண்டும். அது அடிப்படை வேர்ச்சொல்லாக உள்ளது. அது அதிலிருந்து வருகிறதா இல்லையா என்பது பற்றி எனக்கு கவலையில்லை.

யென்சி அறிவாளியாக உள்ளவர் என்று அர்த்தம். ஒரு மனிதன் அறிவாளியாக இருக்கிறபோது அவன் மூலைகளைக் கொண்டிருப்பதில்லை. அவனது மொத்த உணர்வுகளும் வட்டமாக,, வடிவமாக, அழகானதாக ஆகிறது. அந்த வட்டமானது கருணையை பிரதிநிதித்துவப்படுத்துகிறது. நீங்கள் இங்கும் அங்கும் மூலைகளைக் கொண்டிருப்பீர்களேயானால் அபாயகரமாக இருக்கின்றீர்கள் என்று அர்த்தம். உங்களது மூலைகளின் காரணமாக நீங்கள் கொல்லப்படலாம். உங்களுக்குத் தெரியுமா? அமெரிக்காவில் பழைய பாணிகளை உடையவர்கள் என்று அழைக்கப்படுகிற மக்கள் "சதுரங்கள்". அந்த சதுரம் நான்கு மூலைகளைக் கொண்டது. ஹிப்பிஸ்கள்தான் "சதுரம்" என்பதை நடைமுறைக்கு கொண்டுவந்தனர். அவர்கள் சதுரங்கள். அவர்கள் யாரையாவதை உதைக்கப் பார்த்துக்கொண்டு இருக்கிறார்கள். அவர்கள் கோபமாக இருக்கத் தயாராக இருக்கின்றார்கள்.

பண்டைய சீனாவில் வட்டம் என்பது ஒரு குறியீடு. யென்சி அறிவின் குறியீடு. ஒருவர் கோபம், வன்முறை, கொலை, பலாத்காரம், குற்றங்கள் போன்ற அனைத்து மூலைகளையும் விட்டொழிக்கிறார். அனைத்தையும் விட்டொழித்த ஒருவர் முற்றிலும் வட்டமாகின்றார். வட்ட வடிவம் நிச்சயமாக அமைதியின் உணர்வையும் தீர்வையும் கருணையையும், அழகையும், முழுமையையும் கொடுக்கிறது.

ஆகவே "உன்னுடைய பெயர் என்ன" என்று நான்சென் டாக்கோவைக் கேட்டபோது **"எனது பெயர் யென்சி" அறிவு வட்டம்** என்று பதிலளித்தார். உண்மையாக அது அவரது பெயர் அல்ல. அவர் தனது உள்இருப்பை விவரிக்கிறார். பெயர் என்பது பெற்றோர்களால் உங்களுக்கு வைக்கப்பட்ட வெறும் ஒரு லேபிள்தான். உங்களால் அதை மாற்றமுடியும்.

உங்களது பெயரை மாற்ற நீதிமன்றத்திற்கு செல்வீர்கள். அதில் ஒன்றுமேயில்லை. அந்தப் பெயருடன் உங்களுக்கு ஆழமான உறவு இல்லை. அது வெறும் உங்களுடையத் தோல்தான். உங்களுக்குப் பெயரிடப்பட்டிருக்கிறது. அவ்வளவுதான். அதுவொரு சமூக வசதிக்கானதுதான். ஏனெனில் ஒவ்வொருவரும் பெயரில்லாமல் வாழ்வார்களேயானால் அது கடினமானதாகிவிடும். யாராவது ஒருவர் உங்களை கூப்பிட விரும்புகின்றார். இப்போது என்ன செய்விர்கள்? உங்களை எப்படி அழைப்பது? நீங்கள் எப்படி உங்களது விலாசத்தை வெளிப்படுத்துவீர்கள். யாராவது உங்களுடன் காதலில் விழுந்தால் ஒரு காதல் கடிதம் எழுத வேண்டும். இதன்பொருட்டு தொடர்பு உடையவர்க்கு என்று அந்தக் கடிதத்தை யாருக்கு எழுதுவீர்கள்? நீங்கள் பெயரற்றவர்களாக உள்ளீர்கள். பெயரற்றவர்களாகப் பிறக்கின்றீர்கள். பெயர் என்பது ஒரு கட்டுக்கதை என்று உங்களுக்குத் தெரியும். நான்சென் போன்ற ஒரு மாபெரும் குரு ஒரு புத்தராக இருக்கின்றபோது டாக்கோவிடம் "உனது பெயர் என்ன" என்று கேட்டார்.

டாக்கோதான் அவரது பெயர். ஆனால் அவர் "டாக்கோ எனது பெயர்" என்று அந்தப் பெயரைச் சொல்லவில்லை. ஏனெனில் நான்சென் போன்ற ஒரு குரு லேபிள்களைக் கேட்கமாட்டார். அவர் உங்களுடைய இருப்பைத்தான் (being) கேட்பார். டாக்கோவை சிக்கவைப்பதற்கு ஒவ்வொரு சாத்தியமான வழிகள் இருந்தபோதும் நான்சென் டாக்கோவை எமாற்றவில்லை. "உனது பெயர் என்ன என்று கேட்டார் நான்சென். டாக்கோ "எனது பெயர் டாக்கோ" என்று சொல்லியிருந்தால் "இவர் மதிப்புடையவர் அல்ல" என்று தெரிந்திருக்கும். டாக்கோவை ஒரு சீடராக ஏற்பது காலவிரயம் என்று குரு நான்செனின் கண்களில் வெளிப்பட்டிருக்கும். ஆனால் டாக்கோ தனது பெயரை "யென்சி" என்று சொன்னார். அதாவது அறிவு: ஒரு முழுமையான வட்டம்.

நான்சென் கேட்டார்: அறிவு அடையாத இடத்தை எவ்வாறு வெளிப்படுத்துகின்றாய்?

நீங்கள் அறிவுடையவர் என்று சொல்கின்றீர்கள். நீங்கள் முற்றிலும் வட்டமாக உள்ளீர்கள் என்று சொல்கின்றீர்கள். சரி. அறிவு அடையாத இடத்தை எனக்கு சொல்.

எங்கே அமைதி, அறுதியான அமைதி, நித்தியமான இடம், எல்லையற்ற வானம் மட்டுமே இருக்கின்றதோ அங்கு நிச்சயமாக உங்களுக்குள்ளே ஒரு இடம் இருக்கிறது. எதுவும் அங்கு அடைவதில்லை. அறிவுகூட அங்கு அடைய முடியாது.

"நான் அதை ஒருபோதும் வெளிப்படுத்த மாட்டேன்" என்று டாக்கோ பதிலளித்தார்.

அறிவு அடையாத இடத்தை எப்படி வெளிப்படுத்துகின்றாய் என்று குரு நான்சென் கேட்கிறார். இது மற்றொரு பொறி. ஆனால் டாக்கோ உண்மையில் தியானிக்கிறார். அவர் பதிலளிக்கிறார் "நான் அதை ஒருபோதும் வெளிப்படுத்த மாட்டேன்". நான் அதை அனுபவப்படுவேன். அதை அனுபவிப்பேன். நான் அதை நேசிப்பேன். நடனமாடுவேன். ஆனால் நான் அதை வெளிப்படுத்த மாட்டேன். விளக்கம் அவசியமில்லாதது.

நான்சென் சொன்னார: சரிதான். நீ வெளிப்படுத்தினால் கொம்புகள் முளைக்கும். உனக்கு பால்மடி வளரும். அதாவது எருமை மாட்டின் உள்ளடக்கம் ஆகிவிடுவாய். பின்பு புல்வெளியில் அசைபோட வேண்டியிருக்கும்.

இன்னும் எந்த அரசாங்கத்தாலும் எருமைகளை தடைசெய்யவில்லை. புல்லை அசை போடாதே. தலைகீழ் காமாக்கள். நான் எதை புல் என்று அர்த்தப்படுத்துகிறேன் என்று தெரியுமா? ஆனால் எருமை மாடு அதைப் பற்றிக் கவலைப்படுவதில்லை. அவைகள் முழு நாளும் மேயப் போகிறது. எந்தளவுக்கு அசைபோட முடியுமோ அந்தளவுக்கு அசை போடுகிறது. அதிருப்தியைக் காண்பிப்பதில்லை. அரசாங்கத்துக்கு எதிராக ஊர்வலமும் நடத்தியதில்லை. அவைகள் எந்தப் புரட்சியிலும் விருப்பப்படுவதில்லை. அவைகள் இருத்தலுடன் முற்றிலும் எளிதாக சமரசப்பட்டு இருக்கின்றன. முற்றிலும் அறியாமையில் ஒரு குறிப்பிட்ட திருப்தியில் உள்ளது, ஆனால் அது அறியாமையின் திருப்தி. நீங்கள் ஒளிரும்போது மற்றொரு திருப்தி நிகழ்கிறது. அனைத்து இருளும் மறைகிறது. அனைத்து அறியாமைகளும் போய்விடுகிறது. அந்த திருப்தி ஒரு எருமையாக இல்லாது ஒரு புத்தராக இருந்தால் மட்டுமே சாத்தியமாகிறது.

நான்சென் சொன்னார்: அது சரிதான். நீங்கள் என்னிடம் வந்த ஒரு சரியான நபர்தான். ஆனால் நினைவில் கொள்ளுங்கள். நீங்கள் அதை வெளிப்படுத்தினால் கூட தவறு. உடனடியாக நீங்கள் மனிதயினத்துக்கு தாழ்ந்த நிலையில் உள்ளவராவீர்கள். குறியீட்டு ரீதியாக நான்சென் எதை அர்த்தப்படுத்துகிறார் என்பது நீங்கள் மிருகமாகி விடுவீர்கள். பால் சுரக்கும் எருமையாகி விடுவீர்கள், உங்களுக்கு கொம்பு முளைக்கும். ஆகவே இதை இரகசியமாக வைத்துக்கொள்ளுங்கள். உங்களுனுள்ளே ஆழமாக அதை மறைத்து வையுங்கள். நீங்கள் அறிந்துகொண்டால் அதுவே போதுமானது. அதைவொரு அறிவாக உருவாக்காதீர்கள். அதற்கு ஒரு விளக்கத்தைக் கொடுக்காதீர்கள். அதன் வெளிப்படுத்தலைச் செய்யாதீர்கள்.

ஒரு சில நாட்களுக்குப் பிறகு டாக்கோவும் உங்கனும் ஏதோ வேலை செய்துகொண்டு தங்குமிடத்துக்கு வெளியே உட்கார்ந்துகொண்டு இருந்தனர். நான்சென் நடைபயிற்சி செய்தார். அவர் டாக்கோவைப் பார்த்தபோது நான்சென் என்று கூப்பிட்டார். நான்சென் டாக்கோ என்ற பெயரை பயன்படுத்தவில்லை. அவர் யென்சி வேறொரு நாள் அறிவு அடையாத இடத்தை நீ வெளிபடுத்த மாட்டாய் என்று சொன்னாய். இப்போது எப்படி அதை நீ பயிற்சி செய்துகொண்டு இருக்கிறாய்?

மற்றொரு பொறி: குருவின் இயக்கமே பொறிகளை உருவாக்குவதுதான். உங்களுடைய இயக்கம் குதிப்பது. பொறியைப் பெற்றுக்கொள்வது அல்ல. இந்த வழி மூலம் உண்மைக்கு அருகே மிக நெருக்கமாக வருவதற்கு உங்களுக்கு குரு உதவி செய்கிறார்.

அவர் கேட்டார்,

"யென்சி, அன்றொரு நாள் சொன்னாய், அறிவு அடையாத இடத்தை வெளிப்படுத்த மாட்டாய் என்று. இப்போது எப்படி அதை நீ பயிற்சி செய்துகொண்டு இருக்கிறாய்?"

ஒரு மிகக் கடிமையான வழியில் மனிதன் போலியாக இருப்பானேயானால் அவன் உண்மையானவன் அல்ல. எதை

அவர் கேட்டிருக்கின்றாரோ அல்லது வாசித்திருக்கின்றாரோ அவர் சாதாரணமாக சில பதில்களை திரும்பத் திரும்பச் சொல்லிக் கொண்டிருக்கின்றார். அவர் பிடிபடுவார். குரு ஒவ்வொரு சாத்தியமான கோணங்களிலிருந்தும் முயற்சிப்பார். இப்போது அவர் வெளிப்படுத்தப்படுவதைப் பற்றி கேட்கவில்லை. அவர் பயிற்சி செய்துகொண்டிருப்பதைப் பற்றி கேட்கிறார்.

நீங்கள் ஞானம் அடைந்த நிலையை பயிற்சி செய்ய முடியாது. இதைப் பற்றி யோசித்து இருக்க மாட்டீர்கள். ஞானம் சாதாரணமாக இருக்கிறது. நீங்கள் அதை பயிற்சி செய்ய முடியாது. அது உங்களுள் நிரம்பி வழிகிறது. அது ஒவ்வொரு உணர்வுகளையும் வெளிப்படுத்துகிறது. அது உங்களைச் சுற்றி உள்ளது. ஆனால் நீங்கள் அதை பயிற்சியளிக்க வேண்டியதில்லை. அது உங்களது இயல்பு. நீங்கள் உங்களது மிகவும் இயல்பான விசயங்களைப் பயிற்சி செய்வீர்களா? இரத்தம் உங்களது உடலினுள் ஓடிக்கொண்டிருக்கிறது. நீங்கள் அதைப் பயிற்சி செய்கின்றீர்களா? உணவு உங்களது வயிற்றில் ஜீரணம் செய்து கொண்டு இருக்கிறது. நீங்கள் அதற்கு பயிற்சியளிக்கின்றீர்களா? ஒருநாள் முயற்சிக்கின்றீர்கள். உணவு ஜீரணிக்க பயிற்சியளிக்க முயற்சிக்கின்றீர்கள். உங்களுடைய மொத்த வயிறும் உங்களது வாழ்க்கையில் முதல்தடவையாக குழப்பம் அடையும். அதை மீண்டும் அதேநிலைக்குக் கொண்டு வருவது கடினமாக இருக்கும். எது இயல்பாக ஏற்கனவே நிகழ்ந்துகொண்டிருக்கின்றதோ அதை நீங்கள் பயிற்சி செய்ய முடியாது. உங்களது பயிற்சி ஒரு தொந்தரவாக இருக்கலாம். ஆனால் உதவாது. தடங்கல்கள் உதவாது.

எவ்வாறு பயிற்சி செய்துகொண்டிருக்கிறாய் என்று நான்சென் கேட்டபோது மிகவும் மென்மையாக ஒரு பொறியை வைத்துக் கொண்டிருந்தார். “இந்த வழியாக அல்லது அந்த வழியாகப் பயிற்சி செய்துகொண்டு இருக்கிறேன்” என்றார். அவர் குரு நான்சென்னிடம் பிடிபடுகிறார். “முன்பு நீங்கள் சொன்னதெல்லாம் கடன்வாங்கப்பட்டுள்ளன. இது உன்னுடையது அல்ல” என்று நான்சென் சொல்லியிருக்க முடியும். ஆனால் அது நிச்சயம் அவருடையதாக இருந்தது.

இதைக் கேட்டு டாக்கோ தங்குமிடத்துக்கு நழுவினார். நான்சென்னின் நடைப்பயிற்சி முடிந்து போகும் வரை

அங்கு காத்திருந்தார். அப்போது மீண்டும் தோன்றினார். உங்கன் டாக்கோவிடம் ஓஷோ கேள்வி கேட்டபோது நீ ஏன் பதிலளிக்கவில்லை?

குரு உன்னிடம் கேள்வி கேட்டபோது நீ ஏன் பதிலளிக்கவில்லை? உங்கன் டாக்கோவின் சகோதரர்.

ஆனால் அவர் பதிலளித்துவிட்டார். தங்குமிடத்துக்கு நழுவிச் சென்றதால். நான்செசன் நடைப்பயிற்சி முடித்து செல்லும் வரை காத்திருந்தார். டாக்கோவின் செயல்பாட்டால் பதிலளித்துவிட்டார். இது மிகவும ஆழமானது. நீங்கள் என்னைக்கூடப் பார்க்க முடியாதபடி நான் மீண்டும் ஒய்வறைக்குள் நழுவியதுபோல என்று டாக்கோ உங்கனிடம் சொல்லுகிறார். அது மிகவும் ஆழமானது. அதை பயிற்சி செய்வதற்கான கேள்வியே இல்லை. அது அங்கு இயல்பாக இருக்கிறது. அது பயிற்சியில்லாது தன்னிச்சையாக இயங்கிக் கொண்டிருக்கிறது.

ஆகவே மொழிகளில் பதிலளிப்பதைத் தவிர்த்துவிடுங்கள். டாக்கோ ஒரு சைகையில் கொடுத்தார். நான் அதை உணரவேண்டும்போது அதை அனுபவப்படும்போது நான எனக்குள்ளேயே இயல்பாக நழுவிவிடுகிறேன். மொத்த உலகத்திலிருந்து என்னையே மறைத்துக்கொள்கிறேன். பயிற்சி செய்வதற்கான கேள்வியே இல்லை. இதுபோன்ற கேள்வியைக் கேட்காதே. குருவின் கேள்விக்கு எந்த கவனத்தையும் செலுத்தாமல் இருந்தது ஏன் என்பது இதுதான்.

உங்கன் டாக்கோவிடம் கேட்டார்: குரு ஓஷோ கேள்வி கேட்டபோது நீ ஏன் பதிலளிக்கவில்லை?

டாக்கோ பதிலளித்தார்: நீங்கள் என்ன புத்திசாலித்தனமான பையனாக உள்ளீர்கள்?

நீங்கள் புத்திசாலியாக உள்ளீர்கள். எதையும் புரிந்துகொள்ளவில்லை. ஒரு புத்திசாலியான ஒரு பையன் தெரிந்த மனிதனை அர்த்தப்படுத்துவது இல்லை. புத்திசாலியான பையன் (சிறீமீஸ்மீக்ஷீ சிலீணீஜ்) என்பதன் அர்த்தம் “யார் அறிவுப்பூர்வமாகப் புரிந்துகொள்கிறாரோ, எது புரிந்துகொள்ள முடியாததாக இருக்கிறதோ அதை அர்த்தப்படுத்துகிறது”.

டாக்கோ உங்கனுக்கு முன்பே ஞானமடைந்தவர். உங்கன் அவரது அறிவுத்திறன் மற்றும் தந்திரமான தன்மையைக் காட்டிலும் மிகவும் பின்தங்கியிருந்தார். அவரது புத்திசாலித்தனம் அனைத்தும் தடைகளாக இருந்தன. வெளியுலகிற்கு அந்தப் புத்திசாலித்தனங்கள் நல்லதாக இருந்தன. ஆனால் உள்உலகில் அவைகள் மாபெரும் தடைகளாக உள்ளன. புத்திசாலியாக இருக்காதீர்கள். வெறும் அப்பாவியாக இருங்கள்.

அப்போது உங்கன் நான்சென்னிடம் வந்து கேட்டார்: "ஓஷோ, எனது சகோதரச் சீடர் யென்சியிடம் நீங்கள் ஒரு கேள்வியைக் கேட்டுள்ளீர்கள். ஒருவர் எப்படி அதற்கு பதிலளிக்க வேண்டும்?

மிருகங்களின் வழியில் அவன் மிகவும் நல்லவன்.

மிருகங்களின் வழி என்றால் என்ன? அறிவு அடையாத இடத்தை எவ்வாறு வெளிப்படுத்துகிறாய் என்பதை வெளிப்படுத்தக் கூடாது என நீ கேட்டிருக்க வேண்டும். நீ வெளிப்படுத்தினால் கொம்புகள் வளரும். நீ அதற்கு பெயரிட்டால் அது ஏற்கனவே தவறானதாக இருக்கும். நீ மிருகங்களின் வழியில் உடனடியாகச் செல்லலாம்.

உன்னுடைய சகோதரன் மிகவும் புத்திசாலியாக உள்ளான். அவன் மிருகங்களின் வழியில் செல்வதைத் தவிர்ப்பது எப்படி என்பதை அறிந்து வைத்துள்ளான். அவர் மிருகங்களின் வழியில் நல்லவர் என்று சொன்னபோது மிருகங்களின் வழி என்றால் என்ன? அதை எவ்வாறு தவிர்ப்பது என்பதை அறிந்துகொள்வதில் அவன் மிகவும் நல்லவன் என்று சொல்கிறார். அவன் எனது கேள்வியைத் முற்றிலும் தவிர்த்தான். பதிலளிக்கவில்லை. அதே வழியில் அந்த இடம் உங்களுக்குள் மறைக்கப்பட்டுள்ளது என்று ஒரு நுட்பமான வழியில் தங்குமிடத்தில் தன்னை மறைத்து அவன் சைகையால் அதை வெளிப்படுத்தினான். அது தனது சொந்த விருப்பபடி வெடிப்புக்கு வருகிறது. அங்கு பயிற்சி செய்வதற்கான கேள்வியே இல்லை.

நீங்கள் ஞானம் அடையலாம். ஆனால் நீங்கள் ஞானத்தை பயிற்சி செய்ய முடியாது. பயிற்சி செய்து கொண்டிருக்கின்ற அவர்கள் அனைவரும் மிருகங்களின் வழியில் போகிறார்கள். பயிற்சி செய்யாதவர்கள் அனைவரும் மிருகங்கள் வழியைத்

தவிர்த்து தளர்வான நிலையில் உள்ளார்ந்த இருப்பில் உள்ளார்கள். அவர்கள் மட்டுமே ஞானமடைவார்கள். ஒரு அழகான கதையைப் புரிந்து கொள்ளுவதற்கானதாகும் இது.

ஸிகி எழுதினார்:

தனியாக ஒரு கிராமம் வழியாக
நான் போகிறேன்.
இருட்டான கடும் குளிர் நாளில்
ஒரு நாய் குரைக்கிறது......குரைக்கிறது.

எங்கேயோ மனிதனால் எழுதப்பட்டிருக்கின்ற ஏதாவது ஒன்றிலிருந்து ஒவ்வொரு வழியிலும் வித்தியாசமானதாகவே உள்ளது இந்த ஹைக்கு.

தனியாக ஒரு கிராமம் வழியாக
நான் போகிறேன்.
இருட்டான கடும் குளிர் நாளில்
ஒரு நாய் குரைக்கிறது......குரைக்கிறது.

உங்களுக்கு ஒரு திறவுகோலைக் கொடுக்கவில்லையெனில் உங்களால் இதைப் புரிந்துகொள்ள இயலாது. அவர் என்ன சொல்கிறார்?

தனியாக ஒரு கிராமம் வழியாக நான் போகிறேன். மனதின் கிராமம் வழியாக செல்கிறேன் என்று சொல்கிறார். இது எண்ணங்கள் நிறைந்தது. ஆனால் நான் தனியாக, அமைதியாகக் கடக்கின்றேன். எனது மொத்தக் கிராமக் கும்பல்களின் அடையாளங்களைப் பெறாது நான் போகின்றேன். கூட்டத்தில் கூட தனியாகத் தொடர்ந்து உள்ளேன்.

தனியாக ஒரு கிராமம் வழியாகப் போகிறேன்.

உண்மையில் உங்கள் மண்டையோடு மிகச் சிறிய இடம். ஆனால் உருவங்கள், அதிகமான அளவுக்கு கனவுகள், திட்ட ஏற்பாடுகள்

அதிகமான அளவுக்கு எண்ணங்கள் கிட்டதட்ட எண்ணமுடியாத அளவுக்கு இன்னும் கூட்டம் நிறைந்த அளவுக்கு உள்ளது.

இருட்டான கடும் குளிர் நாளில்.... ஒரு நாய் குரைக் கிறது......குரைக்கிறது....

நீங்கள் தியானத்தில் நுழைகிறபோது மனம் குரைக்கும் நாயாக ஆகிறது. திரும்ப கொடுக்க எந்தளவுக்கு சாத்தியமோ அந்தளவுக்கு அதிகமான சத்தத்தை அது உருவாக்குகிறது. "நீ எங்கு போகிறாய்?..... உனக்கென்ன பைத்தியமா" மனதை விட்டு வெளியே செல்லுங்கள். இது பைத்தியகாரத்தனமாக உள்ளது. உடனடியாக உள்ளே திரும்ப வாருங்கள்.....கதவை மூடுங்கள்.

இந்தியாவில் உள்ள மக்கள் அழகான பழமொழிகளை வைத்துள்ளனர். இப்போது உள்ள மிருகங்களில் மிகவும் புத்திசாலித்தனமான மிருகங்களிலொன்று என்று யானை குறியீட்டு ரீதியாக நினைக்கப்படுகிறது. யானையை மிகவும் புத்திசாலித்தனமான மிருகம் என்று ஏன் நினைக்கப்படுகிறது? ஏனெனில் கிராமம் வழியாக யானை செல்கின்றபோது அனைத்து நாய்களும் ஒன்று சேர்கிறது. அவைகளால் இதுபோன்ற பெரிய மிருகத்தை அந்த நாய்களால் சகித்துக்கொள்ள முடியாது. அந்த நாய்களின் தான் என்ற அகந்தை மிக அதிகம் புண்படுத்தப்படுகிறது. மலையைப் போல இருப்பதைப் பார்த்து தன்னை சிறியதாக கருதிப் பார்க்கிறது. இது நாய்களுக்குத் தாங்கமுடியாதாகிறது. ஏதாவது செய்யப்பட வேண்டியுள்ளது. ஆகவே அனைத்து நாய்களும் ஒன்று சேர்கிறது. இந்தியாவில் உள்ள ஒவ்வொரு கிராமத்திலும் அதிகமான அளவுக்கு தெரு நாய்கள் உள்ளது என்பதைக் கூறினால் நீங்கள் நம்பமாட்டீர்கள். ஏனெனில் கார்ப்பரேசன் மற்றும் முனிசிபாலிட்டி, நகராட்சி, பேரூராட்சிகள் எந்த நாய்களையும், வெறிநாய்களையும் கூட கொல்ல அனுமதிப்பதில்லை. அவைகள் பலமடங்கு பெருகுகிறது. ஆகவே இந்தியாவில் உள்ள நாய்கள் அனைத்தும் பலமடங்கு உயர்ந்து செல்கிறது. பல நாய்கள் குரைக்க தொடங்குவதால் "ஏதோ மாபெரும் விசயம் நிகழ்ந்து கொண்டிருக்கிறது" என்று நினைத்து மற்றத் தெருவில் உள்ள

நாய்களும் உடனடியாக அங்கு ஓடி வருகின்றன. ஆகவே மொத்த நாய்களும் யானையைப் பின்தொடர்ந்து குரைக்கிறது.

“நாய் குரைக்கிறது, ஆனால் யானை அதுகுறித்து கவனம்கூட செலுத்துவதில்லை” என்று பழமொழி சொல்கிறது. அது நிற்பதுகூட இல்லை. நாய்களைப் பார்ப்பதேயில்லை. நாய்களின் குரைப்பு சத்தத்தைக்கூட கண்டுகொள்ளாமல் யானை அது அதன்வழியில் போகிறது. ஏனெனில் நாய்களுடன் சண்டை செய்யும் மனநிலையில் யானை இருக்கவில்லை என்பதுதான் அது. அது கவனம் செலுத்துவதில்லை. முற்றிலும் அலட்சியமாக இருக்கிறது. தியானிப்பவரின் வழியும் இதுதான். உங்களது மனதில் குறைக்கும் நாய்கள் அனைத்துக்கும் அலட்சியமாக இரு. இதுவொரு சிறுகிராமம். மாபெரும் விவாதங்களுடன் உங்களைப் பார்த்து குரைத்துக் கொண்டிருக்கிற பல தெருநாய்கள் அங்கு இருக்கும். அவைகள் தவறானது, மனதுக்கு வெளியே போகாதே என்று ஆதாரத்தைக் கொடுக்கும். பைத்தியம் பிடிக்கும் ஒவ்வொரு மனிதனும் மனதில் இருந்து எண்ணங்கள் வெளியேறியதால் பைத்தியம் அடைகிறான் என்று நீங்கள் கேள்விப்படவில்லையா? மனதுக்கு வெளியே எங்கே போறீங்க? திரும்ப வாருங்கள். உங்களது நுண்ணறிவை மீண்டும் பெறுங்கள். அதை இழந்துவிடாதீர்கள்.

அனைத்து நாய்களும் குரைக்கிறது. ஆனால் தியானம் செய்பவர் எந்தவித கவனத்தையும் கண்டுகொள்ளாதது போல போகிறான். அவர்கள் என்ன சொல்கிறார்கள். ஒருவழியில் உண்மை உள்ளது. நீங்கள் மனதின் இரண்டு கதவுகளிலிருந்து செல்லலாம். ஒன்று மனதிற்கு கீழே விழுந்தால் அப்போது பைத்தியமாகின்றீர்கள். மனதிற்கு மேலே விழுந்தால் அப்போது ஞானம் அடைகின்றீர்கள். பைத்தியமடைந்தவனுக்கும் ஞானம் அடைந்தவனுக்கும் இடையில் சிறிய ஒற்றுமை உள்ளது. ஏனெனில் இருவரும் மனதுக்கு வெளியில் இருக்கின்றார்கள். இருவரும் மனதுக்கு வெளியே சென்றுவிட்டபொழுதும் ஒருவர் மனதுக்கும் அப்பால் சென்றுவிட்டார். மற்றொருவர் மனதுக்கு கீழே சென்றுவிட்டார். அதுதான் ஒற்றுமை. ஆகவே மனம் வாதத்தின் ஒரு குறிப்பிட்ட உண்மையைக் கொண்டுள்ளது. மனதுக்கு வெளியே செல்லாதே. அது பைத்தியகாரனாவதற்கான வழி. வீட்டிற்குத் திரும்ப வாருங்கள்.

தியானம் செய்பவர் ஒரு யானையைப் போலத் தனியாகச் செல்கிறார். நாய்கள் குரைக்கின்றன.....குரைக்கின்றன...... குரைக்கின்றன. மெல்ல.....மெல்ல..... அவைகளுடையக் குரைப்பு மிகத் தொலைவில் பள்ளத்தாக்குகளில் எதிரொலி போல மங்கலாகக் கேட்கிறது அல்லது நீங்கள் பார்த்த ஒரு கனவாக இருக்கலாம். மேலும் நீங்கள் மனதுக்கு அப்பால் செல்லலாம். நாய்களின் குரைப்புச் சத்தத்தை குறைவு....குறைவாகக் கேட்கின்றீர்கள். அவர்களது வாதங்கள்..... அவர்களது கருத்துரைகள்....அவர்களது தத்துவங்கள்..... அவர்களது மதங்கள்...... அவர்களது இறையியல்கள்..... அவர்களது அரசியல் நம்பிக்கைகள்..... அவர்களது சமூக நம்பிக்கைகள்...... அவர்களது கல்வி சார்ந்த நிபந்தனைகள்..... இவைகள் அனைத்தும் குரைப்புச் சத்தங்கள்தான். ஆனால் நீங்கள் ஒரு யானையைப் போல உங்களுக்குள்ளே தூர.....தூர..,,, ஆழமாக.......ஆழமாக......போகின்றீர்கள். விரைவில் நீங்கள் மிகத் தொலைவில் இருப்பீர்கள். அப்போது நீங்கள் நாயின் குரைப்புச் சத்தத்தைக் கேட்கக் கூட மாட்டீர்கள். நீங்கள் தூரத்தில் இருக்கின்ற அப்போது நாய்கள் குரைக்கும் விருப்பத்தை இழக்கிறது. அவைகள் என்ன வேலைகள் செய்துகொண்டிருந்ததோ அதனதன் வேலைகளைச் செய்ய அதன் வழியேப் தனியாகப் போகிறது. இப்போது அவைகள் ஒன்றுகூட வேண்டிய தேவையில்லை. யானை சென்றுவிட்டது. உண்மையில் குரைத்துக் கொண்டிருந்ததின் காரணமாகத்தான் யானை போய்விட்டது என்று நாய்கள் நம்புகிறது. மனம் எப்படி இயங்குகிறது என்பது இதுதான். ஒருவேளை யானைப் பயப்படலாம் என்பதையும் கேட்டுள்ளேன்.

ஒரு யானை அதன் தலைமீது அமர்ந்த ஒரு ஈயுடன் ஒரு பாலத்தின் மீது கடந்துகொண்டிருந்தது. பாலம் அசையத் தொடங்கியது. ஏனெனில் அது பழைய பாலம். அவைகள் பாலத்தைக் கடந்துவிட்ட பிறகு ஈ யானையிடம் அது விழுந்துவிடாது என்று சொன்னது. ஆனால் அது அசைந்துகொண்டிருக்கிறது. அனைத்து சாத்தியங்களும் உள்ளன. ஈ யானையிடம் சொன்னது. மகனே! நாம் பாலத்துக்கு அதிக சுமையாக இருந்தோம் என்று யாரோ ஏதோ சொன்னதைக் கேட்டது. நீ யார்? நீ எங்கே இருக்கிறாய்? எனது அம்மாவைப் பொறுத்தவரை அவள் என்

தலை மீது உட்கார முடியாது. அந்த ஈ யானையின் கண்களுக்கு நெருக்கமாக வந்தது. யானைகள் மிகப் பெரிய அளவு உடலைக் கொண்டிருப்பது அரிதான விசயமாக உள்ளது. ஆனால் அவைகளுடைய கண்கள் மிகச் சிறியதாக உள்ளது. கடவுள் இந்த உலகத்தைப் படைக்கவில்லை என்று இதன்மூலம் தெரிகிறது. ஒரு அறிவியலற்ற அணுகுமுறை, இதுபோன்ற மிகப் பெரிய மிருகம். சிறிய கண்கள். இது முட்டாள்களின் வேலையாக இருக்க வேண்டும். ஒரு அறிவுடைய கடவுளின் வேலையாக இது இருக்க முடியாது. ஆகவே யானை அந்த ஈயைப் பார்த்து அது சொன்னது: தாயே! இது சரிதான். நம் இருவரின் பாரம் காரணமாக பாலம் ஆடிக்கொண்டிருக்கிறது.

யானைகள் மிகவும் புத்திசாலிகளாக உள்ளவைகள் என்ற கருத்து இதுபோன்ற கதைகளிலிருந்து வருகிறது. ஈ கூறியதை ஏற்றது. கவலைப்படாதே. யானையின் மகனாக தன்னை அழைத்துக்கொள்கிற இந்த முட்டாள் ஈயுடன் வாதிடாதே. பாலம் நமது இருவரின் காரணமாக அசைந்து கொண்டிருக்கிறது என்று நினைக்கிறது. வாதிடுவதில் எந்த அர்த்தமும் இல்லை. நீ சொல்வது சரியென்று அதன் தாய் என்று ஏற்பதே சிறந்தது. ஆகவே உன்னுடைய வழியில் போ. திசைதிருப்பாதே. திசைதிருப்பக் கூடாது என்பது அறிவு.

நீங்கள் முழு உலகத்தையும் மிகப் பெரியக் கொசு வலையைக் கொண்டிருந்தபோதும் ஈக்களும் கொசுக்களும் அங்கு இருக்கும். ஆனால் அவைகள் அமைதியானவைகளாக இசையெழுப்பிக் கொண்டு வெளியே காத்துக்கொண்டு இருக்கின்றன. நீங்கள் அவைகளை பிடிக்கிறபோது இசை எழுப்புகிறது. அவைகள் ஒரு பாட்டு பாடுகிறது. அவைகள் தியானம் செய்பவர்களுக்கு பண்டையக் காலத்திலிருந்தே விரோதிகளாக உள்ளன. ஆனால் நீங்கள் கவலைப்படுவதில்லை. நீங்கள் போய்க்கொண்டே இருக்கின்றீர்கள்......

கொசுக்கள்....ஈக்கள்.......நாய்கள் உடைய மொத்த உலகமும் உண்மையில் தியானிப்பவர்களுக்கு எதிராக உள்ளன. அவைகள் அனைத்தும் உங்களைப் பார்த்து குரைக்கின்றது. நீங்கள் அமைதியாக அமர்ந்திருந்தால் உங்களது மனைவி உள்ளே

விரைந்து வருவாள். "என்ன செய்துகொண்டு இருக்கிறாய். நீ ஏன் அமைதியாக இருக்கின்றாய்? பதில் சொல்" என்பாள். நீங்கள் பதில் சொன்னால் நீங்கள் தொந்தரவுக்கு உள்ளாவீர்கள். வாயைத் திற. ஒரு வாக்கியத்தைக்கூட முடித்திருக்கவில்லை. ஆனால் உங்களுடைய மனைவி உங்கள் மீது குதிப்பாள். நீங்கள் என்ன செய்தாலும் சிக்கலில் உள்ளீர்கள்.

மொத்த உலகமும் தியானிப்பவருக்கு எதிராக உள்ளது. தியானிப்பவர் இவ்வுலகத்தைத் தவிர்க்க ஏதாவது செய்து கொண்டிருக்கிறார். அவர் நனவின் உச்சமாக புத்தராவதற்கு முயற்சித்துக் கொண்டிருக்கிறார். அது அனைவரையும் காயப்படுத்துகிறது. அனைவருமே உங்களைத் திசைதிருப்ப முயற்சிப்பார்கள். பூசாரிகள், அரசியல்வாதிகள், பெற்றோர்கள், பக்கத்து வீட்டுக்காரர்கள், நண்பர்கள் என்று அனைவரும் "எதற்கு தியானம் செய்துகொண்டு நேரத்தை விரயமாக்கிக் கொண்டிருக்கிறாய்" என்று வெளியே கொண்டுவர முயற்சிப்பார்கள். எனது குழந்தைப் பருவம் முழுவதும் அனைவரிடமிருந்தும் இதைக் கேட்க வேண்டியிருந்தது. ஒன்று அவனுக்கு பைத்தியம் பிடிக்கப்போகிறது அல்லது அவன் புத்தராகலாம் யாருக்குத் தெரியும்? ஆனால் அவன் சாதாரண மனிதனாக இருக்கப்போவதில்லை" என்று கடைசியாகத் தீர்மானித்தார்கள். அனைவரும் இதை என்னிடம் சொல்லிக் கொண்டிருந்தார்கள். கூட்டுக் குடும்பமாக இருந்த எங்களது குடும்பத்தில் எனது மாமா, எனது அத்தை என்னிடம் வந்து "ஏன் அமைதியாக உட்கார்ந்து கொண்டு இருக்கிறாய்? என்ன செய்துகொண்டு இருக்கிறாய் என்று கேட்பார்கள். நீ எங்கு சென்றாலும் உங்களை அவர்கள் கவனித்துக்கொண்டு இருக்கின்றனர்.

"நான் அமைதியாக உட்கார்ந்துகொண்டு இருக்கவில்லை. அமைதி எனக்கு நிகழ்ந்துகொண்டு இருக்கிறது. நான் என்ன செய்ய முடியும்" என்று அவர்களிடம் கூறுவேன். உனக்கு அமைதி நிகழ்கிறதா? எங்களுக்கு நிகழ்வதில்லை. உங்களுக்கு நிகழவில்லையென்றால் நான் என்ன செய்ய முடியும்? அது எனக்கு நிகழ்கிறது. ஆகவே என்னைத் தொந்தரவு செய்யாதீர்கள் என்று சொன்னேன். காலப்போக்கில் எனது நிலை குறித்து

அவர்களுக்கு பழக்கமாகிவிட்டது. எனது அம்மா இங்கு இருக்கிறார் என்று மிகவும் பழக்கமாகிவிட்டது. நான் வீட்டில் உட்கார்ந்து இருப்பேன். காய்கறிகளை சந்தையிலிருந்து கொண்டு வரவேண்டும். யாரையாவதைப் பார்த்தாயா என்று எனது அம்மா என்னிடம் கேட்பாள். நான் யாரையும் பார்க்கவில்லை. நான் யாரையாவதைப் பார்த்தால் உங்களிடம் புகாரளிப்பேன். இந்த மனிதன் இல்லையென்று மக்கள் இறுதியாக ஏற்றுக்கொண்டனர். ஒருமுறை அல்லது இருமுறை அவர்கள் என்னைச் சார்ந்து இருந்தார்கள். அவர் நம்பகமானவர் அல்ல என்று உணர்ந்தார். காலையில் அவர்கள் கொஞ்சம் காய்கறிகளை வாங்கிவரச் சொல்லி என்னை அனுப்புவார்கள். நடுஜாமத்தில் எதற்காக நீங்கள் அனுப்பினீர்கள் என்பதை நான் மறந்துவிட்டேன் என்று சொல்லுவேன். அவர்கள் முழு நாளும் காத்திருப்பார்கள். முழு நாளும் நீ எங்கிருந்தாய் என்று அவர்கள் தலையில் அடிப்பார்கள். ''உங்களுக்கேத் தெரியும் ''ஒவ்வொரு விசயம் குறித்தும் மக்கள் என்னுடன் வாதிடுவதற்குத் தயாராக இருக்கிறார்கள். சந்தையை அடையும் நேரத்தில் வாதத்தில் அதிகம் ஈடுபடுகிறேன். பின்பு நான் எதற்கு அங்கு சென்றேன் என்பதை முற்றிலும் மறந்துவிடுகிறேன் என்றேன். காரணங்கள் தெரியாது தியானத்தினுள் சென்றேன். நான் ஆற்றுக்குச் சென்றேன்''

ஒருநாள் எனது அத்தைகளில் ஒருவர் ''போய் வாழைப்பழம் வாங்கி வா'' என்று சொன்னார்.

நீங்கள் உண்மையில் வாழைப்பழம் என்று சொன்னீர்களா? என்னால் பலவற்றைக் கொண்டு வரமுடியும். முழு நகரமும் வாழைப்பழத்தை உள்ளடக்கியுள்ளது. நான் வாழை என்று அர்த்தப்படுத்தவில்லை. பழம் என்றுதான் அர்த்தப்படுத்தினேன். சரி. நான் போகிறேன். ஆகவே காய்கறி சந்தையில் உள்ள முதல் கடைக்குச் சென்றேன். மிகவும் விலைமதிப்பற்ற மிகச் சிறந்த வாழைப்பழம் எதை வைத்துள்ளாய் என்று கேட்டேன். காய்கறிக் கடைக்கே வந்ததில்லை என்று அந்தக் கடைக்காரர் தெரிந்துகொண்டார். அவருடைய கடைதான் காய்கறி கடையின் முதல் கடை. நான் ஒரு விசித்திரமானவன் என்று அறிந்துகொண்டார். ஆகவே அவர் மோசமான,

கிட்டதட்ட அழுகிய வாழைப்பழத்தை எனக்குக் கொடுத்தார். அதற்கு மிகவும் அதிகமான விலை கேட்டார். நானும் அவர் கேட்ட அந்த விலையை கொடுத்து அழுகிப்போன வாழைப்பழதைத் வாங்கினேன். என்ன நிகழ்கிறது என்பதை என்னால் பார்க்க முடிந்தது. ஆனால் நான் சொன்னேன், இந்த வாழைப்பழங்களை என்றென்றும் அகற்ற இதுவொரு நல்ல திட்டமாகும். ஆகவே அந்த வாழைப்பழங்களை எனது அத்தைக்குக் கொடுத்தேன். "நீயென்ன முட்டாளா? இவைகள் அனைத்தும் அழுகிப்போயுள்ளன என்று சொன்னார். அந்தக் கடைக்காரனிடம் நல்ல வாழைப்பழங்களை எனக்குக் கொடு, நான் அதற்கு அதிக விலை கொடுக்கிறேன் என்று சொன்னேன். ஆகவே நானும் அதிக விலை கொடுத்தேன். ஆனால் நீங்கள் அதை அழுகியுள்ளது என்று சொல்லுகின்றீர்கள் என்றேன். இப்போது நான் அறிந்துள்ளதைக் காட்டிலும் வாழைப்பழங்களைப் பற்றி சிறப்பாக அறிந்துவைத்துள்ளான். எனக்கு வாழைப்பழங்களைக் குறித்து அக்கரையில்லை அதாவது மனிதர்கள் அல்லது பழங்களைக் குறித்து. வெளியே கொண்டு போய் மரத்திற்கு அடியில் உட்கார்ந்து இருக்கும் அந்தப் பிச்சைக்காரப் பெண்ணுக்குக் கொடு என்று சொன்னார். அந்தப் பிச்சைக்காரப் பெண்கூட அந்தப் பழங்களை ஏற்றுக்கொள்ளாமல் "அவைகளை தூரவீசு, நானென்ன உன்னைப்போல பைத்தியகாரி என்று நினைக்கின்றாயா? உனது வாழ்க்கையில் முதல்தடவையாக எனக்கு ஏதோ கொடுக்க வந்திருக்கிறாய். இந்த அழுகிப்போன வாழைப்பழங்களை, தூக்கி தூர வீசு. எவரும் இந்த வாழைப்பழங்களை ஏற்க மாட்டார்கள்" என்றாள்.

சரிதான். ஆகவே நான் அந்த வாழைப்பழங்களை பள்ளத்தில் தூக்கி வீசினேன். இதற்குப் பிறகு ஏதாவது வாங்கி வா என்று யாரும் கேட்பதில்லை. குடும்ப உறுப்பினராக இல்லாததுபோல ஏற்கப்பட்டேன். அனைத்துத் தொந்தரவுகளிலிருந்தும், அனைத்து குரைப்புகளிலிருந்தும் என்னை விடுவித்தனர் என்பதை அறிந்து அதை இரசித்தேன். என்னுடன் எவரும் பேசமாட்டார்கள். நான் உடனிருந்தேன் என்பதை யாரும் கவனிப்பதில்லை. "யாரையாவதைப் பார்த்தாயா" என்று என்னுடைய அம்மா கூட அடிக்கடி கேட்டுக்கொண்டு இருந்தார். "நான் அங்கு தற்போது

இருக்கிறேன்'' வீட்டில் எவரையும் பார்க்காதபோதிலும் மொத்த வீடும் வெற்றிடமாக தோன்றியது. எனக்கு குறுக்கே யாராவது வந்தால் நான் உங்களுக்கு அறிவிப்பேன்'' என்று எனது தாயிடம் சொல்வேன்.

மொத்த உலகமும் தியானிப்பவர்களுக்கு எதிராக உள்ளது. ஏனெனில் தியானிப்பவர் ஒரு அந்நியராகிக் கொண்டிருக்கிறார். அனைவரும் வெளியே சென்றுகொண்டிருக்கிறார்கள். தியானிப்பவர் உள்நோக்கிப் சென்றுகொண்டிருக்கிறார்.

ஒரு குடிகாரன் அவனது காரை ஓட்டிக்கொண்டிருந்தான். அவனது மனைவி அவனை கவனமாக ஓட்டு...... கவனமாக ஓட்டு....கவனமாக ஓட்டு என்று தொடர்ச்சியாக நச்சரித்துக்கொண்டிருந்தாள். கவலைப்படாதே என்று குடிகாரன் சொன்னான். நான் அதிகமானவர்களை இடித்துத் தள்ளியதின் காரணமாக விரைவாக வீடு போய் சேர்ந்திருக்க வேண்டும். நான் மேலும் மேலும் பலரை இடித்துத் தள்ளுவதின் அர்த்தம் கிராமம் மிக நெருக்கமாக வருகிறது. கவலைப்படாதே.....வேகமாக காரை ஓட்டிச் செல்வதால் குறைவான மக்களை இடித்துத் தள்ளுகிறேன். இல்லையெனில் மெதுவாக ஓட்டினால் அதிகமானவர்களை இடித்துத் தள்ளிவிடுவேன் என்றான். ஆகவே கவலைப்படாதே நி கொஞ்சம் அமைதியாக இரு. அவள் அவனிடம் "உன்னுடைய கண்ணாடி எங்கே?"

குடித்துவிட்டு இந்த கண்ணாடியுடன் யானைகளை, கங்காருகளை, ஜிப்ராக்களை போன்று அனைத்துவிதமானவைகளையும் ஒருவர் பார்க்கத் தொடங்குகிறார். ஆகவே கார் ஓட்டுகிற போது கண்ணாடி அணிவதில்லை என்றான். அப்போது மனிதர்களை இடித்துத் தள்ளுகிறாய். இல்லாத ஒன்றை இடித்து தள்ளினால் அப்போது மனிதர்களை இடித்துத் தள்ளுகிறாய். பிரச்னையில் உள்ள இந்த மொடக் குடிகாரனின் பேச்சில் எந்த அர்த்தமும் இல்லை என்று அவனது மனைவி வாயை மூடிக்கொண்டு அமைதியாக உட்கார்ந்திருந்தாள். கண்ணாடி இல்லாமல் அவனால் பார்க்க முடியாது. ஏனெனில் அவனது கண் பார்வை

பற்றி அவளுக்குத் தெரியும். வேகமான அளவுக்கு காரை ஓட்டுவது..... பெரும்பாலான மக்களை இடித்துத் தள்ளுவது.... ஆனால் இன்னும் அவன் தர்க்கரீதியாக இருக்கிறான். அந்த கிராமம் மிக நெருக்கமாக வந்தடைகிறது.

அனைவரும் வெளியுலகை நோக்கிப் செல்கின்றபோது தியானிக்கும் நீங்கள் உள்நோக்கி செல்கின்றீர்கள். அப்போது

"மொத்த கூட்டமும் இந்த வழியாக செல்கின்றபோது நீ எங்கே போகின்றாய் என்று கேட்டு கோபமடைகிறார்கள்.. "நீ எங்கே போகிறாய்?" அப்போது நீங்கள் பலரைத் தாக்குகின்றீர்கள். "நாங்கள் என்ன பைத்தியகாரர்களா" என்று தற்சமய நிலைமைக்கு எதிராக அனைவரும் நமக்கு எதிராக உள்ளார்கள்.

ஆகவே நினைவில் கொள்ளுங்கள்....குரைக்கும் நாய்களைப் பார்த்து எந்த கவனமும் கொள்ளாதீர்கள். ஷிகி தனியாக....... அமைதியாக நகர்கிறேன் என்று சொல்லியது இதைத்தான். நாய்கள் இருந்தாலும் இல்லையென்றாலும் யாரிடமும் எதனிடமும் எந்த கவனமும் செலுத்தாதீர்கள். அவைகள் குறைத்துக்கொண்டிருப்பது அவைகளுடைய அவர்களுடைய இயல்பு.

மூன்றாவது கேள்வி:

மனிஷாவிடமிருந்து ஒரு கேள்வி.

எங்களது அன்பார்ந்த குருவே!

> **மீண்டும் ஒருமுறை இவ்வுலகில் என்ன நிகழ்ந்துகொண்டிருக்கிறது என்பதைக் குறித்து முற்றிலும் அசலான பார்வையைக் கொண்டிருக்கும் நீங்கள் ஆலய வழிபாட்டின் போது புனிதமாகக் கருதப்படும் சித்திரங்களுக்கும் சிலைகளுக்கும் முக்கியத்துவம் கொடுக்கும் பழக்கத்தை எதிர்ப்பவராக உள்ளீர்கள். பத்திரிக்கைளில் வரும் செய்திகளுக்கு ஏற்ப ஸ்டாலின் மோசமானவர் கோர்ப்பசேவ் நல்லவர் என்று புதிய செய்தியை மொத்தமாக ஏற்றுக்கொள்கிறபோது நாம் ஏன் புதிய நற்செய்திகளைப் தொடர்ந்து பெறுகிறோம்?**

மனிஷா,

புதியதாக பாதிக்கப்பட்டவராக இருக்க எப்பொழுதும் மனித மனதில் ஒரு போக்கு உள்ளது. இந்தப் போக்கைத் தடுக்க ஒவ்வொரு சமூகமும் பழையது நல்லது என்று உங்களை வடிவமைக்க முயற்சிக்கிறது. குழந்தைப் பருவத்திலிருந்தே ஒவ்வொரு சமூகமும் புதியதுக்காக இயல்பானப் போக்குக்கு எதிராக மனதைக் கட்டுப்பாடு செய்கிறது. பழைய ஒவ்வொன்றும் நல்லது என்று அது கிட்டதட்ட வட்டமாகத் திருப்புகிறது. அதிக பழைமையானதாக அதிக உண்மையுள்ளதாக அவரரவர் மதநூல்களே அதிக பழமையானது என்று ஒவ்வொரு மதமும் நிரூபிக்க முயற்சிக்கிறது. பண்டைய காலத்துக்கு ஏன் இந்தக் கவர்ச்சி உள்ளது? அவைகள் பொற்காலத்தை கடந்துவிட்டோம் என்று ஒவ்வொரு சமூகமும் நினைக்கிறது. மதம், கல்வி போன்று எவைகளை நீங்கள் வைத்திருக்கின்றீர்களோ அவைகள் சமூகம், கலாச்சார நிபந்தனைகளாக உள்ளன. இவைகள் புதிய விசயங்களுக்குள் நீங்கள் செல்வதற்கு உங்களைத் தடுப்பவைகளாக உள்ளன. இல்லையெனில் புதியதை நம்புவதே இயல்பானப் போக்கு. பழையது சரியானது என்று நம்புவதும் இல்லை. புதியது சரியானது என்று நம்புவதும் இல்லை. நம்பாதது சரிதான். எந்த தூசிகளும் இல்லாது கண்ணாடியைப்போல எதையும் நம்பாது தெளிவாக இருங்கள். உங்களது முழுமையுடன் யதார்த்ததிற்கு பதிலளிக்கவும். நீங்கள் எப்போதும் உண்மையைக் காண்பீர்கள். அப்போது செய்தி நிறுவனங்களான தொலைக்காட்சி, செய்தித்தாள்கள் போன்ற செய்திநிறுவனங்கள் உங்களை ஏமாற்ற முடியாது. எவரும் உங்களை ஏமாற்ற முடியாது. உங்களுக்குத் தெளிவு அங்கு இல்லாததின் காரணமாகவே ஏமாற்றத்தை அடைந்து உள்ளீர்கள். அங்கு இருப்பதைப் போல யதார்த்தத்தைப் பிரதிபலிக்க கண்ணாடியைப் போன்ற உங்களது தெளிவு அங்கு இல்லாது இருக்கிறது. நீங்கள் தப்பெண்ணங்களின் மூலம் சிந்தனை செய்துகொண்டு இருக்கின்றீர்கள். ஒட்டுமொத்த செய்தி நிறுவனங்களும் ஸ்டாலின் மோசமான நபர் என்று சொல்கிறபோது அது உங்களது நல்லெண்ண ஒழுக்கப் பண்புகளுடன், சீர்திருத்த சமயம் சார்ந்தவருடன், உங்களது கிருத்துவ மதத்துடன், ஹிந்துயிசத்துடன் ஏற்புடையதாக

உள்ளது. ஏனெனில் ஸ்டாலின் பெரும்பாலான மக்களைக் கொன்றுவிட்டார் என்று உங்களது குழந்தைப் பருவ வளர்ப்பிற்குப் பொருந்துகிறது.

ஸ்டாலின் சோவியத் யூனியனில் மட்டும் பத்து இலட்சம் மக்களைக் கொன்றொழிக்கவில்லை. அவர் மேலும் ஸ்பெயின், இத்தாலி, மற்ற நாடுகளில் உள்ள புரட்சியாளர்களையும் கொன்றொழித்தார் என்று மஜீத் எனது தனிப்பட்ட மருத்துவர் அமிர்தோவிடம் சொல்லிக் கொண்டிருந்தார். இது உண்மை. புரட்சியாளர்கள் புரட்சியாளர்களாக உள்ளனர். அங்கு உண்மையில் அவர்கள் எதிர் புரட்சியாளர்களாக இருக்கும் புரட்சியாளர்களாக உள்ளனர். ஆனால் அவர்கள் புரட்சியாளர்களாக இருப்பதாக நடிக்கின்றனர். அவர்கள் அவர்களுக்கு அந்தஸ்து வேண்டும் என்ற சேவையில் உள்ளனர். ஸ்டாலின் நிச்சயமாக சோவியத் நாட்டிற்கு வெளியே உள்ள மக்களைக் கொன்றொழித்தார், ஏனெனில் ஸ்டாலினுடைய கருத்து தேசியவாதக் கருத்து அல்ல. அவரது கருத்து மார்க்சியத்துடைய மூலக் கருத்தான ஒரே பூமி என்ற கருத்துக்கு சொந்தமானது. புரட்சி உலகம் முழுவதும் நிகழவேண்டியுள்ளது. அது ஒரு நாட்டிலிருந்து சொந்தமாக வரவில்லையென்றால் கம்யூனிஸ்டாக மாறிய நாடுகள் புரட்சியை மற்ற நாடுகளுக்கும் கொண்டுவர உதவவேண்டும். கம்யூனிஸ்டுகளைத் தடுக்க முதலாளித்துவ நாடுகளாக இருக்கின்ற ஒவ்வொரு நாடும் போலிப் புரட்சியாளர்களை உருவாக்குகிறது. அவர்கள் சோசலிசம் குறித்துப் பேசுகின்றனர். அவர்கள் அழகான விசயங்களைப் பேசுகின்றனர். ஆனால் இந்த விசயங்கள் அனைத்தும் தடைகளையும் குழப்பத்தையும் உருவாக்குவதாக இருக்கின்றன. ஆனால் மஜீத்திடம் தெரிந்துகொள்ள விரும்புகின்றேன்.

ஸ்டாலின் சோவியத் யூனியனுக்கு வெளியே உள்ள புரட்சியாளர்களைக் கொன்றொழித்தார் என்பதை மஜீத் சரியாகக் கூறியுள்ளார். ஆனால் புரட்சியாளர்கள் புரட்சியாளர்களாகத்தான் இருந்தார்களா அல்லது கம்யூனிசத்தை பாசாங்கு செய்து நடிக்கும் புரட்சியாளர்களுக்கு எதிரானதா என்று மஜீத் அறிந்துகொள்ளவில்லை. அவர்களின் முழு முயற்சியும் கம்யூனிசத்தால் வரவிருக்கும் புரட்சியை எதிர்ப்பதாக

இருந்தது. மக்களை ஏமாற்றுவதில் பெரிய அளவுக்கு அவர்கள் வெற்றியடைந்தனர். ஸ்டாலின் ஏமாற்றவில்லை. மிகவும் தெளிவான கண்களுடன் ஸ்டாலினைப் பார்க்கின்றேன். எதிர்ப் புரட்சியாளர்கள் யார்? யார் ஆட்டுத் தோலைப் போர்த்திக்கொண்டு ஓநாயாக இருந்தார் என்பது ஸ்டாலினுக்குத் தெரியும். ஆனால் நீங்கள் ஆட்டைக் கொல்கிறார் என்று நீங்கள் பார்க்கின்றீர்கள். ஆனால் ஸ்டாலின் ஓநாயைத்தான் கொன்றொழித்தார். புரட்சியாளர்கள் என்று அழைக்கப்படும் நாடுகளால் அதிகமான அளவுக்கு தொந்தரவுகள் உருவாக்கப்படும். ஏனெனில் அவை முதலாளிகளின் முகவர்கள். இப்படிப்பட்டவர்கள் புரட்சியாளர்கள் அல்ல.

ஜோசப் ஸ்டாலினுக்கு புரட்சியைப் பற்றிய புரிதல் மிகவும் நடைமுறைக்குரிய நடைமுறை சார்ந்ததாக இருந்தது. அவர் ஒரு கனவு காண்பவர் அல்ல. விசயங்கள் – நிகழ்வுகள் எவ்வாறு நடக்கின்றன என்பதை அவரால் தெளிவாகப் பார்க்க முடிந்தது. இது இந்தியாவில் நடப்பதை என்னால் காண முடிகிறது. இந்திய சோசலிஸ்ட் கட்சி ஒரு புரட்சிகரக் கட்சி என்று உலகம் முழுவதும் அறியப்படுகிறது. ஆனால் அவர்களுக்கு முதலாளித்துவத்தால் பணம் வழங்கப்படுகிறது. அவர்கள் முதலாளித்துவத்தின் முகவர்கள். மகாத்மா காந்தியின் மிக நெருங்கியச் சீடர்களில் ஒருவரான வினோபாவே...... காந்திக்கு இரண்டு வாரிசுகள் இருந்தனர். அவரது அரசியல் வாரிசாக இருந்த பண்டிட் ஜவகர்லால் நேரு. மற்றொருவர் ஆன்மீக சீடரான வினோபாவே இருந்தனர். வினோபாவே மாபெரும் இயக்கத்தை உருவாக்கினார். இவர் ஏறக்குறைய பனிரெண்டு பதின்மூன்று வருடங்கள் இந்தியா முழுவதும் நடைபயணம் மேற்கொண்டார். இதுதான் உண்மையானப் புரட்சி என்று மக்களிடம் அந்தக் கருத்தை உருவாக்கினார். ஏனெனில் நிலஉரிமையாளர்களிடமிருந்து நிலத்தைக் கேட்டுக் கொண்டிருந்தார். இந்தியாவில் எண்பது சதவீதம் கிராமங்கள் இருக்கின்றன. அந்த எண்பது சதவீத ஏழை மக்கள் கிராமங்களில் வாழ்கின்றனர். ஆகவே வினோபாவே பக்தி பாடல்கள் பாடி மக்களை அணுகினார். அவரது சீடர்களும் பக்திப் பாடல்களைப் பாடுவார்கள். மகாத்மா காந்தியின் சீடராக ஏறக்குறைய குட்டி மகாத்மாவாகவே வினோபாவே கருதப்பட்டார்.

ஆகவே ஏழை மக்கள் ஒன்றுகூடுவார்கள். நிலஉரிமையாளர்கள் ஒன்றுகூடுவார்கள். எவைகள் மக்களை கவர்ச்சியாக ஈர்க்கின்றதோ அந்த வேதங்கள் மற்றும் உபநிடதங்களைப் பற்றி வினோபாவே அந்த மக்களிடம் பேசுவார். எது முற்றிலும் தவறானதாக இருக்கின்றதோ அந்த இராமாயணத்தைப் பற்றி தவறான விளக்கங்கள் கொடுத்து மக்களிடம் முறையிட்டுப் பேசுவார். மக்களிடம் பேசிய பிறகு யாரெல்லாம் நிலம் வைத்திருக்கின்றீர்கள் என்று கேட்பார். நீங்கள் ஐந்து குழந்தைகளை வைத்திருந்தால் "ஆறாவது குழந்தையையும், உங்களது நிலத்தின் ஆறாவது பகுதியையும் என்னிடம் விட்டுவிடுங்கள். நான் அதை ஏழை மக்களுக்கு கொடுத்துவிடுவேன்" என்பார். இப்படி இலட்சக்கணக்கான ஏக்கர் நிலங்களைச் சேகரித்து இருந்தார் வினோபா. ஆனால் அவர் மிகவும் அதிகமான அளவுக்கு ஏமாற்றம் அடைந்தார். அவர் நிலஉரிமையாளர்கள், முதலாளிகள் அனைவராலும் ஆதரிக்கப்பட்டார். பண்டிட் ஜவகர்லால் நேரு கூட இந்தியா சுதந்திரம் அடைவதற்கு முன்பு வினோபாவை விரும்பவில்லை. ஏனெனில் ஜவகர்லால் நேரு மேற்குலகில் படித்த அதிக நவீன மனிதராக இருந்தார். அவர் பிராமணராக இருந்தபோதும் நேரு ஒரு சைவப்பிரியர் அல்ல. அவர் இறைச்சி சாப்பிட்டுக்கொண்டு இருந்தார். மதுபானங்கள் குடித்துக்கொண்டிருந்தார். அவர் ஒரு அதீத நவீன மனிதராக இருந்தார். வினோபா முற்றிலும் பழமையானவர். ஆகவே ஜவகர்லால் நேரு வினோபாவை விரும்பவில்லை. ஆனால் காந்திக்கு நேரு மிக நெருக்கமாக இருந்தார். ஆகவே வினோபாவின் இருப்பு நேருவுக்குத் தொந்தரவாக இருந்தது. ஆனால் சுதந்திரத்திற்குப் பிறகு நேரு வினோபாவிடம் போக ஆரம்பித்தார். வினோபா வருடாந்திர மாநாட்டை நடத்தியபோதெல்லாம் நேரு அங்கு இருப்பார். ஆயிரக்கணக்கில் அங்கு மக்கள் ஒன்றுகுவிந்தார்கள். நேரு வினோபாவின் ஆதரவில் இருந்தார். ஆகவே மக்களிடம் தன்னை அடையாளப்படுத்திக் கொள்ளும் வாய்ப்பை இழக்க நேருவால் முடியவில்லை. நாம் நடத்தும் ஒவ்வொரு வருடாந்திர மாநாட்டிற்கும் பிரதம மந்திரியான நேரு வருகிறார் என்று வினோபா மகிழ்ச்சியை உணர்வார்.

ஆகவே இதுவொரு பரஸ்பர சதியாக இருந்தது. கம்யூனிஸ்டுகளிடமிருந்து ஏழை மக்களை அவர் திசைதிருப்பிக்

கொண்டிருந்ததின் காரணமாக வினோபாவேவை ஆதரிக்கப்பட வேண்டியிருந்தது என்று இதை முதலாளிகளால்கூட சொல்லப்பட்டது. என்ன பிரச்னை? ஏன் அவசியமில்லாமல் வன்முறை? புரட்சி ஏன் வன்முறையாக உள்ளது? வன்முறையின்றி மக்கள் நிலத்தைக் கொடுத்துக்கொண்டு இருக்கிறார்கள். நிலஉடைமையாளர்கள் கேட்டால் மட்டுமே அவர்களது நிலத்தைக் கொடுத்துக்கொண்டு இருந்தனர் என்று மக்கள் நினைத்துக்கொண்டிருந்தனர். மக்கள் நிலத்தைக் கொடுத்தால் அவர்கள் பணத்தையும் கொடுப்பார்கள். ஏனெனில் வினோபாவே பெரிய நகரங்களில் வேலை செய்ததில்லை. முதலாவதாக இந்தியாவின் மிகப் பெரிய பகுதிகளான கிராமங்களில் வாழ்கிறவர்களை உருமாற்றம் செய்ய விரும்பினார். பின்னர் பெரிய நகரங்கள் இருக்காது. இந்தியாவின் எண்பது சதவீதத்தை மாற்றம் செய்து வெற்றியடைந்தால் மீதமுள்ள இருபது சதவீதத்தை மாற்றுவது மிகப் பெரிய கடினம் அல்ல. வினோபாவே கம்யூனிஸ்டுகளுக்கு மாபெரும் தடையாக மாறினார் என்று அவர்கள் நினைத்தனர்.

புரட்சி வன்முறையாக இருக்க வேண்டும் என்று கம்யூனிஸ்டுகள் நம்புகின்றனர். அதிலிருந்து வெளியேற அவர்களுக்கு வழியில்லை. மக்கள் தானாக அவர்களது தனிச்சொத்தை சுலபமாக இழக்கப் போவதில்லை. ஆனால் மக்கள் அவர்களது சொத்தை கைவிடுகிறார்கள் என்பதை வினோபா நிரூபித்தார். இதனால் கம்யூனிச கருத்துகளின் கோட்டைகள் மிகவும் பலகீனமாயின. ஆனால் உண்மை என்னவென்றால் வழங்கப்பட்ட அனைத்து நிலங்களும், அது ஏழை மக்களுக்கு விநியோகிக்கப்பட்டபோது "அரை ஏக்கர்" மட்டுமே பெற்றனர். சிலர் "ஒரு ஏக்கர்" பெற்றனர். ஏனெனில் அவர்களது குடும்பம் பெரியதாக இருந்தது. குடும்ப உறுப்பினர்களின் எண்ணிக்கைக்குத் தகுந்தாற்போல நிலங்கள் விநியோகிக்கப்பட்டது. ஆனால் ஒரு ஏக்கரை வைத்துக்கொண்டு நீங்கள் என்ன செய்யப்போகின்றீர்கள்? அவர் பெற்றிருந்த நிலம் முற்றிலும் பயனில்லாது மட்டுமல்லாது மலட்டுத் தன்மையுடையதாக இருந்தது என்பதை கண்டனர். நிலவுடைமையாளர்கள் கொடுத்த நிலங்கள் மலை சார்ந்த இடங்களில் கற்கள் நிறைந்த நிலங்களாக இருந்தன. நிலவுடைமையாளர்களிடமிருந்து என்னமாதிரியான

நிலங்களைப் பெற்றோம் என்பதைக் காண்பதற்கு வினோபா அந்த நிலங்ளைப் பார்வையிட சென்றதில்லை. வினோபா பொதுக் கூட்டங்களில் அந்த நிலங்களைப் பெற்றுக் கொண்டு இருந்தார்.

ஏழை மக்களுக்கு நிலங்களை விநியோகிக்கப்பட்டபோது "இந்த நிலத்தை வைத்துக்கொண்டு என்ன செய்வது" என்று கூறி அதை பெற்றுக்கொள்ள மக்கள் மறுத்தனர். அந்த நிலங்கள் போதுமானது அல்ல என்பதின் காரணமாக அந்த நிலத்தைப் பெற்றவர்கள் இழப்பில் இருந்தார்கள். முதலாவதாக அந்த நிலம் மிகச் சிறிய துண்டாக இருந்தது. இந்த நிலம் போதுமான ஊட்டத்தைக் கொடுக்கப் போவதில்லை. அவைகள் சத்து குறைபாடு உடையது. இரண்டாவதாக எருதுகள், கலப்பைகள் தேவைப்படுகிறது. அவர்களுக்கு விதைகள் தேவைப்படுகிறது. உரம் தேவைப்படுகிறது. இவைகள் எதையும் அவர்கள் வைத்திருக்கவில்லை. இந்த அரை ஏக்கர் நிலத்தை வைத்துக்கொண்டு என்ன செய்வது? மேலும் அந்த நிலம் கற்கள் நிறைந்ததாக இருந்தது. அந்த நிலத்தில் கடினமான வேலை செய்யாவிட்டால்

நிலத்திலிருந்து அந்தக் கற்களை அகற்ற முடியாது. அவர்களுக்கு டிராக்டர் தேவைப்படுகிறது. அந்த நிலத்தின் மலட்டுத்தன்மையை நீக்குவதற்கு தொழிற்நுட்பக் கருவிகள் தேவைப்படுகிறது. ஆனால் அவர்கள் மிகவும் ஏழைகள். பின்பு எப்படி இவர்களால் தொழிற்நுட்பக் கருவிகளைப் பெற முடியும்? அவர்களால் இரண்டு எருது மாடுகளைக் கூட விலைகொடுத்து வாங்க முடியாது. இதுமட்டுமல்ல நிலத்தை வைத்திருந்ததால் அவர்கள் நிலவரி செலுத்த வேண்டியிருந்தது. இது அவர்களுக்கு இரட்டைத் தொந்தரவு கொடுத்தது. அந்த நிலம் எந்தவித பயனையும் கொடுக்காது இருந்தும் கூட அதற்கு நிலவரி விதிக்கப்பட்டது.

ஆகவே வினோபா குழுவால் கொடுத்த நிலத்தை திரும்ப அவர்களுக்கேக் கொடுத்தனர். இதனால் வினோபாவே மிகவும் ஏமாற்றம் அடைந்து வர்தா அருகே உள்ள பவனார் ஆசிரமத்துக்கு திரும்பச் சென்றார். ஆனால் பதின்மூன்று வருடங்கள் மாபெரும் ஆன்மீகப் புரட்சியாளராகக் வினோபா

நினைக்கப்பட்டார். அரசாங்கமும் முதலாளிகள் அனைவரும் வினோபாவை ஆதரித்தனர். இதனால் கம்யூனிஸ்ட் கட்சியில் ஏழை மக்கள் சேர்வதை திசை திருப்ப முடியும். அவர் நிச்சயமாக அவரது காலத்தில் ஏழை மக்களை திசை திருப்பினார். நீங்கள் புரிந்துகொண்டீர்கள் மஜீத். அனைத்து புரட்சியாளர்களும் புரட்சியாளர்கள் அல்ல என்று நீங்கள் புரிந்துகொண்டீர்கள் மஜீத். அவர்களில் பெரும்பாலோர் ஒரு ஆட்டுத்தோலைப் போர்த்திக் கொண்டவர்களாக உள்ளார்கள். அவர்களால் ஜோசப் ஸ்டாலினை ஏமாற்ற முடியாது. ஸ்டாலின் அவர்களைக் கொன்றொழித்தார். ஸ்டாலின் ஆட்டைத்தான் கொன்றொழித்தார் என்று நீங்கள் பார்த்தீர்கள். ஆனால் ஸ்டாலின் நரிகளைத்தான் கொன்றொழித்துக் கொண்டு இருந்தார். சமூகம் தன்னைப் பாதுகாத்துக்கொள்ள சில விசயங்கள் மாறும். சில போலி நிகழ்வுகள் எவ்வாறு உருவாகிறது என்பதைப் பார்க்க இவ்வுலகில் உண்மையான புரட்சியாளர்களைக் காட்டிலும் பாசாங்கு செய்யும் புரட்சியாளர்களாக இருக்கும் எதிர்ப் புரட்சியாளர்களே இவ்வுலகில் அதிகம் உள்ளனர். இதைப் பார்ப்பதற்கு மகத்தானத் தெளிவுடையக் கண்கள் தேவைப்படுகிறது. மாபெரும் தெளிவு தியானத்தின் மூலமே வருகிறது. ஆகவே நீங்கள் அதை கண்டுபிடிக்க முடியும்.

நீங்கள் என்னிடம் ஆழமான அன்புடன் உள்ளீர்கள் என்று எனக்கு தெரியும். அதனால்தான் உங்களை இரக்கமின்றி அடிக்க முடியும். கருணை விரோதிகளுக்கானது. நண்பர்களுக்கானது அல்ல. யேசுநாதர் கூட "நண்பர்களை நேசி" என்று சொன்னது இல்லை". விரோதிகளை நேசி என்றுதான் சொன்னார். அது நல்லது. நண்பர்களைப் பொறுத்தவரை அவர்களைத் தாக்கும். இது யேசுவின் மீதான எனது முன்னேற்றம்.

மஜீத் இத்தாலியில் உள்ள ஒரு தீவிரவாதக் குழுவைச் சேர்ந்தவர். அந்தத் தீவிரவாதக் கட்சியைச் சேர்ந்தத் தலைவர் என்னிடம் வந்து எம்மாதிரியான விசயங்களை செயல்படுத்தப்பட வேண்டும் என்று என்னுடன் விவாதிக்க விரும்பியது. நிச்சயமாக மஜீத் தியானிப்பவராக இருந்தார். அவரை என்னிடம் போகும்படி அவரை வற்புறுத்தி இருந்தனர். ஆனால் "நீங்கள் பூனாவுக்கு போகின்றீர்கள் என்று நாங்கள் கேள்விப்படுகிறோம்.

உங்களுக்கு "ஓஷோ ரஜ்னீஸ் அவர்களின் தத்துவம் மற்றும் கருத்துகளின் மீது ஆர்வம் உள்ளதா" என்று அவர் ஒரு பத்திரிக்கையாளருக்கு அளித்த நேர்காணலை நான் பார்த்தேன். மேலும் அவரது தத்துவம் மற்றும் அவரது தியானம், அவரது கருத்தியலுடன் செய்வதற்கு ஒன்றுமில்லை. எனது ஒரே கவலை "அவர் இத்தாலியில் உள்ள தீவிரவாதக் குழுவில் அவரது 10.000 சந்நியாசிகள் சேர்வதற்கு அனுமதி கொடுத்தால் நான் அவரது கால்களை முத்தமிடப் போவேன்" என்று கூறினார். இந்தப் பேட்டியைப் நான் பார்த்தபோது இந்த மனிதர் போலியானவர் என்றே என்னால் பார்க்க முடிந்தது. நான் மஜீத்திடம் சொன்னேன்: இந்த மனிதரைப் பார்க்க விரும்பவில்லை. அவரது மொத்த விருப்பமும் இத்தாலியில் உள்ள என்னுடைய சந்நியாசிகளிடம் இவரது கட்சியில் சேரவேண்டும் என்று விருப்பப்படுகிறார். இதுவொரு தீவிரவாதக் கட்சி அல்ல மஜீத். இது ஒரு புரட்சிகரக் கட்சி அல்ல. விசயங்களைப் பற்றி நீங்கள் தெளிவில்லாத போதும் உங்களால் இதைப் பார்க்க முடியும். அதாவது வாக்குகளைப் பெறுவதற்கு. உங்களது தீவிரவாதக் கட்சித் தலைவர் ஒரு பெண்ணை ஏற்பாடு செய்தார். அவள் ஒரு விபச்சாரியாக இருக்க வேண்டும் அல்லது அவள் ஒரு விபச்சார மனநிலையைக் கொண்டிருக்க வேண்டும். அவள் ரோமின் பிரதான சாலையில் உள்ள நான்கு முக்கில் ஆடையால் மூடப்படாத முலைகளுடன் உட்கார்ந்து கொண்டு தீவிரவாதக் கட்சியில் நீங்கள் சேர்ந்தால் எனது முலைகளுடன் விளையாட அனுமதிப்பேன். எனது முலைகளை முத்தமிடுவதற்கும் என்னை முத்தமிடுவதற்கும் உங்களை அனுமதிப்பேன் என்று மக்களிடம் சொல்லுவாள். உறுப்பினர் ஆக்குவதற்கும்.

பத்தாயிரம் கட்சி உறுப்பினர்கள் ஆவதற்கும் அவள் சமாளிக்கட்டும்.

நீங்கள் இதைப் புரட்சி என்று நினைக்கின்றீர்களா? இது முற்றிலும் விபச்சாரம். இந்தக் கட்சியின் உறுப்பினர்களாகிவிட்ட உங்களுடையக் கட்சியின் உறுப்பினர்கள் உங்களது கட்சியைப் பற்றி இன்னும் எதுவும் புரிந்துகொள்ளவில்லை. இத்தாலியில் இவர்கள் மூன்றாம் ரக மக்களாக இருக்க வேண்டும். அந்தக் கட்சியில் உள்ள மக்கள் அந்த விபச்சாரியின் பெண்ணின்

முலைகளில் விளையாட வரிசையில் நின்றுகொண்டிருந்தார்கள் என்று நினைக்க முடியாது. எந்த அறிவார்ந்தவரோ, சுயமரியாதை உடையவரோ அந்த வரிசையில் நிற்பார்கள் என்று நினைக்கவில்லை. இவர்கள் மிக மோசமான, அனைத்துவிதமான முட்டாள்களாக இருக்க வேண்டும். ஒரு கூட்டம் அங்கு இந்தக் காட்சியைக் கவனித்துக் கொண்டிருந்தது. மேலும் அந்தப் பெண் ஒரு காலிப்பிளவராகக்கூட அல்ல முட்டைக்கோஷாக இருக்கவேண்டும். அதுவாகவே இருந்தாலும் இரண்டுக்குமிடையில் ஒரு வேறுபாட்டை உருவாக்குகிறேன். ஆனால் ஒரு காலிப்பிளவர் கல்லூரிக் கல்வியுடன் கூடிய முட்டைக்கோஸ். ஒரு முட்டாள் பெண்ணின் முலைகளைத் தொட்டு தீவிரவாதக் கட்சியின் உறுப்பினகளாகிவிட்ட இந்த மக்கள்தான் புரட்சிகரவாதிகள் என்று நீங்கள் நினைக்கின்றீர்களா? உங்கள் கட்சியின் தலைமை இந்த முழு காட்சிக்குப் பின்னால் இருந்தது. அவர் ஒரு புரட்சிகரவாதியல்ல என்பதின் காரணமாக அவரை இங்கு அழைத்து வராதீர்கள் என்று கூறி மறுத்தேன். அவர் மாபெரும் சக்திவாய்ந்தவராக ஆகவேண்டும் என்று வெறுமனே மாபெரும் "தான்" என்ற அகந்தையை விரும்புகிறார். உண்மையில் அவர் இத்தாலியின் பிரதம மந்திரி ஆவேன் என்று நம்புகிறார். எனது சந்நியாசிகளைத் தடுக்க மாட்டேன். ஏதோயொரு கட்சியில் சேர்வதற்கு அவர்கள் சுதந்திரம் உடையவர்களாக இருக்கிறார்கள். எந்தவழியிலும் அவர்களைத் தடுக்க மாட்டேன். சீடர்களின் சுதந்திரம் எனக்கு முற்றிலும் புனிதமானது. நீங்கள் தவறாகச் சென்றால் கூட தலையிட மாட்டேன். தவறாக செல்கின்றீர்கள் என்று சொல்லுவேன். ஆனால் நீங்கள் செல்ல சுதந்திரம் உள்ளது. இப்போது தீவிரவாத குழுவுக்கு ஆதரவாக போங்கள் என்று நான் சொல்ல முடியாது. அதுவொரு தீவிரவாத கட்சியே அல்ல. மஜீத் நீங்கள் ஒரு உண்மையை உருவாக்க வேண்டும் என்று விரும்புகிறேன். அதாவது ஒரு உண்மையான தீவிரவாத கட்சியை உருவாக்க வேண்டும். விபச்சாரத்திற்கு ஆள்பிடித்துக் கொடுக்கும் நபராகவோ மற்றும் விபச்சாரம் செய்வதற்கோ அல்ல.

ஸ்டாலின் ஒரு கெட்டவர்போல நீங்கள் ஏற்றுவிட்டீர்கள். ஏனெனில் கம்யூனிச உலகத்தின் பிரச்சாரங்கள் அனைத்தும்

முதலாளித்துவ உலகத்தோடு ஒப்பீட்டளவில் சிறியதாக இருந்தது. முதலாளித்துவ உலகம் செய்தித்தாள்கள், பத்திரிக்கைகள், தொலைக்காட்சி நிலையங்கள், வானொலி நிலையங்கள் அனைத்தையும் வைத்திருக்கின்றன. மொத்தப் பிரச்சாரச் சாதனங்களும் அவர்களது கரங்களில் உள்ளன. ஸ்டாலின் மோசமானவர் என்று முதலாளித்துவ உலகம் பிரச்சாரம் செய்கிறபோது மீண்டும் மீண்டும் ஸ்டாலின் மோசமானவர்.....ஸ்டாலின் மோசமானவர் என்று பிரச்சாரம் செய்கிறபோது கிட்டத்தட்ட அது உண்மையாகிவிடுகிறது. உண்மையில்லையென்றாலும் அது குறைந்தபட்சம் உண்மையாகிவிடுகிறது. அதே முதலாளித்துவப் பிரச்சார சாதனங்களின் அதே நபர்கள்தான் கோர்ப்பசேவ் நல்லவர் என்று உங்களிடம் பிரச்சாரம் செய்துகொண்டுயிருக்கின்றனர். அவர்கள் என்ன சொல்லிக்கொண்டிருக்கிறார்கள் என்பது பற்றி எனக்கு கவலையில்லை. இந்தக் காட்சிகளுக்குப் பின்னால் யார் உள்ளார்கள் என்று பார்க்கின்றேன். கோர்ப்பசேவ் நல்லவர் என்ற கருத்தைப் பிரச்சாரம் செய்ய யார் இவர்களை இப்படி செய்வதற்கு அழுத்தம் கொடுத்துக்கொண்டு இருக்கிறார்கள்? அதே நபர்கள்தான் கோர்ப்பசேவ் அவர் தனது தனிப்பட்ட தான் என்ற அகந்தையில் ஈடுபட வேண்டும் என்று விரும்புகின்றனர். அது அவர்களது வெற்றியாக இருக்கும். எதைப் பற்றி உங்களுக்குச் சொல்லிக் கொண்டிருக்கின்றேனோ அந்த ரஷ்யப் புரட்சியின் மாபெரும் அனுபவமான கம்யூனிசம் மற்றும் சோவியத் யூனியனின் அழிவாக இருக்கும் அது.

ஆனால் தியானிப்பவரின் கண்களை நீங்கள் கொண்டிருக்காவிடில் இது கடினமானதாக இருக்கும். ஒரு ஜெர்மன் விவிலிய அறிஞர் என்னையும் யேசுநாதரையும் ஒப்பிட்டு ஒரு புத்தகம் எழுதியிருக்கிறார். அவர் ஒரு நேர்மையான மனிதர். ஏனெனில் அவர் ஒரு கிருஸ்துவர். மேலும் அவர் யேசுநாதரைக் காட்டிலும் என்னை மிக உயர்வாகப் புகழ்ந்துகொண்டு இருக்கிறார். ஒவ்வொரு கருத்துகளையும் ஒப்பிடுகிறார். ஒப்பிட்ட ஒவ்வொரு கருத்திலும் யேசுநாதரைக் காட்டிலும் நான் அதிக மதிப்பெண் பெறுகிறேன். ஜெர்மனியில் உள்ள மொத்த செய்தி நிறுவனங்களும் என்னைப் பற்றி வதந்திகளையும் பொய்களையும் ஏன் உருவாக்கிக் கொண்டிருக்கின்றன

என்பது குறித்து ஒரு சில உண்மைகளை வெளிப்படுத்தி அவரது புத்தகத்தில் எழுதினார். அதைத்தான் மக்கள் படிக்கிறார்கள். அதைத்தான் நம்புகிறார்கள். ஜெர்மனியில் உள்ள மொத்தப் பிரச்சார நிறுவன இயந்திரச் சாதனங்களும் கிருத்துவர்களுக்குச் சொந்தமானது. அவர்கள் என்னைப் பற்றிய நேர்மறைக் கருத்துகளை வெட்டியெடுக்கிறார்கள். ஸ்டெர்ன் பத்திரிக்கையாளர் ஒருவருக்கு என்ன நிகழ்ந்தது என்பது பற்றி எனக்கு தெரியும். ஸ்டெர்ன் இங்கு வந்திருந்தார். பரபரப்பான விசயங்களில் மட்டுமே அவர் விருப்பப்பட்டார். அது உண்மையா? உண்மையற்றதா என்பதெல்லாம் பிரச்னையில்லை. இதைக் குறித்து யார் கவலைப்படுகின்றனர்? பரபரப்பான கதைகள் விற்கின்றன, அவைகள் அதிகமான வாடிக்கையாளர்களை அந்தப் பத்திரிக்கைக்குப் பெற்றுத் தருகிறது.

ஆனால் சத்தியானந்தா அதில் ஈடுபட்டு அதிகம் விருப்பம் அடைந்தார். சீடர் ஆனார். அவரது ஜெர்மன் பெயர் என்னவாக இருந்தது என்று எனக்குத் தெரியாது. அவர் சந்நியாசம் எடுத்துக்கொண்டார். தியானம் செய்தார். அனைத்து தியானங்கள் மற்றும் அனைத்து தியானக் குழுக்களில் சேர்ந்து உள்ளேயிருந்து கதைகள் எழுதுவது சிறப்பாக இருக்கும் என்று நினைத்தார். வெளியேயிருந்து ஒரு பார்வையாளராக இருப்பது ஒரு விசயம்.....ஆனால் தியானிப்பவராக இருந்து......நெருக்கமாக, நேர்மையாக அறிக்கைக் கொடுப்பார். ஆகவே அவர் ஒரு சீடரானார். அவர் தியானக் குழுக்களில் சேர்ந்து தியானம் செய்தார். அவர் உண்மையிலேயே சம்மந்தப்பட்டிருந்தார். தொடக்கத்தில் அது உள்பார்வை கொண்டிருக்க வேண்டியிருந்தது. ஆனால் ஒருமுறை உள்ளே இருக்கிற அப்போது வெளியே பொறுவது மிகவும் கடினமானது. இங்கு என்ன நிகழ்ந்துகொண்டிருக்கிறது என்று கம்யூனைப் பற்றி ஒரு அழகான கதை எழுதினார். அவர் திரும்ப சென்றபோது ஸ்டெர்ன் உரிமையாளர்கள் இயல்பாக ஏதோ காரணத்திற்காக அச்சடிக்க மறுத்தனர். அவர் ஹிப்பானிடிசம் செய்யப்பட்டிருக்கிறார். இல்லையெனில் அவர் எப்படி இதுபோன்ற கதை எழுத முடியும்?. அவர் முற்றிலும் மூளைச் சலவை செய்யப்பட்டிருக்கிறார். நீங்கள் ஏன் சந்நியாசம் எடுத்தீர்கள்?

அவர் சொன்னார்: நான் நேர்மையாக எழுத விரும்பினேன். உள்ளே சென்றால் மட்டுமே நேர்மையாக எழுத சாத்தியம் இருந்தது. தொடக்கத்தில் நான் ஒரு சீடன் என்று தான் காண்பித்து இருந்தேன். ஆகவேதான் நான் உள்ளே போக முடிந்தது. ஆனால் நான் தியானம் மற்றும் குழுக்களில் இருந்து அனுபவத்ததால் மாற்றம் வந்தது. இப்போது நான் உண்மையாக சந்நியாசி ஆனேன். நான் ஹீப்னாடிசம் செய்யப்படவில்லை. நான் மூளைச் சலவைச் செய்யப்படவில்லை. ஆனால் அவர்கள் கதையை வெளியிட மாட்டார்கள். அவர் சாதாரணமாக பதவியைத் துறந்தார். அவர் அப்போது சிறந்த பத்திரிக்கையாளராக இருந்தார். மேலும் இந்தியாவுக்கு திரும்ப வந்தார். இங்கு வாழ்ந்தார். ஜெர்மனி மற்றும் அமெரிக்காவில் உள்ள கம்யூனில் வாழ்ந்தார். அவர் திரும்ப இங்கு வர பணம் சம்பாதித்துக்கொண்டிருக்கிறார். ஆகவே அவர் எப்போதும் இங்கு இருக்க முடியும். கிருத்துவர்கள், கத்தோலிக்கர்கள், புரொட்டிஸ்ட்கள் ஜெர்மனியில் எனக்கு எதிராக பிரச்சாரத்தில் ஈடுபடுகிற அனைத்து செய்திப் பத்திரிக்கைகளிலும் இந்த மனிதர் எழுதினார். எனவே மக்கள் மனதில் ஒரு அனுதாபக் குறிப்பைத் தாக்கும் எதையும் வெட்டியெடுக்கிறார்கள். எதையாவதைக் கண்டுபிடித்து எந்தப் புள்ளியிலும் விரோதங்களை உருவாக்குவதில் அவர்கள் போகிறார்கள். பொய்களை உருவாக்குவது மிகவும் சுலபமானதாக உள்ளது.

இப்போது கோர்ப்பசேவ் நல்லவர். ஏனெனில் கம்யூனிசத்தை அழிக்க வற்புறுத்துவதற்கான வழியாக உள்ளார். ஒரு உண்மையான புரட்சிகரக் கட்சியை உருவாக்கக் கூறி மஜீத்திடம் சொல்ல விரும்புகிறேன். எனது சீடர்கள் உதவி செய்வார்கள். எனக்கு சொந்தமான நிலங்களில் இத்தாலியும் செல்வாக்கு உடைய ஒன்றாகும். இது மிகவும் அரிதான விசயம். இத்தாலி எனக்கு சொந்தமானது. ஜெர்மனி எனக்கு சொந்தமானது. ஜப்பான் எனக்கு சொந்தமானது. (இந்த நாடுகளில் தனது சீடர்கள் அதிகம் உள்ளனர் என்று ஓஷோ குறிப்பிடுகிறார்.). உலகத்துக்கு எதிராகப் போராடிய மூன்று நாடுகள் இவை.

முதலாவதாக ஜெர்மனியர்களும், இரண்டாவதாக ஜப்பானியர்களும், மூன்றாவதாக இத்தாலியர்களும் எனது

சீடர்களின் எண்ணிக்கையின் மத்தியில் இது மிகவும் அரிதான விசயமாகும். மற்ற நாடுகளில் மிகவும் சிறிய எண்ணிக்கையில் உள்ளனர். ஆனால் இந்த மூன்று நாடுகள்தான் இரண்டாம் உலகப் போரில் ஒன்றிணைந்து இருந்தன. எனவே ஏதோ அவற்றை என்னிடம் கொண்டு வருகிறது. அவர்கள் முற்றிலும் போரினால் சோர்ந்து போயுள்ளனர். அவர்கள் முற்றிலும் பாசிசத்துடன் சோர்ந்து போயுள்ளனர். அவர்கள் முற்றிலும் அடால்ப் ஹிட்லர், பெனிட்டோ முசோலினி, ஹிரேஹிட்டோ போன்ற மனிதர்களுடன் சோர்ந்து போயுள்ளனர். உலகில் போர்கள் வேண்டாம் என்ற அந்த விரக்தியானது அவர்களுக்கு இங்கு தரப்படுகிறது. ஏனெனில் போர்களால் மிகவும் மோசமான அளவுக்குப் பாதிக்கப்பட்டுள்ளனர். மற்றவர்கள் மோசமான அளவுக்குப் பாதிக்கப்படவில்லை. இந்த மூன்று நாடுகளையும் எனக்கு சொந்தமானது என்று குறிப்பிடுகிறேன் என்பது இதனால்தான். ஒரு சொந்த நிலைபாட்டில் ஒரு புரட்சிகரக் கட்சியை உருவாக்க வேண்டும் என்று விரும்புகிறேன். நீங்கள் ஏன் தீவிரவாத ரேடிக்கல் கட்சியில் இரண்டாவதாக இருக்க வேண்டும். நீங்கள் ஒரு புரட்சிகரக் கட்சிக்குத் தலைவராக இருங்கள். உங்களை ஆதரிப்பேன். அதிகமான அதிகமான இத்தாலியர்கள் வரப்போகிறார்கள். நமக்குத் தேவை இன்னும் அதிகமான ஆரவாரம்.

இது குருதயாள் சிங் நேரம்.

கோர்ப்பசேவ்க்கு உண்மையில் ஜோசப் ஸ்டாலின் நினைவிலிருந்து விடுபடுவதற்கான நோக்கம் உள்ளது. ஆகவே காக்ககஸின் சிறுகிராமத்தில் உள்ள ஸ்டாலின் சமாதியிவிலிருந்து ஸ்டாலின் எலும்புகளை அகற்றுவதற்கு உத்தரவிட்டுள்ளார். ஸ்டாலினை எங்குப் புதைக்கப்படலாம் என்று மற்ற சில நாடுகளை கண்டறிய முயற்சித்தார். லண்டனிலுள்ள மார்கரேட் தாட்சரை அழைத்து ஸ்டாலினின் எலும்புகளைப் லண்டனில் புதைக்கலாமா என்று மார்கரேட் தாட்சரை அழைத்து கோர்ப்பவேவ் கேட்டார்.

மன்னிக்கவும். அவர் மிகவும் வயதான முதியவர். நாங்கள் ஏற்கனவே காரல் மார்க்ஸைப் இங்கு புதைத்துள்ளோம். இரண்டு

நீண்டகால கம்யூனிஸ்டுகள் எங்களுக்கு அதிகமாக இருப்பார்கள் என்று பதிலளித்தார் தாட்சர்.

அப்போது கோர்ப்பசேவ் பெர்லினுக்கு போன் செய்தார். ஹலோ, ஸ்டாலினை அங்கு புதைக்கப்படலாமா?

மன்னிக்கவும் தோழர்! ஆனால் நாங்கள் ஏற்கனவே அடால்ப் ஹிட்லரை இங்கு புதைத்துள்ளோம் என்றும், எங்களுக்கு இதுபோன்ற இரண்டு கொடுங்கோலர்களை ஒரே இடத்தில் புதைப்பது மிக அதிகம் என்று ஜெர்மன் அரசு செய்தித் தொடர்பாளர் ஹெல்முட் ஹேம்பர்கர் சொன்னார்.

ஆனால் இஸ்ரேல் அரசாங்கத்திடமிருந்து ரூபின் ரோசன்பாம் கோர்ப்பசேவுடையப் பிரச்னையை கேட்டு அறிந்து உடனே கிரெம்ளினுக்கு (சோவியத் ருஷ்யா) போன் செய்கிறார்.

ஹலோ! நாஜிக்களுக்கு எதிராக ஸ்டாலின் போராடியதால் நாங்கள் ஜெருசலேத்தில் ஸ்டாலினைப் புதைக்க விரும்புகிறோம்.

நன்றி....நன்றி.... ஆனால்....பரவாயில்லையே! மற்றொரு முட்டாள் உயிர்த்தெழுப்பப்படுவதை நாம் ஆபத்தில் சிக்க வைக்க முடியாது என்றார் கோர்ப்பசேவ்.

அத்தியாயம் – 7

நான் உன் மீது ஆர்வமாக உள்ளேன்

அன்புள்ள குரு ஓஷோ!

உங்கனே ஒரு குருவான போது துறவிகள் குழுமியிருந்த அவையில் உரையாற்றும்போது "நீங்கள் என்ன கேட்டாலும் பதிலளிக்க முடியாத மரியாதைக்குரிய குடும்பத்திலிருந்து வந்த ஒரு குழந்தை இங்கு உள்ளது" என்று அவர் ஒருதடவை சொன்னார்.

அவரது சீடர்களில் ஒருவரான டோஷன் முன்னோக்கி அடியெடுத்து கேட்டார்: "அவரது வீட்டில் எத்தனைப் புத்தகங்கள் அங்கு உள்ளன?"

குரு உங்கன்: "அவர் எந்தப் புத்தகங்களும் வைத்திருக்கவில்லை. ஒரு சிறு கடிதம் கூட இல்லை."

டோஷன் அப்போது கேட்டார்: "அவருக்கு எப்படி இவ்வளவு சிறப்பான அளவுக்கு தகவல் அளிக்க முடியும்?"

"அவர் எப்போதும் இரவு பகலாக தூங்குகிறார்" என்று உங்கன் பதிலாக இருந்தது.

"நான் குழந்தையிடம் கேட்க விரும்புகிறேன். இது சாத்தியமா" என்று கேட்டார் டோஷன்.

"அவரால் பதிலளிக்க முடியும். ஆனால் அவர் பதிலளிக்க மாட்டார்" என பதிலளித்தார்.

மற்றொரு சமயத்தில் உங்கன் ஒரு துறவியைக் கேட்டார் "நீங்கள் எங்கு இருந்தீர்கள்?"

"தர்மா பற்றி ஒரு பாறையிடம் பேசிக்கொண்டிருந்தேன்" என்று துறவி பதிலளித்தார்.

"பாறை தலை அசைத்ததா?"

அந்தத் துறவி பதிலளிக்கவில்லை.

"நீங்கள் பேசுவதற்கு முன்பே அது தலை அசைத்துவிட்டது" என்று உங்கன் பதிலளித்தார்.

நண்பர்களே...........

முதலாவதாக கொஞ்சம் குறுஞ்செய்திகள்.

கோர்ப்பசேவின் முதல் தோல்வி: சோவியத் யூனியன் கம்யூனிஸ்ட் கட்சியின் மத்தியக் கமிட்டி அறிவித்து விட்டது. கோர்ப்பசேவ்வுடைய முதல் சீர்திருத்தமான குடிப்பழக்கத்தை ஒழிப்பது என்பது தோல்வியடைந்து விட்டது.

கோர்ப்பசேவ்வுடையத் தீவிரவாத மாற்றங்கள் சாதிக்கப் பட்டிருக்கவில்லை. மாறாக சட்டவிரோத மதுபானத்தின் விற்பனை வளர்ந்துவிட்டது. நாட்டின் மதுபான விற்பனை வருவாய் விழுந்துவிட்டது. பொதுமக்கள் வோட்காவை வாங்க நீண்டவரிசையில் நிற்பது பற்றி தொடர்ச்சியாகப் புகார் சொல்லிக் கொண்டிருக்கிறார்கள்.

இரண்டாவது தோல்வி: கடந்த ஆண்டு கோர்ப்பசேவ் கோக்கக் கோலா, மேக்டொனால்டு, கென்டுஸ்கி சிக்கன் மற்றும் பாஸ்ட் புண்ட் போன்றவைகளை வியாபாரம் செய்ய முதலாளித்துவக் குறியீடுகளை அனுமதித்து உள்ளார். இவைகளைப் போன்ற அனைத்துவிதமானக் குப்பை உணவுகளையும் சோவியத் யூனியனின் அப்பாவி ஏழை மக்கள் மீது திணிக்க அமெரிக்க விரும்புகிறது.

மூன்றாவது தோல்வி: மார்க்கரேட் தாட்சர்க்கு விளம்பர ஏஜண்டுகளாக இருக்கிற சச்சி'யுடைய மேற்கத்தியப் பொருள்களுக்கு சோவியத் ரஷ்யாவில் விளம்பரப் பிரச்சாரம் செய்ய உலகத்தினுடைய மிகப் பெரிய ஏஜன்சியான சச்சி மற்றும் சச்சி என்ற விளம்பர நிறுவனத்தை அனுமதித்து உள்ளார். அவர் இந்த நொடியில் உண்மையாகத் தேவையில்லாத போதிலும் கோர்ப்பசேவுடையப் படத்தை மெருகேற்றுவதற்கு ஒப்பந்ததாரர்கள் ஆவார்கள். ஒருபக்கம் சோவியத் ரஷ்யாவுடையப் பொருளாதாரம் வீழ்ச்சியடைந்து கொண்டிருக்கிறது என்று

கூறுகிறார். மற்றொரு பக்கம் சோவியத் ரஷ்யாவில் மேற்கத்தியப் பொருள்களை விளம்பரம் செய்ய விளம்பர ஏஜன்சிகளுக்கு ஒப்பந்தம் கொடுத்துக் கொண்டுயிருக்கிறார். நீங்கள் இந்த முரண்பாட்டை கவனித்தீர்களா?

சோவியத் ரஷ்யாவின் பொருளாதாரம் பற்றிய தற்சமய புள்ளிவிபரம் அந்த நாட்டு மக்களின் இருபது சதவீதம் பேர்கள் ஊட்டச்சத்தின் அளவு குறைபாட்டால் வாழ்ந்து கொண்டிருக்கின்றனர். ஆனால் அமெரிக்காவில் அந்த நாட்டு மக்களில் பதினான்கு சதவீதம் பேர்கள் ஊட்டச்சத்துக் குறைபாட்டால் வாழ்ந்து கொண்டுயிருக்கின்றனர். இந்த வித்தியாசம் வெறும் ஆறு சதவீதம் மட்டுமே. வெறும் ஆறு சதவீதத்திற்கு கம்யூனிசத்தை வெளியே வீசப்பட வேண்டியுள்ளது. இதுவொரு துன்பியல் நாடகமாக உள்ளது. சோவியத் ரஷ்யாவிற்குள் அமெரிக்க முதலாளித்துவப் பொருள்களைக் கொடுக்காது அந்த ஆறு சதவீத மக்களுக்கு உதவி செய்யப்பட முடியும். அவர்கள் இனி நீண்டகாலத்திற்கு அணுஆயுதங்களைத் தயாரிக்கப் போவதில்லை என்று உலகிற்கு அறிவிக்கத் தேவையில்லை. அவர்கள் அதை அமைதியாக செய்திருக்க வேண்டும். எந்தப் பிரச்னையுமின்றி அந்த ஆறு சதவீதத்தின் நிலையை உயர்த்தினர். இது மிகவும் எளிது. ஆனால் கோர்ப்பசேவ் முற்றிலும் பகுத்தறிவற்ற முறையில் போய்க் கொண்டு இருக்கிறார். கழுவும் நீருடன் குழந்தையை வெளியே வீசுகிறார்.

கோர்ப்பசேவின் முயற்சி முற்றிலும் சோவியத் யூனியனுக்கு எதிரானது. அவரது கொள்கையின் இந்த முதல் தவறு தவறானது மட்டுமல்லாது இது சோவியத் யூனியனின் முடிவின் தொடக்கமாக உள்ளது. அவரது கொள்கைத் திட்டங்கள் அனைத்தும் செயலிழக்கப் போகிறது. ஏனெனில் அவரது கொள்கைத் திட்டங்கள் அனைத்தும் கம்யூனிசத்தின் மிகவும் அடிப்படை விசயங்களுக்கு எதிராக உள்ளது. கம்யூனிசத்தை உருவாக்க இலட்சக்கணக்கான மக்கள் எழுபது வருடகாலங்கள் செய்த தியாகங்களை ஒரு தனிமனிதர் பயனற்றதாக்க முடியாது. நிகழ்கால வாழ்வியலில் ஒரு வர்க்கமற்ற சமுதாயத்தைப் படைப்பதற்கு மனிதகுல வரலாற்றில் இது முதல் அனுபவம்.

முதல் கேள்வி:

உங்களது பார்வையில் உண்மையில் கம்யூனிசம் என்றால் என்ன?

கம்யூனிசம் என்பது வெறுமனே தனியார் சொத்தைக் கூட்டுக் கரங்களுக்கு நகர்த்துவதாகும். ஏனெனில் ஒடுக்கபவர்கள் மற்றும் ஒடுக்கப்படுபவர்கள் என சொத்தின் சொத்துரிமை வர்க்கங்களை உருவாக்குகிறது. பணம் அதிகப் பணத்தைத் தருகிறது. பணம் அதிகக் கவர்ச்சியைத் தருகிறது. சொத்து அதிகச் சொத்தை ஈர்க்கச் செய்கிறது. பணம், அழகான வீடுகள், கார்கள் போன்றவைகளைப் பார்க்கின்ற ஒரு மனிதன் அவன் சாப்பிட உணவைக்கூட கொண்டிருக்கவில்லை. ஒரு மனிதனாக இருக்க அவனது கண்ணியம் அழிக்கப்படுகிறது. அவன் மனிதஇனத்திற்கு தாழ்ந்த நிலையில் உள்ளவனாக, தாழ்ந்தவனாக, வெற்றியடையாதவனாக உணரத் தொடங்குகிறான். இலட்சகணக்கான மக்களின் இந்த உணர்வை உருவாக்குவது மொத்த உலகிற்கும் எதிராக உள்ள மிகச் சில பணக்காரர்களின் நிமித்தமாக உள்ளது.

கம்யூனிசம் அனைவருக்கும் கண்ணியத்தைக் கொடுக்கிறது. ஏனெனில் சொத்து, நிலம், பொருள்கள் அனைத்தும் மொத்த கூட்டுழைப்புக்கும் சொந்தமானது. உங்களைக் காட்டிலும் பணக்காரர்கள் எவருமில்லை. உங்களைக் காட்டிலும் ஏழைகள் எவருமில்லை. ஒருவர் தனது திறனில் மறைத்து வைத்திருக்கும் அனைத்திலும் மலர அனைவருக்கும் சமவாய்ப்பு என்ற சமத்துவம் கம்யூனிசத்துக்கு இணையாக உள்ளது. இவ்வுலகில் கம்யூனிசம் ஒரு மாபெரும் அனுபவத்தின் முதல் அடியாக, முதல் படிக்கட்டாக உள்ளது. தாழ்வு மனப்பான்மை மற்றும் மதங்கள் என்று அழைக்கப்படுகின்றவைகளை அகற்றப்படுகிறபோது அங்கு மக்களின் போதைகளாக இருக்கின்ற கடவுள் இல்லை. மதங்கள் இல்லை. அது கம்யூனிசத்தின் பகுதியாக இருக்கிறது. மதங்கள் அகற்றப்படுகிறபோது உடனே மிகப் பெரிய வெற்றிடம் ஒவ்வொருவராலும் உணரப்படும். ஏனெனில் இந்த மதங்கள்தான் உங்களை கட்டுக்கதைகளுடன் உள்ள நம்பிக்கைகளைத் திணித்துக் கொண்டிருக்கின்றன.

ஆனால் நீங்கள் நிரம்பியிருப்பதை உணர அவை உங்களுக்கு உதவுகின்றன.

இந்திய மத்திய மாகாணங்களில் சிலநேரங்களில் ஒருநாளில் ஒருமுறைகூட உணவு இல்லாத ஏழை பழங்குடியினரைக் கண்டேன். உணவின்றி தூக்கம் முற்றிலும் கடினமானதாக ஆகிறது. வயிறு பசி....பசி என்று கேட்கிறது. வயிறு தசைகளின் இறுக்கத்திற்குப் போகிறது. உங்களால் தூங்கமுடியாது. எனது கண்களாலேயே அதைப் பார்த்தேன். மக்கள் ஒரு கயிற்றில் தனது வயிற்றைச் சுற்றி கட்டி அவர்களது வயிற்றை ஏமாற்ற தொப்புள் மீது ஒரு செங்கல்லை வைத்துக்கொண்டு வயிற்றை நிரப்ப தண்ணீர் குடிப்பதை எனது கண்களாலேயேப் பார்த்தேன். ஆகவே வயிறு வெறுமனே இல்லை என்று உணர்வு ஏற்படுகிறது. வயிற்றின் உள்ளே தண்ணீர் வெளியே செங்கல். இதுபோன்ற தவறான முறைகளால் வயிற்றை ஏமாற்றலாம். ஆனால் அந்த முறைகள் அவர்களுக்கு ஊட்டச்சத்தைக் கொடுக்கப் போவதில்லை. இதனால் அவர்கள் எலும்புக்கூடாக ஆகின்றார்கள். (வயிற்றில் ஈரத்துணியைக் கட்டிக்கொண்டு வேலை செய்தார்கள் என்று தமிழக மக்கள் சொல்வதை நீங்கள் கேட்டிருக்கலாம். மொ.ர்.)

மதங்கள் தவறான முறைகளையும். கருத்துகளையும், கட்டுக் கதைகளையும் உங்களுக்கு ஆறுதல்களாக கொடுத்துக் கொண்டிருக்கிறது. குப்பைகளால் நிரப்பப்பட்ட கடந்தகாலங்களை நன்கு சுத்தம் செய்து மனித மனங்களிலிருந்து அனைத்துவிதமான கட்டுக்கதைகளையும் அகற்றுவது என்று கம்யூனிசம் அர்த்தப்படுத்துகிறது. மார்க்சுடையப் பார்வை அதற்கும் அப்பால் போனதில்லை. ஆனால் என்னுடையப் புரிதல் மிகவும் சரியானது. என்னைப் பொறுத்தவரையில் கம்யூனிசம் முதல்நிலையாக மட்டுமே அதாவது முதல் படிக்கட்டாக மட்டுமே உள்ளது. கடைசி அல்ல. கம்யூனிசம் வெற்றியடைந்தால் யார் மனிதஇனத்தை வித்தியாசமான அடிமைத்தனங்களுக்கு நடத்திச் சென்றார்களோ, எது மக்களுக்கு தேவைப்பட்டதோ, எது பூசாரிகளுக்குத் தேவைப்பட்டதோ அந்த தாழ்வு மனப்பான்மையைக் மக்கள் கைவிடுவார்கள். கடவுள் இல்லாதபோது குற்றப்பழி இல்லை. குற்றப்பழி இன்றி

ஒழுங்கமைக்கப்பட்ட மதம் உயிரிப்போடு இருக்க முடியாது. மக்களை சர்ச்சுகளுக்கு அழைத்துச் செல்வது குற்றமாகும் ஏனென்றால் மக்கள் பயப்படுகிறார்கள். மக்கள் குற்றங்களை செய்துவிட்டனர். இப்போது அவர்கள் முடிவற்ற காலத்துக்கு நரகத்தீயில் பாதிப்படைகின்றனர். ஆகவே குற்றவுணர்வை அகற்ற அவர்கள் எதையாவதை செய்யப்பட வேண்டியுள்ளது. அதற்காக மதங்கள் அனைத்துமே கட்டுக்கதைகளைக் கொடுத்துள்ளது.

இந்தியாவில் அலகாபாத்தை நோக்கி கும்பமேளாவுக்கு இப்போதுதான் பத்து இலட்சத்துக்கு மேற்பட்டோர் சென்றுகொண்டு இருக்கின்றனர். ஒருவேளை இது உலகத்தில் மிகப் பெரியக் கண்காட்சியாக இருக்கப்போகிறது. கங்கைக்கு போய் பாருங்கள். கங்கையில் நீராடுவதற்கான அர்த்தம் உங்களது குற்றங்கள் அனைத்தையும் கங்கையால் எடுத்துக்கொள்ளப்படுகிறது. நீங்கள் நீராடிவிட்டு வெளியே வருகிறபோது நீங்கள் சுத்தமாகிவிடுகின்றீர்கள். இது நீங்கள் குற்றங்கள் செய்வதை நிறுத்துவது என்பதல்ல அர்த்தம். உங்கள் பாவங்களிலிருந்தும் குற்றவுணர்ச்சியிலிருந்தும் விடுபட மிகவும் மலிவான முறையை நீங்கள் கண்டறிந்துள்ளீர்கள். நீங்கள் எந்தளவுக்கு குற்றங்கள் செய்யமுடியுமோ அந்தளவுக்கு குற்றங்கள் செய்யலாம். பிரச்னையே இல்லை. ஆனால் நீங்கள் அலகாபாத்துக்கு சிறுபயணம் மேற்கொள்ள வேண்டும். அவ்வளவுதான். உங்களது பலாத்காரங்கள், குற்றங்கள், கொலைகள் போன்று எந்தவிதமானக் குற்றங்களாக இருந்தாலும் கங்கைக்கு ஒரு பயணம் சென்று நீராடி அதைப் போக்கிக்கொண்டு வரலாம். அப்போது கங்கை உங்களது குற்றங்களையும் பாவங்களையும் எடுத்துக்கொள்கிறது. உங்களது குற்றப்பழியை உணர வைத்திருக்க ஹிந்து மதத்தின் மூலோபய தந்திரமாக இது உள்ளது.

பூசாரிகள் அங்கு இருப்பார்கள். நீங்கள் தன்னந்தனியாக நீராட முடியாது. அந்தப் பூசாரி உங்களை ஒரு படகில் கங்கைக்குள் அழைத்துச் செல்வார். அவர் மந்திரங்களை உச்சரித்துக் கொண்டிருப்பார். அப்போதுதான் நீங்கள் நீராட வேண்டும். அப்போது நீங்கள் அந்த பூசாரிக்கு பணம் செலுத்தவேண்டும்.

இல்லாதக் கடவுளுக்கு அந்தப் பூசாரி ஏஜண்டாக உள்ளார். கத்தோலிக்க மதத்தில் உங்களது குற்றங்களைக் குழப்புவதற்கு பாதிரியாரிடம் செல்ல வேண்டியுள்ளது. ஐந்து டாலர்கள் அல்லது பத்து டாலர்கள் கொடுக்க வேண்டியதிருக்கும். ஹெயில் மேரிஸ் உங்களது குற்றங்கள் அழிக்கப்படுகிறது. கடவுள் மன்னித்துவிடுவார். ஒரு கத்தோலிக் பணம் கொடுப்பதின் மூலம் ஒருவன் ஒரு பெண்ணைை பலாத்காரம் செய்துவிட்டு பாதிரியாருக்கு பத்து டாலர் கொடுத்துவிட்டதின் காரணமாக கடவுள் அவரை மன்னிக்கிறார். ஒரு கத்தோலிக்க இறையியலார் கூட இல்லையே என்று எப்பொழுதும் ஆச்சரியப்பட்டுள்ளேன். அவர்கள் மாபெரும் இறையியலாளர்கள், அறிவார்ந்தவர்களை வைத்திருக்கின்றனர். ஒரு ஆண் ஒரு பெண்ணை பாலியல் பலாத்காரம் செய்யும் போது என்ற கேள்வியை எழுப்பியுள்ளார். கடவுள் அவரை மன்னிக்கிறார், ஏனெனில் அவர் பாதிரியாருக்கு பத்து டாலர் பணத்தைக் கொடுத்துள்ளார். ஹெயில் மேரிஸ் பாலியல் பலாத்காரம் செய்யப்பட்ட பெண்ணைப் பற்றி கடவுள் முற்றிலும் அறியாதவரா? குற்றவாளிகள் மன்னிக்கப்படுகின்றனர். ஆனால் பாதிக்கப்பட்டவர்கள்? பாதிக்கப்பட்டவர்கள் குறித்து அவர்கள் கஷ்டப்படுகிறார்கள், சிரமப்படுகிறார்கள் என்று எந்த மதத்தின் இறையியலாளர்களில் ஒருவர்கூட எப்போதும் நினைத்துக்கூட பார்த்தது இல்லை.

ஒரு மனிதன் ஒருவரைக் கொல்கிறார். அவர் பூசாரியிடம் போகிறார். அவர் மன்னிக்கப்படுகிறார். அவர் கங்கைக்குப் போகிறார். கொஞ்சம் பணம் கொடுக்கிறார். நீராடுகிறார். அவர் மன்னிக்கப்படுகிறார். கொலை பற்றிய அக்கறை இதில் என்ன உள்ளது? கடவுள் நீதிமானாகத் தெரியவில்லை. கடவுள் குற்றவாளிகளுக்கும் பாவிகளுக்கும் ஆதரவாக உள்ளார். குற்றவாளிகளுக்கு மன்னிக்கப்படுகிறக் கடவுளாக இருக்கிறார். ஆனால் பாதிக்கப்படுபவர்கள் குறித்து என்ன அக்கறை உள்ளது? பாதிக்கப்படுபவர்களின் குறிப்பை எடுக்கிற எந்த நிறுவனமயப்படுத்தப்பட்ட மதங்களிலோ, எந்தப் புராண இதிகாசங்களிலோ ஒரு வரி கூடக் கூறப்படவில்லை. கடவுள் பாவிகளுக்கும் குற்றவாளிகளுக்கும் ஆதரவாக இருப்பதாகவேத் தோன்றுகிறது. ஆனால் கடவுள் பாதிக்கப்பட்டவர்களுக்கு

ஆதரவாக இல்லை. பாதிக்கப்பட்டவர்களுக்கு கடவுள் எந்த அனுதாபத்தையும் கொடுப்பதில்லை.

ஒரு சந்நியாசியிடமிருந்து அவளது பெற்றோரால் அவளது குழந்தைப் பருவத்திலிருந்து பாலியல் துஷ்பிரயோகம் செய்யப்பட்ட துஷ்பிரயோக கடிதத்தை இன்றுதான் பெற்றேன். அவளது அப்பா அவளது அப்பாவித்தனத்தைச் சுரண்டினார் என்று இப்போது அவள் தொடர்ச்சியாக கனவு காண்கிறாள். அவளுக்குக் காமத்தைப் பற்றி எதுவும் தெரியாது. ஆனால் அவளது சொந்த அப்பாவால். இப்போது அந்த அப்பா கடவுளால் மன்னிக்கப்படுவதற்குத் தேவாலயத்துக்குச் சென்றிருக்க வேண்டும். இப்போதுகூட துன்பப்படுகிற இந்தப் பெண்ணைக் குறித்து என்ன நடக்கப் போகிறது? கடவுளுக்கு இந்தப் பெண்ணைக் குறித்து எந்தக் கருத்தும் இல்லை. ஏனெனில் அவளது அப்பா அவளை துஷ்பிரயோகம் செய்துவிட்டார். காமம் குறித்தே பயப்படுகிறாள். ஆகவே அவள் காதலிக்க முடியாது. அவளது அப்பாவின் உருவம் இடையில் அவளுக்கு வருகிறது. ஆகவே அவளது அப்பாவின் காரணமாக அவள் துன்பப்படுகிறாள். துஷ்பிரயோகங்கள் அனைத்தும் அவளது அப்பாவால் அவளுக்கு செய்யப்பட்டிருக்கிறது என்று அவளது அப்பா குறித்த கனவுகளை அவள் கொண்டிருக்கிறாள். இவைகள் அனைத்தின் காரணமாக அவள் காதல் செய்வது குறித்து பயந்துவிட்டாள். யாராவது காதல் செய்வதற்கு அவளை அணுகினால் அவள் அவனிடமிருந்து தப்பித்துவிடுவாள். இதனால் அவள் அதிகம் துன்பப்படுவாள். ஏனெனில் அவள் காதலால் ஒருபோதும் வளர்க்கப்பட்டதில்லை. ஏனெனில் அவளது சொந்த அப்பாவே அவளது காதலில் அவளது நம்பிக்கையை அழித்துவிட்டார். அவளது நம்பிக்கை முற்றிலும் முடிந்துவிட்டது. அப்பாவை நம்பமுடியாவிட்டால் நீங்கள் யாரை நம்பப்போகின்றீர்கள்? ஆனால் இதுகுறித்து கடவுளுக்கு எந்தக் கருத்தும் இல்லை..... இந்தக் கடவுள் பூசாரிகளால் உருவாக்கப்பட்ட கட்டுக்கதைக் கடவுளாகவே இருக்கிறார். பூசாரிகள் மக்களுக்குக் கொடுத்துக்கொண்டிருந்த போதைகள், பூசாரிகள், நிறுவனமயப்படுத்தப்பட்ட மதங்கள் அனைத்தையும் கம்யூனிசம் அழித்துவிடுகிறது.

(கம்யூனிசம்) முழுமையான நிகழ்வாக இருக்கப்போவதில்லை என்பது குறித்து மார்க்ஸ் விழிப்புணர்வு இல்லாது இருந்தார். காரல் மார்க்ஸ் அல்லது லெனின், ஸ்டாலின் போன்றவர்களைக் காட்டிலும் அதிகத் தெளிவுடன் என்னால் பார்க்க முடிகிறது. கம்யூனிசம் வெற்றிடத்தை உருவாக்கிவிட்டது. உங்களுக்குள்ளேயே பேசிக்கொண்டு இருக்க வேண்டும் என்று அறிந்தால் நீங்கள் ஆச்சரியப்படுவீர்கள். அமிர்தோ எனக்குத் தகவல் கொடுத்தார். இது சோவியத் புரட்சி நடந்தேறுவதற்கு முன்பான ஆரம்ப நாட்கள் என்று தோன்றுகிறது. கேண்டீனில் கம்யூனிசத்தைப் பற்றியும் புரட்சியைப் பற்றியும் இளைஞர்கள் விவாதித்துக்கொண்டிருந்தனர். இந்தப் புரட்சி எதைப் பற்றியதாக இருக்கப் போகிறது? கம்யூனிசம் என்றால் என்ன என்று கம்யூனிசத்தைப் பற்றியும், புரட்சியைப் பற்றியும் கேண்டீனில் இளைஞர்கள் விவாதித்துக்கொண்டு இருந்தனர். நாடுகள் இல்லாத, எல்லைகள் இல்லாத உலகம் பற்றியும், ஒரு அரசு அதிகாரம் இல்லாத உலகம் பற்றியும், எந்தவிதமான ஆதிக்கமற்ற உலகம் பற்றிய விசயங்களையும், மனிதர்களது வாழ்நிலை குறித்த விசயங்களையும் குரோபோட்கின் மற்றும் பக்கூனின் ஆகியோர் பேசிக்கொண்டிருந்தனர். மேற்குறித்த விசயங்கள் ஆலோசிக்கப்பட்டது.

இந்த நாட்களில் நாம் விவாதித்து பேசி வருகின்றோம். இதில் இந்தியர்கள் மட்டுமே காணாமல் போய் உள்ளனர். இன்று கம்யூனிசம் ஜென் நெருப்பு....ஜென் காற்று தொடரின் கடைசி நாள் என்று அறிந்து அவர்கள் திரும்ப வந்துள்ளனர். இதுபோன்ற கோழைகள்தான் தங்களை...... ஆன்மீகவாதிகள் என்று நினைத்துக் கொள்கின்றனர். ஏதாவது பிரச்னையென்று நிகழக்கூடுமானால் அது எனக்குதான் நிகழப்போகிறது. அவர்களுக்கு அல்ல. அவர்கள் எனது பேச்சைக்கேட்பவர்களாக மட்டுமே உள்ளனர். அவர்களை சிறையில் அடைத்து வைக்கப் போவதில்லை. யாரும் அவர்களைச் சுடப்போவதில்லை. ஆனால் அவர்கள் அனைவரும் மறைந்து காணமல் போய் விட்டனர். சுற்றிலும் கவனித்துக்கொண்டுதான் இருக்கின்றேன். ஏற்கனவே பூனாவிலிருந்து அரை டஜன் மக்களைக் காட்டிலும் அதிகம் பேர்கள் இத்தொடரை கேட்க வரவில்லை. ஆனால் அவர்களும் ஆபத்தைப் பார்த்து மறைந்துவிட்டனர். (இந்த

கம்யூனிசம் ஜென் நெருப்புத் தொடர் சொற்பொழிவைப் பற்றியும், ஓஷோ சீடர்கள் இந்த சொற்பொழிவுக் கூட்டங்களில் கலந்துகொள்ளாததைப் பற்றியும் ஓஷோ குறிப்பிடுகிறார். (மொழிபெயர்ப்பாளர்)

கம்யூனிசம் ஒரு வெற்றிடத்தை உருவாக்குகிறது. பின்பு அதை ஏன் நான் ஆதரிக்கிறேன். கம்யூனிசத்தைப் பற்றிய எனது முழுப் பார்வையும் ''தியானம் செய்வதால் மட்டுமே அந்த வெற்றிடத்தை நிரப்பப்பட முடியம்'' என்பதுதான். கோர்ப்பசேவுக்கு எதிராக உள்ளேன். ஏனெனில் அவர் கோக்கக் கோலாவால் நிரப்பிக் கொண்டுயிருக்கிறார். பூசாரிகளைத் திரும்ப வரவழைத்து சர்ச்சுகளை (தேவாலயங்கள்) திறந்துகொண்டுயிருக்கிறார். கோர்ப்பசேவை எதிர்க்க சில அடிப்படைக் காரணங்களை வைத்திருக்கின்றேன். ஏனெனில் கோர்ப்பசேவ் எழுபது வருட கால அனுபவத்தை அழித்தொழிப்பதற்கு அனைத்துவிதமானக் குப்பைக்கூளங்களையும் அனுமதித்து எல்லைகளைத் திறந்துகொண்டிருக்கின்றார். இப்போதுதான் அதற்கான நேரம் வந்துள்ளது. தியானத்தை சோவியத் யூனியனில் அறிமுகப்படுத்தப்பட வேண்டும். புத்தரைப் போன்று விழிப்புணர்வு அடைகின்ற, ஞானம் அடைகின்ற அந்த மக்களுக்கு மட்டுமே திறக்கப்பட வேண்டும். ஏனெனில் கம்யூனிசம் என்ற அந்த வெற்றிடத்தினுள் உங்களது சொந்தத் திறன் வளர, அந்த தாமரை மலர்களுக்குள் மலர எந்தவிதக் கட்டுக்கதைகளும் இல்லாமல் கம்யூனிசத்தின் வெற்றிடத்தை நிரப்பப்பட முடியும்.

கம்யூனிசம்தான் முதல் படிகட்டு. ஆன்மீகம்தான் இரண்டாவது படிக்கட்டு. அனார்க்சிசம் மூன்றாவது படிக்கட்டு. மக்கள் உண்மையாக, நம்பத்தக்க ஆன்மீகவாதமாக இல்லாவிட்டால் அனார்க்சிசம் சாத்தியமில்லை. இளவரசர் குராபோட்கின், டால்ஸ்டாய், பக்கூன் போன்றவர்கள் இந்த உண்மை குறித்து தெரியாது உள்ளனர். இவர்கள் மலரைப் பற்றி மட்டுமே பேசுகின்றனர். ஆனால் இவர்கள் வேர்களைப் பற்றியும், தண்டுகளைப் பற்றியும் மறந்துவிட்டனர். உங்களால் வேர்களின்றி, தண்டுகளின்றி மலர்களை உருவாக்க முடியாது. கம்யூனிசம் வெறும் வேர்களை மட்டுமே கொண்டுள்ளது.

தண்டுகள் தியானமாக இருக்கும். மேலும் மலர்கள் எல்லைகளற்ற உலகமாக, எல்லைகளற்ற நாடுகளாக, தனிமனித வளர்ச்சிக்கு எந்த இடையூறும் இன்றி எந்த ஆதிக்கமும் இன்றி இருக்கும். நிறுவனமயப்படுத்தப்பட்டவைகளாக இல்லாத, நாடுகள் இல்லாத, இனங்கள் இல்லாத, தனிமனிதர்களைக் கொண்ட உலகமாக இருக்கும். இவைகள்தான் மூன்று படிக்கட்டுகள். என்னால் தெளிவாகப் பார்க்க முடிகிறது. ஏனெனில் அது கம்யூனிசமாக இருந்தாலும் அல்லது ஆன்மீகமாக இருந்தாலும் அல்லது அனார்க்சிசமாக இருந்தாலும் எதனுடனும் என்னை அடையாளப்படுத்திக் கொள்வதில்லை. யாருடனும் ஈடுபாடும் கொண்டவனுமல்ல. அது என்னவாக இருக்கிறதோ அந்த மொத்த சூழ்நிலையையும் எதனால் பிரதிபலிக்க முடியுமோ அந்தவொரு கண்ணாடியாக உள்ளேன். மிகச் சரியான சத்து கொடுக்கப்படுமேயானால் வருங்காலம்கூட அதுபோல வளர முடியும்.

ஆகவே நானொரு கம்யூனிஸ்ட் என்று நினைத்துவிடாதீர்கள். ஏனெனில் எதனுடனும் அடையாளப்படுத்திக் கொள்வதில்லை. நானொரு அனார்க்கிஸ்ட் என்று நினைத்துவிடாதீர்கள். ஏனெனில் எதனுடனும் அடையாளப்படுத்திக் கொள்வதில்லை. நானொரு ஆன்மீகவாதியென்று நினைத்துவிடாதீர்கள். ஏனெனில் எதனுடனும் அடையாளப்படுத்திக் கொள்வதில்லை. நானொரு தூய விழிப்புடையவன். எதனுடனும் அர்பணிப்பு உணர்வு இல்லாத, எதனுடனும் ஈடுபாடு இல்லாத, பிரதிபலிக்கும் கண்ணாடியாக உள்ளேன். எந்தவொரு நிறுவனத்தையும் சார்ந்தவன் அல்ல. எந்தக் கட்சியைச் சார்ந்தவனும் அல்ல. எந்த "இஸம்" சார்ந்தவனும் அல்ல. இதைத்தான் நீங்கள் என்னைத் குறித்துத் தெளிவாகப் புரிந்துகொள்ள வேண்டியுள்ளது.

விசயங்களை சாதாரணமாகப் பார்க்கிறேன். ஏனெனில் எண்ணங்களுக்கும் அப்பால் சென்றுவிட்டேன். அது எப்படி நிகழவேண்டுமோ, எங்கே உணர்வின் உண்மையான வளர்ச்சியை எங்கே பார்க்க முடியுமோ, அது எப்படி நிகழ வேண்டுமோ அங்கே எனது மனமற்ற நிலை ஒரு தூய இடமாக இருக்கிறது. ஆகவே என்னைப் பொறுத்தவரையில் கம்யூனிசம் ஒரு அடிப்படைத் தளமாகவே உள்ளது. ஆன்மீகம்

வேர்களாகவும், தண்டுகளாகவும் பசுமையாகவும் இருக்கப் போகிறது. அப்போது ஆணவச் சிகரத்தில் இருக்கும் அனைத்துவிதமான ஆதிக்கங்கள், அடக்குமுறைகள், அனைத்து பூசாரிகளிடமிருந்தும் அனைத்து அரசியல்வாதிகளிடமிருந்தும் முழுமையான சுதந்திரம் உங்களுக்குக் கிடைக்கிறது. இந்தச் சுதந்திரம் கிடைக்கப்பெறுகின்றபோது நீங்கள் புத்தரைப் போல மலரப் போகின்றீர்கள்.

அதிகாலையில் சூரியனின் வெளிச்சத்தில் பனித்துளிகள் அழகாக பிரகாசிக்கின்றன. உண்மையில் முத்துக்கள் கூட அவைகளுடன் போட்டியிட முடியாது. முழுமையாக விரிந்த தாமரை இதழ்களைப் போல உங்களது புத்தரை வெளியே கொண்டுவருவது மட்டுமே எனது விருப்பம். நானொரு அரசியல்வாதி அல்ல. இதனால் மானிட நலத்தில் அக்கரையற்றவன், விருப்பம் இல்லாதவன் என்று அர்த்தம் அல்ல. உங்கள் தப்பெண்ணங்களைக் காயப்படுத்தும் விசயங்களை சொல்லலாம். உங்களுக்குள் இருக்கும் தப்பெண்ணங்களை முழுமையாக அழிக்க வேண்டும். உங்களுக்குள் ஒரு வெற்றிடத்தை உருவாக்க வேண்டும். அந்த வெற்றிடம் முற்றிலும் தேவைப்படுகிறது. இல்லையென்றால் நீங்கள் உங்களது திறனை வளர்ப்பதற்கான இடத்தைக் கொண்டிருக்க முடியாது.

நீங்கள் மதக் குப்பைகளால் நிரப்பப்பட்டு உள்ளீர்கள். நீங்கள் அரசியல் குப்பைகளால் நிரப்பப்பட்டு உள்ளீர்கள். நீங்கள் பொருளாதாரக் குப்பைகளால் நிரப்பப்பட்டு உள்ளீர்கள். அனைத்துவிதமான கருத்துகளையும் நீங்கள் கடன் வாங்கி யுள்ளீர்கள். நீங்கள் உங்களுக்கானச் சொந்தக் கருத்துகளை கொண்டிருக்கவில்லை. அந்தக் குப்பைகள்தான் உங்களைத் தடுக்கிறது. அவைகள் உங்களை குருடனாக வைத்திருக்கிறது. எது தவறுகளாக இருக்கின்றதோ அவைகள் அனைத்தும் பூர்த்திசெய்யப்பட்ட உணர்வுகளாக அது உங்களுக்குக் கொடுக்கிறது.

ஆகவே இதை நினைவில் கொள்ளுங்கள். வெளியே இருப்பவர்களுக்கு என்னைப் புரிந்துகொள்வது மிகவும் கடினமாக இருக்கும். கிட்டத்தட்ட சாத்தியமேயில்லை.

வெளியுலகைப் பொறுத்தவரை என்னைத் தவறாகப் புரிந்துகொள்வதற்கே அதிகம் சாத்தியம் உள்ளது. ஆனால் குறைந்தபட்சம் நீங்கள் என்னைத் தவறாகப் புரிந்துகொள்ளக் கூடாது. ஸ்டாலின் மீது எனக்கு எந்தவித ஆர்வமும் இல்லை. கோர்ப்பசேவ் மீதும் எனக்கு எந்தவித ஆர்வமும் இல்லை. எனது விருப்பம் அனைத்தும் உங்கள் மீதுதான். நீங்கள் ஒரு குறிப்பிட்ட பாரபட்சங்களுடன் நிரப்பப்பட்டிருப்பதை நான் பார்க்கின்றபோது உங்களது மேற்பரப்பில் தப்பெண்ணங்கள் இருப்பதால் அவைகளை நீங்கள் பார்ப்பதற்காக அதை சொல்ல வேண்டியுள்ளது. அனைத்துவிதமான ஒழுக்கங்கள், சீர்திருத்த சமயங்கள் போன்றவைகளின் அரவணைப்பில் நீங்கள் இருப்பதால் உங்களுடன் சண்டைப் போட வேண்டியுள்ளது. ஆனால் எனது முழு அக்கரையும் உங்களை முற்றிலும் காலியாக்குவதுதான். வெற்றிடமாக்குவதுதான்.

ஆகவே நான் எதையும் உபதேசம் செய்வதில்லை, எதற்கும் ஆதரவு தருவதில்லை, எந்தக் கோட்பாட்டையோ, தத்துவத்தையோ, வழிபாட்டையோ, நம்பிக்கையையோ கொண்டிருப்பதில்லை. எனது முழு முயற்சியும் உங்களுக்குள் அழுத்திக்கொண்டிருக்கும் சமூகம், கல்வி, மதம், குடும்பம் போன்ற அனைத்திலிருந்தும் முழுமையாக சுத்தம் செய்வதுதான். நீங்கள் அவைகளை அகற்றாவிட்டால் தியானத்தில் வளர்ச்சியடைய முடியாது. நீங்கள் புத்தராக ஆகமுடியாது. சமூக அமைப்பில் மற்றவைகளைக் காட்டிலும் கம்யூனிசம் மிகப் பெரிய வாய்ப்பாக இருக்கிறது. ஏனெனில் அது கடவுள், சொர்க்கம், நரகம், மறுபிறப்பு கொள்கையின்றி இருப்பதின் காரணமாக அது எதிர்மறையாக இருக்கிறது. கம்யூனிசம் ஆண்கள் மற்றும் பெண்களுக்கு ஒரு குறிப்பிட்ட சமத்துவ வாய்ப்பை உருவாக்குகிறது.

ஒரு சில நாட்களுக்கு முன்பே கோர்ப்பசேவ் மதுவிலக்கைக் கொண்டுவருவதில் வெற்றியடைய முடியாது என்று உங்களுக்குச் சொல்லியிருக்கிறேன். எந்தவித மதுபானமும் தேவையில்லாத வெப்ப நாடான இந்தியாவில் கூட உங்களால் மதுவிலக்கைக் கொண்டு வருவதில் வெற்றியடைய முடியாது. வருடத்தில் பாதி வருடம் மூடுபனியால் மூடப்பட்டுயிருக்கின்ற சோவியத்

யூனியன் போன்ற ஒரு நாட்டில் மதுவிலக்கைக் கொண்டுவருவது முற்றிலும் முட்டாள்தனமானதாக உள்ளது. ஏழை மக்களுடைய பானமான வோட்காவைக் குடித்து அவர்களது உடலை வெதுவெதுப்பில் வைத்திருக்கின்றனர். கோர்ப்பசேவ் ஒரு தவறான திட்டத்துடன் ஆரம்பித்தார். இது முற்றிலும் சாத்தியமில்லாததது. அவர் ஒரு சாதாரணக் கணக்கைக்கூட புரிந்துகொள்ளவில்லை என்பதையே இது காட்டுகிறது. அவர் வெற்றியடைய வேண்டுமானால் யாரும் அவரரவர் சொந்த சிறுநீரைக் குடிக்கக்கூடாது என்று அறிவித்து இருக்க வேண்டும். அவர் வெற்றியடைந்திருப்பார். வேறு யாருடையதையும் குடிக்க உங்களுக்கு அனுமதி உண்டு. ஆனால் உங்களுடையதை அனுமதிக்க முடியாது என்று கூறியிருந்தால் அவர் ஒரு மீட்பரைப் போல பாராட்டப்பட்டிருப்பார். இந்தியாவில் ஒருவர் மட்டுமே அதாவது மொராஜி தேசாய் மட்டுமே இதயவலியை உணர்ந்திருப்பார். வேறு யார் இதுகுறித்துக் கவலைப்படப் போகிறார்கள்? உண்மையில் அவருக்கு இதயவலி அவசியம். அந்தத் திட்டம் உடனடியாக வெற்றி பெற்று இருக்கும். அவரது நாட்டின் மாபெரும் மனிதராக கோர்ப்பசேவ் சோவியத் நாடு முழுமையும் பாராட்டப்பட்டிருப்பார். வெற்றியடையப் போகிற சரியான விசயங்களைத் தேர்தெடுங்கள். ஆனால் கோர்ப்பசேவ் தவறான விசயங்களைத் தேர்ந்தெடுத்துக் கொண்டிருக்கிறார்.

இப்போது அவரது இரண்டாவது திட்டம். பெண்கள் பின்நோக்கி செல்ல வேண்டும் என்பதுதான். பெண்கள் மீண்டும் சமையலறைக்குச் செல்லப்போவதில்லை. பெண்கள் பேராசிரியர்களாக உள்ளார்கள். பெண்கள் பொறியியல் வல்லுனர்களாக உள்ளார்கள். பெண்கள் மருத்துவர்களாக உள்ளார்கள். பெண்கள் இராணுவத்தில்கூட விமான ஓட்டுனர்களாக உள்ளார்கள். பெண்கள் இரண்டாம் உலகப் போரில் இதை நிரூபித்தனர். பெண்களால் நேருக்கு நேர் எவருடனும் புஜத்துக்கு புஜம் நின்றுப் போரிட முடிந்தது. பெண்கள் குண்டு வீச்சாளர்களாக இருந்தார்கள். வெடிகுண்டுகளுடன் விமானங்களில் பறந்துகொண்டு இருந்தார்கள். இப்போது பெண்களைத் திரும்ப சமையலறைக்கு செல்லக் கட்டாயப்படுத்த முடியாது. இது சாத்தியமே இல்லை. ஒருமுறை டியூப்பிலிருந்து பற்பசையை வெளியே

எடுத்துவிட்ட பிறகு நீங்கள் மீண்டும் டியூப்புக்குள் கொண்டு செல்ல முயற்சிக்கின்றீர்கள். அது எப்படி வெற்றியடையாது என்பதைப் புரிந்துகொள்வீர்கள். கோர்ப்பசேவ் இப்படித்தான் இருக்கப்போகிறார். சிறு உங்களது தவறுகள் பற்றி யாரும் அறிந்துகொள்ளப் போவதில்லை. உங்களது குளியல் அறையில்கூட உங்களது அனுபவத்தை செய்து பார்த்துக்கொள்ள முடியும்.

இப்போது பேராசிரியர்களாக, மருத்துவர்களாக, பொறியாளர்களாக, விமான ஓட்டிகளாக, விஞ்ஞானிகளாக, கல்வியாளர்களாக வாழ்ந்துகொண்டிருக்கின்ற இந்தப் பெண்களை மீண்டும் சமையலறைக்குச் செல்ல வேண்டும் என்று கோர்ப்பசேவ் சொல்கிறார். இது சாத்தியமேயில்லை. சோவியத் யூனியனில் உள்ள ஒட்டுமொத்தப் பெண்களும் கோர்ப்பசேவுக்கு எதிராக திரும்புவார்கள். கோர்ப்பசேவ்வுடைய மனைவி மிகவும் புத்திசாலி என்று கேள்விப்பட்டுள்ளேன். கோர்ப்பசேவ் ஒரு சட்டப் பட்டதாரியாக இருப்பதைப் போல கோர்ப்பசேவ்வின் மனைவியும் ஒரு சட்ட பட்டதாரி. உண்மையில் அவரது மனைவி கோர்ப்பசேவ்வுக்கு எதிராகப் புரட்சி செய்துப் போராடத் தொடங்க வேண்டும். கோர்ப்பசேவ்வைக் காட்டிலும் அவரது மனைவியால் பெண்களின் சூழ்நிலையைப் புரிந்துகொள்ள முடியும்.

கோர்ப்பசேவ் எதற்காக இதை செய்துகொண்டிருக்கிறார்? குடிமக்களில் இரண்டாவது நிலைக்குத் பெண்களை குறைத்து மதிப்படுவதற்கான காரணம் என்னவாக இருக்கும்? வெறும் அந்த ஆறு சதவீதம். பெண்களை மீண்டும் சமையலறைக்குள் போகுமாறு அழுத்தப்படுவார்களேயானால் இந்த கணவன்மார்கள் மற்றும் குழந்தைகளைப் பராமரிக்கப்படுவதற்கு பெண்கள் சமையல் கூடம் எனும் சிறையில் அடைக்கப்படுவார்களேயானால் பெண்களது பொருளாதார சுதந்திரம் அழிக்கப்படுமேயானால் அங்கு ஆண்கள் மட்டுமே அதிகமான பதவிகள், வேலைவாய்ப்புகளை ஆக்கிரமிக்க முடியும். இந்த சிறிய வேலையின்மை காரணமாகவே ஆண்களுக்கு அதிகமான வாய்ப்புகளைக் கொடுப்பதால் குறிப்பிட்ட ஊட்டச்சத்து குறைபாட்டை உருவாக்குகிறது. அந்த

நிலையிலிருந்து பெண்கள் அனைவரையும் திரும்பப் பெறுங்கள். எல்லா பெண்களும் தாங்கள் பெற்ற அந்தஸ்திலிருந்து விலகுங்கள். கோர்ப்பசேவ் வெற்றியடைந்துவிட்டார் என்று நீங்கள் நினைக்கின்றீர்களா? ஒரு சுதந்திரமான தனிநபராக வாழ்ந்துவிட்ட ஒரு பெண் கணவருடைய வங்கிக் கணக்கைச் சார்ந்து இருக்க மாட்டாள். சோவியத் யூனியனில் மட்டுமே பெண்களுக்கு சொந்த வங்கிக் கணக்கு, சொந்த சம்பளம், சொந்த வாழ்க்கை முறை உள்ளது. சோவியத் யூனியனில் மட்டுமே பெண்கள் சுதந்திரமாக நகருகின்றனர். அவர்கள் அவர்களுக்கு சொந்தமான கிளப்புகளை வைத்திருக்கின்றனர். அவர்கள் சொந்த சமூகத்தைக் கொண்டுள்ளனர். அவர்கள் விரும்புகின்ற அனைத்தையும் கொண்டுள்ளனர்.

உலகம் முழுவதும் உள்ள பெண்கள் அசையாது உள்ளார்கள். பெண்கள் நசுக்கப்படுகிறார்கள். அவளது இயக்கச் சுதந்திரத்திற்கான அவளது பிறப்புரிமை அவளிடமிருந்து பிடுங்கப்பட்டுள்ளது. அவளால் சர்ச்சுக்கு மட்டுமே செல்ல முடியும். சர்ச்சுகளிலும் கோயில்களிலும் பெண்களை மட்டுமே உங்களால் அதிகமாகக் காண்பதற்கான காரணம் இதனால்தான். ஒருமுறை கிருஷ்ணரின் பிறந்த நாளன்று உரையாற்றுவதற்கு சென்றேன். அங்கு பெண்கள் மட்டுமே இருந்தனர் என்பதை அறிந்து ஆச்சரியமடைந்தேன். அது கிருஷ்ணருக்கு அர்ப்பணிக்கப்பட்ட மிகப் பெரிய கோயிலாக இருந்தது. எங்கு அந்தக் கூட்டம் நடத்தப்பட்டதோ அந்த மாநிலத்தின் சபாநாயகர் கூட்டத்தைத் துவக்கிவைப்பவராக இருந்தார். இந்த அரசியல்வாதிகள் பின்னடைவு உடையவர்கள் என்று கூறுவதற்கானக் காரணம் இதனால்தான். அவர் சபாநாயகராக இருந்தார். பல்கலைக் கழகத்தின் அதிபராகவும் இருந்தார். அவர் கூட்டத்தைத் துவக்கிவைத்துக் கொண்டிருந்தார். இந்தப் பெண்கள் ஒருவருக்கொருவர் கிசுகிசுத்துக் கொண்டுயிருந்தார்கள். அவர்கள் ஒவ்வொருவரும் ஆபரணங்களைப் பார்த்து விவாதித்துக் கொண்டு இந்தப் பெண்கள் அந்த பேச்சாளருக்கு முதுகைக் காண்பித்துக் கொண்டிருந்தார்கள் என்பதைக் கூட அவர் பார்க்கவில்லை. கிருஷ்ணரைப் பற்றி யார் கவலைப்படப் போகிறார்கள்? மற்ற பெண்களைச் சந்திக்க அவர்களுக்கு இந்தக் கூட்டம் ஒரு வாய்ப்பாக மட்டுமே உள்ளது.

அந்தக் கூட்டத்தில் கிட்டத்தட்ட இருபதாயிரம் மக்கள் இருப்பார்கள். ஓராயிரம் ஆண்களும் பத்தொன்பதாயிரம் பெண்களும் இருக்கலாம். அவர்கள் தனித் தனிக் குழுக்களாக தொகுக்கப்பட்டிருந்தனர். நீங்கள் பத்தொன்பதாயிரம் பெண்களுடன் பேச முடியாது. நான்கு பெண்கள், ஐந்து பெண்கள் கொண்ட ஒரு குழுவை உருவாக்கியிருந்தார்கள். மொத்தக் கூட்டமும் சிறுசிறு குழுக்களாகப் பிரிக்கப்பட்டு இருந்தது. வெறும் வீண்பேச்சுகள். அதிகமான அளவு சத்தங்கள். அந்த முட்டாள் பேச்சாளர் பண்டிட் குன்ஜிலால் டுபே. குன்ஜி என்பதற்கான அர்த்தம் சாவி. ஆனால் அது குன்ஜ் ஆக இருக்கலாம். குன்ஜ் என்பதன் அர்த்தம் பூக்கும் மரங்களின் தோப்பு என்பதாகும். ஆகவே அந்தப் பெயர் அவரது பெற்றோர்களால் வைக்கப்பட்டது. ஏனெனில் கிருஷ்ணர் யமுனா நதிக்கரையோரம் ஒரு அழகான மாம்பழத் தோப்பு கொண்ட ஆகுன்ஜ் மரங்களின் தோப்பில் புல்லாங்குழல் வாசிப்பதை வாடிக்கையாகக் கொண்டிருந்தார். ஆகவே அவருக்கு குன்ஜ்பிகாரி என்று பெயரிடப்பட்டது. அவரது மற்றொரு பெயர் கிருஷ்ணர். அவரது பெற்றோர்கள் குன்ஜிலால் என்று நினைத்து அந்தப் பெயரை அவருக்கு சூட்டியிருக்க வேண்டும். குன்ஜ் கிருஷ்ணனை வணங்குபவர்களுக்கு புனிதமான வார்த்தையாக இருக்கிறது.

ஆனால் ஹிந்தியில் குன்ஜ் என்பதன் அர்த்தம் சாவி. மேலும் சாபி என்பதன் அர்த்தமும் சாவிதான். ஆனால் குன்ஜியுடன் ஒரு பிரச்னை உள்ளது. அது குன்ஜ் என்றும் பொருள் கொள்ளலாம். ஆகவே அவர் துணைவேந்தராக இருந்த மொத்த பல்கலைக் கழகத்தில் உள்ளவர்களும் அவரை ஸாபிலால் டுபே என்று அழைத்தனர். ஏனெனில் ஸாபி என்பது மிகச் சரியாக குன்ஜி என்றே அர்த்தமாகிறது. மிகச் சரியான அர்த்தம் சாவி என்பதுதான். ஸாபியைப் பற்றி பிரச்னை இல்லை. அதற்கு ஒரு அர்த்தம் மட்டுமே உள்ளது.

ஆகவே பண்டிட் ஸாபிலால் டுபே கூட்டத்தை தொடங்கி வைத்தார். அவரது சட்டையை இழுத்து அவரிடம் "நீங்கள் யாருடன் பேசிக்கொண்டு இருக்கின்றீர்கள்" என்று கேட்டேன். யாரும் உங்களது பேச்சை கேட்கவில்லை. பெண்கள் அவர்களது

முதுகை உங்களுக்குக் காண்பித்துக் கொண்டு இருக்கிறார்கள். "உங்களுக்கு என்ன மாதிரியான வளர்ச்சியுடைய மனம் உள்ளது?" மாணவர்கள் உங்களை பண்டிட் ஸாபிலால் டுபே என்று அழைப்பது சரியானதுதான். நீங்கள் ஒரு மனவளர்ச்சியற்றவராக உள்ளீர்கள் என்றேன். அவர் என்மீது கோபமடைந்தார். ஏனெனில் நான் அவரது சொந்தப் பல்கலைக் கழகத்தில் பேராசிரியராக பணியாற்றிக் கொண்டு இருந்தேன். என்மீது நடவடிக்கை எடுப்பார் என்று பணியிலிருந்து நீக்கப்படுவேன் என்று எனக்கு நன்கு தெரியும். பேராசிரியர் வேலை பறிபோய்விடும் என்று கவலைப்படுபவன் அல்ல. எப்போதும் எனது பாக்கெட்டில் ராஜினாமாக் கடிதம் வைத்திருப்பேன். ராஜினாமா கடிதத்தில் தேதி மட்டும்தான் குறிப்பிடப்பட வேண்டும் என்று கூறி அதை மற்றவர்களிடம் அடிக்கடிக் காண்பிப்பேன். எனது ராஜினாமா கடிதம் எனது சட்டைப் பையில்தான் உள்ளது. நீங்கள் விருப்பப்படும்போது எந்த நொடியிலும் இதைப் பயன்படுத்திக் கொள்ளலாம். தட்டச்சு செய்யப்பட்டக் கடிதத்தைத் தயாராக வைத்துள்ளேன் என்று கூறுவேன். எந்த நேரம் யாருக்கு என்ன நடக்கும் என்று யாருக்குத் தெரியும்?

அந்தக் கூட்டத்தில் பேச மறுத்தேன். விழாவை ஏற்பாடு செய்தவர்கள் அதிகத் தொந்தரவுக்கு உள்ளானார்கள். "இந்தப் பெண்களை வைத்துக்கொண்டு என்னசெய்வது? சத்தம் போடாதீர்கள்.....சத்தம் போடாதீர்கள் என்று மீண்டும் மீண்டும் மைக்கில் அறிவித்துக்கொண்டு இருந்தார்கள். மேடையை நோக்கித் திரும்பினர். யாருக்கும் விருப்பம் இல்லை. அனைவருக்கும் கிருஷ்ணரைப் பற்றித் தெரியும். கிருஷ்ணரைப் பற்றி சொல்ல என்ன இருக்கிறது? அப்படியிருந்தும் சொற்பொழிவு செய்ய மறுத்தேன். "நான் முட்டாள் அல்ல". இம்மாதிரியானக் கூட்டங்களுக்கு கடைசியாக வருவது இதுவாகத்தான் இருக்கும் என்றேன். இனி எந்த நிறுவனமயப்படுத்தப்பட்ட விழாக்களுக்கும் மீண்டும் வரமாட்டேன் என்று சொன்னேன். எப்படியோ..... எப்படியிருப்பினும் எந்தளவுக்கு சாத்தியமோ அந்தளவுக்கு கிருஷ்ணருக்கு எதிராகத்தான் பேசப் போகிறேன். நீங்களே பேசக்கூடாது என்ற ஒரு வாய்ப்பைக் கொடுத்துவிட்டீர்கள். ஆகவே இந்தப் பெண்களைக் காப்பாற்றிவிட்டீர்கள். நான்

போகின்றேன். மேலும் என்னுடன் வாங்க.... இங்கு நீங்கள் ஏன் அமர்ந்துகொண்டு உள்ளீர்கள்? விழாவை தொடங்கிவைத்து வீட்டீர்கள்.... உங்களது அந்த வேலை முடிந்தது. என்னுடன் வாங்க என்று பண்டிட் ஸாபிலால் அவர்களிடம் சொன்னேன். அவரை வெளியே வருமாறு அழைத்திருந்தேன். ஏனெனில் அவர் கார் வைத்திருந்தார். பயத்தின் காரணமாக என்னை "பண்டிட்ஜி" என்று அழைக்கத் தொடங்கினார். அந்தக் குப்பை வார்த்தையைக் கூறி என்னை அழைக்காதீர்கள் என்று கூறினேன். "நீங்கள்தான் பண்ட்டிட் ஸாபிலால்ஜீ". நான் அல்ல. "நான் பண்டிட்" அல்ல. பண்டிட் என்பதற்கான அர்த்தங்கள் குப்பைக் கூளம், பிசப்..... பூசாரி. நீங்கள் பண்டிட் என்பதை மரியாதைக்குரியதாக நினைக்கின்றீர்கள். அது வெறும் நான்கு எழுத்து வார்த்தை. அந்த வார்த்தையைக் கூறி என்னை அழைக்காதீர்கள். இல்லையென்றால் உங்களது சொந்தக் காருக்குள் உங்களுக்கு அடி விழும்" என்று கூறினேன். சத்தமாக சொல்லாதே.... கார் டிரைவர் அங்கு உள்ளார் என்றார்.

எனக்கு அதைப் பற்றிக் கவலையில்லை. நீங்கள் யார் என்பது குறித்து அவருக்கு நன்கு தெரியும். உடனே கார் டிரைவர் சிரிக்க ஆரம்பித்தார். அந்தக் கார் விலைமதிப்புள்ள சொகுசு காராக இருந்தது. ஆகவே "நீ ஒரு அபாயகரமான நபராக உள்ளீர்கள். அதுவும் எனது சொந்தக் காரில்" என்று கூறி உடனடியாக கதவை மூடினார்.

இது உங்களது சொந்தக் கார் அல்ல. இது அரசாங்கத்துக்குச் சொந்தமானது. இது உங்களுக்குச் சொந்தமானது போல எனக்கும் சொந்தமானது" என்று கூறினேன்.

"என்ன சொல்கிறாய்?"

"ஆம், இது மாநில அரசுக்கு சொந்தமானது. நீங்கள் இந்த மாநிலத்தில் இருப்பதைப் போல நானும் இந்த மாநிலத்தை சேர்ந்த குடிமகன்தான்". நீங்கள் ஒரு அரசு ஊழியர். நான் பொதுமக்களைச் சார்ந்தவன்" என்றேன். என்னைப் பார்க்கத் தவிர்ப்பதற்கு அவர் கார் கண்ணாடி வழியாக வெளியேப் பார்க்க ஆரம்பித்தார். மேலும் நீங்கள் கேட்க விருப்பம் இல்லையென்றாலும் நான் தொடர்ந்து பேசுவேன். பின்பு ஏன் என்னை உங்களது காரில் என்னைக் கூட்டிக்கொண்டு வந்தீர்கள்?

“விசித்திரமாக உள்ளதே! நீதானே என்னை வெளியே வா” என்று அழைத்தாய் என்றார்.

“உங்களை அழைத்தேன். ஏனெனில் எனது சொந்தக் காரில் வரவில்லை. விழாவை ஏற்பாடு செய்தவர்கள் என்னை அவர்களது காரில் அழைத்து வந்தனர். இப்போது கிருஷ்ணருக்கு எதிராகப் பேசப்போவதாக சொன்னதால் அவர்கள் என்னை அவர்களது காரில் திரும்பக் கொண்டு சேர்க்கப் போவதில்லை. எனக்கு ஒரு கார் தேவைப்பட்டது. எனக்கு நீங்கள் தேவையில்லை. நீங்கள் வேண்டுமானால் வெளியே சென்றுவிடலாம்” என்றேன். மேலும் “உங்களது கார் டிரைவர் எனக்கு சாதகமாக இருக்கிறார். அவர் எப்படி சிரித்தார் என்று பார்த்தீர்கள் அல்லவா” என்றேன்.

“நான் பல்கலைக் கழகத்தின் துணைவேந்தராக உள்ளேன்” என்பது உனக்குப் புரியவில்லை என்றார்.

“எனக்கு வேந்தர், துணைவேந்தர் பற்றியெல்லாம் கவலையில்லை” என்று கூறி எனது ராஜினாமாக் கடிதத்தைக் அவரிடம் காண்பித்தேன்.” “நீ ஏன் இந்தக் கடிதத்தைக் எனக்குக் காண்பிக்கிறாய்?”

“வெறும் தேதிதான் குறிப்பிட வேண்டியுள்ளது. எல்லாம் முடிந்தது. நீங்கள் என்னுடைய வேந்தர் அல்ல. இந்தக் காரிலிருந்து உங்களைக் கழற்றிவிட முடியும். நான் உங்களுடைய வயதுக்கு மரியாதைக் கொடுத்துக் கொண்டிருக்கின்றேன். ஏனென்றால் நான் வெளியே வீசிவிட்டால் நீங்கள் முடிந்துவிடலாம். ஆகவே அமைதியாக இருங்கள். என்னைத் துன்புறுத்த வேண்டாம்” என்றேன்.

“விசித்திரமாக உள்ளது.... அதுவும் எனது சொந்தக் காரில்.” என்றார்.

இப்படித்தான் பல இடங்களில் பண்டிட் ஸாபிலால் டுபேவுடன் நடக்கப் விவாதம் நடத்த பயன்படுத்தினேன். ஏனெனில் அவர் மாநிலத்தின் சபாநாயகராக இருந்தார். மேலும் ஹிந்துயிசத்தின் மாபெரும் பண்டிதராகவும், பல்கலைக் கழகத்தின் துணைவேந்தராகவும் இருந்தார். பேராசிரியராகப் பணிபுரிந்த அந்தப் பல்கலைக் கழகத்தின் பதவியை அவர்

வைத்திருப்பதால் ஒவ்வொரு பாராளுமன்றத்தின் சபாநாயகரும் குறிப்பிட்ட பல்கலைக் கழகத்தின் துணைவேந்தர் ஆகிறார்.

ஆகவே "உண்மையில் ஒரு பல்கலைக் கழகத்தின் துணைவேந்தராக இருப்பதற்குத் தகுதியுடையவராகக் கூட இல்லை அவர் இல்லை" என்று கூறினேன். "நீங்கள் பி.ஏ.எல்.ஐ.பி. மட்டுமே. அதுவும் மூன்றாம் வகுப்பில் தேறியுள்ளீர்கள்" என்றும் அவரிடம் கூறினேன்.

"யார் உனக்கு இதைச் சொன்னது" என்று கேட்டார்?

உங்களது ஆதாரங்கள் என்னிடம் உள்ளன. அதாவது உங்களது மனைவி. அவர் உங்களது படிப்புகளின் சான்றிதழ்களை அனைத்தையும் காண்பித்தாள். அவைகளைப் போட்டோக் காப்பிகளாகக் கூட எடுத்துக் கொண்டேன். நீங்கள் ஏதாவது எனக்குத் தொந்தரவு கொடுத்தால் இவைகள் அனைத்தையும் செய்தித்தாள்களில் வெளியிட்டு விடுவேன். மூன்றாம் வகுப்பில் தேறிய பி.ஏ.எல்.ஐ.பி பல்கலைக் கழகத்தின் முதுகலைப் படிப்பு கூட அல்ல என்றேன்.

சண்டையிடுவது சிறந்தது அல்ல. நான் உன்னை மிகவும் தொந்தரவு செய்துவிட்டேன். என்னை மன்னிக்கவும் என்றார். ஆனால் எதையும் பத்திரிக்கைகளில் வெளியிட்டு விடாதே என்றார்.

என்னிடம் எந்தவிதப் போட்டோ காப்பிகளும் வைத்திருக்க வில்லை. ஆனால் அவர் மூன்றாம் வகுப்பில் தேறியவர் என்பதை அறிந்துவைத்திருந்தேன். மேலும் அவர் நீதிமன்றத்தில் வெற்றியடையாததின் காரணமாக ஒரு அரசியல்வாதியாகியிருந்தார். இதுதான் மகாத்மா காந்தியின் நிலையாகவும் இருந்தது. முதலில் நீதிமன்றத்தில் நுழைந்ததின் காரணமாக காந்தி ஒரு அரசியல்வாதியானார். பம்பாய் உயர்நீதிமன்றத்தில் முதல்தடவையாக வழக்காடுவதற்கு காந்தி முந்தைய நாள் மொத்த இரவையும் விடிய விடிய அந்த வழக்கிற்கான விசயங்களை தயாரித்து.....தயாரித்துக் கொண்டிருந்தார். அவர் இங்கிலாந்தில் பாரிஸ்டர் பட்டம் பெற்றவர். காந்தி நீதிமன்றத்திற்குள் நுழைந்தால் அவரது கால்கள் நடுங்க ஆரம்பிக்கும். அவரால் "யுவர் ஆனர்" என்று இரண்டு

வார்த்தைகள் மட்டுமே பேச முடிந்தது. அவரது உடலிருந்து வியர்வை கீழே விழும். அவரை வெளியே கொண்டுபோய்விட வேண்டியிருந்தது. காந்தி ஏன் அரசியல்வாதியானார் என்பது இதனால்தான்.

ஆனால் வாழ்வின் யதார்த்தங்களைப் பற்றி கவலைப் படுபவர்கள் யாருமில்லை. இந்தத் தோல்விகளால் அரசியல்வாதிகளாக்கப்படுகின்றனர். அரசியல்வாதிகளுக்கு தகுதியும் தேவையில்லை. தரமும் தேவையில்லை. இந்த அரசியல் தொழிலில் மட்டுமே எந்த முட்டாளும் நுழைய முடியும்.

இரண்டாவது கேள்வி:

> **ரொனால்டு ரீகன் அல்லது ஜார்ஜ் புஷ் ஆகியோர் அவர்களது கடவுளை மண்டியிட்டு வணங்க தேவாலயத்துக்கு வெளிப்படையாகச் செல்கிறபோது அவர்களது மற்றொரு பக்கத்தில் குறியீடுகளுடன் சூட்கேஸ்சை சுமந்துகொண்டுயிருக்கிற அவர்களது உதவியாளர் இருக்கிறார். பூமியில் உள்ள அனைத்து உயிர்களையும் திறம்பட நிறுத்த அவர்களது அணு ஆயுதங்களை உடனடியாக மதிய உணவுக்கு சமிக்ஞை செய்ய ஜனாதிபதியை அனுமதியுங்கள். ஆனால் ஸ்டாலின் இன்னும் கெட்டவர். நம்முடைய பாசாங்குத்தனத்துக்கு ஏதாவது வரம்பு உள்ளதா?**

தேவாலயத்தில் கூட இதுவொரு உண்மையாக உள்ளது. ரொனால்டு ரீகன் தேவாலயத்துக்கு சென்றார். தற்சமயம் ஜார்ஜ் புஷ் போகிறார். ஏனெனில் வெள்ளை மாளிகையே ஒரு தேவாலயம்தான். அதாவது அதுவொரு ஜனாதிபதி தேவாலயம். ஒருபக்கம் பிரீப்கேஸ்சை சுமக்கும். மக்கள் இதுகுறித்து கவலையடைந்தார்கள். இந்த பிரீப்கேஸில் என்ன உள்ளது? ரொனால்டு ரீகன் ஏன் ஒவ்வொரு நாளும் கடவுளைப் பிரார்த்தனை செய்ய கீழே மண்டியிட்டுக் கொண்டிருக்கிறபோது ஒரு மனிதன் பிரீப்கேஸ்சுடன் நிற்கிறான். பிரீப்கேஸ் ஒரு சாதாரண பிரீப்கேஸ் அல்ல என்று கடைசியாக அது கண்டுபிடிக்கப்பட்டது.

தேவாலயத்திலிருந்தே அணுஆயுதங்களை உடனடியாக இயக்குவதற்கு அனைத்துவிதமான பொத்தான்களையும் கொண்டிருக்கிறது இது. வெள்ளை மாளிகையை அடைவதற்கு போதுமான நேரம் இல்லையெனில் அணுஆயுதங்களை இயக்குவதற்காள போதுமான அனைத்து பொத்தான்களும் அந்தப் பெட்டிக்குள் உள்ளது. இது மொத்த பூமிக்கும் சிறிய மரணம். ஆனால் இன்னும் சுமக்கப்படுகிறது. அது இப்போது மண்டியிட்டுக்கொண்டிருக்கிற ஜார்ஜ் புஷ் ஆக இருக்கிறது. எந்தவிதப் பாசாங்குத்தனத்தைப் பற்றியும் கவலைப்பட்டு நினைப்பதற்கு ஒருவருமில்லை. கடவுளிடம் பிரார்த்தனை செய்கின்றீர்கள்.... கீழே மண்டியிடுகின்றீர்கள்..... மொத்த உலக அழிவையும் உங்கள் பக்கத்தில் வைத்துள்ளீர்கள். நம்முடைய பாசாங்குத்தனத்துக்கு நிச்சயமாக வரம்பு இல்லை. நாம் பாசாங்குத்தனத்தை உருவாக்குவதில் மட்டுமே வெற்றியடைந்துள்ளோம். இது நாகரீகமானது அல்ல.

இது பண்பாடும் அல்ல.

மூன்றாவது கேள்வி:

> **அமெரிக்காவில் போதையுடன் காலையில் விழித்தெழுதல், வன்முறை, மனநோய் மற்றும் பொதுவான அந்நியமாதல் ஆகியவைகளின் மூலம் மார்க்சின் உடைய கருத்தான முதலாளித்துவத்திடமிருந்து மிகவும் எதிர்பார்க்கப்பட்ட நெருக்கடியான நிலை வந்துவிட்டது என்று தோன்றுகிறது. ஆனால் இது ஒரு பொருளாதார நெருக்கடியைக் காட்டிலும் ஒரு ஆன்மீக நெருக்கடிதான் என்று கருதுகின்றீர்களா? தயவுகூர்ந்து கருத்துத் தெரிவியுங்கள்.**

போதைகள் நிறைந்த, அணுஆயுதங்கள் நிறைந்த, மனநோய் நிறைந்த, வன்முறை நிறைந்த, அதாவது காரணமில்லாத வன்முறை நிறைந்த அமெரிக்காவாக உள்ளது. தற்சமயம்தான் எல்.ஏ.வில் ஆறு பேர்கள் கொல்லப்பட்டனர் என்று நான் உங்களுக்கு சொல்லியுள்ளேன். ஏனெனில் கார்கள் தாமதமாகிவிட்டன. மைல்கணக்கானத் தொலைவில் ஏதேனும்

விபத்து நடந்திருக்க வேண்டும். இப்போது மக்கள் கோபம் அடைந்தனர். அவர்கள் எந்தளவுக்கு சாத்தியமோ அந்தளவுக்கு விரைவாக அவர்களது வீட்டைச் சென்றடைய வேண்டும். எல்.ஏ. வில் அல்லது நியூயார்க்கில் அல்லது செயின்ட் பிரான்சிகோவில் காரில் செல்வதைக் காட்டிலும் அதிகமான வேகத்தில் நடப்பதின் மூலமே உங்களது வீட்டை சென்றடைந்துவிட முடியும். மூன்று நாட்களுகளுக்கு அமெரிக்காவின் வடபகுதியில் பாதியளவுக்கு மின்சாரத் தடை நிகழ்ந்த அப்போது அது கண்டுபிடிக்கப்பட்டது. வெளிச்சம் சுத்தமாக இல்லை. லிப்ட் வேலை செய்யவில்லை. ரோடுகளில் சிக்னல்கள் வேலை செய்யவில்லை. போக்குவரத்து நிறுத்தப்பட்டது. இல்லையென்றால் அங்கு மிகப் பெரிய விபத்துகள் நடந்திருக்கும். நில்....போ என்று சிவப்பு.....பச்சை சிக்னல்கள் கொடுக்கப்படாததால் அனைத்து போக்குவரத்துகளும் நிறுத்தப்பட்டன. மக்கள் நடக்க வேண்டியிருந்தது. அப்போதுதான் மக்கள் நடந்துசெல்வதின் மூலம் அலுவலகத்தை விரைவாக அடைந்துவிட முடியும். அதேபோல் மாலையில் நடந்துசெல்வதின் மூலமே விரைவாக வீட்டையடைந்துவிட முடியும் என்று கண்டறிந்தனர்.

இப்போது அமெரிக்காவில் கார்கள் இந்தியாவில் உள்ள மாட்டுவண்டிக் கட்டைவண்டிகளைக் காட்டிலும் மிகக் குறைவான வேகத்தில் நகர்ந்துகொண்டுயிருக்கின்றன. நான்கு மணி நேரத்திற்குப் போக்குவரத்து நிறுத்தப்பட்டு நெரிசல் உருவானால் அது நிச்சயம் மக்களுக்குக் கோபத்தை உருவாக்கும். நீங்கள் பசியோடு இருப்பீர்கள்.... வீட்டிற்குச் சென்று எதையாவதைச் சாப்பிட வேண்டும்....எதையாவதைக் குடிக்க வேண்டும்..... ஆனால் நீங்கள் காரில் உட்கார்ந்து கொதித்துக் கொண்டு... கீகீகீகீஉய்உய் என்று ஹரான் அடித்துக்கொண்டு இருப்பீர்கள். ஆனால் இது பயனில்லை. நீங்கள் ஹாரன் சத்தத்தை மட்டுமே கேட்க முடியும். அப்போது ஒரு சிலர் சீற்றம் அடைகின்றனர். முன்னாடி நிற்கும் கார்காரனும் அதேநிலைமையில், அதே சிக்கலில்தான் உள்ளான் என்பதை இந்த சீற்றம் அடைந்தவர்கள் மறந்துவிடுகின்றனர். அவர் உங்களைத் தடுத்துக்கொண்டிருப்பதில்லை. யாருக்கும் யார் தடுத்தக்கொண்டுயிருக்கின்றார்கள் என்று தெரியாது. ரொம்ப தூரத்தில் என்ன நடந்துகொண்டுயிருக்கின்றது என்பதுகூடத்

தெரியாது. பெரிய லாரி திரும்பிக் கொண்டிருக்கலாம். ஆறு கார்களின் செயலிழப்பாகக்கூட இருக்கலாம். அது அகற்றபடா

விட்டால்.....காவலாளர்கள் வரும் வரை அது அகற்றப்பட முடியாது. போலீஸ்தான் கவனம் எடுத்துக்கொள்ள வேண்டியுள்ளது. இன்சூரன்ஸ் ஏஜண்ட் வரும்வரை அது அகற்றப்பட முடியாது. ஏனெனில் இன்சூரன்ஸ் ஏஜன்சிதான் அந்தக் காருக்கு பணம் செலுத்த வேண்டும். ஒருவர் ஒருவேளை இறந்துவிட்டால் இன்னும் தாமதமாகும். தூரத்தில் என்ன நிகழ்ந்துகொண்டுயிருக்கிறது என்பது யாருக்கும் தெரியாது.

ஆனால் மக்கள்......ஒருவர் அல்ல. ஆறு பேர். ஒரே நாளில்.....பைத்தியகாரர்கள் ஆனார்கள். அவர்களது துப்பாக்கிகளை வெளியே எடுத்தனர். இந்தப் போக்குவரத்து நெரிசலுக்குக் காரணமில்லாத மக்களைச் சுட்டுக் கொன்றனர். ஆனால் கோபத்தில்...... ஆத்திரத்தில் நீங்கள் முற்றிலும் குருடராகிவிடுகின்றீர்கள். அன்பு குருட்டுத்தனம் என்பது மட்டுமல்லாது வெறுப்பு அதைவிட அதிகமான அளவுக்குக் குருட்டுத்தனம் உடையது. ஆனால் "அன்புக்கு (காதலுக்கு) கண் இல்லை என்று சொல்லியிருக்கும் அளவுக்கு யாரும் வெறுப்பைப் பற்றிச் சொல்லியிருக்கவில்லை." குருடன் எப்படி வெறுப்படைந்திருக்க முடியும்? நீங்கள் எப்படி நெரிசலில் உள்ளீர்களோ அதேபோலதான் அவர்களும் நெரிசலில் இருந்தனர். அவர்களைச் சுட்டுக்கொன்ற......இந்தக் கோபம் முற்றிலும் முட்டாள்தனமானது. அப்போது இயந்திரத் துப்பாக்கிகள் மற்றும் தானியங்கி துப்பாக்கிகள் விற்பனை அதிகமானது. கார் வைத்திருக்கின்ற ஒவ்வொரு நபரும் தானியங்கித் துப்பாக்கியை விலைக்கு வாங்கி வைத்திருப்பர். ஏனெனில் இது அபாயகரமானது. உங்களை யாராவது சுட்டுக் கொன்றால் குறைந்தபட்சம் அந்த வெறுப்பில்....அந்தக் கோபத்தில் யாரையாவதைச் சுட்டுக்கொல்ல முடியும். யாரைக் கொல்லுகின்றோம் என்பது பிரச்னையல்ல. ஆனால் யாரோ கொல்லப்படுகின்றனர். குறைந்தபட்சம் உங்களது துப்பாக்கியைக் காண்பிக்க முடியும். மக்கள் காரில் அவர்களது தலைக்கு மேலே துப்பாக்கிகளைத் தொங்கவிட்டுருப்பார்கள். "எச்சரிக்கையாக இரு. .... என்னைக் கோபப்படுத்தாதே......நீங்கள் என்னை

அதிகமாகப் பின்தொடர்ந்தால்...... அல்லது எனக்கு முன்னால் இருந்தால் தொலைந்தாய் மகனே......உன்னைச் சுட்டுக் கொன்று போடுவேன்.

ஆபத்தான ஆயுதங்களையும், தானியங்கித் துப்பாக்கியும், துப்பாக்கிகளையும் வைத்திருக்க சிறப்பு உரிமம் தேவைப்படாத ஒரே நாடு அமெரிக்கா மட்டுமே. ஒரு தானியங்கித் துப்பாக்கி என்பது ஒரேசமயத்தில் இடையில் ரவைகளை ஏற்றாமல் நூற்றி அறுபது பேர்களை எந்தவித சிரமமின்றி சுட்டுக்கொல்ல முடியும். உங்களால் அதை எந்த டீலரிடமும் விலைக்கு வாங்க முடியும். அந்த டீலர் மட்டுமே உரிமம் வாங்க வேண்டும். ஆனால் அந்தத் துப்பாக்கிகளை விலைக்கு வாங்குபவர்கள் எவரும் உரிமம் பெறத் தேவையில்லை.

மனநோயில் அமெரிக்கா எந்தநாட்டையும விட மிகவும் முன்னிலையில் உள்ளது. மனப்பகுப்பாய்வாளர்கள், மன உளவியலாளர்களின் சிகிச்சைகள். பலவிதமான மனம் சம்பந்தமான ஆராய்ச்சியை மேற்கொள்பவர்கள் உள்ளனர். இலட்சகணக்கான மக்கள் மனநோயால் பாதிக்கப்பட்டுள்ளனர். இலட்சகணக்கான மக்கள் அதிகம் சாப்பிடுவதால் துன்பப்பட்டுக் கொண்டுயிருக்கின்றனர். இலட்சக்கணக்கான மக்கள் உண்ண உணவின்றியும், உடுத்த உடையின்றியும் துன்பப்பட்டுக் கொண்டிருக்கின்றனர்.

இந்த நலிந்த அமெரிக்கா முற்றிலும் நோய்வாய்ப்பட்ட நாடு. கோர்ப்பசேவ் அமெரிக்காவைப் பின்பற்ற விரும்புகிறார். கோர்ப்பசேவ் மற்றொரு ரொனால்டு ரீகனாகவும், ஜார்ஜ் புஷ் ஆவதற்கும் விரும்புகிறார். கோர்ப்பசேவ் அழகான சோவியத் யூனியனை நோய்வாய்ப்பட கொண்டுசெல்வதற்கும், நலிவடைய வைப்பதற்கும், அழுகி நாறிப் போன அமெரிக்காவைப் போல இருக்க வேண்டும் என்று விரும்புகிறார். நேற்று நோபல் அமைதிப் பரிசுக்காக ரொனால்டு ரீகன் பரிந்துரைக்கப்பட்டிருக்கிறார் என்று உங்களுக்குச் சொல்லியிருந்தேன். அவர் இந்த உலகத்தில் என்ன அமைதியை உருவாக்கினார் என்று நினைத்தேன். அவர் ஏதோ அமைதியாக செய்திருக்கிறார் என்று எனது நினைவுக்கு வந்தது. அதற்காக அவருக்கு நோபல் பரிசு தேவையிருக்கிறது. அமெரிக்காவில் ஓரிகன் மாநிலத்தில் நம்முடைய கம்யூன்

ரஜ்னீஸ்புரம் இருபத்தி ஆறு சதுர மைல்கள் கொண்ட தூய்மையான பாலைவனமாக அது இருந்தது. நாற்பது வருடங்களாக அது விற்கமுடியாமல் விற்பனை நிலையிலேயே இருந்தது. யாரும் இதை வாங்கத் தயாராக இல்லை. அந்தப் பாலைவனத்தில் நீங்கள் என்னதான் செய்துவிட முடியும்? நாம் அதை விலைக்கு வாங்கினோம். நாம் அந்த பாலைவனத்தை ஒரு அழகான சோலைவனமாக்கினோம். ஐயாயிரம் சீடர்கள் அங்கு வாழ்ந்துகொண்டும் வேலைசெய்து கொண்டும், நடனமாடிக்கொண்டும், பாடல்களைப் பாடிக்கொண்டும், தியானம் செய்துகொண்டும் இருந்தனர். இந்த உலகில் மிக அதிக மகிழ்ச்சி நிறைந்த இடமாக இருந்தது. பெரும்பாலும் நடனம், அளவுகடந்த மகிழ்ச்சி, அன்பு, நட்புத்தன்மையுடன். குடும்பமே இல்லாத முற்றிலும் கம்யூன் வாழ்க்கையாக அமைந்திருந்தது.

ஆகவே ரொனால்டு ரீகன் ரஜ்னீஸ்புரத்தை வன்முறை ரீதியாக அழித்துவிட்டார் என்று நினைவில் கொண்டேன். அவர் பாலைவனத்தின் அமைதியை மீட்டெடுத்துள்ளார். இதுதான் நோபல் அமைதி பரிசுக்கு அவர் பரிந்துரைக்கப்பட்டிருப்பதற்கான காரணமாகத் தோன்றுகிறது. இப்போது அந்த இடம் நடனமற்ற, பாடலற்ற ஒரு இடமாக மீண்டும் அமைதியுடையதாக உள்ளது.

அங்கு சென்றபோது எனக்காக எனது சீடர்கள் உருவாக்கியிருந்த ஒரு வீடு மட்டுமே இருந்தது. அங்கு நானொரு தனிப்பறவை அல்ல என்பதை அறிந்து ஆச்சரியப்பட்டேன். அது ஒரு கனவாக இருந்தது. சுற்றியும் மரங்கள் அற்ற வெற்று மலைகள். பறவைகளே இல்லை. காலையில் நீங்கள் கொக்குகளின் சத்தத்தைக் கேட்க முடியாது. எந்தவகையான பறவைகளையோ, பறவைகள் கிசுகிசுப்பதையோ, பறவைகள் செய்திகளை பறிமாறிக்கொள்ளும் ஒலியையோ நீங்கள் கேட்க முடியாது. மாலையிலும் ஆயிரக்கணக்கானப் பறவைகள் தங்கள் மரங்களுக்குத் திரும்பி வருவதைக் காண முடியவில்லை. இது இறந்துபோன பாலைவனம். நாம் அந்தப் பாலைவனப் பகுதியைத்தான் வளப்படுத்தி பசுமையாக்கினோம். நாம் அங்கே சில செயற்கை ஆறுகளை உருவாக்கினோம். நாம் அங்கு ஒரு பெரிய அணை கட்டினோம். அங்கு ஐந்து வருடங்களாக மழையே இல்லாது இருந்தும்கூட நாம் ஐந்தாயிரம் சீடர்களுக்கு

போதுமான தண்ணீரை தினமும் பயன்படுத்தினோம். விழாக்காலங்களில்கூட இருபதாயிரம் மக்கள் கூடியிருந்தனர். பதினைந்தாயிரம் மக்களுக்கு போதுமான டென்டுகளைக் (கூடார அமைப்பு) வைத்திருந்தோம். (டென்ட்). நாம் புதுவிதமான டென்டை உருவாக்கியிருந்தோம். புதிய கூடாரங்களுக்கு பரிசு கொடுப்பதைக் காட்டிலும் நாம் தண்டிக்கப்பட்டோம். "இவர்கள் அனுமதியில்லாமல் உருவாக்கியுள்ளீர்கள், இது நிரந்தர அமைப்பு" என்று ஒரு நீதிமன்ற வழக்கு நமக்கு எதிராகத் தொடரப்பட்டது.

கூடார அமைப்பு நிரந்தரமானது அல்ல. மழைக் காலம், கோடை காலம், பனிக்காலம், குளிர்காலம் என்று வருடம் முழுவதும் உள்ள பருவகாலங்களிலும் எல்லா நேரத்திலும் பயன்படக்கூடிய அளவுக்குக் கூடாரங்களை நாம் அமைத்திருந்தோம். மிகவும் குளிராக இருக்கும்போது சூடான சூழலை உருவாக்கிக்கொள்ள முடியும். மேலும் குளிர்ப்பதன வசதியும் இருந்தது. பனிகாலமாக உள்ளது வெயில் காலமாக உள்ளது, குளிர்காலமாக உள்ளது மழை காலமாக உள்ளது என்று எந்தப் பிரச்னையும் இல்லாது இருந்தது நாம் அமைத்திருந்தக் கூடாரங்கள். இதுவொரு புதிய நிகழ்வாக, படைப்பாக இருந்தது. அந்தக் கூடாரத்தைப் பார்த்த அனைவருமே ஒரு உலகச் சந்தையை மையப்படுத்தியுள்ள ஒன்றை நாம் தயாரித்துள்ளோம் என்று கூடாரத்தைப் பார்வையிட்டவர்கள் பாராட்டினார்கள். கூடாரங்களில் வாழ்கிற சவூதிஅரேபியா அல்லது மற்ற பாலைவனப் பிரதேசங்களில் அமைத்திருக்கின்ற கூடாரங்கள் சூரிய வெப்பத்தில் வெந்து கொதிக்கும். குளிர்பதன கூடாரம் குறித்து நீங்கள் எங்கும் கேள்விப்பட்டிருக்க மாட்டீர்கள். பனி காலத்தில், குளிர் காலத்தில் கூடாரம் வெப்பமயமாக்கப்படும். வருடம் முழுவதும் உள்ள அனைத்துப் பருவகாலங்களுக்கும் ஏற்றவிதத்தில் இந்தக் கூடாரம் பாதுகாப்பாக இருந்தது.

நாம் நிரந்தரமான அமைப்பை உருவாக்கியுள்ளோம் என்று கூறி நமக்கு எதிராக நீதிமன்றத்தில் ஒரு வழக்குத் தொடரப்பட்டது. நான் நமது வழக்கறிஞரிடம் "ஒரு டென்டை பேத்தெடுத்து ஒரு லாரியில் ஏற்றி, நீதிமன்றத்திற்கு எடுத்துச் செல்வோம்". ஏனெனில் இதை செய்வதற்கான வேலை நேரம் வெறும் 10

நிமிடங்களில் முடிந்துவிடும். அந்தக் கூடாரத்தை ஏற்றி இறக்கி மாற்றி வைத்துவிடும்போது அந்தக் கூடாரத்தை நிரந்தரமான அமைப்பு என்று அழைக்கப்பட முடியாது. இதைப் பார்க்கும் கண்களைக் நீதிபதி கொண்டிருந்தால் இதுகுறித்து வாதிடுவதற்கு அவரிடம் தேவையிருக்காது, இதுவொரு சட்டப்படியானக் கேள்வி அல்ல. இது நீதிபதிக்கு கண்கள் உள்ளதா அல்லது இல்லையா என்பதற்கானக் கேள்வி. நீங்கள் வெள்ளை மாளிகையை பத்து நிமிடங்களில் ஒருசேர எடுத்துவிட முடியுமா? அதை மீண்டும் அப்போதே மற்றொரு பத்து நிமிடங்களில் நிலத்தில் நிலைநிறுத்திவிட முடியுமா?

நமது கம்யூனின் கூடார அமைப்பு முறையை அவர்கள் நிரந்தரமான அமைப்பு என்று சொன்னார்கள். நிரந்தர அமைப்பு என்பதற்கு உரிமமும், அரசாங்கத்தின் அனுமதியும் பெற வேண்டும். ஒரு கூடாரம் “நிரந்தரமான அமைப்பு” என்று நாம் நினைத்துக்கூடப் பார்க்கவில்லை. அவர்களது சொந்த சட்டத்திற்கு எதிராகவே சட்டமில்லாத வன்முறையுடன் அவர்கள் நமது கம்யூனை அழித்தார்கள். இதைத்தான் உங்களுக்கு நேற்று நினைவுகூர்ந்தேன். ஏனெனில் ரீகன் இறந்த பாலைவனத்தின் அமைதியை மீட்டெடுத்த ரொன்ல்டு ரீகன் நோபல் பரிசுக்குத் தகுதியானவர்தான். மற்றபடி அவர் உருவாக்கிய வேறு எந்த அமைதியைப் பற்றியும் எனக்குத் தெரியாது.

எங்கு மனபகுப்பாய்வாளர்களும், மனநல வல்லுனர்களும் இல்லையோ அந்த சோவியத் யூனியனுக்குள் மனரீதியாக நோய்வாய்ப்பட்டு சிதைந்து கிடக்கின்ற அமெரிக்காவின் இந்த சீரழிவைக் கொண்டு வர கோர்ப்பசேவ் முயற்சிக்கிறார். எங்கேயும் பார்த்திருக்காத அளவுக்கு சோவியத் மக்கள் மனநலத்தோடு நலமாக உள்ளார்கள். சோவியத் மக்களின் உணவு எளிமையானது. அவர்களது உணவு ஊட்டமளிக்கிறது. ஆனால் கொழுப்பு இல்லை என்ற எளிய காரணத்திற்காக அவர்களது வேலை எளிதாக உள்ளது. முயல் மற்றும் மயில் தோலால் செய்யப்பட்ட கோட் வேண்டும், ஒரு புதிய கார் வேண்டும் அல்லது அவளுக்கு இது வேண்டும் அது வேண்டும் என்றோ, நீங்கள் திவாலாகப் போகின்றீர்கள், ஆகவே அவளது விருப்பங்களை நிறைவேற்றுவதைக் காட்டிலும் நூறு மாடிக்

கட்டிடத்திலிருந்து நீங்கள் குதியுங்கள் என்றோ அங்குத் தொடர்ச்சியாக சண்டை செய்வதற்கானப் பிரச்னைகளோ இல்லை. ஆகவே வாழ்க்கை முடிந்தது. மனைவி உங்களைச் சித்ரவதை செய்கிறாள், வேறு என்ன செய்வது என்று தொடர்ச்சியாக சோவியத் மக்கள் அவர்களது வாழ்க்கையில் சண்டை செய்துகொண்டிருப்பதில்லை.

ஏனெனில் மனைவி சம்பாதித்துக் கொண்டிருக்கிறாள்.

ஆகவே பெரும்பாலான மக்கள் அவர்களது சன்னல்களிலிருந்துக் குதிக்கின்றனர். மக்கள் அனைவரும் எல்.எஸ்.டி. யை உபயோகித்தவர்கள் என்று நீங்கள் நினைக்கின்றீர்களா? ஏனெனில் எல்.எஸ்.டி. மட்டுமே நீங்கள் பறக்க முடியும் என்ற எண்ணத்தை அளித்த ஒரு போதை. எனவே எல்.எஸ்.டி. வழிகாட்டுதலின் கீழ் மட்டுமே எடுக்கப்பட வேண்டியுள்ளது. மேலும் கதவுகள் மற்றும் சன்னல்கள் மூடப்பட வேண்டியுள்ளது. ஏனெனில் அது உங்களால் பறக்கமுடியும் என்று மனதில் ஒரு உறுதியான நிச்சயத்தை உருவாக்குகிறது. உங்களது இறக்கையை திறந்து குதிக்கின்றீர்கள். அமெரிக்கா பலதடவைகள் கண்டுபிடிக்கப்பட்டு எப்பொழுதும் பின்னுக்குத் தள்ளப்படுகிறது. இப்போது இந்த நொடி மீண்டும் வந்துவிட்டது. அமெரிக்காவை மீண்டும் பின்னுக்குத் தள்ளி மறந்துவிட வேண்டும். கொலம்பஸ் மாபெரும் சேவையை மனிதயினத்திற்கு செய்திருக்கவில்லை. அவர் விரோதிகளில் ஒருவராச உள்ளார்.. எழுநூறு வருடங்களுக்கு முன்பு அமெரிக்கா என்ற நாடு இருந்தது கண்டறியப்பட்டது. மீண்டும் வேட்டையாடப்பட்டது. இப்போது அந்த நொடி வந்துவிட்டது. அமெரிக்கா மீண்டும் வேட்டையாடப்பட்டு மறக்கப்பட வேண்டும். கொலம்பஸ் மனிதயினத்திற்கு மாபெரும் சேவையை செய்திருக்கவில்லை. அவர் விரோதிகளில் ஒருவராக இருக்கிறார்.

எழுநூறு வருடங்களுக்கு முன்பு அமெரிக்கா அறியப்பட்டது ஆனால் பின்னர் அமைதியாக இருந்தது. ஐநூறு வருடங்களுக்கு முன்பு அறியப்பட்டது. ஆனால் மூழ்கடிக்கப்பட்டது. ஏனெனில் எப்போது வேண்டுமானாலும்..... அந்த நாடு விஷம் இருப்பதாகவேத் தெரிகிறது. இது மக்களை பைத்தியமாக்குகிறது.

நாங்கள் அதை மூடிமறைக்க வேண்டியது இது முதல்முறை அல்ல. இது பல முறை மறைக்கப்பட்டுள்ளது. மீண்டும் மறைந்தது. இப்போது நீங்கள் அதை மீண்டும் மூடிவிடாதீர்கள். அது உலகம் முழுவதையும் அழிக்கப் போகிறது. இந்த மோசமான தோழர் கோர்ப்பசேவ் சோவியத் யூனியனை அமெரிக்கா ஆக்குவதற்கு விரும்புகிறவர் இனி இவர் தோழர் அல்ல. அவர் மறந்துவிட்டார். நீங்கள் அமெரிக்கா போல மாறினாலும் நீங்கள் இரண்டாம் தர மனிதராகத்தான் இருப்பீர்கள் என்பதை மறந்துவிட்டீர்கள். சோவியத் யூனியன் ஆரோக்கியத்துடனும், நிலவளத்துடனும் அதனுடைய சொந்த கண்ணியத்தையும் கொண்டுள்ளது.

சோவியத் யூனியன்தான் இரண்டாம் உலகப் போரை முடிவுக்கு கொண்டுவந்தது. அடால்ப் ஹிட்லருக்கு இன்னும் பைத்தியம் பிடிக்காமல் இருந்திருந்தால் ஏனெனில் வருடக்கணக்காக அவர்தான் வெற்றியடைந்திருந்தார். தொடர்ச்சியான வெற்றி....மேற்கத்திய சக்திகள் ஹிட்லரை தடுப்பதற்கு இயலாது இருந்தது. பிரான்சு போன்ற மாபெரும் நாடுகள் 24 மணிநேரத்தில் ஹிட்லரிடம் சரணடைந்தன. இயல்பாகவே ஹிட்லர் இரண்டாம் உலகப்போருக்கு முன்பு "நாம் நண்பர்களாக இருப்போம். நீங்களும் ஜெர்மனியைத் தாக்கக் கூடாது. நாங்களும் உங்களைத் தாக்க மாட்டோம்" என்று ஸ்டாலினுடன் ஒரு ஒப்பந்தம் செய்திருந்தார். ஏனெனில் முதல் உலகப்போரில் ரஷ்யாவில் பனிப் பொழிவு காலமாக இருந்தபடியால் ஜெர்மனி தோற்கடிக்கப்பட்டது ரஷ்ய இராணுவத்தால் அல்ல. பனி, குளிர் காரணமாக முதல் உலகப் போரில் ஜெர்மனி தோற்கடிக்கப்பட்டது என்பதை ஹிட்லர் மிக நன்றாக அறிந்து வைத்திருந்தார். பனிப்பொழிவின் குளிரே எந்த விரோதியையும் அழிப்பதற்குப் போதுமானதாக இருக்கிறது. ரஷ்யாவில் பனிப்பொழிவு காலம் ஆரம்பிக்கிறபோது நீங்கள் ஒரு அங்குலம் கூட நகர முடியாது. பீரங்கி போன்ற வண்டிகள் அனைத்தும், உணவு விநியோக லாரிகள் அனைத்தும் தடுக்கப்படுகிறது. பனிப்பொழிவு மிகவும் அடர்த்தியுடையது. தொடர்ச்சியாக ஆறு மாதங்களுக்கு படர்ந்துகொண்டு இருக்கும். இதன்மூலம் உங்களது இராணுவ வீரர்கள் மறைக்கப்படுகின்றனர். உங்களது பீரங்கி வண்டிகள்

மறைக்கப்படுகின்றன. எங்கே உணவுகளைக் கொடுக்க வேண்டுமோ அந்த இடத்தைக்கூட ஹெலிகாப்டர்களால்கூட காணமுடியாது. வெள்ளைப் பனிப்பொழிவின் பரந்த மறைவின் கீழ் அனைத்தும் மறைந்துவிடுகிறது.

முதல் உலகப்போரில் ஜார் அரசனின் வீரர்கள் இல்லாது இருந்தனர். ஏனெனில் அவர்கள் அனைவரும் வீட்டிற்குப் போய்விட்டனர். ஆனால் பனிப்பொழிவு ஆரம்பித்தது. ஜெர்மனி தோற்கடிக்கப்பட்டது. ஹிட்லர் இதுகுறித்து விழிப்போடு இருந்தார். அது இதுதான்: "நீங்கள் எங்களைத் தாக்கக் கூடாது, நாங்களும் உங்களைத் தாக்க மாட்டோம்" என ஹிட்லர் ஸ்டாலினுடன் ஒரு ஒப்பந்தம் போட்டார். ஐரோப்பா முழுவதும் ஹிட்லர் வருடக்கணக்காகத் தொடர்ச்சியாக வெற்றியடைந்து கொண்டிருந்தார். ஜப்பான் வருடக்கணக்காகத் தொடர்ச்சியாக வெற்றியடைந்து கொண்டிருந்தது. கல்கத்தாவில் இருந்தவர்களைக்கூட வெளியேற்ற உத்தரவிடப்பட்டது. ஏனெனில் ஜப்பானிய இராணுவ வீரர்கள் ரங்கூனை வந்தடைந்திருந்தனர். இரண்டாவது தாக்குதல் கல்கத்தாவாக இருந்தது. மூன்றாவது தாக்குதல் நான் பள்ளி சென்று படித்துக்கொண்டிருந்த எனது பிறப்பிடமான ஜபல்பூர் ஆக இருந்தது. ஆனால் அது இரண்டாம் உலகப் போர் காலத்தின் போது அல்ல. ஏனெனில் ஜபூல்பூர் இந்தியாவின் நடுமத்தியில் இருந்தது. அதனின் காரணமாக ஜபூல்பூரில் பிரிட்டிஷ் அரசாங்கம் அதன் மிகப் பெரிய ஆயுதக் கிடங்கைக் கொண்டிருந்தது. ஆகவே கல்கத்தாவுக்குப் பிறகு அடுத்த இலக்கு ஜபூல்பூர் ஆக இருந்தது. ஜபூல்பூரில் உள்ளவர்களைக்கூட வெளியேற்றப்படுவதற்கு தயாராக இருந்தது. அவர்கள் கல்கத்தாவைத் தாக்கியவுடன் ஜபூல்பூரில் உள்ளவர்களை வெளியேற்றப்பட வேண்டியிருக்கும்.

இதுபோன்ற மாபெரும் வெற்றி பைத்தியகாரனான அடால்ப் ஹிட்லரின் தலைமைக்குச் சென்றது. அவன் சோவியத் யூனியனைத் தாக்கத் தொடங்கினான். அவன் ஒப்பந்தத்தை மறந்துவிட்டான். சோவியத் யூனியன் ஒப்பந்தத்தில் இடம்பெற்ற வார்த்தையைக் கடைபிடித்தது என்பதையும் அதில் தலையிடக் கூடாது என்பதையும் ஹிட்லர் மறந்துவிட்டான். அது அவனது தோல்வியின் புள்ளி. அடால்ப் ஹிட்லர், ஹிரோஹிட்டோ,

பெனிட்டோ முசோலினி போன்றவர்களிடமிருந்து உலகைக் காப்பாற்றும் பொறுப்பு ஸ்டாலினுக்கு இருந்தது. சோவியத் யூனியனுக்கு முழு மகிமையையும் கொடுக்கக் கூடாது என்று உடனடியாக அமெரிக்கா ஐரோப்பிய நாடுகளுக்கு உதவுவதற்கு விரைந்தது. இப்போது வரை அமெரிக்கா ஒதுங்கியிருந்தது. ஐரோப்பாவையும் மொத்த உலக நாடுகளையும் காப்பாற்றி ஒட்டுமொத்த மகிமையையும் சோவியத் யூனியன் பெறப்போகிறது என்று அறிந்த அமெரிக்கா உடனடியாக இருமுனைகளுக்கும் விரைந்தனர். ஜப்பானோடு சண்டையிடுவதற்கு மேக் ஆர்தரும் மற்றும் எய்சன் ஹவர் ஐரோப்பாவுக்கும் மாபெரும் படைகளுடன் அனுப்பப்பட்டனர். அடால்ப் ஹிட்லரை தோற்கடிக்கப் போகிறாரென்றால் சோவியத் யூனியன் மற்றும் அமெரிக்கா இரண்டும் அந்த மகிமையைப் பகிர்ந்துகொள்ள வேண்டும். சோவியத் யூனியன் மட்டுமல்ல. ஆனால் உண்மையில் இப்படித்தான் இருந்தது. உலகம் முழுவதையும் ஆட்சிசெய்ய வேண்டும் என்ற பாசிசத்தின் ஆசையையும், இரண்டாம் உலகப் போரையும் முடிவுக்குக் கொண்டு வந்தது சோவியத் யூனியன் மட்டுமே.

நான்காவது கேள்வி:

> **நீங்கள் கூறுவதை அறிந்துகொள்கிறபோது கம்யூனிசத்தின் ஒவ்வொரு தடயத்தையும் அழிக்கும் வரை கிறித்துவ பாசிசம் ஓய்வெடுக்காது என்ற உணர்வு எனக்கு இருக்கிறது. கிறித்துவர்கள் தங்களது வார்த்தையான கடவுளை சக்திவாய்ந்த முறையில் சவால் செய்ததற்காக கம்யூனிசத்திற்கு எதிரான பழிவாங்குதலாகவே நான் உணர்கின்றேன்.**

இது உண்மை. மொத்த கிறிஸ்துவமும் எளியக் காரணங்களுக்காக கம்யூனிசத்துக்கு எதிரானதாக உள்ளது. ஏனெனில்

கம்யூனிசம்

> **பைபிளைத் தூக்கிவீசி விட்டது.**
> **கடவுளைத் தூக்கிவீசி விட்டது.**
> **கிறித்துவ மிஷினரிகளையும் தூக்கிவீசி விட்டது.**
> **சோவியத் நிலத்திலிருந்து கிறித்துவப்**
> **பூசாரிகளையும் வெளியேற்றி விட்டது.**

மொத்த கிறித்துவமும் எரிமலையின் மீது உட்கார்ந்து கொண்டிருக்கிறது. அமெரிக்கர்கள் அடிப்படையில் பாசிச கிருத்துவ நாட்டின் அடிப்படைவாதிகளாக உள்ளார்கள். சார்லஸ் டார்வின் புத்தகங்கள் அனைத்திலும் மற்றும் அதன் சித்தாந்தங்களில் அதிகமான பாசிசத் தன்மையுள்ளது என்று டார்வினுடைய போதனைகள் அனைத்தையும் பள்ளி, கல்லூரி, பல்கலைக் கழகம், ஆராய்ச்சி நிறுவனங்கள் மற்றும் நூலகங்களில் உள்ளவைகளை போதிப்பதைத் தடுக்க அந்தப் புத்தகங்கள் அனைத்தையும் எரிக்கப்பட வேண்டும் என்று ரொனால்டு ரீகன் விரும்பினார். ஏன்? ஏனெனில் டார்வினுடைய பரிணாம வளர்ச்சியின் கருத்துகள் கிறிஸ்துவக் கருத்துகளின் படைப்புகளுக்கு எதிராக உள்ளன. இதுதான் உண்மையான பாசிசம்.

நிச்சயமாக கிறித்துவ மதம் கம்யூனிசத்தை அழிக்க ஒவ்வொரு வாய்ப்பையும் மேற்கொள்ளும். ஆனால் அது வெற்றியடையப் போவதில்லை. எழுபது வருடங்களாக சோவியத் யூனியன் போதுமான அளவுக்கு தன்னை வலிமைப்படுத்தி விட்டது.

கோர்ப்பசேவ் வெளியே வீசப்படுவார். சோவியத் ரஷ்யா முதலாளித்துவம் மற்றும் கிறித்துவத்தின் வழியில் செல்லவில்லை. சோவியத் யூனியன் கோர்ப்பசேவிடம் "குட் பை தோழரே" என்று சொல்லவேண்டிய நேரம் வந்துவிட்டது. கோர்ப்பசேவை சோவியத் யூனியனிலிருந்து வெளியேற்ற வேண்டும். அவர் நோபல் பரிசு பெற்று அமெரிக்கா சென்று யான்கியாகலாம். (சீணீஸீளீமீமீ: நியூ இங்கிலாந்து பகுதியில் வாழ்பவர்)

சூத்திரம்:

எங்களது அன்புக்குரிய குருவே.....

> **உங்கனே குருவானபோது ஒருமுறை சொன்னார்: "இங்கு ஒரு மரியாதைக்குரிய குடும்பத்திலிருந்து ஒரு குழந்தை இருக்கிறது. நீங்கள் எது கேட்டாலும் அவன் பதில் சொல்லமாட்டான்"**

நீங்கள் ஒரு சில குறியீடுகளைப் புரிந்துகொள்ள வேண்டியுள்ளது. உங்கனே ஒரு குரு ஆனார். ஒரு ஞானமடைந்த புத்தர் ஆனார். துறவிகளின் கூட்டத்தில் உரையாற்றினார். அவர் சொன்னார்: இங்குவொரு மரியாதைக்குரியக் குழந்தை இருக்கிறது. நீங்கள் மீண்டும் ஒரு குழந்தையாக ஆகாவிட்டால் நீங்களொரு புத்தராக முடியாது. அந்த மகத்தான நிகழ்வு தேவைப்படுகிறது. ஒவ்வொரு சாத்தியமான வழியிலும் நீங்கள் தேக்கிவைத்துள்ள கருத்தாக்கங்கள் அனைத்தையும் அழித்துக்கொண்டு இருக்கின்றேன். அதாவது உங்களது மனதை... ஒன்றுமே அறிந்திருக்காத ஒரு குழந்தையை நெருக்கமாகக் உங்களிடம் கொடுப்பதுமதான் எனது பணி.

"இங்கு ஒரு மரியாதைக்குரிய குடும்பத்திலிருந்து ஒரு குழந்தை இருக்கிறது."

உங்கன் ஒரு சாதாரணக் குடும்பத்தைப் பற்றி பேசவில்லை. ஜென்னில் "குடும்பம்" என்பதன் அர்த்தம் "ஜென் குருமார்களின் மொத்தப் பரம்பரை". இது புத்தரிலிருந்து மகாகாசியப், போதிதர்மா, ரின்சாய் வரை "தம்மா குடும்பம்" என்று

அழைக்கப்படுகிறது. இது குடும்பம். உங்கன் தனது சாதாரணக் குடும்பத்தைக் குறிப்பிடவில்லை. நீங்கள் "ஜென்" குறிப்புகளில் "குடும்பம்" என்ற வார்த்தையின் குறுக்கே அறிந்துகொள்ள வருகின்றபோது யார் அவர்களுக்கு இரண்டாவது பிறப்பைக் கொடுத்தனரோ அவர்களை குருமார்கள் என்பதை குறிப்பிடுவது என்பதை நினைவில் கொள்ளுங்கள். பெற்றோர்கள் உங்களுக்கு கொடுத்த முதல் பிறப்பு உடல்ரீதியானது. யாரால் உங்களுக்கு விழிப்புணர்வைக் கொடுக்க முடியுமோ அந்த ஒருவர் மட்டுமே இரண்டாவது பிறப்பான ஆன்மீகத் தன்மையை வழங்குகிறார். இது குருவிடமிருந்து சீடருக்கு வழங்கும் பிறப்பு. இது பாரம்பரியக் குடும்பமாக உள்ளது. இந்தக் குடும்பம் இருபத்தி ஐந்து நூற்றாண்டுக்கு பின்னே அதன் பாரம்பரியத்துக்குச் செல்கிறது.

ஆகவே உங்கன் சொன்னார்: இங்கேவொரு மரியாதைக்குரிய ஒரு குடும்பத்திலிருந்து வந்த ஒரு குழந்தை உள்ளது. ஆயிரக்கணக்கான புத்தர்களின் பரம்பரையிலிருந்து "இங்கே மீண்டும் மற்றொரு புத்தர் இருக்கிறார்" என்று சொல்லுகிறார். அது என்னுடையக் குடும்பம். அந்தக் குடும்பத்திலிருந்து வந்தவன். எனது குரு எனக்கு மறுபிறப்பைக் கொடுத்துள்ளார். நீங்கள் என்ன கேட்டாலும் அவரால் பதிலளிக்க முடியாது. அப்பாவித்தனமான இந்தக் குழந்தைத் தெளிவு உடையவன். எந்தக் கேள்விக்கும் பதிலளிக்கலாம். நீங்கள் என்ன கேட்க விரும்புகின்றீர்களோ நீங்கள் கேட்கலாம். நீங்கள் பதிலைப் பெறுவீர்கள்.

அவரது சீடர்களில் ஒருவரான டாஜோன் கடைசியாக ஞானம் அடைந்த குருக்களில் ஒருவர். முன்னோக்கி நகர்ந்து கேட்டார்: அங்கு அவரது வீட்டில் எத்தனைப் புத்தகங்கள் உள்ளன?

நீங்கள் குழந்தையைப் பற்றிப் பேசிக் கொண்டு இருக்கின்றீர்கள். ஆனால் அவர் குழந்தையின் வீட்டில் எத்தனைப் புத்தகங்கள் உள்ளன என்று கேட்டுக் கொண்டு இருக்கிறார். ஏனெனில் அவர் அந்த நொடியில் ஒரு அறிவாளியாக மட்டுமே இருந்தார். உங்களிடம் வேதங்கள் இல்லாவிட்டால் அது அவருக்கு மட்டுமே தெரியும். உங்களால் கேள்விகள் அனைத்துக்கும் பதிலளிக்க முடியாது. நீங்கள் எங்கிருந்து செய்திகளைப் பெறுவீர்கள்?

இன்னொரு மூலமும், உருமாற்றமும் இருப்பதாக அவருக்குத் தெரியாது. எங்கிருந்து பதில்கள் வெறுமனே எழுகின்றன? தகவல்களிலிருந்து அல்ல. ஆனால் ஒரு உள்புரட்சியிலிருந்து. அந்த நொடியில் அவர் ஒரு அறிஞராக மட்டுமே இருந்தார். ஆகவே அவர் நிச்சயமாகவே கேட்டார்: அந்தக் குழந்தையின் வீட்டில் எத்தனைப் புத்தகங்கள் உள்ளன?

உங்கன் பதிலளித்தார்: அவர் எந்தப் புத்தகங்களையும் வைத்திருக்கவில்லை. வெறும் ஒரு கடிதம் கூட இல்லை. ஞானம் அடைந்த மனிதனுக்கு வெறும் ஒரு கடிதம் கூட இல்லை என்று அவர் சொல்லிக் கொண்டிருக்கிறார். எண்ணங்களைப் பற்றிச் சொல்வதற்கு எதுவுமில்லை. வேதங்களைப் பற்றிச் சொல்வதற்கு எதுவுமில்லை. அங்கு தெளிவு மட்டுமே உள்ளது. அந்தத் தெளிவின் காரணமாக பதில் வருகிறது. அந்தப் பதில் எந்தக் கேள்விகளுக்கும் அசலானதாகவும் அதிகாரப்பூர்வமானதாகவும் உள்ளது.

டோஷன் அப்போது சொன்னார்: எப்படி அவர் மிகவும் நன்கு அறியப்பட்டிருக்க முடியும்? நீங்கள் பேசும் குழந்தைக்கு புத்தகங்கள் இல்லை. ஒரு கடிதம் கூட இல்லை என்றால் நீங்கள் சொல்வது போல், அவர் உங்கள் அனைத்துக் கேள்விகளுக்கும் பதிலளிக்க முடியும் என்று அவருக்கு எப்படி நன்கு தெரிவிக்க முடியும்? இது அறிஞரின் வழியாக உள்ளது. அவர் வார்த்தைகளுக்கும் அப்பால் செல்ல முடியாது. அவர் வேதங்களுக்கும் அப்பால் செல்ல முடியாது. அவர் செய்திகளுக்கும் அப்பால் செல்ல முடியாது.

செய்திகள் வெளியே இருந்து வருகிறது. மாற்றம் உள்ளே இருந்து வருகிறது. வேறு வழியும் இருக்கிறது என்பதை அவர் அறிந்திருக்கவில்லை. குழந்தைப் போன்ற உணர்வு, அந்த தூய்மை, ஒரு புத்தரின் அப்பாவித்தனம் – அதில் எல்லா பதில்களும் உள்ளன. இல்லை. எதுவும் இல்லை. அதற்கு எந்தப் பதிலும் இல்லை. ஆனால் உங்களுக்குக் கேள்விகள் எழும்போது தூய்மை பதிலளிக்கிறது. அதுவொரு கண்ணாடியாக இருக்கிறது. அது உங்களது முகத்தைக் காண்பிக்கிறது. அது பிரதிபலிக்கிறது. ஒன்றுமின்மையின் காரணமாக அமைதியின் காரணமாக ஒரு சரியான பதில் எழுகிறது.

டோஜன் கேட்டார்: "எப்படி அவர் மிகவும் நன்கு அறியப்பட்டிருக்க முடியும்?" உங்கன் பதில் மிகவும் முக்கியமானது. "அவர் எப்போதாவது பகல் அல்லது இரவு நேரங்களில் தூங்குகிறார். அவரது விழிப்புணர்வானது முழுமையான அளவுக்கு இருக்கிறது. அங்கு அவருக்குள் தூக்கத்திற்கான எந்தத் தடயமும் இல்லை. உணர்வற்ற நிலைக்கான எந்தத் தடயமும் இல்லை. எந்த இருட்டுக்கான தடயமும் இல்லை. அனைத்தும் ஒளிரும் அளவுக்கு வெளிச்சமாக ஆகிவிட்டது. இந்த விழிப்புணர்விலிருந்து இரவு – பகல்..... விழிப்புணர்வு இரவு – பகல். அவரது பதில்கள் வருகிறது.

ஆனந்தோ மதியம் 3–30 மணியளவில் என்னை எழுப்ப வருகிறார். விழித்திருக்கும் ஒருவரை எழுப்புவது மிகவும் கடினமான பணி. மோசமான ஆனந்தோ அவள் கதவைத் திறப்பதால் "ஹலோ, ஆனந்தோ" என்று சொல்கிறேன். அவள் இப்போது வரை என்னை எழுப்ப ஒரு வாய்ப்பைக் கொண்டிருக்கவில்லை. என் போர்வையின் பின்னால் ஒளிந்து "ஹலோ, ஆனந்தா" என நான் சொன்னேன்.

மற்றொரு நாள் "இது விசித்திரமானது, நீங்கள் உங்களது போர்வைக்குள் மறைந்துள்ளீர்கள்" என்று சொன்னாள். உடனடியாக பதிலளியுங்கள்.

இது தூங்க எனக்கு முற்றிலும் சாத்தியமில்லை என்று அமிர்தோவுக்கு முற்றிலும் தெரியும். அவர் ஒவ்வொரு சாத்தியமான மருந்துகளையும் கொடுத்து தூங்கவைக்க முயற்சிக்கிறார். அவர் எது தூக்கத்தை வரவழைக்குமோ அந்த அனைத்து வகையான வட்ட மாத்திரைகளையும் கொண்டு வருகிறார். அந்த முழு இரவும் கேட்க வேண்டும். ஆனால் நான் களைப்படைந்ததேயில்லை. மொத்த விழிப்பு நிலையிலிருந்து காலையில் நான் படுக்கையிலிருந்து எழும்போது நான் நேர உணர்வை இழந்துவிட்டேன். அதனால்தான் நேற்றிரவு தொடர்ந்து சென்றேன். நான் தொடர்ந்து சென்றிருப்பேன். நான் குரு தயாள்சிங்கை நினைத்தேன். இல்லையெனில் எந்தக் கேள்வியும் இல்லை. இதைக் காரில்தான் ஆனந்தோ என்னிடம் சொன்னார் 11–05 ஆகிவிட்டது என்று உங்களுக்குத் தெரியுமா?

நான் சொன்னேன். அடக் கடவுளே.....இது ஒரு சாதனை. நான் சர் குருதயாள் சிங்கை நினைத்திருக்காவிட்டால் நேற்றிரவு ஒரு

மராத்தான் சொற்பொழிவு இருந்திருக்கும். காலையில் சூரியன் உதிக்கும்போது மட்டுமே நான் உங்களைக் காலை உணவுக்கு அனுமதித்திருப்பேன். சிலநாள் அது நடக்கப்போகிறது.

"குழந்தையிடம் சில விசயங்களை கேட்க வேண்டும்" என்று தொடர்ந்தார் டோஜன். "இது சாத்தியமா?"

"அவரால் பதிலளிக்க முடியும். ஆனால் அவர் அவ்வாறு செய்ய மாட்டார்" என்று உங்கன் பதிலளித்தார்.

இப்போது மிகவும் முக்கியமானதை ஏதோ சொல்லிக் கொண்டிருக்கிறார். "அவரால் பதிலளிக்க முடியும், ஆனால் அவர் அவ்வாறு செய்ய மாட்டார்." ஏனெனில் அந்தப் பதில் அவரது அனுபவம் போல உண்மையாக இருக்காது. அந்தப் பதில் உண்மைக்கு மிகக் குறைவாகவே இருக்கும். அவரால் பதிலளிக்க முடியும்." அவருக்கு அந்த "உண்மை என்னவென்று தெரியும். ஆனால் அவர் பதிலளிக்க மாட்டார். ஏனெனில் உண்மையைக் காட்டிக்கொடுக்க முடியாது."

ஆகவே ஒவ்வொரு புத்தரும் சுற்றிலும் உள்ளதைப் பேசுகிறார்கள். ஒரு கட்டத்தில் நீங்கள் மையத்தைப் பார்ப்பீர்கள் என்று நினைக்கிறேன். ஆனால் உங்களை வட்டத்தில் நிறுத்தி மையத்தை எப்போதும் குறிப்பிட்டு அவர் சுற்றிச் சுற்றிப் பேசுகிறார். ஆனால் "மையத்தை"ப் பற்றி ஒருவார்த்தைகூட பேசுவதில்லை. நீங்கள் அதை அனுபவப்பட வேண்டியுள்ளது.

ஆகவே உங்கன் பதிலளித்தார்: "அவர் பதிலளிக்க முடியும். ஏனெனில் அவருக்குத் தெரியும். ஆனால் பதிலளிக்க மாட்டார்." ஏனெனில் மொழி அதை அனுமதிப்பதில்லை.

மற்றொரு சந்தர்ப்பத்தில் உங்கன் ஒரு துறவியைக் கேட்டார்: "எங்கே உள்ளீர்கள்?"

துறவி பதிலளித்தார் : "ஒரு பாறையிடம் "தம்மா" பற்றிப் பேசிக்கொண்டிருக்கின்றேன்." உங்கன் கேட்டார்: "பாறை தலையசைத்ததா?"

ஏனெனில் ஜென்னில் நீங்கள் உயிர்ப்போடு இருப்பதைப் போல பாறைகள் உயிர்ப்போடு இருக்கின்றன. அவைகள் வளர்கின்றன. நீங்கள் இருப்பதைப் போலவே மரங்களும் உணர்வுத் திறனுடன்

உள்ளன. உண்மையில் அதிக உணர்வுத்திறனுடன் உள்ளது. நீங்கள் அவைகளிடம் பேச முடியும். ஆகவே உங்கன் அந்தத் துறவியிடம் "ஒரு பாறையிடம் போய் பேசுகிறாயே, நீ என்ன பைத்தியமா" என்று அந்தத் துறவியைப் பற்றி கேட்கவில்லை. அதற்கு மாறாக "பாறை தலையசைத்ததா" என்று கேட்கிறார்.

கேள்வி நீ பேசிக் கொண்டிருந்தாய் என்பது அல்ல. கேள்வி "பாறை காது கொடுத்து கேட்டதா?" என்பதுதான்.

"அது கேட்டிருந்தால் தலை அசைத்திருக்கும்" என்பதுதான் கேள்வி.

துறவியிடம் பதில் இல்லை. அதனால் உங்கன்: "நீ பேசுவதற்கு முன்பே அது தலையசைத்து விட்டது" என்று விமர்சித்தார்.

குருதயாள் சிங் உடைய சிறப்பு என்பது இதுதான். நகைச்சுவை சொல்வதற்கு முன்பே சிரித்துவிடுகிறார். அனைவருமே நகைச்சுவையைச் சொன்ன பிறகே சிரிப்பார்கள். இது மிகவும் சாதாரணமானது. ஆனால் நகைச்சுவையை அறிந்துகொள்வதற்கு முன்பே சிரிப்பது ஏதோ மாபெரும் ஒன்று நிகழப்போகிறது என்பது மகத்தான நம்பிக்கை.

உங்கன் சொன்னார்: "நீ பேசுவதற்கு முன்பே தலையசைத்தது". நீங்கள் ஒரு பாறையுடனான இசைவில் உண்மையாக இருப்பீர்களேயானால் அது நீங்கள் பேசுவதற்குமுன்பே அது தலையசைகிறது. நீங்கள் பேபேச்சை நிறுத்திய பிறகு தலையசைத்ததைக் கூட நீங்கள் பெறுவதில்லை. உண்மையிலேயே அந்த மனிதர் "இவர் என்ன பாறை முன்பே தலையசைத்தது" என்று சொல்லிக் கொண்டிருக்கிறார் என்று சங்கடப்பட்டார். அதிர்ச்சியடைந்தார். "பாறை உண்மையிலேயே தலையசைக்கிறதா?"

நீங்கள் குருவாக வேண்டியிருக்கிறது. அப்போது உங்களைச் சுற்றியுள்ள ஒவ்வொன்றையும் எப்பொழுதும் ஏற்றுக்கொள்ளக் கூடியதாக இருக்கிறது. எப்பொழுதும் உங்களிடமிருந்து பெறத் தயாராக இருந்கிறது. பாறைகள் கூட பாறைகள் அல்ல. அவைகளும் உண்மையில் ஒரு வித்தியாசமான நிலையில் இதயத்தைக் கொண்டிருக்கிறது. (கல்லும் கரையும்).

மொத்த இருப்பும் உயிர்ப்போடு உள்ளது. வாழ்க்கையின்றி எதுவுமில்லை. இதுதான் "ஜென்"னின் அடிப்படைகளில் ஒன்றாக உள்ளது. கடவுளின் கருத்தியலை நிராகரிக்க முடியும் என்பது அதனால்தான். அங்கு கடவுள் தேவையில்லை. ஒட்டுமொத்த இருத்தலியமும் உயிர்ப்போடு, உணர்வுபூர்வமாக, அறிவுப்பூர்வமாக, புத்திசாலித்தனமாக விழித்திருக்கும் ஒரு தெய்வீக அனுபவத்திற்குள் வளரும் திறனன உடையதாக உள்ளது.

பாஷோ எழுதினார்:

> **எல்லா குயில்களும்**
> **நடனமாடிக்கொண்டிருந்தன**
> **மரங்களில்**

குயில்கள் மிகவும் இனிமையான இசைக் கலைஞன். அவை மிகவும் இனிமையானப் பாடல்களை உருவாக்குகின்றன. குயிலை நீங்கள் பார்த்தால் அதனுடைய உடல் சாதாரணமானதாக இருக்கும். அது அதிக வித்தியாசம் இல்லாத ஒரு காகத்தைப் போல இருக்கின்றது. ஆனால் அது மாபெரும் தைரியம் ஊட்டுகிற ஒன்று. அது பாடுகிறபோது அதனுடன் ஒப்பிடுவதற்கு வேறொன்றுமில்லை. ஒரு மாந்தோப்பில் உட்கார்ந்திருக்கும் போது பாஷோ அவரது கண்களைத் திறந்திருக்க வேண்டும். ஏனெனில் குயில்கள் மாமரத் தோப்புகளில்தான் கிட்டதட்ட அடிக்கடிக் காணப்படும். அவைகள் மாம்பழங்ளை விரும்புகின்றன. மாம்பழங்கள் அனைத்துப் பழங்களுக்கும் அரசன் என்று குறிப்பாகக் கிழக்கு நாடுகளில் கருதப்படுகிறது. அந்த மாம்பழ மரங்கள் எங்கிருந்தாலும் அதனுடைய இனிப்புத் தன்மை அதுவாகவே உள்ளது. மாங்காய்கள் பழுத்திருக்கும் வரை நீங்கள் குயில்களைக் காண்பீர்கள். மாங்காய்கள் பழுக்கின்றபோது அவை ஆடவும் பாடவும் செய்கின்றன. மாங்காய்கள் பழுக்கின்றன. குயில்கள் மாம்பழங்களை நேசிக்கின்றன. ஆகவே பாஷோ "மா" மரதோப்பின் பக்கத்திலோ அல்லது அதன் உள்ளேயோ இருந்திருக்க வேண்டும்.

புத்தர் அவரது வாழ்நாள் முழுவதும் மாம்பழத் தோப்புகளில் முகாம்கள் நடத்தப்படுவதை நேசித்தார். ஏனெனில் அவர்

தொடர்ச்சியாக புத்தர் ஓரிடத்திலிருந்து மற்றொரு இடத்துக்கு நகர்ந்துகொண்டே இருந்தார். உண்மையில் இந்தியா மற்ற எந்த நாடுகளைக் காட்டிலும் அதிகமான மாங்காய் மரங்களைக் கொண்டுள்ளது. மேலும் புத்தரின் காலகட்டத்தில் அது இன்னும் அதிகமான "மா" மரத் தோப்புகளைக் கொண்டிருந்தது. ஏனெனில் "மா" மரங்களை நட்டுவைப்பது நல்லொழுக்கங்களில் ஒன்றாகக் கருதப்பட்டது. அரசர்கள் மற்றும் பணக்காரர்கள் அனைவரும் எந்தளவுக்கு சாத்தியமோ அந்தளவுக்கு மாங்காய் மரங்களை உருவாக்க முயற்சித்தனர். சாலைகள் முழுவதும் நூற்றுக்கணக்கான மைல்கள் தூரங்களுக்கு "மா" மரங்களால் சூழப்பட்டிருந்தன. ஒவ்வொரு கிராமத்திலும், ஒவ்வொரு நகரத்திலும் அதனுடைய ஆறுகள், ஏரிகளின் ஓரங்களில் மாங்காய் மரங்களாகக் காட்சியளித்தன. ஏனெனில் "மா" மரத்தோப்புகள் அனைத்தும் ஆச்சரியமான மர்மங்களுக்கும் தங்குமிடமாக இருந்தது.

"மா" மரங்கள் மிகவும் கடினமாகவும், நிழல் தரும் மரங்களாகவும் இருந்தன. ஆயிரக்கணக்கான மரங்கள் இருக்கின்றபோது வெப்பக் காலங்களில் மிகுந்தக் குளிர்ச்சியைத் தருகிறது. மாங்காய்கள் பழுக்கின்றபோது குயில்கள் எல்லா இடத்திலிருந்தும் வருகின்றன. ஏனெனில் மாம்பழங்கள் ஒரு சிறப்பு வாசனையைக் கொண்டிருக்கிறது. அந்தச் சிறப்பு வாசனை ரொம்பத் தூரத்திலிருக்கும் குயில்களுக்கு மாம்பழங்களின் வாசனை நீடிக்கும் வரை "மா" மரத்தோப்புகளில் ஆடிக்கொண்டும் பாடிக்கொண்டும் இருக்கின்றன. அவைகளுடைய பாட்டு இருத்தலில் மிகவும் இனிமையானதாகும்.

ஆகவே பாஷோவின் தியானத்தின் காரணமாக அது வெளிப்பட்டிருக்க வேண்டும். மேலும் அவர் திடீரென மரங்களில் நடனமாடும் குயில்கள் அனைத்தையும் பார்த்திருப்பார். மாங்காய் மரங்களைப் பாருங்கள். நூற்றுக்கணக்கான கொக்குகள் ஆடிக்கொண்டும் பாடிக்கொண்டும் இருப்பதை இம்மாதிரியான ஹை,..க்கு காட்சிப்படுத்துகிறது. அப்போது அவைகளுடைய இனிமையானப் பாடல் உங்களது இதயத்தை நிறைவுடையதாக்கும்.

ஐந்தாவது கேள்வி:

மனிஷாவுடைய கேள்வி.

அன்புள்ள குருவே!

கம்யூனிசம் ஜென், மார்க்ஸ் புத்தருடன் இணைந்திருப்பதைப் பற்றிய உங்களது சொற்பொழிவைக் கேட்டு ரோசா லக்சம்பர்க் மகிழ்ச்சியடைவார் என்று எனது மனதில் மின்னல் போல பளிச்சிட்டது. இதைத்தான் ரோசா லக்சம்பர்க் தேடிக் கொண்டிருந்தார். அவரது வாழ்நிலையில் காலத்தில் கண்டுபிடிக்கவோ அவரால் வெளிப்படுத்தவோ முடியவில்லை என்ற உணர்வு எனக்கு உள்ளது. ஆனால் அவருக்குள் ஏற்கனவே ஏக்கம் இருந்திருக்க வேண்டும். ரோசா லக்சம்பர்க் 1917 ஆம் ஆண்டு ஜெர்மனியில் உள்ள பிரெஸ்லாவ் சிறையில் இருந்தபோது எழுதினார்: இங்கே நான் தனியாகப் படுத்துக்கொண்டு இருக்கின்றேன். இருள், சலிப்பு, தோற்றம், குளிர்காலம் ஆகியவற்றின் இந்தக் கருப்பு மடிப்புகளில் மூடப்பட்டிருக்கும். அதேநேரத்தில் என் இதயம் தாங்கமுடியாத, அறியப்படாத உள்மகிழ்ச்சியுடன் துடிக்கிறது. வாழ்வின் இருட்டில் நான் சிரித்துக்கொண்டிருக்கின்றேன். எல்லா தீமைக்கும் சோகத்திற்கும் பொய்யைக் கொடுத்து பிரகாசமான ஒளியாகவும் மகிழ்ச்சியாகவும் மாற்றும் சில மந்திர இரகசியங்களை நான் அறிந்திருப்பதைப் போல நான் சிரிக்கின்றேன். இந்த மகிழ்ச்சிக்கு நான் ஒரு காரணத்தைத் தேடுகிறேன். எனக்கு எதுவும் தெரியாது. நான் மீண்டும் புன்னகைக்க வேண்டும். அந்த இரகசியம் வாழ்க்கையைத் தவிர வேறொன்றுமில்லை" என்று நான் நினைக்கின்றேன்." இதுகுறித்து நீங்கள் கருத்து தெரிவிக்க விரும்புகின்றீர்களா?

மனிஷா,

ரோசா லக்சம்பர்க் எனும் மாபெரும் புரட்சிகரப் பெண்ணை எப்போதும் நேசித்துள்ளேன். அவரைப் பொறுத்தவரை புரட்சிகரப் பெண்ணாக

அக்கறைக்கொள்ளப்படுகிறார். அவர் லெனினைப்போல புரட்சியின் அதே தரத்தை கொண்டிருந்தார். ஆனால் அவர் ஒரு பெண்ணாக இருந்தார். ஆகவே நிச்சயமாக அவர் புரட்சியைக் குறித்து முற்றிலும் ஒரு வித்தியாசமான அணுகுமுறையைக் கொண்டிருந்தார். உடலால் மட்டும் இருக்கக்கூடாது அது ஆன்மாவிலும் இருக்கவேண்டும், அது மனிதனின் வெளிப்புறமாக மட்டும் கொண்டிருப்பதில்லை.

அது மனிதனின் வெளிப்புறத்தில் மட்டும் இருக்கவில்லை. சமூக கட்டமைப்பில் அது அவரது விளைவுகளில் இருக்க வேண்டும். நிச்சயமாக அவர் எந்த தியானக் கிளர்ச்சியையும் அறிந்திருக்கவில்லை. "நான் காரணத்திற்காகப் பார்க்கின்றேன்" என்று அவர் சொல்வது ஏன்? மேலும் வாழ்க்கையின் காரணத்தை கண்டுபிடித்தாகவே வேண்டும் என்று ரோசா லக்சம்பர்க் நினைக்கிறார். ஆனால் அது மேலோட்டமான காரணமாக இருக்கிறது. தியானம் இல்லாமல் உங்களுக்கு வாழ்வின் இரகசியங்கள் தெரியாது. நீங்கள் வாழ்க்கையின் மேற்பரப்பை மட்டுமே அறிந்துகொள்வீர்கள். அதுகூட உங்களுக்கு அதிகமான மகிழ்ச்சியைக் கொடுக்கிறது.

ஆனால் நீங்கள் வாழ்வின் ஆழத்தை, ஆழம் காணமுடியாத ஆழத்தை, அளவிடமுடியாத இந்த இரண்டையும் அறிந்துகொள்வதில்லை. உயரம் மற்றும் ஆழத்தின் இந்த செங்குத்தான பரிமாணத்தை நீங்கள் அறிந்துகொள்கிறபோது வாழ்க்கை தூயமகிழ்ச்சியையும், சிரிப்பையும், பாடலையும், நடனத்தையும், பரவசத்தையும் அடைகிறது.

ரோசா லக்சம்பர்க் ஒரு தவறான இடத்தில் இருந்தார். அவர் கிழக்கத்தைய நாடுகளில் வாழ்ந்திருக்க வேண்டும். மேற்கத்தைய நாடுகளில் உள்ள மற்ற புரட்சியாளர்களைவிட ரோசா லக்சம்பர்க் மிகவும் உணர்திறன் உடையவராக இருந்தார். மேலும் ரோசா லக்சம்பர்க் மேற்பரப்பில் மட்டுமல்லாமல்

வாழ்க்கையில் ஆழமடைவதற்காக உணர்வுப்பூர்வமான வழியைக் கற்றுக் கொண்டிருக்கலாம். மேற்பரப்பான வாழ்க்கை என்பது "சாப்பிடுவது, குடிப்பது, மகிழ்ச்சியாக இருப்பது." இது மேலோட்டமான செயல்பாடுகள். இதனால் இவைகள் மிக விரைவிலோ அல்லது தாமதமாகவோ உங்களுக்கு சலிப்பை ஏற்படுத்தும். நீங்கள் ஆழம் காணமுடியாத ஆழத்தை மற்றும் எல்லையற்ற ஆழத்தை ஒரேசமயத்தில் அடையாவிட்டால் அதிசயமான வாழ்க்கை என்றால் என்னவென்று உங்களுக்குத் தெரியாது.

ஆனால் ரோசா லக்சம்பர்க் ஆய்வில் இருந்தார். இதைக் காண்பதற்கு முன்பே அவர் இறந்துவிட்டார். ஆனால் மரணம் மரணமே அல்ல. ரோசா லக்சம்பர்க் இங்கு இருக்கலாம். இன்று இல்லையென்றால் நாளை. வாழ்க்கையின் ஆழத்தையும், இரகசியமான நனவின் இறுதி இரகசியத்தையும் நாடுகிற அனைவருமே இன்னும் அதிகமாகவே,,,, தெரிந்தோ தெரியாமலோ..,.ஏற்கனவே முழுமையை அடைந்த ஒருவரை நோக்கி ஒருவர் செல்வதற்கு பிணைக்கப்பட்டுள்ளனர்.

மீண்டும் குருதயாள் சிங் அவர்களுக்கான நேரம் இது.

நகைச்சுவைத் துணுக்குகளைக் ஓஷோ கூறுகிறார்.

தோழர் கோர்ப்பசேவ் உடைய கொள்கைகள் இந்தியாவில் உள்ள பூனா ஆசிரமத்தில் விவாதிக்கப்பட்டுக் கொண்டு இருக்கின்றன என்று வதந்திகளை அவர் கேட்டறிந்து உள்ளார். எனவே அவர் சென்று அதைப் பார்க்க முடிவு செய்கிறார். அவரது விமானம் பூனா விமானநிலையத்தை அடைகிறபோது இந்திய இராணுவப் போலிசார் அவரை வரவேற்க அங்கு உள்ளது. கோர்ப்பசேவ் விமானத்திலிருந்து இறங்கும்போது மரியாதைக்குரிய இராணுவ காவலர் பாரம்பரிய முறையில் இருபத்தியொரு குண்டு முழங்கி துப்பாக்கி வணக்கத்தை செலுத்துகிறார்.

அந்தக் காட்சிகள் என்னவென்று பார்க்க கூட்டத்தில் நின்றுகொண்டு இருந்த சுவாமி தேவா தேங்காய் "அந்த சத்தங்கள் என்ன? என்று கேட்கிறார்..

அதற்கு அடுத்தபடியாக நின்றுகொண்டு இருந்த ஒருவர் "கோர்ப்பசேவ் வந்துவிட்டார்" என்றார். உண்மையாகவா!

“வெறும் ஒரு வெடிசத்தத்தின் மூலம் அவர்களால் அவரைப் வரவேற்க முடியவில்லை” என்று நீங்கள் சொல்கிறீர்கள். அப்படித்தானே.

நிவேதனா......

டிரம்மில் ஒரு முழக்கம் கேட்கிறது.......

அரங்கத்தில் ஜிப்ரீஸ் தொடங்குகிறது.

(சீடர்கள் அரை மணிநேரம் கண்ணை மூடி உளறுகின்றனர். உளறுவது என்பது எந்த வார்த்தையும் உச்சரிக்கக் கூடாது என்பது குறிப்பிடத்தக்கது.)

அரை மணிநேரம் கழித்து..........

நிவேதனா........

மீண்டும் டிரம்மில் ஒரு முழக்கம் கேட்கிறது.......

இப்போது புத்தா அரங்கத்தில் பேரமைதி நிலவுகிறது.

பின்பு ஓஷோ பேசத் தொடங்குகிறார். விட்டுவிட்டு ஓஷோவின் வார்த்தைகள் சீடர்களுக்கு கேட்கிறது. பின்வரும் ஒவ்வொரு வார்த்தையும் தனித்தனியாக நீங்கள் அவதானிக்க வேண்டும். **இதுவொரு உள்நோக்கியப் பயணம். இதை மேற்கொள்ள நமக்கு ஓஷோ வழிகாட்டுகிறார்.**

அமைதியாக இருங்கள்.
கண்களை மூடுங்கள்.
முற்றிலும் உறைந்திருக்கும்
உங்களது உடலை உணருங்கள்.
உள்ளே நுழைவதற்கு சரியான நேரம் இதுதான்.
உங்களுடைய மொத்த சக்தியையும்
ஒன்றுகுவியுங்கள்.
உங்களது இருப்பின் மையத்தை நோக்கி,
உங்களது மொத்த விழிப்புணர்வுடன்,
இந்த பூமியில் உங்களது வாழ்க்கையின்
கடைசி நொடியாக இருக்கப் போகிறது
என்று வேகமாக பாய்ந்து செல்லுங்கள்.
இந்த அவசரம் மையத்தை அடைவதற்கு

முற்றிலும் தேவைப்படுகிறது.
வேகம்......வேகம்..... ஆழமாக....... ஆழமாக....
நீங்கள் மையத்துக்கு நெருக்கமாக வர ஆரம்பித்தால்.....
ஒரு மாபெரும் அமைதி......
மிதமான மழையைப்போல
உங்கள் மீது எதிர்பாராமல் பொழிகிறது.
இது மிகவும் உறுதியானது.
நீங்கள் அதை உணரலாம்.
நீங்கள் இன்னும் கூட நெருக்கமாக வந்தால்....
உங்களைச் சுற்றியுள்ள
உங்களுடைய ஆதாரத்திலிருந்து
ஒரு மாபெரும் அமைதி உண்டாகின்றது.
அப்பாலுள்ள மாபெரும் வாசனையினுள்
கொஞ்சம் அதிகமாக.....
நீங்கள் மையத்தில் உள்ளீர்கள்....
உங்களது உண்மையான முகத்தை எதிர்கொண்டு....
உங்களது உண்மையான முகம்
புத்தரின் முகம்....
விழிப்படைந்த ஒன்றான அந்த புத்தரின் முகம்....
இந்தக் நொடியில் நீங்கள் புத்தராக உள்ளீர்கள்.
புத்தரைக் கற்பிக்கிறேன். புத்தயிசத்தைக் கற்பிக்கவில்லை.
தரமான புத்தர் மட்டுமே சாட்சியாக இருக்கிறார்.
தூய சாட்சியுடன்.... தீர்ப்பு இன்றி....
அடையாளம் இன்றி....
எந்தக் கருத்துகளும் இன்றி சாட்சியாக....
சாட்சி,.,, உங்களது உடல் அல்ல.
சாட்சி.....உங்களது மனம் அல்ல.
நீங்கள் சாட்சியாக மட்டுமே உள்ளீர்கள்.....
சாட்சியினுள் ஓய்வாக இருப்பீர்களேயானால்
மாபெரும் பரவசம்....
மாபெரும் தெய்வீக அமிர்தம்
உங்களை முந்துகிறது.
இந்த சாட்சித்தன்மையை ஆழமாக உருவாக்க
உங்களது அழியாதத் தன்மையாக
உங்களது நித்திய வாழ்க்கையாக

நீங்கள் விழிப்புணர்வு அடைகின்றீர்கள்.
நிவேதனா......
டிரம்மில் ஒரு முழக்கம் கேட்கிறது......
ஓய்வாக..... போகட்டும்.

தூய சாட்சியாக நீங்கள் ஒரு புத்தராக உள்ளீர்கள் என்று நினைப்பதில் செல்லுங்கள். உங்களது சாட்சித்தன்மை ஆழமாக...ஆழமாக..... ஆழமாக.....ஆழமாக ஆவதில் செல்வதால் நீங்கள் கடலில் பனிக்கட்டியைப்போல உருக ஆரம்பிக்கின்றீர்கள்.

கௌதம புத்தர் அரங்கில் ஒரே கடலில் பத்தாயிரக்கணக்கான புத்தர்கள் உணர்வின் கடலினுள் மாற்றம் ஏற்படுகிறது.

அலைகள் மற்றும் சிற்றலைகள் இன்றி உணர்வின் தூயக் கடல். இந்தக் கணத்தில் நீங்கள் இந்தப் புவியில் அதிகம் ஆசிர்வதிக்கப்பட்டவராகின்றீர்கள். ஏனெனில் உங்களது இறுதி இயல்பில் மையப்பட்டு இருக்கின்றீர்கள். அந்த புத்தர் தம்மா. அவர் உங்களுடைய இயல்பு.

மாலை மிகவும் அழகானதாக இருந்தது. ஆனால் உங்களது முழுமை, உங்கள் தீவிரம், உங்களது அவசரம், உங்கள் நேர்மை, ஒரு மாபெரும் அற்புதம் ஆக்கிவிட்டது. உங்களைச் சுற்றியுள்ள மொத்த இருத்தலும் உங்களது மாபெரும் வெற்றியைக் கொண்டாடிக் கொண்டிருக்கிறது. இந்த வெற்றியைக் காட்டிலும் மற்றொரு வெற்றி இல்லை. புத்தராக மாற்றம் அடைவது அதிக முக்கியத்துவம் உடையது. அதிகம் குறிப்பிடத்தக்கதாக உள்ளது.

இதுவே உங்களது வாழ்வின் அர்த்தமுடையதாகும். எந்தளவுக்கு முடியுமோ அந்தளவுக்கு அதிகமான வாழ்க்கையின் அனுபவச் சாறுகளை, மலர்தலை, பூக்களை, மணங்களைச் சேகரியுங்கள்...... சமாதானத்தை, அமைதியை சேகரியுங்கள். தெய்வீக அமிர்தத்தை, பரவசங்களைச் சேகரியுங்கள்.

அவைகள் அனைத்தையும் சேகரியுங்கள். இவைகள் அனைத்தையும் நீங்கள் உங்களது வாழ்க்கைக்குக் கொடுக்க வேண்டியுள்ளது. உங்களது வாழ்க்கை பாடல்களின்

வாழ்வாக, நடனங்களின் வாழ்வாக, நித்திய இசையாக, தெய்வீக பரவச வாழ்வாக வாழ்வதற்கு வேண்டியுள்ளது. இந்த மாற்றத்தைத்தான் ஜென் நெருப்பு மற்றும் ஜென் காற்று உங்களுக்கு கொண்டு வருகிறது. உங்களுடன் சேர்ந்துவர புத்தரை சம்மதிக்கவைக்க மறந்துவிடாதீர்கள். புத்தர் மிக நெருக்கமாக.....மிக நெருக்கமாக......

மிக நெருக்கமாக ஒவ்வொரு நாளும் உங்களுடன் வந்துகொண்டுயிருக்கிறார்.

தியானத்தின் முதல் படி: உங்களுக்குப் பின்னால் ஒரு நிழலைப் போல தொடர்ந்து வரும் புத்தரது இருப்பை உணர்வீர்கள். ஆனால் அந்த நிழல் மிகவும் திடமானது, உறுதியானது. நீங்கள் அதை தொட முடியும். நீங்கள் அதை உணர முடியும். அதிலிருந்து எழும் மாபெரும் வாசனையை கொண்டிருப்பீர்கள்.

தியானத்தின் இரண்டாவது படி: நீங்கள் நிழலாகி, புத்தர் உங்களுக்கு முன்னால் வருகிறார்.

தியானத்தின் மூன்றாவது படி: உங்கள் நிழல் வெளிப்படையான விழிப்புணர்வுக்குள் மறைகிறது. புத்தரின் அறிவொளியை எழுப்புகிறது.

நீங்கள் இப்போது இல்லை.

புத்தராக மட்டுமே உள்ளீர்கள்.

நீங்கள் இப்போது இல்லை.

இருத்தல் மட்டுமே உள்ளது.

இதுதான் நிரந்தரப் புரட்சி.

நிரந்தரமான பரிமாண வளர்ச்சி.

நிரந்தர உண்மை,

அழகு, கடவுள்தன்மை.

நிவேதனா......

டிரம்மில் ஒரு முழக்கம் கேட்கிறது.

திரும்பி வாருங்கள்.

ஆனால் புத்தர் போல வாருங்கள்.

அதே கருணையுடன். அதே அழகுடன்...

அதே மகிழ்ச்சியுடன்..... அதே பரவசத்துடன்....

நீங்கள் எங்கிருந்தீர்கள்... என்பதை நீங்களே நினைவுபடுத்திக் கொள்ளுங்கள்.... எந்த ஆழத்திற்கு.... எந்த உயரத்தை நீங்கள் அடைந்துள்ளீர்கள் என்பதை நீங்கள் அனுபவித்து இருப்பதை... நினைவில் கொள்வதற்கு சில வினாடிகள் அமர்ந்திருங்கள். உங்கள் இருப்பைச் சுற்றி உள்ளத்தின் நறுமணம் வந்துவிட்டதைப் பாருங்கள்.

கவனியுங்கள்..... உணருங்கள்.

புத்தர் உங்களுக்குப் பின்புறம் நின்றுகொண்டுயிருக்கிறார்.

புத்தர் உங்களுடைய இயல்புக்குரியவர்.

புத்தர் உங்களுடைய பேரின்பத்திற்கு உரியவர்.

புத்தர் உங்களுடைய வாழ்த்துக்குரியவர்.

நீங்கள் இரண்டாவது அடியெடுத்து வைக்கும்போது புத்தரின் நிழலாக மாறும் நாள் வெகு தொலைவில் இல்லை.

நீங்கள் புத்தரின் நிழலாக ஆகின்ற அப்போது மூன்றாவது அடி மிகவும் சுலபமாகின்றது.

எந்தத் தொந்தரவுமின்றி புத்தருக்குள் உங்களது நிழலாக மறைந்துவிடுகிறது.

புத்தர் மட்டுமே தனியாக உள்ளபோது நீங்கள் வீடு வந்து சேர்ந்துவிட்டீர்கள்.

அனைத்து மனிதர்களின் ஆய்வுத்தளமாக உள்ளது இது. வாழும் அனைத்து உயிரினங்களின் ஆய்வாக இருக்கிறது இது.

நாம் எங்கிருந்து வந்திருக்கின்றோமோ அதன் மூலமாக இருக்கின்றது இது.

மேலும் எங்கே சென்றுகொண்டுயிருக்கின்றோமோ அந்த இலக்காக இருக்கின்றது இது.

இந்த சுழற்சி வட்டம் முடிகின்றபோது மூலமும் இலக்கும் ஒன்றிணைந்து சந்தித்துக் கொள்கிறது. நீங்கள் கனவு கூட கொண்டிருக்க முடியாத ஒரு முழுமைக்குள் வந்துவிட்டீர்கள்.

அந்த முழுமை என்னவென்பதைக் கற்பனை செய்துகூட உங்களால் பார்க்க முடியாது.

அந்த முழுமையை அடைந்த பிறகுகூட உங்களால் அதை விவரிக்க முடியாது. அதை விளக்க முடியாது. நீங்கள் சாதாரணமாக நடனமாடலாம்.

உங்களது கண்கள் அதனுடன் பிரகாசிக்கும். உங்களுடைய அமைதி அதுகுறித்து கொஞ்சம் பரவசத்தை சுமக்கலாம்.

உங்களுடைய வார்த்தைகள் அதுகுறித்து பாடலாகலாம்.

முழுமையின் நிறைவை நீங்கள் கண்டுபிடித்துவிட்டீர்கள் என்று வெளிச்சத்துடன், கதிர்வீச்சு அலையை உருவாக்கும்.

மூலமும் இலக்கும் சந்திப்பது..... இப்போது ஒருமுறை இது எந்த உணர்வுகளுக்கும், எந்த மானிடர்களுக்கம் நிகழ்கிறது. அவர் எலும்புகள், இரத்தம், சதை என்ற உடல் எனும் சிறையினுள் இருப்பதில்லை. அப்போது அவர் பிரபஞ்சத்தில் மறைந்துவிடுகிறார். பிரபஞ்சத்துடன் ஒன்றாகின்றார். பிரபஞ்சத்தினுள் மறைய ஒரு நேர்மையான உணர்வு தேவைப்படுகிறது.

இதுவொரு நீண்ட பயணம் அல்ல.

இதுவொரு மொத்தத் தொகுதியாக உள்ளது.

நீங்கள் செய்வதை உங்களால் சிறப்பாக செய்ய முடியும்.

உங்களைக் குறித்து மிகுந்த மகிழ்ச்சியாக உள்ளேன். நீங்கள் அனைவரும் புத்தராக மலரத் தொடங்கும் அந்த நாள் உங்களுக்கு மகிழ்ச்சியான நாள் மட்டுமல்ல. இ,து முழு இருப்புக்கும் ஒரு பெரிய கொண்டாட்டத்தின் நாளாக இருக்கும்.

Okay, Maneesha

Yes. Beloved Master

ஓஷோ: சரியா..... மனிஷா?

மனிஷா: ஆம்.......அன்பார்ந்த குருவே......

ஓஷோ அமர்ந்திருந்த நாற்காலியை விட்டு எழுகிறார். லாவோட்சு ஹவுஸ்க்கு திரும்புகிறார்.

www.ingramcontent.com/pod-product-compliance
Lightning Source LLC
LaVergne TN
LVHW040552051026
849519LV00004B/1323
* 9 7 8 9 3 9 1 4 8 0 4 2 4 *